NGÔN NGỮ
TẠP CHÍ VĂN HỌC NGHỆ THUẬT
SỐ ĐẶC BIỆT PHAN NI TẤN
THÁNG 08 NĂM 2024

NHÓM CHỦ TRƯƠNG:
Luân Hoán - Song Thao - Nguyễn Vy Khanh - Hồ Đình Nghiêm - Lê Hân

CỘNG TÁC TRONG SỐ NÀY:
Ba Cối, Bàng Hoàng, Báo Giới, Đặng Châu Long, Đỗ Quý Toàn, Đỗ Thất Kinh, Doãn Kim Khánh, Doãn Quốc Vinh, Du Tử, Du Tử Lê, Dũng Kt, Hà Cẩm Tâm, Hồ Đình Nghiêm, Hồ Quỳnh Nghi, Hoàng Lan Chi, Hoàng Xưa, Jimmy Nhựt Hà, Kiều Ngọc Lê, La Toàn Vinh, Lê Chiều Giang, Lê Giang Trần, Lê Hân, Lê Học, Lê Hữu, Lê Thúy Vinh, Loan Nguyễn, Luân Hoán, Lý Khánh Hồng, Mỹ Julia, Nam Chi, Ngô Vương Toại, Ngọc Ni, Nguyễn Đình Toàn, Nguyễn Đình Tuyến, Nguyễn Đức Quang, Nguyễn Hoa, Nguyễn Hùng Nhiên, Nguyễn Hữu Thời, Nguyên Huy, Nguyễn Mạnh Trinh, Nguyễn Ngọc Ngạn, Nguyễn Sơn, Nguyễn Thị Hương, Nguyễn Trọng Khôi, Nguyễn Vy Khanh, Như Không, Phan Nguyên, Phan Tấn Hải, Rudy, Song Thao, Tạ Ty, Tecetera, Trần Nho Bụi, Trang Châu, Triều Hoa Đại, Trương Đình Quế, Trương Đình Uyên, Trường Kỳ, Trường Sinh, Tuyết Vân, Việt Phạm, Việt Time, Vivi Võ Hùng Kiệt, Võ Đình, Võ Đình, Võ Minh, Võ Thu Đinh, Vũ Uyên Giang.

BÌA: Uyên Nguyên Trần Triết
HÌNH BÌA: Trần Thái Lực
ĐỌC BẢN THẢO: Lữ Thị Thu Nguyệt
DÀN TRANG: Công Nguyễn

LIÊN LẠC:
Thư và bài vở mời gởi về:
- Luân Hoán: lebao_hoang@yahoo.com
- Song Thao: tatrungson@hotmail.com

TOÀ SOẠN & TRỊ SỰ:
Lê Hân: (408) 722-5626 han.le3359@gmail.com

MỤC LỤC

NGÔN NGỮ SỐ ĐẶC BIỆT
PHAN NI TẤN

PHẦN IV: THƠ

PHẦN V: NHẠC

PHẦN VI: KÝ HOẠ

PHẦN VII: BẰNG HỮU

THƯ ĐẦU SÁCH

Tôi có thói quen gọi một người, từ bàn tay họ đồng đều trổ ra nhiều bộ môn văn học nghệ thuật, như viết văn, làm thơ, viết nhạc, vẽ tranh... là "tác giả", thay vì chọn một danh xưng bộ môn xuất sắc hơn của họ để gọi kèm. Với Phan Ni Tấn, tôi nghĩ rất nên gọi là "tác giả Phan Ni Tấn".

Phan Ni Tấn đã viết nhạc, làm thơ, viết văn, lai rai qua nhận định, giới thiệu những sáng tác của bè bạn anh, nếu kể đủ tài nghệ, còn phải gọi anh là ca sĩ, bởi anh có giọng hát nồng nàn và rõ ràng chữ nghĩa.

Xin đừng nghĩ vì quen biết mà tôi vẽ chữ quá lời. Để được điều này, người có bàn tay linh hoạt như vậy phải cụ thể bày ra được những tác phẩm có giá trị riêng cho từng bộ môn chọn sáng tác. Nhạc của tác giả Phan Ni Tấn viết hoặc phổ thơ đã được phổ biến khá rộng rãi trong và ngoài nước. Thơ của Phan Ni Tấn vốn được phổ biến từ nhiều tạp chí uy tín, được đón đọc qua những người thưởng thức thơ tinh tế. Văn đến chậm với anh, nhưng những truyện, hồi ký, bút ký của anh cũng đã có lực lôi cuốn bạn đọc, đủ để người viết yên tâm cho in. Nhìn vào chừng đó, tuy đã cân nhắc, tôi thấy không nên chỉ chọn một tên phụ bộ môn nào để đi kèm với nhân xưng riêng của anh. Tác giả Phan Ni Tấn là cách gọi ổn nhất. Kiểu dùng này của tôi không rõ sẽ sống còn được bao lâu, nhất thời tôi xin tạm dùng trong bài viết này.

Tác giả Phan Ni Tấn dùng tên thật khi in sách, anh sinh năm 1946 tại Ban Mê Thuột; học Tiểu học, trung học đều trên con đất miền cao này. Sau đó di dời về thủ đô Việt Nam Cộng Hòa, Sài Gòn, để theo học Đại học Khoa Học. Tốt nghiệp Sĩ Quan Trừ Bị tại quân trường Thủ Đức. Không thể quyết định khác hơn là vượt biên sau tháng 4-75. May mắn anh đến được thành phố lớn Toronto Canada và định cư, lập gia đình, lập văn nghiệp ở đó. Xin không nhắc đến cuộc sống thành công đời thường. Tác giả Phan Ni Tấn đóng góp cho kho văn học nghệ thuật Việt Nam số lượng tác phẩm như sau:

Dậy Lửa Trường Sơn, (nhạc, Lửa Việt 1983). *Em Hát, Em Vui,* (nhạc thiếu nhi, Làng Văn 1987). *Hồi Ký Thơ*, (thơ, Làng Văn 1988), *Câu Thơ Về Người*, (thơ, Nhân Văn 1996). *Tình Khúc Phan Ni Tấn*, (nhạc, Nhân Ảnh 2004), *Sinh Nhật Của Cây Đàn*, (CD nhạc 2005), *Đèn Kéo Quân*, (CD nhạc 2006), *Ao Trời*, (CD nhạc 2007), *Sài Gòn* (Blue) Xanh, CD 2015), *Có một Thời Ở Quê Hương Tôi*, (tập truyện, Văn Học Mới 2018). *Ngòi Viết Lang Thang*, (tùy bút, 2019), *Người Tôi Yêu*, (tập truyện, VHM 2020, Minh Tiến tái bản 2020).

Và những bản thảo đã hoàn tất chưa in được gồm:

Giấc Mơ Con Sáo (tập truyện), *Chuyện Tình Xẻo Rô* (truyện quê Nam), *Bờ Môi Em Và Gió* (tập nhạc), *Con đường Âm Nhạc* (tập nhạc phổ thơ), *Trong Chiến Tranh* (tập thơ), *Chút Quê* (tập thơ), *Chữ Thơ* (tập thơ), *Tiếng Thơ* (tập thơ), *Con Đường Của Chữ* (tùy bút). Theo kinh nghiệm riêng của tôi, những bản thảo như thế này của mỗi tác giả, thường không dược thực hiện hết, hoặc đôi khi in ra được thay đổi bằng một tên gọi khác.

Cuốn sách chúng ta đang có trên tay với danh xưng điền tên cuốn sách vào đây. Chính một một tuyển tập đầy đủ và có thể duy nhất, tập họp được những tinh hoa của tác giả Phan Ni Tấn để lại cho đời, góp phần của mình vào gia tài chung văn học của đất nước Việt.

Ngôn Ngữ vui vẻ nhận nhiệm vụ chăm sóc in ấn thành hình, xin được trân trọng trình làng, gởi đến bà con bạn đọc Việt Nam khắp nơi, kể cả vùng đất tác giả chưa có dịp hồi hương.

Xin được cảm ơn tất cả.

Thay mặt anh em Ngôn Ngữ tại Hoa Kỳ, Canada

Luân Hoán
3 giờ sáng, ngày 29-5-2024.

TÁC GIẢ

PHAN NI TẤN

Sanh năm 1946 (giấy khai sanh ghi 1948) tại Banmêthuột.

Theo học Tiểu học, Trung học Banmêthuột, Đại học Khoa Học Sài Gòn

Sinh Viên Sĩ Quan Trừ Bị Thủ Đức

Tù Cộng Sản tại Banmêthuột

Vượt biển cuối năm 1979 đến trại tỵ nạn Laem Sing, Thái Lan

Định cư tại Toronto, Canada 1980 đến nay

Trước 1975 có thơ trên Văn (Mai Thảo), Phổ Thông (NguyễnVỹ)

Sau 1975 cộng tác với Văn, Văn Học, Văn Học Nghệ Thuật, Hợp Lưu, Hồn Việt, Saigon Times, Độc Lập, Nắng Mới, Làng Văn, Thư Quán BảnThảo, Phụ Nữ Diễn Đàn, Thời Báo, Việt Times, Ngôn Ngữ, Văn Học Mới, Cái Đình v.v...

PHẦN I

TÁC GIẢ
PHAN NI TẤN

Tác phẩm đã xuất bản:

• *Hát Cho Mẹ Và Quê Hương*, tập nhạc, 1969

• *Hát Để Xông Đất Mới Cho Quê Hương*, tập nhạc, nhiều tác giả, Con Người 1973

• *Lục Bát Phan Ni Tấn*, thơ, 1973

• *Dậy Lửa Trường Sơn*, nhạc, LửaViệt 1983

• *Em Hát, Em Vui,* (với NHN), nhạc thiếu nhi, Làng Văn 1987

• *Hồi Ký Thơ*, thơ, Làng Văn 1988

• *Câu Thơ Về Người*, thơ, NhânVăn 1996

• *Tình Khúc Phan Ni Tấn*, nhạc, N.A 2004

• *Sinh Nhật Của Cây Đàn*, CD nhạc 2005

• *Đèn Kéo Quân*, CD nhạc, 2006

• *Ao Trời*, CD nhạc, 2007

• *Có Một Thời Ở Quê Hương Tôi*, tậptruyện, Văn Học Mới, 2018

• *Ngòi Viết Lang Thang*, tùy bút, Văn Học Mới, 2019

• *Người Tôi Yêu*, tập truyện, Văn Học Mới, 2020. Minh Tiến tái bản 2021

• *Nẻo Của Thơ Đi*, thơ, Minh Tiến 2022

• *Chuyện Tình Xẻo Rô* (chuyện Quê Nam), tập truyện, Minh Tiến 2024.

PHẦN II

VĂN
PHAN NI TẤN

PHAN NI TẤN

A NỨNG!

Xin thưa ngay "A Nứng" còn gọi là "Chế hu" vốn là ngôn ngữ của người Triều Châu, tiếng Việt gọi là "anh rể".

Người Tiều xuất xứ từ Triều Châu, Trung Hoa, di cư đến miền Nam Việt Nam vào thế kỷ 17. Dù hòa nhập với cộng đồng người bản xứ nhưng ngôn ngữ mẹ đẻ của người Triều Châu vẫn là tiếng Tiều và vẫn giữ nét văn hóa cổ truyền của dân tộc mình. Tuy nhiên sau này ngày càng tiếp xúc gần gũi với người Việt, có vài từ không phù hợp nên họ không còn dùng, điển hình như "A nứng" được thay bằng "Chế hu".

Nhớ lại ngày xưa, khi ông chồng người Tiều của người chị gái mất, cô em vợ kể lể khóc than:

- A nứng ơi a nứng à! Hồi còn sống nứng lên nứng xuống, giờ chết rồi còn ai lên xuống, nứng nỡ bỏ đi tức tưởi như vầy nè. Rồi đám con nheo nhóc sống làm sao đây hả, a nứng ơi là a nứng! (*)

Hồi nhỏ trong xóm Triều Châu tôi nghe tiếng than khóc người chết kiểu như vầy có gì là lạ đâu. Phong tục tập quán của người Tiều là vậy. Hơn nữa, tôi là con gái Triều Châu chính cống mà. Song tới hồi vừa chớm biết yêu, đi học trường Việt nói tiếng Việt, về nhà nói rặc tiếng Tiều tôi mới thấy kỳ cục, đừng nói là mấy con bạn cùng lớp nghe tiếng "a nứng" là mắc cở đỏ mặt tía tai, có đứa lấm lét thụt lui. Báo hại hôm sau đi học tôi giải thích hết nước miếng vậy mà có đứa còn che miệng cười rúc rích, kề tai tôi chọc quê: "Ái da! A muối à! Ngộ ái nị lớ...". Tôi lại mắc công đính chánh: "Không phải 'ngộ ái nị' mấy bồ ơi. Ngộ ái nị là tiếng Quảng Đông, tiếng Tiều của tui là 'Úa ái lứ', hiểu chưa?".

Sức mấy tụi nó chịu hiểu. Đứa thì la tiếng Tiều của bồ nghe sao sao, cứ như trẹo bản họng, rồi cong mỏ xổ luôn một tràng tiếng lái: "Dzách cô dàm xám cô xường tại a!". Thấy tôi ngớ ra nó mới dịch nghĩa là " Một cô dành với ba cô trái xoài tượng". Nghe vậy có đứa hùa theo, mang Quảng-Tiều ra chơi luôn: "Thấy nị hẫu leng, ngộ ái nị nên ngộ...*'a nứng'* a!", nói xong vụt bỏ chạy rớt cả tiếng cười tót tét lại phía sau. Thiệt quá quắt!

Thời xa xưa nội tổ tôi là người Minh Hương ở bên Tàu qua Việt Nam chọn đất Rạch Giá làm ăn sinh sống, lần hồi sanh con đàn cháu đống cho tới ngày nay. Hồi đó, các bô lão Triều Châu rất thủ cựu, qua xứ người ta còn mang theo đầu óc kỳ thị, không bao giờ gả con gái Tiều (Ka-kỳ-nán) cho con trai Việt (An-nàm-nán). Đừng nói chi xa, thời của tôi còn bị vậy huống hồ là trước kia.

Chế Lán, chị bà con cô cậu của tôi lỡ yêu anh trung sĩ thủy thủ Xẻo Rô bị người nhà cạo đầu nhốt trong nhà, nhẫn tâm cắt đứt mối tình đầu của chị. Rốt cuộc anh lính thủy Việt chay buồn tình xin đổi ra đơn vị Hải quân khác; còn chế Lán, lỡ thời con gái vẫn ở vậy. Nay chế đã ngoài 70.

Người Triều Châu bỏ xứ ra đi, họ muốn phát triển giòng giống, duy trì văn hóa thì cũng tốt thôi. Tuy nhiên đời sống ngày càng văn minh, thế sự đổi thay, quan niệm hôn nhân đa phần cởi mở hơn, ngày nay ít còn ai phân biệt Ka-kỳ-nán hay An-nàm-nán gì, hễ thương nhau, thề nguyền đâu từ kiếp trước trai Việt gái Tiều đều nên duyên chồng vợ, không còn ai phàn nàn.

Chính tôi và mấy cô bạn Tiều rặc ngày xưa trong xóm, năm cô đã hết ba lấy chồng Việt, cũng ăn nên làm ra, chồng con đề huề hạnh phúc như ai. Riêng tôi không những lấy chồng Việt mà còn lấy ở tận Bạc Liêu lận. Thập niên 1950, đường Rạch Giá Bạc Liêu đâu có dễ gì lên xuống. Vậy mà ông tơ bà nguyệt cột làm sao mà Chệt Xiếm lại gả tôi cho ông chồng xứ cá chốt Bạc Liêu không biết. Ngày xách gói theo chồng trong bụng tôi còn nghe tiếng khóc thầm:

"Má ơi đừng *gả con xa*
Chim kêu vượn hú biết nhà má đâu*".*

Nhơn tiện đây tôi mạn phép nói thêm.

Rằng người Triều Châu ở Rạch Giá đông không thua gì người Triều Châu ở Bạc Liêu. Thời khẩn hoang miền Nam có lẽ địa thế Bạc Liêu dễ thở hơn Rạch Giá "thị quá sơn trường" nên đông đảo người Triều Châu đặt chân tới trước để rồi tồn tại mãi trong câu ca dao bất hủ:

"Bạc Liêu nước chảy lờ đờ
Dưới sông cá chốt trên bờ Triều Châu".

Tuy nhiên trong ca dao của những bậc tiền nhơn để lại, Rạch Giá cũng đâu thua kém gì, cũng muôn đời không hề tắt mất tiếng vẫy vùng kinh thiên động địa của các loài dã thú trên cạn dưới bờ kia:

"Rạch Giá thị quá sơn trường
Dưới sông sấu lội, trên rừng cọp um".

Ngày nay, sông còn đó, rừng còn đó, nhưng không còn sấu lội, cọp um. Tất cả, những bước chân khẩn hoang của những con người coi trọng tiết tháo, khinh thường gian lao, cực khổ đã sánh vai cùng dã thú đi sâu vào trong ca dao. Những tưởng họ đã yên nghỉ ngàn đời trong đó, nhưng không, người và thú vẫn tồn tại.

Họ có đó, còn đó và mãi mãi còn đó trong tâm hồn con người quê hương chất phác miền Nam.

(*) Cô em vợ kể lể trước cái chết của *A nứng* tức ông anh rể: *"Hồi còn sống nứng lên nứng xuống..."* ý nói hồi còn sống ông anh rể đi lên đi xuống thăm người nhà bên vợ... Nay còn đâu.

PHAN NI TẤN

BỒ TÁT ĐÌNH

Trận đại dịch của năm 2020 làm đảo lộn mọi trật tự trên thế giới, cả văn hóa và đạo đức cũng như mạng sống của con người đã bị tước đoạt thật vô lương. Dưới một triều đại bạo ác, con siêu vi khuẩn Wuhan là vũ khí chiến tranh sinh học có tiềm năng vượt thắng mọi giả hình để sống thực giữa trời và đất. Thức ăn của nó là hai lá phổi con người. Trong nỗi tang thương của thời đại phi đạo đức, ta đều biết mọi tội ác sẽ bị trừng phạt.

Nhà Phật có câu “sanh, lão, bệnh, tử” đều là nghiệp lực. Thế sự thăng trầm, bể dâu tan tác cũng là nghiệp lực. Bằng mối chân tình vô ngã, tôi thành kính chia buồn với tất cả những nạn nhân của ngày hôm nay.

Đau lòng trước những bức tử nhân sinh, tôi vẫn nhớ, ngậm ngùi nhớ, nhớ hoài một người hiền đức, một bồ tát an nhiên tự tại vẫn bước đi trên con đường Bồ tát. Chuyện đã lâu rồi, nhưng tôi vẫn ghi tâm, vẫn trì chú bằng một tâm tình vô ngã. Chuyện xin thưa như vầy.

...

Cuối cùng tôi cũng bỏ cha tôi mà đi. Anh hai, chị ba, anh tư đã được cha dựng vợ gả chồng ra riêng từ nhiều năm trước. Vì kế sinh nhai ở xa quê nên ít khi mấy người về thăm. Khi tôi vào chùa quy y tam bảo, những ngày tháng tu học ở chùa, tôi biết cha tôi còn lại một mình với cỏ cây, với trăng sao, mưa nắng.

Hồi tưởng lại ngày tháng dưới một mái nhà với cha và các anh chị mà lòng bồi hồi. Khi tôi vừa đủ trí khôn mới biết cha tôi sống cô quạnh một mình, không bà con thân thích và rất nghèo. Nghèo nhưng cha con chúng tôi đều yêu thương nhau, đùm bọc lấy nhau. Tôi là con út nên được chiều chuộng nhiều. Để nuôi con khôn lớn, cha tôi đã nai lưng làm đủ mọi nghề. Lúc thì làm thợ hồ, thợ mộc, lúc thì mần ruộng thuê, vác lúa mướn, lúc thì gác gian, cuối cùng là nghề đưa đò ngang bên Thủ Thiêm.

Thời trai tráng, cha tôi là một nghệ sĩ cổ nhạc. Ông chuyên về đờn cò theo một gánh hát quê lưu diễn khắp Lục Tỉnh Nam Kỳ. Lúc khán giả miền Tây già trẻ lớn bé nức lòng mến chuộng cải lương lại là lúc ông bầu gánh hát chẳng may bị lạc đạn của Tây, bèn rã gánh. Sầu đời, cha tôi lặn lội lên Sài Gòn tìm kế sinh nhai, rồi theo dân tứ xứ kéo quaThủ Thiêm dựng làng lập ấp ven sông.

Thủ Thiêm xưa là vùng đất trũng, mọc đầy cây bàng và lác, lưu dân đến lập ấp nên gọi là ấp Cây Bàng cạnh bến đò Cây Bàng.Trải qua nhiều năm tháng lần hồi mới có mặt lũ trẻ chúng tôi. Thời đó, cuộc sống của cha tôi lúc bước chân ra khỏi cửa là chạm mưa, chạm nắng, đất bờ sông lúc nào cũng như nghiêng xuống, con đò thì chòng chành trước những xuồng máy đuôi tôm ngày càng nhiều. Nhất là thập niên 1960, con phà hình hột vịt do hãng đóng tàu Caric của Tây bên Thủ Thiêm hạ thủylà gây nhiều sự chú ý. Phà rất đơn sơ, ngoài chở khách còn chở cả xe đạp, xe gắn máy qua lại trên sông. Nhiều đêm, thấy cha ngồi một mình lặng lẽ nhìn con phà dướibến tôi thương ông vô hạn. Tôi có cảm tưởng như con phà vô tình át tiếng đò chèo của cha tôi, đẩy gia cảnh chúng tôi vào nơi chông chênh, khốn khó. Lạ một điều là trong mắt chúng tôi cuộc sống có vất vả, có mưa phơi nắng trải, dù mỏi mệt nhưng cha vẫn luôn gọn gàng, ngăn nắp, hòa nhã và đặc biệt rất nghệ sĩ.

Nghèo xơ nghèo xác nhưng tấm lòng cha tôi lại giàu vô lượng. Dưới mái nhà tranh vách đất đơn sơ chật hẹp cạnh bờ sông, ông âm thầm nuôi bốn anh chị em chúng tôi cho tới ngày khôn lớn.

Tôi vẫn nhớ chị ba tôi thủ thỉ lúc tôi chập chững biết đi, vòi vĩnh mẹ thì cha ôm tôi vào lòng chỉ lên bàn thờ nói mẹ mất lâu rồi. Ngoài sự đùm bọc của cha, anh chị em tôi chưa từng biết mẹ chúng tôi là ai, không biết mẹ chúng tôi qua đời từ lúc nào, chỉ thấy bức di ảnh một người mẹ đã mờ nhạt lồng trong khung kính cũ kỹ đặt trên kệ thờ nhỏ rí ở góc nhà.

Rồi cái gì tới sẽ tới. Chờ đứa con út là tôi có đủ trí khôn cha mới cho chúng tôi biết sự thật. Một sự thật bất ngờ và vô cùng đau đớn mà lúc đó chúng tôi đều không tin vào tai mình. Cả bốn anh chị em tôi lần lượt bị đời vứt bỏ ở những bãi rác công cộng được cha thương tình đem về nuôi nấng. Sau giây phút ngỡ ngàng về sự thật hết sức đau lòng, không ai bảo ai, chúng tôi đều quỳ sụp xuống lạy tạ cha tôi và khóc. Đời tôi chưa bao giờ nghe mình khóc thương tâm đến như vậy. Mà có riêng gì tôi đâu, cả ba anh chị của tôi cũng nước mắt nước mũi ròng ròng, vật vã, xót thương. Cây lúa lớn lên từ đất, từ ơn mưa móc; còn chúng tôi lớn lên từ mồ hôi, nước mắt của cha tôi. Cứ vậy anh chị em chúng tôi nương tựa nhau dưới mái nhà nghèo khó, nhưng vô cùng hạnh phúc trong vòng tay ấm áp của người cha bồ tát. Khi nhận thấy chúng tôi đã cứng cáp trong đôi cánh bay, ông lần lượt dựng vợ gả chồng xong ông tung hết lũ con ra ngoài đời. Riêng tôi lại hướng về ánh sáng của Phật đạo.

Ngày tháng tu tập ở chùa, tôi luôn luôn tưởng nhớ đến cha già, một người cha thường khiến cho bốn anh chị em chúng tôi đều hết lòng thờ phụng, kính yêu. Cha tôi, dù không phải là cha ruột, hình thành con người cho chúng tôi, nhưng cha là món quà vô giá mà Trời Phật đã ban ra để cứu vớt chúng tôi.

Ngày xa xưa cha tôi sớm cô quạnh một mình. Chúng tôi là những con chim non bất hạnh được cha lượm về dưỡng dục cho đến khi khôn lớn chúng tôi bay đi, cha tôi vẫn cô quạnh một mình.Và cha đã ở vậy cho đến cuối đời.

***

Cha tôi, một người cha vỏ ngoài bình thường nhưng bên trong lại chứa đựng một trái tim bồ tát. Sống trong giáo pháp nhà Phật, tôi tin rằng cha tôi là một vị Bồ Tát hóa thân dưới một ẩn tướng để cứu độ lũ con bị đời ruồng bỏ.

Cha tôi họ Lý tên Đình. Trên tấm mộ chí đơn sơ của Cha tôi, ngoài tên họ Lý Bố Đình, phía dưới còn khắc thêm "pháp danh" thật nhỏ, thật khiêm nhường mà lúc còn tại thế Cha tôi chẳng hề hay biết:

Bồ Tát Đình.

PHAN NI TẤN

CON CHÀM QUẠP

Chú Bảy Khìa và cô Hai Hên là dân kỳ cựu của Xóm Chòi từ thời cất chòi lập xóm. Hồi trào Tây, doi đất nhô ra bên Thủ Thiêm nhỏ như cái lỗ mũi, lèo tèo vài chục căn chòi gọi là Xóm Chòi; hiền hòa vậy, yên ổn vậy, rốt cuộc lại mang một số phận bi thảm. Đêm Tây đánh Việt Minh, Xóm Chòi bị thiêu rụi hoàn toàn, dân lành già trẻ lớn nhỏ gì đều bị đạn ăn, lửa đốt chết sạch. Đêm hôm khuya khoắt, Việt Minh bị Tây phục kích gần trại Thủy, tổn thất nặng nề, số chết, số bị thương, bị bắt, số còn lại chạy thoát xuống Xóm Chòi đốt nhà, lùa dân làm bia đỡ đạn, Tây rượt theo thấy bóng người chạy lúp xúp dưới bãi là nã đạn liên hồi kỳ trận. Đêm ác nghiệt đó, gia đình chú Bảy Khìa và cô Hai Hên không có mặt ở Xóm Chòi nên sống sót. Âu cũng là số trời.

Hai mươi năm sau, cũng số trời xui họ tình cờ gặp lại nhau. Cô Hai Hên lúc bấy giờ đã là bà chủ bự của tiệm tạp hóa 2 Hương (bảng hiệu ghi rõ số 2) ở miệt Phú Lâm, Bình Chánh. Tiệm khá lớn, bày bán đủ các đồ gia dụng kiêm thực phẩm rất đông khách, có cả quầy bán cà phê, bánh ngọt rộng rãi, khang trang. Vào một ngày cuối năm sắp Tết chú Bảy Khìa từ Ba Tri cỡi Honda lên Sài Gòn có chút việc. Lúc ngang qua Phú Lâm, chú ghé vào tiệm tạp hóa 2 Hương mua gói thuốc lá Cotab.

Đang loay hoay móc bóp trả tiền, chợt nghe có người líu ríu: "Có phải chú Bảy bên Thủ Thiêm hông dzậy?" làm chú giựt mình. Ngước lên thì trời đất ơi, không phải là cô Hai Hên đó sao!? Hai mươi năm biền biệt tình cờ gặp lại nhau cả hai đều bỡ ngỡ nhìn nhau, cảm xúc ngờ ngợ rồi ngỡ ngàng, mừng rỡ nhận ra nhau.

- Bảy Khìa đây.

- Mèn đéc ơi? Hai Hên tròn xoe mắt, mừng quá quên cả ý tứ, vọt miệng nói:

- Chú Bảy còn sống hả, chú Bảy?

Biết mình lỡ lời, Hai Hên nói mau:

- Mà lâu nay chú Bảy ở đâu dzậy?

Bảy Thìa hệch hạc cười:

- Qua còn sống sờ sờ đây nè. Hồi nào giờ, qua vẫn mần ruộng ở Ba Tri...

Hai Hên nghiêng đầu, ngạc nhiên:

- Chú Bảy chưa nghỉ hưu sao? Mèn ơi, lâu dữ đa. Mà chú Bảy cũng hổng khác gì mấy.

Bảy Khìa trạc tuổi sáu lăm, râu xám bạc, cười nói:

- Cô Hai cũng vậy, mới nhìn thoáng qua qua nhận ra ngay.

Hai Hên cười, đon đả mời:

- Dạ, mời chú Bảy qua đây uống cà phê, tui mời. À! Mà chú Bảy tới đây bằng gì?

- Tui chạy xe Honda. Định bụng ghé vô đây mua gói thuốc, uống cà phê nên tôi đã gởi xe rồi.

- Dạ. Dzậy mời chú Bảy qua đây nghen.

Chú Bảy Khìa theo Hai Hên qua gian quán cà phê, chọn bàn trong góc, cạnh chậu hoa Quân tử lan đang trổ bông đỏ khé. Chú Bảy nói nhỏ:

- Gặp lại cô Hai qua ngạc nhiên quá chừng. Cứ tưởng hồi đó cô Hai... kẹt ở bển.

- Dạ, tui cũng tưởng Xóm Chòi mình hổng còn ai. Ai dè dzừa thấy chú Bảy bước dzô tiệm tui đã ngờ ngợ rồi. Hồi đó đọc nhật trình biết bà con chòm xóm mình bị thảm nạn tui khóc hết nước mắt. Hai Hên vừa nói vừa nhanh nhẹn kéo ghế mời:

- Chú Bảy ngồi đi. Chú uống cà phê hén?

- Ừa. Cho qua ly cà phê đen đá đi.

Chú Bảy Khìa ngồi xuống đặt gói thuốc lá Cotab trên bàn, mắt nhìn quanh thầm khen Hai Hên có tay buôn bán. Xế trưa mà khách ra vào cửa tiệm khá đông. Riêng gian hàng cà phê thu hút đủ mọi giới. Nhất là thanh niên tụm năm tụm ba, vừa tán gẫu vừa cà phê, phì phèo thuốc lá. Khác với cuộc sống xô bồ, hỗn độn ngoài kia, nắng xuyên qua cửa kính hắt vào trong quán phản ánh một thế giới bình yên thu nhỏ. Chú Bảy châm thuốc hút một hơi dài. Khói thuốc làm không khí như phả hơi sương bềnh bồng. Hai Hên gọi:

- Út Xưa. Ra chào bác Bảy đi con. Bác Bảy là bà con chòm xóm dzới má năm xưa bên Thủ Thiêm đó. Bác tốt bụng lắm.

Út Xưa thối tiền cà phê cho khách xong chạy tới, thưa:

- Dạ, con chào bác Bảy.

Nhìn cô gái trẻ trung, tươi tắn trong chiếc áo màu hoàng kim, lễ phép đứng khoanh tay cúi đầu, chú Bảy buột miệng khen:

- A, con giỏi quá! Bác Bảy chào con.

Hai Hên cười thich thú:

- Con gái tui đó, chú Bảy. Sắp Tết bãi trường nó được nghỉ học ở nhà phụ tui coi sóc cửa tiệm.

Đoạn Hai Hên nhìn con:

- Cho má hai ly đen đá đặc biệt nghen con.

- Dạ, con biết rồi, có liền. Má Hai, bác Bảy chờ chút.

Chờ Út Xưa khuất sau bếp, chú Bảy Khìa nói nhỏ:

- Cô Hai thiệt khéo dạy con.

- Cháu nó ngoan lại sáng dạ lắm, chú Bảy.

- Mừng cô Hai rộng bề gia thất, chồng con đề huề nghen.

Hai Hên chưa kịp đính chánh, chú Bảy Khìa hỏi luôn:

- Ủa? Anh nhà đâu, cô Hai?

Lúc đó Hai Hên mới nói:

- Đâu mà có, chú Bảy! Cô giẫy nảy - Tui dzầy, ai thèm lấy. Lủi thủi mình ên riết tui mới tới viện mồ côi xin con Xưa dìa nuôi để mẹ con hủ hỉ qua ngày dzậy mà.

- Thì ra vậy? Qua tưởng...

Sinh sống ở Xóm Chòi lâu năm, chú Bảy Khìa biết rõ tình cảnh Hai Hên. Ngay từ thời lưu dân tứ xứ giạt qua bán đảo Thủ Thiêm lập nghiệp, Hai Hên đã có mặt. Chọn doi đất hoang mọc đầy cỏ lác nhô ra bên bờ sông mọi người hè nhau ra sức khẩn hoang. Không bao lâu, dẫy nhà chòi mái tranh, vách đất lần lượt dựng lên thành nơi trú ngụ của đám dân nghèo. Vì chỉ có vài chục mái chòi nên mới có tên Xóm Chòi. Nơi ăn chốn ở an vị đâu vào đó rồi vợ chồng chú Bảy Khìa mới biết Hai Hên ở kế bên. Sống côi cút một mình, hiền lành, vui tánh, giỏi buôn bán, Hai Hên sớm được bà con chòm xóm cảm thương.

Cà phê được một cô hầu bàn mang tới đựng trong mâm bằng bạc, trong mâm có hai cái bánh ngọt gói giấy bóng kiếng và hai ly cà phê. Nhìn cà phê phin nhỏ giọt trong ly, chú Bảy Khìa nghiêng đầu nói nhỏ:

- Qua mừng cô Hai mần ăn phát đạt nghen.

- Dạ, cám ơn chú Bảy. Nhờ trời ngó xuống giúp cho.

- Hồi bên Thủ Thiêm, cô Hai đã khéo buôn bán rồi.

Hai Hên dạ nhỏ rồi nói cà phê nhập cảng từ Pháp đó chú Bảy. Café Du... gì?

- Café Du Monde.

- Dạ, café... Mời chú.

Hớp một ngụm cà phê, chú Bảy gật đầu khen ngon rồi tủm tỉm cười, nhắc:

- Không biết hồi xưa cô Hai có để ý dân mình uống cà phê bằng dĩa không?

- Dạ có, chú Bảy. Hồi đó thấy mấy bác xích lô, nhất là mấy anh công nhân hãng đóng tàu Caric của Pháp gần bờ sông Sài Gòn xì xụp uống cà phê bằng dĩa, tui tưởng mấy ổng húp cái gì. Chừng tới gần mới biết. Ngộ quá chừng hà.

Chợt Hai Hên cắn môi, ánh mắt trở nên mơ hồ, cô nói:

- Gặp lại chú Bảy tui lại nhớ Xóm Chòi mình quá ể, chú Bảy.

- Qua có thua gì cô Hai đâu nà. Ở Ba Tri mà mắt qua cứ ngó chừng về Xóm Chòi hoài.

- Dzậy... chớ chú Bảy có trở dìa bển thăm xóm mình lần nào hông?

Chú Bảy Khìa nhấp một chút cà phê xong thở dài:

- Nói tình ngay. Hễ nghĩ tới bà con Xóm Chòi chết oan uổng qua muốn qua mà qua cứ lấn cấn hoài. Xót dạ lắm, cô Hai.

- Dạ, tui hiểu. Dẫu sao thì Xóm Chòi mình đã bị xóa sạch sành sanh rồi.

- Thiệt tình, qua tiếc đứt ruột.

- Chú Bảy biết hông. Doi đất xóm mình hồi đó giờ nhà nước đổ đất lấn ra rộng lắm. Thứ gì cũng đổi mới hết trơn. Tui có qua bển hai lần mà lần nào tìm cũng hổng ra xóm cũ, đã dzậy còn đi lạc ngay trên đất cũ của mình.

Hai Hên nuốt nước miếng, tiếp:

- Tui lớ ngớ hỏi thăm người này người nọ ai cũng ngơ ngác lắc đầu. Có người khó tính, cự "Xóm Chòi? Tên gì lạ wắc!". Mà thiệt, chú Bảy. Toàn là người lạ quắc lạ quơ à. Tui rầu bắt thúi ruột.

- Bà con mình còn ai đâu mà hổng lạ, cô Hai. Hai mươi năm rồi còn gì.

Hai Hên dạ nhỏ rồi như chợt nhớ ra chuyện gì cô ngồi thẳng người lên, buột miệng:

- Í mèn đéc ơi! Nói chiện nảy giờ quên hỏi chú Bảy đi đâu mà lạc tới đây dzậy, chú Bảy?

Chú Bảy Khìa cười nói:

- Qua lên Sài Gòn mua chút quà về biếu bà con ăn Tết.

- Chú Bảy lúc nào cũng tốt bụng. Ngày tháng thoi đưa, mới Tết đó lại Tết nữa rồi.

Hai Hên khuấy nước đá trong ly cà phê, nói:

- Thử cái bánh này đi chú Bảy. Bánh bông lan nhưn kem Hòa Lan tiệm làm đó.

Chú Bảy Khìa ngạc nhiên, nhướng mắt khen Hai Hên rồi chợt hỏi:

- À! Cô còn nhớ ông Tư Đò không, cô Hai?

Nhắc tới ông Tư Đò mắt Hai Hên chợt sáng lên:

- Sao hổng nhớ, chú Bảy. Làm sao quên cho đặng??? ...

- Tội nghiệp. Hồi đó chắc ổng chết mất xác...

Hai Hên cúi xuống, giọng nhỏ lại:

- Dạ, tui cũng nghĩ dzậy. Ông Tư ổng...

- Mà đêm đó Tây đánh Việt Minh, càn xuống Xóm Chòi, cô Hai ở đâu?

- Dạ, trưa đó tui qua chợ Vườn Chuối bổ hàng trễ nên phải nán lại chờ. Còn chú Bảy?

- À, vợ chồng qua thì trước đó một ngày đưa sắp nhỏ về Ba Tri thăm ông bà. Đúng là ý trời.

Hai Hên buồn rầu thở dài:

- Dạ, sống chết có số mà chú Bảy. Chiện mới đó chớp mắt một cái đã trôi qua cái rột.

- Ừa. Hai mươi năm rồi! Lẹ thiệt. Rồi sau đó cô Hai có trở qua Thủ Thiêm coi Xóm Chòi mình ra sao không?

- Dạ có...

- Sao? Tình hình lúc đó ra sao?

- Dạ hông... Tây họ có cho ai léng phéng xuống Xóm Chòi đâu, chú Bảy.

- Ừa, qua cũng vậy, cũng sốt ruột mò qua ai dè bị nhà nước cấm.

- Tui đọc tin trên báo thấy tội nghiệp cho bà con chòm xóm mình...

- Ừa. Qua cũng có đọc.

Hai Hên lóng ngóng hỏi:

- Hổng biết Tây hay Việt Minh đốt xóm mình ác đạn dzậy, chú Bảy?

- Qua cũng như cô có biết ai đâu nà. Đã vậy còn giết người không chừa một móng.

- Dạ, còn... chú Bảy với tui.

- Thì qua nói là nói vậy thôi. Cái quân gì thiệt bất nhơn.

- Tội nghiệp, già trẻ gì cũng hổng tha. Mà tui thương ông Tư Đò lắm, chú Bảy.

- Coi cà. Dân Xóm Chòi ai mà không thương ông Tư Đò. Tánh tình ổng hề hà hệch hạc, hay giúp đỡ bà con mình.

- Dạ. Tui nhớ hoài. Mỗi lần tui cần xuống trại Thủy, đò rảnh, ổng đều chở tui đi. Sóng yên bể lặng hổng nói làm gì, nhằm ngày trái gió trở trời ổng cũng hổng nề hà gi hết trơn.

- Đâu riêng gì cô, ai ổng cũng giúp đỡ mà. Bởi vậy bà con mình ai cũng thương.

Chợt chú Bảy Khìa ngồi thẳng lưng, hỏi:

- Á, cô Hai còn nhớ thằng Tỷ, thằng con lớn của qua bị con rắn chàm quạp cắn không?

- Dạ nhớ chớ, chú Bảy. Bữa đó thấy cậu Tỷ mặt mày tái mét, nằm xụi đơ làm tui hết hồn.

- Ừa. Lần đó thằng Tỷ không nhờ ông Tư Đò cứu chắc nó toi mạng rồi.

- Phước ba đời. Ngoài nghề đưa đò, ông Tư Đò còn giỏi dzề thuốc Nam mờ.

- Ừa. Chữa bịnh cho ai cũng miễn phí.

- Dạ, bởi dzậy bà con mình còn gọi ổng là "ông Tư điệu nghệ", chú Bảy còn nhớ hông?

- Nhớ chớ. Hầu như ai cũng có chút ơn với ổng.

Chợt Hai Hên hỏi:

- Tui quên hỏi cậu Tỷ giờ ra sao? Chắc lớn bộn. Vợ con gì chưa, chú Bảy?

Chú Bảy dựa vào lưng ghế nhìn Hai Hên một thoáng rồi nói nhỏ như một tiếng thở dài:

- Nói thiệt cô Hai thương. Nó chết lâu rồi.

Hai Hên chưng hửng, khẽ kêu lên:

- Í mèn đéc ơi! Tội nghiệp hông. Mà sao...

- Nó chết trận, cô Hai à. Sau biến cố Xóm Chòi, gia đình qua ở luôn dưới quê mần ruộng mần rẫy sống qua ngày. Ngừng một lát, ông tiếp giọng đều đều của một người cha đau khổ:

- Ngày tháng thoi đưa, thằng Tỷ tới tuổi quân dịch, đi lính đâu tuốt ngoài Trung, chưa đầy một tháng đã tử trận...

Nắng trưa xuyên qua cửa sổ hắt lên mặt bàn làm thành một thứ ánh sáng buồn thảm. Hai Hên thở dài rồi ngập ngừng nói:

- Tội nghiệp quá. Dạ... còn cô Tơ?

Bảy Khìa lại nhìn Hai Hên, tia mắt nói lên tất cả nỗi buồn ly biệt.

- Vợ chồng qua giờ chỉ còn biết nương tựa vào nhau mà ráng sống thôi, cô Hai à.

Hai Hên bối rối, chớp mắt hỏi:

- Dzậy... là sao, chú Bảy? Cô Tơ...?

- Con Tơ, em thằng Tỷ, cũng mất trên mười năm nay rồi, cô Hai ơi

Hai Hên không cầm được sự xúc động, thảng thốt:

- Trời đất quỷ thần ơi!

- Nó chết thế mạng anh nó, cô Hai tin không? Qua còn không tin nữa là...

- Nghĩa là...?

Chú Bảy Thìa nhìn vào khoảng không:

- Nó bị rắn cắn chết ở ngoài đồng.

- Trời đất! Lại rắn? Mà con rắn gì, chú Bảy?

- Con chàm quạp...

Nước mắt và tiếng than khóc thê lương của vợ chồng chú Bảy Thìa về cái chết liên tiếp của hai người con đã khiến cho dân làng Bảo Trị chìm trong u uẩn một thời gian dài.

*

* *

Đoạn kết

"Biến cố 30 tháng 4, 1975, nữ thương gia Hai Hên bị bắt đi tù "cải tạo" vì tội "tư sản mại bản". *Tất cả cơ ngơi sản nghiệp một tay bà dầy công gây dựng, từ siêu thị 2 Hương cho tới dẫy nhà hai bên quốc lộ 1 ở Phú Lâm, Bình Chánh đều bị Việt Cộng tịch thu. Hai năm sau, vì tuổi già sức yếu bà Hai Hên lâm trọng bệnh được thả về một tuần thì mất".*

Tin trên do bà Út Xưa, con nuôi của nữ thương gia Hai Hên email cho tôi biết. Trần Thị Út Xưa là "friend" của tôi trên Facebook đã nhiều năm. Cuối năm 1977, bà và chồng con vượt biên tới trại Laem Sing, Thái Lan, sau đó định cư tại tiểu bang New Mexico, Hoa Kỳ năm 1978 cho đến nay. Bà Út Xưa thường đọc truyện ngắn của tôi trên Facebook hay kể lể ba mớ chuyện đời thường, bà tỏ ý thích nên tháng vừa rồi bà nhờ tôi "hiệu đính" giùm cốt truyện "Con Chàm Quạp" kể trên.

Dựa vào tâm tình của Út Xưa, dù không ghi rõ ngày tháng, nhưng bà cho biết chuyện bà kể đã xẩy ra cách đây ngót năm mươi năm. Trong email bà Út Xưa rất vắn tắt, không thấy đề cập tới ông Bảy Khìa nên tôi không tiện hỏi.

Đọc xong cốt truyện "Con Chàm Quạp", tôi không có "hiệu đính" như ý tác giả muốn, ngoài việc sửa một số lỗi chính tả, cũng như sắp xếp lại câu cú cho suôn sẻ vậy thôi. Sau khi đọc lại xong bà Út Xưa nhờ tôi giới thiệu đến quí bạn đọc câu truyện "Con Chàm Quạp" của bà trên Facebook này.

Dưới đây là phụ chú của tôi, nếu có gì sai sót nhờ vạn hữu chỉnh sửa cho.

I. Rắn chàm quạp

Cuối năm 1975, tôi và các bạn tù "cải tạo" ở Củng Sơn, tỉnh Phú Yên đi lao động chặt cây, đốn tre, cắt tranh về dựng thêm lán trại để đón đợt tù mới sắp vô. Xế trưa, toán chúng tôi đang hì hục hạ cây rừng thì có người không may bị rắn cắn.

Giữa rừng giữa rú thuốc men đâu mà kịp thời cứu chữa, xe cấp cứu đâu mà tải thương, chúng tôi đành lấy dây rừng buộc chặt đùi nạn nhân, nặn máu ra ngăn không cho nọc độc lan vào tim. Nhưng số người bạn tù đã tận, ít phút sau mắt anh trợn ngược, miệng sùi bọt mép, toàn thân co giựt rồi lịm dần. Thủ phạm là con rắn chàm quạp. Đặc tính của loài rắn này khi cắn người, thay vì bỏ chạy, nó lại nằm im tại chỗ, đã bị chúng tôi đập chết ngay.

Rắn chàm quạp tương cận với loài rắn lục, là một loại rắn cực độc, hiếm thấy ở Việt Nam. Vì có màu lá khô nên rắn chàm quạp còn gọi là rắn lục lá khô. Rắn dài khoảng một sãi tay, to bằng cườm tay, trên đầu và dọc theo sóng lưng có nhiều hoa văn hình tam giác màu đỏ tía hoặc nâu bầm.

II. Thủ Thiêm

Hơn trăm năm trước, bán đảo Thủ Thiêm là một vùng đất trũng, quanh năm ngập nước phèn, cỏ lác, cỏ năng mọc khắp nơi, ngày nay đã thay da đổi thịt trở thành một đô thị hiện đại. Những tiếng chèo quẩy chụp, tiếng phà rì rầm ngày đêm chở khách qua lại từ bến phà Sài Gòn - Thủ Thiêm đã tan biến theo thời gian. Thay vào đó là những tiếng ồn ào của các động cơ xe hơi, xe gắn máy phom phom chạy qua cầu, băng qua hầm vượt sông nối liền quận nhứt Sài Gòn với Thủ Thiêm. Đặc biệt, mới đây nhà nước Cộng sản đang đẩy mạnh dự án xây dựng "nhà hát giao hưởng" ở Thủ Thiêm với giá ngàn tỷ.

Ở Âu châu, quê hương của âm nhạc cổ điển có nhiều Hí viện Hòa Nhạc (concerto hall, symphony hall) không những là niềm tự hào dân tộc mà còn được xem là biểu tượng của quốc gia. Các nước trên thế giới như Úc, Singapore, ngay cả nước Việt Nam dưới thời Pháp thuộc, người Pháp cũng đã xây dựng Hí viện Opera Saigon và Tòa Nhà Hòa Nhạc Phillarmonie, những công trình văn hóa nhạc thuật nhằm cung ứng nhu cầu cho giới thưởng ngoạn.

Tuy nhiên, có nhiều biểu tượng làm thay đổi một quốc gia, đưa quốc gia đó vượt lên mọi vẻ đẹp và làm giàu cho đất nước. Ngược lại cũng có những biểu tượng có khả năng làm sụp đổ một quốc gia.

Riêng đất nước Việt Nam, thử hỏi có bao nhiêu người quan tâm đến nhạc hòa tấu cổ điển? Có bao nhiêu người thích đi nghe loại nhạc này, ngoài một số rất nhỏ trong giới thưởng ngoạn?

Thiết nghĩ cho đến thế kỷ 21 này, đại đa số quần chúng, nhất là giới trẻ đã không có môi trường tốt để nâng cao trí tuệ chủng tộc, vun bồi giá trị đạo đức hầu bồi đắp ý niệm, hội đủ kiến thức về cái hay cái đẹp của nhạc hòa tấu cổ điển cao sang, quí phái này.

Tâm hồn yêu nhạc của quần chúng Việt Nam xưa nay vẫn quanh đi quẩn lại bên những câu hò, câu hát dân ca mộc mạc, giản dị, hay những bài vọng cổ xàng xê quen thuộc, hoặc gần đây loại nhạc mùi, nhạc sến, boléro, là những món ăn tinh thần của dân chúng sau một ngày mệt nhọc bởi kế sinh nhai.

Ca dao Việt Nam là kho tàng văn học nghệ thuật vô giá hàm chứa những hình ảnh hiền hòa mộc mạc đã thấm nhuần vào văn hóa và đời sống của người Việt từ bao đời. Nhưng bất hạnh thay, có những câu ca dao vì thời thế, vì bạo lực làm cho mất đi ý nghĩa thâm thúy mà cha ông đã từng để lại.

Thủ Thiêm ngày trước với hình ảnh chứa chan mỹ học của những cô gái Thủ Thiêm mượt mà, uyển chuyển chèo những con đò đi sâu vào câu ca dao bất hủ: *"Bắp non mà nướng lửa lò/ Đố ai ve được con đò Thủ Thiêm"*, ngày nay đã không còn nữa, đã bị bạo lực dìm sâu trong sóng nước Thủ Thiêm.

PHAN NI TẤN

CON CHÈM CHẸT
(TRÍCH CHUYỆN QUÊ NAM)

Ông bà Năm Hiền có sáu người con, ba trai, ba gái. Năm người con lớn đều sanh ở quận Kiên An, thị trấn Thứ Ba, tỉnh Rạch Giá, riêng cô út sanh ở Chèm Chẹt.

Trước kia, từ thị trấn Thứ Ba đi Chèm Chẹt mất chừng một giờ tàu đò, không như ngày nay nghe nói chỉ mất khoảng ba mươi phút đường xe. Từ Thứ Ba đi Chèm Chẹt đò phải qua xã Chắc Kha đi thêm mười phút mới tới Chèm Chẹt, đa số người Khmer sống ở đây bằng nghề làm ruộng. Kinh Chèm Chẹt phát nguồn từ cửa sông Cái Bé.

Trước 1975, gia đình ông bà Năm Hiền là một trong những bậc đại phú ở thị trấn Thứ Ba, trung tâm hành chánh của quận. Ruộng ông Năm cò bay thẳng cánh. Lẫm lúa cao ngất trời thiên. Chủ của bốn chiếc ghe chài trọng tải từ ba tới bốn năm trăm tấn.

Tuy giàu có, nhưng ông bà được tiếng là người nhơn đức, thường giúp đỡ người khác, bà con chòm xóm ai cũng nể trọng. Nhà cao cửa rộng vậy, nhưng con cái đều gởi ra tỉnh học khiến cảnh nhà trống huơ. Để lấp đầy khoảng trống, ông bà Năm Hiền cho các cô giáo trẻ ngoài tỉnh vô Thứ Ba dạy học mướn phòng ốc với giá lấy lệ. Ngoài ra các ông sĩ quan trong thị trấn cũng thường ăn cơm tháng ở nhà ông bà, do người làm nấu nướng. Thiếu úy Phan Đình Chí cũng ăn cơm tháng ở đây.

Thiếu úy Chí thuộc đơn vị Nghĩa Quân có nhiệm vụ giữ an ninh làng, xã. Tuy trực thuộc Bộ Tổng Tham Mưu nhưng Nghĩa Quân đặt dưới quyền điều động trực tiếp của các Tiểu khu, Chi khu (Quận). Được biết tiền thân của đơn vị Nghĩa Quân là đồn Dân Vệ, nơi xưa kia là đơn vị hành chánh Kiên An do người Pháp thành lập đầu năm 1936, trụ sở đặt tại chợ Thứ Ba.

Sau 1975, chế độ miền Nam Cộng Hòa sụp đổ, thị trấn Thứ Ba cũng tan hoang. Ông quận trưởng Trần Cối bị Cộng quân bắt xử bắn tại chợ Kiên An, buộc các bổn phố phải tới chứng kiến chúng xử tử ông để răn đe. Mặt khác, các quân quyền chế độ cũ được lệnh trình diện tập trung học tập "cải tạo" tại trại Thứ Bảy Kinh Làng, huyện U Minh Thượng, trong đó có thiếu tá Thần Hổ và thiếu úy Phan Đình Chí.

Học tập đường lối xã hội chủ nghĩa không bao lâu, các chức sắc, đoàn thể chính trị, tổ chức tôn giáo trọng yếu của thị trấn lần lượt chuyển trại đi nơi khác, một số bị đày ra Bắc. Đúng lúc đó đại úy Luân, trung đội trưởng Nghĩa Quân, sếp của thiếu úy Chí, giả dạng thường dân trốn lánh ở kinh Chèm Chẹt bị Công an phát giác bắt dẫn về trại Kinh Làng. Lúc bị tống vô phòng tối cùm chân, thiếu úy Chí kịp nhìn thấy mặt mũi ông Luân sưng vù, bầm tím, máu còn rỉ hai bên mép.

Cuộc đời của thiếu úy Phan Đình Chí vốn trôi nổi như dòng sông dài, khởi nguồn từ sông Hương, Thừa Thiên Huế, luồn theo thời gian mà chảy hoài, chảy mãi xuống tận vùng đất hẻo lánh miệt thứ Kiên Giang. Dưới thời Pháp thuộc, "miệt thứ" là nơi xa xôi hẻo lánh có các kinh rạch được đặt theo số thứ tự, từ Thứ Hai (thuộc địa bàn quận Kiên An) tới Thứ Mười Một (quận An Minh), nơi kết thúc của miền đất Kiên Giang.

Tóm lại, Rạch Giá có tổng cộng 10 con rạch xuôi theo dòng kinh Xẻo Rô đổ ra biển.

Ngày tháng lầm lũi trôi đi như những con tàu xuôi về nơi xa xôi nào đó.

Một hôm, sau giờ lao động, ngồi trên bờ kinh, nhìn tàu đò qua lại thiếu úy Chí có cảm tưởng như con đò trôi ra khỏi nỗi buồn nặng trĩu của mình. Sống trên đất Rạch Giá đã nhiều năm, ngoài nhiệm vụ bảo vệ an ninh làng xã, thiếu úy Chí không để ý gì tới vùng đất *"Kiên An đi dễ khó về"* này, lúc sa cơ ở miệt Kinh Làng tự nhiên ông nhớ tới nỗi niềm quê quán của nhà văn Sơn Nam: *"Xứ quê của tôi (*Rạch Giá*) là con rạch mà nơi cửa biển mọc nhiều cây giá nguyên sinh, cây giá giờ đã biến mất, nhưng đã để lại một địa danh, một thành phố hiện đại."*

Đang thả hồn lang thang trong gió, ông Chí chợt tỉnh người khi đại úy Luân xề xuống vỗ vai hỏi còn nhớ gia đình ông bà Năm Hiền không. Nói nhớ nhưng thật tình khi Cộng quân tràn vô Thứ Ba, thiếu úy Chí bị bắt ngay tại trận ông đâu còn biết gì.

Đại úy Luân nói tình cờ gặp ông Năm Hiền ở kinh Chèm Chẹt, ông Năm cho biết gia đình bị đánh tư sản, nhà cửa, ruộng vườn, ghe chài bị tịch thu buộc cả nhà phải dọn ra khỏi thị trấn. Sếp Luân trầm giọng kể khi ghe chở gia đình ông Năm vừa tấp vô bờ kinh Chèm Chẹt thì trời ngắc ngứ đổ mưa. Lúc đó bà Năm đang mang thai vào thời kỳ đầy mồ hôi và nước mắt, vừa lóp ngóp lên bờ bà sơ ý trợt chân té nhào rồi đẻ rớt đứa con ngay bên bờ kinh Chèm Chẹt. Lúc đó cả nhà đều bấn loạn nhưng khi thấy mẹ tròn con vuông mọi người mới xuýt xoa gọi con bé đẻ rớt là "con Chèm Chẹt". Riêng ông Năm lại thích gọi "con gái rượu đẻ rớt" của ông là Nữ Nhi Hồng.

Ngày tháng vẫn lầm lũi trôi trên dòng kinh Thứ Bảy, nơi trại Thứ Bảy Kinh Làng, tự nó đã là một cõi lưu đày.

* * *

Hai mươi năm sau, cựu thiếu úy Nghĩa quân Phan Đình Chí tình cờ gặp lại bà Năm Hiền trong chợ Phước Lộc Thọ, Quận Cam. Dĩ nhiên bà Năm đã già đi nhiều, nhưng trông bà vẫn khỏe mạnh, hiền lành, phúc hậu. Bên cạnh bà là một thiếu nữ độ tuổi đôi mươi, vóc dáng thon thả, nhẹ nhàng, đằm thắm. Mái tóc đen tuyền ôm lấy gương mặt thanh tú, nhưng đôi mắt đẹp trinh nguyên có ánh nhìn tha thiết lại ánh lên một nỗi buồn. Dù bà Năm không nói ra nhưng ông Chí cũng đoán biết đó là cô Út đẻ rớt trên bờ kinh Chèm Chẹt năm nào.

Cuộc đời ông Phan Đình Chí từ lâu sống một mình tưởng đã thành thói quen, ấy vậy mà khi nhìn hai mẹ con bà Năm Hiền đi khuất bên kia đường tự nhiên cái cảm giác mất mát làm máy động lòng ông. Đời ông chưa bao giờ cảm thấy mất mát nào giống như vậy, cái mất mát đã nảy sinh trong ông niềm lưu luyến lạ kỳ.

Chính đôi mắt đẹp mà buồn kia như nói với ông bằng sự giao cảm thay vì bằng lời. Chỉ đến lúc đó, ông mới ngộ ra con mắt có khác nào trái tim tình yêu. Mà đã là tình yêu thì chính ông cần phải hiểu tình yêu qua trái tim, ông phải biết rung cảm.

Nhưng mà ở đời ai biết trước việc gì sẽ xảy ra. Như ông Phan Đình Chí chẳng hạn. Buổi tri ngộ tình cờ đó như thiên duyên tiền định để sau này tình cảm ông Chí gắn bó với cô út, con của ông bà Năm Hiền, dù chỉ một đoạn đời.

Đoạn kết

"Dạ, Út cũng nghĩ vậy. Anh Chí và Út đúng là có mối duyên tiền định, dù chỉ là một đoạn thời gian, như ông anh nói."

Thưa độc giả, "ông anh" đây là người viết ra câu chuyện kể trên; còn Út là cô Nữ Nhi Hồng, con gái út đẻ rớt của ông bà Năm Hiền ở kinh Chèm Chẹt xưa kia. Khi lập gia đình, cô Út theo chồng sống ở Canada đã nhiều năm, lần đầu tiên mới trở về thăm lại cố hương. Lúc cô xuống Thứ Ba Biển tìm gặp tôi, thú thật ngót năm mươi năm rồi làm sao tôi nhận ra ai nhưng khi cô xưng danh tôi nhớ ra ngay. Tôi vẫn còn nhớ lúc lo cho gia đình ông bà Năm Hiền đi vượt biên thì cô Út mới lên năm. Nay cô đã ngoại tứ tuần trông thật giản dị, hiền lành, thậm chí vẫn chưa gột hết chất quê. Thật thân tình cô nói cô có đọc truyện Con Chèm Chẹt của tôi đăng trên facebook, nhưng *"nó"* không có *"happy ending"* như tôi tưởng mà ngược lại. Nhỏ nhẹ, từ tốn, có chút bùi ngùi cô nói anh Chí (tức ông thiếu úy Nghĩa quân Phan Đình Chí) mất vừa tròn ba năm. Anh yêu cô, đến với cô, lo cho cô tươm tất mọi bề rồi anh mãi mãi ra đi.

Nghe những lời tâm tình của cô Út tự nhiên tôi cảm thương cô lạ lùng. Mặc dù ông Phan Đình Chí mất cũng đã ba năm, nhưng khi nhắc lại nỗi oan khiên, bất hạnh của người chồng thân yêu, cô cố cầm nước mắt, vừa nói cô vừa cười rưng rưng.

Đời người như con sông trôi. Cha mẹ và người chồng thân yêu của cô đã trôi xa mịt mù. Nay cô Út lại từ giã quê đi, cái dáng đi toát ra một nỗi buồn buồn. Thương cảnh đời cô Út lẻ loi tôi sực nhớ ra con kinh Chèm Chẹt năm xưa như cũng biết run rẩy trước một người đi.

Cô Út đi xa, xa dần, xa hoài, xa mãi, biền biệt mà không còn thấy cô trở lại quê nhà.

PHAN NI TẤN

Con Út Mót

(người kể chuyện)

Hồi nhỏ con Út Mót rất thích ăn bánh dẻo Nội mần. Cái bánh dẻo nhưn dừa, nhưn khoai môn, nhưn hột sen hay nhưn đậu xanh tròn tròn, vuông vuông, mềm mềm, dẻo dẻo, qua tay Nội đều có màu trắng tinh hoặc trắng ngà, mùi thơm nức nở bay khắp làng khắp xóm. Mỗi năm tới Tết Trung Thu là Nội lui cui dưới bếp mần bánh dẻo cho cả nhà cùng ăn. Ngay cả ngày Ta ngày Tết, cái bánh dẻo của nội cũng nở nang, chễm chệ trên bàn thờ làm mờ đi truyền thống của cái bánh chưng vuông vức, cái bánh dày tròn trịa, bánh tét dài sọc, kể cả cái kẹo, cái mứt và trà Thiết Quan Âm. Tóm lại, cả nhà ai cũng thích ăn bánh dẻo hảo hạng của Nội. Riêng con Mót thuộc diện... Út mót nên được nhường phần nhiều hơn.

Gọi Út Mót vì nó là đứa con gái duy nhất trong gia đình, sau hàng chục năm trời sanh con đẻ cái, ba má tôi mới... "mót" được con Mót này. Chuyện là vầy:

Ông via bà via tôi sanh tất cả mười ba người con, gồm mười hai trai, môt gái (nếu kể luôn bốn lần hư thai, vị chi 17). Thật ra, khi sanh ra đứa thứ chín, vẫn là con trai, má tôi coi bộ đuối nhưng ba tôi vẫn còn sung. Ông ra sức vỗ về, năn nỉ, ỉ ôi:

"Mình ráng sanh cho tui một đứa con gái là xong". Xong tức là thôi, là ba tôi không thèm... dụ má tôi đẻ nữa. Ấy vậy mà đứa thứ mười vẫn là thằng cu. Tới đây thì má tôi rã rời lắm rồi. Bà hụt hơi đâm ra bực. Không đợi ba tôi được quyền đặt tên con cái như chín lần trước, má tôi tự ý gọi nó là thằng Út. Út là chót bẹt, là chấm hết, là tuyệt đối thôi, không thèm đẻ nữa.

Thời gian cứ thế lặng lẽ trôi đi, song cũng nhiều phen thời gian lại ồn ào, náo nhiệt trôi về. Tôi không hiểu, chỉ có ông trời mới hiểu thời gian "trôi đi, trôi về" kia đã âm thầm xúi ông via bà via tôi rù rì rục rịch, xục xà xục xịch tài tình ra làm sao lại tọt ra thêm thằng thứ mười một, gọi là thằng Út Thôi. Mà tưởng thôi là thôi được sao. Rột rà rột rẹt ông bà via lại tẹt ra thêm một thằng cu nữa, lần này họ tỏn tẻn gọi nó là Út Nữa.

Tới mức này thì... hình như ông trời cũng tè trước sự kiên trì, sức dẻo dai, lòng quả cảm chịu đẻ của má tôi. Lúc đó ổng, tức ông trời mới lom khom hé mắt dòm xuống trần ai hóa phép cho con Út ra đời, ngo ngoe khóc cười ba tiếng cho ba má tôi vui. Con Út Mót ra đời theo kiểu "mót" như vậy đó.

Lần này thì cả làng trên lẫn xóm dưới mới nhẹ nhõm thở ra một cái phào. Té ra lâu nay, tuy không nói ra, nhưng bà con chòm xóm vẫn âm thầm theo dõi "cuộc đẻ" vô tiền khoán hậu của đại gia đình ba má tôi, không thua gì người vợ đảm đương của nhà thơ Trần Tế Xương "Vợ quen dạ đẻ cách năm đôi". Rồi ông trưởng làng cùng bà con hoan hỉ mang quà cáp tới góp vui, mừng đại gia đình chúng tôi "mót" được con Út Mót.

Mà hình như trời sanh con Út Mót ra để mang lại niềm vui cho cả nhà nên càng lớn nó càng dễ thương tuy có chút quê quit của dân miền núi. Lạ một cái là chẳng thấy nó... bệnh bao giờ; còn về đường ăn uống thì nó được liệt vào loại "đệ nhất hạm". Nhất là ba cái bánh dẻo Nội mần. Thấy nó thích ăn bánh dẻo, có lần Nội nói chung chung cho cả nhà nghe, đại khái bánh làm từ bột nếp tinh khiết, vừa mềm vừa dẻo vừa thơm, tượng trưng cho sự sống bền bỉ, dẻo dai của một gia đình sum họp, hạnh phúc, đoàn viên.

Thú thực, hồi đó nghe Nội nói tôi chẳng hiểu gì mấy. Tuy nhiên, cái ý gia đình sum họp thì tôi mang máng hiểu. Vì lâu nay quanh buổi cơm chiều, từ bà nội tới ba má, anh em tôi có ai vắng mặt lần nào đâu. Còn cái bánh ngọt lịm cắt nhỏ chui vào lỗ miệng vốn tham ăn của con Mót thơm lên tới tận óc thì tôi hiểu rõ ràng ràng. Tôi cũng hiểu rằng bánh dẻo nó có "phép lạ" dụ được con Mót chăm chỉ học hành mà nó vốn lười biếng chảy thây, chỉ thích đi chơi.

Mỗi lần thấy con Út Mót ngồi trước sân nhà có cây đa to, miệng nhai nhóm nhém miếng bánh dẻo thơm phức là lũ nít nhỏ hàng xóm đồng trang lứa cà rà kề rề bu lại hít hà. Xưa nay thấy con Út Mót hiền... như con gái nên tụi nó hay dụ khị nhe răng cắn miếng cho đã thèm. Có lần, một thằng nhóc ba trợn đã giựt bánh chạy còn xô con nhỏ té nhủi đầu giãy nảy khóc bù non bù nước. Tôi dỗ khan họng suốt cả buổi chiều nó mới chịu nín.

Trong nhà, con Út Mót biết tôi nâng niu, chiều chuộng nó, thường cõng nó đi chơi sau giờ tôi kèm nó học, nhất là hay nhường miếng bánh dẻo cho nó ăn nên suốt ngày nó chỉ biết nhõng nhẽo với tôi.

Rồi thời gian trôi đi, lạnh lùng xòe móng vuốt ra tướt bỏnhững gì gọi là yên vui, đầm ấm, hạnh phúc của bàn dân thiên hạ. Luật đời cũng vậy, không để cho bất cứ gia đình hoàn hảo nào mà không có ngày chia cách.

Nội mất vì tuổi già. Ba mất vì tai nạn giao thông. Những lần tôi ở ngoài mặt trận về là những lần tôi như bị sét đánh ngang tai. Nhìn lên bàn thờ khói nhang nghi ngút tôi thấy anh Ba tôi, rồi thằng

Năm, thằng Bảy, thằng Tám lần lượt vì nước hy sinh. Anh Hai làm tỉnh trưởng tỉnh Phú Bổn đèo heo hút gió, mấy khi về thăm nhà. Thằng Sáu, giảng viên đại học Nông Lâm Súc Sài Gòn, chẳng hề thấy mặt nó. Riêng thằng Chín và thằng Út Mười may mắn hơn, sống cùng vợ con ở nước ngoài. Ngôi nhà hạnh phúc ngày xưa đầy nắng và gió, chan hòa những tiếng cười nói ồn ào, vui sống, giờ như gió lọt nhà trống, chỉ còn má và con Út Mót hằng ngày buôn bán trong nhà lồng chợ, chiều mới về.

Tôi nhớ hoài ngày tôi xếp bút nghiêng theo việc kiếm cung, dĩa bánh dẻo của Nội tiễn tôi lên đường, ai cũng bịn rịn, con Út Mót thì khóc mướt. Những lần lao mình trong hòn tên mũi đạn làm gì có mùi bánh dẻo thơm điếc mũi ngoài mùi thuốc súng và mùi tử thi. Tội nghiệp những thằng bạn học thời thơ ấu lớn lên đi vào lính đều lần lượt ngã xuống, mấy miếng bánh dẻo tụi nó dụ tôi để được ăn hồi nhỏ cũng theo nhau... ngã xuống. Riêng tôi, hình như nhờ... bánh dẻo của Nội che chở, đỡ đạn cho tôi sống sót qua cuộc chiến cho tới ngày đất nước ngã xuống. Khi tôi xơ rơ xác rác vác thây về tới quê nhà, tôi bị liệt ngay vào phần tử "có nợ máu với nhân dân", bị bắt đi tù Cộng sản mút chỉ cà tha.

Ấy vậy mà suốt những năm đày ải, lần nào má tôi và con Mót cũng lặn lội đi thăm nuôi tôi, tay xách nách mang lủ khủ đồ ăn không thiếu món gì, kể cả mấy cái bánh dẻo con Mót mần. Má tôi, người phụ nữ miền Trung đôn hậu trông già yếu đến tội nghiệp. Còn con Út Mót, chồng chết sớm lại không con, vì đời đã nhuộm ít nhiều mưa nắng, phong sương.

* * *

Bây giờ ở tuổi về chiều, biết tôi thích ăn bánh dẻo, mùa Trung thu năm nào vợ tôi cũng lui cui mần bánh dẻo cho tôi ăn. Bánh dẻo của vợ tôi không khác gì cái bánh ngày xưa Nội mần truyền cho má, má truyền cho con Mót, toàn nhưn ngọt, ròng một màu trắng như là ngà và hệch hạc mỗi một cái tên "bánh dẻo", vậy thôi. Bà xã tôi gốc người miền Tây, cả đời chân chỉ hạt bột ra làm sao thì hình ảnh lũ bánh dẻo bả mần nó giản dị, mộc mạc ra làm vậy.

Bánh dẻo ngày xưa hoàn toàn khác với ngày nay. Ngày nay nó biến hình biến dạng dưới nhiều chiêu thức và nhiều tên gọi: Bánh dẻo chay, bánh dẻo lạnh, bánh dẻo nhưn cốm, bánh dẻo nhưn thập cẩm, bánh dẻo trung thu, bánh dẻo vành khuyên, bánh dẻo kinh v.v..., thôi thì đủ màu đủ sắc, đủ kiểu đủ cách.

Tôi nay tuy đã già đầu, râu tóc mỗi ngày một bạc phau phau, nhưng trời thương không mắc phải bệnh chi nên tha hồ ăn dọng. Nhất là ba ngày Tết mấy cái bánh dẻo trắng trẻo, mềm mại, thơm tho nằm phơi bụng trên dĩa bằng sứ xúi tôi ăn chóp chép không ngừng. Dòm tôi ăn ngon miệng vợ cười nói "Ăn gì mà miệng không kịp kéo da non".

Sống đời còn gì sướng hơn ăn. Cứ tới Trung Thu, lại kéo thêm ba ngày Tết là vợ tôi mần bánh dẻo cho tôi ăn, tôi dọng, tôi tộng, tôi nuốt một hơi ba, bốn cái bánh dẻo ngon thấy mụ nội mà ớn cũng thấy mụ nội.

Nhưng mà chính cái bánh mang tên dẻo nẹo dân dã kia lại thường có mặt trên bàn thờ gia tiên của vợ chồng tôi. Cái bàn thờ luôn luôn phả hương thơm theo làn khói ẩn hiện hình ảnh gần như phai mờ theo năm tháng của ông bà nội tôi, ba má tôi và mấy anh em tôi. Mỗi lần thắp nhang, tôi hay chăm chú nhìn những người thân yêu của tôi. Nhất là con Út Mót, tôi nhìn thật lâu vào cặp mắt nó, cặp mắt hí rị pha lẫn chút trầm tư của con Mót lúc nào nhìn xuống tôi, cũng thật buồn.

PHAN NI TẤN

CỌP RẰN

Chiếc Molotova chở người tù cải tạo và ba tên cảnh vệ đi chợ Quảng Nhiêu về gần tới trại tù Méval thì xe chết máy. Xế trưa trời không mưa nhưng mây thấp và gió buốt. Con đường đất, rừng cây, những ngọn đồi thấp như co lại vì cái lạnh cuối năm. Molotova là loại xe vận tải từng vượt Trường Sơn vào Nam, sau chiến tranh vẫn dùng làm phương tiện di chuyển, như hàng tuần xe vẫn dùng để chuyên chở thực phẩm mua từ chợ Quảng Nhiêu vào trại. Chuyện trung úy Ban, tù cải tạo kiêm anh nuôi cứ cách tuần theo xe ra Quảng Nhiêu đi chợ đã quá quen thuộc với toàn trại. Thời chiến, trung úy Ban, thuộc Liên Đoàn 21 Biệt Động Quân Ban Mê Thuột nổi tiếng Ban lì, do trung tá Lan (Lan trọc) chỉ huy. Ngày 10 tháng 3-1975 khi Ban Mê Thuột thất thủ, cọp rằn trung úy Ban bị bắt ngay tại xã Phước An. Từ đó anh không biết cũng như không nghe tin tức gì về số phận vị chỉ huy của mình. Ba năm trước, cũng con đường âm u này, cũng chiếc Molotova đã chuyển trung úy Ban và hàng trăm tù cải tạo từ Trại Cải Huấn Ban Mê Thuột vào trại tù Méval. Méval cách thị trấn Ban Mê Thuột khoảng 35km về phía Tây Bắc, trước kia là đồn điền trồng cao su và cà phê của người Pháp. Qua năm thứ hai, Ban được xếp vào toán nhà bếp làm "anh nuôi bồi dưỡng" cho trại.

Như thường lệ, xe đậu ngay trước ủy ban xã, ngó xéo qua bên kia đường là chợ. Quảng Nhiêu. Ngôi chợ quê đi một vòng đã... về chốn cũ. Ban nhớ những lần đi chợ đều có 3 tên cảnh vệ đeo súng kè kè một bên. Nhưng riết rồi họ thấy Ban rất kỷ luật, không có ý đồ bỏ trốn nên sau khi chợ búa xong hầu như họ thả lỏng Ban la cà mặc thích, cứ đúng giờ trở lại Ủy ban lên xe về trại.

Ngay từ khi Ban được thả lỏng anh nghĩ ngay tới chuyện vượt ngục mà anh đã manh nha từ khi bước chân vô trại cải tạo . Đã ba năm nay họa hoằn lắm trại tù Méval mới xẩy ra lẻ tẻ vài vụ vượt ngục nhưng kết quả không một ai trốn thoát. Rừng núi âm u trùng điệp, lạc vô đó sớm muộn gì cũng đều bị bắt lại. Có người đang dẫn độ về trại toan chạy trốn bị bắn chết.ngay tại chỗ. Những ai bị đưa về tới trại đều bị các "đồng chí" bề hội đồng tả tơi manh giáp. Nếu sống sót thì tù phạm bị cùm biệt giam, nếu bị đánh chết thì bó chiếu đem chôn. Từ đó, sau cụm rừng thưa cách láng trại không xa, mộ tù chính trị lẫn tù hình sự - không chết vì vượt ngục cũng chết vì bệnh tật - theo năm tháng đã mọc lên thành nghĩa địa tù.

Thời gian lầm lũi trôi qua và sau thời kỳ ổn định tình hình trại, tù được phép cho thăm nuôi. Ban đầu cứ cách hai tuần thân nhân tù cải tạo ở Ban Mê Thuột thuê xe Dodge, loại xe vận tải nhỏ chở họ vô Méval thăm nuôi tù. Trung úy Ban, dân miệt đất mũi Cà Mau dĩ nhiên thuộc thành phần "con dì phước". Thật ra gia đình ba má Ban nghèo rớt mùng tơi, quanh năm suốt tháng mò cua bắt ốc ven sông ven biển độ nhật, tiền bạc đâu mà lặn lội lên tận miền cao xa xôi cách trở để thăm con. Biết vậy nên suốt ba năm tù anh không hề biên thư về cho gia đình. Anh coi như mình đã chết. cũng nhờ vậy lại đỡ khổ cho gia đình. Nhưng nhờ " sống lâu lên lão làng" nên sau này Ban, xong nhiệm vụ nhà bếp, được phép ra vô khu vực thăm nuôi, dù anh chẳng có ma nào vô thăm. Nhờ được "trên" ưu đãi hiếm có này, Ban đã kín đáo quan sát tình hình chung quanh để tìm cơ hội vượt ngục. Cuối cùng sau nhiều lần quan sát, anh để ý tới chiếc xe Dodge và nhận ra ngay người tài xế tên Pú.

Pú, trước kia là lính vác máy truyền tin PRC 25 cho Ban ngoài mặt trận, nay là chủ nhân kiêm tài xế xe khách. Cũng nhờ trời xui đất khiến anh gặp lại tên đệ tử vốn lanh lợi, tháo vác và có nhiều sáng kiến trong đơn vị của Ban. Nhận ra "ông Thầy" Pú mừng rơn. Tuy nhiên hai thầy trò tỏ ra thận trọng mỗi khi tiếp xúc và kín đáo bàn chuyện đào tẩu, ngoài tai mắt cán bộ.

Đầu mùa mưa, ngày D giờ H, đúng như kế hoạch hai thầy trò đã vạch sẵn, sau khi đi chợ Quảng Nhiêu xong, như thường lệ ba tên cảnh vệ trở lại Ủy ban xã, Ban lại la cà quanh chợ vắng người. Loanh quanh một hồi Ban rề rề tới gần chiếc xe Dodge của Pú đậu dưới hàng cây phượng vĩ. Đứng nép dưới gốc cây nhìn lên phượng nở đỏ rực. Thỉnh thoảng cơn gió quét qua làm rụng vài cánh phượng xuống mui xe. Lợi dụng mấy ông anh bà chị ngồi trên xe đang chuyện trò rôm rả, Pú kín đáo nháy mắt ra hiệu. Biết ý Ban vội đảo mắt nhìn quanh thấy chắc ăn anh vụt lao mình xuống gầm xe, liếc một cái Ban chụp ngay hai cái móc sắt móc dưới lườn xe rồi nhanh nhẹn đu mình lên đặt nhẹ hai chân và mông trên một tấm ván bắt ngang. Lúc đó mưa bắt đầu rơi rả rích. Từ trong quán nước bên đường, Pú bình tĩnh ra sau xe phủ tấm bạt nylon xuống cột lại không cho mưa tạt ướt hành khách xong Pú lên xe đề máy chạy luôn. Treo mình tòng teng dưới lườn xe đang chạy, dù chậm nhưng sơ sẩy một chút là mất mạng như chơi. Có thể nói đây là một cuộc vượt ngục kỳ lạ, một kỳ công vượt bực của một người tù cải tạo có sức mạnh và ý chí quyết thắng đến liều mình.

Mưa càng lúc càng rơi tầm tả. Gió thổi mạnh hơn làm Ban lạnh run. Khoảng nửa tiếng sau tới khúc quanh, Pú giảm hẳn tốc đô chuẩn bị vượt qua con dốc lầy lội, nhảo nhoét bùn sình. Nghiêng đầu nhìn ra quang cảnh hai bên, Ban biết đây là quãng đường dốc mang nhiều kỷ niệm rướm máu của anh và đồng đội. Trong thời chiến, tỉnh lộ 8 đi Méval xuyên qua Quảng Nhiêu bị cắt đứt. Nhiều trận đánh đã diễn ra tại khúc quanh đổ dốc về Quảng Nhiêu gây nhiều thương vong cho cả hai bên. Sau chiến tranh, Việt Cộng lấy Méval làm trại tù giam giữ các sĩ quan, viên chức chính quyền lẫn tù hình sự phía miền Nam. Lần này định mệnh bắt Ban trở lại con dốc nghiệt ngã này dưới hình thù của một kẻ bại trận đang trên đường vượt thoát. Như đã bàn trước, khi xe trườn lên con dốc, Pú cho xe chạy thật chậm đủ để Ban uốn mình rút hai chân ra khỏi tấm ván buông nhẹ xuống đất, trong khi hai tay vẫn ra sức bám chặt hai cái móc sắt phía trên đầu. Ngay sau đó Ban buông hai tay cho thân mình nằm dài trên đất mặc cho quần áo bê bết bùn sình. Chờ xe rột rẹt sang số lướt tới, Ban vội vàng lăn mình vào đám cỏ cao mọc sát bên đường rồi cắm đầu lũi sâu vào rừng. Núp trong đám bụi rậm Ban lắng nghe tiếng xe xa dần rồi im hẳn. Anh nhắm mắt vuốt mặt thở dốc thầm cám ơn thằng đệ tử trung thành chẳng biết bao giờ mới có cơ hội gặp lại. Kế hoạch vượt ngục táo bạo bằng hai cái móc sắt quấn lớp vải dầy và tấm ván kê ngang dưới lườn xe đều do Pú nghĩ ra. Cả hai thầy trò cũng biết rõ khi qua khỏi con dốc rất có thể sẽ bị bộ đội ra chặn đường xét hỏi như thỉnh thoảng họ vẫn làm. Để chắc ăn, Ban phải rời khỏi lườn xe ngay tại con dốc này.

Buổi xế chiều đường rừng yên tĩnh lạ lùng. Cảnh vật như đọng giữa một không gian mơ hồ. Rừng cây, bụi cỏ dửng dưng, xa lạ nhưng lúc đó lại vô tình che chở cho một tội phạm gan lì. Chỉ có tiếng mưa đang rơi kia không thiết đến nỗi hồi hộp, lo sợ bị bắt lại của anh. Toàn thân Ban ướt sũng, run rẩy vì lạnh. Ban vẫn nằm im trong bụi rậm lóng tai nghe ngóng động tĩnh và quan sát tình hình.chung quanh. Bảy năm làm lính Liên Đoàn 21 Biệt Động Quân đóng tại Ban Mê Thuột, Trung úy Ban chiến đấu ngoài mặt trận nhiều hơn là ở hậu cứ. Rừng xanh núi thẳm từng là nhà của anh. Đành rằng rừng bao giờ cũng bí ẩn, hiểm nguy và đầy bất trắc, nhưng đồng thời rừng che chở, dung dưỡng và cảm thông với con người. Tình cảnh đơn độc của Ban lúc này cũng giống như những người bạn tù trốn trại thiếu may mắn trước kia, đang đào thoát để tìm một chốn dung thân, một chút yên bình mong manh. Tự do và ngục tù dan xen trộn lẫn vào nhau tạo nên tâm trạng ngậm ngùi, biến Ban thành một con người rừng tả tơi, hoang dã và cô độc. Hồi trong quân trường, cán bộ đã dạy các khóa sinh cách mưu sinh thoát hiểm khi lạc trong rừng. Kiến thức này vô cùng hữu ích cho Ban trong giờ khắc thoát hiểm.

Màn sương lờ mờ trong rừng bắt đầu tỏa ra, bóng chiều mờ dần. Mưa ngớt hột. Chắn chắn giờ này bọn cảnh vệ đang cuống cuồng vác súng chạy đi tìm cọp rằn Ban. Trước nỗi sợ bị bắt lại, ý chí sống còn vực Ban dậy, anh trườn qua thảm lá cọ ướt sũng, bò qua đám cỏ tranh cao ngút đầu người, lách mình qua những bụi cây gai gốc, qua đám dây leo chằng chịt. Cứ thế, Ban nhắm hướng cây cổ thụ mờ mờ phía trước vừa đi vừa chạy càng xa con đường dốc càng tốt và nghĩ nhanh đến một nhành cây cao để ngủ qua đêm trước khi màn đêm thực sự trùm kín khu rừng.

Câu chuyện về cọp rằn vượt ngục vô tiền khoán hậu đã trở thành một trong những chuyện kỳ lạ của thời hậu chiến. Câu chuyện một thời gây xôn xao cho ban Quản giáo và toàn trại tù. Có điều từ ngày cọp rằn vượt ngục đến nay đã 39 năm, không một tin tức, không một dấu vết, không một ai biết được số phận của anh ra sao; còn sống vất vưởng đâu đó trong các trại tù hay đã bị thủ tiêu trong rừng trong rú ngay khi bị bắt lại. Có trời mới biết. Riêng Pú, người đệ tử trung thành của trung úy Ban năm xưa, ngồi trước mặt tôi phà hơi khói thuốc gật gù kể tiếp: "Sau khi thả ông Thầy xuống thấy ổng lẹ làng lăn vô bụi em yên tâm nhấn ga chạy luôn. Không ngờ đó là lần cuối cùng em gặp ổng. Thật ra sau đó em tiếp tục chở bà con vô trại thăm nuôi, dò la tin tức nhưng không ai biết thêm gì về ông Thầy. Nghe nói sau vụ ông Thầy trốn thoát mấy anh tù chính trị bị cúp thăm nuôi trong một tháng".

Riêng tôi cho rằng cựu trung úy Biệt Động Quân với biệt danh "Ban lì" đã biểu hiện một cách hết sức dũng cảm, linh động và nhân cách của một sĩ quan QLVNCH: một quân đội anh hùng, sống chết vì tổ quốc vì dân tộc mình. Điều này đã trở thành một đạo lý căn bản và lẽ sống tự nhiên của con người.

PHAN NI TẤN

CÚ ĐÁ TRỜI SẬP

Hồi nhỏ ông Phan Văn Tôi đã sớm xa nhà thì em của ông, thằng Lộc, mới chừng 3, 4 tuổi. Tưởng mình đi rồi về ai dè một đi không trở lại. Tới khi hai anh em gặp lại nhau nơi xứ người thì thằng Lộc đã có gia đình con cái đùm đề. Điều ngạc nhiên là nó cũng võ nghệ dàn trời như ông thời trai tráng. Có điều so với nó thì hồi xưa ông chỉ là võ sĩ hạng ruồi muỗi; còn thằng Lộc, thằng Phan Văn Lộc với cú đá thôi, cũng đủ liệt nó vào hạng cao thủ.

Khi biết hồi xưa ông anh mình lẹt quẹt ba ngón võ ruồi võ muỗi, thằng Lộc cười cười chìa ra tấm hình kèm theo cái video clip biểu diễn cú đá thần sầu quỷ khóc (quỷ khốc thần hào) của nó. Phải nói cú đá ác liệt của thằng Phan Văn Lộc, không riêng gì cột gẫy, tường xiêu, mà lỡ nó có đá trúng... Trời thì Trời cũng sập.

Thằng Lộc làm cho ông Tôi nhớ lại ba bốn chục năm trước, cái thời dụng võ của Phan Văn Tôi, tên cha sanh mẹ đẻ đặt cho ông.

Hồi đó, dưới thời Pháp thuộc, Phan Văn Tôi đã có nghề. Hỏi nghề gì? Tôi thưa, nghề văn và nghề võ. Nghề văn thì chẳng ăn nhậu gì ở đây, ngoài võ nghệ.

Chuyện như vầy:

Võ sư Mười Đẹt, bà con bên ngoại của Phan Văn Tôi, một ông thầy võ Bình Định lang thang vô Nam thấy Tôi có căn cơ con nhà võ bèn lôi cổ ra dạy công phu quyền cước. Hồi đó Tôi thấy người ta võ nghệ trùm thiên hạ; còn võ như Tôi học cho có. Ngặt một nỗi tiếng tăm võ sư Mười Đẹt nổi như cồn nên môn đồ Phan Văn Tôi bị vạ lây. Vạ đây là cái vạ trời ơi đất hỡi. Nghĩa là bị võ sinh các lò võ từ Sài Gòn, Chợ Lớn lan ra tới Phan Thiết, Quy Nhơn, Bình Định đều ra chiếu thư khiêu chiến. (Sau này mới biết sư phụ Mười Đẹt chơi khăm lập kế khích tướng võ lâm quần hào thách đấu với môn đồ của ông).

Không biết Phan Văn Tôi sinh ra để thành võ sĩ tay ngang hay chàng họ Phan gặp hên đánh đâu thắng đó. Thật ra chàng võ sĩ bá vơ này chỉ thắng mười một trận, thủ huề một trận, còn thua thì cho tới ngày nay đầu bạc, răng long, mắt mờ, thân mỏi, võ sĩ họ Phan về già vẫn cứ nhớ hoài, nhớ mãi, nhớ đời.

Một buổi trưa hè, chàng thanh niên lực lưỡng Phan Văn Tôi đang loay hoay sửa tấm vách ván nhà bị đối thủ đá sập trong một trận thách đấu thì một cô gái lạ mặt xuất hiện ngoài cổng, cao tiếng: "Ông Tôi! Ông Tôi có nhà không?". Nghe giọng lảnh lót, lấc xấc mà nẫu nẹt, Tôi đoán là người ngoài Trung vô. Lúc này võ sư Mười Đẹt đã trở về Bình Định.

Ngạc nhiên Tôi ra mở cổng thì thấy một cô gái đôi mươi, xinh xắn trong chiếc áo dài lụa trắng chìa cho Tôi một phong bì rồi chẳng nói chẳng rằng quay lưng bỏ đi ngay. Cầm bì thư mà chàng Phan cứ ngẩn ngơ ra mặt. Đời Tôi chưa từng thấy con nhà võ nào xinh đẹp mà phong độ đến vậy. Trên gương mặt trái xoan sáng như trăng rằm, vắt ngang cặp chân mày rậm rịt, mi thanh phủ xuống đôi mắt đen lay láy, to, dài, đầy tự tin và sáng đến lạnh người.

Vô nhà mở thư ra đúng như Tôi đoán, lại là thư thách đấu. Tuy nhiên, từ ngày dụng võ, võ sĩ Phan Văn Tôi chưa từng đấu với bất cứ nữ đối thủ nào. Xưa nay chàng họ Phan không có lệ thượng cẳng tay hạ cẳng chưn với đờn bà, con gái. Đây là lần đầu tiên trong đời Phan Văn Tôi bị phái yếu khiêu chiến đã tỏ ra lúng túng, tiến thoái lưỡng nan. Tiến thì không biết phải vận dụng bao nhiêu thành công lực để ăn thua; còn thoái thì suốt đời sẽ bị thiên hạ cười chê, mang tiếng hèn nhát.

Cuối cùng, Phan Văn Tôi quyết định tới điểm hẹn đúng ngày giờ với lá thư thách đấu để trong túi. Năm giờ sáng, trời còn mờ hơi sương, Tôi lặng lẽ dắt xe đạp ra khỏi cổng, đạp từ từ hướng về huyện Bình Chánh ở ven đô. Đã lâu rồi Tôi mới có dịp trở về miền xuôi thở hít không khí trong lành khiến chàng võ sĩ cảm thấy phấn chấn tinh thần.

Tôi đạp xe dọc theo sông Chợ Đệm tới chỗ có hai ngã rẽ một xuôi về kinh Đôi, một tới cầu kinh A. Dừng xe đạp trên đầu cầu kinh A, theo trong thư chỉ dẫn, Tôi nhìn về phía trái thấy xa xa giữa cánh đồng lau sậy có một cây bần đơn độc nhô lên. Đó là điểm hẹn của nữ đối thủ. Đảo mắt nhìn quanh, Tôi nhíu mày thầm nghĩ có lẽ cô gái vô Nam sống ở vùng quê này đã lâu nên cô mới biết rõ địa hình địa vật ở đây. Khẽ lắc đầu, Tôi nhắm ngọn cây bần men theo lối mòn đi lần tới mà lòng không vui cũng không buồn, không lo lắng cũng chẳng toan tính gì. Băng qua vùng đất thấp, Tôi vừa tới điểm hẹn thì trời lất phất mưa.

Đảo mắt nhìn quanh họ Phan chợt cười thầm. Nữ đối thủ của Tôi quả là khéo chọn địa điểm lý tưởng nằm khuất giữa đầm cỏ lau trắng phếu, có la hét, cầu cứu cách mấy cũng không ai lai vãng mà nghe. Đặc biệt, bông bần trắng đầu hè điểm sắc tím đỏ rưng rưng trên ngọn cây vô tình trở thành "nhân chứng thầm lặng" cho trận quyết đấu.

Trong tiếng mưa rơi rả rích, sau gốc bần già một cô gái lặng lẽ bước ra. Đó là nữ đối thủ của chàng võ sĩ họ Phan.

Lần này cô mặc nguyên bộ đồ võ màu đen, tóc chít khăn nhiễu lam, lưng thắt đai trắng viền đỏ của võ phái Bình Định. Lặng nhìn đối thủ, Tôi nhận thấy ngoài vẻ đẹp thần tiên, tuy phong thái khoan hòa song lộ rõ thần uy, vẻ chững chạc chính tông con nhà võ.

Đang ngẩn ngơ trước vẻ đẹp thoát trần của cô gái lạ mặt, Tôi chợt giựt mình khi nghe cô cất tiếng trong trẻo, ấm mà chắc nịch:

- Chào ông Tôi.

Tôi ấp úng:

- Chào cô.

- Cám ơn ông đã không lỡ hẹn.

- Dà. Không có gì.

Rõ ràng cô gái không muốn nhiều lời, Tôi vừa dứt tiếng cô lạnh lùng tiến tới một cách thận trọng. Có lẽ nữ đối thủ biết Tôi cũng không phải tay vừa nên cô không tỏ ra hấp tấp. Hơn nữa cả hai đều xuất thân cùng môn phái võ thuật Bình Định nên chẳng lạ gì nhau. Tuy nhiên, khi tôi ra đòn thì cô gái hóa giải dễ dàng. Ngược lại Tôi không cản được những chiêu thức linh hoạt, thần tốc của đối thủ nên Tôi thường phải hứng chịu những đòn thế gây sây sát và loạng choạng mấy phen.

Nhận thấy dùng quyền cước Bình Định trước một võ sĩ Bình Định không mang lại kết quả nên Tôi chuyển qua quyền thái Muay Thái, là môn võ thuật cổ truyền của Thái Lan. Muay Thái tập trung tấn công bằng những cú đá, cùi chỏ, lên gối, nắm đấm nên bộ giò luôn xoay chuyển.

Nhận thấy từ lúc xáp trận, cô gái thường né tránh không cho địch thủ áp sát nên lần này Tôi tìm cách sát cận. Vừa di chuyển vòng tròn Tôi vừa thu hẹp khoảng cách. Khi cách cô gái vừa tầm, Tôi bất thần xoay mình 360 độ đánh tạt ngang vào bả vai nhưng không ngờ lại đánh trúng ngực khiến cô gái loạng choạng lùi lại. Bàn tay không hề cố ý của Phan Văn Tôi vừa chạm phải một vật vừa mềm vừa phập phồng săn chắc khiến Tôi hốt hoảng nhảy dựng lên, thoái bộ năm bước liền.

Nhìn xuống ngực thấy một vết nham nhở vấy bẩn trên áo, sắc mặt cô gái đỏ bừng. Trợn mắt nhìn Tôi, cô khẽ rít lên: "Ông dám..." Nói đoạn cô thủ bộ, vận sức vào tay, không chần chừ, thân hình linh hoạt chớp một cái đã vọt lên, lao tới. Khi cách đối phương khoảng hơn một thước, từ trên không, cô dùng thế liên hoàn cước xoay mình đá thốc vào ngực Tôi, cùng lúc tạt thêm một cú vào mặt như trời giáng. Bị trúng một lúc hai đòn hiểm Tôi hự lên một tiếng, sặc máu mũi, ôm mặt lảo đảo té ngửa trên mặt đất bùn. Không đợi địch thủ kịp đứng lên, cô gái sấn tới, dận đầu gối vào bọng đái, cùi chỏ chấn ngang cổ họng địch thủ, móng vuốt giơ cao sẵn sàng chụp xuống mặt nếu Tôi vùng vẫy chống cự.

Nằm thúc thủ dưới đầu gối của cặp đùi săn chắc mà thon dài, Phan Văn Tôi muốn nghẹt thở, song chàng võ sĩ họ Phan vừa đưa mắt nhìn lên đã thất thần trước đôi mắt vời vợi trùng dương từ một sinh thể thiên thần phả xuống khiến Tôi đờ đẫn hết đường cựa quậy.

Kể như địch thủ bị đo ván, nữ võ sĩ Bình Định chớp mắt, lặng lẽ đứng lên phủi áo xoay lưng rời khỏi đấu trường. Nhưng đi chưa được chục bước cô nghe sau lưng mình có tiếng tằng hắng. Ngó lại thì thấy võ sĩ Tôi, mặt mày méo xệch nhưng vẫn đứng ở thế thủ, sẵn sàng tiếp chiến.

Lúc đó, không khí bỗng trở nên yên lặng kỳ lạ. Yên lặng đến nghe cả tiếng thở nặng nề của hai đối thủ và cả tiếng gió thoảng qua. Nghĩ lại ban đầu Tôi có ý nhân nhượng trước đối thủ thuộc phái yếu, nhưng sau những lần thất thế trước uy dũng của đối phương buộc Tôi thay đổi chiến thuật. Nghệ thuật của chiến thuật là ép đối thủ đánh theo ý của mình.

Tuy nhiên, võ sĩ Tôi gặp phải một địch thủ quá lợi hại, dầy dạn chiến đấu, thừa khôn ngoan nên khi tới vừa tầm, Tôi đá tạt ngang đã để hở phần dưới. Chỉ chờ có thế, cô gái ngồi thụp xuống, nhanh nhẹn thọc một cú đấm vào hạ bộ địch thủ. Bị đấm trúng ngay chỗ hiểm Tôi thấy mắt nổ đom đóm, u ớ rên lên, hai tay bụm hạ bộ đau đớn ngã vật xuống đất oằn oại một lúc rồi nhắm nghiền mắt, nằm bất động.

Không biết nằm co quắp dưới đất bao lâu, nhưng khi võ sĩ Phan Văn Tôi tỉnh dậy thì mưa đã tạnh và thấy lờ mờ hình bóng cô gái khoác chiếc áo măng-tô (manteau) trắng chấm gót, đứng cách đó không xa. Thì ra trong lúc võ sĩ Tôi nằm bất động trên cỏ, lòng nhân của cô không nỡ bỏ đi vì lỡ địch thủ có mệnh hệ gì cô sẽ ân hận cả đời. Chờ Tôi chống tay ngồi dậy, cô mới yên tâm quay lưng bỏ đi ngay.

Thời gian vẫn thản nhiên trôi như nước qua cầu. Mái đầu xanh của võ sĩ Phan Văn Tôi nay đã ngả màu, chòm râu đen cũng luốm nhuốm bạc. Thân hình vạm vỡ, bắp thịt săn chắc, gân guốc cuồn cuộn ngày nào nay đã rùn xuống, mềm đi, lụi dần theo tuế nguyệt. Coi lại cái video clip với cú đá trời sập của thằng em, thằng Phan Văn Lộc, ông Tôi lại khẽ thở dài.

Nhướng cặp mắt lờ mờ nhìn sắc thu vàng hoe ngoài cửa sổ, ông Phan Văn Tôi lại nhớ quê nhà xa cách đã hơn nửa đời người. Rồi ông lại nhớ sư phụ Mười Đẹt, nhớ những trận đấu võ năm xưa, nhớ nữ đối thủ thiên thần, không những đã đánh bại ông bằng võ nghệ mà còn bằng cả đôi mắt thăm thẳm màu xanh núi, biêng biếc màu trùng dương. Cứ mỗi lần nhớ ông lại thấm thía mấy câu ca dao đến nao lòng:

Bần gie, bần ngã, bần quỳ
Cảm thương thân phận chia ly thêm buồn
Bần gie đốm đậu tối hù
Thương nhau đừng để oán thù cho nhau.

PHAN NI TẤN

MÌNH DÌA TẮC CẬU

- Mơi mình đi Tắc Cậu hả nội?

- Ừ

- Mờ chừng nào mình dìa?

- Mốt

- Con Mực có đi dới mình hông nội?

- Không

- Sao hông nội? Lần trước hổng được đi Bàu Nhum nó khóc um sùm. Lần này chắc con Mực nó giận mình luôn quá há nội.

Ông Lềnh đang sửa lại chuồng gà sau hè ậm ừ cho qua, ai dè cu Lơ cứ cù nhầy hỏi tới làm ông ớ ra, thường ngày cu cậu có nhiều chuyện vậy đâu:

- Mờ Tắc Cậu là cậu Tắc ở Tắc Cậu phải hông ông nội?

Buông phịch cây búa xuống đất, ông phủi tay cười: "Tía mầy! Tắc Cậu là... Tắc Cậu chớ cậu Tắc nào".

- Thì cậu Tắc tới nhà mình ăn giỗ bữa hổm á!

Ông Lềnh giã lã: "Ừ thì... cậu Tắc tên Tắc, còn Tắc Cậu là cù lao Tắc Cậu. Cu Lơ hiểu chưa?"

- Dạ, cu Lơ hiểu rồi. Mờ cù lao Tắc Cậu là ở đâu lận nội?

Theo những câu chuyện truyền khẩu thì xưa kia Tắc Cậu là một cù lao nằm lọt giữa hai con sông Cái Lớn và Cái Bé. Thuở đó Tắc Cậu là vùng đất hoang vu, lầy lội, cỏ cây chằng chịt, có nhiều khỉ, chồn, sóc, muỗi mòng, rắn rít nên không có bóng người lai vãng. Mãi đến những năm 1930 của thế kỷ 20, thấy người Tàu di cư tới lập nghiệp, đấu thầu đất từ tay thực dân Pháp, dân tứ xứ cũng đổ về khai phá đất đai lậu, dần dần địa danh Tắc Cậu được hình thành.

Đặc biệt, giữa Tắc Cậu có một con kinh chia vùng đất này thành hai phần, một nửa thuộc xã Bình An, nửa kia thuộc huyện Châu Thành, nên ông bà mình khéo đặt tên là kinh Lòng Tắc, vừa mộc mạc, dễ hiểu lại đầy đủ ý nghĩa. Vì Tắc Cậu tách biệt hẳn với đất liền nên muốn qua cù lao này người ta phải dùng xuồng chèo.

Cù lao Tắc Cậu cách thị xã Rạch Giá 20 cây số. Quận An Biên, thuộc thị xã Rạch Giá là nơi ông Hoàng A Lềnh được coi là một kỳ lão của vùng đất mới này. Ông là một người tốt bụng, tánh tình hòa nhã, từ tốn, thường giúp đỡ bà con chòm xóm. Hồi trào Tây, ông Lềnh có biệt danh là "cửu chỉ Hồ", là một nhà buôn đồ cổ từ Sài thành xuống tới Nam Kỳ Lục Tỉnh. Thơi đó, ít có người theo nghề này nên ông mau chóng trở thành một phú thương khá nổi tiếng. Lúc về chiều, ông mới đưa gia đình về An Biên, Rạch Giá khẩn hoang lập ấp an hưởng tuổi già.

Ông Hoàng A Lềnh có hai sở thích khá kỳ ngộ: nuôi gà chọi và thú chơi đồ cổ. Hồi còn tại thế, cụ Vương Đông, nhà sưu tầm đồ cổ nổi tiếng, là bạn tâm giao của ông Lềnh. Mỗi lần cụ Vương có được cổ vật hiếm quí đều đánh tiếng mời ông Lềnh về thưởng lãm. Thời đó, việc đi lại từ địa phương này tới địa phương khác khó khăn nhiều bề, nhưng vì quí bạn nên từ An Biên ông Lềnh cũng tìm cách lặn lội lên tới Sóc Trăng, trước là thăm bạn già sau là ngắm cổ vật cho mãn nhãn.

Lần đó, tại phòng khách của một ngôi nhà bề thế, kiến trúc nghệ thuật cổ xưa tuổi chừng 100 năm của cụ Vương Đông ở

Bãi Xàu, Sóc Trăng, ông Lềnh được chiêm ngưỡng tận mắt một cái đĩa nội phủ bằng sứ từ thời Gia Long khiến ông giựt mình. Viềng bạc sáng trưng, hoa văn rồng phụng sắc vàng tinh xảo, nước men như ngọc phách tráng đều mặt dĩa màu diệp lục. Mặc dù miệng đĩa bị mẻ một mảnh nhỏ, được người thợ khéo tay dùng miếng gốm khác tỉ mẩn vá lại vẫn không làm mất đi giá trị của cổ vật hiếm quí. Lom lom nhìn cổ vật, ông Lễnh nghĩ mãi cũng không nhớ là đã nhìn thấy, thậm chí đã sờ được đĩa nội phủ này ở đâu rồi. Sau khi từ giã cụ Vương Đông về đến nhà ông Lềnh sanh bệnh nằm liệt giường liệt chiếu.

Chìm sâu trong cơn hôn mê ông Lềnh nhiều phen sợ hãi thấy mình đang là núi, chợt biến thành một dòng sông lạnh buốt đẩy xác mình bềnh bồng trôi về thời quá khứ. Thuở đó, sau gần 30 năm chiến tranh giữa Nguyễn Ánh và quân Tây Sơn, ông Lềnh vẫn còn ngửi thấy mùi khói lửa của thời hậu chiến.

Năm Nhâm Tuất (1802), sau khi thống nhất sơn hà, vua Gia Long sai người kiến thiết kinh thành bề thế tại Phú Xuân, cố đô Huế. Cũng như các bậc vua chúa trên cõi đời nhiêu khê này, vua Gia Long cũng có hàng trăm cung phi mỹ nữ, đồng thời phục vụ cho gia tộc hoàng triều là một tổng đoàn Thái giám với sự trung thành tuyệt đối.

Bốn năm sau, trong đợt tuyển sinh kế tiếp, ông Lềnh mới có mặt. Lúc bấy giờ ông là một thanh niên dân dã nghèo khó ở thôn Vỹ tình nguyện trở thành tiểu thái giám, lấy sinh quán đặt tên là A Vỹ.

A Vỹ vốn yếu đuối, ẻo lả như con gái nên được Tổng thái giám Kha cắt đặt chăm sóc vườn ngự uyển. Nhờ thế, thỉnh thoảng tiểu thái giám A Vỹ nhác thấy xa xa Hoàng tử Cảnh chơi đùa với các bạn trẻ hoàng thân quốc thích trong triều.

Năm 1784, Hoàng tử Cảnh lên bốn tuổi, vua Gia Long mở tiệc khoản đãi các quan chức người Tây nhằm tiễn đưa hoàng tử theo Bá-Đa-Lộc sang Pháp cầu viện. Trong dịp này, A Vỹ lại được cắt đặt việc bưng trà sứ tiến vua. Đang khúm núm bước qua ngưỡng cửa thì bất ngờ Hoàng tử Cảnh ở ngoài vườn ngự uyển chơi trốn tìm, chạy sọc vào vô tình đụng nhầm A Vỹ làm bộ trà sứ rớt bể tan tành.

Không ai bắt tội vô tình, nhưng nịnh thần tổng thái giám Kha ra uy đã tống A Vỹ vào ngục thất, nửa đêm bí mật sai người vào cắt đứt ngón tay út của A Vỹ gọi là răn đe, dù A Vỹ vô tội.

Trong cơn mê thấy có hai bóng đen bịt mặt vô ngục hành hung, ông Hoàng A Lềnh vùng vẫy kêu thét lên, giựt mình tỉnh giấc mới hay mình gặp ác mộng. Dù vậy, ông vẫn đưa bàn tay thiếu ngón út lên ngắm nghía rồi lắc đầu thở dài không hiểu sao lại trùng hợp một cách ngẫu nhiên như vậy.

Hai tháng sau, vợ con ông Lềnh tất bật chạy chữa thuốc thang ông mới tỉnh.

* * *

- A! Tới nhà rồi nội ơi! Đang lơ mơ ngó trời ngó nước nghe cu Lơ reo lên ông mới chớp mắt tỉnh ngộ.

- Từ từ, cu Lơ. Chờ đò cặp bến cái đã. Rồi. Đưa tay ông nội dắt lên. Coi chừng cầu tàu trơn lắm nghen con.

Khi đò cặp bến An Biên thì mưa cũng vừa tạnh hột.

Cuộc hành trình qua cù lao Tắc Cậu đi săn đồ cổ của hai ông cháu coi bộ khá nhọc nhằn. Từ An Biên tới Tắc Cậu chuyến đi cũng hết nửa buổi trời. Lần trở về cũng vậy, nhưng trúng phải cây mưa ở Xẻo Rô nên đò về chậm hơn.

Từ ngày có thằng cháu cu Lơ theo ông nội đi sưu tầm đồ cổ, ông Lềnh luôn luôn gặp vận may, như thể cu Lơ là một hoàng tử tí hon mang cái hên đến cho ông.

Qua Tắc Cậu chuyến này, nhờ cậu Tắc, bạn vong niên, giới thiệu ông Lềnh mua được một cây bút lông đời Sùng

Chính với một giá hời. Nhưng đổi lại, cu Lơ bị... tiêu chảy hành suốt đêm.

Khóm là loại trái cây dân dã nổi tiếng ở cù lao Tắc Cậu. Lúc chín cây tự nhiên có vị ngot thanh, tươi ngon bậc nhất, ai thấy cũng thèm. Lần đầu tiên cu Lơ đặt chân nhỏ téo lên cù lao khóm, được dịp ních một hơi hai khoanh đến phình bụng. Tham thực cực thân, nửa đêm cu cậu bị... tào tháo rượt chạy té re. Hehehe...

PHAN NI TẤN

ĐỒNG GIỮA

In tuồng như đinh đóng cột, cứ đúng vào dịp tiết Thanh Minh là thằng Nõn từ Xẻo Rô chèo xuồng khoảng bốn cây số xuống Cầu Thứ Hai chở hai chị em Bòl, Thùy vô Đồng Giữa đi tảo mộ ông nội. Thằng Nõn tướng tá coi cục mịch nhưng tánh tình hịc hạc, lại được nước nhiệt tình, xông xáo. Lần nào cũng vậy, trời tờ mờ sáng, vừa qua Cầu Thứ Hai quẹo trái thoáng thấy nhà chú thím Út, ba má Bòl, Thùy là nó hú dài một tiếng như "tặc răn" rồi la: *"Chế Bòl ơi! Thùy ơi!..."* ý nó nói tui tới rồi đây nghen.

Mươi mười lăm năm trước, từ Cầu Thứ Hai xuống Đồng Giữa chèo xuồng mất khoảng nửa ngày. Bòl bơi mũi, thằng Nõn chèo lái, còn con Thùy út ít, ngồi giữa tha hồ ngó chim bay cò bay. Ngày nay Bòl không còn đủ sức như xưa nên Thùy thế chỗ chế nó bơi mũi. Riêng thằng Nõn, sức dẽo dai vẫn cuồn cuộn trên đôi cánh tay rắn chắc mỗi lần nó khua chèo xuống nước. Cha mẹ thằng Nõn nghe đâu mất sớm . Nó chèo đò mướn trên kinh Rạch Mẻo rồi qua Cầu Quay cuối cùng là Xẻo Rô. Cái hôm chú Út dắt Bòl tới Xẻo Rô vô chợ mua gà chọi về làm giống lúc trở về thì trúng cây mưa làm trễ đò. Hai cha con đành ngồi trên bến chờ chuyến tới, tình cờ gặp thằng Nõn tốt bụng đi ngang hỏi han sự tình rồi tình nguyện mướn xuồng (chú Út trả tiền) chở hai cha con về tận nhà. Từ đó Bòl nẩy ý kiến nhờ (không dám nói chữ *mướn*) Nõn chở hai chị em xuống Đồng Giữa đi tảo mộ vào mỗi dịp tiết Thanh Minh.

Ngày nay từ thị xã Rạch Giá xuống tới Thứ Bảy Kinh Làng đã có lộ xe Honda chạy, không còn bao nhiêu người thích đi đường xuồng, trừ chị em Bòl. Cũng nhờ vậy mà thằng Nõn vốn yêu nghề lại có thêm một dịp vẫy vùng trên sông nước.

Bòl nhớ hồi đó, hai bên bờ kinh rạch dẫn về Đồng Giữa mọc đầy năng, lác, đế, sậy, ô rô, cóc kèn..., càng đi càng thấy rừng âm u, tĩnh mịch. Riêng con Thùy thích nhất là khi xuồng bơi giữa dòng kinh lúc dài ngoẳn, lúc quanh co, hai bên bờ bần chen chúc, đan cành che kín cả bầu trời. Chim chóc, thú rừng trong khu vực này hễ thấy bóng người là náo động cả lên; tiếng chao chát của chúng tạo thành những âm thanh vui tai. Nhưng con Thùy lại sợ khỉ. Có lần, trên dòng kinh này nó bị một chú khỉ tinh ranh lẹ tay dớt mất cái nón lá Chệc nó mới mua cho nó che nắng che mưa. Phần tiếc cái nón, phần về sợ Chệt Xiếm la, nó khóc mướt. Mà chế Bòl của con Thùy cũng ngộ, thích đứng coi con Thùy khóc hơn là dỗ em nín. Cũng tại cái bản mặt thiệt là dễ nựng của con Thùy mà ra. Mà thiệt, cả nhà ai cũng cưng chiều con Thùy hết mức. Tuy nó sanh nhằm năm Dần, dòm heo có chửa là heo xẩy thai, dòm gà ấp con là gà con chết sạch, nhưng con nhỏ có cặp mắt tròn xoe, có cái nhìn hết sức ngây thơ vô tội vạ, có mái tóc "cum-bê", cộng thêm cái mõ chu chu tròn như chữ o gắn trên gương mặt bụ bẫm, trắng như trứng gà bóc, nhìn thấy ai cũng thương.

Mặt trời lên cao, hơi nắng gay gắt. Xuồng vừa quẹo trái là tới kinh Bàu Láng. Nước chảy lờ đờ, đen xì. Vài người bơi xuồng ngược hướng chở củi ra chợ Rạch Giá bán. Bòl chậm rãi tháo cái khăn rằn quấn trên đầu xuống lau mặt, nhìn mấy con khướu bay sập sận trên cành dừa bên kia bờ, nói một hơi:

- Tới Bàu Láng rồi hén, Nõn. Coi bộ con Thùy mỏi tay rồi đa. Chèo tới bóng cây bần đằng kia nghỉ tay uống miếng nước chờ trời mát mát rồi đi tiếp nghen.

- Í mẹt ơi! Thằng Nõn la hổng được đâu, chế. Uống miếng nước rồi đi liền chớ lúc dìa trời tối muỗi ra nhiều lắm.

Riêng con Thùy chẳng nói chẳng rằng gác cây dầm cạnh be xuồng lò mò tới gần chế nó lấy chai nước ngửa cổ tu một hơi xong bò lại đằng mũi ra hiệu chèo tiếp. Ngay cái lần đầu tiên con Thùy thế chị nó ngồi bơi mũi, thằng Nõn tuy có nghề chèo đò nhưng cũng thầm phục con nhỏ coi nhỏ con vậy mà chì thiệt.

Tới trưa trời đứng bóng xuồng cũng vừa tới Đồng Giữa, nhà cửa mọc san sát hai bên bờ kinh. Vài chiếc ghe thương hồ qua lại hòa trong tiếng máy dầu tạch tạch lan trên dòng nước đen đúa.

Hồi xa xưa, Đồng Giữa đâu có đông như bây giờ. Hồi đó, dân cư thưa thớt, nhà này cách nhà kia một khoảng đất, một con kinh. Dù vậy, ngày nay cái nét quê của nhà mái lá, cây cầu khỉ vẫn còn ẩn hiện nằm sâu trong những vùng đất, kinh rạch ít người.

Trong số lưu dân Trung Hoa, lần đầu tiên đặt chân lên đám đất này khẩn hoang, có ông Thái Tường. Hồi mới tới quan sát cuộc đất, ông Thái Tường đã sớm nghĩ tới việc đào kinh rồi. Lần hồi, dân canh tác tới làm ăn lập nghiệp ngày càng đông lập thành chòm, thành xóm. Lúc đó, để cho xuồng bè giao thương qua lại dễ dàng, ông mướn dân phu xắn ngang đám đất Đồng Giữa một con kinh.

Về sau, dân xứ này khi nhắc đến ông Thái Tường, người kỳ cựu biết thì không nói gì, người không biết lúc lai rai vài ba sợi cũng bày đặt lên mặt thầy đời: *"Ông Thái Tường hả? Ờ, nghe nói ổng..."*. Họ kể nhiều câu chuyện về ông lúc thì na ná, lúc thì khác tới trời ơi đất hỡi, hổng biết đàng nào mà lần. Ngay cả chị em Bòl có bữa rảo chân trong chợ Giữa tình cờ nghe lóm câu chuyện về ông nội mình mà bấm bụng cười thầm. Nhưng ở Đồng Giữa, ngày nay vết tích của ông Thái Tường vẫn còn... chảy hiền hòa trên con kinh Bà Lò Xén, là tên bà vợ người Việt của ông Thái Tường, xưa kia bà từng đứng ra đốc thúc việc đào kinh. Dân chúng biết ơn mới lấy tên Bà Lò Xén đặt tên cho con kinh là vậy.

Theo gia phả10 đời của giòng họ Thái, khởi từ năm một ngàn sáu trăm... khi chiêu bài "Phản Thanh Phục Minh" của Thiên Địa Hội thất bại v.v..., được ghi lại như vầy:

Giữa thế kỷ thứ XIX, ông Thái Tường gốc người Minh Hương theo tàu buôn của người Trung Hoa qua Hà Tiên lập nghiệp. Hồi đó, đất Hà Tiên vẫn còn hoang sơ nằm bên bờ vịnh Thái Lan. Ban đầu ông Thái Tường theo chân một nhóm người đồng hương tìm vô tuốt trong ngọn làm rẫy sinh nhai, nhưng đất Hà Tiên nhiều phèn, quá xấu, ráng làm được hai mùa thu hoạch kém, ông bỏ, xong phiêu bạt ra Hòn Trẹm rồi Ba Hòn nai lưng làm đủ mọi loại nghề thuê mướn. Sau những năm dài chịu cực chắc bóp được một mớ tiền và nhờ mang theo một ít chỉ vàng lận lưng, ông trở vô đất Hà Tiên xoay qua việc thu mua thổ hóa về buôn bán kiếm lời. Năm tháng trôi qua, tuy công việc mần ăn có mòi khám khá ông vẫn không nghĩ tới chuyện lập gia đình.

Nhưng cuộc đời phiêu bạt của ông Thái Tường đâu có chịu yên thân một chỗ. Vốn phóng khoáng, tháo vát, thích tự tạo một nếp sống mới, sau nhiều năm ở đất Hà Tiên, một hôm tốt trời, ông sang lại tiệm hàng xén, theo ghe đi đường biển mất nửa ngày về vùng Rạch Giá. Thăm dò tin tức dân địa phương về cuộc đất, ông quyết định chọn một đám đất khai hoang (nay là Thứ Ba) làm ruộng rẫy. Mặc dù ông trúng liên tiếp ba mùa, bộn bạc, nhưng cuối cùng cái cung Thiên Mã một lần nữa lại giục ông lên đường.

Lần này ông mua một chiếc xuồng xuôi theo con rạch Bàu Trâm, quẹo trái xuống kinh Bàu Láng, chèo thêm khoảng nửa tiếng tới rạch Thứ Năm Chùa (có ngôi chùa Miên ngay đó) rồi xuôi xuống Bàu Láng tới đất Đồng Giữa, chọn nơi này làm quê hương.

Một thời gian sau, ông Thái Tường lập gia đình với một người phụ nữ Việt, sanh con đẻ cái lần hồi trải qua ba thế hệ thì lòi ra hai chị em Bòl, Thùy. Nhưng vào thời kỳ ông Thái Tường và nhóm người Minh Hương tới đám đất này khẩn hoang sinh sống, tóc vẫn còn thắt bì bi (tức thắt bính), thả đuôi tóc dài xuống tới lưng quần. Tụi con nít Khơ-me trong làng thấy ngồ ngộ, ngứa miệng thường nhè lũ trẻ Minh Hương vừa lêu lêu,vừa nhảy nhót, chọc ghẹo: *"Ột ệt thằng Chệt có đuôi".* Lũ trẻ con Minh Hương cũng đâu có vừa, tức khí chúng cầm đuôi tóc xoay tròn tròn, chẩu mỏ chửi lại: *"đồ thằng Thổ chết đốt".*

Trẻ con đời nào cũng hồn nhiên vậy đó. Tội là tội ở người lớn lúc rượu vào lời ra vọt miệng phun bậy mấy câu *trời đánh* kiểu đó, con nít nghe được bắt chước liền.

Người Khơ-me đi khẩn hoang, sống ở Bàu Láng chiếm 60% so với người Việt. Nhưng một số người Khơ-me như gia đình ông Ba Cum lại thích phiêu lưu, họ chịu cực khai khẩn ruộng đất được bao nhiêu đem bán hết cho ông Thái Tường xong tìm đất mới khẩn hoang rồi lại bán cho ông. Nhờ vậy, lần hồi đất ruộng ông Thái Tường mênh mông, cò bay thẳng cánh. Đến đời con, đời cháu ruộng đất được chia ra bán dần bán hồi mà sinh sống theo nhiều cách.

Tới Đồng Giữa thằng Nõn lơi tay chèo cho xuồng trôi chầm chậm trên dòng nước, chợt nghe Bòl la lên *"Chú Tư Nun kìa"* là nó lẹ làng đưa xuồng cặp sát bờ rạch, cạnh cây gừa mọc trước nhà chú Tư Nun, anh bà con của chú Út. Hai con chó đang giỡn hớt quanh bụi tre chợt đánh hơi người quen vội nhảy xổ ra vẫy đuôi mừng quýnh, sủa vang lừng. Trên bờ, ngoài chú Tư Nun mặc nguyên bộ bà ba trắng, tóc búi, còn có mấy anh con cô cũng tụ về đón chị em Bòl. Mọi người cười nói, xăng xái đỡ lấy trái cây, đồ cúng từ tay Bòl chuyền tay mang vô nhà trong khi thằng Nõn lui cui cột mũi xuồng vô góc gừa.

- Lâu quá, chú Tư! Bòl nói, tay kéo cái ghế đẩu ngồi xuống.

- Ờ, một năm trời chớ ít ỏi gì. Đi đường mệt không? Chệt Xiếm bây ra sao?

Con Thùy lẹ miệng:

- Dạ, cũng bình thường, chú Tư. Chệt Xiếm con có gởi chú thím mấy hủ dưa bồn bồn với cặp mít nghệ nè.

- Dzậy hả? Ờ, dìa nói Chệt Xiếm, chú Tư cám ơn. Giơ hai trái mít nghệ bự chảng lên, chú cười nói: Thứ này thím bây thích lắm. Hà! Món ngon nổi tiếng của Chệt bây đây mà.

Bòl ngó xuống nhà dưới hỏi:

- Thím Tư ra đồng sao chú Tư?

- Đâu có! Biết bữa nay bây dìa, hồi nãy thằng Hó chở thím bây xuống bến mua thêm trầu cau đem ra mộ cúng.

Chú Tư Nun nói, tay cầm cây quạt giấy có vẽ hình cành mai màu vàng đen quạt quạt giục bây uống nước đi, rồi còn lo nhang đèn đi tảo mộ cho lẹ. Chú than dạo này trời tối mau quá.

Đúng lúc thím Tư với thằng Hó tở mở trở về đặt thêm miếng trầu nhánh cau lên bàn thờ đã bày sẵn cơm canh, bánh trái linh đình. Chú Tư Nun chờ mọi người thắp nhang cúng bái xong là hối ra đồng tảo mộ.

Trời nhiều mây, ui ui không nắng. Ngoài cánh đồng xa xa, vài giọng hò theo gió đưa tới nghe não ruột. Trên miếng đất khá rộng sau nhà của chú thím Tư Nun, giữa vườn cây ăn trái và cánh đồng lúa còn trơ gốc rạ có chừa một khoảng đất được rào bằng một cái vòng thành, trong đó ngoài mộ ông bà Thái Tường còn có mộ của cô Tư cũng được chôn chung cạnh đó.

Ngôi mộ nào cũng xây bằng xi măng trán gạch men, mới quét vôi lại. Đặc biệt, mộ ông nội được đắp cao như ốc đảo, bốn góc có bốn búp sen xanh hồng gắn trên bốn cây cột dựng quanh mộ ai nhìn thấy cũng ấm lòng.

Trong khi thím Tư, Bòl sửa soạn dọn đồ cúng, thì thằng Hó, con Thùy lo chưng bông; những cành bông súng cánh trắng nhụy vàng, những bông rau mác tim tím, toàn những hương đồng cỏ nội chen nhau khoe sắc .

Chuẩn bị xong đâu đó, chú Tư Nun mới khum tay bật quẹt đốt bó nhang nghi ngút khói. Chờ nhang cháy đều chú chia cho từng người xong cùng chắp tay cúi đầu khấn vái.

Con Thùy lim dim đôi mắt, thành khẩn khấn thầm: "Ông nội bà nội sống khôn thác thiên về đây hưởng hương hoa, phò hộ cho gia đình con cháu được bình yên..."

Thăm mộ xong, mặt trời đã quá giờ ngọ. Mọi người lặng lẽ trở về nhà. Hai con chó cũng có linh tính trước cảnh sanh ly tử biệt, lủi thủi chạy theo sau.

Về tới nhà, đứng trước hàng ba, thằng Nõn mới thấy đói bụng, tuy vậy nó vẫn dựa cột vấn điếu thuốc hút một hơi thiệt sâu chờ bữa. Trong nhà, gia đình chú Tư Nun và đám con cháu lạy bàn thờ tổ xong dọn đồ cúng kiếng xuống bộ ván rồi sai thằng Hó chạy ra kêu thằng Nõn vô ăn cơm.

Cơm nước xong, chú thím Tư Nun hối đám nhỏ xuống xuồng trở về Thứ Hai trước trời tối. Trên đường đi khác với đường về, không biết vui gì trong bụng mà thằng Nõn tay chèo miệng hát nghêu ngao:

Ai về Rạch Giá, Kiên Giang
Ăn tô bún cá chứa chan tình người

Câu hát tân thời này coi bộ chưa đã miệng nó chuyển qua hò:

Hò... ơi!... Ra dìa bẻ lá cắm đây
Năm sau ta cứ, ơ hò... chốn này ta lên...

PHAN NI TẤN

GÁC XÉP

Đang ngủ trên gác xép nửa đêm Thế giựt mình choàng tỉnh vì có tiếng người đập cửa ở dưới nhà. Tôi nằm kế bên cũng thức giấc, ngẩng đầu lên nghe ngóng rồi hoảng hốt ngồi bật dậy la thầm: "Chết rồi anh nờ! Mạ em trên Đà Lạt xuống tề".

Hơn bốn tháng trước, khi lén đưa Thế về giấu trên gác, tôi có nói mỗi lần về Sài Gòn mạ của Trảng thường ngủ trên gác này, nhưng năm ba tháng có việc bà mới về; còn nếu đêm hôm Công an xét nhà Thế cứ trèo lên núp trên nóc gia ở ban-công phía sau là an toàn. Trong chập chờn, thấy tôi lộ vẻ lo lắng, Thế thương cảm, choàng tay ôm lấy tôi trấn an rồi hé cửa vọt ra ban-công phía sau, tôi sốt ruột cũng ra theo. Thế quơ vội dôi dép mòn đế, há miệng thảy xuống đường hẻm, rồi nhanh nhẹn đu tường tuột xuống đất, tôi nhìn theo mà ứa nước mắt.

Ban đêm con hẻm tối om. Thế đang lò mò tìm đôi dép, đúng lúc hai người đàn ông rọi đèn pin trong hẻm đi ra, tôi vội hụp xuống. Nửa đêm nửa hôm bất ngờ đụng phải kẻ lạ mặt, một người la lên: "Ai đó? Làm gì ở đây? Ăn trộm hả? Rồi tri hô: Ăn trộm! Ăn trộm! Bắt lấy nó! Bắt lấy nó!".

Nghe la tôi điếng hồn lum khum nhìn xuống. Trong lúc bối rối Thế chưa kịp phân trần anh đã bị tóm cổ. Một người kẹp cổ Thế ghì đầu xuống, người kia bẻ quặt cánh tay anh ra sau, sừng sộ: "Tổ trưởng dân phố đây. Ăn trộm hả? Gặp tao là mầy xong đời". Người kẹp cổ Thế hổn hển giục: "Trói nó lại, giải tới đồn Công an đi, anh Năm".

Nghe nói tới Công an, Thế chợt bừng tỉnh. Tôi biết máu giang hồ trong anh lại sôi lên. Liền đó tôi thấy người kẹp cổ Thế la "ối" một tiếng, rướn người lên, vòng tay nới lỏng. Chỉ chờ có vậy, Thế hụp đầu xuống xoay mình đánh thốc vào hông người này, đồng thời xô mạnh hắn vào người kia khiến cả hai mất thăng bằng té lăn ra đất. Mặc tiếng la "bắt lấy nó", Thế băng mình vọt ra đường cái, bỏ dép chạy thục mạng về hướng chợ Thái Bình. Lúc đó cả tôi và Thế đều không ngờ lần bỏ chạy đó là lần cuối cùng Thế chạy ra khỏi cuộc đời tôi.

* * *

Thế sinh ra dưới một ngôi sao xấu, anh thường nghĩ vậy. Khi trở nên gắn bó, Thế tâm sự tôi nghe mà đau thắt trong lòng. Cuộc đời của Thế có thể nói là một chuỗi bi kịch. Vừa bưng đầu ra đã khóc chóe trước cổng tam quan của một ngôi chùa ở miệt Hạnh Thông Tây. Nhà chùa thương tình đem vô nuôi. Mười ba tuổi bỏ chùa đi bụi với bọn trẻ đánh giày. Mười bảy tuổi thành quân đầu trộm đuôi cướp, khét tiếng trong giới giang hồ với hỗn danh "Thế chém". Mười tám tuổi trốn quân dịch bị bắt lính thảy vào Trung Tâm Huấn Luyện Quang Trung. Nhiều lần định đào ngũ nhưng không biết nghĩ sao Thế lại thôi. Ra trường dưới hình thù một anh lính "đơ-dèm cùi bắp" thuộc Sư Đoàn 18 Bộ Binh đóng ở Xuân Lộc, Long Khánh. Sẵn máu giang hồ, coi cái chết nhẹ tợ lông hồng, Thế đánh giặc rất hăng, coi giặc như kẻ thù truyền kiếp. Sau những trận đánh ác liệt, Thế thường lập được nhiều chiến công hiển hách, nhờ vậy binh nhì Lương Hữu Thế được đặc cách lên lon vùn vụt ngoài mặt trận.

Năm 1963, Thế theo học khóa Sĩ quan đặc biệt tại trường Bộ Binh Trừ Bị Thủ Đức. Ra trường đầu quân vào Lực Lượng Biệt Kích Dù, trực thuộc Bộ Tổng Tham Mưu Quân Lực Việt Nam Cộng Hòa. Ngoài các hoạt động nhảy toán ra Bắc làm nhiệm vụ tình báo, Thế còn giả dạng thường dân xâm nhập vào Nam Lào thám thính và triệt hạ các tuyến đường giao liên của Việt Cộng.

Sau nhiều năm chiến đấu sống chết ngoài mặt trận, súng đạn đã nung đúc trung úy Thế trở nên dày dạn hơn, lì lợm hơn nhưng đằm tính hơn. Máu du côn hung hãn ngày xưa chuyển dần thành dòng máu anh hùng. "Thế chém" ngày xưa chưa từng chém chết ai, nhưng "Thế độc" sau này lại đốn ngã nhiều quân thù bên kia chiến tuyến.

Có lần tò mò tôi hỏi sao gọi là "Thế chém", anh lắc đầu thở dài không nói. Tôn trọng sự im lặng của Thế tôi cũng không hỏi nghĩa "Thế độc" là gì, như đồng đội thân thiết của anh thường gọi. Nhưng mà, dù tôi không biết trong quá khứ "Thế chém" từng chém những ai hay bị ai chém mà khi tôi gặp Thế thì trên mặt anh đã hằn sâu một vết sẹo dài sọc, đỏ ửng bên má trái. Đó cũng là hình ảnh kỷ niệm thuở ban đầu tôi gặp Thế, đã hằn sâu trong trí nhớ của tôi như một món quà trân quí của tình yêu mà trời đất đã ban tặng cho tôi.

Tôi là người yêu đầu đời của Thế. Tôi biết chắc điều này là nhờ bạn bè lính tráng của Thế cho biết. Rằng đường binh nghiệp của trung úy Lương Hữu Thế lên như diều gặp gió nhưng đã 25 tuổi đầu mà đường tình yêu vẫn vắng bóng hồng, cho tới khi gặp tôi. Nói không quá, ngầu như "Thế chém" vang bóng một thời, hay ngầu như "Thế độc" bắn giết nhau với kẻ thù trên rừng núi, có lẽ vì quá ngầu nên Thế chưa từng biết yêu là gì, nói chi đến gái, kể cả các cô gái ăn sương.

Cho đến một hôm tôi đạp xe mini tới Thảo cầm viên Sài Gòn (còn gọi là Sở Thú) dạo mát. Buổi trưa đầu tuần, vườn

Bách thảo hầu như vắng bóng người. Tôi ngồi trên ghế đá cạnh hồ nước trước đền thờ vua Hùng đọc sách. Lúc lật sang trang tôi ngước lên tình cờ thấy anh lính rằn ri đang nhìn về hướng tôi. Ngồi trên bậc thềm Viện Bảo Tàng Quốc Gia, người lính châm thuốc hút. Thật tình tôi không để ý tới anh ta nên cúi xuống chăm chú đọc tiếp. Nắng trên cao lỗ chỗ đổ xuống trang sách làm tôi phải nhích sang một bên.

Đang say sưa thả hồn theo từng dòng chữ thình lình một đám năm sáu anh thanh niên áo quần xốc xếch, mặt mũi bặm trợn ào tới vây quanh tôi chọc ghẹo. Có lẽ những hành vi sàm sỡ của đám người này làm người lính chú ý. Tôi bực mình đứng dậy bỏ đi. Lợi dụng chỗ vắng người bọn họ cố tình chặn tôi lại; người giựt sách, kẻ làm càn vuốt tóc, sờ tay sờ chân. Tôi càng cự nự họ càng làm tới. Coi trời bằng vung, bọn họ lôi tôi vô bụi cây.

Đúng lúc đó, một tiếng gằn dữ dội "Buông cô ta ra!" khiến cả bọn khựng lại: Quay đầu lại bọn họ thấy một người lính rằn ri mặt thẹo trông dữ tợn, mắt trợn trừng tóe lửa đang xăm xăm bước tới. Thấy người lính to như ông hộ pháp tiến tới, đám ba que xỏ lá buông tôi ra luýnh quýnh thụt lùi, trừ một tên, có vẻ đầu sỏ, ra oai vung gậy bổ xuống đầu anh lính. Anh gầm lên, phóng tới đá văng cây gậy rồi áp sát, bẻ quặt cánh tay hắn ra sau, vặn mạnh khiến hắn la làng. Để dằn mặt đám lưu manh, anh lên gối thúc vào bàn tọa tống hắn văng ùm xuống hồ nước. Cả đám lâu la thấy thế đều thất kinh hồn vía hè nhau bỏ chạy, mặc cho tên đầu sỏ run rẩy lóp ngóp bò lên chạy biến.

* * *

Hồi ký trên của cô Huỳnh Thị Ngọc Trảng viết trong cuốn sổ tay chỉ có bấy nhiêu, còn lại là những trang trống. Bìa cuốn sổ tay đã cũ, vài trang hơi sờn, nét mực đã phai, nhiều chữ bị nhòe, vừa đọc vừa đoán. Tuần trước, Bích

Thủy, em của Ngọc Trảng, đưa tôi cuốn sổ tay này nhờ tôi đọc, sửa lại câu cú xong gởi đăng báo giùm, nếu được. Đọc xong tôi đạp xe tới nhà Bích Thủy trên đường Lương Hữu Khánh xin gặp Ngọc Trảng để hỏi thêm vài điều cần biết. Thường ngày Bích Thủy rất liến thoắng, hay đốp chát lấn lướt tôi trên phone, nhưng lần này cô nín lặng một hồi mới sụt sùi kể lể làm tôi chưng hửng.

Thì ra cách đây hơn 30 năm, chị Ngọc Trảng của Bích Thủy bị xe đụng chết trên cầu chữ Y lúc chị đạp xe về nhà dưới cơn mưa tầm tã. Bích Thủy cũng tiết lộ cho tôi biết lòng biết ơn của chị với trung úy Thế là thủy chung cùng anh, người lính Biệt Kích Dù đã từng cứu chị thoát khỏi tay bọn côn đồ trong vườn Bách thảo năm xưa.

Khi mất nước, Biệt Kích Dù là lực lượng cuối cùng của phe miền Nam hạ khí giới. Trung úy Lương Hữu Thế đi tù rồi vượt ngục về Sài Gòn được chị Ngọc Trảng liều mạng giấu anh trên căn gác xép. Nhưng ông trời khéo trêu ngươi. Từ cái đêm anh Thế bỏ dép chạy thoát khỏi tay phường đội không ai biết việc gì đã xẩy ra cho anh sau đó mà anh không bao giờ quay trở lại. Chị Ngọc Trảng âm thầm tìm kiếm, hỏi thăm tin tức, nhẫn nại chờ đợi nhưng anh vẫn biệt mù tăm cá. Có lẽ vì vậy chị sanh bệnh trầm cảm xẩy đến cái chết thương tâm.

Bích Thủy nói: "Từ ngày chị em mất, không lâu sau mạ em cũng qua đời, vợ chồng em dọn về đây cho tới bây chừ". Chỉ tay lên gác, Thủy nhỏ nhẹ: "Anh lên gác xem. Vợ chồng em thờ ba mạ em và chị Ngọc Trảng trên nó".

Đó là căn gác nhỏ buồn thiu. Vì là chỗ thờ tự lâu năm nên căn gác cứ bàng bạc một không khí huyền hoặc mờ ảo. Vậy mà ở đây đã từng nẩy nở một cuộc tình bí mật, kỳ lạ, diễm lệ và phi thường, Nhưng cũng ở đây, trên căn gác xếp cô đơn này có hai linh hồn bất hạnh từng gánh chịu nỗi đau khổ trong cuộc làm người cho đến chết. Những người sống trên căn gác bây giờ đều không còn nữa. Nhưng vong linh họ vẫn bay thấp thoáng trong chiêu niệm của người thân.

Lúc tôi từ giã ra về Bích Thủy chỉ cây vú sữa trồng trước sân nhà nói: "Anh Tấn thấy cái chảng ba không? Lúc trốn tù về anh Thế đã ngủ trên đó".

PHAN NI TẤN

HỒI KÝ LƯƠNG HỮU THẾ

Tuần rồi, vợ chồng David Bích Thủy, ở bên nhà đáp chuyến bay du lịch qua Canada ghé Toronto thăm gia đình tôi. Bích Thủy, em của Huỳnh Thị Ngọc Trảng, (bạn đọc đã biết qua trong truyện Gác Xép của tôi) sau nhiều năm gặp lại cô hoàn toàn thay đổi từ sắc diện tới tánh tình: xinh đẹp, lịch thiệp và khả ái. Không như ngày xưa, sau những giờ học đàn hát, Bích Thủy thấy ông thầy dạy nhạc là tôi, hiền lành, ít nói, hay nhường nhịn nên dễ bề ăn hiếp; hễ đề cập tới bất cứ chuyện gì lớn nhỏ, ngoài âm nhạc, đến hồi gay cấn cô như con nhím xù lông, cô phùng mang, trợn má nhảy chồm chồm y hệt con trai lấn lướt tôi, ăn thua đủ với tôi cho bằng được. Nhiều phen biết mình vô lý rồi đuối lý cô phụng phịu làm mặt giận, cô giãy nẩy đòi tôi phải năn nỉ cô, bắt tôi chở cô bằng xe Honda Dam của cô đi ăn kem tuốt bên Dakao, (dĩ nhiên tôi phải móc hầu bao dù nghèo rớt mùng tơi) trong khi tiệm kem gần nhà ở Cầu Kho thì lắc đầu nguầy nguậy. Chiều cô, tôi phóng xe phom phom trong cơn gió nồng nã. Lúc lạng vòng hồ Con Rùa tôi bị cô chọt móng tay nhọn liễu vào ba sườn, gắt "răng anh chạy mau dữ rứa?". Lúc tôi chậm lại cô cũng gắt "răng anh chạy chậm dữ rứa?", rồi không biết nghĩ gì Bích Thủy chợt phá lên cười ngặt nghẽo, chu mỏ thổi phù

phù vào lưng tôi rồi áp má vào. Nghĩ lại tôi mắc cười cho cái tánh trẻ con của cô và cái tật nhát gái của mình từ cái hồi thật xửa thật xưa thân ái đó.

Đặt nhẹ tách cà phê xuống bàn, đôi mắt đẹp của Bích Thủy chợt ánh lên niềm vui. Nhìn cây đàn guitar cũ kỹ dựng trong góc, cô học trò xứ Huế ôn tồn nói: "Ông thầy còn đàn hát như xưa, ông thầy hì?". Tôi lắc đầu cười đàn thì còn nhưng hát thì chịu. Ngày xưa giọng hát của tôi khỏe như lệnh vỡ, không cần micro, micriết hay loa liết chi; còn bây giờ dây thanh quản đã chùng xuống tệ hệ như sợi tơ chùng.

Ngược lại qua ngón đàn điệu nghệ của người bạn đời David, Bích Thủy say sưa thả hồn qua từng lời ca tiếng hát. Giọng hát chanh chua, lập cập rớt nhịp ngày xưa của cô gái Huế giờ được thay bằng tiếng hát ung dung, ngọt ngào, truyền cảm. Căn nhà chúng tôi từ lâu lắm vắng tiếng cười đùa đàn địch xôn xao nay được tài nghệ của đôi bạn làm cho sinh động hẳn lên. Nắng chiều xuyên qua cửa kính làm hình bóng của họ rạng rỡ như một bức tranh sống thực.

Bích Thủy hát một lúc ba bản tình ca (*) tôi viết tặng cô vào giữa năm 1966 ở Sài Gòn. Cả ba bài hát đều đã trên 50 năm rồi tôi không còn nhớ nổi một lời nào. Cô làm tôi thật xúc động. Lắng nghe cô hát với tiếng đàn êm dịu của David lòng tôi không ngừng dâng lên từng đợt sóng cảm hoài.

Tôi vẫn nhớ thuở mới về với Bích Thủy, David là giáo sư Anh ngữ của các trường tư thục Sài Gòn. Anh chàng đạo mạo đến cứng ngắc, chẳng chảy một chút máu văn nghệ văn gừng nào trong huyết quản của nhà mô phạm. Vậy mà vướng phải cô gái Huế có tâm hồn yêu ca hát này, đã uốn nắn làm sao mà nay chàng trổ hết ngón đàn tài hoa nâng tiếng hát của người trăm năm bay bổng. David, chàng trai nước Mỹ tốt nghiệp trường đại học Stanford, California, yêu nước Việt, yêu cô gái Việt, nói tiếng Việt rành như lặt rau.

Lúc bịn rịn ra về, Bích Thủy đặt vào tay tôi một xấp giấy học trò đã ố vàng bọc cẩn thận trong bao nylon trong suốt. Giọng buồn buồn, Bích Thủy nói thật mơ hồ: "Anh đọc hồi ký này đi, rồi buồn với chị em em".

* * *

Đời tôi có rất nhiều bạn bè, già trẻ lớn bé, nam hay nữ không thiếu một ai. Tất cả xa hay gần, giàu hay nghèo, bình dân hay quí phái đều lương thiện. Có người còn đó, có người đã chết đi. Người còn sống không nói làm gì, người chết thường hay để lại cái gì đó để người thân ôm lấy mà sầu mà thương mà nhớ. Như ông Lương Hữu Thế chẳng hạn.

Ông trung úy Biệt Kích Dù một thời oanh liệt này, từ khi rời khỏi căn gác xép của người tình Huỳnh Thị Ngọc Trảng trên đường Lương Hữu Khánh, ông đã để lại trên gác một nỗi buồn sâu thẳm. Nỗi buồn đó trải dài trên từng trang giấy học trò ông Thế gọi là hồi ký. Lúc David quét dọn màng nhện trên trần nhà tình cờ tìm thấy xấp giấy đã vàng ố này, đúng lúc vợ chồng anh qua Canada, Bích Thủy mang theo.

Khi rút tập hồi ký ra khỏi bao nylon, việc đầu tiên đập vào mắt tôi là cái tựa "Hồi Ký Lương Hữu Thế" viết trong ngoặc kép. Sau chữ Hồi Ký, ba chữ Lương Hữu Thế được (hay bị) gạch bỏ bằng một gạch đỏ rất thẳng nét. Không biết ông Thế hay Ngọc Trảng đã dùng viết nguyên tử gạch bỏ tên họ Lương Hữu Thế với dụng ý gì đó. Cũng có thể là một cái "mode" của tựa đề không chừng?

Tôi chăm chú đọc từng trang hồi ký của ông Thế mà nghe lòng bùi ngùi. Dù không tin vào sự tuyệt tình của kiếp số, tôi vẫn phải tin vào vận mệnh thê thảm của hai con người: Lương Hữu Thế và Huỳnh Thị Ngọc Trảng. Trong xấp hồi ký của mình, ông Thế viết:

"Tôi, Lương Hữu Thế, thuộc thế hệ lớn lên trong chiến tranh. Là lính tác chiến sống chết ngoài mặt trận nhiều hơn trong thành phố nên tôi không còn tâm trí nghĩ đến chuyện yêu đương, cho tới khi tôi gặp Ngọc Trảng như một duyên phận đưa đẩy từ kiếp nào. Nhưng thời buổi loạn lạc, đường binh nghiệp vẫn đẩy tôi đi vào chiến trường nên dù yêu nhau tha thiết rất ít khi Ngọc Trảng và tôi ở bên nhau.

Rồi mất nước, đi tù Cộng sản tôi mới biết mình bị lừa. Từ trại tù "cải tạo" Suối Máu tới Bù Gia Mập tôi đã manh nha ý định vượt ngục. Khi nghe tin mình sắp chuyển trại ra Bắc, lợi dụng đêm khuya trời mưa như trút nước tôi trốn khỏi trại giam, như con thú bị săn đuổi tôi cố gắng chạy khỏi vùng này càng xa càng tốt.

Trại tù Bù Gia Mập cách Sài Gòn khoảng 80 cây số. Nếu đi bằng xe đò hay xe gắn máy mất chừng nửa ngày đường. Riêng tù trốn trại như tôi, dù nhờ trời phù hộ, cũng đã nuốt hơn nửa tháng trời tôi mới mò về tới Sài Gòn. Để tránh tai mắt soi mói quanh vùng, tôi chỉ di chuyển về đêm, vừa đi vừa nghỉ, cảnh giác cao độ và lẩn tránh tối đa khi trời vừa rạng sáng. Di chuyển ban đêm tuy lắm rủi ro nhưng có cái lợi là ít bị phát giác. Hơn nữa trong thời chiến, Biệt Kích Dù như chúng tôi lạc trong rừng dù ngày hay đêm đều biết thuật mưu sinh thoát hiểm. Đây là lúc tôi phải áp dụng để sống còn.

Khi biết mình đã chạy xa khỏi vùng kiểm soát của Bộ đội trại giam tôi vẫn đi nhưng chậm lại. Bằng mọi giá, tôi băng rừng, vượt sông, lội suối hướng về Sài Gòn. Mặc dù tôi cố nhín khẩu phần cơm cháy lén mang theo, nhưng sau một tuần cũng không còn sót hột nào. Tôi vẫn đi, đói thì ăn lá rừng, trái điều hoang, nuốt sống ếch nhái, uống nước suối, nước ao hồ cầm hơi. Đôi khi lủi vô ruộng bắp hay rẫy khoai mì của dân tôi trộm ăn lấy sức. Ngày thứ mười, khi băng qua ngọn đồi tre lồ ô tôi gặp hai vợ chồng người Thượng (vùng này dân tộc Sê-Tiêng chiếm đa số) đang ăn cơm dưới bụi tre thấy tôi xơ xác họ tốt bụng ngoắc vô cho ăn, tôi nhớ hoài.

Khi màn đêm vừa buông xuống tôi lột đôi giày rách bươm bơi qua sông bằng một bọng cây khô. Đây là chi lưu sông Vàm Cỏ Đông, con sông từng diễn ra nhiều trận đánh khốc liệt. Nhánh sông nhỏ thôi, nước lừ đừ chảy lấp lánh ánh sao trời đủ để tôi nhớ lại bài học vượt sông ngoài bãi tập Trường Bộ Binh Thủ Đức năm nào. Lên bờ trời lạnh run, chân đau buốt. Tôi cởi quần áo vắt khô rồi mặc vào mới thấy mình đuối sức. Chọn một nhánh cây vừa tầm tôi trèo lên ngủ dưỡng sức. Sáng sớm hôm sau đi thêm ba ngày nữa, tôi cố gắng lẫn tránh những nơi có người, có nhà dân, khu kinh tế mới, kể cả trại cùi...Cứ trong rừng mà đi tới chiều thì nghe tiếng xe hơi chạy trên đường lộ, tôi vội lùi sâu vô cánh rừng nằm rạp xuống nghe ngóng. Khoảng năm mười phút sau tôi nhổm dậy nương theo cánh rừng dọc con lộ lầm lũi vượt qua một ngọn đồi thấp thì gặp xe lửa chở hàng đang qua cầu chạy thật chậm. Tôi bám theo nhảy lên toa chứa hàng chui vào một lỗ trống ẩn núp. Dù mệt lả, con mắt nặng trĩu cố mở ra nhưng không cưỡng lại nổi, tôi phó mặc cho trời nhắm mắt ngủ lúc nào không hay. Khi tàu ngừng lại tôi mới biết mình vừa tới ga Bình Triệu.

Các trang kế tiếp, ông Thế kể về cuộc sống trôi sông lạc chợ của mình làm tôi liên tưởng tới một thời tôi cũng lang thang đầu đường xó chợ như ông. Tôi cũng quí ông Lương Hữu Thế ở sự tiết chế, ở lòng tự trọng, ở cái nhân cách của một sĩ quan Quân Lực Việt Nam Cộng Hòa tuy sa cơ thất thế ông vẫn đứng thẳng, không rụt rè, nhút nhát, không cúi đầu bi lụy. Ông viết:

Sài Gòn trời đất thênh thang vậy mà không một chỗ nào cho tôi dung thân. Suốt thời gian chạy trốn tôi luôn luôn nghĩ tới Ngọc Trảng, nôn nóng muốn gặp lại người phụ nữ tri kỷ của mình. Vậy mả khi đứng ở ngã ba đường Lương Hữu Khánh, Bùi Thị Xuân tôi lại băn khoăn. Nhìn lại mình, tôi không hề than thân trách phận, không oán trời trách đất hay trách cứ ai, nhưng sẽ tự trách mình nếu vì bản thân mà liên lụy tới Ngọc Trảng là điều không thể. Nghĩ vậy tôi lặng lẽ bỏ đi .Tôi đi nhưng không đi trong dáng đi của kẻ tuyệt vọng. Tôi đi đứng bình thường, tự nhiên như người tự do đi lại. Từ đó tôi sống như phường trôi sông lạc chợ giữa Sài Gòn đã đổi tên.

Cảnh đời có những cái bất ngờ khó có ai lường trước được. Oai hùng như ông Trung úy Biệt Kích Dù Lương Hữu Thế có lúc thấy ông cũng thật lạ đời. Từ khi bị lưu đày ngay trên quê hương của mình lòng ông lại... "nổ" ra thơ. Ông lính rừng trở thành nhà thơ thất chí. Thơ bạc phần bạc phước theo bước chân ông lang bạt kỳ hồ, đêm hôm cùng ông rúc đại vô cái hốc bà tó nào đó của nhà ga xe lửa chợ bùng binh, ngủ bậy:

"Nửa đêm nằm mộng thấy trời xanh
Trên thân tôi tàu chạy vòng quanh
Giựt mình tỉnh giấc tai còn thoáng
Một tiếng còi tàu rúc lạnh tanh"

Đêm lang thang ở Ngã Tư Bảy Hiền, ông không có nhà để ngủ, thấy quầy bán nước mía bên hè phố ông bèn rúc đầu vô trong lòng xe nằm co quắp, ông ngủ với câu thơ trào lộng vừa bi vừa hài:

"Một góc đen thui một góc đời
Tôi nằm trong đó ngủ buồn chơi
Nửa đêm gió lạnh thân co quắp
Trời thương trời đắp cái tả tơi"

Tôi không biết trên đời này có ai khác từng ngủ trong lòng xe nước mía như ông Thế hay không, nhưng tôi biết ông Thế không tài nào ngủ được vì chật, nóng, ngộp, muỗi, lạ chỗ, nhất là vì... ông mắc làm thơ nhớ em:

" Tôi gặp em một đêm không sao
Con trăng chết giữa đám mưa rào
Vì yêu trong cảnh đời bạo ngược
Em vội biệt mù theo chiêm bao"

Thơ của "nhà thơ thất chí" như ông Thế quả là thê thảm, chẳng có cảnh nào vui. Ngay cả cái đêm ngủ lậu trên gác trọ, dù một đêm thôi, ông cũng cẩn thận nhờ cô bạn nhỏ chủ quán trọ tốt bụng khóa cửa ngoài để lỡ nửa đêm Công An thình lình đi xét "hộ khẩu" nghĩ phòng trống không ai ở. Ông Thế nằm lặng trong đó tha hồ nhai cái cơ cực cay đắng suốt đêm rồi cũng ứa ra thơ:

"Cửa phòng tôi khóa ngoài mấy lượt
Nằm bên trong ngủ thật ê chề
Nhiều đêm nghe tiếng đời xuôi ngược
Tưởng bước em xưa nhớ lại về"

Một khi con người khốn khổ đi đến tận cùng nỗi khốn khổ, cuối cùng trời cũng để mắt đoái thương. Lần này ông Thế kể thật thoải mái:

Một buổi sáng trời trong mây trắng gió hiu hiu, đời nghiêng nghiêng, thế thái nghiêng nghiêng xui tôi mò xuống bến Hàm Tử, nhằm giờ thiêng tôi "lượm" được một chân bốc vác hàng hóa trên những chuyến ghe cập bến. Trong số 13 người thợ, với sức làm việc của tôi gần gấp đôi người khác khiến cô Lỳn, con ông bà chủ ghe Chợ Lớn, mỉm cười hài lòng, song lúc đếm thẻ trả tiền cô không bao giờ nhìn thẳng mặt tôi. Tôi biết cô sợ vết sẹo chai lì, nổi cộm, dài sọc, xám ngoét như con đỉa trâu nằm vắt xéo trên gương mặt dữ tợn của "Thế chém" này. Cả những thầy thợ khiêng vác trên ghe thấy tôi ham việc cũng lườm lườm ra vẻ không ưa. Nhưng mà không sao, không sao. Miễn có cơm ăn áo mặc hàng ngày, ban đêm có ngủ bờ ngủ bụi cũng tốt. Miễn là đừng ai đụng tới mình là được rồi.

Ấy vậy mà có anh mặt rô Chợ Lớn, cũng thuộc giới thợ thuyền bốc vác dám vuốt râu hùm Lương Hữu Thế mới mệt. Hình như trong cuộc đời làm người hiếm khi ông Thế được yên thân. Ông kể:

Sẫm tối thứ bảy vừa xong việc, lãnh lương, tắm rửa, cơm nước dưới ghe xong tôi thay đồ lên bờ tản bộ về hướng chợ Cầu Muối tìm chỗ ngủ. Đã nhiều đêm tôi từng mò xuống chợ Kim Biên, Chợ Lớn ngủ bụi. Chợ Kim Biên nằm sát chợ vải, chợ đèn lồng, nổi tiếng sầm uất với đủ loại mặt hàng từ thượng vàng đến hạ cám. Chợ nằm trên đường Vạn Tượng bị nhiều cửa hàng lấn chiếm trở nên chật chội, bát nháo. Nhờ vậy ban đêm là chỗ tương đối lý tưởng cho những phần tử cù bơ cù bất như tôi ngủ bụi. Để tránh bị bắt, tôi phải thường xuyên đổi chỗ ngủ nên lần này tôi thả ngược về hướng Cầu Muối trú đêm.

Ánh trăng thượng tuần tháng tám chờn vờn trôi dưới sông kéo tôi xuống bến ngắm con trăng đục ngầu. Ngồi trên mõm đá chung quanh không có bóng người lai vãng, vừa châm điếu thuốc chợt nghe có tiếng "Nó đó! Mã đại ca!" (bằng tiếng Tàu) là tôi biết có chuyện rồi.

"Mã đại ca" tức Mã Tèn, từng là tay khét tiếng trong giới giang hồ đại đạo. Mã Tèn chuyên xử dụng ngón Cầm Nã Thủ và Long Trảo Thủ để hạ những tên sừng sỏ ở cả hai vùng Bình Đông, Bình Tây, Chơ Lón. . Có lần giành địa bàn làm ăn, Mã Tẻn mạnh tay đánh chết địch thủ đã bỏ trốn qua Vân Nam. Nhiều năm y biệt tích giang hồ chúng nay y lại tái xuất ở đây.

Nhìn ra tôi thấy một đám lô nhô đang hung hổ bước tới. Lúc chúng tới gần tôi mới nhận ra thằng Nghiềm mặt la mày lét, cùng đội bốc vác với tôi dưới bến Hàm Tử. Hằng ngày vào giờ giải lao nó hay rề rà bên tôi nịnh hót, điếu đóm, ai ngờ nó "cõng rắn" tới mổ tôi đây. Thời trôi nổi trong giới giang hồ tôi đã quá quen cái cảnh ỷ thế hiếp cô nên tôi vẫn tỉnh bơ ngồi hút thuốc phà khói về hướng bọn chúng.

Dưới ánh trăng lờ mờ, bọn chúng có sáu tên mặt mũi non choẹt, trừ tên xì thẩu "Mã đại ca" bụng bự, đầu trọc lóc, mắt hí rị, ria mép lơm xơm.là đáng mặt đại ca. Đứng xoạt cẳng trước mặt tôi, tên "Mã đại ca" hất hàm sẵn giọng: "Nị. Lương Hữu Thế?".

Búng điếu thuốc xuống sông, tôi chĩa ngón cái vào ngực mình, gật đầu xác nhận: "Ngộ. Lương Hữu Thế".

Chỉ chờ có vậy, tên "đại ca" nhào tới xòe bàn tay dùng thế Cầm Nã Thủ chộp vào mặt tôi một cú vô cùng ác liệt. Người bị dính đòn này không mù mắt cũng tan nát mặt mày, tê liệt tứ chi không tử vong cũng bất tỉnh. Né tránh cú Trảo pháp sắc bén đó tôi biết tên này đích thực có nghề. Chộp hụt cú đầu tên đại ca biết tôi không phải tay vừa, hắn vội bước lùi ba bước xuống tấn thủ thế. Đã lâu rồi tôi không dụng võ, nay có tên xì thẩu Chợ Lớn đánh thức nó dậy. Thuở thiếu thời tôi được một ông thầy võ lang thang ngoài Bình Định vô dạy tôi vài chiêu thức phòng thân. Về sau đi lính ở Nha Kỹ Thuật tôi học thêm nhiều môn phái khác, nhất là phái võ Taekwando, chuyên tấn công địch thủ. Tuy nhiên lần này gặp kình địch tôi đâm ra thận trọng hơn.

Đoạn tôi thích nhất là sự thành thật của ông Lương Hữu Thế. Thành thật là một trong những bài học về đức tính mà người lính Việt Nam Cộng Hòa được trau dồi trong thời kỳ huấn nhục ở quân trường. Dù quần nhau dữ dội nhưng ông Thế không giấu chuyện ông thường bị dồn vào thế hạ phong. Lương Hữu Thế với hỗn danh "Thế chém" thuở giang hồ, "Thế độc" thời ở lính, không phải lúc nào cũng là siêu nhân đánh đâu thắng đó. Gặp địch thủ cao tay hơn Lương Hữu Thế có phần yếu thế. Ông kể:

Họ Mã rõ ràng là tay giang hồ hiếu chiến. Bị tôi đấm tét môi tóe máu, ngã xuống đất Mã Tèn vẫn bình thản bám chặt chân trái xuống đất lầy, chân phải giơ lên sẵn sàng trả đòn nếu tôi ập xuống. Gặp tay lợi hại tôi vẫn đứng yên chờ y nhổm dậy. Quệt máu ứa trên mép chùi vào quần, Mã Tèn lại đi vài đường quyền rồi lao *vào tôi. Y dùng hư chiêu bên trái, nhưng th*ực chiêu lại ở bên phải, xoè năm ngón tay Cầm Nã Thủ cứng như thép nguội chộp vào yết hầu tôi. Tôi ngả người ra sau né tránh nhưng không tránh được móng vuốt bén nhọn chụp xuống bả vai tôi cào rách toạc ống tay áo kéo theo một lằn dài xước thịt nhòe máu. Thấy tôi loạng choạng giựt lùi, họ Mã không bỏ lỡ cơ hội, dùng thế liên hoàn cước phóng lên đá vào bụng tôi té ngửa, tưởng nằm luôn song vì ý chí quyết đấu, vì danh dự tôi vùng dậy.

Lạ một điều là ngoài những tiếng hầm hè, đấu đá nhau kịch liệt giữa hai đối thủ, tuyệt nhiên bọn đàn em đứng ngoài đều kín tiếng. Hình như "Mã đại ca" dặn trước không cho chúng reo hò cổ võ ầm ĩ, gây náo động dễ bị Công An, phường đội tới vây bắt. (Bạn đọc đều biết Mã Tèn lẫn Lương Hữu Thế, cả hai ông đều đang sống ngoài vòng pháp luật).

Tuy cánh tay bị thương, họ Lương vẫn bình tĩnh đối phó tình huống bằng cách đổi cách đánh. Ông viết:

Xưa nay Lương Hữu Thế tôi không quen biểu diễn đòn phép hoa mỹ lòe thiên hạ, tôi đánh là xáp vô đánh. Lần này tôi dùng cước pháp, một nghệ thuật đặc thù rút từ võ cổ truyền Việt Nam do võ sư Ba Nhọn, ông thầy võ lang thang truyền thụ. (Tôi ngờ rằng ông họ Lương này chơi đòn chính trị: Giao Chỉ triệt Tàu phù).

Thấy tôi thi triển cước pháp, Mã Tèn có vẻ dè dặt hơn. Nhưng bổn tính hiếu thắng y gầm ghè xông tới. Bất thần Mã Tèn phục xuống vận nội công định chụp hai chân tôi hất lên, nhưng... Thay vì lùi lại tôi phóng lên song phi vào mặt để hở của Mã Tèn "bốp, bốp" khiến y bật ngửa. Hoảng hốt "Mã đại ca" lồm cồm bò dậy, loạng choạng giựt lùi ra xa. Để kết thúc trận đấu tôi lao tới gần địch thủ, nhanh nhẹn chúi xuống chấm hai tay trên mặt đất làm điểm tựa tôi tung người lên lia cả hai ngọn cước "hốt xác" vào ngực Mã Tèn. "Hự! lên một tiếng, Mã Tèn gập người xuống ôm ngực, miệng hộc ra từng búng máu. Tôi trụ hình, định thần nhìn đám đàn em của Mã đại ca mới thấy chúng đứng chết trân tại trận.

Nôn nả lật qua trang hồi ký kế tiếp để xem ông Lương Hữu Thế xử trí ra sao sau trận đánh kết thúc. Ông sẽ đi đâu, về đâu hay làm gì để tồn tại trong cuộc sống vô cùng nghiệt ngã này, nhưng tôi chợt khựng lại. Tôi nhận ra bản copy thiếu mất trang 12, 13, 14 và 15. Coi lại các trang đầu tôi thấy rõ ràng ông Thế đã cẩn thận đánh số thứ tự ở dưới góc phải mỗi trang giấy. Vì vậy tôi ngờ rằng trên bốn trang thất thoát này, hẳn ông Lương Hữu Thế đã viết ra trường hợp nào ông và người tình Huỳnh Thị Ngọc Trảng gặp lại nhau, và làm thế nào Ngọc Trảng đưa được ông Thế về nhà, giấu ông trên căn gác xép suốt nửa năm trời mà không bị phát giác. Về cuộc sống mới trên căn gác nhỏ, ông Thế kể:

Khi tôi đã an trú trên gác đâu vào đó, cũng như tìm được chỗ ẩn núp an toàn trên máng xối, nếu đêm hôm bị Công An xét nhà, Ngọc Trảng mới cho biết: "Em và mạ em ngủ trên ni, anh nờ. Nhưng ít khi mạ về lắm. Ví lo quán xuyến vườn lan và nông trại rau quả trên Đà Lạt nên hàng tháng mạ chỉ gởi tiền về nuôi tụi em, vì rứa chỉ có em ngủ trên ni thôi, anh nờ".

Tuy nhiên, để tránh bị mấy đứa em ở dưới nhà phát giác có "kẻ lạ" trên gác, ngày cũng như đêm chúng tôi tránh đi lại để giảm thiểu tiếng động. Không được cựa mình mạnh, thở mạnh, tránh ho hen, tránh nói chuyện, chỉ ra dấu, khi cần mới bút đàm. Người con gái Huế tánh tình vốn dịu dàng, đôn hậu, nhưng một khi liều lĩnh thì không ai bằng. Trong đôi mắt đẹp mà buồn vời vợi của Ngọc Trảng, ngoài tia nhìn âu yếm, yêu thương tôi hết lòng, thỉnh thoảng lại ánh lên nỗi âu lo phiền muộn. Sau một tháng trú ẩn trên gác, nhiều lần tôi có ý rời khỏi để tránh liên lụy tới Ngọc Trảng và gia đình, nhưng tôi được đáp trả bằng những cái lắc đầu cương quyết từ chối. Lúc đó, lúc phật ý, đôi mắt Ngọc Trảng có lửa, lửa yêu thương, lửa giận hờn. Đôi mắt đó đẹp quá, đẹp đến hút hồn làm tôi nhiều khi không dám nhìn vào. Đôi mắt của một cô gái biết yêu người, biết giúp đỡ, chiều chuộng và thủy chung hết mực, nhưng sao lại buồn đến vậy và yểu mệnh vô chừng.

Mỗi buổi sáng chở ba đứa em tới trường về Ngọc Trảng đưa tôi xuống dưới nhà tắm rửa, vệ sinh xong tôi dợt lại vài đường quyền cho giãn gân giãn cốt rồi rút lên gác ngay. Dù sao quẩn quanh trong cái thế giới u uẩn, chật chội, nhỏ bé của căn gác này, ông trời vẫn để tôi sống bình yên và Ngọc Trảng đã cho tôi biết bao hạnh phúc. Tôi như ông Trùm một cõi. Như ông vua không ngai mà Ngọc Trảng là ái khanh, là phi tần mỹ nữ. Ngày đêm tôi được cung phụng đủ điều. Được chiều chuộng, yêu thương, được cho tất cả. Rảnh rỗi tôi đọc sách; con mọt sách tưởng đã chết trong chiến tranh lại thức dậy, lại bò vào sở thích của tôi. Được dịp, Ngọc Trảng hoan hỉ rinh về một lô sách đủ loại cho tôi đọc. Tôi say sưa đọc cho qua ngày đoạn tháng. Rồi cái con người súng đạn trong tôi lớ ngớ làm sao lại mọc ra những thơ và thẩn. Tôi hí hoáy làm thơ và hì hục viết hồi ký. Có điều chữ nghĩa trong tôi trút xuống trang giấy hễ đọng lại là toàn những mẩu chuyện buồn. Là vì đời tôi có bao giờ được vui đâu. Có những buổi chiều lén mang cơm nước lên gác cho tôi, thấy tôi ngồi im như tượng, con mắt trổng lơ nhìn vào đâu đâu, Ngọc Trảng lại ứa nước mắt. Người tình bé nhỏ của tôi lại sà xuống vỗ về, an ủi tôi, thủ thỉ bên tai tôi những lời lẽ hiền hòa cố hữu của người con gái Huế.

"Răng anh cứ buồn hoài rứa?". Ngọc Trảng thường nói với tôi như vậy. Hay tại tôi quen tự do bay nhảy, quen lăn lộn trong chốn giang hồ, quen chiến đấu ngoài mặt trận, vì thời thế, vì vận nước đổi thay đã ảnh hưởng tới bản tính của tôi? Cũng có thể do tôi lo lắng hay lo xa sợ mất Ngọc Trảng trong một biến cố đột ngột nào đó. Thực lòng mà nói lúc lao mình trong hòn tên mũi đạn, giành giựt từng tấc đất, từng sự sống giữa trùng trùng cái chết nên khi trở về thành phố, không như những người lính khác, tôi thờ ơ với tất cả đàn bà con gái. Thực lòng tôi, Lương Hữu Thế, đã nghĩ như vậy cho tới ngày tôi gặp Ngọc Trảng trong khuôn viên Tao Đàn Sài Gòn. Cái đẹp trong sáng đầy sức sống của người con gái ấy đã đánh thức trái tim ngủ lịm của tôi trong một thời gian thật dài. Và cuộc gặp gỡ trong vườn Tao Đàn trưa hôm đó hẳn là duyên nghiệp từ kiếp nào đột ngột sút ra trôi về đây để hai con người chúng tôi tìm thấy một nửa đời nhau. Tôi biết tôi yêu quí Ngọc Trảng biết chừng nào, vì đó là người phụ nữ đầu tiên của đời tôi.

Cái đẹp vượt bực của Ngọc Trảng là do trời ban đã đành, ngược lại thay vì kiêu sa, kiêu hãnh, kiêu kỳ gì đó, Ngọc Trảng của tôi lại dịu dàng, đôn hậu, nhiều khi thật hồn nhiên. Có những buổi trưa, chiều hoặc tối, sau lúc mặn nồng, Ngọc Trảng ngủ luôn trên mình tôi, tóc xõa xuống đẹp như một thiên thần và hồn nhiên như một em bé. Những lần như vậy, tôi nhẹ nhàng ôm lấy Ngọc Trảng, nằm im nghe hơi thở dịu nhẹ và nghe tiếng đập của trái tim người nữ nồng nàn.

Thời gian ẩn náu trên căn gác, chúng tôi sống, hay tôi sống như một Ann Frank thời đại. Tôi không còn nhớ từ bao giờ tôi đã tách rời khỏi thế giời bên ngoài, cái thế giới đầy nhiễu nhương nhưng ràng ràng trước mắt, có thể nghe được, ngửi được, với tới được nhưng tôi không tài nào chạm vào được. Thời đệ nhị thế chiến, Hòa Lan bị Đức quốc xã chiếm đóng rồi diễn ra cuộc biểu tình bài người Do Thái, buộc cô bé Ann Frank và gia đình ẩn trốn trong một căn nhà kho ở Amsterdam. Năm 1944 gia đình cô bé bị phát giác, bị bắt nhốt vào trại tập trung Auschwitz, Ba Lan, cuối cùng chuyển đến Bergen Belsen, Ann Frank cùng mẹ và chị gái đã chết ở đó.

* * *

Hồi ký Lương Hữu Thế viết tới đây là hết, mấy trang sau không thấy viết thêm chữ nào. Nếu đọc lại truyện Gác Xép của tôi trên facebook, bạn đọc sẽ nhớ ra đêm định mệnh xẩy ra tại căn nhà chị em Huỳnh Thị Ngọc Trảng trên đường Lương Hữu Khánh ra sao. Tôi mạn phép sơ lược lại: Cái đêm tịch mịch đó, mẹ của Ngọc Trảng trên Đà Lạt đột ngột trở về khiến Lương Hữu Thế phải lìa khỏi tổ ấm. Đã vậy ông Thế còn mắc cái eo. Lúc đu tưởng tuột xuống hẻm ông đụng phải hai tay phường đội tình nghi ông ăn trộm bắt ông giải về đồn Công An. Dĩ nhiên Lương Hữu Thế không phải là kẻ trộm nên ông buộc lòng chống cự lại để chạy thoát thân. Đúng lấp ló trên ban-công nhìn xuống Ngọc Trảng chứng kiến cảnh đau lòng trong ràn rụa nước mắt. Chính Ngọc Trảng không ngờ lần bỏ chạy đó lại là lần cuối cùng ông Thế chạy ra khỏi cuộc đời cô.

Viết tới dòng này hình ảnh gác xép buồn hiu hắt lại hiện về trong trí nhớ tôi. Cái gác xép của 40 năm trước từng là tổ ấm bí mật của đôi uyên ương bạc phận. Và cây vú sữa trong sân nhà, khi tôi hỏi Bích Thủy nói vẫn còn đó, cũng là nơi ông Thế từng ngủ qua đêm trên chảng ba. Ngày nay, sau 40 năm dâu bể trôi qua với biết bao biến thiên trong lịch sử, trong xã hội, trong đời người, mọi sự đều đã đổi thay đến tận cùng gốc rễ. Qua facebook, Tuyết, em tôi cho biết hiện nay đường Lương Hữu Khánh vẫn không đổi tên, nhưng căn nhà xưa có cái gác xếp và cây vú sữa không còn nữa.

Đọc qua tập Hồi Ký Lương Hữu Thế tôi chắc bạn đọc cũng nhận ra cái kết thúc của hai người thật là cay đắng. Nhưng nghĩ cho cùng, Lương Hữu Thế được ông trời dành cho một niềm an ủi. Đó là ở cái tuổi 30, một người dãi dầu sương gió như ông Thế lần đầu tiên mới hiểu thế nào là tình yêu đôi lứa Ngọc Trảng đã ban cho ông tất cả. Ngọc Trảng, cô gái đất Thần Kinh thông minh, hiền hậu và thủy chung, là mối tình đầu cũng là mối tình cuối tuyệt vời của ông, Lương Hữu Thế.

(*) NÓI VỚI HẠT LỆ, TRẦM HƯƠNG, CHÊNH VÊNH MÔI.

Nói với em là nói với một con tim, được bao bằng mái tóc, được bao bằng mái tóc, ru nồng nàn trong thiên thu.

Nói với em là nói với đàn chim xanh, mùa thu về trong mắt, nhẹ ôm cành hoa trắng, bay trần truồng trong cô đơn.

Nói với em là nói với một cuộc tình, mùa đông se giọt rượu nồng, khỏa thân trên bờ mi cong.

Nói với em là nói với hạt lệ sầu, mù giăng trong tình muộn màng, khổ đau bay về thiên đàng.

Nói với em là nói với hàng cây khô, được ôm người con gái, ngủ mê dòng tóc rối, đêm mạc sầu thay áo xanh.

Nói với em là nói với lòng cô đơn, ngàn năm ngồi im tiếng, ngàn măm ngồi ôm bóng, trong tội tình nghe hơi run.

PHAN NI TẤN

HUYỀN PHỔ ĐẠI HUYNH

Thuở thiếu thời, đại huynh Huyền Phổ từng là đệ tử tục gia của hòa thượng Tuyết Đình Phúc Dụ, phương trượng chùa Thiếu Lâm, một ngôi chùa nổi tiếng về sự kết hợp giữa Phật giáo Thiền tông và võ thuật, Chùa do vua Hán Vũ của nhà Bắc Ngụy xây năm 497 trên đỉnh Thiếu Thất tại Tung Sơn, Hà Nam, Trung Hoa. Khi hạ sơn trở về cố quốc, thay vì mở trường phát huy võ thuật hoặc vào chùa quy y tam bảo, đại huynh Huyền Phổ lại khoác áo nhà dòng. Âu cũng là duyên nghiệp.

Là tín dồ bác ái thuộc Kitô hữu, linh mục Huyền Phổ không ngự trong nhà thờ Chúa mà đơn thân độc mã, một mình một ngựa hoạt động tông đồ đặc biệt mang sứ mạng đi rao giảng Phúc Âm Chúa Kitô khắp vùng Việt Bắc, nhất là ở các thôn làng hẻo lánh miệt vùng biên.

Tuy là linh mục tràn đầy tình thương Thiên Chúa chưa từng giết hại bất cứ một sinh linh nào, dù là con ong cái kiến, nhưng Cha Huyền Phổ rất ghét nhửng kẻ gian hùng. Có bốn hạng tà đạo một khi không còn cải hóa được nữa Cha đành ra tay trừng trị: "Giặc ngoại xâm. Kẻ giết người. Quân đầu trộm đuôi cướp. Bọn hiếp đáp dân lành".

Thời linh mục Huyền Phổ còn tại thế, câu chuyện về Cha khá đặc biệt. Một tông đồ của Chúa lại là môt cao thủ võ lâm ưu thời mẫn thế. Tuy đã ngoài bốn mươi, trong chiếc áo chùng đen, Huyền Phổ vẫn nhanh nhẹn, lừng lững như một con gấu trên đường vân du hành hiệp và truyền đạo. Một linh mục bụi đời với tấm thân gồ ghề, hình tượng hiệp nghĩa cỡi ngựa ô thường xuất hiện giữa đám thảo dân hiền lành, nhỏ bé ở Lạng Sơn, Cao Bằng, Lào Cai, Sapa, Mẻo Vạc, Mù Cang Chải, Tả Giàng Phình... Dắt ngựa rảo giữa chợ phiên linh mục Huyền Phổ luôn luôn thân thiện, hào phóng, vui tay phát quà bánh cho trẻ con, rao giảng tin lành cho người lớn, nên tên tuổi Cha đã mau chóng trở thành một trang dị khách, lưu truyền suốt chiều dài dẫy núi Hoàng Liên Sơn hùng vĩ.

Dưới thời Pháp thuộc, linh mục Huyền Phổ vẫn lịch thiệp, hòa nhã trong sứ mạng truyền giáo. Nhưng ban đêm Cha Phổ thoát xác, biến hình, đội lốt "người áo đen" trở thành một nhân vật kỳ bí, xuất quỷ nhập thần, thường ra tay trừng trị những hung thần ác sát khiến cho các quan thầy Pháp và bọn tay sai Việt gian kể cả cán bộ Việt Minh nhiều phen thất kinh hồn vía. Chúng treo giá rất cao cái đầu của "người áo đen" bằng tiền Đông dương (lúc bấy giờ $1 = 17 franc). Nhưng vì Huyền Phổ là một bậc thầy ngụy trang nên kẻ thù có đứng trước mặt Cha cũng không thể biết đó là "người áo đen", một nhân vật biến hóa khôn lường loại bỏ rất nhiều đối thủ ra khỏi vòng chiến làm chúng thất điên bát đảo.

Là một tông đồ xuất sắc của Đấng Kitô đương nhiên Huyền Phổ không chủ trương giết người, nhưng khi cần trừ khử kẻ tà ác, Cha chỉ điểm vào huyệt đạo đối phương khiến chúng tê liệt, bại xui, suốt đời trở thành kẻ vô dụng.

Một hôm trên đường truyền giáo tới Lào Cai, lúc nghỉ chân dưới bóng cây trò Cha Phổ chợt nghe có tiếng phụ nữ kêu la thất thanh. Chạy tới hướng phát ra tiếng la, phi thân lên cành cây cao Cha nhìn thấy hai tên lính Lê Dương đang đè nghiến hai cô gái H'mông định giở trò tồi bại. Như con beo gấm Huyền Phổ chạy như bay trên dẫy đá tảng lấy đà nhún mình lao xuống nhanh nhẹn điểm vào ót hai tên lính da đen gạch mặt khiến chúng lăn ra bất tỉnh nhân sự.

Không đợi hai cô gái Mèo kịp hoàn hồn, Huyền Phổ rút phắt lưỡi lê cắm trên đầu súng của giặc Cha ra tay biến chúng thành thái giám ngay tại chỗ, gọn gàng và chóng vánh.

Thay trời hành đạo là cách hành xử của vị linh mục đối với lũ súc sinh đồi bại.

Một lần khác, linh mục Huyền Phổ lên Sơn Tây truyền đạo nửa đường gặp mưa. Thuở ấy Hà Nội cách Sơn Tây khoảng 40km tuy không xa lắm nhưng phi ngựa trên con đường gồ ghề cát bụi, vượt qua những chướng ngại vật, ít nhất cũng mất nửa ngày đường. Nhiều năm rong ruổi khắp đất Bắc, khi vượt đường trường xa, Huyền Phổ thường khởi hành vào lúc tan sương. Cha dự tính buổi trưa hoặc xế chiều sẽ tới Sơn Tây nếu không bị trở ngại gì.

Trên đường đi Sơn Tây ngang qua suối Tiên, suối Trà linh mục Huyền Phổ đều dừng lại nghỉ ngơi năm mười phút lại lên đường, nhưng lúc Cha vứa vượt qua ô Cầu Giấy thì trời mưa. Huyền Phổ vẫn giục ngựa dọc theo sông Tích trong cơn mưa nhẹ hột. Chạy thêm khoảng 15km thì mưa như trút nước, sấm chớp long trời lở đất, đúng lúc trước mặt Huyền Phổ là một thôn nghèo lúp xúp dưới những lùm cây ướt sũng, Cha vội ghé vào xin trú mưa.

Nhưng vừa rẽ qua khúc quanh vào xóm, bất ngờ Huyền Phổ chạm trán một cuộc giết người. Dưới cơn mưa tầm tã, bốn tên dân quân du kích đang hành quyết một người trung niên bị trói thúc ké dưới tàng cây cổ thụ. Xuyên qua những tia chớp lóe xé rách màn mưa mù mịt, linh mục Huyền Phổ chứng kiến một tên du kích vung mã tấu lên loáng một cái đầu nạn nhân đã lìa khỏi cổ. Thân mình mất đầu rướn lên rồi từ từ gục xuống trong thế quì, máu ở cổ phun ra có vòi. Một đời hành tẩu giang hồ lần đầu tiên Cha Huyền Phổ nhìn thấy tận mắt cảnh chặt đầu người hết sức dã man mà Cha không kịp ra tay ngăn cản.

Bất ngờ đụng đầu kẻ lạ mặt phóng ngựa xông tới khiến cả bọn giựt mình, nhưng tên cầm mã tấu còn đẫm máu tươi vừa loạng choạng giựt lùi vừa quýnh quáng chém xả tới. Là một cao thủ võ lâm, Huyền Phổ vội lách ngựa nghiêng mình tránh lưỡi hái tử thần, cũng nhờ vậy viên đạn của tên Cộng phỉ nào đó đã bắn trượt qua vai Cha.

Mã tấu và viên đạn của quỷ không thể giết được tông đồ chính trực của Chúa, nhưng tiếng súng làm con ngựa hốt hoảng cất vó chồm lên hí lộng cố hất Huyền Phổ xuống đất. Trong cơn hiểm nghèo Cha vỗ vào yên ngựa lấy thế phóng mình lên uốn ngược ra sau cùng lúc Cha búng ám khí (đạn xe đạp) vào động mạch cổ tên cầm mã tấu. Trong cơn thập tử nhất sinh, "Huyền Phổ đại huynh" đã phát huy võ học chân truyền về môn phi tiêu điểm huyệt của một bậc kỳ tài Thiếu Lâm. Nhanh nhẹn, dứt khoát, dũng cảm, chân vừa chấm đất, Cha như chiếc bóng lách mình nhích tới xuất chiêu điểm vào huyệt đạo của ba tên còn lại khiến chúng ú ớ rũ xuống nằm bất động.

Trên cơ thể con người có tất cả 365 huyệt đạo khác nhau. Có những huyệt đạo lúc điểm hoặc xoa bóp giúp con người thải độc, trở nên khỏe mạnh, kéo dài tuổi thanh xuân. Nhưng cũng có những huyệt đạo đánh là chết. Như đã nói, linh mục Huyền Phổ không phải là một sát thủ, nhưng đương đầu với những phần tử máu lạnh, quen giết người, Cha phải trừ khử chúng bằng phương pháp duy nhất là điểm huyệt. Lúc ba tên Cộng phỉ lính quýnh hường mũi súng giết người nhằm diệt khẩu, Huyền Phổ đã nhanh tay điểm vào huyệt bách hội, huyệt thái dương và huyệt thần đình khiến chúng choáng váng, lảo đảo buông súng nằm vật xuống đất bất tỉnh nhân sự. Huyệt bách hội nằm ở vị trí giữa đỉnh đầu kéo dài xuống mang tai. Huyệt thần đình giữa trán. Huyệt thái dương ở hai bên màng tang. Vì cần tránh những chấn động gây thương vong, Cha chỉ điểm nhẹ vào ba huyệt kể trên cũng đủ để suốt đời chúng trở thành phế nhân.

Cuối cùng, những tiếng động thiện ác đáo đầu giữa hai chiến tuyến hoàn toàn chìm khuất trong màn mưa sầm sập và tiếng sấm sét rền trời.

Lại một lần khác. Cuối thập niên 1950, linh mục Huyền Phổ đang rảo bước trên hè phố Hàng Buồm thì thấy hai tên cướp chạy xe gắn máy Goebel giựt cái xắc tay của cô thiếu nữ, lôi cô té lết một quãng trên đường lát gạch. Tội nghiệp nạn nhân bị cú té trời giáng đến trầy da tróc vẩy nằm dài trên mặt đất quơ tay rướn cổ kêu la cầu cứu. Bình thản chờ hai tên cướp lạng tới gần Huyền Phổ xử dụng tuyệt kỷ phi tiêu của Thiếu Lâm búng hòn bi sắt xe đạp thật chính xác vào huyệt thái dương tên cầm lái. Bị trúng đòn tên cướp lật nhào kéo theo tên ngồi sau té dập mặt xuống đất, nhờ vậy bà con ùa ra tóm cổ chúng; có người hăng máu đá vào mặt tên ngồi sau dợm bỏ chạy trong khi màng tang của tên cầm lái sưng vù lên như quả trứng gà.

Cứ thế, linh mục Huyền Phổ nổi trôi theo vận nước cho đến tháng 5/1954, Pháp thất trận tại Điện Biên Phủ, chấm dứt vĩnh viễn nền đô hộ 98 năm của thực dân Pháp. Nhưng từ đó, khi nhận thức được tổ chức kháng chiến biến hình thành Cộng sản, hàng triệu dân chúng miền Bắc đã lũ lượt "dinh tê" vào Nam năm 1954-1955, thay vì ở lại sống dưới chế độ hà khắc, phi nhân của Việt Minh. Trong cuộc di cư vĩ đại đó có linh mục Đồng Huyền Phổ.

***

Tôi (người kể chuyện) lúc đó vừa tròn 20 tuổi, theo bố mẹ về Tề, nghe đồn ngày tháng năm 1954, trà trộn giữa hàng ngàn giáo dân của Thiên Chúa giáo xuống tàu "há mồm" của Mỹ di cư vào Nam có một linh mục không mặc áo dòng. Ở thời điểm di cư năm 1954 tình thế phức tạp, nhiêu khê hơn nhưng vì muốn hòa đồng với những lưu dân đi tị nạn, Cha Phổ không mặc áo chùng đen, Nhưng không một ai trên chuyến tàu đó biết Huyền Phổ là "người áo đen", một võ sĩ xuất chúng chuyên trừ gian diệt bạo. Võ sĩ không những là hình ảnh của thể lực mà còn là vẻ đẹp của tâm hồn nghệ thuật. Là một võ sĩ năng nổ, khoẻ mạnh, nhiệt tâm, Cha Phổ thường thăm nom, an ủi, giúp đỡ những người già yếu, bệnh tật, bảo vệ phụ nữ và trẻ con trong suốt cuộc hành trình tỉm tự do. Người ta bảo rằng đó là một thiên thần quá hải, chở theo những vẻ đep bản lãnh, tràn đầy sức sống, vẻ đẹp nhân ái, giản dị, gần gũi, thuần khiết và bao dung.

Đoạn kết:

Đó là một quãng đời ngang dọc, đầy sôi nổi và dũng cảm của linh mục Huyền Phổ, qua lời kể của Cố đạo Francis Bay. Cố Bay, bạn đạo của Cha Phổ, cũng là bạn đồng hành di cư vào Nam trên cùng một chuyến tàu "há mồm" với Cha Phổ. Ở Ninh Thuận, trong lúc làm việc ở ga Kà Rôm, rảnh rỗi tôi viết ra truyện ngắn này. Hồi đó Cố Bay kể sao tôi ghi lại y như vậy, nhưng trong kỳ nghỉ hè đáp tàu lửa về Sài Gòn tôi vô ý làm thất lạc cái cạp-táp trong đó có cốt truyện tôi viết về Cha Phổ.

Mãi đến 60 năm sau, ở Canada tôi mới viết lại truyện ngắn này. Để phù hợp với cách kể chuyện qua bút pháp riêng của tôi, tôi đã tự ý thay đổi một số chi tiết về Cha, để - ở đâu đó, vời vợi trên cao xanh kia - hình ảnh sống động của Huyền Phổ lại tỏa rạng trong trí nhớ, trong tình thương của con người bằng vẻ đẹp bác ái của một Kitô hữu: linh mục Huyền Phổ và vẻ đẹp quả cảm của một trang dũng sĩ: Huyền Phổ đại huynh.

PHAN NI TẤN

LỒNG ĐÈN ĐẦU LÂU

TRUYỆN DÃ SỬ

Hai ngàn năm trước, nho sĩ Đặng Thiên Nho là bạn đồng môn của Lạc tướng Phong Châu Dương Công. Nhưng ngược với Dương Công vạm vỡ, khỏe mạnh, thích võ nghệ, ăn ngay nói thẳng chẳng kiên nể ai hay nịnh bợ ai, thì Thiên Nho lại gầy guộc, thâm trầm, ưa đọc kinh thư, chọn núi rừng tiêu dao cùng cỏ cây, hoa lá.

Tuy nhiên, năm 40, đất nước Giao Chỉ bị nhà Đông Hán, Trung Hoa cai trị ngày càng hà khắc, bạo ngược khiến dân Nam lầm than, oán thán. Là nho sinh yêu nước họ Đặng xuống núi hợp với Đô Dương, Phùng Thị Chính, Lê Đình Lượng giỏi việc quân, cùng nhân dân theo giúp Dương Công nổi lên chống giặc ngoại xâm.

Lực lượng của Dương Công tuy có chí dũng song với vũ khí thô sơ dao bầu gậy bẫy không thể chống nổi thiên binh vạn mã của Thái thú Tô Định. Rốt cuộc, phe Dương Công thua chạy tới Tử Khê lần lượt chết dưới đao của Tô Định, số còn lại bị bắt sống trong đó có Lạc tướng Dương Công, Lê Đình Lượng và mười một nghĩa sĩ, trừ nữ tướng Phùng Thị Chính chạy thoát về Phong Châu.

Riêng Đặng Thiên Nho vừa chạy vào hẻm núi Tuần Sơn, thì bất ngờ bị một tên Tàu ô từ trong bụi nhảy vọt ra thọc mũi thương vào ngực Thiên Nho. Nhưng thật may, lúc nghiêng mình né tránh mũi thương chí mạng, Nho trợt chân té nhũi xuống khe đá sâu, tuy thoát chết nhưng bất tỉnh nhân sự.

Lúc tỉnh dậy Thiên Nho bò lên tới miệng vực thì cuộc chiến đã chìm trong im lắng. Trận địa đầy mùi tử khí, khắp nơi la liệt những xác người; có xác nằm xấp, nằm ngửa, có xác cụt đầu, cụt cả chân tay, có xác phanh thây, banh ngực, thủng bụng, lòi ruột...

Trời vẫn mưa sùi sụt, nhưng mưa không đủ sức rửa sạch vết tích của con người. Máu hào kiệt không những nhuộm đỏ cả mặt đất bùn mà sắc đỏ kỳ diệu của máu cũng không ngớt thấm đỏ những trang sử hào hùng của nước Việt.

Đứng trước sự bại vong Đặng Thiên Nho bỗng thấy mình trở thành nhỏ bé hẳn đi. Khi Thiên Nho loạng choạng bước qua những xác chết rách bươm của đồng đội Nho bị rối loạn nhưng lập tức ông trụ hình và nhận thức được sự hy sinh của những vĩ nhân áo vải đạm bạc trong tư tưởng và lối sống đã mang lại cho ông những suy tư hầu để lại cho lớp người sau thấy rõ những giây phút hạnh phúc và khổ đau lẫn sự thất bại và thành công lịch sử của dân tộc mình.

Trong ánh chiều nhập nhoạng Đặng Thiên Nho lầm lũi đi về phía huyện Châu Vi.

Đó là ngày 11 tháng 12 năm 40, trời giá lạnh và ẩm ướt. Buổi sáng hôm ấy, Thái thú Giao Chỉ, tức Tô Định, một hung thần ác sát, ngồi chễm chệ trên chiếc ghế may, vẻ mặt vô cùng hả hê, hắn vừa la hét vừa giơ cả hai bàn tay chai sạn chém gió về phía các nghĩa sĩ đang quì dưới đất, hai cánh tay bị trói quặt sau lưng. Đứng đằng sau mười ba nghĩa sĩ là ba đao phủ hắc y tay cầm đại đao sáng loáng.

Để phô trương sức mạnh và đe dọa nhân dân, tên Thái thú bắt các dân làng tụ tập quanh chợ huyện để xem cuộc hành puyết. Trên bãi đất nâu nhòe nhẹt bùn sình, chúng đặt ba tấm thớt to và nặng. Mặc dù đã được rửa sạch nhưng mặt tấm thớt thấm máu lâu ngày đã trở nên thâm xỉn. Trà trộn giữa đám đông đang cúi đầu câm lặng, Đặng Thiên Nho cũng cúi đầu im lặng. Không một hơi thở mạnh, không một tiếng xì xào. Họ cúi đầu xuống như một hình thức cư tang cũng là để tiễn biệt mười ba nghĩa sĩ anh hùng.

Giờ hành quyết diễn ra bằng những nhát đao man rợ vung lên chém phập xuống, những cái đầu lìa khỏi cổ, máu phun ra thành vòi nhuộm đỏ cả vạt đất lầy lội nước mưa.

Lạc tướng Dương Công là người cuối cùng bị chặt đầu. Rõ ràng tên Thái thú sài lang cố tình uy hiếp tinh thần Lạc tướng Phong Châu. Nhưng với tinh thần yêu nước, Dương Công tràn đầy sinh lực, ông ưỡng ngực, ngước mặt lên trời, cười nhạt, coi cái chết nhẹ tợ lông hồng. Không những thế, Dương Công còn lớn tiếng mắng nhiếc tên Thái thú bằng những lời lẽ khinh miệt.

Bị lăng nhục, tên Tàu phù nổi giận điên cuồng đứng phắt dậy rút đao hét bô hạ:

- Bịt mồm nó lại! Ghìm đầu nó xuống!

Đích thân Tô Định chặt đầu Dương Công. Chém tới ba nhát đầu lâu của Dương Công mới lìa khỏi cổ. Cái đầu không úp xuống mà ngửa mặt lên trời, hai con mắt vẫn mở trừng trừng, môi vẫn còn mấp máy.

Thủ cấp của Dương Công và các nghĩa sĩ bị bêu suốt một tuần giữa huyện Châu Vi thuộc địa phận Nại Tử để răn đe quần chúng. Tóc của mười ba cái đầu thê thảm bị kéo ngược lên, cột chặt vào nhành cây đa đã biến dạng, da bầm tím, máu vấn cục trở màu thâm đen.

Đặng Thiên Nho vốn là người trầm tư, điềm đạm. Lúc trở lại bãi chợ, ông chỉ đi ngang qua cây đa mà không dám ngừng lại, sợ người khác sanh nghi. Nho nén tiếng thở dài lặng lẽ bước đi. Nhưng khi ngoái lại, nhìn từ xa ông chợt giựt mình thấy dẫy đầu lâu treo lủng lẳng trên cây trông như những chiếc lồng đèn ma quái. Đó là mười ba chiếc lồng đèn đầu lâu của các nghĩa sĩ Giao Chỉ có khí tiết và quả cảm.

Chuyện xảy ra hai ngàn năm trước

PHAN NI TẤN

NỀN VUA

- Ở Rạch Giá cũng có địa danh Tây Sơn hả nội?
- Có. Hiện nay ở ấp Tây Sơn vẫn còn "nền vua"...

* * *

Giữa thập niên 1950, ông nội tôi ở Quy Nhơn dẫn bầu đoàn thê tử vào Sài Gòn lập nghiệp, chọn đất Cầu Kho gần bến Hàm Tử mở trường dạy võ Bình Định. Mười lăm năm sau ông cáo lão hồi hưu, cha tôi kế nghiệp, dời trường về Tân Định, võ sinh ngày càng đông. Tuy vậy tình hình chiến sự giữa hai miền Nam Bắc đang leo thang khốc liệt, cha tôi được lệnh tái ngũ trở về đơn vị cũ ngoài miền Trung. Tôi - 30 tuổi, con một trong gia đình - trở thành chưởng môn đời thứ ba của nhà Nguyễn Võ. Từ ngày trở lại đơn vị cũ ngoài vùng 1 hành quân liên miên cha tôi ít khi trở về thăm nhà. Cho đến mùa hè năm 1972 dược tin cha tôi hy sinh tại đường 9 Nam Lào, ông nội tôi ngã bệnh.

Trước ngày mất độ hai tháng, nội gầy nhom nhưng nội lực vẫn còn mạnh mẽ. Thì ra vì thương nhớ cha tôi ông mang một tâm bệnh gọi là bệnh buồn. Lần đó trước bàn thờ tổ, nội cẩn thận giao lại cho tôi một cái hộp mi-ca hình chữ nhật trong đó đựng miếng đất mẻ đã thâm nâu và một hộp mi-ca hình ống đựng một lưỡi chủy thủ hoen rỉ, không có cán. Nội trầm giọng nói: "Đây là di vật của nhà Tây Sơn chúng ta. Con hãy nghe rõ lời ta dặn: Cha con đã mất, con là cháu nội đích tôn của dòng Nguyễn Võ, hậu duệ của nghĩa quân Tây Sơn, có bổn phận phải giữ gìn vật thiêng này cho thận trọng, không được để thất thoát. Sau này con còn phải truyền lại cho đời con đời cháu của con". Tôi nghe trong lòng bồi hồi xốn xang vì trọng trách này. Gọi là "di vật của nhà Tây Sơn" hẳn miếng đất thiêng và lưỡi chùy thủ này đã trải qua gần 250 năm kể từ năm Tân Mão 1771 Tây Sơn tam kiệt khởi nghĩa. Hỏi thì nội nói như mê: "Hai di vật này năm xưa tổ phụ của con đích thân lặn lội từ Bình Định xuống tận vùng Rạch Giá mạo hiểm vào khu rừng hoang miệt ấp Tây Sơn mới đào về được ".

Nói về lai lịch miếng dất nội cho biết: "Cũng nhờ ông Châu Sía, bạn tâm giao của tổ phụ con, về già lưu lạc xuống miền Hậu Giang chọn đất Tây Sơn hẻo lánh làm nơi ẩn cư. Khi khám phá ra "*nền vua* Tây Sơn" trong một cánh rừng già, ông đã đánh tiếng ra Quy Nhơn báo cho tổ phụ con biết lai lịch nền đất đó". Tôi hỏi sao ông Châu Sía biết đó là "*nền vua*" thì nội nói uy tín của các bô lão trong ấp một khi đã xác nhận về di tích nào đó thì không thề coi đó là trò đùa, hơn nữa nhờ công trình khảo nghiệm của tổ phụ con mới khẳng định di tích đó không phải là truyền thuyết trong dân gian mà nền đất đó có thực từ thời Gia Long tẩu quốc.

Chuyện ông nội tôi kể thật độc đáo.

Trước đời Gia Long, bờ biển Rạch Giá là khu rừng sác, nhiều cây mắm, cây giá, ô rô, cóc kèn, không giúp ích gì cho dân, nhưng nhờ bông tràm và cây giá nên huê lợi chính lá sáp và mật ong. Thời đó, đất Rạch Giá vẫn còn hoang dã, rừng tràm trầm thủy mênh mông, sông rạch chằng chịt, nhiều phèn và thấp. Những đợt Nam tiến tràn đi khai hoang lập ấp, lưu dân phải chọn những gò đất cao dọc theo sông Cái Lớn và Cái Bé để cư trú, dần dà lập ra chợ Rạch Giá, từ đó mọc lên nhiều địa danh.

Địa danh lả một tên gọi, do thói quen của người bản xứ nó được hình thành trong những hoàn cảnh đặc biệt từ một hoài bão, một ước mơ hoặc nhắc nhớ đến công lao nào đó mà đặt tên như Rạch Sõi, Cù Là, Minh Lương, Tà Niên, Xẻo Rô, Tắc Cậu, Bến Trống, Bàu Láng, Heo Nằm Bếp, Thứ Ba, Thứ Ba Biền, Thứ Sáu Đình... Ấp thì có ấp Tà Keo, ấp Rạch Vược, ấp Xoa Áo, ấp Rạch Đùng, ấp Xẻo May... Còn kinh rạch thì có kinh Dài, kinh Cụt, kinh Bà Lò Xén, kinh Chèm Chẹt, kinh A, kinh B... cho tới Thứ Bảy Kinh Làng là giáp mé biển Vịnh Xiêm La.

Nói tới Rạch Cây Giá (về sau đổi thành Rạch Giá) không ít người địa phương lấy làm hãnh diện khi biết thời xa xưa giữa lòng Rạch Giá lại có địa danh Tây Sơn. Nếu ai là dân Cây Xoài có thể biết từ Cây Xoài đi lên hướng Tây Nam khoảng 10 cây số đường chim bay sẽ gặp ấp Tây Sơn.

Trước thời thực dân, Tây Sơn là một ấp vắng vẻ, nghèo nàn, dân cư thưa thớt. Dân chúng ở đó sống bằng nghề ruộng rẫy, bắt rắn, giăng câu. Nhưng ấp Tây Sơn, sáng chim kêu, chiều vượn hú, mùa màng thường thất bát nên nhiều người chuyển qua nghề ăn ong (sáp và mật ong), buôn củi lậu. Chính những người thợ rừng này len lỏi theo các đường quanh nẻo tắt trong rừng để vận chuyển hàng lậu, vô tình họ khám phá ra một nền đất khác lạ. Phải tinh mắt lắm mới phát hiện được nền đất bị mưa nắng vùi dập, cây rừng phủ lấp gần hết. Thấy lạ họ sanh nghi về báo cho ông Châu Sía và các bô lão trong ấp biết. Hôm sau họ theo nhóm thợ rừng lội tới tận nơi nghiên cứu chứng minh thì biết nền đất này đã có từ lâu đời. Nghĩa là nền nhà bí mật bỏ hoang trong khu rừng rậm dó dân đia phương khẳng định là đồn lũy của nghĩa quân Tây Sơn năm xưa lập căn cứ để truy đuổi Nguyễn Phúc Ánh.

Năm 1782, vua Thái Đức (Nguyễn Nhạc) cùng Long Nhương tướng quân Nguyễn Huệ đánh Gia Định lần thứ tư, Nguyễn Phúc Ánh lại thua bị truy đuổi phải bỏ chạy vào Tam Phụ (Định Tường), qua cửa Cần Giờ, về Sóc Trăng, xuống Kiên

Giang rồi ra đảo Thổ Chu thuộc huyện Phú Quốc. Khi tới Kiên Giang thì quân Tây Sơn mất dấu Nguyễn Phúc Ánh.

Trước khi lui về Quy Nhơn, anh em Nguyễn Nhạc, Nguyễn Huệ cho hạ trại dưỡng quân trong một cánh rừng già. Để tránh rắn rít, thú dữ quân binh Tây Sơn dã nhanh chóng đắp nên một gò đất cao làm đồn binh, chung quanh đào hào đắp lũy khá kiên cố. Đó là đồn lũy đầu não của nghĩa quân Tây Sơn nhằm tiến hành việc bình định toàn miền Nam sau này đồng thời tiếp tục truy tìm dấu vết Nguyễn Phúc Ánh và đoàn tùy tùng.

Ngày nay đồn lũy trên gò đất đó không còn, nhưng nền vua vẫn còn đó, vẫn trơ gan cùng tuế nguyệt mặc cho nắng mưa xâm hại, nứt nẻ, rỗ chằng.

Lịch sử đã ghi chép về Nhà Tây Sơn là một triều đại quân chủ được dựng nên từ những anh hùng áo vải cờ đào. Tuy chỉ tồn tại gần ¼ thế kỷ, nhưng trong lịch sử nước Nam công của nhà Tây Sơn rất lớn; dù công cuộc thống nhất đất nước không thành nhưng đã thành công trong việc mở mang bờ cõi sau hàng trăm năm đất nước bị chia cắt bởi cuộc phân tranh giữa hai thế lực Trịnh - Nguyễn. Để ghi nhớ công lao tiền nhân, dân chúng đã lập đền thờ các anh hùng dân tộc của triều đại này, một triều đại với những chiến công hiển hách chống ngoại xâm, bảo vệ sơn hà xã tắc đồng thời đưa ra nhiều kế hoạch cải cách kinh tế, văn hóa và quân sự.

Đoạn viết thêm

Truyện Nền Vua kể trên xảy ra trước thời kỳ mất nước. Còn người xưng "tôi" trong truyện này là võ sư Nguyễn Võ Côn, nay đã 80 tuổi, hiện sống cùng gia đình tại một tỉnh nhỏ thuộc miền Nam nước Pháp. Năm ngoái, tôi, người viết cốt truyện này, cư trú ở Toronto, Canada nhận được thư của võ sư Côn mời qua Pháp thăm gia dình ông được ông cho xem hai báu vật thời Tây Sơn khởi nghĩa: một hộp mi-ca đựng miếng đất mẻ và một hộp mi-ca hình ống đựng lưỡi chủy thủ, như đã nói ở phần trên. Sau đò, bên cốc rượu nho tôi nghe ông Côn tâm tình với nhiều chuyện bất ngờ đến thú vị.

Ông nói cha ông đặt tên ông là Côn vì ông sinh tại huyện An Lão, đầu nguồn dòng sông Côn, tỉnh Bình Định. Thuở nhỏ đến lớn ông Côn vốn ưa thích phiêu luu mạo hiểm, thường chọn rừng sâu núi thẳm luyện võ công. Khi nhậm chức chưởng môn của dòng Nguyễn Võ ở Sài Gòn, vai mang trọng trách giữ gìn hai di vật đời Tây Sơn, võ sư Nguyễn Võ Côn đã có ý định khi có dịp sẽ đi Rạch Giá lên Tây Sơn tìm hiểu thêm về "nền vua".

Vậy mà sau khi ông nội của võ sư Côn thất lộc mãi đến hai năm sau ông mới thưc hiện được chuyến đi thăm "nền vua" ở ấp Tây Sơn. Lúc bấy giờ không còn ai biết tung tích ông Châu Sía luu lạc về đâu. Ông Côn hỏi thăm di tích nền vua thì được càc bô lão địa phương chỉ dẫn ông đi sâu vào một cánh rừng ở phía Đông Nam.

Theo con đường mòn ông Côn băng rừng lội rạch đi mãi. Trưa trời đứng bóng, nắng vẫn không xuyên qua nổi những kẽ lá. Lúc quẹo cua tới gốc cây mù u định nghỉ chân bất ngờ ông Côn bị kẻ lạ từ trong bụi lao ra tập kích. Ông ngạc nhiên không hiểu tại sao hai tên du kích Việt cộng lại muồn giết mình, nhưng ông chợt hiểu vì không muốn bị lộ hành tung, hai tên này đã dùng báng súng dánh thẳng vào mặt ông nhằm diệt khẩu. Là con nhà võ chân truyền võ sư Nguyễn Võ Côn bình tĩnh rùn người xuống tránh đòn ác hiểm đồng thời ông nhanh nhẹn nhích tới xòe hai bàn tay thép vỗ mạnh vào mạn sườn để hở của hai tên địch. Bị dính đòn cả hai tên tức thở buông súng ngã vật xuống đất ú ớ ôm mạng mỡ lăn lộn lộ vẻ đau đớn cùng cực. Ông Côn không muốn giết người, dù họ là Cộng phỉ, nên ông lặng lẽ lượm hai cây AK ném xuống rạch xong quầy quả trở về Sài Gòn ngay. Chuyện tìm nền vua đành phải để dịp khác.

Đang say sưa kể chuyện chợt nhìn thấy ánh mắt của bạn ông Côn biết ngay tôi muốn nói gí, ông tiếp luôn: "Ông bạn à! Võ học là một nghệ thuật siêu đẳng. Tôi học võ gia truyền để không bị thất truyền. Luyện võ cũng có cái lợi là để cường thân kiện thể và để phòng thân mỗi khi gặp bất trắc. Trong đời võ nghiệp tôi từng hạ nhiều đối thủ nhưng chưa bao giờ có ý dụng võ để hạ độc thủ. Năm xưa trong cánh rừng ở ấp Tây Sơn, Rạch Giá nếu muốn giết người bịt miệng tôi chỉ cần điểm vào tử huyệt của hai anh du kích là xong ngay. Nhưng họ cũng là con người có cha, có mẹ, có anh, có em; cho dù họ bị chủ nghĩa Cộng sản nhồi sọ đến mất cả lương tri, tôi vẫn sẵn sàng tha thứ cho họ, vì họ không hiểu biết, không ý thức hành động của mình, vạn vật đồng nhất mà. Cho tới bây giờ, biết chắc hai anh du kích năm xưa sau cơn đau sẽ thoát nạn, nhưng thưa bạn, tôi vẫn còn áy náy về hành động tự vệ dù chính đáng của mình.

Võ sư Nguyễn Võ Côn còn cho biết dòng dõi gia đình ông xưa kia mang họ Võ theo phò Tây Sơn tam kiệt đổi thành họ Nguyễn nhưng vẫn lót chữ Võ để nhớ họ xưa của mình. Nhưng hào hứng nhất tôi còn được cháu nội của võ sư Nguyễn Võ Côn biểu diễn những đường quyền Bình Định vô cùng dũng mãnh và đẹp mắt, không hổ danh "con gái Bình Định múa roi đi quyền".

Lúc từ biệt tôi được ông Côn tặng cặp rượu nho do chính tay ông cất. Có nhãn hiệu in ấn đàng hoàng, đề: *"Tửu Võ"*. Ý nói rượu của nhà Nguyễn Võ, ông Côn nói vậy. Về nhà một tuần sau tôi mới khui rượu uống và viết ra truyện ngắn này.

PHAN NI TẤN

NGƯỜI THỢ SĂN VÔ DANH CỦA VUA BẢO ĐẠI

Ban Mê Thuột không phải chỉ để sống hay để nhớ. Ban Mê Thuột với nắng gắt, mưa lầy, ngửi thấy mùi vị của đất, của cỏ cây và núi rừng. Ban Mê Thuột của những cơn bụi đỏ và huyền thoại, của chiến tranh và hiện đại. Nhìn chung, Ban Mê Thuột là nơi khi người ta đi xa, dù ít nhiều kỷ niệm cũng ray rứt nhớ về. Riêng tôi khi nhớ núi rừng thỉnh thoảng tôi lại nhớ tới những người thợ săn của vị vua cuối cùng của 13 triều nhà Nguyễn: vua Bảo Đại.

Từ trước thế kỷ 19, thị trấn Ban Mê Thuột trên cao nguyên Daklak thuộc lãnh thổ Việt Nam. Nhưng mãi đến năm 1923, Ban Mê Thuột mới được thành lập dưới quyền bảo hộ của thực dân Pháp. Thời đó Ban Mê Thuột là chốn ma thiêng nước độc nên dân cư còn thưa thớt, đa số là đồng bào Thượng sống trong các buôn làng xa xăm.

Khoảng giữa thập niên 1950, ở cây số 5 ngay ngã ba quốc lộ 14 đi Pleiku và quốc lộ 21 đi Ninh Hòa vẫn còn rừng, chưa có bến xe đò. Ban ngày hươu nai chạy ngờ ngờ; nhất là công rừng đậu từng bầy trên cây.

Mùa hè là mùa săn bắn. Thợ săn ở Ban Mê Thuột không nhiều cũng không ít. Nhưng nhà nghề vẫn là ông Ba Lô, là tay thiện xạ khét tiếng.

Đi săn, thợ săn thường dùng súng mousqueton, một loại súng trường ngắn như carbine. Xe thời đó, ngoài xe Land Drover, còn có xe Dodge Quatre của người Pháp tiện cho việc chuyên chở những vật nặng, cồng kềnh. Hồi nhỏ, con nít tụi tôi thường gọi chiếc Dodge Quatre là "xe cách cách" (quatre-quatre), một loại xe tải nhẹ 4 bánh, giàn sắc-si (châssis) thấp, thùng xe hơi vuông vức, có mui phủ bằng tấm bạt nhà binh.

Rừng Ban Mê Thuột có những khu vực săn bắn lý tưởng như buôn Dur, buôn Đông (Bandon), Draysap, Dak Mil nằm sâu trong những cánh rừng rậm rạp ở phía Tây Nam quốc lộ 14 đi Bù Đăng, Bù Đốp. Cũng trên quốc lộ 14 ngược về hướng Bắc Pleiku, khu vực Bra thuộc Buôn Hô cũng có nhiều dã thú. Rừng Lạc Thiện phía quốc lộ 21 kép đi Lak, ngoài thú dữ, còn có rừng mai vào những ngày Tết nở vàng cả núi rừng.

Đó là giang sơn của những động vật hoang dã. Từ chim chóc, hươu, nai, chồn, cáo, khỉ, vượn, nhím, kỳ đà cho tới mãng xà, gấu, voi rừng, trâu rừng, lợn lòi, tê giác, cọp, beo...

Ngoài ra, Dốc Láng, ở phía Đông Bắc quận Khánh Dương cũng có nhiều thú và... ma. Nhiều thợ săn kể lại mỗi lần xe vừa quẹo cua đổ xuống Dốc Láng họ đều thấy lờ mờ một cô gái mặc áo voan trắng bết đất, tóc dài chấm gót đứng bên lề đường đón xe. Dĩ nhiên khi xe tới gần thì cô gái ma biến mất.

Động vật thường hoạt động vào ban đêm nên hàng tuần, trời vừa chạng vạng tối là nhóm thợ săn với hai, ba xe Dodge lên đường đi săn suốt đêm tới tờ mờ sáng mới về. Có khi họ săn ba bốn ngày mới về. Không bao giờ họ bắn nai con hoặc nai đang lớn. Chiến lợi phẩm là những con hươu khổng lồ hoặc nai chà cao 1.20m tới 1.60m, nặng chừng 150kg đến 200kg. Ve hút máu trong kẽ chân nai, con nào con nấy to bằng đầu ngón tay cái, lớp da chai nhầy, trắng ởn.

Mỗi lần đi săn về, ông Ba Lô, trưởng đoàn chia đều phần thịt cho bạn đồng hành nhưng ông ưu tiên lấy sừng. Nếu hạ nhầm nai có chửa thì mổ bụng tại chỗ lấy thai nai con về ngâm rượu hàm nàm. Ai đã từng ghé qua nhà ông Ba trên đường Tôn Thất Thuyết sẽ ngợp vì thấy trong phòng khách nhà ông treo toàn gạc nai đủ loại, đủ cỡ như hươu, nai chà, sơn dương. Đây là bộ sưu tập nghệ thuật về bộ sừng vĩ đại, hiếm có của người thợ săn nổi tiếng nhất vùng, đặc biệt là sừng trâu rừng, tức con Min. Đây là một loại mãnh thú to lớn, dềnh dàng, đen xì, vô cùng dũng mãnh. Con Min nặng cả tấn, cặp sừng, bề ngang dài cả sải tay, rắn chắc, bóng lưỡng, nhọn hoắc, là thứ vũ khí cực kỳ nguy hiểm. Gặp cọp, con Min chỉ khịt một tiếng là cọp cong đuôi chạy mất đất.

Nhớ có lần ông Ba Lô săn được một con cọp ngoại khổ, đuôi dài cả thước, nanh, vuốt dài ngoằn, nhọn hoắc. Con nít tụi tôi nghịch ngợm nhổ râu cọp chơi bị bà nội rầy. Thì ra người Thượng dùng râu cọp trộn với một loại lá rừng đựng trong hũ lâu ngày biến thành một loài sâu rọm lông lá xanh lè. Họ lấy sâu giã nhuyễn dùng làm thuốc độc tẩm trên đầu mũi tên để săn thú rừng.

Vị vua cuối cùng của triều nhà Nguyễn là vua Bảo Đại nổi tiếng là ông vua tân thời, phóng khoáng và phong độ. Được biết nhà vua rất hâm mộ các môn thể thao quí phái, thời thượng như bơi thuyền, cưỡi ngựa, đánh goft, chơi tennis. Nhưng có thể nói săn bắn là môn "thể thao đường rừng" ông ưa chuộng nhất. Mỗi lần đi kinh lý trên Ban Mê Thuột, vua thường tổ chức đi săn. Nhớ lại tháng 5/1950, nhân dịp Bảo Đại lên Daklak thăm viếng đồng bào Thượng Êđê, vua sai cận thần triệu ông Ba Lô đi săn cọp với vua. Thời trước, ông Ama Kông, vua săn voi cũng từng đi săn với Bảo Đại. Đi săn với vua chúa là niềm vinh dự hiếm có.

Ông Ba Lô kể lại: "Đi săn, vua Bảo Đại chỉ thích săn cọp, beo để lấy da bọc bộ salon. Ngoài salon, còn có một bộ da cọp nguyên vẹn được thuộc rất khéo léo và công phu đem trải trên sàn phòng khách biệt điện (bungalow) của Bảo Đại".

Về kinh nghiệm săn bắn, ông Ba nói:"Săn ban đêm rọi đèn gặp cặp mắt đỏ chạch thì biết đó là nai; còn đụng phải cặp mắt sáng quắc, xanh biếc, một thứ màu lạnh buốt, rợn óc, lia qua lia lại thì phải hết sức thận trọng. vì đó là mắt cọp".

Ngoài ông Ba Lô, còn có các thợ săn khác như ông Lucien Rostan, tonton Sang, cậu Minh, chú Mười Kèn, chú Năm Bé, chú Đinh, chú Hiếu, chú Hích, chú Sĩ...

Nghề săn bắn cũng có nhiều thứ cấm kỵ và lắm sự rủi ro. Có người trong nhóm chú Năm Bé đi săn bị sụp lỗ chân trâu, súng cướp cò, đạn xuyên qua cổ lên đầu chết. Đoàn thợ săn của cậu Minh đi săn voi, năm người đi chung một chiếc xe cán phải mìn, không ai toàn mạng.

Dam Rông ở phía Đông quận Lạc Thiện rừng rậm um tùm có nhiều vách núi cheo leo. Trời vừa sụp tối, nhóm của cậu Minh vừa đổ bộ vào cánh rừng đã đụng phải con voi một ngà, hiếm khi gặp được. Không có gì hồi hộp hơn một cuộc săn bắn mạo hiểm. Thấy con voi quá lớn, nặng gần chục tấn, ngà dài cả thước, mọi người đều nín thở.. Cậu Minh bình tĩnh nâng súng nhắm ngay giữa trán, voi rừng dù mạnh cách mấy chỉ cần một phát đạn cũng gục ngay tại chỗ. Ngà đem về chưng trong phòng khách nhà ông Lucien Rostan. Riêng ống chân voi lớn đến nỗi người lớn có thể ngồi lọt thỏm trong đó..

Thợ săn đại kỵ giết voi một ngà. Kinh nghiệm cho biết sớm muộn gì họ cũng gặp phải thảm cảnh. Đoàn thợ săn của cậu Minh cán phải mìn là một điển hình.

Dù sao, những người thợ săn khét tiếng một thời ở Ban Mê Thuột từ thập niên 1940 đến 1975, có thể nói họ như một loại huyền thoại, một biểu tượng sống động của thị trấn miền cao. Nhưng nhìn lại, họ vẫn là những thợ săn vô danh, mãi mãi vô danh, dù có người đã từng đi săn với vua Bảo Đại. Thật ra, trong sử sách, không ai biết mà cũng không cần thiết nhắc đến tên tuổi của họ, trừ vua săn voi Ama Kông, dân tộc

M'Nông, một thợ săn ngoại hạng của núi rừng đại ngàn vào thế kỷ trước.

Vậy đó. Săn bắn tài tình như vậy. Thiện xạ như vậy. Nức tiếng như vậy.Vậy mà một sớm một chiều ông Ba Lô bất ngờ buông súng để bước vào cửa Phật. Ông quy y tam bảo, trở thành một vị cư sĩ ăn chay, niệm Phật, tụng kinh rất thuần thành. Người ta nói tiếng chuông mõ là tiếng nói của đức Phật, đánh thức hạnh từ bi vốn có trong mỗi con người. Có lẽ hàng đêm nhờ tiếng tụng kinh đều đặn của người mẹ già, lâu dần như một phép lạ thấm vào lòng người thợ săn ác liệt này.

Nhìn ông ngồi thẳng lưng trong chiếc áo tràng lam trước bàn thờ Phật thành kính gõ mõ tụng kinh, không ai ngờ trong quá khứ ông Ba Lô từng là một tay thợ săn thiện nghệ.

Ông Ba Lô còn có một năng khiếu đặc biệt nữa mà ít người biết. Ông là một nghệ sĩ kỳ tài, kéo vĩ cầm mùi tận mạng. Mỗi độ trăng tròn, ông thường đem vĩ cầm ra kéo những bản vọng cổ mùi rệu.

Dưới ánh trăng rằm, hình bóng và cây vĩ cầm của ông nổi bật như một bức tranh sống động. Cái đẹp của bức tranh trong thời khắc đó nổi lên âm thanh của điệu Nam Xuân, Nam Ai mùi mẫn, tài tình. Mấy ngón tay ông thuần thục như múa lướt trên bốn dây đàn. Không gian như say như đắm trong tiếng nhạc Ánh trăng vằng vặc trên vòm trời nạm ngọc như chìm trong yên tĩnh. Những đêm trăng lắng nghe tiếng đàn mùi rệu vang lên trong làng xóm tôi có cảm tưởng rằng âm nhạc có khả năng lấn át cả tiếng súng săn năm nào.

Tôi có thử đàn vài lần nhưng lần nào cũng kéo ra những tiếng ò è ọt ẹt như nghẹt mũi, như ai bóp cổ, chẳng ra hồn. Vĩ cầm không có phím như dương cầm hay tây ban cầm nên người đàn phải nhớ chính xác vị trí các nốt trên cần đàn. Vĩ cầm là loại nhạc cụ vừa bình dân vừa quí phái, tuy nhỏ nhắn, gọn nhẹ nhưng âm thanh thì cao vút từng mây. Tôi rất ngưỡng mộ người chế ra loại nhạc cụ này cũng như rất phục tài chơi đàn của ông Ba Lô. Cuộc đời khá ngắn ngủi nhưng kỳ lạ của ông như được kết hợp bởi bốn loại hình: quân nhân, thợ săn, nghệ sĩ và nhà tu.

Nhưng rồi cái gì cũng chỉ một thời, rằng thế gian này mọi vật đều vô thường. Những tiếng súng ác liệt của những người thợ săn năm xưa cũng đã chìm trong tịch lặng khi tất cả đã đi vào thiên cổ. Ông Ba Lô cũng vậy. Ông mất năm 1983 tại Ban Mê Thuột.

Ông Ba Lô là ba của tôi.

PHAN NI TẤN

NGƯỜI TÔI YÊU

... Người yêu của tôi cũng có cái tật khá là dễ thương. Anh thích đứng yên lặng vòng tay ôm tôi từ phía sau lưng, rất lâu. Hôn tóc tôi anh nói thơm mùi lúa. Hôn gáy tôi anh nói thơm mùi sữa...

* * *

Cũng như hầu hết mấy cô bạn sinh viên thời hoa mộng từng ấp ủ trong lòng một khối tình lãng mạn, tôi cũng không ngoại lệ. Nhưng khác với đám bạn hồn nhiên, tươi thắm cùng người yêu cặp kè đi dạo phố, đi ăn kem hay đi ciné thì chiều chiều tôi tất tả đạp xe đi tìm người tôi yêu. Có nhiều bậc thang trong xã hội, từ thượng lưu tới hạ đẳng, người yêu của tôi ở hạng thấp nhất. Ngày ngày anh ngồi thu lu ở ngã tư đường hành nghề vá xe đạp. Nhưng anh không phải là người khéo tay nên thường bị khách hàng cằm ràm. Đã vậy, ngồi sát bên anh thỉnh thoảng còn có một cô tiểu thơ đài các má đỏ môi hồng như tôi khiến khách qua đường cảm thấy nghi ngại, họa hoằn lắm mới có một cô em học trò rụt rè ghé vào nhờ bơm bánh xe. Anh xoay qua nghề bán thuốc lá lẻ trên các vỉa hè đông người qua kẻ lại. Nhưng anh cũng không có khiếu mua bán nên vốn liếng gom từ nghề vá xe đạp lần hồi không cánh mà bay. Thấy anh ngượng nghịu mặt mày tiu nghỉu tôi càng thương anh, khuyến khích anh đừng nản chí. Không phải ai bước vào thương trường cũng thành công hết đâu. Cuối cùng anh kiếm chác bằng cách bán sách trong chợ sách Đặng Thị Nhu. Hạp với nghề "bán chữ nghĩa" thỉnh thoảng anh có đồng ra đồng vào.

Ban ngày ngồi trong câu lạc bộ trường Đại học ăn trưa nghĩ tới anh mà nghe xót xa trong dạ. Hầu như cả Sài Gòn đều ăn cơm trưa, chỉ có mình anh uống nước máy trong khu Dân Sinh dằn bụng. Lần đầu tiên thấy anh lom khom bụm hai tay nghiêng đầu hứng nước máy uống trừ cơm mà nước mắt tôi ràn rụa.

Chiều nào bán được ba mớ sách cũ có chút tiền anh mua bánh mì thịt ăn qua bữa hoặc mua mì quốc doanh mang tới nhà người quen mượn bếp nấu ăn rồi lang thang đi tìm chỗ ngủ. Sài Gòn trời đất thênh thang nhưng tôi không biết ban đêm anh ngủ ở đâu, tôi không mường tượng ra nổi. Hỏi thì anh ơ hờ nói chỗ nào an toàn chỗ đó ngủ được.

Có lần trời chạng vạng tối, lòng xốn xang lo lắng cho anh, tôi đạp xe chạy ù vô chợ Thái Bình gần nhà khẽ hú gọi tên anh cầu may. Chợ Thái Bình đối diện với rạp hát Thanh Bình ngay ngã tư Cống Quỳnh – Phạm Ngũ Lão là nơi anh nói anh thường ngủ qua đêm. Đang nằm ẩn mình dưới sạp bán trái cây, rau cải, nghe tiếng tôi gọi anh trồi đầu ra nói nhỏ "anh đây nè" rồi lồm cồm đứng lên ngại ngùng nhìn tôi. Lần đầu tiên chứng kiến trước mắt cảnh đau lòng này tôi buông xe đạp ào tới ôm lấy anh òa lên khóc nức nở. Sợ người nghe thấy anh vội bịt miệng tôi bằng đôi môi khô héo của mình.

Thương anh ngủ bờ ngủ bụi tôi nẩy ý định mướn phòng cho anh thì đúng lúc... hoàng thiên ngó xuống. Người bạn cân ve chai cũng là bạn thời quân ngũ vừa nhường lại căn phòng cho anh trong một con hẻm nhỏ ở đường Cao Bá Nhạ với một giá rẻ gần như cho không. Căn nhà bằng gỗ hai tầng ngăn làm nhiều phòng cho thuê. Phòng nào cũng vuông vức, thoáng đảng, riêng phòng anh nằm khuất ở sau cùng, có hình chữ L hoa. Nửa vách dưới ngăn bằng ván, phía trên là phên thưa. Cũng nhờ vậy vô tình căn phòng trở thành nơi ẩn náu lý tưởng cho những người vô gia cư. Nửa đêm nửa hôm nếu bị Công An xét nhà, anh cứ việc cuộn mùng mền rúc vô trong góc là không ai nhìn thấy. Phòng trống trơn, không bàn ghế, không giường chõng, không gì hết, ngoài mùng mền cũ rích và chiếc chiếu rách của người bạn ve chai để lại. Tôi mang đến thay cho anh tấm nệm mớp mỏng và chiếc gối màu nâu non. Anh thích màu này, anh nói nó gần với màu đất, màu hương khói chùa chiền.

Tôi biết rất rõ tình cảnh của nhiều gia đình nghèo xơ. Nhưng mà có nghèo xơ nghèo xác cách mấy so ra cũng nghèo khít như người tôi yêu là cùng. Người yêu của tôi nghèo đến không có cơm ăn áo mặc, không có nhà để ở, nhưng bù lại tâm hồn anh là cả một trời văn chương phong phú. Anh là người đa tài nhưng trời lại đày anh vướng phải căn bệnh đãng trí. Càng về sau anh càng đãng trí nặng. Anh viết văn, làm thơ, soạn nhạc kịch vì tôi, cho tôi, anh rất vui. Vậy mà tuần trước tuần sau nghe tôi ngân nga, xuýt xoa khen hoài anh cau mày, con mắt trổng lơ, lắc đầu nói không nhớ, nói không phải của anh. Thật ra có cái anh quên hẳn, có cái anh mang máng nhớ, nhưng may phước cho tôi, anh nhớ nhất là lần anh tí toáy vẽ chân dung tôi. Lúc đưa tôi coi bức phác họa cả hai đều ôm bụng cười đến chảy nước mắt. Trời cho tôi vốn đẹp như một đóa hải đường anh lại vẽ tôi thành cô bé lọ lem. Người yêu của tôi cũng có cái tật khá là dễ thương. Anh thích đứng yên lặng vòng tay ôm tôi từ phía sau lưng, rất lâu. Hôn tóc tôi anh nói thơm mùi lúa. Hôn gáy tôi anh nói thơm mùi sữa. Trên đời này, ngoài cha mẹ anh chi em tôi, không có ai yêu thương tôi bằng anh, cho tới chết.

Cuộc đời anh có thể nói là một bi kịch dài. Anh mồ côi từ thuở chào đời, bù lại đầu óc rất thông minh. Tốt nghiệp ban Triết tại Đại học Văn Khoa Sài Gòn. Thời binh lửa trùng

trùng anh xung phong vào lính. Nhưng lúc ra trường anh lại được biệt phái dạy Triết tại một trường trung học mãi tận trên cao nguyên Gia Lai xa mù. Biến cố tháng tư 1975, trên đường di tản về gần tới Sài Gòn anh bị bắt đi tù. Hai năm sau được thả nhưng lại đày đi kinh tế mới ở miệt vùng núi rừng Bình Phước. Cày sâu cuốc bẩm một thời gian anh theo nhiều người bỏ kinh tế mới về thành phố sống lang thang như phường trôi sông lạc chợ. Tôi gặp anh ở bến xe Xa Cảng Miền Tây khởi đầu một mối lương duyên tiền định. Mùa hè tôi về Trà Ôn, Cần Thơ thăm ngoại. Mới sáng sớm Xa Cảng Miền Tây ở quận Bình Tân đã ồn như cái chợ. Vừa bước xuống xe taxi, tôi bị một tên cướp bất thần nhào tới giựt mất cái xắc tay. Tôi la lên cầu cứu nhưng ai cũng đứng trơ mắt ra ngó. Chỉ có anh rượt theo thộp cổ tên bất lương giành lại được xắc tay cho tôi. Tôi run rẩy bước lên xe đò, lí nhí cám ơn anh. Trên đường đi tôi bức rức không ngừng nghĩ tới anh, không biết có còn gặp lại anh không. Tôi có cảm tưởng như đã từng gặp anh ở đâu đó mà nghĩ mãi không ra.

Ấy vậy mà đời có những cái bất ngờ đến không thể ngờ được. Nó như một mối duyên vô hình ràng buộc con người lại với nhau từ muôn kiếp trước. Rằm tháng bảy năm nào chùa Vĩnh Nghiêm cũng tổ chức lễ Vu Lan rất lớn, đông đảo khách thập phương đến viếng. Tôi và mấy cô bạn rủ nhau lên chùa cúng Phật. Đang dâng hương khấn vái trời đất tình cờ liếc xuống tôi thấy anh đang lui cui quét lá dưới chân tháp Quán Thế Âm. Tách khỏi đám bạn tôi hồi hộp bước tới khẽ chào anh. Dĩ nhiên anh không nhận ra tôi, anh nhìn tôi bằng cặp mắt hết sức bình thản chào đáp lễ. Trên đời này có hàng tỷ tỷ đàn ông con trai đều nghiêng mình chiêm ngưỡng trước vẻ đẹp trời ban cho tôi, trừ anh. Tôi ấm ức đâm ra tự ái nhưng vẫn giữ ý tứ nhắc lại chuyện không may xẩy ra cho tôi ở Xa Cảng Miền Tây tháng vừa rồi, may nhờ có anh ra tay cứu giúp. Nói xong tôi nhỏ nhẹ cám ơn anh lần nữa. Vậy mà trời ơi, anh vẫn không nhớ ra (sau này tôi mới biết anh mắc bệnh đãng trí). Nghĩ tôi nhận lầm người, anh xin phép lui về phía hậu liêu.

Từ đó, chủ nhật nào tôi cũng lên chùa tìm anh. Lần nào gặp anh tôi cũng vui, không gặp thì buồn. Hỏi sư tâm đăng (chuyên phụ trách hương đèn trên chánh điện) mới biết thỉnh thoảng anh mới đến chùa làm công quả Phật sự. Nhưng những lần gặp nhau ở chùa, ở những nơi công cộng dần dà anh cũng tự nhiên hơn, gần gũi với tôi hơn, thích lắng nghe tôi nói chuyện nhiều hơn. Nhưng mà lạ quá. Anh không hề để tâm tới tình cảm của tôi kín đáo dành cho anh mà cũng không tỏ ra vồn vập trước sắc đẹp của tôi như nhiều người khác. Điều này làm tôi buồn nhưng tôi càng nể phục nhân cách của anh hơn. Anh sống rất khép kín, tánh tình điềm đạm, thường chìm trong suy tư và luôn luôn tôn trọng tôi, coi tôi như một người bạn tốt. Đứng trước một người lịch lãm như vậy, trời không bắt, tôi cũng đem lòng yêu quí anh. Thật ra tôi yêu anh từ lâu lắm nhưng lại không nhận ra cái ngày anh nói yêu tôi.

Thời gian lầm lũi trôi qua. Ông trời thương anh và tôi vẫn vui vẻ gặp nhau, bình thản sống qua ngày. Lúc tốt nghiệp đại học tôi mau mắn tìm được việc làm đúng như ý, anh mừng cho tôi. Ban ngày tôi ở sở làm. Chiều về tôi đạp xe thẳng tới căn gác trọ tìm anh. Có lần trên đường tới gác trọ tôi giựt mình sợ hãi khi nhìn thấy con đường trước mặt như đang dẫn tôi đi vào cõi chia lìa. Lúc gặp được anh tôi mừng ứa nước mắt. Tôi ôm lấy anh, chia sẻ hạnh phúc với anh mà không hiểu tại sao lúc nào lòng cũng nơm nớp sợ mất anh.

Vậy mà ông trời lại không muốn cho chúng tôi được hạnh phúc lâu bền. Người tôi yêu bị ngất xỉu lúc đang uống nước máy ở chợ Cô Giang, Cô Bắc, gần trường trung học Bồ Đề. Bác sĩ nhà thương thí chẩn đoán anh bị ung thư màng óc thời kỳ cuối. Nhìn anh nằm hôn mê trên giường bệnh mà lòng tôi đau thắt. Dù vậy, hàng ngày tôi vẫn đi làm, vẫn giữ nét điềm tĩnh, tôi không khóc. Tan sở lần nào tôi cũng chạy vô thăm anh, dù anh không còn biết gì. Được một tuần thì anh trút hơi thở cuối cùng trong vòng tay tôi. Đến lúc đó tôi mới để mình bật ra tiếng khóc. Tiếng khóc thương tâm đẩy nước mắt của tôi trào ra không cách nào ngăn lại được.

Người tôi yêu mất vào đầu mùa mưa đến nay cũng ngót ba mươi năm rồi. Hiện nay tôi đã có gia đình, cùng chồng và hai con bôn ba nơi xứ người. Những lúc che dù đi trong mưa, mưa lạnh thường gợi tôi nhớ tới anh. Lúc đó, lệ trời hay nước mắt của tôi lăn trên má tôi cũng không hay biết gì.

Người ta nói chỉ có thời gian mới trị lành mọi vết thương, kể cả vết thương lòng. Tôi không nghĩ như vậy.

PHAN NI TẤN

NHÀ SƯ VÀ LINH MỤC

Linh mục Nguyên Khải vừa lên tới chân núi Yên Tử thì trời mưa tầm tã. Núi Yên Tử thuộc xã Uông Bí, tỉnh Quảng Ninh, là một dải núi cao nằm ở phía đông bắc Việt Nam. Mặc dù Cha Khải có mang theo chiếc ô, vừa che mưa che nắng vừa làm gậy phòng thân, nhưng đụng phải cơn mưa giông, sấm sét rền trời buộc ông phải lách mình vô sơn động núp mưa. Vừa bước vào cửa động Cha Khải suýt dẫm phải con rắn hổ mang bành dài khoảng 6m nằm chắn ngang đang nuốt con rắn lục to bằng hai ngón tay. Đúng lúc đó con chim bồ câu trắng sà xuống đậu trên cành muỗm gần chỗ Cha Khải đứng.

Con bồ câu vẫn nhận ra ông. Nó kêu cúc cúc, đưa cặp mắt màu hồng tươi lúc ngúc cái đầu nhìn ông. Như những lần trước, khi Cha Khải vừa tới lưng chừng núi ghé am cổ tự Bảo Sái thăm sư Lâm Mộc là con bồ câu xuất hiện như đại diện nhà sư chào đón khách phương xa. Lần nào cũng thế, Cha Khải nhẹ nhàng vuốt đầu nó, thì thầm với nó đôi câu xong là nó bay đi ngay. Năm ngoái, lúc nghỉ chân nơi am Ngọa Vân, Cha Khải đã kịp thời cứu con bồ câu thoát khỏi móng vuốt chim ưng. Lúc đem nó vô chùa, sư Lâm Mộc thấy đốm lông xám trên đỉnh đầu chim nên sư đặt tên là Lam câu và nuôi dưỡng nó đến nay.

Chùa Bảo Sái, xưa kia là một cái am thô sơ được Thiền sư Bảo Sái, đệ tử của Điều Ngự Giác Hoàng Trần Nhân Tông, dựng nên. Vì am cổ tự nằm cheo leo bên vách núi Yên Tử nhiều lần bị sụt lở vì mưa bão, về sau trải qua những biến đổi thăng trầm dần hồi am được trùng tu thành chùa mang tên của Thiền sư Bảo Sái.

Theo dòng thời gian mãi đến cuối thập niên 1930, một hôm chùa Bảo Sái tiếp nhận một đạo sư lang thang lạ mặt. Trang phục của sư thật giản dị, nhiều phần chắp vá và rách rưới. Ông mang đôi giầy vải, cổ đeo tràng hạt lớn, trên vai quàng một tấm vải nâu, râu ria lờm xờm. Cái thân hình hộ pháp trông dữ tợn nhưng ánh mắt thật hiền từ, nồng ấm. Điểm nổi bật ở ông là uyên thâm đạo pháp.

Đó là nhà sư Lâm Mộc, đến rồi đi, như con giao long ẩn hiện rầy đây mai đó. Sư vân du khắp nơi, hoằng pháp khắp xứ Bắc kỳ, mùa mưa mới âm thầm trở về chùa.

Sư Lâm Mộc là một cao tăng không chủ trương ở chùa. Ngay từ thuở thiếu thời, chịu ảnh hưởng cuộc sống cách mạng chống thực dân Pháp của bố mẹ nên sau một thời gian dài ẩn tu thành tựu tì kheo sư Lâm Mộc đã vân du hoằng pháp đó đây, coi trời đất là nhà, trần gian là chỗ tạm dung. Hằng năm vào mùa mưa, sư Lâm Mộc mới trở về chùa Bảo Sái náu mình trong kho củi ở khu vườn đá phía sau chùa. Thỉnh thoảng vào trung tuần tháng Sáu, linh mục Nguyên Khải từ giáo phận Vinh lặn lội đường xa vượt núi, đội mưa ghé thăm sư Lâm Mộc vấn an sức khoẻ, thăm hỏi sự tình.

Sư Lâm Mộc và linh mục Nguyên Khải có cùng một huyết thống. Hai ông là con sinh đôi của nhà cách mạng Nguyễn Khúc Thụ, đảng viên Việt Nam Quốc Dân Đảng, mẹ là bà Đỗ Thị Nâu thuộc đội hậu cần của Đảng trưởng Nguyễn Thái Học. Năm 1930, ông Nguyễn Khúc Thụ hy sinh tại Yên Bái trong cuộc Tổng Khởi Nghĩa rạng mồng 10 tháng 2 năm 1930, chiều cùng ngày bà Nâu bị mật thám Pháp treo cổ trong nhà bếp của Cô Giang, người bạn đời chung thủy của Đảng trưởng Nguyễn Thái Học.

Cuộc khởi nghĩa của Việt Nam Quốc Dân Đảng thất bại, Nguyễn Thái Học cùng 12 nghĩa sĩ bị đưa lên đoạn đầu đài ở Yên Bái. Hai hôm sau, Cô Giang, tức nữ chí sĩ cách mạng Nguyễn Thị Giang, đã âm thầm trở về làng Thổ Tang tự sát bằng khẩu súng lục của Nguyễn Thái Học đã tặng cô ở đền Hùng ngày nào. Riêng Cô Bắc, em ruột của Cô Giang, cùng các nghĩa sĩ bị bắt đi tù 5 năm cấm cố. Nguyễn Thị Bắc qua đời năm 1943, khi mới 35 tuổi.

Lúc 13 anh hùng Việt Nam Quốc Dân Đảng bị xử chém thì một số đồng đảng thân cận của Nguyễn Thái Học may mắn chạy thoát khỏi sự săn đuổi của mật thám Pháp. Trong cuộc săn đuổi đó có hai người thanh niên tuổi vừa 20, cũng là đảng viên Việt Nam Quốc Dân Đảng, hoạt động tích cực cho mục đích đấu tranh giành độc lập dân tộc, tức nhà sư Lâm Mộc và linh mục Nguyên Khải sau này.

Để tránh bị sát hại, hai ông đã phải thay tên đổi họ, chia tay nhau được các nghĩa sĩ bí mật gởi vào nương náu nơi cửa Phật ở Sầm Sơn và nhà thờ Chúa ở Ninh Bình.

Dòng đời cứ thế trôi mau. Thỉnh thoảng các nghĩa sĩ sống sót âm thầm trở về chốn thanh tu vấn an hai vị tu sĩ, nhưng dần hồi không còn thấy họ trở lại nữa. Dù vậy, cả nhà sư và linh mục đều nương vào đấng tối cao để sống còn. Họ không để oán thù dầy xé hoặc đau buồn quật ngã, vẫn hành trì đạo pháp.

Mười năm sau, lúc sư Lâm Mộc đi hóa duyên ngang qua nhà thờ đá Phát Diệm tình cờ gặp Cha Nguyên Khải vừa từ giáo phận Vinh trở về nhà Chúa. Sư và Cha vừa giáp mặt nhau trước cửa Chính Tòa, cả hai đều sửng sốt trố mắt nhìn nhau như thể hai ông đang nhìn vào chính bản thể mình. Là anh em sinh đôi nên họ giống như hai giọt nước, ngay cả các giáo dân của Cha Khải cũng ồ lên kinh ngạc. Từ khi trở thành tu sĩ, hai ông đều đi khắp nơi vừa truyền bá đạo pháp vừa âm thầm dò la tung tích người thân, kết cục cả Cha và Sư không thể ngờ lại có ngày tri ngộ ở Giáo xứ này.

Thoáng nhìn qua, sư Lâm Mộc biết ngay đây là sư đệ thất lạc của mình lúc chạy loạn, nhưng sư rất trầm tĩnh, âm thầm niệm hồng danh đức Phật thế tôn. Còn linh mục Nguyên Khải, qua những hoạt động mục vụ của nhà thờ, bản tánh thoáng hoạt hơn, Cha buột miệng nói rất khẽ: "Lạy Chúa tôi! Sư huynh…".

Từ đó, khi có dịp thỉnh thoảng Sư xuống núi hoặc Cha lên núi vấn an nhau. Là bậc tu hành của đấng đại trí đã giác ngộ, Cha Nguyên Khải và Sư Lam Mộc lấy đức báo oán, lấy bác ái của trí nhân làm hướng đi và lấy máu mủ tình thâm mà thăm hỏi sự tình.

Tuy nhiên, cuộc chiến tranh Đông Dương do Đảng Cộng Sản Việt Nam lãnh đạo chống thực dân Pháp tạo nên cảnh loạn lạc, đói kém, bệnh tật và chết chóc khiến sự đi lại của công chúng bị trở ngại và hạn chế rất nhiều.

Năm 1954, sau khi quân Pháp thất thủ tại Điện Biên Phủ, Hiệp Định Genève được ký kết chấm dứt chiến tranh Đông dương, chia đất nước ra làm hai tại vỹ tuyến 17, đưa đến cuộc di cư vĩ đại vào miền Nam Việt Nam từ tháng 8-1954 đến tháng 5-1955.

Trong những cộng đồng Thiên chúa giáo miền Bắc dưới thời Pháp thuộc, các linh mục giữ vai trò lãnh đạo về dân sự và tinh thần. Nhận thức được viễn cảnh không tươi sáng do Việt Minh lãnh đạo, các Cha đã kêu gọi các tín đồ di cư vào Nam. Cuộc di cư 1954 là một cuộc di cư lịch sử của khoảng một triệu người dân miền Bắc (đa số là người Công giáo) đã ra đi trên những chuyến tàu há mồm do Mỹ và Pháp thực hiện.

Trong tất cả những chuyến tàu di cư không tiền khoáng hậu đó không có mặt linh mục Nguyên Khải và sư Lâm Mộc.

* * *

Tôi, người được nghe kể câu chuyện này mà tâm không ngớt dao động. Năm ngoái từ Huế, nhóm Phật tử chúng tôi đã làm một cuộc hành hương ra Hà Nội, từ đó đi xe đò ra Ninh Bình dài khoảng 90km ghé thăm nhà thờ chính tòa Phát Diệm (còn gọi là nhà thờ đá), hôm sau vượt núi Yên Tử lên viếng chùa Bảo Sái.

Điểm đặc biệt của nhà thờ đá Phát Diệm được khởi công xây cất từ năm 1875, tuy là nhà thờ Công giáo nhưng lại kiến trúc theo hình thể chùa chiền.

Viếng nhà thờ Phát Diệm, cá nhân tôi chỉ là khách thập phương không có ý dò hỏi, hay mạo muội tìm kiếm dấu vết của linh mục Nguyên Khải. Nhưng chiêm ngưỡng giá trị trăm năm của nhà thờ đá tôi có cảm tưởng như Cha Khải vẫn bàng bạc đâu đó, trong nhà nguyện, trên tường đá hay dưới chân tượng Đức Mẹ Hằng Sống.

Còn chùa Bảo Sái, sau nhiều công trình trùng tu trải dài theo năm tháng, nay đã được mở rộng, gồm chánh điện, nhà Tổ, tượng Phật Bà Quán Thế Âm, tượng Điều Ngự Giác Hoàng Trần Nhân Tông nhập niết bàn, tượng Thiền sư Bảo Sái, tượng hổ, giếng thiêng và vườn đá phía sau chùa.

Khi lần vào vườn đá, tôi đứng lặng trước biến thiên của dòng đời. Nhà củi, nghe nói nơi nhà sư Lâm Mộc từng cư ngụ, không còn nữa. Tuy vậy, cái nền đất hoang phế cỏ mọc vẫn không phủ lấp hết những thanh củi dựng theo chiều đứng của mô đất. Những thanh củi rêu phong, mục nát, có vẻ như cam chịu nhưng vẫn đứng nghiêng mình theo tuế nguyệt dần qua.

Ở đời có nhiều bậc anh hùng vì nước mà hy sinh, trong đó có những người sống âm thầm như chiếc bóng và chết đi trong vô danh. Nhưng cũng có những người vì hoàn cảnh buộc phải rời khỏi vòng gươm giáo, như sư Lâm Mộc và linh mục Nguyên Khải, với tấm lòng nhân ái mang lại lợi ích cho người, tặng cho đời những suy nghĩ tốt lành, những việc làm dễ thương, họ không là Thánh nhân thì cũng thành nhân.

PHAN NI TẤN

NHỮNG TRẬN MƯA YÊN THẾ

Khi lớn lên tôi mới biết dòng dõi chúng tôi là dân Sài Gòn kỳ cựu từ cái thời người Pháp gọi Sài Gòn là Bến Nghé.

Tôi cũng biết chúng tôi ở trên đường Đề Thám nhưng không biết con đường này cũng như chợ Cô Giang có từ bao giờ. Tôi chỉ biết Ba Má tôi sống bằng nghề buôn bán chạp phô trong một khu phố nép mình vào một góc chợ ở ngã tư đường Cô Giang và Đề Thám. Vì nhà ở giữa quận Nhất, gần trường trung học Bồ Đề nên sau khi xong bậc tiểu học tôi xin vào học trường này. Hằng ngày từ nhà tôi đi bộ băng qua chợ Cô Giang để đến trường.

Chợ Cô Giang không có nhà lồng, không có hàng quán, quầy sạp cố định là nơi mưu sinh của những người buôn thúng, bán bưng đắp đổi qua ngày trong đó có Ba Má tôi.

Thập niên 1960, chợ chiều 30 Tết người đông như kiến. Dọc hai bên lề đường bày la liệt dưới đất, trên bàn, trên kệ đủ các mặt hàng tạp hóa, hàng khô, hàng thịt, hàng rau, hàng bông, hàng vải, hàng trái cây, hàng bánh mứt, hàng bún... Chợ lúc nào cũng tấp nập người mua kẻ bán, người qua kẻ lại đi sắm Tết tạo nên một quang cảnh vui mắt, náo nhiệt. Cận Tết năm nào tôi cũng ra chợ phụ giúp Ba Má tôi bán hàng.

Có lần đang loay hoay cùng Ba tôi cân nguyên giỏ cần-xé khô cá lẹp cho khách tôi chợt nghe bên cạnh sạp bán nhang đèn một người lính Dù hỏi nhà sư trẻ một câu hỏi làm tôi giựt mình: "Lúc chưa xuất gia, Thầy ở đường Đề Thám những hai mươi năm. Thế Thầy nghĩ gì về ông Thám?"

Từ lâu nhà tôi vẫn ở trên đường Đề Thám, tôi vẫn đi trên những con đường mang tên của những anh thư hào kiệt, dù tôi biết nhưng chẳng hề quan tâm cho đến khi nghe người lính nhắc đến tên "ông Thám" mới làm máy động lòng tôi.

Tôi biết "ông Thám" tức Hoàng Hoa Thám còn gọi là Đề Dương, Đề Thám hay Hùm Xám Yên Thế là người lãnh đạo cuộc khởi nghĩa Yên Thế (Bắc Giang) chống Pháp ròng rã suốt 30 năm trường kể từ năm 1883 tới 1913.

Nhìn tấm hình anh hùng Đề Thám, râu ria lùm xùm, đầu đội khăn xếp đen, áo lương, quần trắng xộc xệch, đi giày Gia Định vây quanh bởi các thủ hạ thân tín mộc mạc, cùng khổ, đi chân đất, tôi cố mường tượng ra cuộc sống của ông vào thời ấy, cái thời đã xa mù mịt hơn trăm năm, lẫn lộn ở đó hình ảnh của những trận đánh diễn ra giữa nghĩa quân Yên Thế và quân viễn chinh Pháp.

Lướt qua những trang sử liệu của Đề Thám tôi mạn phép tóm lược vài đặc điểm về ông như sau:

Hoàng Hoa Thám, sinh năm 1858 tại làng Dị Chế, huyện Tiên Lữ, tỉnh Hưng Yên. Sinh được mấy tháng thì cha mẹ ông là Trương Thận và Lương Thị Minh bị giết hại vì cả hai đều gia nhập cuộc khởi nghĩa nông dân nổi lên chống lại nhà Nguyễn.

Hoàng Hoa Thám tên thật là Trương Văn Nghĩa, sau đổi thành Trương Văn Thám. Ở độ tuổi thanh niên, Thám ít nói, trầm mặc nhưng trong con người vạm vỡ, khỏe mạnh đó chứa một tấm lòng yêu nước mãnh liệt.

Năm 1870 Hoàng Hoa Thám tham gia cuộc khởi nghĩa của Đại Trận, được gọi là Đề Dương.

Khi Pháp đánh Bắc kỳ lần thứ nhất (1873) Hoàng Hoa Thám gia nhập nghĩa binh của Trần Quang Soạn, lãnh tụ Bắc Ninh. Lúc Pháp đánh Bắc kỳ lần thứ hai (1884), ông đứng dưới cờ khởi nghĩa của Hoàng Đình Kinh, tức Cai Kinh, ông được Kinh nhận làm con nuôi, đổi tên thành Hoàng Hoa Thám.

Năm 1888, Cai Kinh mất, Thám trở lại Yên Thế theo Lương Văn Nắm, tức Đề Nắm, trở thành một vị tướng tài. Tháng 4 năm 1892, Đề Nắm bị thủ hạ Đề Sặt sát hại, Hoàng Hoa Thám trở thành thủ lĩnh tối cao của phong trào Yên Thế, tiếp tục hoạt động, lập căn cứ tại núi rừng Yên Thế, dùng chiến thuật du kích gây cho quân Pháp nhiều tổn thất nặng nề, đồng thời trừng trị những kẻ phản bội.

Từ đó, giữa những tổ chức kháng chiến và phong trào Cần Vương cũng như những bậc sĩ phu yêu nước, không ai không phấn khích khi nghe nói đến tên Hoàng Hoa Thám tức Đề Thám, biệt danh "Hùm Thiêng Yên Thế", người anh hùng đã chống đội quân Pháp đông gấp hai mươi lần. Nhà nước bảo hộ Pháp sau hai lần dẫn đến việc thương thuyết với Đề Thám đều kinh sợ khi nghe đến tên Hùm xám Yên Thế.

Trong gần 30 năm lãnh đạo, ông đã tổ chức đánh nhiều trận ở Luộc Hạ, Cao Thượng, Hồ Chuối, Đồng Hom gây nhiều tổn thất cho quân Pháp. Đặc biệt, trong trận đánh đường xe lửa từ Lạng Sơn đi Bắc Lệ, được Bang Kinh, Diêu Khê, Đề Huynh và đồng đảng giúp sức, Đề Thám bắt được Chesnay, chủ nông trường và chủ báo L'Avenir du Tonkin (Tương lai Bắc kỳ), cả hai là người Pháp.

Tuy nhiên, với tinh thần thượng võ và lòng vị tha của Đề Thám, sau những trận đánh - không riêng gì hai người Pháp kia - các quan chức Pháp khác bị bắt đều được ông tha bổng đã tỏ ra nể phục, trong khi chính những người này luôn luôn tìm cách giết ông.

Đại tá Galliéni, một viên sĩ quan Pháp có nhiều kinh nghiệm ở Sénégal, Mali, và Soudan bên Phi Châu được Pháp gởi qua Bắc kỳ dẹp "quân phiến loạn", đã đánh giá Đề Thám là một người cương trực, có nghĩa khí, một địch thủ đáng gờm biết tính toán trước mọi sự, nhìn xa trông rộng, biết hành binh, giỏi lập thế trận.

Cuối cùng vào năm 1909, Thống sứ Bắc kỳ đã huy động lực lượng hùng hậu tổng tấn công vào Yên Thế. Nghĩa quân bị tổn thất nặng, trong đó có con trai của Đề Thám là Cả Trọng bị tử thương, bà Ba Cẩn và cô con gái Hoàng Thị Thế bị bắt, lực lượng nghĩa quân suy yếu dần, tới đầu năm 1910 thì tan rã. Đề Thám và hai thủ hạ tâm phúc phải sống ẩn dật trong núi rừng Yên Thế, chấm dứt cuộc khởi nghĩa Yên Thế vào năm 1913.

Hoàng Hoa Thám có năm bà vợ. Bà vợ cả tên Thị Tảo sinh ra Cả Trọng, mất trong một trận đánh cuối cùng tại Yên Thế. Ba Cẩn (Đặng Thị Nho) bà vợ thứ ba sinh Hoàng Thị Thế (1901) và con trai Hoàng Hoa Phồn (1908). Đề Thám còn có hai người con nuôi, Cả Rinh và Cả Huỳnh từng cùng ông vào sinh ra tử.

Khi bà Ba Cẩn bị bắt đày sang đảo Guyanne (Nam Mỹ) và qua đời năm 1910, con gái bà là Hoàng Thị Thế, lúc đó mới 9 tuổi, về sau bị đưa sang Pháp trở thành con nuôi của Toàn quyền Đông DươngAlbert Sarraut, sau đó Tổng thống Cộng hòa Pháp Paul Doumer nhận làm cha đỡ đầu của bà.

Năm 1960, Hoàng Thị Thế trở về Hà Nội, đến năm 1963 bà viết hồi ký *Kỷ Niệm Thời Thơ Ấu* bằng tiếng Pháp, ghi lại những thời kỳ sinh tử cùng cha mẹ, anh em và các nghĩa quân Yên Thế từng sống và chiến đấu trên đất Phồn Xương. Nhà thơ Hoàng Cầm, trong những năm bị "treo bút", lấy bút hiệu Lê Kỳ Anh đã dịch cuốn hồi ký này ra tiếng Việt được Ty Văn Hóa Hà Bắc xuất bản năm 1975. Về sau, cuốn hồi ký "Kỷ Niệm Thời Thơ Ấu" cũng được công ty CP sách Omega và NXB Khoa Học Xã Hội ấn hành năm 2017.

Bà Hoàng Thị Thế sinh ngày 31/3/1901 tại Phồn Xương, Yên Thế (Bắc Giang). Mất ngày 9/2/1988, chôn tại Phồn Xương, nơi bà cất tiếng chào đời.

Riêng cái chết của Đề Thám đến nay vẫn còn là một nghi vấn. Có nhiều giả thiết khác nhau:

1. Ba tên Tàu thuộc đảng Lương Tam Kỳ "trá hàng", tìm cách chuốc rượu giết chết Đề Thám và hai bộ hạ xong cắt đầu đem nộp cho quân Pháp. Pháp bêu đầu Đề Thám và hai thuộc hạ ở Nhã Nam để thị uy quần chúng.

2. Nhưng có người cho rằng Đề Thám là người rất cảnh giác, không dễ bị ám sát, đã tẩu thoát, về sau chết ở Hố Lẩy, là nơi được cho là có lăng mộ của ông.

3. Cũng có người nói Đề Thám sống những ngày cuối đời tại nhà Thống Luận, mất ở xóm Tân Lập, xã Mai Trung, huyện Hiệp Hòa, Bắc Giang là nơi có một nhà thờ ông.

Thưa Quí bạn đọc,

Sau biến cố tháng tư 1975, gia đình tôi vượt biên qua Thái Lan rồi định cư tại Canada đến nay. Mùa hè năm 2015, giữa kinh đô ánh sáng của Pháp, tôi đã đứng trước tượng đài bằng đồng Tướng Galliéni, dựng ở góc quảng trường Vauban. Trên bệ đá cao, Galliéni được nâng lên bởi bốn người đàn ông, tượng trưng cho bốn thời kỳ ông đã từng phục vụ cho bốn nước: Soudan (Phi Châu), Madagascar (Africa & India), Paris (Pháp) và Tonkin (Bắc kỳ). Tượng này do nhà điêu khắc Jean Boucher dựng năm 1926. Như ta đã biết, ở thế kỷ trước đại tá Galliéni từng là kẻ đối địch với Đề Thám, coi Đề Thám như một thiên tài quân sự.

So với tượng đồng tướng Galliéni dựng ở Paris thì tượng đồng Hoàng Hoa Thám dựng ở Yên Thế với nét khắc giản dị hơn, đơn sơ hơn, không cần phải khoa trương thanh thế, Đề Thám vẫn sừng sững với thần khí uy nghi, bề thế.

Nhìn chung, lòng yêu nước của những anh hùng dân tộc trải theo chiều dài lịch sử nước Việt lớn biết dường nào. Điều này chứng tỏ ở đâu, thời nào, đất nước cũng có những con người kiệt hiệt sẵn sàng đối mặt với những mưu đồ xâm lấn. Riêng dưới thời Pháp thuộc, đã có những Thủ Khoa Huân, Thiên Hộ Dương, Phan Đình Phùng, Trương Công Định, Nguyễn Trung Trực, Đề Thám, Kỳ Đồng, Đinh Công Tráng... vì sơn hà xã tắc, coi cái chết nhẹ tợ lông hồng.

PHAN NI TẤN

PHÒNG 010

Nói thiệt nghen. Lần đầu tiên nghe lời bạn bè rủ rê đi du lịch, hình như tui... nhác thấy mình hổng thua gì anh chàng nhà quê mới lên tỉnh. Trước kia tui đâu có dở ẹc vậy. Ngặt một nổi ở các nước văn minh điện tử, thời gian ngựa chạy, luật lệ của mấy chục năm xưa so với ngày nay nó đã khác biền biệt một trời mây. Khác từ cái chuyện mua vé tàu bay thẳng thét trên online on-liếc gì đó, rồi mua bảo hiểm du lịch (chỉ giỏi móc túi thiên hạ, mần ơn đi cha nội). Hành lý thì tui một cái xắc tay nhẹ hều, bả một cái va-ly nhỏ xíu, vậy mà cũng bắt cân đo nặng nhẹ, kích cỡ ra sao, rồi làm sao online check in để chọn số ghế cho mình trước 24 giờ đồng hồ (cái màn này người thiếu chữ nghĩa như tui đành chịu), rồi chọn Uber, Ubét nào, hẹn giờ ra phi trường ra sao vân vân, nhất nhất đều do ông bạn già Đoàn nhắc nhở, chỉ dẫn tận tình. Kẹt một cái, gặp phải anh nhà quê núi vụng về, văn dốt vũ dát như tui, rốt cuộc gần như ổng... mần giùm cho vợ chồng tui ráo trọi.

Xứ mình có hai mùa mưa nắng, khác với Gia-Nã-Đại nhì nhằng tới bốn mùa Xuân Hạ Thu Đông. Mà mùa đông gì mới có 5 giờ chiều trời đã tối om; còn mùa hè 9 giờ tối trời còn sáng bửng, mặt trời chưa chịu lặn. Xứ gì kỳ cục thấy mụ nội.

Chớm hè, 4 giờ sáng thành phố còn ngái ngủ, tụi tui đã vù ra phi trường quốc tế Toronto bay qua viếng xứ Cộng Hòa Dominican. Nội cái chuyện cân hành lý quá ký lô hổng bị đánh thuế, rồi tha hồ gởi thêm bao nhiêu cái va-ly hay cái giống gì lên tàu bay cũng ok tuýt suỵt, miễn sao hổng phải đồ quốc cấm. Nghĩa là mình hổng cần kéo va-ly lên tàu bay xong hì hục bưng nó lên nhét vô ngăn chứa hành lý phía trên đầu chỗ mình ngồi. Xứ Châu Mỹ La tinh vốn cần khách nên hiếu khách, dễ dãi với hành khách, nó hổng có cái kiểu bắt người ta phải đối mặt với một đống thủ tục lằng nhằng, rối rắm, phiền phức như ba cái xứ văn minh Âu Mỹ kia. Đã mệt còn mất thì giờ các cụ đi du hí.

Lúc xếp hàng lên tàu, vợ chồng tui đâu có biết rúp (group) nào trước rúp nào sau, cứ chen vô đại rồi cũng xong. Bạn bè tui năm nào cũng du hí đó đây, kinh nghiệm đầy mình nên chễm chệ ngồi ở những hàng ghế trước; còn nhà quê như vợ chồng tui năm khi mười họa mới phiêu du một chuyến thì lẹt đẹt ngồi chót bẹt ở phần đuôi. Ngồi băng ghế trước hay ghế sau lợi hại lắm nghen. Tức là mỗi lần tàu bay chui vô mây hay lọt nhằm lỗ chân không là nó nhồi nó xốc thiếu điều ruột rà muốn lòi ra khỏi bản họng, còn mặt mũi thì xanh lè như đít nhái. Lúc trẻ tui bay nhảy tứ tung, dìa già đâm ra nhát hích hồi nào hổng hay. Ấy vậy mà lúc bình tâm ghé mắt dòm qua cửa sổ thấy mình bay cao hơn mấy từng mây tui lại tưởng tui là lão Tôn đằng vân qua Thiên Trúc thỉnh kinh, phong độ ra gì.

Tháng sáu có câu hát: "Tháng sáu trời mưa, trời mưa không dứt..." chắc là mưa ở đâu đâu chớ tụi tui đang bay trên không gian mênh mông nắng, mây trắng như bông gòn hổng thấy hột mưa tháng sáu nào hết trơn. Người kinh nghiệm đi mây dìa gió khuyên đi tàu bay không nên uống nhiều nước, mắc công đi tiểu. Thấy chí lý tui hổng hớp giọt nào nhưng lúc bay trên trời khát nước cổ họng tui đâm khô khốc, mắt thì láo liêng. Ngày xưa bay đi đâu hành khách cũng được phục vụ ăn uống ngon lành. Bây giờ có bay mỏi cánh cũng đợi các cô tiếp viên phi hành ngực nở eo thon, bộ giò dài sọc lăng xăng bán rượu bia cho khách ghiền bia rượu đã đời rồi mới phục vụ thức uống cho hành khách.

Tui có cái tật uống nước vô là con mắt nhíp lại, gật gù mấy phát rồi đi luôn một giấc ngon lành. Lúc phi công trưởng lịch kịch lên loa thông báo tàu bay ta chuẩn bị đáp xuống phi trường, tui mới thức dậy mặt mày bơ ngơ báo ngáo. Trên cao dòm xuống tôi trố mắt ngạc nhiên hổng thấy cái giống gì phía dưới đất hết trơn, ngoài rừng. Nghĩa là hổng thấy phố, hổng thấy nhà, chỉ thấy rừng ơi là rừng. Mà rừng xứ này hổng hách-xì-xằng như rừng quê tui. Thưa rỉnh, hổng xanh, hổng rậm, hổng có cổ thụ; cứ lúp xa lúp xúp như đám bùi nhùi trải dài mút chỉ cà tha.

Xứ Dominican Republic, cái tên gì đọc muốn trẹo bản họng lại còn nghèo thấy tía. Phi trường Punta Cana hổng có gắn máy lạnh, thay vào đó là hàng chục cái quạt trần bự tổ chảng, quay lia lịa. Kéo va-ly đi dưới lũ quạt điện tui cứ lấm lét dòm lên sợ nó rớt bất tử là bỏ bu cuộc đời. Ngộ nhất là mái nhà lợp toàn bằng lá thốt nốt dầy cộm, khô khốc, cọng nào cọng nấy bạc phai như tóc bà già. Vách thì trống hốc tha hồ cho gió lọt nhà trống. Ngặt cái xứ nhiệt đới nóng thấy mụ nội, mang tiếng phi trường quốc tế vậy mà ít tàu bay lên xuống nên... ít gió, nhưng bù lại bãi đậu xe có nhiều bướm vàng và chim én liệng tới liệng lui thiệt đã con mắt. Từ phi trường xe buýt chạy khoảng một giờ đồng hồ mới tới Punta Cana, khu resort tụi tui ở có tên là Esmeralda, sát mé biển.

Lấy hành lý xuống xe, du khách hè nhau kéo vào hành lang tới quầy check in để lấy phòng. Xứ gì ngộ thiệt nha. Khách sạn bự chảng vậy mà cũng hổng có máy lạnh, đứng xếp hàng chờ lấy phòng nóng chảy mỡ ai cũng sốt ruột. Mấy cha nhơn viên mần ăn kiểu gì mà sắp xếp phòng ốc cho du khách chậm như rùa, hổng lanh lợi như tui hồi còn trẻ bán lưng cho trời, bán mặt cho đất trên nương rẫy. Hồi đó, nói dóc chết, tui khỏe như con trâu đang tắm dưới ao, lẹ như con cá dưới nước. Cuốc ba công đất tui cuốc cái rột. Gặt tám sào lúa tôi gặt cái rẹt. Có đâu lụt lịt như mấy cha nội này. Nhưng chờ sốt ruột hồi lâu rồi đâu cũng vô đó, cuối cùng ai cũng có phòng. Vợ chồng tui ở phòng số 010, còn hai cặp già trẻ bạn tui ở phòng 108 và 109 trên lầu hai, cùng Villa 94.

Công nhận khách sạn 5 sao Esmeralda hiện đại dẫu đa, một công trình kiến trúc ba từng, tường sơn màu vôi trắng tinh, tui thò tay rờ thử hổng thấy hột bụi nào. Bao quanh khu Villa 94 là hàng rào cao ngang đùi trồng toàn cây bông trang lá xanh bông đỏ. Ngoài ra xứ biển đâu đâu cũng trồng dừa, cau kiểng, chuối, chuối rẽ quạt, cây cọ, sứ cùi, bùm xụm... cây nào cũng ngạo nghễ vươn lên xanh mướt. Mà ngộ nghen. Đi đâu thấy cây thấy lá là tui nhớ rừng nhớ núi liền một khi. Tui sinh ra và lớn lên ở trển mà. Nhưng có lẽ làm người rừng hiếm khi tiếp xúc với nền văn minh nhơn loại nên mấy ông bạn tiều phu thấy tui tóc râu lùm xùm phơ phất bạc hay gọi tui là "bạn rừng".

Mà "rừng" thiệt đa. Khi dìa tới phòng ngủ mới thấy mình quê xệ. Xưa nay già tui có bao giờ vác mặt xuống phố chui vô khách sạn nào đâu mà biết. Nội cái chìa khóa thôi cũng đủ thắc cười rồi. Nghĩa là tui cứ tưởng chìa khóa phòng ngủ khách sạn nó giống chìa khóa nhà, ai dè lại là cái thẻ, hệt cái cạt visa tui thấy thiên hạ hay cà. Đút cái thẻ vô lỗ khóa rồi rút thẻ ra là cửa mở. Lấy làm lạ tui cứ đút vô rút ra hoài. Ngộ hén.

Bước vô phòng ngủ, trời mẹ ơi nó sang như đĩ. Xin lỗi nghen. Nghe thiên hạ nói tui nói theo chớ biết sang như đĩ là sang làm sao, chỉ thấy nó rộng rãi, sach sẽ, mát mẻ, máy lạnh chạy êm ru là sướng rên. Nghiêng đầu ngó cái giường bự chảng, nệm dầy mo, trải ra trắng muốt, lại thêm màn che trướng rũ như cái long sàng, tui khoái chí nhào lên nằm duỗi tay duỗi cẳng xong... lóng tai nghe. Nó hổng có kêu!? Cái giường nó hổng có kêu kọt kà kọt kẹt như cái chỏng tre trong chòi tranh vách đất quê tui. Rồi thấy tui cứ sớ rớ hết rờ cái bàn, cái ghế xong loay hoay, tắt đèn, bật đèn bà nhà tui bực, nhăn mặt gắt nhặng xị. Xưa nay tui mang tiếng nể vợ, nhưng lần này thay kệ bả. Tui đang sướng mà. Hề hề.

Mèn đét ơi! Cái khách sạn này chơi sộp lắm nha. Trong tủ lạnh chất đủ các thứ rượu, bia, nước ngọt, nước lọc và chip khoai tây. Miễn phí tuốt. Gặp phải tay có "tâm hồn ăn nhậu" dẫu ních nguyên cái tủ lạnh vô bụng cũng hổng sao, hôm sau nhơn viên dọn dẹp phòng ốc lại chất đầy đồ ăn thức uống vô tủ lạnh lại. Riêng nhà quê tui cứ chắp tay sau đít đi tới đi lui lắc đầu, chắt lưỡi tiếc rẻ, phải chi có thêm lu nước mưa... ướp lạnh thì sướng lắm đa.

Nhưng mà hổng có nước mưa thì có biển. Biển Punta Cana tuy có nhiều rong, nhưng dễ thương đó đa. Nước trong vắt, mát lạnh, sóng thì rì rào, êm ả, hổng lo bị sóng "xô ngã dưới chân đời" như ông TCS thở than. Du hí bảy ngày tụi tui đều hăng hái lao mình xuống biển, mặc kệ bị nắng ăn, hổng bỏ ngày nào. Ngặt một cái, biển Punta Cana đang dịu dàng lại bị ông già Đoàn quậy cho nổi sóng. Số là già Đoàn nhà ta có khiếu kể truyện tiếu lâm, truyện nào cũng oang oang vanh vách khiến anh chị em tụi tui ôm bụng cười lộn ruột, đặc biệt trong đó có truyện 010 làm tui nhớ đời. Truyện như vầy:

Ở Trung Tâm Huấn Luyện Quang Trung có một số hồ nước lớn để khóa sinh sau khi đi bãi dìa tắm rửa, đồng thời cũng dùng làm nước uống. Nhưng thỉnh thoảng có những khóa sinh ba-gai, lợi dụng đêm tối lén nhảy ùm vào hồ tắm làm ô nhiễm nước hồ. Một hôm khóa sinh trực bắt gặp cớ sự, vội chạy lên văn phòng trung úy đại đội trưởng báo cáo. Đại đội trưởng nổi giận, đập bàn hét toáng lên:

- Anh có bắt được nó không?

- Dạ, nó chạy nhanh quá nên tôi không bắt được!

- Anh có thấy danh số nó không?

Vì ban đêm tên đó cởi truồng làm sao mà thấy danh số, chỉ thấy cái giống đực của hắn lúc chạy nó lắc lư dữ dội nên anh khóa sinh trực nhanh trí liền đáp:

- Báo cáo trung úy, danh số của nó là 010.

- !?

Lúc tắm biển lên, tụi tui đìa-rét (direct) vô nhà hàng buffet cạnh bãi biển ăn uống no nê xong về phòng nghỉ trưa, hẹn tối đón xe kart 8 chỗ ngồi đi coi ca vũ nhạc. Đang dú dí đút thẻ vô lỗ khóa cửa phòng ngủ, tui chợt nghe cả đám cười hi hí. Dáo dác quay đầu dòm lại thì thấy già Đoàn và chú Ang, tay chỉ số phòng 010, miệng cười toe toét. Ngước mắt dòm bảng số 010 gắn trước cửa phòng ngủ tui chợt nhớ tới truyện tiếu lâm già Đoàn kể lúc sáng ở ngoài biển. Rồi theo phản ứng tự nhiên, hổng nói hổng rằng tui vội cúi mặt dòm xuống chỗ "010" ngự giữa đùi tui khiến cả đám lại được một phen cười ầm lên khoái chí tử. Má ơi! Thì ra mấy cái người "mắc dịch" này cười phòng ngủ của vợ chồng tui mang số 010, ám chỉ già tui là "010", trời à.

Từ đó, mỗi tối đi chơi dìa tới trước cửa phòng ngủ của tui họ đều hí hửng, mắt láo liêng, miệng cười toe, vẫy tay chào "good night 010". Thiệt tình.

Dìa lại quê nhà cũng đã lâu, đêm đêm nằm vắt tay lên trán tui ngẫm thấy con số 010 thiệt là lợi hại. Có "nó" mới có nhơn loại. Thiệt chí lý đa.

PHAN NI TẤN

THÁCH ĐẤU

Năm 1960, giữa niên khóa lớp đệ nhị trường trung học Pleiku tôi bắt đầu học võ Bình Định. Tôi không học trường lớp võ nghệ nào ngoài ông thầy võ bất đắc dĩ của tôi là anh Bốn. Vậy thôi. Mà cũng tại cái giọng Bình Định nghe "nẫu nẹt" lạ tai nên người ta gọi anh là Bốn Nẫu. Anh là lính trơn, từ tiểu khu Bình Định chuyển về phố bụi Pleiku ở trọ cạnh nhà cô Tư tôi trên đường Tăng Bạt Hổ thuộc khu chợ mới.

Hằng ngày Bốn Nẫu thấy tôi hay tập tạ có vẻ có "căn cơ con nhà võ" nên chiều chiều ở đơn vị về anh hay lôi tôi ra sau hè dạy võ. Nẫu nẹt vậy nhưng võ nghệ rất cao cường và là đệ tử của Lưu Linh, cái thùng rượu không đáy.

Lúc đầu tôi tưởng học võ cho vui, cho thân thể khoẻ mạnh, tâm hồn thơ thới chớ không nghĩ đến gì khác. Nhưng càng học tôi càng phấn chấn vì thấy rõ nét ưu việt của loại võ cổ truyền Bình Định này. Biết tôi có chí cầu tiến, Bốn Nẫu ra sức truyền thụ các thế võ đi liền với khẩu quyết. Sau gần một năm thấy tôi chăm chỉ luyện sức, luyện công, làu thông các bài thiệu, Bốn Nẫu hài lòng ra mặt. Để giúp tôi quen với quyền cước, rút kinh nghiệm khi lâm trận, hai thầy trò thường xuyên tỉ thí không nhân nhượng. Mỗi lần thấy tôi nhanh nhẹn tránh đòn hoặc hóa giải những chiêu thức phức tạp Bốn Nẫu luôn buột miệng khen. "Thân pháp nhanh nhẹn, bình tĩnh ứng phó mọi tình huống là thế thượng phong trước đối thủ", anh nói vậy. Có lần tôi tò mò hỏi Bốn Nẫu về vũ khí Bình Định, anh lắc đầu giải thích: "Đây không phải là trường lớp nên roi, côn, kiếm không nhất thiết dụng tới, nhất là các loại độc khí, ám khí là món gia bảo chỉ đươc lưu truyền trong nội tộc mà không được quyền truyền bá ra bên ngoài".

Ở Pleiku vào thời kỳ này, thỉnh thoảng các võ sư vẫn âm thầm tổ chức có giới hạn các buổi thi đấu giao hữu giữa những lò võ cho các đệ tử của mình. Tôi là một võ sinh coi như mới nhập môn liệt vào thành phần "trừ bị" nên chỉ được ngồi coi để rút kinh nghiệm thượng đài sau này.

Một hôm, sau khi ôn lại bốn thế võ căn bản: cường thân, tự vệ, tỉ thí và chiến đấu, đột nhiên Bốn Nẫu vỗ vai tôi vừa cười vừa nói có người thách đấu, tháng tới sẽ dắt tôi xuống chợ cũ so tài. Đây là lần đầu tiên tôi "thượng đài" nên Bốn Nẫu bắt tôi ra sức luyện tập ngày đêm bất kể nắng mưa.

Địa điểm đấu võ là một căn nhà nhỏ nằm sâu trong một con hẻm khúc khuỷu, quanh co, chằng chịt, tum húm ở cuối xóm lao động. Căn nhà lợp tranh, vách ván ọp ẹp như cái kho. Ánh đèn dầu leo lét vừa đủ hắt ra chung quanh, tỏa xuống nền đất một thứ ánh sáng tù mù, im ỉm, trông thật buồn thảm. Giường chõng, bàn ghế trước đó đã dồn hết vô một góc bếp nhường chỗ cho nền đất thâm đen tương đối phẳng làm sàn đấu. Anh Bốn kéo tôi tới chào chú Mười Đẹt, chủ nhân căn nhà, bạn đồng môn ngày xưa với anh rồi giới thiệu Công Chột, học trò đắc ý của chú Mười, đối thủ của tôi.

Tôi hơi ngạc nhiên: đó là một thanh niên trạc tuổi tôi, hơi thấp, trông nặng nề, cục mịch. Từ lúc thầy trò tôi bước chân vô nhà anh ta chỉ khẽ cúi đầu chào thầy Bốn mà chẳng thèm liếc mắt dòm tôi một cái. Lạnh lùng, ù lì, ụt lịt, im ỉm như tượng. Đặc biệt anh ta chột mắt trái nên có hỗn danh Công Chột. Anh Bốn cho biết Công Chột nổi tiếng về đòn "hầu quyền", cảnh giác tôi nên đề phòng.

Để hâm nóng trận đấu, thầy võ Mười Đẹt mời Bốn Nẫu ra sân trao đổi những đường quyền Bình Định trông thật uyển chuyển, đẹp mắt mà chắc nịch. Ở cái tuổi mấp mé "nghi bất hoặc", cả hai bậc võ sư lúc ra chiêu tuy mềm mại nhưng hết sức linh hoạt, xoay chuyển một cách biến ảo, mau lẹ và mãnh liệt như hổ báo. Ánh mắt của họ sáng quắc như xuyên thấu tâm can đối thủ. Những đòn Tảo địa cước, Ngọa hổ phục lâm, Ngọc trản quyền, Lão mai quyền, Hùng kê quyền... được đôi bên thi triển triệt để.

Võ sư Mười Đẹt tên thật Võ Đợt vốn hấp thụ võ gia truyền nên từ nhỏ đã sớm vang danh. Học hành ba chữ cho có, chí cốt Đợt chỉ thích học võ, đánh côn, đi quyền. Võ Đợt giỏi nhất là môn múa roi, trong đó có lần anh được dân làng biểu dương vì dùng roi đánh tan tác tám tên cướp biển dưới thời Đệ Nhất Cộng Hòa. Võ Đợt là con thứ mười trong gia đình, khổ người lẹt đẹt nên - thay vì gọi là Đợt - người nhà gọi trại ra thành "Đẹt" riết rồi chết danh Mười Đẹt. Tuy nhỏ con, người đen thùi đen thũi, nhưng nhờ tập tạ và thường xuyên luyện võ nên bắp thịt trên thân hình Võ Đợt nổi lên cuồn cuộn.

Bốn Nẫu, ngược lại, cao lớn dềnh dàng, tay dài như vượn, tóc tai bù xù, da thịt rắn chắc như gỗ lim. Thuở nhỏ, sống với cha mẹ ở Hoài Ân, Bốn đã nổi tiếng nghịch ngợm, phá phách. Lại thích kết bè kết đảng với bọn chơi bời, lêu lỏng, sớm bỏ nhà đi hoang. Không biết học võ hồi nào mà một lần thượng đài gặp Mười Đẹt, kẻ tám cân, người nửa lạng, không ai thắng ai. Từ đó họ nảy sinh tình bạn, giang hồ tứ chiến, cuối cùng lại gặp nhau ở phố bụi Pleiku.

Sau khi hai võ sư lui về an vị trên ghế đẩu, Công Chột và tôi ra sân. Sau vài hiệp giao hữu để dò xét thực lực đối phương, chúng tôi trở nên dè dặt từng bước chân, chéo qua, rụt lại, ập tới ăn miếng trả miếng. Ngay từ lúc nhập trận Công Chột đã tỏ ra nôn nóng muốn sớm kết thúc trận đấu nên anh ta ra đòn rất hiểm, liên tục tung những đòn tầm thấp chí mạng. Những cú đấm, cú móc, cú vồ, cú quét là những đòn ác liệt của Công Chột buộc tôi phải áp dụng thân pháp nhanh lẹ và biến hóa để tránh né. Nhưng Công Chột là một địch thủ đáng gườm có lúc lừa miếng đã thúc vào ngực, quét vào lưng tôi mấy cái đau điếng. Có điều khi tấn công, đối thủ thường để hở sườn hở bụng; lợi dụng cơ hội này tôi chớp nhoáng thọc mạnh vào bụng trả miếng khiến Công Chột loạng choạng thối lui. Lúc ra sân anh ta có vẻ khinh địch nhưng dấn dứ hoài vẫn không tạo được thượng phong, ngược lại lắm lúc bị tôi phản đòn Công Chột đâm ra nổi quạu.

Cuối cùng - như Bốn Nẫu từng cảnh giác - vừa thấy đối thủ của tôi bắt đầu dùng độc chiêu tối hậu, tôi vội lùi lại hai bước, đảo mắt tìm điểm tựa rồi nhanh nhẹn lắc mình ra đòn thủ thế. Lúc đó trước mắt tôi, vóc dáng, tướng mạo Công Chột đột nhiên hiện lên hình thù của một tên trùm phỉ hiếu chiến, dầy dạn chiến trận. Cái gương mặt gẫy gập ở sóng mũi như cố tình đẩy chiếc cằm bạnh ra hẳn phía trước, phần còn lại của gương mặt đều lọt thõm vào đám râu tóc rậm rịt, bù xù, trông bặm trợn như một thứ hung thần bạo liệt.

Nhứ một đòn hư chiêu buộc tôi phải thối lui xuống tấn thủ thế, Công Chột vội chấm chân xuống đất bật nhảy lùi ba bước liền gần sát vách. Đứng thẳng người anh ta hít vào một hơi thật sâu, cổ bành ra, đầu ngẩng cao, mắt trợn trừng quan sát đối thủ trong một thoáng xong khòm người xuống như con hầu tinh, hai bàn tay sàng qua sàng lại vỗ bành bạch trên nền đất tới lần thứ tư anh ta mới đứng bật dậy. Bằng tất cả sức mạnh mãnh thú cực kỳ hung hãn, Công Chột gầm lên một tiếng, hầm hập lao tới như cơn cuồng phong quyết tâm hạ độc thủ,

"Rầm!" Toàn thân tôi dội ngược vào vách nhà, nghe thật nặng. Dù đau điếng vì cú húc trời giáng tôi vẫn nhanh nhẹn áp sát vách nhà gượng người bước tới xuống tấn, hai tay cung lại thủ thế nghe tim đập loạn. Trong khi đó Công Chột bị cú phản đòn của tôi giơ cao giò đá thẳng vào mặt "bốp" một tiếng nổ đóm đóm khiến anh ta xiểng niểng mất quân bình ngã huỵch xuống nền đất, nhưng nhanh như cắt khỉ độc đã đứng phắt dậy, lảo đảo dựt lùi vào góc nhà, tay bưng mặt, gườm gườm nhìn tôi, đứng thở dốc.

Sau trận đấu sanh tử lửa kẻ nửa cân người tám lạng tôi không còn có dịp trở lại căn nhà kho đó lần nào. Bốn Nẫu cho biết thầy trò Mười Đẹt đã qui hồi cố hương Bình Định, nghe đâu họ mở trường dạy võ ở các huyện Phù Cát, An Lão, Hoài Nhơn đào tạo nhiều võ sinh đạt được nhiều thành tích đáng kể.

Phần tôi vừa xong tú tài toàn phần tôi cũng rời Pleiku về Sài Gòn ghi danh vào trường Đại học Khoa Học. Từ đó thầy trò chúng tôi không còn gặp lại nhau. Nghe nói về sau Bốn Nẫu theo đơn vị ra vùng tác chiến biệt tăm biệt tích.

PHAN NI TẤN

THU NƯƠNG

Ông Tạng di cư vào Nam năm 1954, cư ngụ tại khu Rau Xanh, cách Ban Mê Thuột khoảng 15 km về hướng Tây dẫy Trường Sơn. Ông Tạng vốn là người đa năng, tháo vác và có kiến thức nên chẳng bao lâu lên làm thôn trưởng. Tôi quen biết ông trong một dịp tôi theo phái đoàn thông tấn xã TT từ Sài Gòn lên Ban Mê Thuột, vô các làng xã tìm hiểu đời sống cư dân miền Bắc sinh sống tại Châu Sơn, Hòa Bình, Duy Hòa, Kim Châu Phát và khu Rau Xanh. Khi phái đoàn ra về, bất ngờ ông Tạng hẹn tôi ngày mai trở lại sẽ kể riêng cho tôi nghe câu chuyện mà ông hứa hẹn là một đề tài hấp dẫn.

Hôm sau tôi mượn chiếc xe đạp của người bà con lộc cộc đạp trở vô khu Rau Xanh. Tại nhà ông Tạng tôi được ông đãi một bữa ăn gồm toàn những đặc sản Cao Bằng, quê ông, mà tôi chưa từng thưởng thức. Các món ăn lạ mắt lạ tai như phở chua, bò gác bếp (thế bằng thịt nai), xôi trái trâm, bánh trứng kiến (làm từ bột nếp, trứng kiến đen và lá vã) và bánh khảo tráng miệng. Đặc biệt, rượu ngô thơm ngon đậm đà tăng thêm phần hứng khởi cho bữa tiệc.

Sau vài tuần rượu, thôn trưởng Tạng nhập đề:

"Tôi là Vũ Văn Tạng sanh tại Cao Bằng, Bắc Việt. Cha tôi người Tày làm ruộng ở Bắc Kạn, mẹ người Tuyên Quang. Khi trở thành gia thất, bố mẹ tôi lên Cao Bằng lập nghiệp, hai năm sau mới sanh ra tôi. Năm 1954, tôi 20 tuổi, theo bố mẹ di cư vào Nam, chọn khu Rau Xanh, như anh đã biết, làm đất sống. Hàng ngày Tạng tôi phụ giúp bố mẹ trồng tỉa các loại hoa mầu, tới mùa thu hoạch bán các rau quả tươi cho mối lái chở ra chợ bán, làm kế sinh nhai.

Không bao lâu, bố mẹ lần lượt qua đời, Tạng tôi trơ trọi một mình, không vợ con, xoay qua làm nghề gõ đầu trẻ tại gia. Thời mới nhập cư khu Rau Xanh chưa có điện, phải thắp đèn dầu. Mỗi tối chấm bài vở xong tôi thường ngồi đọc sách, viết lách bên cạnh cửa sổ chắn song thưa".

Mời tôi cạn thêm chung rượu, gắp miếng bò gác bếp đưa cay, giọng trầm trầm ông Tạng từ tốn rào đón:

"Tôi xin nói trước với anh ký giả là chuyện tôi kể ra đây không dính líu gì tới chuyện ma quái của ông Bồ Tùng Linh bên Tàu cả. Mặc dù tôi chưa từng đọc truyện của ông Bồ nhưng người ta nói Liêu Trai Chí Dị là truyện hư cấu; còn tôi, cam đoan với anh ký giả là chuyện của tôi có thật một trăm phần trăm.

Ngừng một chút ông Tạng nói tiếp:

Một hôm, đang chăm chú đọc báo, tự nhiên Tạng tôi cảm thấy ớn xương sống, cảm giác như có ai ở ngoài sân đang quan sát mình. Lúc ngước lên hồ như tôi thấy một cô gái mặc áo chùng trắng, tuổi độ đôi tám, tóc xõa dài xuống chân thoáng hiện bên ngoài cửa sổ, chớp mắt cô biến mất ngay. Tôi nghĩ mình thường thức khuya mệt mỏi dễ sinh ra ảo giác nên thổi tắt đèn đi ngủ. Hai ba hôm sau, trời vừa chạng vạng tối, tôi lại mơ hồ thấy có bóng người thiếu nữ áo trắng chập chờn đứng trong vườn chuối sau nhà nhìn vào. Dụi mắt nhìn kỷ tôi lại chẳng thấy gì ngoài đêm đen và gió thổi như tru.

Đêm hôm sau cô gái lại xuất hiện. Lần này Tạng tôi biết chắc không phải ảo giác. Sanh nghi. nhưng tôi giả đò đọc sách như không hay biết gì, nhưng trong đầu đã có chủ ý. Chờ cô gái tiến sát bên cửa sổ tôi vội tông cửa chạy vụt ra thì cô gái, như có ma lực, đẩy cô chạy như bay về cuối thôn nghèo. Tôi đứng lại nhìn chiếc áo chùng trắng và mái tóc dài bay phất phới trong gió mà ngẩn ngơ. Tôi có cảm tưởng như hai chân cô không chạm mặt đất.

Đêm tôi nằm nghĩ lung về người thiếu nữ mà tôi chưa từng gặp bao giờ. Tôi không biết cô là con cái nhà ai mà nửa đêm nửa hôm một mình cả gan đi lang thang ngoài đường ngoài xá như thế. Dù sao, đất Rau Xanh của chúng tôi xưa nay vẫn yên ổn, dân Rau Xanh chúng tôi chưa từng xẩy ra bất kỳ biến cố hay hiện tượng lạ nào. Hơn nữa, vào mùa trăng trai gái hay hò hẹn trong đêm, cô có lang thang đâu đó cũng là chuyện thường tình.

Lâu ngày chày tháng không thấy cô trở lại, tôi bận dạy học nên dần dà quên đi. Nhưng một hôm trăng vừa nhú trên đầu ngọn tre, cô gái áo chùng trắng bất ngờ lại xuất hiện làm tôi giật mình. Tôi không biết cô đứng bên cửa sổ từ bao giờ. Trong ánh đèn lờ mờ hắt ra bên ngoài tôi không nhìn rõ gương mặt nhưng đôi mắt của cô làm tôi sợ hãi. Tôi không dám nhìn vào đôi mắt ấy, nhưng như bị cô thôi miên buộc tôi phải nhìn sững. Đôi mắt nâu non đẹp tuyệt trần nhưng trời ơi sao mà buồn thăm thẳm. Có thể nói tất cả những nỗi buồn thê thiết nhất trên trần gian lao khổ này đều đổ dồn vào đôi mắt của cô, đôi mắt sáng dịu dàng mà xa xăm u uẩn đầy cam chịu. Cuối cùng tôi cố sức tỉnh hồn đứng dậy định ra mời khách vào nhà cho phải phép thì cô dợm bước đi ngay.

Hôm sau và nhiều hôm sau nữa tôi cố ý chờ cô gái trở lại nhưng chỉ hoài công. Cô biến mất như cơn gió, như giọt bụi. Có điều kỳ lạ là từ đó đêm nào tôi cũng nằm mộng thấy mình giao hoan với cô. Tuổi trẻ sức voi ôm ấp nhau suốt hai tuần lễ tôi bắt đầu cảm thấy kiệt sức. Soi mình xuống mặt nước ao tôi nhìn tôi tiều tụy.

Đúng lúc đó, nghe tiếng "A di đà Phật" tôi giật mình ngước lên thì thấy một nhà sư áo vàng đi khất thực. Tôi vô cùng ngạc nhiên, vì dân Rau Xanh chúng tôi từ ngày lập ấp đến nay đều là những con chiên ngoan đạo, chưa từng thấy bất kỳ một biểu tượng nào khác ngoài hình ảnh Đức Mẹ Hằng Sống. Dù thế, tôi vẫn chạy vô nhà lấy thức ăn mang ra cúng dường. Vừa đặt gói xôi trâm vào bình bát, tôi nghe nhà sư khẻ nói: "Mô Phật. Thí chủ mình đầy tà khí". Nói xong nhà sư cúi đầu thi lễ rồi khoan thai bước đi.

Từ lúc vị khất sĩ xuất hiện đến lúc bước đi, tôi như người mất hồn, ú ớ không thốt được lời nào. Cái ngũ uẩn: hình hài, cảm giác, tri giác, tâm tư và nhận thức của Tạng tôi như chết cứng. Đúng lúc đó tôi nghe trong tai mình có tiếng thì thầm như truyền âm nhập mật làm tôi vô cùng kinh hãi.

"Thí chủ nên để đèn khi đi ngủ. Thấy đèn sáng, cô gái tên Thu Nương không dám vô xâm hại thí chủ. Thu Nương là con gái của ông bà phán Học ở cuối thôn Rau Xanh. Thí chủ cũng nên bỏ chút thì giờ quí báu đến đó sẽ biết được sự thật. Lúc đó bần đạo tin rằng thí chủ sẽ được gạn lọc thân tâm, vượt thắng mọi tà hạnh, kiến chấp".

Thưa anh ký giả. Anh có biết "cuối thôn Rau Xanh" là ở đâu không. Đó là nghĩa trang của dân Rau Xanh chúng tôi. Mồ mả không nhiều nên vừa đến đó tôi nhận ra ngay. Ánh mắt vời vợi của Thu Nương lồng trong tấm bia xi-măng đã từng ám ảnh tôi suốt mấy canh trường. Tôi run rẩy quị xuống trước ngôi mộ Thu Nương, nằm cạnh hai ngôi mộ của song thân cô. Tất cả đều đơn sơ, hao mòn theo bóng thiều quang anh ạ..."

* * *

Thưa bạn đọc. Chuyện của ông Vũ Văn Tạng chỉ có thế. Sau khi lược lại lời kể tôi viết thành truyện đem đăng báo. Nửa năm sau tôi mới có dịp lên Ban Mê Thuột vô Rau Xanh thăm lại ông bạn già năm xưa của tôi tiện thể tặng ông tờ báo có đăng bài viết Thu Nương.

Nhưng mà tạo hóa khéo trêu ngươi. Ông Vũ Văn Tạng bị rắn hoa mai cắn chết bên miệng giếng cạnh bụi tre la ngà đã hai tháng trước. Tôi ý tứ hỏi thăm thì không một ai biết ông Tạng từng bị ma ám. Tôi cũng không biết tình cờ hay hữu ý, mộ của ông Tạng lại được chôn cạnh mộ của Thu Nương. Người chết mới được hai tháng nên đất còn tươi, cỏ vẫn xanh bên cạnh những ngôi mộ đìu hiu, lạnh giá.

Chuyện này xẩy ra cách đây ngót 63 năm.

PHAN NI TẤN
TIẾNG ĐỜN CÒ CẦN GIUỘC

Hồi còn sanh tiền, Cha tôi là một nghệ sĩ cổ nhạc. Trong ban đờn ca tài tử Cần Giuộc, ông giữ chưn đờn cò. Tiếng đờn của Cha tôi kéo lần nào cũng mùi tận mạng.

Trong đêm tối, cạnh ngọn đèn hột vịt lu li và chung rượu đế, tiếng đờn cò từ cung trầm, tỉ tê chợt kéo lên cao vút. Rồi tiếng hát trong bài *Vân Tiên Cứu Nguyệt Nga* khàn đục của Cha tôi cất lên theo điệu Nam Xuân qua Nam Ai, buồn vời vợi:

"Tích xưa có chàng tên là Lục Vân Tiên. Tuổi hai tám xuân xanh. Hằng ôn nhuần sử xanh. Vừa nghe mở hội khoa trường (Xàng). Chàng cất bước lên đường (Xê). Mong tỏ dạ phi thường (Xàng). Việc nước quyết đảm đương ứ ư...

Bỗng đâu dân chúng hãi hùng. Vì giặc cướp tung hoành (Xề). Đang đốt phá tan tành. Mạng con người thật mong manh (Xàng). Vân Tiên ra tay nghĩa hiệp. Giết sạch loài phá phách lương dân (Líu). Cứu giai nhân thoát cơn hiểm họa. Nàng chính là Kiều Nguyệt Nga ứ ư..."

Bà con chòm xóm bu quanh mê mẩn hổng nói làm gì, đến cả Hằng Nga trên cung trăng nghe cũng phải ngẩn ngơ. Nhất là nhịp *song lang*. Đang thả hồn theo tiếng đờn ca, chợt nghe nhịp song lang gõ xuống một cái "cốc" là Hằng Nga giựt thót mình.

Nghe riết đâm lậm, chị Hằng bèn xúi thằng Cuội dắt xuống trần gian tìm Cha tôi để làm quen. Ngặt cái là lần nào chị Hằng xuống cũng "ọt-rơ" (hors-jeu), nội tôi thấy tội nghiệp bèn "vẽ đường cho hươu chạy":

- Cô Hằng nên xuống ban ngày. Vì buổi tối con tui mắc... đi đờn.

Cũng cần giải thích chút đỉnh về cây Song lang. Nhạc cụ trợ âm này thuộc bộ gõ, là một loại mõ bằng gỗ cứng hình tròn dẹt, có lỗ xẻ ngang để phát âm, nối liền với một cần gõ bằng sừng hoặc lá thép mỏng đàn hồi. Tiếng song lang gõ rất vang.

Còn đờn cò là loại đờn kéo, nhạc cụ truyền thống của âm nhạc cổ truyền. Đờn cò có 2 dây còn gọi là đàn nhị hay nhị hồ (của người Hồ sinh sống ở vùng tây bắc Trung Á và Trung Hoa). Đờn cò kéo bằng cung vĩ làm bằng đuôi ngựa dính liền với thân đờn.

Trước kia đờn cò thường được dùng trong các bộ môn nhạc lễ, hát xẩm, hát bội, dàn chầu văn, nhã nhạc, phường bát âm, đờn ca tài tử, cải lương; ngày nay thỉnh thoảng nhị hồ còn xuất hiện trong dàn nhạc rock, pop hiện đại.

Hồi trào Tây, Cần Giuộc nghèo thấy mụ nội. Làng nghèo của nội tôi toàn nhà tranh vách đất nằm lọt tũm giữa đầm lau sậy bạc phơ, cao lút đầu người. Những đêm mưa dầm sùi sụt, thỉnh thoảng người trong làng còn nghe văng vẳng tiếng thì thào của những oan hồn nghĩa sĩ Cần Giuộc khiến Bài Văn Tế Nghĩa Sĩ Cần Giuộc của cụ Đồ Chiểu không thoát được lên cao mà cứ lào xào lạt xạt trên mặt đất:

Hỡi ơi!
Súng giặc đất rền
Lòng dân trời tỏ
Mười năm công vỡ ruộng, xưa ắt còn danh nổi như phao
Một trận nghĩa đánh Tây, thân tuy mất tiếng vang như mõ

...
Nước mắt anh hùng lau chẳng ráo,
thương vì hai chữ thiên dân
Cây nhang nghĩa khí thắp nên thơm,
cám bởi một câu vương thổ
Hỡi ơi!
Có linh xin hưởng.

Đời người ngẫm ra thấy não nùng, bi thiết mà cũng thiệt thắc cười đến chảy nước mắt.

Cái não nùng của những nghĩa sĩ nông dân Cần Giuộc giàu nghĩa khí chống ngoại xâm đã trở nên bất tử trong lịch sử văn học nước nhà và trong lòng người Việt yêu nước. Họ, 20 nghĩa sĩ Cần Giuộc sinh ra, lớn lên, vì lòng yêu nước chống giặc thù đã dũng cảm ngã xuống trên phần đất tổ tiên mình.

Cái thê thiết, bi ai của vụ án Đồng Nọc Nạn xảy ra năm 1928 cũng vậy. Ta đều biết Đồng Nọc Nạn thuộc làng Phong Thạnh, huyện Giá Rai, tỉnh Bạc Liêu, nơi xảy ra vụ tranh chấp đất đai giữa gia đình Mười Chức và bọn địa chủ cường hào ác bá, tay sai của bọn thực dân cướp nước. Kết cuộc, vì bảo vệ đất đai ruộng lúa, anh em Biện Toại, Mười Chức đã hy sinh ngay trên phần đất của mình.

Có điều con người ta sanh ra sống khôn ở quê nhà song hầu hết lại thác thiêng nơi đất khách. Bình thường như bên nội tôi chẳng hạn. Sanh bốn người con ở Cần Giuộc nhưng cả bốn đều thác ở tứ phương, người thì ở trên rừng, người trong thành phố, người chìm ngoài biển khơi.

Nhớ hồi Cha tôi nằm hấp hối trên giường bệnh, miệng sủi bọt, mắt cứ ngước lên như mong đợi một điều gì. Má tôi hỏi: "Ông nhớ thằng Hòa phải không? Nó đang ở bên Canada." Cha tôi nghe rồi mắt nhắm lại, lịm dần.

Cha tôi sanh ở Cần Giuộc thuộc miền đồng bằng sông Cửu Long, mất trên cao nguyên miền Thượng. Tro cốt của ông hiện để trong chùa Khải Đoan, Ban Mê Thuột. Còn cây đờn cò, một cổ vật có độ tuổi trên 70 năm, đã cong cần, lờn trục, lỏng dây hiện để ở nhà Má tôi. Trong thùng đờn ọp ẹp còn có cây song lang, cũng cũ rích, mòn cả nước sơn và già không thua gì cây đờn cò Cần Giuộc của Cha tôi.

PHAN NI TẤN

TÔI, 800 NĂM TRƯỚC LANG THANG THEO GÓT LUÂN HỒI

Mời đọc "Truyện dã sử, không thể không nói có thật mà không thật, không lạ mà thật lạ", như một độc giả nói. Kính mời.

Nhà Trần (1225-1400)

Ngàn năm trước, sau khi Trần Nhân Tông (Trần Khâm) truyền ngôi cho thái tử Trần Thuyên - tức vua Trần Anh Tông – Nhân Tông lên làm Thái Thượng Hoàng. Một năm sau Thượng Hoàng lên ngọn Tử Tiêu núi Yên Tử tu hành, lấy pháp hiệu Điều Ngự Giác Hoàng, lập ra Thiền Phái Trúc Lâm, một dòng thiền Phật giáo mang đậm bản sắc văn hóa Việt.

Thời gian này tại chùa Hoa Yên (Yên Tử), Giác Hoàng mở các buổi thuyết pháp cho tăng chúng, thu nhận nhiều đệ tử. Về sau trong số đệ tử của Điều Ngự trở thành những bậc thức giả, như sư tổ Pháp Loa, tôn giả Huyền Quang, thiền sư Bảo Sái, sư thầy Lam Câu, đại đức Thiên Tường, thị giả Phu Lâu, sư huynh Phổ Xám..., đặc biệt có một vệ sĩ của Điều Ngự, từng là quân túc vệ tên Lô Sát, người dân tộc dũng mãnh hơn người, xuất hiện từ sau Hội nghị Bình Than năm 1282 chống quân Nguyên, cũng xuống tóc quy y.

Tuy xuất gia tu Phật nhưng Điều Ngự Giác Hoàng vẫn tham gia triều chánh, cùng vua Trần Anh Tông đánh đuổi quân Ai Lao ra khỏi đất nước, mở rộng bờ cõi về phương Nam. Với tinh thần nhập thế, Điều Ngự không chỉ an cư trên Yên Tử mà Ngài còn xuống núi vân du khắp nơi từ thôn quê đến thành thị hoằng hóa cho dân chúng tu dưỡng đức hạnh theo giáo pháp Thập thiện, là mười điều thiện được thể hiện qua thân, khẩu và ý của Đức Thế Tôn.

Năm 1308, Điều Ngự Giác Hoàng Trần Nhân Tông viên tịch trên đỉnh Ngọa Vân (Yên Tử), để lại cho đời một phần lịch sử của Thiền Phái Trúc Lâm Yên Tử bao gồm một chuỗi lý thuyết lẫn hành động gắn liền đạo với đời, cũng như xây dựng hàng trăm công trình lớn nhỏ mang biểu tượng Phật giáo Việt Nam ở khắp nơi, nhất là ở núi rừng Yên Tử.

Núi Yên Tử nằm giữa hai tỉnh Bắc Giang và Quảng Ninh. Núi cao ngàn trượng quanh năm mây trắng vờn quanh phía sau trùng trùng điệp điệp những ngọn núi nhấp nhô như rồng chầu hổ phục.

Ngàn năm trước đường quanh co lên đỉnh núi Yên Tử dài khoảng 6000 mét vô cùng gian nan hiểm trở, đầy rắn rít, thú dữ, ngày nay trở thành khu bảo tồn di tích lịch sử văn hóa - phải kể từ cuối đời nhà Lý tới đời nhà Trần - bao gồm chùa chiền, đền đài, tháp miếu và nhiều công trình khác, như chùa Cả (Vân Yên), chùa Suối Tắm, chùa Cầm Thực, chùa Giải Oan, chùa Quỳnh Lâm, chùa Bảo Sái, Chùa Một Mái, chùa Lân, lăng Tự Phúc, bảo tháp Tư Thiên, am Thiên Kiến, am Mộc Cảo, am Ngọa Vân v.v...

Nhà Hồ (1400-1407)

200 năm sau, năm 1400 Hồ Quý Ly tiếm ngôi nhà Trần lập nên nhà Hồ, đổi quốc hiệu Đại Việt thành Đại Ngu, chấm dứt thời kỳ trị vì 175 năm của nhà Trần với 13 vị hoàng đế.

Vào thời kỳ này, dưới chân núi Yên Tử có gia đình ông Quơn Thích sống đơn độc bên hồ Khe Ché cách xóm Đền Sình không xa. Ông Thích là một thầy thuốc nghèo nhưng tốt bụng thường chữa bệnh miễn phí cho những người cùng khổ. Nghèo nhưng ông bà Quơn Thích ăn ở hiền lành, sống tự tại với triết lý nhà Phật. Tuy nhiên từ khi bà vợ sanh muộn một mụn con, không may cậu mắc phải bệnh tâm thần, ông Thích biến tánh hẳn. Có lúc ông hoạt kê, xốc vác, lúc lại như người thần bí, mở miệng ra là có vần có điệu như ca. Mỗi lần ông Quơn Thích nhập đồng là bà vợ hãi hồn sảng vía, còn cậu con trai thì vừa nhảy nhót vừa vỗ tay reo mừng.

Có lần ông thì thào tiết lộ kiếp trước ông theo vua Duệ Tông đi chinh chiến, cùng vua tử trận ở Chiêm Thành. Lần khác ông vỗ ngực nói ông chính là quân túc vệ Lô Sát theo vua Trần Nhân Tông lên Yên Tử xuất gia, lúc xuống núi đi du tăng không may ông bị quân Nguyên sát hại.

Lô Sát là võ sư thượng thặng, một con người vạm vỡ, mặt vuông chữ điền. Nhưng là đệ tử nhà Phật, sư Vô Ngại (tức Lô Sát) không thể đại khai sát giới như một thời chinh chiến. Khi đả thương hơn 10 tên giặc, sư chợt ngộ ra quả báo của Đệ nhất Thần thông Đại Mục Kiền Liên do nghiệp ác đã tạo ra trong tiền kiếp, sư Vô Ngại đành xuôi tay nhắm mắt chịu kiếp nạn.

Hai trăm năm sau lúc tái sanh dưới triều nhà Hồ, ông Quơn Thích (tiền thân là đại đức Vô Ngại) nhận thấy các cải cách và thủ đoạn của Hồ Quý Ly khiến dân tình xa lánh, riêng ông thoái thác chức quan ngự y, chỉ xin về quê làm người thầy thuốc nghèo miễn là được sống hạnh phúc cùng vợ con. Đại vương Hồ Quý Ly dù tiếc nhân tài cũng cho ông toại nguyện nhưng tuồng đời lại không như ý.

Ăn hiền ở lành như ông Quơn Thích rốt cuộc lại nhận lãnh một quả bất hạnh khôn cùng: con bệnh, vợ trúng gió chết ở ngoài đồng, nhà cửa bị mưa bão đánh sập. Phẫn chí ông

Qươn Thích bỏ xứ khật khùng dắt con đi lang thang rồi lần mò lên núi Yên Tử.

Từ đó không ai biết tung tích bố con ông sống chết ra sao. Người đời sau nói có thể ông Qươn Thích lên Yên Tử tìm kiếm lại tiền thân của mình.

Thời kỳ tái sanh (1214-1877)

Nói một cách đơn giản: Con người sinh ra, chết đi rồi tái sanh gọi là luân hồi. Ông Qươn Thích do nghiệp báo từ đời trước đã liên tục đầu thai vào nhiều đời sau:

- Năm 1414 vào thời hậu Trần, trong trận chiến chống quân Minh, cấm vệ quân Giác Mật tử trận tại Sái Già.

- Năm 1598, chiến binh Samurai tiến đánh Triều Tiên, anh phu xe Kim Hyun bị súng hỏa mai bắn chết.

- Năm 1609, y sư Qươn Thích đầu thai thành một chiếc lá.

- Năm 1871, Simon de Isabelle sinh ra và lớn lên tại Dijon, miền Nam nước Pháp.

Cấm Vệ Giác Mật

Theo sách Đại Việt Sử Ký Toàn Thư:

"Sau khi nhà Hồ bị quân Minh xâm lăng và tiêu diệt, đổi nước Đại Ngu thành Giao Chỉ, lập phủ, huyện, đặt quan lại, cha con Hồ Quý Ly, Hồ Nguyên Trừng và Hồ Hán Thương đều bị bắt đưa về Kim Lăng nước Tàu, sau chết ở đó. Trong thời kỳ này, người con thứ của Trần Nghệ Tông là Trần Ngỗi lập ra nhà Hậu Trần, xưng là Giản Định Hoàng Đế.

Trong suốt 7 năm chống lại quân đội nhà Minh, tuy chiến thắng lúc đầu nhưng nhà Hậu Trần dần dà yếu thế.

Năm 1409, quân Minh bắt được Giản Định đế Trần Ngỗi sai giải về Kim Lăng và bị sát hại. Tới năm 1414 nhà Hậu Trần hoàn toàn thất bại, toàn thể vua tôi Trùng Quang Đế, Nguyễn Biểu, Đặng Tất, Đặng Dung, Nguyễn Súy, Nguyễn Cảnh Dị... tuy bị bắt nhưng vì xã tắc đều tuẫn tiết quyết không đầu hàng giặc Minh". (ngưng trích).

Tuy nhiên, trong suốt 7 năm chiến đấu chống quân Minh có một nghĩa sĩ mà không sử sách nào nhắc đến. Đó là cấm vệ Giác Mật đi tiên phong trong một trận đánh tại Sái Già vào cuối năm 1414 đã bị tướng nhà Minh phi ngựa lao tới dùng thương giết chết. Thương là một loại giáo cán dài có lưỡi nhọn được phổ biến rộng rãi trên chiến trường Trung Hoa thời cổ. Nương theo đà ngựa phóng tới mũi thương đâm quá mạnh đã xuyên qua ngực Giác Mật cắm thẳng xuống đất khiến ông chết đứng.

Người phu xe Kim Hyun

Trong suốt hai cuộc chiến tranh xâm lược Triều Tiên của Nhật Bổn diễn ra từ năm 1592 đến 1598, anh phu xe Kim Hyun, cư dân thủ đô Seoul đều có mặt. Ban ngày anh cùng nhóm dân quân yêu nước chống lại quân xâm lược, nhưng ban đêm anh phu xe và các nhà sư bịt mặt có võ nghệ bí mật phân công đi hành thích lính Nhật. Thành công hay thất bại, Kim Hyun đều may mắn chạy thoát khỏi tầm đạn của quân thù.

Nhưng đến cuối năm 1598, lúc đột nhập vào một doanh trại Nhật ở ngoại thành Seoul, Kim Hyun bị lọt giữa vòng vây của chiến binh Samurai, vừa mới bổ sung quân số. Thay vì bắt giết gian tế, truyền thống võ sĩ đạo của Samurai cho phép Kim Hyun đánh tay đôi một mất một còn với một chiến binh Samurai đồng trang lứa với anh nhưng dầy dạn chiến trường hơn anh.

Hồi mới bước vào thế giới võ thuật, Kim Hyun rất khâm phục tinh thần và truyền thống võ sĩ đạo bất khuất của chiến binh thị vệ Samurai, nay đương đầu với một địch thủ từ nhỏ đã thấm nhuần tư tưởng Thần Đạo và hành động võ sĩ đạo khiến Kim Hyun phải hết sức đề cao cảnh giác.

Điều kỳ lạ là thay vì sử dụng kiếm sắt thì thủ lãnh Samurai muốn hai đối thủ dùng kiếm gỗ để sát phạt nhau. Kim Hyun cũng biết rõ kiếm gỗ của Nhật Bổn là một dạng côn làm bằng gỗ sồi có sức công phá mãnh liêt, hồi nhỏ Kim Hyun cũng từng luyện qua. Sư phụ thường khuyến khích các môn sinh: Can đảm và bình tĩnh là một đức tính cần có để chiếm thế thượng phong. Trận đấu sanh tử tuy Kim Hyun bị dính đòn nhiều hơn, nhưng ở phút cuối khi Kim Hyun đánh ngã địch thủ, anh đã nhanh nhẹn lướt tới cắm mũi kiếm ngay ức địch thủ buộc y nằm im. Kết quả anh phu xe thắng, được thả ra về.

Tuy nhiên, lúc người chiến binh bại trận mổ bụng tự sát theo truyền thống hara-kiri của võ sĩ đạo, bất ngờ một tên lính Nhật từng chiến đấu trong cả hai cuộc xâm lược cầm súng hỏa mai rượt theo bắn Kim Hyun chết ngay trước cổng trại.

Sau này sử sách Triều Tiên ghi nhận người phu xe tên Kim Hyun chết năm 1598, trước một năm Nhật Bổn đàm phán hòa bình với Triều Tiên năm 1599.

Phận Lá

Đề Thám tên thật Hoàng Hoa Thám là một anh hùng kháng Pháp, lừng danh trong thế kỷ 19 tại vùng rừng núi Yên Thế, Bắc Giang. Trong suốt gần 30 năm chiến đấu, Đề Thám, một Hùm Xám Yên Thế từng gây những tổn thất nặng nề và nhiều phen điêu đứng cho quân viễn chinh Pháp.

Theo nhiều tài liệu lịch sử, Đề Thám bị giặc giết hại tại Hố Lẩy thuộc Bắc Giang. Thủ cấp của ông và hai thủ hạ thân tín bị bêu giữa chợ Nhã Nam để thị uy dân chúng. Thế nhưng, nhiều truyền thuyết cho rằng Hoàng Hoa Thám chỉ là chết giả để tránh sự truy lùng của thực dân Pháp. Cho tới nay, vẫn chưa có kết luận nào về cái chết của Hùm Thiêng Yên Thế.

Riêng tôi (người kể) cho rằng Đề Thám là người đa mưu, túc trí, dũng cảm vô song, không dễ dàng bị bêu đầu giữa chợ như thế. Tuy nhiên, nếu nói Đề Thám giả chết để tránh giặc Pháp truy lùng thì cho đến ngày nay, hơn 100 năm qua, dĩ nhiên Đề Thám đã chết, nhưng vùi thây ở đâu trong núi rừng Yên Thế?

800 năm trước, ông Qươn Thích chết âm thầm, lặng lẽ như chiếc lá trên núi rừng Yên Tử, Quảng Ninh. 400 năm sau, Hùm Thiêng Yên Thế cũng chết âm thầm, lặng lẽ như chiếc lá giữa rừng sâu núi thẳm Yên Thế, Bắc Giang.

Phải chăng cả hai ông đều có chung một phận lá, chiếc lá âm thầm, lặng lẽ rơi giữa núi rừng Việt Bắc?

Nữ phóng viên nhật báo Le Figaro

Hồi Tây mới chiếm Bắc kỳ, hầu hết những vùng nông thôn hẻo lánh vẫn chưa kịp bình định trong đó núi rừng Yên Tử vẫn nằm ngoài tầm mắt của thực dân.

Nhà nghiên cứu sử Đông Dương kiêm phóng viên chiến trường Simon de Isabelle là người nữ đầy nam tính, ưa phiêu lưu mạo hiểm và là một cao thủ tứ đẳng huyền đai Jiu jitsu, đã sớm đặt chân tới xứ Bắc Kỳ.

Khi theo học ngành Báo Chí tại trường Đại học Lille, miền Bắc nước Pháp, cô sinh viên Simon de Isabelle tình cờ đọc được một sử liệu An Nam nói về vua Trần Nhân Tông từ bỏ ngai vàng lên núi Yên Tử tìm Phật, khiến cô cảm thấy kính phục vị vua này vô cùng.

Vì thế, khi người Pháp xâm chiếm thuộc địa, tờ nhật báo Le Figaro Pháp có lịch sử lâu đời đã mau chóng cử cô Simon de Isabelle, phóng viên chiến trường dầy kinh nghiệm sang Việt Nam tìm hiểu tình hình thuộc địa, cũng như các vấn đề xã hội, những địa danh có nhiều di tích lịch sử. Cái thích nhất, đối với cô, là được hòa mình vào những phong cảnh thiên nhiên của vùng nhiệt đới, được đi khắp đó đây. Cô đã từng vào sinh ra tử ở các mặt trận Hoa Kỳ và Châu Âu, nên vừa nhận được chỉ thị, cô Simon de Isabelle đầy nhiệt huyết, bay ngay sang Đông Dương, lặn lội ra xứ Bắc Kỳ.

Vừa tới thành Hà Nội (còn gọi là Đàng Ngoài), Isabelle đến nhà thờ Truyền Giáo chào Đức Giám Mục Brian, trình bày mục đích của mình và tìm hiểu thêm về địa danh Yên Thế trước khi đi sâu vào đường lối của đế chế thuộc địa.

Sáng hôm sau, Isabelle từ giã giới hội Truyền giáo, cô cụ bị hành trang cùng người xà ích của giám mục Brian đánh cỗ xe ngựa vượt một quãng đường dài 130km tới Yên Tử. Thời đó, đường đi khó nên xe ngựa vừa tới đền Trình, Quảng Ninh thì trời chạng vạng tối. Họ lưu lại một đêm đến sáng hôm sau đi tiếp khoảng 7km thì tới chân núi Yên Tử. Khi người xà ích quay về Hà Thành, còn lại một mình giữa núi rừng trùng điệp chìm khuất trong mây mù, Isabelle nhận thấy rõ ràng đây là một chốn hoang vu từ lâu không có bóng người.

Nhắm mắt lại, Isabelle cảm nhận được vẻ u tịch, man dại của rừng rú làm cô khá xao xuyến, đến khi nghe tiếng gió thoảng trong cây cô mới trở về thực tại. Lấy lại bình tĩnh, đầy tự tin, cô buộc tóc, nai nịt gọn gàng, xốc lại túi hành trang trên lưng, tay cầm con dao bầu phạt chướng ngại vật khởi đầu cuộc vượt núi.

Thưa Quý độc giả.

Có lẽ suốt đời cô Simon de Isabelle không bao giờ quên được cái ngày một mình cô vượt núi lên đỉnh Yên Tử đi tìm

Phật hoàng cũng là đề tài mới lạ để cô trình luận án thạc sĩ. Căn cứ theo bài viết của cô Simon de Isabelle ghi trong cuốn sổ tay "YEN TU, MAI 19, 1900" (tức YÊN TỬ, ngày 19 tháng NĂM 1900), tôi mạn phép lượt thuật như sau:

Sau khoảng nửa ngày lặn lội trèo đèo vượt dốc, băng qua nhiều con suối vất vả lắm Isabelle mới tình cờ tìm được lối mòn của vua tôi ngày trước. Cứ thế, trên đường lên núi vượt qua hàng ngàn bậc đá, len lỏi theo lối mòn bạt ngàn cỏ cây, bồ hòn, ngót rừng, rừng trúc, rừng thông, đại thụ, Isabelle thường bắt gặp những đền đài hoang tàn, đổ nát, những am miếu ruỗng mục vương vãi bên vách núi. Đứng trước những biến thiên của lịch sử, những di tích của các triều đại, Isabelle đều dừng lại quan sát, tìm hiểu, cẩn thận ghi chép, tỉ mỉ vẽ lại những quang cảnh, những cổ vật tế khí đã hư hỏng, biến dạng.

Khi lên tới đầu dốc sừng sững những cây tùng già, Esabelle nhìn thấy một ngôi chùa nhỏ nằm chênh vênh trên vách núi, một mái nhô ra đã ủ dột, mục nát vì rêu phong. Isabelle biết mình đang đứng trước vẻ đẹp của chùa Một Mái dù điêu tàn nhưng ẩn chứa một giá trị lịch sử gắn liền với tư tưởng Phật giáo khởi nguồn từ Thiền phái Trúc Lâm Yên Tử của Phật hoàng Trần Nhân Tông.

Trời đang ngả về chiều. Sương mù như sữa giăng khắp núi. Cỏ lau bạc đầu cong mình trước những cơn gió từ biển đông thốc vào. Isabelle định tọa độ xong cô bước vội trên những gộp đá hoang sơ lên tới dốc đá thì trời vừa sụp tối. Đứng dựa lưng vào gốc xích tùng Isabelle nhìn thấy một thảo am lập bằng gỗ và trúc dựng sát vách núi, phía dưới có một đầm nước lớn. Am cỏ đã hoàn toàn hư hại theo thời gian. Isabelle biết đây là am Bảo Sái do Thiền sư Bảo Sái dựng lên hơn 700 năm trước để thiền tọa.

Ăn vội miếng lương khô, hớp miếng nước rồi để phòng bất trắc, Isabelle đu mình trèo lên chảng ba cây tùng vạn niên cách mặt đất chừng năm thước, ôm túi hành trang ngồi ngủ qua đêm. Lúc đó cô mới để ý trời sáng trăng. Ánh trăng lạnh lẽo xuyên qua cành lá chảy xuống đọng từng vũng lốm đốm trên nền đất thâm nâu làm cô bồn chồn khó ngủ. Ngồi nghe tiếng cú rúc, tiếng côn trùng nỉ non và ngắm ánh trăng ràn rụa chảy xuống đầm nước một hồi cô ngủ thiếp đi lúc nào không hay.

Chừng nửa khuya, đang chập chờn trong giấc ngủ, Isabelle bỗng cảm thấy bàn chân mình tê buốt như có một vật gì đang ngậm lấy. Cô dần dần tỉnh giấc mở mắt khòm đầu nhìn xuống. Trong ánh sáng trăng Isabelle thấy rõ ràng một con mãng xà khổng lồ dưới đất trườn lên nuốt gần trọn bắp chân mình.

Thét lên một tiếng Isabelle giãy giụa, phóng xuống đất lôi luôn cả con ác xà xuống theo. Dĩ nhiên con trăn dài hơn 6 thước không những không nhả mồi nó còn cuộn mình quyết xiết chết nạn nhân.

Là một cao thủ võ lâm, Isabelle từng hạ nhiều đối thủ trên võ đài, nhưng đây là lần đầu tiên cô đụng phải một sát thủ ngoại hạng, một quái thú thầm lặng đang nuốt dần tới đầu gối cô.

Lúc phóng xuống đất, túi hành trang của Isabelle văng ra xa, cây chủy thủ cô thường đeo bên mình cũng vuột mất. Nhưng may thay, trong cơn thập tử nhất sanh, Isabelle vớ được một hòn đá khá lớn, có đầu nhọn; cứ thế cô nghiến răng giáng tới tấp xuống đầu con trăn.

Bị thương, con vật vùng mình quẫy mạnh, chót đuôi ngo ngoe cất cao rồi bất thần quất mạnh vào mặt Isabelle cắt thành một lằn dài trên trán cô phun máu. Đúng lúc đó Isabelle cảm thấy một luồng lãnh khí từ trong núi thổi thốc vào mặt khiến cô choáng váng. Tuy biến sắc, mồ hôi và máu toát ra như tắm, nhưng Isabelle vẫn bình tĩnh tiếp tục đập hòn đá xuống đầu con trăn.

Cuối cùng, tuy đầu con quái thú bị đập nát, thân mình to lớn của con xà tinh quấn quanh mình Isabelle dù nới lỏng nhưng vẫn còn ngọ nguậy. Cũng nhờ thế Isabelle mới nhìn thấy cán dao chủy thủ ló ra phía dưới gần cổ con trăn. Lập tức Isabelle chồm tới chợp con dao nhanh nhẹn đâm nhiều nhát vào đầu con trăn rồi rọc miệng nó. Lúc Isabelle rút chân ra khỏi miệng tử thần thì ống quần đã rách tưa, ống quyển nhầy nhụa những máu và nhớt dãi trắng hếu, tanh tưởi cũng là lúc cô ngắc ngứ rã rời. Đúng lúc đó, bình minh uể oải tia nắng ra chấp chới khắp núi rừng.

Câu chuyện về cuộc chiến sanh tử giữa con xà tinh và Isabelle đã trở thành câu chuyện kỳ lạ của núi rừng Yên Tử.

Sau cái vụ bị trăn nuốt, Isabelle tuy thoát chết nhưng chân của cô đã bị nhiễm trùng. Dù đã rắc thuốc sát trùng, cẩn thận băng bó vết thương xong Isabelle vẫn quyết tâm vượt núi. Kết quả chân cô sưng tấy. Thay vì tiếp tục cuộc hành trình chinh phục đỉnh núi Yên Tử, cô Isabelle buộc phải xuống núi tìm cách chữa trị vết thương.

Thưa Quý độc giả

Hiện nay trong văn khố quốc gia Pháp quốc, ngoài việc lưu trữ số lượng tài liệu đồ sộ về thuộc địa ở Đông Dương và Phi Châu, còn có cuốn sổ tay của cô Simon de Isabelle. Trong cuốn sổ tay này, không biết do sương mù khí núi Yên Tử hay vì nước mắt của cô mà một vài trang chữ đã bị hủy hoại, nhất là những trang viết ở cuối cuốn sổ đã bị ai xé mất.

Cho đến ngày nay, sau hơn 100 năm trôi qua, người đời vẫn không ai biết số phận của cô Isabelle sống chết ra sao, kể từ khi cô mang vết thương xuống núi. Vì sao cuốn sổ tay được ai mang về Pháp; vì sao nó không thuộc quyền sở hữu của tờ nhật báo Le Figaro mà lại nằm trong Cơ Quan Lưu Trữ Tài Liệu của Bộ Quốc Phòng Pháp.

Tìm đọc những trang dữ liệu của tờ Le Figaro liệt kê tên tuổi của hàng trăm hàng ngàn các phóng viên chiến trường vì công vụ đã hy sinh, tôi (*) thấy có tên của cô Simon de Isabelle với hình bìa cuốn sổ tay đề tựa:

"Tôi, 800 năm trước lang thang theo gót luân hồi".

(*) Chú thích: Tôi ở đây là người kể ra câu chuyện kỳ lạ này, người viết chỉ sắp xếp câu cú cho hợp với cách viết của mình mà thôi.

PHAN NI TẤN

TỤC HUYỀN

Chuyện đời nhiều lúc kỳ cục, khó tin, nhưng sự thật vẫn là sự thật.

Tập hồi ký đánh máy của cha tôi dầy ngót ngàn trang, hoàn tất vào cuối năm 1940 với tựa đề "Thôn Vỹ, Gò Vấp. Bồ Đề", trong đó chương cuối cùng cha tôi có kể về chuyện tình khá thơ mộng mà kỳ lạ của ông.

Chuyện kể hồi trẻ cha tôi sớm có khiếu văn chương. Sinh ở Huế nhưng thơ văn ông được đăng tải trong một số tạp chí văn học Sài Gòn nhiều hơn báo địa phương. Mến mộ văn tài của cha tôi mẹ đã đến với ông. Tuy nhiên, hồi đó gia đình bên ngoại tôi thuộc dòng dõi danh gia vọng tộc không chấp nhận một anh sinh viên nghèo, không cha không mẹ nên họ dùng mọi cách ngăn cản không cho hai người gặp nhau. Nhưng với lòng đam mê văn chương nghệ thuật, sau một thời gian dài gian nan, khổ cực, cay đắng trăm bề, mẹ cũng quyết về với cha. Cuối cùng bên ngoại tôi đành buông xuôi theo nghĩa thuận vợ thuận chồng, song họ quyết định từ bỏ me tôi.

Từ đó, mẹ gạt nước mắt theo cha về Sài Gòn, miệt Gò Vấp tìm kế sinh nhai. Nhưng mà mẹ tôi vốn thuộc tiểu thơ đài các lúc chạm thực tế mẹ thật vụng về. Thương mẹ cha tôi vừa chạy xe đạp thồ vừa dạy học tư. Ba năm sau, mẹ tôi mới có thai song sinh. Tôi sinh ra trước, đến phiên em tôi đẻ ngược nên cả mẹ lẫn con đều chết trên bàn mổ. Cha tôi trở thành gà trống nuôi con, sống hẳn bằng nghề viết văn. Dù lương ba cọc ba đồng, chữ nghĩa của cha cũng nuôi tôi nên người. Ngày tôi có chồng ra nước ngoài, cha tôi vẫn ở vậy, một mình. Mãi đến năm 75 tuổi cha mới tục huyền. Âu cũng là duyên nợ từ kiếp nào.

Tóm lại, cha tôi có hai bà vợ. Bà chánh thất là người đẻ ra tôi. Mẹ và em mất, hơn bốn mươi lăm năm sau cha mới đi bước nữa.

Bà thứ thất tên Phan Lệ Hồng, gốc Hải Nàm, là bạn chung vách với cha tôi từ thuở nhỏ, sau này là mối tình đầu của hai người. Có điều người Tàu vốn kỵ cùng họ không được lấy nhau nên mộng đẹp kia bị chia uyên rẽ thúy. Để tránh phiền phức, cha mẹ cô Hồng âm thầm đưa cô về Sài Gòn sống chung với ông bà ngoại ở miệt Bình Tây, Chợ Lớn.

Thời gian như nước chảy qua cầu rửa sạch mọi nhớ thương. Kỷ niệm về mối tình của cha tôi và cô Hồng cùng những bài thơ non dại thuở yêu thương cũng phai dần đi. Trước mắt cô nhận ra quá khứ mịt mù trở nên mơ hồ, hư ảo trước những điều thiết thực hơn. Cô Hồng có chồng Chợ Lớn, cùng chồng ra nước ngoài hăm hở đuổi theo công cuộc kinh doanh ngày một mở rộng. Không bao lâu cuộc sống giàu sang, sung túc như lụa lót dưới chân cô, bao bọc lấy gia đình cô. Với cô Hồng, gia đình và sự nghiệp là trên tất cả.

Nhưng mà cảnh đời không phải lúc nào cũng thuận lợi; niềm hạnh phúc, sự yên bình nào rồi cũng qua đi. Chồng cô Hồng bệnh mất đã vài năm, con cái có vợ có chồng lần lượt ra riêng, cô còn lại một mình. Ngôi nhà ngày ngày tràn niềm vui, rộn tiếng cười, một sớm một chiều bỗng trở nên vắng lặng, lạnh lẽo đến vô hồn. Từ lâu cô Hồng không khóc chợt nước mắt mặn môi khiến cô có linh cảm như mình đang trôi qua một dòng đời khác. Tự nhiên cô nghe tiếng gọi của quê nhà.

Khi trở về nước, cô Hồng đã bảy mươi tuổi đời. Cô không về Sài Gòn, Chợ Lớn mà bay thẳng ra Huế, dù chẳng còn người thân. Chìm giữa Huế trầm mặc, cổ kính, cô nhìn trời khô héo bằng đôi mắt u buồn để rồi nhận ra mình mang mang một niềm hoài cảm.

Đoạn hồi ký của cha tôi sau đó không nói lúc nào, làm sao cô Hồng về Sài Gòn tìm gặp được cha tôi. Dù ông không thổ lộ tôi cũng nhận ra họ đến với nhau bằng tình yêu thương sau một thời gian dài xa cách đến tóc cũng điểm sương. Giữa cha tôi và cô Hồng là một vạch thời gian dài ngót năm mươi lăm năm rồi còn gì. Tôi thương cha tôi ở câu viết chân tình: "Đám cưới chỉ có hai người. Không hôn thơ, hôn thú. Không bạn bè, bà con thân thích, kể cả con gái tôi và đám con của Hồng. Âm thầm, lặng lẽ, hai người già chúng tôi rời bỏ chốn phồn hoa đô hội về sống hòa mình cùng sông nước miệt Hậu Giang hiền hậu. Tính tình bình dị, hiếu khách của người dân Xóm Thủ, Cà Mau vô tình giúp sức che mờ nhân dạng của chúng tôi."

Đọc những dòng tâm sự cuối cùng của cha tôi tôi cố nén tiếng thở dài. Cầm tập hồi ký trên tay, bên tai tôi, như còn nghe lời dặn dò của cha biểu tôi muốn cất giữ hoặc đốt bỏ đi, tùy con. Dĩ nhiên, tôi không thể đốt bỏ tập hồi ký, di vật duy nhất của cha tôi để lại.

Đã lâu rồi, có hơn chục năm tôi mới có dịp trở về thăm lại Xóm Thủ, nơi bây giờ trở thành phố chợ sầm uất hơn. Chẳng bù ngày trước gian nan lắm tôi mới tìm ra cái xóm đìu hiu hút gió này để thăm cha và cô Hồng của tôi (tôi vẫn quen gọi cô Hồng bằng cô thay vì dì).

Chiều mờ như sương chập chờn phủ trên cửa sông Bồ Đề. Con sông phát nguồn từ ngã ba Tam Giang đổ ra biển Nam Hải, nước chảy rất xiết. Ngã ba sông này nước luôn xoáy tròn thành nhiều lỗ trũng sâu nên ghe hàng chở khẳm thường bị đắm. Nghe nói ngày cha tôi và cô Hồng chết đuối ở ngã ba sông này, trời mưa như trút. Người Xóm Thủ, không một ai biết nguyên nhân cái chết nhưng họ nói trời đất cũng biết khóc thương cho số phận của hai người.

Lần về thăm này tôi chỉ đứng ở cửa sông Bồ Đề, dang rộng vòng tay tôi cũng có thể đón nhận được linh hồn của cha tôi và cô Hồng từ ngã ba Tam Giang trôi ngang qua tôi, trôi vào đời tôi rồi vĩnh viễn ra biển rộng.

PHAN NI TẤN

VÔ ẢNH CƯỚC

Hồi trẻ sôi nổi bao nhiêu về già Võ Đề trầm lặng bấy nhiêu. Đầu tháng Giêng năm nay ông bước vào tuổi bảy mươi hai. Râu tóc tuy đã bạc phơ, nhưng sức vóc vẫn còn tráng kiện, vẫn phong độ qua mỗi đường quyền, nhất là ngón cước pháp. Khi râu bắp sau vườn nhà Võ Đề trổ màu vàng hung ông đều hái... bằng chân. Võ Đề chỉ dùng tay bẻ bắp khi cây bắp bị ông đá gập đầu xuống đất. Cây bắp thường cao từ 2.5m tới 3m, mỗi lần ra vườn hái trái ông đều dùng đầu ngón chân cái đá thóc vào gốc bắp, hoặc - cũng bằng đầu ngón chân cái, - ông đá tạt ngang vào giữa thân cây. Đó là chiêu "Vô Ảnh Cước" lợi hại nhất của Võ Đề, nổi danh một thời ở Pleiku.

Thập niên 1960, làng võ Pleiku có một tay võ nghệ lừng danh tên Công Chột, rất giỏi về môn "hầu quyền". Chỉ cần vận dụng chiêu thức cực kỳ lợi hại này, Công Chột chưa từng bại trước một đối thủ nào nên giới võ lâm phong anh ta là "Hầu vương Độc cô cầu bại". Cho đến khi Võ Đề, họ Võ tên Trấn Đề, người lấn biển đến từ một hòn đảo ngoài khơi vịnh Rạch Giá, là người duy nhất thủ huề với Hầu vương bằng một cú đá như trời giáng vào mặt đối thủ nên làng võ gọi trại họ Võ thành Vô, tức Vô Ảnh Cước.

Từ đó, Vô Ảnh Cước thường nhận được thư thách đấu từ các lò võ, nhất là vào những mùa võ hội. Không những thư gởi từ Pleiku, Kontum, Phú Yên, Bình Định còn có cả Sài Gòn. Cũng như Công Chột trước kia, gặp phải đối thủ lợi hại Võ Đề mới sử dụng chiêu vô ảnh cước để dứt điểm trận đấu. Là một tay võ nghệ chân truyền từ ông thầy võ lang thang, Vô Ảnh Cước đánh đâu thắng đó. Cho tới một hôm, dính vào một trận đấu ngoài ý muốn khiến cả đời Võ Đề chẳng thể nào quên. Trước tuần lễ rửa tay từ biệt Phố Bụi về quê ở ẩn, bất ngờ Vô Ảnh Cước nhận được một phong thư màu nâu bầm, do một em bé đánh giày đem dúi tận tay xong bỏ chạy ngay. Thư niêm phong bằng một loại keo đặc quẹo, thoảng mùi giấy điều còn mới. Vô nhà mở thư ra xem Võ Đề mới biết đó là thư thách đấu của một người tự xưng là Băng Tâm Song Cước Nữ Bạch Y đời thứ ba, đến từ Thốc Lốc, Bình Định. Đây là điều mà Võ Đề không thể ngờ được từ trước tới nay. Anh chưa từng nghe danh hiệu nữ nhân này, cũng chưa hề chạm trán với bất cứ nữ đấu thủ nào. Ngạc nhiên hơn là địa điểm thách đấu lại nằm trong đầm lau sậy sau lưng trường Trung học Pleime, cách nhà Võ Đề ở Chợ Mới không xa. Thập niên 1960, quanh trường Pleime chưa có nhà dân, hiếm thấy bóng người lai vãng ngoài những dẫy đồi đất đỏ, những thung lũng cỏ hoang và gió. Phía sau lưng trường, giữa đầm lau bạt ngàn có một cây hoè trơ trụi mọc lên. Đó là điểm hẹn giao đấu.

Buổi sáng hôm sau trời còn mờ sương, gió vi vu thổi luồn vào đám lau sậy ngả nghiêng tạo thành tiếng hu hu ma quái. Khi Võ Đề vừa bước vào đầm lau anh đột ngột khựng lại, ngạc nhiên thấy một người con gái toàn thân mặc bộ đồ trắng khoanh tay đứng trấn trước cây hoè từ lúc nào. Võ Đề không thể ngờ đối thủ lại là một cô gái đôi mươi, bất giác anh động tính hiếu kỳ chú mục vào thiếu nữ lạ mặt. Toàn thân cô sức sống toát ra một vẻ đẹp trang nghiêm lộng lẫy mà khó có cô gái nào sánh nổi: nước da trắng mịn, ngấn cổ kiêu kỳ, mớ tóc đen tuyền buộc bằng một giải lụa hồng đào phất phơ trong gió. Vẻ đẹp thiên thần đó làm Võ Đề ngẩn ngơ. Nhưng có một điều kỳ lạ là trên gương mặt vô cùng thanh tú đó, đằng sau đôi mắt u buồn kia lại hắt ra một tia nhìn cực kỳ lạnh lẽo. Đó chính là Băng Tâm Song Cước Nữ Bạch Y. Không đợi Vô Ảnh Cước lên tiếng, Nữ Bạch Y lẳng lặng khua tay một vòng trên không lấy đà nhún mình lao tới. Trước sức tấn công bất ngờ của đối thủ khiến Võ Đề giựt mình tỉnh ngộ. Anh chớp mắt vội lùi lại một bước, rùn người xuống kịp thời tránh được luồng cương khí vừa đánh bạt qua đầu. Nhận thấy thủ pháp của Nữ Bạch Y quả là lợi hại, Võ Đề lấy lại bình tỉnh đứng thẳng người lên, hai cánh tay vung ra, nhanh nhẹn phản kích. Nhưng Vô Ảnh Cước nhanh, Nữ Bạch Y còn nhanh hơn. Khi tay phải nữ nhân đánh trượt qua đầu đối phương, chớp mắt cô xoay mình dùng thế Hùng kê quyền xoè móng vuốt nhọn lễu quạt vào mặt Vô Ảnh Cước xước một lằn dài rướm máu.

Xưa kia, ông thầy già dạy võ cho Võ Đề là một võ sư lang bạt kỳ hồ đến từ Tam Quan, Bình Định. Lúc nhập môn, tối nào sư phụ cũng bắt Võ Đề tập đứng tấn, tập tiến thoái, tập nhào lộn, tập phi thân. Vừa đi quyền vừa đọc thiệu. Nhất là tập đá. Sư phụ quan niệm cước pháp luôn luôn tạo cho toàn thân chuyển động ở thế công, hơi thở sâu, khí huyết chảy mạnh. Lúc đầu Võ Đề đá bao cát, sau đá thân cây chuối, cuối cùng là đá cây tre lồ ô. Bị bong gân, trầy da tróc vẫy chảy máu là chuyện thường. Hơn nữa, người luyện võ ngoài tính nhân bản họ còn đươc huấn luyện thành những người gan dạ xem thắng bại là chuyên thường tình, nhất là xem cái chết nhẹ tợ lông hồng, huống hồ là ba giọt máu.

Liếm ngón tay trỏ dính máu trên má, Vô Ảnh Cước thay vì phản kích lại đứng lặng thở dài. Nhận thấy đối thủ có thái độ tiêu cực, Nữ Bạch Y tỏ ra nôn nóng. muốn chinh phục Võ Đề thật nhanh. Cô "hừ" một tiếng, lạnh lùng hươi quyền xông tới, đúng lúc trong đầu Vô Ảnh Cước lóe ra một tia sáng. Vừa chống đở, Vô Ảnh Cước vừa nhanh chân lùi về phía cây hoè. Độ chừng còn ba thước, đột ngột anh xoay mình chạy thật nhanh đến cây hoè, phi thân đạp vào thân cây búng mình ngược ra sau lưng Nữ Bạch Y vừa rượt nà tới vô tình để hở toàn diện phía sau cô. Đáng lẽ Võ Đề điểm vào yếu huyệt sau gáy Nữ Bạch Y để kết thúc trận đấu, nhừng vì thương tình, nên nhân lúc nữ nhân đang bối rối, Võ Đề vỗ nhẹ vào vai cô xong uốn mình lộn ngược hai vòng trên không nhẹ nhàng hạ mình xuống đất.

Dưới ánh nắng rụt rè của buổi hừng đông, sắc mặt Nữ Bạch Y đỏ bừng, đầy cuồng nộ. Nghĩ đối thủ có ý khinh thường mình. nữ nhân giận dữ vận công xuất chiêu, dùng trảo công trong thế "song thủ ngũ hành" đánh ụp xuống đầu, cùng lúc tay kia chúm lại thọc vào mạng sườn đối thủ. Nhưng đó chỉ là hư chiêu nhử Vô Ảnh Cước lo chống đở không chú ý để hở bụng. Chớp ngay cơ hội Nữ Bạch Y lao cả hai chân đá thốc vào hạ bộ của Vô Ảnh Cước. Ai dính miếng ác hiểm này, không vong mạng cũng bị tàn phế một đời. Hối hả lùi lại ba bước liền, gương mặt Võ Đề chợt tái đi không ngờ Nữ Bạch Y lại có lối đánh hiểm hóc phi thường như thế. Trông mảnh mai như hoa xuân vừa hé nhưng thân pháp và nội lực của nữ nhân quả là có hỏa hầu đáng nể.

Gió vẫn thổi mang theo cái tinh khiết của buổi sớm mai. Lúc này cả hai người như hai pho tượng đứng lặng giữa đồng lau. Họ đang ở tư thế cầm cự, đảo mắt tìm chỗ sơ hở của đối thủ. Lúc ngọn gió vô tình quẹt ngọn lau bạc đầu vào mắt Võ Đề, đúng lúc Nữ Bạch Y xuất chiêu. Không may cho Võ Đề, lúc anh hấp tấp lùi lại, đưa tay dụi mắt, gót chân vướng phải đám sậy khô nằm ngổn ngang trên mặt đất làm anh mất thăng bằng. Cái thế hạ phong của một võ sĩ là loạng choạng. Chỉ chờ có thế, Nữ Bạch Y, với ý chí quyết thắng vụt lao tới dùng thế chiến lược liên hoàn đánh tới tấp vào ngực Vô Ảnh Cước, bồi thêm cú đấm vào bụng, xong lẹ làng chuyển mình xoay ngang thúc cùi chỏ vào thái dương, cuối cùng cô phóng lên song phi vào mạng sườn. Dính liên tiếp mấy đòn ác liệt, Võ Đề say xẩm mặt mày, loạng choạng gập mình xuống. Không để đối thủ kịp đứng vững, Nữ Bạch Y liền lùi lại hai bước, hét lên một tiếng thị oai phóng tới, bay lên kẹp cổ quật Vô Ảnh Cước ngã sóng soài trên mặt đất. Để kết thúc trận đấu, nữ nhân lẹ làng chồm lên ngồi đè lên ngực Vô Ảnh Cước, một tay chấn ngay ức, năm ngón tay vuốt nhọn kia sẵn sàng thọc sâu vào yết hầu, nếu Vô Ảnh Cước vùng vẫy kháng cự.

Ngót 40 năm đằng đẵng trôi qua, Võ Đề không làm sao quên được trận đấu để đời. Những buổi chiều hôm trên biển, Võ Đề thường ngồi trước biển để nhớ những năm tháng tuổi trẻ ông đã có những khoảnh khắc đáng nhớ khi bại dưới tay một nữ quyền vương Bình Định. Đến nay, Băng Tâm Song Cước Nữ Bạch Y vẫn bặt vô âm tín. Nhưng vết sẹo lưu lại một lằn mờ trên má trái của ông vẫn mãi mãi là một kỷ niệm. Võ Đề nhớ nhất vẫn là đôi mắt với sức hút ghê gớm của người thiếu nữ. Từ ánh mắt đổ lửa phóng thẳng xuống mặt kẻ chiến bại chuyển dần qua ánh mắt xanh thẩm sáng dịu dàng làm Vô Ảnh Cước phải sững sờ. Nhiều đêm giựt mình thức giấc, Võ Đề vẫn ngơ ngác như thấy giải lụa hồng đào và mái tóc đen láy vẫn phất phơ bay trong đời ông. Và với đường cong mỹ miều mà trời đất ban tặng riêng cho Nữ Bạch Y vẫn mãi mãi ngồi đè lên hồn đời của Vô Ảnh Cước.

PHẦN III

TUỲ BÚT
PHAN NI TẤN

PHAN NI TẤN

AMAI BLAN, NƯỚC MẮT CỦA RỪNG

Amai B'Lan là bút hiệu của một cô giáo từng dạy học thiện nguyện ở miền cao. Cô còn rất trẻ và dù chỉ dạy một quãng thời gian ngắn tại một buôn làng heo hút của miền Thượng du nhưng cũng đủ để cô thực hiện được ước mơ nhỏ bé của mình là viết ra tập bút ký mang một cái tên hết sức "miền Thượng": *Nước Mắt Của Rừng* (*).

Đọc Nước Mắt Của Rừng, người đọc dễ nhận thấy ngay Amai B'lan viết về Tây nguyên với biết bao thiện chí chân thành như viết về cuộc đời mình: "*Tôi mê cao nguyên không đơn thuần chỉ vì vẻ đẹp trinh khôi của nó, mà còn vì trong chuyến đi mạo hiểm đầu đời, tôi được những con người tốt bụng của cao nguyên đùm bọc khi sa cơ lỡ bước. Giờ đây, tôi muốn làm một cái gì đó cho vùng đất đáng yêu này.*"

Tuổi 18 là lứa tuổi đẹp như bông hoa vươn lên quãng trời xanh bát ngát mà cũng là một lứa tuổi đầy lý tưởng, tuổi của phiêu lưu mạo hiểm từ trong máu. Đoạn cô tả cảnh thân gái dặm trường, một mình đạp xe đi từ Di Linh lên tận Kontum ròng rã suốt một tháng trời với biết bao may rủi dọc đường mưa nắng, đói khát, mệt mỏi... đủ thấy cô có duyên có nợ từ kiếp nào với cao nguyên đến trời đất cũng phải kinh động.

Với Amai B'Lan, Tây nguyên nói chung hay Cheo Reo, Phú Bổn, Ayunpa, Krông Pa nói riêng là quê hương đất nước, là buôn làng, mà cũng là chỗ dựa tinh thần của cô. Chỉ cần một không gian nhỏ bé là vùng đất hẻo lánh của Ayunpa và một quãng thời gian ngắn ngủi thôi cũng đủ *sinh* ra Amai B'Lan, đủ để tạo nên số phận cô, duyên nợ cô, con người và cuộc đời cô. Chính cuộc sống nội tâm đã thúc đẩy cô hướng về phía núi, nên qua một hoạt động mục vụ của nhà thờ cô tìm thấy niềm vui trong công việc dạy học để giúp cho các em người Jrai học tốt hơn, dạy cho các em biết phân biệt tốt xấu để tránh bị người đời lừa đảo.

Amai B'Lan đến với người Jrai hoàn toàn không mang theo hoài bão của con người thời đại, như cô nhỏ nhẹ phân trần *"Không dám có ước muốn tìm hiểu một dân tộc thẳm sâu và lạ lùng trong quãng thời gian ngắn như thế"*. Nhưng sâu trong một tâm hồn hiền hòa, chất phác như nương rẫy, Amai B'Lan đến với Tây nguyên bằng tinh thần thiện chí, bằng hơi thở, bằng nhớ thương, bằng nỗi ám ảnh trước cảnh đời không như cô mơ ước, người đọc mới cảm nhận tự đáy lòng cô dâng lên những gợn sóng u hoài. Chúng ta hãy nghe Amai B'Lan diễn tả tâm trạng này: *"Tôi đã tới nơi cần tới sau nhiều ngày mơ tưởng về thủ phủ của người Jrai, về vùng đất của Potao Apui, về những căn nhà sàn đêm đêm bập bùng ánh lửa kể akhan, về một dân tộc có đời sống tâm linh vô cùng sâu sắc, nhưng sao cảm giác trong tôi thật lạ, có gì đó như là tan vỡ."*

Đọc Amai B'Lan, ta thường gặp những lời trần tình biểu hiện lòng biết ơn vô lượng những con người miền cao, cũng như cô bộc lô nhận thức một loại triết lý trăn trở, cảm thông về cuộc đời con người đã mất đất, mất cả chủ quyền. Chia sẽ nỗi trầm luân của người bản địa, Amai B'Lan thổ lộ: *"Người Jrai đã từng là chủ vùng đất này (tên Gia Lai đọc từ chữ "Jrai" mà ra). Tổ tiên họ đã sống và đã chết ở đây. Họ có cách sống và văn hóa của riêng họ... Trên đầu họ là bầu trời tự do. Dưới chân họ là đất rừng linh thiêng. Họ sống như thế biết bao thế hệ. Mọi chuyện cứ diễn ra như thuở ban đầu cho tới khi người Kinh tới."*

Chính vì thế mà xuyên qua Nước Mắt Của Rừng, ta thấy cuộc sống của đồng bào miền núi đã bị đồng hóa vào đời sống thành thị đầy hỗn tạp, tục lụy, méo mó, chao đảo, ngụy tạo. Sau cơn bão thời thế, những cái đẹp, những cái bình dị, mộc mạc của con người thuần lương, cái hoang dại nên thơ, cái hào hùng cao cả... đã bị thay thế bằng những cái bi thương, những cái thấp hèn dung tục, cái ác tâm, ác tính. Rõ ràng là bầu không khí thiêng liêng và bí ẩn nằm sâu trong bản chất cuộc sống như biểu tượng tâm hồn dân tộc của đồng bào thiểu số đã hoàn toàn đảo lộn từ gốc rễ.

Tôi xa quê lâu rồi, có hơn nửa đời người chưa từng trở lại nên thầm tiếc cho cái khố thân yêu của người đàn ông Thượng và cái xà-gạc trên vai, hay cái eng truyền thống của người đàn bà Thượng với cái gùi trên lưng có còn theo họ lên rừng lên rẫy, ra chợ búa hay không. Còn những biểu tượng muôn thuở của đại ngàn như cái ná, cái tên, cái tù và có còn treo trên vách nứa? Còn nữa, con chim ông lão, con chim kơ-tia hay con chim ka-lơi có còn... tức tiếng hót của con chim hoàng anh mà hót vang trên rừng trên núi, và cả cái nai, cái hoẵng dễ gì tồn tại trên nương rẫy thân thương?

Đọc Nước Mắt Của Rừng, người đọc mới xót xa, hoài cảm vì giữa cuộc sống hiện đại đã mọc lên những hàng quán café, quán nhậu, cửa hàng điện thoại và các dịch vụ khác, người đọc không còn tìm thấy nhiều dấu vết hiền hòa, êm ả của buôn làng, không còn bếp lửa nhà sàn ấm áp, không còn tiếng chầy giã gạo ngoài sân, không còn tiếng mõ trâu, không cả những lũy tre làng vươn lên xanh ngát, có những chiếc lá tre rơi trong hiu hiu gió về. Amai B'Lan hết sức chua chát: *"Người ta đã thay nhà sàn bằng nhà xây, vật dụng trong nhà cũng là của người Kinh. Giới trẻ thay cái váy truyền thống bằng quần jeans bó sát. Ở một góc của buôn, đàn ông tụ tập gầy sòng bạc, uống rượu và chửi tục. Người trong buôn nói: "Người Jrai bây giờ đã biết học theo người Kinh rồi. Con gái Jrai đã biết làm đĩ còn con trai đã biết ăn cắp rồi."* Chính những ấn tượng nặng nề đó đã ám ảnh Amai B'Lan, làm tâm hồn cô nghiêng xuống nỗi đau trước những nền tảng đạo đức lâu đời đã làm con người băng hoại.

Amai B'Lan, với tâm hồn hoài cổ luôn luôn nuối tiếc quá khứ, thiết tha với con người cũ, yêu mến mảnh đất thiên nhiên màu mỡ của núi của rừng. Chính vì lẽ đó, mang tâm trạng của nghệ sĩ với tất cả rung cảm chân thành, cô đã hết lòng làm cho rừng núi và những con người hoang dã này sống lại trong văn chương miền cao.

Nhìn họ qua những trang giấy trắng, mực đen, người đọc còn có thể "chạm" vào quá khứ để gặp lại một vị thừa sai người Pháp đáng kính trọng là cha Jacques Dournes, người đã hy sinh một đời của mình để mang tình thương Thiên Chúa đến cho những người Thượng hoang sơ, điêu đứng khổ cực, áo quần lam lũ, ánh mắt thì xa xăm. Cũng xuyên qua những trang văn này, ta cũng có thể chuyện trò thân thiết với những con người thông tục như Mơai, Ama H'siu, Ami H'siu, Ơi H'hi-am, chị H'nhao, bé H'mái... hoặc người già làng đại diện cho ý chí và quyền lực của cộng đồng sắc tộc, ngay cả những nhân vật tâm linh Pơtao nước (Thủy Xá), Pơtao lửa (Hỏa Xá)... là những con người sinh ra từ cuộc sống sơn lâm huyền bí.

Nhưng mà con người Amai B'Lan cũng lạ lắm. Lạ ở cái chỗ, bằng cái giọng cảm khái thâm trầm, cô đang rưng rưng kể cho chúng ta nghe về những nỗi buồn mênh mông trước cái thế thái nhân tình, rồi đột ngột như một thứ lịch sử sang trang, ta lại gặp, lại nghe cái giọng cà tửng như đùa cợt của cô, khi cô săng sái lên giọng kể về cách sống hòa mình với người bản địa. Hãy lật lại những trang đầu mà coi. Amai B'Lan đã để cho ngòi bút của mình hồn nhiên, thơ thới vẽ nên những con người một thời thuộc về hoang sơ rừng rú làm cho người đọc cảm giác rằng mọi vấn đề của đời sống miền núi vẫn cứ như xưa, sinh sống trong yên bình, tự tại.

Nhà văn trẻ tuổi của chúng ta sầu đời, giận đời, thương đời nhưng không căm hận cuộc đời. Là vì cái vẻ đẹp nhân bản của Amai B'Lan trong Nước Mắt Của Rừng chứa đựng một triết lý thuần khiết mà nồng nàn, thấm đượm một tinh thần lạc quan của phương Đông. Mặc dù cuộc sống hiện nay đã khiến cho mọi vẻ đẹp về tình người của người Jrai bị hao mòn, nhưng chính cái thiện mỹ của cô, dựa trên nền tảng lấy niềm tin hăm hở soi vào vùng hiu hắt nhất, tăm tối nhất để tạo cho sức sống con người một bộ mặt tươi sáng hơn, đáng yêu hơn.

Nước Mắt Của Rừng là tập bút ký đầu tay của Amai B'lan, qua đó, cô đã vẽ lại một bức tranh phong phú, vừa hoang dại nên thơ vừa khơi dậy một sức sống tiềm tàng của những người con của núi rừng đại ngàn mà tổ tiên của họ đã từng dũng cảm tranh đấu với thiên nhiên và thú dữ, bón vào lòng đất xương máu của mình để hình thành một Tây nguyên mênh mông, hùng vĩ như ngày nay. Chính vì thế, Amai B'Lan sống giữa nền văn minh cơ khí hiện đại, giữa ánh sáng phù phiếm của đô thị đầy vật chất cám dỗ vẫn không chi phối tâm hồn cô. Ở Amai B'Lan, suốt một dẫy cao nguyên hùng vĩ đã được ngòi bút của cô khoanh lại thành một vùng đất hiu quạnh, nhỏ bé mang tên Ayunpa. Ở đó, đất pha cát mọc lên những chóp núi, những cụm rừng, những mái nhà cũ kỹ và những con người Jrai thật thà, chất phác bên cạnh những truyền thuyết, huyền thoại, sử thi, chuyện cổ tích dân gian vô cùng phong phú từ hình thể tới màu sắc.

Tập bút ký được chia ra nhiều tiểu đoạn, nhưng mỗi tiểu đoạn lại là một chuỗi tiếp nối như một bức phác họa bằng tư tưởng nghệ thuật đầy màu sắc và âm điệu, thể hiện niềm đam mê sáng tạo của tác giả mô tả nhiệt tình về cuộc đời, về tình thương, về con người du canh du cư vì thời thế mà trôi theo dòng đời phù vân, tụ tán, dở dang, luôn luôn mất mát, thua thiệt trước những "Yuăn", những âm mưu toan tính của những loại người ác tính ác tâm.

Đọc Nước Mắt Của Rừng quả là có nhiều niềm vui, nỗi buồn như chính dòng đời trôi nổi những buồn vui, nhưng sáng tác của Amai B'Lan có tâm huyết tự sự bằng chữ nghĩa, đã thả trên trang giấy một thứ tình yêu da diết dành riêng cho những con người từng đến rồi đi, sống và chết trong niềm tự hào được làm người với ý nghĩa đích thực của nó.

PHAN NI TẤN

ÂN PHI HỒ THỊ CHỈ, VỢ VUA KHẢI ĐỊNH

Hai mươi lăm năm trước má và hai đứa em tôi qua Canada đoàn tụ gia đình có mang theo cây vĩ cầm và cuốn album hình gia đình. Đây là hai kỷ vật có mặt từ thời Bảo Đại theo người vượt không gian qua đây.

Cây vĩ cầm từng làm nên sự nghiệp cải lương tài tử của ba tôi, nay theo năm tháng đã già như một... đồ cổ. Nhìn cây đàn mà tiếc một thời vang tiếng đã qua. Ba tôi mất, cây đàn bị bỏ quên lâu ngày, dây đã chùng, trục đã lỏng; cây lông vỹ thì ôi thôi, những sợi cước bạc phếu đứt xác xơ.

Còn cuốn album hình trắng đen chụp gia đình ba má và mấy anh em tôi từ thập niên 40 - 60 thì cũ rích, xục xịch, long gáy. Tôi mở ra xem thấy những kỷ niệm phôi phai tràn về. Lâu ngày thấy không có đứa con nào tỏ ra ân cần, gìn giữ cuốn album nên khi trở lại quê nhà ăn Tết má tôi đã lặng lẽ mang về. Đến khi tôi cần một số hình ảnh để dẫn chứng cho bài viết về gia phả bên ngoại mới hay cuốn album đã âm thầm "hồi hương".

Một hôm tình cờ tôi đọc được một "khám phá quan trọng" của con cháu tôi - như nó viết trong facebook - làm tôi khá giựt mình. Năm 1979 tôi xa gia đình ra nước ngoài, nó chưa ra đời, vậy mà cách hành văn của nó không bị ảnh hưởng đến ngôn ngữ của chế độ mới như hầu hết thế hệ thứ ba đều áp dụng. Nó viết thật hồn nhiên:

Một khám phá hết sức quan trọng, thú vị và đặc biệt với tôi.

Bà ngoại từ nước ngoài về, ở Sài Gòn vài ngày cho khoẻ với tôi rồi tôi cùng bà về lại quê hương Buôn Ma Thuột. Sáng nay soạn vali cùng bà, thấy cuốn album ngoại đem về vì "ở bên đó không ai coi, để nó hư hết", tôi mới lật ra xem. Thì ra đây là cuốn album nhân dịp lễ mừng thọ 84 tuổi của ngoại từ 4 năm trước.

Lật ra trang đầu tiên, tôi đã thấy vô cùng kinh ngạc: Hình một bà hoàng phi mà mỗi khi tôi google về hoàng cung ngày xưa là thấy bà ngay trang đầu tiên, để chung với hình của ngoại. Ở dưới ghi là "Ân phi Hồ Thị Chi, vợ vua Khải Định". Với cái máu nghiên cứu lịch sử bấy lâu cũng như sở thích tìm về nguồn cội của mình, tôi liền hỏi ngoại:

- Ủa ngoại ơi bà này là ai vậy ngoại, sao lại có hình ở đây?

- Bà ni là bà vợ vua Khải Định, bà cố bà tổ bà chi chi của ngoại đó.

- Hả??? Ngoại là cháu vua Khải Định hả ngoại???

- Tau cũng khôn biết nữa. Nhưng ngoài nhà thờ tộc thì có hình bà ni. Bà ni là cái bà xa lắc rồi tau khôn có nhớ.

- (Lúc đó ba mình đứng đó nói thêm) Ờ đúng rồi bà này hồi đó ra Huế đi chạp thấy hình bà trong nhà từ đường nè.

Trời ơiiiiiiii what the hell??? Thì ra bà Hồ Thị Chỉ này là tổ tiên của tôi. Vậy mà mỗi lần google trót dại "trời ơi mấy bà hoàng hậu hồi xưa sao xấu quá vậy trờiii?". Hôm nay google lại "Ân Phi Hồ Thị Chỉ" thì thấy bà thật sự là một người nổi tiếng, vì sử sách còn ghi lại nhiều. Nhưng wikipedia nói bà "bất hạnh, không có con", thì tôi nghĩ bà chỉ là bà cô của bà ngoại tôi thôi, có lẽ vậy.

Vậy là thêm một tình tiết mới về dòng họ của mình grin emoticon. Hồi đó phát hiện ông cố ngoại (cha của bà ngoại) là ông quan ngự y của triều đình Huế là thấy sướng rơn luôn rồi, còn bây giờ phát hiện thêm mình có một bà tổ là bà Ân Phi "người tình vua Duy Tân, vợ vua Khải Định" nữa thì hồn vía lên mây hết luôn. Ôi vui quá xá là vui!!! Thôi wa chơi với ngoại tiếp đây".

Thấy con cháu *"mừng rơn, vui quá là vui"* làm tôi phì cười, vui lây. Cháu tên Lê Phan Hiên Vy, con út của đứa em gái thứ ba của tôi. Tôi nói với nó để thủng thẳng cậu viết một bài về "tổ tiên của mình" nghe, nó ok. Nhưng tôi chưa kịp viết dòng nào thi hôm sau, cũng trên facebook, nó P.S. (tái bút) làm tôi chưng hửng.

PS. Bà Từ Cung (mẹ của vua Bảo Đại) khi xưa chỉ là một bà cung nữ, nhưng lại có con với vua (à mà vụ có con thật sự với vua hay không thì phải confirm lại vì hồi đó ai cũng biết vua Khải Định là gay, có bao nhiêu phi tần mà chả có lấy mụn con. Có giả thiết nói vì vậy mà vua nhận bà Từ Cung lúc đó đang có thai nhận cái thai trong bụng là của mình để làm bình phong che mắt thiên hạ. Lúc bà Hồ Thị Chỉ vào cung thì vua Bảo Đại được xem như là con của bà Hồ Thị Chỉ. Quyền của bà ngang với hoàng hậu (Ân Phi là bậc nhất trong Cửu Phi của Vua), bà rất được nể trọng vì thông thạo tiếng Pháp, am hiểu văn hoá lịch sử, thường là phiên dịch cho nhà vua và cùng vua dự các buổi yến tiệc quan trọng tiếp đãi triều thần trong và ngoài nước. Ấy vậy mà sau khi vua Khải Định băng hà, vua Bảo Đại lật lại mọi thứ, đày bà về lại quê nhà sống hiu quạnh, còn cho mẹ mình tức bà Từ Cung lên ngôi Hoàng Thái Hậu. Dù sao tính ra bà cố tổ của tôi cũng có chút ân tình nuôi nấng vua Bảo Đại ngày nhỏ. Nghĩ mà cay đắng cho bà biết bao!

Thật ra, đối với tôi, nhìn lại 13 triều đại nhà Nguyễn sao mà xa xôi quá, mờ mịt quá, hun hút trong quá khứ như hư ảo. Ngay cả triều vua Bảo Đại (1925 - 1945) thuộc thế kỷ 20, cận đại vậy mà cũng đã quá xa vời. Dù vậy, hồi nhỏ lũ trẻ tụi tôi hay đi ngang biệt điện Bảo Đại (Bungalo) hái điệp ăn, bắt kiến dương hay ve sầu về chơi, lần nào cũng bị con chó cọp của vua rượt chạy có cờ. Có lần ba tôi kể mỗi lần lên Ban Mê Thuột đi kinh lý hay nghỉ mát, vua Bảo Đại đều sai cận thần bí mật tới nhà tìm ba tôi đi săn cọp beo cho vua. Vua thích da cọp rằn ri, da beo bông đốm dùng để bọc bộ salon. Nguyên bộ da cọp có cả đầu cọp với cặp mắt mở trừng, nanh cọp nhọn hoắc, đuôi cọp dài ngoằn trải dài trong phòng khách biệt điện Bảo Đại là do ba tôi và mấy người bạn săn được. Sau ngày mất nước, nghe nói trong một cơn hỏa hoạn biệt điện hoàn toàn bị thiêu rụi.

Ngày nay, người và vật đã đi vào thiên cổ. Nhưng nói cho cùng, thâm tâm tôi vẫn ngậm ngùi thương tiếc bà Đệ nhất Ân phi Hồ Thị Chỉ đầy bất hạnh của chúng tôi. Bà Hồ Thị Chỉ là cháu nội của Hầu tước Hồ Đắc Tuấn và Quận chúa Công nữ Thức Huấn (con gái của Tùng Thiện Vương Miên Thẩm, hoàng tử thứ 10 của vua Minh Mạng). Mặc dù bà chỉ còn là kỷ niệm của một thời xa lắc xa lơ; nhưng bà vẫn sống trong cùng thời đại của chúng ta, gần gũi với chúng ta, cùng nổi trôi theo vận nước với chúng ta. Bà sinh năm 1902, từng là tiểu thư quận chúa, tài sắc vẹn toàn, nhưng duyên phận trớ trêu nên cuộc đời bà nhiều gian nan, trắc trở. Khi thất sủng, bà sống lây lất, đơn độc như chiếc bóng và chết như một thân phận dân dã bình thường.

Bà mất năm 1985 tại Huế, hưởng thọ 83 tuổi. Ngày nay, nhà Từ Đường gia tộc họ Hồ được xây cất trong một phần đất thuộc thôn Dương Xuân Thượng, phường Thủy Xuân, thành phố Huế.

Riêng nhà Từ Đường của họ Hồ bên ngoại tôi ở làng Hương Cần, huyện Phong Điền, tỉnh Thừa Thiên cũng có di ảnh bà Ân phi Hồ Thị Chỉ. Căn từ đường này do ông Jean Maury, chồng của bà Hồ Thị Thơm (chị ruột của má tôi), xây lên từ thời Pháp thuộc như một kỷ vật thiêng liêng của dòng họ Hồ.

Nhân nói đến bà cố tổ Hồ Thị Chỉ, tôi lại nhớ đến một người phụ nữ khả ái, xinh đẹp, có học thức mà tôi hân hạnh quen biết gần đây. Chị họ Hồ tên Giáng Châu thuộc dòng dõi hoàng phái. Theo học ban Triết trường Đại học Văn Khoa Huế. Tôi vốn thích nghe giọng Huế líu lo như chim hót của những cô gái Huế; gặp Giáng Châu, nghe giọng nói nhỏ nhẹ, ôn tồn, êm ả của Giáng Châu làm hồn tôi lâng lâng như mây trôi. Thú vị nhất là Giáng Châu cùng họ, cùng làng quê quít Hương Cần Thừa Thiên với má tôi. Ông nội của Giáng Châu xưa là quan Thống Chế, trong khi ông ngoại tôi là Ngự y của triều Khải Định.

Khi gởi nhạc mp3 của tôi cho Giáng Châu nghe, tôi có nhắc đến bà cố tổ Ân phi Hồ Thị Chỉ của chúng tôi, chị tỏ ra hào hứng:

Thưa anh, tôi biết bà Ân Phi Hồ Thị Chỉ con gái của đại thần Hồ Đắc Trung, bà ấy là Ân Phi của vua Khải Định. Mà anh có biết me tôi và ông Bảo Đại là anh em cô cậu ruột không? Bà Từ Cung là chị ruột của ông ngoại tôi đó. Giờ mình tính sao đây? Nhạc của anh rất hay, tôi thích lắm!

Truy cho cùng, Giáng Châu và tôi tuy không cùng huyết thống, nhưng lần đầu tiên gặp gỡ, tiếp xúc nhau, thảo luận về gia tộc họ Hồ, chúng tôi đều cảm thấy gần gũi nhau, quí mến nhau như anh em thân thích từ thuở nào.

PHAN NI TẤN
THƠ LUÂN HOÁN

Tôi có người bạn lớn là nhà thơ Luân Hoán, làm thơ trước 75 ở bên nhà. Tính đến nay anh đã xuất bản 27 tác phẩm thơ văn từ trong ra ngoài nước. Nhìn chung, chữ nghĩa của Luân Hoán hiền như nước mưa, như quê xứ Quảng Đà của anh và hiền như chính anh vậy... Mời đọc:

hồi mới được gặp mặt
ông còn ốm tong teo
tôi thì vô trọng lượng
gió mạnh dễ bay vèo

hồi đó ông đang nổi
cùng Phong Trào Hưng Ca
rất thường đi hò hát
trong bộ cánh bà ba

ngồi xem, tôi rất chịu
dù màn ảnh mù mù
khoái cốt cách bặm bụi
phảng phất thời da cu (1)

thói quen khi xem nhạc
chủ yếu tôi nhìn người
đặc biệt ngắm phái nữ
hát bằng nhạc bằng người

ông không ưu điểm đó
may có cây đàn thùng
và cái tâm tha thiết
lột tả nét bi hùng

không những chỉ đàn hát
ông còn đặt nhạc luôn
trẻ thơ và tranh đấu
gói ghém hương đời thường

Dậy Lửa Trường Sơn thắp (2)
hào khí kẻ xa nhà
Em Hát Em Vui nở
môi trẻ thơm mùi hoa

có lẽ chỉ chừng đó
đủ làm ông nổi danh
nhưng ông còn phát triển
tài thơ lên quá nhanh

Hồi Ký Thơ dí dõm
nối Câu Thơ Về Người
ông thành danh thi sĩ
đầy nhân bản yêu đời

tôi là người có tuổi
hơn ông đến bảy năm
rất vui có thêm bạn
ồ ồ giọng miền Nam

Cần Giuộc tôi chưa tới
qua ông, biết lơ mơ
cõi quê hương nước Việt
nơi nào cũng như thơ

nhìn mặt ông đủ biết
chất nghệ sĩ ngoài da
"miếng" chất phác trong bụng (3)
cũng lóng lánh đậm đà

khen ông chơi chút ít
nếu không, dễ rầy rà
đời nghi mặc áo thụng
vái người chưa thành ma

thật sự ông rất xứng
được nhiều người mến thương
giàu tình nghĩa, hiếu khách
có cả tụ nghĩa đường

không riêng tôi thường ghé
khi thăm "tổ rồng to" (4)
bè bạn khắp thế giới
cũng về ngáy pho pho

ngoài tấm lòng, gia sản
ông còn có xương sườn
rất ư là đồng điệu
linh hoạt giàu yêu thương

nếu không Châu Khả Khiếm
ông mất đi một phần
tài hoa lẫn vốn sống
để đứng giữa phong trần

ngày ông đi cưới vợ
tôi không tới vui chung
một phần đường xa quá
một phần thiếu... phụ tùng

khi được xem ảnh cưới
tôi tự nhiên lo lo
nhưng rồi chẳng mấy chốc
ông phát tướng tròn vo

râu cằm thòng một nhúm
trông ngầu như tay chơi
đầu trù phú tóc đựng
hương nắng hương bụi đời

giàu thêm phần da thịt
không chịu giàu thêm con
một đầu Lân độc nhất
qui tụ nhiều điểm son

bù lại, ông sinh sản
Sinh Nhật Của Cây Đàn,
Ao Trời dẫn Quê Núi,
Tình Khúc..., Đèn Kéo Quân...

hiện nay đang hứng thú
với Tự Điển Online
mặt mũi văn nghệ sĩ
ông nhốt hết trong này

tôi, ông lắm kỷ niệm
toàn quí như vàng ròng
định nhắc lại mấy món
nhưng thôi, để trong lòng

thỉnh thoảng ngồi nghe lại
ca khúc ông phổ thơ
thấy cái thằng Châu cụt
làm thơ thật dật dờ

phải lòng ai không phải
Phải Lòng Gái Bến Tre (5)
để rồi Khiêng Nước mãi
quên Quả Mít... sau hè

thơ nhạc làm tôi nhớ
năm trăm đô ông chia
Thúy Nga chơi khá đẹp
đủ in một cái bìa

độ rày nhiều cây viết
nổi hứng vọc cọ màu
tranh người tranh trời đất
trăm hoa đua chen nhau

phần tôi ngại cây bút
dùng hoài ắc phải mòn
thay bằng nhất dương chỉ
gõ không sợ méo tròn

không thành được họa phẩm
cũng từa tựa dáng hình
chữ nghĩa có con mắt
thêm tâm vào hiển linh

chân dung có hư thực
chắc ăn tả lòng vòng
gia vị thích hợp nhất
kỷ niệm khéo tay chong

ông thấy ông có giống
Phan Ni Tấn phần nào
có thể là lạ hoắc
cứ cho giống, có sao

bởi có đủ thơ nhạc
bên cạnh Khiếm với Lân
hai ngôi nhà bề thế
bè bạn láng giềng gần

có cả nồi hấp bánh
mặn ngọt chờ ra lò
cây phát tài đụng nóc
chiếc lexus màu tro

những chỗ ngồi vẫn đợi
bạn bè xa sẽ về
tấm ảnh cầu xóm bóng (6)
ấm áp hương tình quê

chân dung ông chẳng chỉ
thịt da thân thể ông
vật dụng cùng chung sống
nhờ ông có linh hồn

ông bỏ hẳn thuốc lá
nếu không tôi vấn thơ
tặng ông là mồi lửa
trở lại thú giang hồ

Luân Hoán

1. PNT thành viên của Du Ca
2. tên các tác phẩm của PNT
3. một từ PNT ưa dùng trong thơ
4. tiếng lóng chỉ thành phố Toronto Canada
5. tên ba bài thơ của LH, Phan Ni Tấn phổ nhạc
6. tác phẩm của Lê Quang Xuân, quà tặng của LH

PHAN NI TẤN

BƠI TRONG THƠ LUÂN HOÁN

Quen biết nhiều nhà văn, nhà thơ xứ Quảng, tôi thấy ông nào bà nào cũng hiền khô hiền khất như cục đất chọi chim. Nhất là nhà thơ Luân Hoán.

Ông thơ hiền này sinh năm 1941, lớn hơn tôi 5 tuổi, giao tiếp với ông ngót 40 năm tôi chẳng hề nghe thấy ông lớn tiếng giận ai, ghét bỏ ai bao giờ. Lúc nào ông thơ Quảng Nam cũng cười hiền, nói năng nhỏ nhẹ, từ tốn, không ồn ào, vụt chạc, không cà chớn cà cháo, không tào lao xịt bộp, trừ xung thiên. Nghĩa là càng về già tâm hồn ông càng... trẻ ra, sung ra, xung thiên từ nội lực tâm hồn cho tới dập dồn bút lực. Đêm ông ngủ ít thức nhiều (giống tôi). Ngủ đâu ba tiếng là thức. Mà thức thì không muốn phiền vợ con, rất chi là lịch sự ông lồm cồm ngồi dậy, rón rén xuống giường, lò mò tới bàn viết lui cui mở máy... mần thơ. Ông mần thơ ào ào như mưa rào tháng 9. Một lần mần hai ba bài ngũ ngôn, lục bát về nhân tình thế thái, hí hoáy vài ba câu chuyện về quê nhà, bè bạn, cháu chắt, vợ con.

Nhà thơ Luân Hoán, như gừng, càng già càng cay, viết lách càng nhiều càng táo tợn. Ông rưng rưng, náo nức, ông xung thiên, vồn vã, ông vạm vỡ, hồn nhiên trước tấm thanh xuân đẹp đẽ của chân dung người, tính người và tình người.

Từ đó ông thơ Luân Hoán ào ạt đẻ ra thơ, ông như bơi trong thơ. Tôi thiệt nể ông ở cái mục này.

Nhớ 21 năm trước anh chị Luân Hoán ghé thăm vợ chồng tôi, mang theo sự trẻ trung, hạnh phúc, duyên dáng và lương thiện vào nhà. 21 năm sau, một sáng thứ Tư ngày 2/8/2017, anh chị Luân Hoán lại ghé thăm, lại mang theo hạnh phúc, duyên dáng và lương thiện vào nhà.

Lần này, dĩ nhiên nhà thơ đã già hơn xưa, tóc bạc bạc, lưng cong cong nhưng vẫn cười hiền như nước mưa. Chị Lý, vợ anh cũng rứa: cái giọng Quảng Nam trọ trẹ dễ thương không hề phai, con mắt thì lúc nào cũng cười theo môi.

Ngày xưa anh chị đến nhà tôi nhẹ nhàng như mây. Lần này vợ chồng nhà thơ hiền lành của chúng ta rầm rộ kéo theo một đoàn hùng binh gồm con, cháu, dâu, rể, tổng cộng đúng một tiểu đội con nít + 2 người lớn, vị chi là 14 nhân dáng làm cho vợ chồng tôi vừa ngạc nhiên vừa thích thú.

Căn nhà vốn yên tĩnh của tôi bỗng rộ lên những tiếng cười nói trẻ trung, thánh thót, yêu đời. Chúng tôi thích sự hồn nhiên nên sức sống trên môi cười của tụi nhỏ không ngớt mang lại niềm vui cho mọi người. Những kỷ niệm vui ngày xưa giữa chúng tôi và gia đình nhà thơ hè nhau nhắc lại thật vui. Vui nhất, sướng tai nhất là nghe các cháu tíu tít nói chuyện bằng tiếng Việt rành như lặt rau.

Sống xa quê đã nhiều năm, thỉnh thoảng ra đường tình cờ nghe con nít nói tiếng Việt thấy lòng mình sao mà xốn xang chi lạ. Có chút bồi hồi chen với niềm vui dâng lên. Con nít ở xứ người biết nói tiếng mẹ đẻ đủ biết gia đình ông bà cha mẹ chúng tri thức ra sao.

Người thơ Luân Hoán đi tới đâu thơ theo tới đó. Buổi sáng đẹp trời, người thơ xứ Quảng bước vào nhà tôi bằng một bài thơ ngũ ngôn hồn hậu, chân tình:

Ngót mười năm gặp lại
bạn sụt cân ít nhiều
dù riêng phần râu tóc
chở thêm lượng muối tiêu
Chị Khiếm vẫn niềm nở
người Tàu chất Việt Nam
không nịnh chẳng ba xạo
chất này anh chích sang
Trò chuyện đúng một tiếng
bắt tay cười lên đường
hành lý thêm mấy bọc
bánh nếp nhưn tình thương
Tôi chần chừ ngần ngại
tặng chủ nhà cái gì
nơi từng ăn ngủ chực
năm bảy lần ít chi
Ngày trước tặng thơ thẩn
phấn khởi vui trong lòng
chừ mỗi lần ký tặng
dị như ép người cầm
Mang đi hai đầu sách
rớt đâu mất một rồi
trời đất thương người nhận
vứt bớt của trời ơi.
(GHÉ TẶNG SÁCH PHAN NI TẤN).

Còn chi vui hơn được ông anh lớn ghé thăm tặng thơ và tặng luôn 2 tập: *Em Về Từ Cõi Thi Ca* (nhiều tác giả) và *Luân Hoán, Ngao Du Cùng Vũ Khí*.

Tính đến nay nhà thơ Luân Hoán đã xuất bản trên 30 tác phẩm. Chữ nghĩa đâu mà chan chứa quá chừng.

Nhà thơ Luân Hoán tên thật Lê Ngọc Châu, sinh năm 1941 tại Hội An, Quảng Nam. Sĩ quan quân lực Việt Nam Cộng hòa. Năm 1969, bị thương mất chân trái tại mặt trận Mộ Đức, Quảng Ngãi . Luân Hoán định cư tại Montreal, Canada từ ngày 2/2/1985.

Tác phẩm đã xuất bản:

- *Về trời* (tập thơ, Nhà xuất bản Văn Học, Sài Gòn, 1964)
- *Trôi sông* (tập thơ, Văn Học, Sài Gòn, 1966)
- *Chết Trong Lòng Người* (Ngưỡng Cửa 1967)
- *Viên đạn cho người yêu dấu* (thơ, 1969, tái bản 1995)
- *Hòa bình ơi, hãy đến* (cùng Lê Vĩnh Thọ, Phạm Thế Mỹ, 1970)
- *Nén hương cho bàn chân trái* (cùng với nhiều bạn văn, 1970)
- *Thơ tình* (thơ, 1970)
- *Ca dao tình yêu* (với Khắc Minh, 1970)
- *Lục bát ca* (thơ, cùng Lê Vĩnh Thọ, Vĩnh Diện phổ nhạc, 1970)
- *Rượu hồng đã rót* (thơ 1975, tái bản 1995)
- *Hơi thở Việt Nam* (tập thơ, Sông Thu, Hoa Kỳ, 1986)
- *Đưa nhau về đến đâu* (thơ, Sông Thu, Hoa Kỳ, 1989)
- *Ngơ ngác cõi người* (thơ, Nhân Văn, Hoa Kỳ,1989)
- *Cảm ơn đất đá trổ thơ Lòng ta hạt bụi vu vơ bám hoài* (tập thơ, Kinh Đô, Hoa Kỳ)
- *Mời em lên ngựa* (thơ, Sông Thu, Hoa Kỳ)
- *Nuôi thơm chùm kỉ niệm xanh* (thơ, Canada, 1995)
- *Cỏ hoa gối đầu* (thơ, Sóng Văn, Hoa Kỳ, 1997)
- *Sông núi cùng người thơm ngát thơ* (thơ, xuất bản tại Canada, 2002)
- *Dựa hơi bè bạn* (hai tập hồi ký, 2006)
- *Quá khứ trước mặt* (hồi ký, Nhân Ảnh 2006)
- *Ổ tình lận lưng* (tuyển tập thơ)
- *Em từ lục bát bước ra* (tuyển thơ lục bát, 2008)
- *Tác Giả Việt Nam* (bút hiệu Lê Bảo Hoàng, tự điển tác giả, Sóng Văn 2005, N.A tái bản 2007)
- *Thánh thi* (Thư Ấn Quán,2011)
- *Thơ thơm từ góc rễ tình* (N.A 2013)

- *Luân Hoán, Ngao du cùng vũ khí* (thơ, Nhân Ảnh, 2016)
- *Khơi cuối nguồn hương* (N.A 2016)
- *Theo gót thơ* (bút hiệu Hà Khánh Quân, Nhân Ảnh, 2018)
- *Ba hoa huê tình* (N.A 2019)
- *Tâm chân dung* (N.A 2020)
- *Liên hoa thi* (N.A 2020)
- *Đường chữ sau lưng* (N.A 2021)
- *Nhánh tình thơ chưa mê gái* (N.A 2021)
- *Tác Giả Tác Phẩm* (3 tập, nhiều tác giả)

Góp mặt trên 23 tác phẩm, tuyển tập trong và ngoài nước. *Tác Giả Tác Phẩm* (nhiều tác giả).

PHAN NI TẤN

BÙI GIÁNG, NGƯỜI BẠN LỚN

Ở đời... À không. Hãy cứ nhìn vào miền Nam nước Việt mình thôi cũng đủ để thấy biết bao là văn nghệ sĩ, từ ngày biết mình được hình thành một cuộc làm người, họ lang thang "ở cõi nhân gian không thể hiểu" riết đâm chán bèn lần lượt từ bỏ gia đình, bỏ bè bỏ bạn mà đi. Cuộc ra đi trí mạng này làm tôi nhớ tới lần đi lạc xuống trần của Trung niên Thi sĩ Bùi Giáng trước khi ông giũ áo trần ai:

"Ta cứ ngỡ xuống trần chơi một chốc.
Nào ngờ đâu ở mãi đến hôm nay".

Tất nhiên cách nói đầy cảm khái của Bùi thi sĩ là cách... *nói thơ*. Ai đọc qua, nghe qua cũng đều thích thú nhận ra mình cũng... ở mãi trong cõi thơ thần khí của ông. Nhưng mà nói gì thì nói rốt cuộc cả chục, cả trăm ông thơ bà thơ họ Lê, họ Nguyễn, họ Bùi... trước sau không hẹn đều trở về bên kia thế giới.

Tiện đây tôi mạn phép mượn ít lời để nhớ đến "người bạn lớn" của tôi là nhà thơ Bùi Giáng (1026- 1998).

Trung Niên Thi sĩ Bùi Giáng, tôi đã gặp vài lần ở chợ sách Đặng Thị Nhu giữa năm 1979. Chợ sách này là "hậu sinh" của chợ sách cũ nổi tiếng trước 1975 nằm dọc trên lề đường Lê

Lợi. Mỗi lần "người thơ điên rực rỡ" (chữ của Bùi Giáng) xuất hiện ở đầu chợ sách Đặng Thị Nhu là y như rằng cả chợ náo loạn cả lên. Xúng xính trong bộ đồ bụi bặm rộng thùng thình, vá chằng vá đụp, vai mang bao bố bự tổ chảng, đầu đội nón nỉ cũ mẽm mèm mem, râu tóc thì lùm xùm rối rắm, miệng phì phèo điếu thuốc lá, tay cầm cây baton ông vừa đi vừa quơ quơ khiến ai nấy đều vui vẻ giạt ra hai bên nhường đường cho nhà thơ lớn của Việt Nam khệnh khạng đi vào chợ.

Tôi nhớ hoài có lần "người bạn lớn" Bùi thi sĩ ghé ngang sạp sách của bạn tôi thò tay cầm cuốn sách *The Call Of The Wild* (pocketbook) của Jack London, ngón tay xương xẩu, vàng ệch vì thuốc lá chỉ chỉ bìa sách, trợn mắt dòm quanh, ông oang oang đọc thơ "Nam quốc sơn hà..." của Lý Thường Kiệt.

Dân bán sách chợ trời tuy nghèo thấy mụ nội nhưng lần nào cũng hào phóng đãi ông một ly cà phê đen đá. Ngồi quanh "thi sĩ điên", nghe tiếng nước đá ông quậy lạch cạch trong ly, nghe tiếng ông húp cà phê rọt rẹt, rồi nghe ông ào ào nói chuyện văn chương, làu thông kinh sử, rạch ròi thế sự, ai nói ông điên.

Sau những lần hạnh ngộ đó tôi không thấy ông ra chợ sách nữa. Mãi đến tháng 10 năm 1998, ở Canada tôi nghe tin Bùi Giáng bị té bể sọ mất trong bệnh viện Chợ Rẫy, Sài Gòn, sau chôn tại nghĩa trang Gò Dưa, quận Thủ Đức cách thành phố Sài Gòn chừng 15km.

PHAN NI TẤN

CA HUẾ VÀ NHẠC CUNG ĐÌNH

Ông anh họ Hồ tên Đắc Duệ bên ngoại tôi từng là nhạc công của dàn nhạc cung đình Huế thời Bảo Đại. Thấy tôi có năng khiếu về âm nhạc, ngoài việc dạy tôi đàn nguyệt và ca Huế ông còn hứa hẹn sẽ giới thiệu tôi vào nhóm nhạc cung đình Huế một ngày không xa.

Cũng vì lời hứa sôi nổi như rứa mà suốt ngày tôi cứ ôm lẽ đời có câu "mộng tưởng thành chân". Điều này khiến tôi lúc nào cũng tưởng ánh nắng tràn ngập trong lòng sẽ mang đến nhiều may mắn cho ước mơ tôi. Nhưng đời không như là mơ, ước mơ của tôi không thành sự thật.

Từ ngày vị vua thứ 13, vị vua cuối cùng của triều nhà Nguyễn thoái vị, nhạc cung đình Huế chấm dứt kéo luôn giấc mộng cung đình của tôi tan tành theo mây khói. Có điều an ủi là dù ước mơ tan vỡ, tôi cũng đã học được nhiều điều hữu ích từ ông anh họ, nhất là một số tài liệu chép tay của ông về ca Huế và nhạc cung đình ông cuộn trong bao nylon đưa cho tôi về nhà tự học luyện giọng và học hỏi thêm. Nay ông anh họ mất đã lâu, nhớ ông tôi ư hử vài câu ca Huế và tóm tắt ôn lại bài học vỡ lòng năm xưa.

1. Nhạc Cung Đình

Trong các thể loại nhạc cổ truyền Việt Nam, nhạc cung đình Huế là nhạc diễn xướng bởi trên 100 nghệ nhân vào những ngày lễ hội cho vua chúa và các đại thần, hoặc các lễ hội trang nghiêm khác. Nhạc cung đình đều phát nguồn từ trong các quy luật của nhiều nghi thức cung đình tại các làng xã người Việt từ nhiều thế kỷ trước.

Nhạc cung đình Huế có từ thời nhà Lý thế kỷ XI là một thể loại nhạc căn cứ theo quan niệm triết lý Nho giáo, cũng là biểu tượng của vương quyền. Nhưng các nghệ thuật ca múa thời đó, ngoài ảnh hưởng văn hóa Trung Hoa và Chiêm Thành còn chịu ảnh hưởng của các loại âm nhạc dân gian.

Nhạc cung đình Huế đầy tính trang trọng của Huế với 7 thể loại nhạc như Giao nhạc, Miếu nhạc, Ngũ tự nhạc, Đại triều nhạc, Thường triều nhạc, Yến nhạc, Cung trung nhạc, quy tụ rất nhiều nghệ nhân có khả năng sử dụng nhiều loại nhạc khí gồm các bộ gõ, dây và hơi, như trống bản, đàn tỳ bà, đàn nhị, đàn nguyệt, đàn tranh, sáo, khánh, chuông, mõ, phách (sênh tiền) v.v...

Thời kỳ vàng son của âm nhạc cung đình là thời nhà Nguyễn khởi từ Gia Long, Minh Mạng, Thiệu Trị, Tự Đức. Đến thời Pháp thuộc, các vua nhà Nguyễn mất hết quyền bính và nhuệ khí khiến đời sống cung đình đâm ra tẻ nhạt, âm nhạc cung đình ngày càng suy giảm. Đời vua Thành Thái lập thêm một đội nghệ nhân thiếu niên, song tất cả đều hoạt động cầm chừng.

Năm 1942 là năm cuối cùng triều nhà Nguyễn, vua Bảo Đại cử hành lễ Tế Nam Giao, cũng là lần cuối cùng nhạc cung đình Huế được trình diễn trọng thể trước công chúng.

Tháng 8 năm 1945, trên Ngọ Môn, hoàng đế cuối cùng của triều nhà Nguyễn thoái vị. Nhạc cung đình Huế tan rã. Tuy nhiên, thân mẫu của vua Bảo Đại là đức Từ Cung đã đứng ra bảo trợ và duy trì đội nhạc cung đình tồn tại cho đến năm 1975.

Tài liệu chép tay của ông anh họ chỉ nói đến đời vua Bảo Đại là hết, không thấy đề cập tới tập đoàn UNESCO sau này công nhận Nhạc Cung Đình Huế là Di Sản Nghệ Thuật của nhân loại.

Nhân nói đến nhạc khí của nhạc cung đình Huế tôi lại có một kỷ niệm khó quên. Tuy tôi có chút năng khiếu về âm nhạc nhưng thuở mới nhập môn kỹ thuật của đàn nguyệt là khảy, rung, nhấn, vuốt, vỗ, vê (luân chỉ) tôi cứ lúng ta lúng túng, lọng ca lọng cọng, vụng về, cứng ngắc làm tiếng đàn cứ ọt ẹt, rên rỉ, ngòng ngọng như ai bóp cổ.

Rứa mà khi tiếng đàn nguyệt của tôi trở nên mềm mại, duyên dáng, sắc điệu rộn ràng thì xảy ra biến cố chính trị buộc vua Bảo Đại thoái vị. Giấc mộng được tuyển vô nhóm nhạc cung đình Huế của tôi tan rã cũng là lúc tôi giã từ cây đàn nguyệt chuyển trường học về Sài Gòn. Đã hơn sáu mươi năm tôi lìa xa cây đàn nguyệt để rồi đàn thầy trả thầy; giọng ca Huế thanh thoát năm xưa cũng chìm xuống, im lắng theo tuổi tác tôi. Dù rứa tôi vẫn thương nhớ hình dạng cây đờn kìm và thích nghe tiếng đàn nguyệt tuy mộc mạc, trầm đục, chân tình nhưng phơi phới với nhịp điệu sinh động, thanh khiết, vui tươi.

Đàn nguyệt xuất xứ từ Trung Quốc, vốn có nhiều tên gọi. Đàn nguyệt còn được gọi là đàn song thanh hay song vận có 2 dây. Thùng đàn hình tròn như mặt trăng nên gọi là nguyệt cầm. Khi du nhập vào Việt Nam, người miền Nam ta gọi đàn nguyệt là đờn kìm, thùng đàn vẫn tròn không có lỗ phát âm, cần đàn dài hơn, phím đàn cao hơn, cách xa nhau và không đều nhau, từ 8 phím tới 11 phím, đánh theo lối ngũ cung. Đờn kìm được vinh danh là Quân Tử Cầm hay Vọng Nguyệt Cầm rất thịnh hành trong nghề đờn ca tài tử miền Nam. Hơn nữa, đàn nguyệt thường được dùng để độc tấu, hòa tấu trong ban nhạc chầu văn, ca Huế, phường bát âm...

2. Ca Huế

Thuở nhập môn, giọng ca niên thiếu tôi thanh thoát, rộn ràng, nhanh, mạnh, đầy tự tin. Còn bây chừ thì ôi thôi rồi, tôi cố cách mấy giọng vẫn rè, khàn đục, già chát nghe lảng nhách, chán phèo, dở ẹc, dở thầy chạy.

Nhưng mà ca Huế là gì, ca ra răng, làm răng? Trả lời dễ ẹc. Ca Huế là một thể loại âm nhạc cổ truyền của xứ Huế. Đơn giản rứa thê. Cũng tài liệu chép tay của ông anh họ khái quát ghi rằng:

Ca Huế phát sinh từ trong cung đình vào thế kỷ thứ 17, là thú chơi tao nhã của hoàng thân quốc thích, danh gia vọng tộc. Ca Huế có giá trị cao về nghệ thuật, giáo dục cũng như nhân cách của con người, được phổ biến rộng rãi ở các tỉnh phía Bắc cũng như phía Nam. Chính vì vậy nên ca Huế rất đa dạng và phong phú, mang âm hưởng của hai điệu thức Bắc rộn rã, vui tươi và Nam nỉ non, ai oán, hầu hết thường diễn qua 4 nhạc khúc thịnh hành Lưu Thủy, Kim Tiền, Xuân Phong, Long Hổ.

Tài liệu chép tay của ông anh họ chỉ nói ca Huế là loại nhạc thính phòng, không thấy nói ca Huế trên sông Hương.

Ngày nay, ca Huế đã vượt ra ngoài cung đình để những câu hát, điệu hò Huế ngọt ngào, xao xuyến với những âm điệu trầm bổng, du dương của giọng hát hòa quyện với tiếng dìu dặt của dàn nhạc gồm đàn bầu, đàn tranh, đàn nguyệt, tỳ bà, sáo, xênh, phách... trổi lên trên thuyền rồng bồng bềnh trên sông Hương sẽ ru tâm hồn giới thưởng ngoạn vào miền ký ức sâu thẳm khởi từ đời nhà Lý.

Thế kỉ XIX: Thời thịnh của triều Nguyễn (1802 - 1885)

Theo những tài liệu tham khảo hiện có, Đại Việt - Việt Nam - Đại Nam là trước khi kinh đô Phú Xuân (Huế) thất thủ vào năm 1885. Hai tài liệu chủ yếu là Lịch triều hiến chương loại chí của Phan Huy Chú (đầu thế kỉ XIX) và Khâm định Đại Nam hội điển sự lệ của Quốc sử quán (giữa thế kỉ XIX) cho biết: Từ sau khi Gia Liều nhạc, Thường triều nhạc, Yến nhạc, Cung trung chi nhạc đã ảnh hưởng qua lại nhiều với nhạc dcổ điển đất nước và con người thính phòng (ca Huế, đờn Huế) và nhạc tuống cổ điển, cung đình (thanh nhạc và nhạc múa của hát bội Huế). Đáng chú ý là nhiều nhà hát rạp hát lớn nhỏ của vua, đại thần và dân thường được xây dựng làm nơi biểu diễn nhạc cung đình, nhạc cổ điển, hát bội hay nhạc dân gian: Duyệt thị đường trong hoàng thành, Minh Khiêm đường trong lăng Tự Đức, Cửu tư đài trong cung Ninh Thọ, rạp hát ông Hoàng Mười, nhà hát Mai Viên tại tư dinh thượng thư Đào Tấn, đã không loại trừ sự tấp nập của những rạp hát ông Sáu Ớt (Nguyễn Nhơn Từ), rạp hát gia đình họ Đoàn (ở An Cựu), rạp hát bà Tuần (tồn tại đến 1975), v.v...

1802 - 1819: Thời Gia Long, Việt tương đội, một tổ chức âm nhạc cung đình lớn được thành lập với 200 nghệ nhân. Vua lại cho dựng đài Thông minh, một sân khấu ca múa nhạc và hát bội trong cung Ninh Thọ.

1820 - 1840: Minh Mạng cho xây dựng Nhà hát lớn Duyệt thị đường (1824), đổi Việt tương đội thành Thanh bình thự, lập thêm một Đội nữ nhạc với 50 ca nữ, vũ nữ, lại cho xây dựng Nhà thờ các tổ sư nghệ thuật âm nhạc và hát bội Huế: Thanh bình từ đường (1825). Trước nhà thờ dựng một tấm bia, một sân khấu hát bội và ca vũ nhạc. Văn bia cho biết vào đời Minh Mạng, nghệ thuật âm nhạc và sân khấu đã phát triển tốt đẹp:

"Vũ đài xuân rạng hàng ngũ chỉnh tề, sân khấu mây lồng âm thanh dìu dặt (...) Khánh chuông ra lệnh xướng hòa, kèn trống nhịp nhàng đánh thổi (...) Trải mấy triều vương đều khuyến khích, Biết bao âm nhạc thảy dồi dào (...) Giữa điện đình ca múa, tỏ điềm thái vận nước nhà; Trên lăng miếu xướng hòa, ngưỡng đức cao thâm biển núi... (bản dịch của Ưng Dự).

1841 - 1883: Đời Tự Đức, âm nhạc cổ điển, nhã nhạc cung đình và hát bội cung đình đạt tới đỉnh cao. Nhà hát Minh khiêm đường được xây dựng (1864) trong Khiêm cung (sau khi vua mất sẽ gọi là Khiêm lăng). Tương truyền chính Tự Đức đã sáng tác bản nhạc Tứ đại cảnh nổi tiếng. Say mê thơ, nhạc và hát bội hơn chính trị, vua lập nên Hiệu thơ phòng để cùng các danh nho trong triều đình xướng họa thơ văn, thưởng thức âm nhạc, sáng tác hay nhuận sắc các vở hát bội. Nhà thơ và nhà soạn tuồng lỗi lạc thời Tự Đức là Đào Tấn (1845 - 1907)
Thế kỉ XIX: Thời suy của triều Nguyễn (1885 - 1945)

1858 - 1885: Thực dân Pháp gây hấn và bắt đầu xâm lược nước ta từ Đà Nẵng, rồi chiếm dần Nam Bộ, Bắc Bộ. Tháng 8 năm 1885 kinh đô Phú Xuân (Huế) thất thủ. Các vua Nguyễn sau Tự Đức đều được Pháp đưa ra làm vì, mất hết quyền bính. Đời sống cung đình tẻ nhạt, âm nhạc cung đình ngày càng sa sút.

1889 - 1925: Thành Thái lập Võ can đội, rồi thêm một đội Đồng ấu (nghệ nhân thiếu niên, làm dự bị cho Võ can đội). Tất cả đều hoạt động cầm chừng.

1914-1944: Tập san Những người bạn của Huế cổ kính (B.A.V.H.) (bằng tiếng Pháp) ra đời và sẽ xuất bản tổng cộng 120 tập (dày nhiều vạn trang) trong suốt 30 năm dưới sự điều khiển của nhà Việt Nam học lỗi lạc L.M. Léopold Cadière. Nhiều bài nghiên cứu có giá trị về nhạc Huế được công bố trên tập san, nổi bật nhất là công trình của nhạc sĩ cổ điển Hoàng Yến (1919): Âm nhạc ở Huế, đàn nguyệt và tranh.

1925 - 1945: Dưới thời Bảo Đại, Võ can đội đổi thành Ba vũ đội gồm cả một đội Đại nhạc và một đội Tiểu nhạc tổng cộng khoảng 100 nghệ nhân hoạt động rời rạc, trong lúc chờ đợi làm nhiệm vụ chính: tham gia phục vụ lễ Tế Nam giao (3 năm một lần) (theo lời kể của cụ Lữ Hữu Thi).

Năm 1942 là năm cuối cùng triều Nguyễn cử hành lễ Tế Nam giao, cũng là lần cuối cùng Nhã nhạc cung đình Huế được biểu diễn trọng thể trước công chúng.

Ngày 31 tháng 8 năm 1945, trên Ngọ Môn, hoàng đế cuối cùng của triều Nguyễn vương quốc Đại Nam thoái vị. Nhã nhạc cung đình Huế tạm thời tan rã.

Đàn Nguyệt (Nguyệt Cầm), trong miền Nam còn gọi là **Đờn Kìm, Vọng Nguyệt Cầm,** hay **Quân Tử Cầm** là nhạc cụ dây gảy của dân tộc Việt. Loại đàn này có hộp đàn hình tròn như mặt trăng được gọi là "Đàn Nguyệt". Theo sách xưa, đàn nguyên thủy có 4 dây, sau rút lại còn 2 dây. Sách của Phạm Đình Hổ ghi rằng đàn nguyệt xuất hiện ở Việt Nam vào thế kỷ 18.

Đàn Nguyệt là cây đàn rất phổ biến dùng để độc tấu, hòa tấu với nhiều ngón chơi độc đáo như ngón nhấn, ngón vê, ngón luyến... Màu âm đàn Nguyệt tươi sáng, rộn ràng, tình cảm, đa dạng trong diễn tả các trạng thái cảm xúc âm nhạc. Đàn Nguyệt được sử dụng trong hát Chèo, Chầu Văn, Ca Huế, Đờn Ca Tài Tử và Cải Lương...

Ca Huế trên sông hương là gì?

Ca Huế là một thể loại âm nhạc cổ truyền của xứ Huế, được hình thành từ sự **kết hợp dòng ca nhạc dân gian với ca nhạc cung đình**. Ca Huế thể hiện theo hai dòng là điệu Bắc và điệu Nam.

Điệu Bắc gồm những bài ca mang âm điệu tươi tắn, trang trọng. Điệu Nam là những bài âm điệu buồn, nỉ non, ai oán.

Ca Huế bao gồm khoảng 60 tác phẩm thanh nhạc và khí nhạc theo hệ thống bài bản phong phú.

Dàn nhạc để biểu diễn ca Huế gồm có nhạc công với trang phục áo the đầu đội khăn xếp, chơi các nhạc cụ đàn nhị, đàn nguyệt, sáo và đàn bầu. Các ca công là nữ với trang phục áo dài truyền thống và chơi các nhạc cụ sanh loan, sanh tiền.

Ca Huế mang đậm sắc thái địa phương, phát sinh từ tiếng nói, giọng nói của người Huế do đó gần gũi với Hò Huế, Lý Huế đồng thời là chiếc cầu nối giữa nhạc cung đình và âm nhạc dân gian. Dù trải qua bao nhiêu thăng trầm của lịch sử, ca Huế vẫn trường tồn cho đến hôm nay và mai sau

"Núi Ngự Bình mơ màng trăng gió
Niềm tâm sự ai thấu rõ cho mình;
Đoái nhìn sông Hương nước chảy thanh thanh,
Sông bao nhiêu nước dạ em si tình bấy nhiêu.
Núi Ngự Bình trước tròn sau méo,
Sông An Cựu nắng đục mưa trong,
Mặc ai một dạ hai lòng,
Em ôm duyên thủ tiết loan phòng đợi anh"

Lịch sử của ca Huế sông Hương

Khoảng thế kỷ XVII, ca Huế dường như trở thành thú vui tao nhã của tầng lớp hoàng thân quốc thích, gia đình danh gia vọng tộc trong suốt thời gian dài khi Huế là thủ phủ xứ Đàng Trong, sau đó là kinh đô của cả nước dưới triều Nguyễn, đạt đến đỉnh cao từ thời Minh Mạng (1820-1840) đến thời Tự Đức (1848-1883).

Vào thời vua chúa, ca Huế rất thịnh đạt nhưng đến giai đoạn 1885-1945 đã ngưng đọng, mãi cho đến giai đoạn từ 1945-1989 bị suy thoái.

Nhã nhạc cung đình Huế: Nhạc cung đình Việt Nam

Nhã nhạc cung đình Huế là thể loại nhạc của cung đình thời phong kiến, được biểu diễn vào các dịp lễ hội (vua đăng quang, băng hà, các lễ hội tôn nghiêm khác) trong năm của các triều đại nhà Nguyễn của Việt Nam.[1] Nhã nhạc cung đình Huế đã được UNESCO công nhận là Kiệt tác truyền khẩu và phi vật thể nhân loại vào năm 2003.[2] Theo đánh giá của UNESCO, *"trong các thể loại nhạc cổ truyền ở Việt Nam, chỉ có Nhã nhạc đạt tới tầm vóc quốc gia".* [3] *"Nhã nhạc đã được phát triển từ thế kỷ 13 ở Việt Nam đến thời nhà Nguyễn thì Nhã nhạc cung đình Huế đạt độ chín muồi và hoàn chỉnh nhất".* [3] Cùng với không gian văn hóa Cồng Chiêng Tây Nguyên, đây là di sản phi vật thể của Việt Nam đã được UNESCO chính thức ghi danh.[3] Nhã nhạc Cung Đình Huế là một sự kế thừa, kể từ khi những dàn nhạc - trong đó có mặt nhiều nhạc khí cung đình - xuất hiện dưới dạng tác phẩm chạm nổi trên các bệ đá kê cột chùa thời Lý, thế kỉ XI-XII, đến lúc ông vua cuối cùng triều Nguyễn thoái vị vào giữa thế kỷ XX.

Về cơ bản, nhạc nghi thức trong âm nhạc cung đình Việt Nam, nhạc tế trong các đình làng cũng như loại nhạc nghi thức được chơi trong đám cưới hay đám tang, tất cả thường được chia thành hai nhóm chính: nhóm phe văn và nhóm phe võ. Việc phân chia của các nhóm nhạc cụ hòa tấu trong dàn nhạc cung đình ở Huế từ đầu thế kỷ XIX và nguồn gốc của nó đã được tìm thấy trong các quy luật của nhiều nghi thức cúng đình tại các làng xã của người Việt ở Bắc Bộ từ nhiều thế kỷ trước đây.

Lịch sử

Bài chi tiết: Nhạc cung đình Việt Nam

Thế kỉ XVII - XVIII ở Phú Xuân và Đàng Trong: thời các chúa Nguyễn (1558 - 1777)

Từ những năm 30 của thế kỉ XVII, nhà văn hóa lớn Đào Duy Từ(1572 - 1634) tương truyền là tác giả của một số bài hát, điệu múa và vở hát bội cung đình thời các chúa Nguyễn, ông tổ lớn nhất của âm nhạc Huế và hát bội Huế được thờ tại nhà thờ Thanh Bình ở Huế đã tiếp thu nhạc Đàng Ngoài, và đã giúp chúa Nguyễn Phúc Nguyên (1623 - 1634) lập ra một hệ thống lễ nhạc, triều nhạc mới. Hòa thanh thự của các chúa là tổ chức âm nhạc cung đình lớn của Đàng Trong gồm ban nhạc, đội ca, đội múa đông đảo (Đại Nam thực lục tiên biên). Cuối thế kỉ XVII - đầu thế kỉ XVIII, nhạc cung đình Đàng Trong đã khá hoàn chỉnh, phong phú, hấp dẫn, theo những ghi chép và đánh giá của nhà sư Trung Quốc Thích Đại Sán, thượng khách của chúa Nguyễn Phúc Chu (1692 - 1725) sau chuyến đi thăm Đàng Trong và Phú Xuân của ông. Được mời xem ca múa nhạc và hát bội tại phủ chúa, nhà sư cho biết điệu múa thời đó là điệu múa Thái liên diễn tả dáng dấp đài các, trang nhã, tình tứ của các cô “tiểu hầu” của đô thành Phú Xuân vừa chèo thuyền vừa tươi cười hái sen. Các ca nhi vũ nữ ấy “đội mão vàng, áo hoa xanh dài phết đất, thoa son dồi phấn rất mực diễm lệ, làm nao lòng người xem” (hồi ký Hải ngoại kỷ sự, bản dịch, 1963).

Cuối thế kỉ XVIII: thời Tây Sơn (1788 - 1802)

Năm 1790, tức một năm sau khi đại thắng Đống Đa ở Thăng Long, một vua Quang Trung (giả) cùng một đoàn ngoại giao sang triều đình nhà Thanh, cầu hòa và chúc thọ hoàng đế Càn Long 80 tuổi. Càn Long ý phong cho vua Đại Việt là "An Nam quốc vương" và vui lòng thưởng thức đoàn "An Nam quốc nhạc" biểu diễn chúc thọ. Nhờ những ghi chép cụ thể của *Đại Thanh hội điển sự lệ* và tập văn kiện ngoại giao *Đại Việt quốc thư* mà âm nhạc cung đình thời Tây Sơn hiện ra khá rõ nét. *Hội điển* triều Thanh đã mô tả chính xác trang phục các nhạc công, ca công và vũ công người Việt. Nghệ nhân cung đình Tây Sơn chơi tám loại nhạc khí mà *Hội điển* triều Thanh đã ghi lại bằng chữ nôm: "một cái cổ (*kai kou*: trống), một cái phách (*kai p'o*), hai cái sáo (*kai chao*), một cái đàn huyền tử (*kai t'an hien tse*, có thể là đàn tam), một cái đàn hồ cầm (*kai t'an hou k'in*), một cái đàn song vận (*kai t'an choang wen*, có thể là đàn nguyệt) một cái đàn tỳ bà (*kai t'an p'i p'a*), một cái tam âm la (*kai san in lo*). Đó là phần nhạc khí.

Về phần hát, *Đại Việt quốc thư* cho biết bổ sung như sau: nhân dịp lễ thượng thọ của Càn Long 80 tuổi, đoàn quốc nhạc của ta gồm 6 nhạc công và 6 ca công cung đình đã biểu diễn cho hoàng đế nhà Thanh nghe "nhạc phủ từ khúc thập điệu". Rất có thể đây là liên khúc 10 bản "Thập thủ liên hoàn" trong nhã nhạc cung đình Huế, cũng gọi là 10 bản Tấu, hay 10 bài Ngự, thậm chí có nghệ nhân gọi là mười bản Tàu(?) (mà khi được nghe chúng, người Trung Quốc chính hiệu đã cho rằng không có gì là "Tàu" cả). (Đại Thanh HĐSL, bản in 1908, Quyển 528, Thư viện Hội châu Á Paris; Đại Việt quốc thư, TT Học liệu (Bộ Giáo dục) xb., Sài gòn 1972).

Thế kỉ XIX: Thời thịnh của triều Nguyễn (1802 - 1885)

Theo những tài liệu tham khảo hiện có, thời kỳ vàng son của âm nhạc cung đình Đại Việt - Việt Nam - Đại Nam là thịnh thời triều Nguyễn trước khi kinh đô Phú Xuân (Huế) thất thủ vào năm 1885. Hai tài liệu chủ yếu là Lịch triều hiến chương loại chí của Phan Huy Chú (đầu thế kỉ XIX) và Khâm định Đại Nam hội điển sự lệ của Quốc sử quán (giữa thế kỉ XIX) cho biết: Từ sau khi Gia Liều nhạc, Thường triều nhạc, Yến nhạc, Cung trung chi nhạc đã ảnh hưởng qua lại nhiều với nhạc dcổ điển đất nước và con người thính phòng (ca Huế, đờn Huế) và nhạc tuồng cổ điển, cung đình (thanh nhạc và nhạc múa của hát bội Huế). Đáng chú ý là nhiều nhà hát rạp hát lớn nhỏ của vua, đại thần và dân thường được xây dựng làm nơi biểu diễn nhạc cung đình, nhạc cổ điển, hát bội hay nhạc dân gian: Duyệt thị đường trong hoàng thành, Minh Khiêm đường trong lăng Tự Đức, Cửu tư đài trong cung Ninh Thọ, rạp hát ông Hoàng Mười, nhà hát Mai Viên tại tư dinh thượng thư Đào Tấn, đã không loại trừ sự tấp nập của những rạp hát ông Sáu Ớt (Nguyễn Nhơn Từ), rạp hát gia đình họ Đoàn (ở An Cựu), rạp hát bà Tuần (tồn tại đến 1975), v.v...

1802 - 1819: Thời Gia Long, Việt tương đội, một tổ chức âm nhạc cung đình lớn được thành lập với 200 nghệ nhân. Vua lại cho dựng đài Thông minh, một sân khấu ca múa nhạc và hát bội trong cung Ninh Thọ.

1820 - 1840: Minh Mạng cho xây dựng Nhà hát lớn Duyệt thị đường (1824), đổi Việt tương đội thành Thanh bình thự, lập thêm một Đội nữ nhạc với 50 ca nữ, vũ nữ, lại cho xây dựng Nhà thờ các tổ sư nghệ thuật âm nhạc và hát bội Huế: Thanh bình từ đường (1825). Trước nhà thờ dựng một tấm bia, một sân khấu hát bội và ca vũ nhạc. Văn bia cho biết vào đời Minh Mạng, nghệ thuật âm nhạc và sân khấu đã phát triển tốt đẹp:

"Vũ đài xuân rạng hàng ngũ chỉnh tề, sân khấu mây lồng âm thanh dìu dặt (...) Khánh chuông ra lệnh xướng hòa, kèn trống nhịp nhàng đánh thổi (...) Trải mấy triều vương đều khuyến khích, Biết bao âm nhạc thảy dồi dào (...) Giữa điện đình ca múa, tỏ điềm thái vận nước nhà; Trên lăng miếu xướng hòa, ngưỡng đức cao thâm biển núi... (bản dịch của Ưng Dự).

1841 - 1883: Đời Tự Đức, âm nhạc cổ điển, nhã nhạc cung đình và hát bội cung đình đạt tới đỉnh cao. Nhà hát Minh khiêm đường được xây dựng (1864) trong Khiêm cung (sau khi vua mất sẽ gọi là Khiêm lăng). Tương truyền chính Tự Đức đã sáng tác bản nhạc Tứ đại cảnh nổi tiếng. Say mê thơ, nhạc và hát bội hơn chính trị, vua lập nên Hiệu thơ phòng để cùng các danh nho trong triều đình xướng họa thơ văn, thưởng thức âm nhạc, sáng tác hay nhuận sắc các vở hát bội. Nhà thơ và nhà soạn tuồng lỗi lạc thời Tự Đức là Đào Tấn (1845 - 1907) Thế kỉ XIX: Thời suy của triều Nguyễn (1885 - 1945)

1858 - 1885: Thực dân Pháp gây hấn và bắt đầu xâm lược nước ta từ Đà Nẵng, rồi chiếm dần Nam Bộ, Bắc Bộ. Tháng 8 năm 1885 kinh đô Phú Xuân (Huế) thất thủ. Các vua Nguyễn sau Tự Đức đều được Pháp đưa ra làm vì, mất hết quyền bính. Đời sống cung đình tẻ nhạt, âm nhạc cung đình ngày càng sa sút.

1889 - 1925: Thành Thái lập Võ can đội, rồi thêm một đội Đồng ấu (nghệ nhân thiếu niên, làm dự bị cho Võ can đội). Tất cả đều hoạt động cầm chừng.

1914-1944: Tập san Những người bạn của Huế cổ kính (B.A.V.H.) (bằng tiếng Pháp) ra đời và sẽ xuất bản tổng cộng 120 tập (dày nhiều vạn trang) trong suốt 30 năm dưới sự điều khiển của nhà Việt Nam học lỗi lạc L.M. Léopold Cadière. Nhiều bài nghiên cứu có giá trị về nhạc Huế được công bố trên tập san, nổi bật nhất là công trình của nhạc sĩ cổ điển Hoàng Yến (1919): Âm nhạc ở Huế, đàn nguyệt và tranh.

1925 - 1945: Dưới thời Bảo Đại, Võ can đội đổi thành Ba vũ đội gồm cả một đội Đại nhạc và một đội Tiểu nhạc tổng cộng khoảng 100 nghệ nhân hoạt động rời rạc, trong lúc chờ đợi làm nhiệm vụ chính: tham gia phục vụ lễ Tế Nam giao (3 năm một lần) (theo lời kể của cụ Lữ Hữu Thi).

Năm 1942 là năm cuối cùng triều Nguyễn cử hành lễ Tế Nam giao, cũng là lần cuối cùng Nhã nhạc cung đình Huế được biểu diễn trọng thể trước công chúng.

Ngày 31 tháng 8 năm 1945, trên Ngọ Môn, hoàng đế cuối cùng của triều Nguyễn vương quốc Đại Nam thoái vị. Nhã nhạc cung đình Huế tạm thời tan rã.

Xem thêm

- Đăng đàn cung
- Ca Huế
- Duyệt Thị Đường
- Minh Khiêm Đường

Chú thích

1. *"Nhã nhạc cung đình Huế - Di sản văn hóa phi vật thể thế giới". Cổng thông tin điện tử Thừa Thiên Huế. 25 tháng 9 năm 2015. Truy cập ngày 28 tháng 11 năm 2022.*
2. *"Di sản văn hóa phi vật thể của nhân loại: Nhã nhạc - âm nhạc cung đình của Việt Nam". Trang điện tử Cục di sản văn hóa. Truy cập ngày 28 tháng 11 năm 2022.*
3. [a b c] *"Bản sao đã lưu trữ". Bản gốc lưu trữ ngày 3 tháng 10 năm 2006. Truy cập ngày 22 tháng 9 năm 2006.*

PHAN NI TẤN

CHÂN DUNG NGƯỜI LÍNH CẦM BÚT

Kể từ khi ông tướng Dương Văn Minh ra lệnh cho người lính Quân Lực Việt Nam Cộng Hòa buông súng vào ngày 30-4-1975 đến nay (2021) chiến tranh VN đã kết thúc 46 năm. Nhìn lại những sự kiện lịch sử của một thời loạn lạc, nhiều văn nghệ sĩ đã tạo dựng một nền Văn Học Miền Nam rực rỡ bằng lý trí, tâm hồn, tài năng, chính là bút lực của mình.

Nói tới thành tựu của nền văn học miền Nam Việt Nam, không thể không nói tới nhà văn, nhà thơ quân đội, những người lính Quân Lực Việt Nam Cộng Hòa vừa cầm súng vừa cầm bút. Người lính nghệ sĩ là chứng nhân của lịch sử miền Nam oai hùng, là những người có khuynh hướng cảm hứng trước cái đẹp của cuộc sống xã hội trong một đất nước loạn lạc. Dù ngày nay, sau 46 năm lưu đày ngay trên đất mẹ hay lưu lạc nơi đâu, người lính cũ Việt Nam Cộng Hòa vẫn bền gan đấu tranh trên mặt trận văn hóa, chính trị cũng như miệt mài, tận tụy với ngòi bút sáng tạo, duy trì và phát huy Văn Học Miền Nam. Đây là một điểm son sáng ngời nói lên lòng yêu nước và niềm tự hào của người lính cũ cầm bút từng đóng góp cho chính nghĩa quốc gia cũng như cho lãnh vực văn học nghệ thuật.

Nhân dịp kỷ niệm 46 năm mất nước, chúng tôi trân trọng những người lính nghệ sĩ của Quân Lực Việt Nam Cộng Hòa không ngừng thể hiện quan niệm về sự sung mãn trong binh nghiệp trước kia cũng như trong bút nghiệp sau này.

Mặc dù không thể liệt kê đầy đủ danh xưng của tất cả những nhà văn, nhà thơ quân đội, song danh sách tạm thời dưới đây xin được coi như một sự tri ân những người lính cũ cầm bút không ngừng góp phần làm đẹp phong cách nghệ thuật cũng như tô điểm trang sử miền Nam nước Việt bằng những hình ảnh oai hùng của người lính Việt Nam Cộng Hòa, dù họ vẫn còn đó hay đã mất đi.

Danh xưng dưới đây sắp theo thứ tự vần alphabet:

NHÀ VĂN:

An Khê (1923-1994), Bằng Phong Đặng Văn Âu (Không Quân), Cao Vị Khanh, Cao Xuân Huy (1947-2010, Thủy Quân Lục Chiến), Chu Tất Tiến, Cung Tích Biền (Võ Bị Thủ Đức 1963).

Diệu Tần (Sĩ quan tu nghiệp tại Fort Belvoir, Virginia Hoa Kỳ năm 1969), Doãn Dân (1938-1972), Duy Lam (1932-2021, khóa 3 Thủ Đức), Dương Hùng Cường (1934-1987), Dương Kiền (1939-2015, khóa 2/68 Thủ Đức), Dương Nghiễm Mậu (1936-2016), Dương Phục, Đào Văn Bình, Đào Vũ Anh Hùng, Đặng Chí Bình (khóa 11 Thủ Đức. Đặc Biệt Tình Báo), Đặng Trần Huân (1929-2003), Đặng Châu Long (khóa 2/70 Thủ Đức, khóa 1&2/70 căn bản Sĩ quan Pháo Binh Dục Mỹ), Đinh Tiến Luyện (Bộ Tổng Tham Mưu QLVNCH), Đinh Phụng Tiến, Định Nguyên (Thủy Quân Lục Chiến), Đỗ Ngọc Uyển, Đỗ Trọng Huề (nhà biên khảo, khóa 1 Nam Định, Thủ Đức sau này), Đỗ XuânTê.

Hà Kỳ Lam (Lực Lượng Đặc Biệt), Hà Thúc Sinh (Sĩ quan Hải Quân), Hà Mai Việt, Hải Bằng, Hạo Nhiên Nguyễn Tấn Ích (SQ Chiến Tranh Chính Trị Tiểu khu Quảng Ngãi), Hoàng Ngọc

Biên, Hoài Ziang Duy (khóa 9/68 Thủ Đức), Hoàng Ngọc Liên, Hoàng Khởi Phong (khóa 15 Liên Trường Võ Khoa Thủ Đức 1963), Hoàng Hải Thủy (1933-2020). Bộ Tổng Tham Mưu Quân đội VNCH, Hồ Trường An (1938-2020, khóa 26 Thủ Đức), Hồ Đinh, Huy Phương (khóa 16 Thủ Đức. Phòng Tâm Lý Chiến), Huỳnh Văn Phú (khóa 9 Võ Bị Đà Lạt. Binh chủng Thủy Quân Lục Chiến), Kiệt Tấn, Kinh Dương Vương (Sư Đoàn 23 Bộ Binh BMT),

Lâm Chương (khóa 24 Thủ Đức, Binh chủng Biệt Động Quân), Lâm Tường Dũ (khóa 22 Thủ Đức), Lê Tất Điều, Long Ân, Lê Khắc Anh Hào (1942-2018, khóa 23 Thủ Đức), Lê Hữu (khóa 4/70 Thủ Đức, Tiểu khu BMT), Lê Văn Lân (1931-2012, phục vụ Quân Y 1960), Lê Tấn Lộc (Sư Đoàn 5 Bộ Binh), Lê Văn Phúc, Lữ Quỳnh (khóa 19 Thủ Đức), Lý Tống (1946-2019), phi công phản lực A37).

Mang Viên Long (1944-2020, khóa 3/71 SVSQ Đồng Đế), Ngọc Cường (khóa 8/68. Cục Tâm Lý Chiến QLVNCH), Ngô Du Trung, Ngô Nhật Tân (khóa 4/71 Thủ Đức, Liên Đoàn 81 Biệt Cách Dù), Ngô Thế Vinh.

Nguyên Nghĩa (Pháo Binh), Nguyên Vũ, Nguyễn Hữu Của (Lữ Đoàn 173 Nhảy Dù Hoa Kỳ, Quân Đoàn II vùng II Chiến Thuật), Nguyễn Mạnh An Dân, Nguyễn Trung Dũng (khóa 14 Thủ Đức), Nguyễn Trung Hối, Nguyễn Tấn Hưng (khóa 17 Sĩ quan Hải quân Nha Trang), Nguyễn Phúc Sông Hương (Sư Đoàn 18 Bộ Binh), Nguyễn Chí Kham, Nguyễn Thụy Long (1938-2009). Binh chủng Không Quân), Nguyễn Công Minh (Sĩ quan Hải Quân thuộc Soái Hạm Trần Bình Trọng HQ 5), Nguyễn Đức Minh (Không quân), Nguyễn Ngọc Ngạn, Nguyễn Hữu Nhật (1942-2014), Nguyễn Minh Nữu (Sĩ quan Địa Phương Quân Định Tường), Nguyễn Xuân Quang (quân y khóa 16 hiện dịch), Nguyễn Đông Thạch (Chiến hạm Hoàng Sa HQ 16), Nguyễn Đạt Thịnh (khóa 6 Võ Bị Quốc Gia Đà Lạt. Phóng viên chiến trường), Nguyễn Chí Thiệp, Nguyễn Hữu

Thời (khóa 3/73 Thủ Đức), Nguyễn Bửu Thoại (khóa 25 Thủ Đức), Nguyễn Ý Thuần, Nguyễn Đình Toàn, Nguyễn Kim Tuấn (1932-2021), Nguyễn Thanh Ty (khóa 25/67 Thủ Đức), Nguyễn Lệ Uyên (khóa 6/70 Thủ Đức), Ngô Sỹ Hân (khóa 21 Thủ Đức), Ngô Thế Vinh (Y sĩ Liên Đoàn 81 Biệt Cách Dù), Ngự Thuyết, Ngy Thanh (TĐ 10 Chiến Tranh Chính Trị).

Phạm Bá Hoa, Phạm Phong Dinh (khóa Sĩ quan Quân Y, trường QY Sài Gòn 1972), Phạm Gia Đại, Phạm Tín An Ninh (khóa 18 Thủ Đức, Sư Đoàn 23 Bộ Binh), Phạm Huấn (1938-2005), Võ Bị Đà Lạt năm 1956, Phạm Văn Nhàn (khóa 19/66 Thủ Đức), Phạm Ngũ Yên, Phan Bá Thụy Dương, Phan Đình Minh, Phan Nhật Nam (khóa 18 Võ Bị Quốc Gia Việt Nam, binh chủng Nhảy Dù), Phan Lạc Phúc (1928-2016, khóa 2 Thủ Đức), Phan Lac Tiếp (Sĩ quan Hải quân Nha Trang), Phan Nhự Thức (1943-1966), khóa 23 Thủ Đức, Phan Ni Tấn (khóa 1/71 Thủ Đức), Phan Tấn Uẩn (khóa 26 Thủ Đức), Phùng Nguyễn (1950-2015), Song Vũ.

Tạ Chí Đại Trường (1938-2016), Tạ Tỵ (1922-2004, khóa 3 Thủ Đức năm 1953), Thảo Trường (1936-2010), khóa 6 Thủ Đức, Thế Phong (Binh chủng Không Quân), Thế Vũ (1948-2004), Thế Uyên (1935-2013, khóa 14 Thủ Đức), Toàn Phong Nguyễn Xuân Vinh (khóa 1 Thủ Đức năm 1951), Tô Kiều Ngân (1912-2020).

Trang Châu (Bác sĩ, binh chủng Nhảy Dù), Trần Châu Hồ, Trần Doãn Nho, Trần Thiện Hiệp, Trần Yên Hòa (khóa 2 SVSQ/ Đại Học Chiến Tranh Chính Trị Đà Lạt), Trần Hoài Thư (khóa 24 Thủ Đức, Thám Kích Sư Đoàn 22 Bộ Binh), Trần Tam Tiệp (1928-2009, khóa 2 Thủ Đức), Trần Thy Vân (khóa 22 Thủ Đức. Tiểu Đoàn 21 Biệt Động Quân), Trần Thúc Vũ, Trương Dưỡng, Trương Vũ (khóa 3/68 Thủ Đức. Phục vụ Tiểu Đoàn 7 Quân Cảnh, Phú Quốc), Trường Sơn Lê Xuân Nhị (Phi đoàn 114), Tùng Nguyên Lưu Thiên Lý (khóa 4/70 Thủ Đức), Tưởng Năng Tiến (khóa 5/72 Thủ Đức).

Văn Nguyên Dưỡng (khóa 5 Vì Dân, Thủ Đức), Văn Quang (khóa 4 Thủ Đức, Cục Tâm Lý Chiến), Vĩnh Chánh, Viên Linh, Võ Hoàng (1952-1887), Binh chủng Hải quân),), Vũ Đức Sao Biển (1947-2020), Vũ Uyên Giang (ngành Quân Báo Phòng 2 Bộ Tư Lệnh Quân Đoàn III), Vũ Văn Lộc, Vũ Đình Trường (khóa 4/73, Thủ Đức. Tiểu Đoàn 99 Biệt Động Quân), Vương Mộng Long (khóa 20 Võ Bị Quốc Gia Việt Nam, Tiểu Đoàn 82 Biệt Động Quân), Vũ Huy Quang (1942-2017), Vương Trùng Dương, Vương Thanh (khóa 18 Thủ Đức), Uyên Thao, Y Uyên (1940-1969. Khóa 27 Thủ Đức).

NHÀ THƠ:

Anh Vân (khóa 25 Thủ Đức), Cao Tiêu (1929-2012), Cục Trưởng Cục Tâm Lý Chiến, Cao Mỵ Nhân (Nữ Quân Nhân Quân Lực VNCH), Cao Thoại Châu (khóa 24 Thủ Đức), Cao Nguyên Việt (khóa 22 Thủ Đức, Bộ Tư Lệnh Quân Đoàn II), Chinh Nguyên Nguyễn Trung Chính (Không quân VNCH), Chinh Yên, Chu Ngạn Thư (khóa 7/72 Đồng Đế), Chu Trầm Nguyên Minh (1943-2014, khóa 25 Thủ Đức), Chu Vương Miện (SĐ 23 Bộ Binh BMT), Chương Hà (khóa 22 Đặc Biệt Võ Bị Đà Lạt), Cung Trầm Tưởng (Võ Bị Không Quân Pháp, Quân Chủng Không Quân VNCH), Cung Vũ.

Diên Nghị (khóa 6 Thủ Đức), Du Tử Lê (khóa 13 Thủ Đức. Phóng viên chiến trường), Duy Năng (khóa 14 Võ Bị Đà Lạt), Dương Đức Bửu (khóa 24 Thủ Đức), Dương Kiền (1939-201), khóa 2/68 Thủ Đức, Dương Viết Điền, Định Giang (Sĩ quan Hải Quân VNCH), Định Nguyên (Thủy Quân Lục Chiến), Đoàn Văn Khánh (Sư Đoàn 23 Bộ Binh BMT), Đông Anh (khóa Cương Quyết Phụ trường Võ Bị Liên Quân Đà Lạt năm 1954), Đỗ Bình (Nha Chiến Tranh Chính Trị), Đỗ Kh., Đỗ Quý Toàn, Đức Phổ (khóa 21 Sĩ Quan Hải Quân Đặc Biệt), Đynh Hoàng Sa, Giang Hữu Tuyên (1949-2004, Người Nhái Hải Quân)

Hà Huyền Chi (khóa 14 Võ Bị Đà Lạt), Hà Liên Tử, Hà Nguyên Du, Hạ Quốc Huy (khóa 6/69 Thủ Đức), Hạ Đình Thao (khóa 1/70 Thủ Đức, Địa Phương Quân Tiểu khu Quảng Tín), Hiếu Vũ (Liên Đoàn 22 Biệt Động Quân), Hoa Văn (khóa 4 Võ Bị Liên Quân Đà Lạt), Hoàng Long (khóa 6/68 Thủ Đức, Chi Khu Đức Phổ, Quảng Ngãi), Hoàng Lộc (khóa 27 Thủ Đức), Hoàng Phong Linh (Võ Đại Tôn), Hoàng Song Liêm (Không Quân), Hoàng Khai Nhan (ngành Không Lưu), Hoàng Quy, Hoàng Vũ Đông Sơn (Sĩ quanThông Tin Báo Chí và Giao Tế Dân Sự Sư Đoàn 25 Bô Binh/QLVNCH), Hoàng Bảo Việt (khóa 26 Thủ Đức), Hồ Chí Bửu (khóa 2/68 SVSQ Đồng Đế), Hồ Minh Dũng (khóa 23 Thủ Đức), Hùng Bi (khóa 4/69 Thủ Đức. Binh chủng Nhảy Dù), Huy Văn, Huỳnh Công Ánh (khóa 3/68 Thủ Đức, Sư Đoàn 22 Bộ Binh QLVNCH), Huỳnh Tâm Hoài (khóa 25 Thủ Đức).

Kha Tiệm Ly, Khánh Trường, Khắc Minh, Kim Tuấn, Kiêm Thêm, Kiều Phong Châu Hiền Quang (Huấn luyện viên Không Quân Nha Trang), Khoa Hữu (1938-2012).

Lâm Hảo Dũng (khóa 27 Thủ Đức), Lan Cao (khóa 21 Thủ Đức), Lê Văn Ba (khóa 13 Thủ Đức, Sư Đoàn 9 Bộ Binh), Lê Cẩm Thanh (khóa 7 Thủ Đức), Lê Hữu Minh Toán, Lê Mai Lĩnh (khóa 1/68 Thủ Đức), Lê Nhật Thăng, Lê Nguyễn, Lê Vĩnh Thọ (khóa 26 Thủ Đức), Linh Phương, Long Ân, Luân Hoán (khóa 24 Thủ Đức), Lưu Nguyễn (khóa 2/72 Thủ Đức), Lưu Trần Nguyễn (khóa 15 Thủ Đức), Lý Thừa Nghiệp (Binh chủng Quân Cảnh).

Mai Trung Tĩnh (khóa 16 ThủĐức), Mường Giang (Sư Đoàn 18 Bộ Binh), Mường Mán (Sư Đoàn 1 Bộ Binh), Nam Giao (Sĩ quan Pháo Binh Sư Đoàn 5 QLVNCH), Nhất Tuấn (khóa 12 Võ Bị Đà Lạt năm 1955), Nhật Hồng Nguyễn Thanh Vân (khóa 8 Liên Trường Võ Khoa Thủ Đức), Nhược Thu, Nghĩa Nguyễn (khóa 4/71 Thủ Đức, Hải quân Giang thuyền), Nguyễn Nam An, Nguyễn Lương

Ba (khóa 26 Thủ Đức, Trung Tâm Hành Quân Sư Đoàn 21 Bộ Binh, Cần Thơ), Nguyễn Minh Đức (Nhảy Dù), Nguyễn Đông Giang (khóa 19 Võ Bị Đà Lạt), Nguyễn Hải Hà, Nguyễn Phúc Sông Hương, Nguyễn Phú Long (khóa 24 Thủ Đức. Binh chủng Thùy Quân Lục Chiến), Nguyễn Hữu Lý (Võ Bị Quốc Gia Đà Lạt 1955), Nguyễn Hữu Nhật (1942-2014, khóa 27 Thủ Đức), Nguyễn Văn Ngọc (khóa 26 Võ Bị Quốc Gia Việt Nam), Nguyễn Dương Quang (khóa 27 Thủ Đức, Đại Đội Trưởng Địa Phương Quân Bình Thuận), Nguyễn Tam Phù Sa (Chiến Tranh Chính Trị Tiểu Đoàn Địa Phương Quân), Nguyễn Vũ Sinh, Nguyễn Bắc Sơn, Nguyễn Ngọc Thiện, Nguyễn Xuân Thiệp (nhập ngũ 1963, Đài Phát Thanh Quân Đội), Nguyễn Hữu Thụy, Nguyễn Miên Thượng, Nguyễn Mạnh Trinh, Nguyễn Đăng Trình, Nguyễn Tư (khóa 4/70 Thủ Đức), Nguyễn Hoàng Bảo Việt (khóa 26 Thủ Đức), Nguyễn Thành Xuân.

Phạm Hồng Ân ((Sĩ quan Hải Quân khóa 12 tại Newport, Rhode Island, Hoa Kỳ), Phạm Văn Bình, Phạm Nhã Dự (khóa 27 Thủ Đức), Phan Lạc Giang Đông, Phan Minh Hồng, Phan Văn Khải, Phạm Ngọc Lư (1946-2015. Khóa 5/68 Thủ Đức), Phạm Đức Nhì, Phan Duy Nhân (khóa 22 Thủ Đức), Phan Xuân Sinh, Phổ Đức (phóng viên báo chí quân đội 1969), Phùng Kim Chú, Phương Tấn (khối Chiến Tranh Chính Trị/ Sư Đoàn 1 Không Quân 1968), Phương Triều (khóa 23 Thủ Đức), Quan Dương (khóa 6/69, Biệt phái Cảnh Sát).

Song Nhị (khóa 4/69 Thủ Đức), Sương Biên Thùy (khóa 1/68 Thủ Đức), Tạ Ký (khóa 14 Thủ Đức), Tạ Tỵ (khóa 3 Thủ Đức năm 1953), Tần Hoài Dạ Vũ (khóa Dự bị Sĩ Quan trường Quang Trung), Thái Tú Hạp (khóa 12 Thủ Đức), Thanh Tâm Tuyền (Trừ Bị Thủ Đức năm 1962), Thành Tôn (khóa 25 Thủ Đức), Thế Lộc (Sư Đoàn 3 Bộ Binh), Thế Viên (khóa 14 Thủ Đức), Thiếu Khanh (đơn vị Truyền Tin), Trạch Gầm (khóa 21 Thủ Đức) Trần Huiền Ân, Trần Vấn Lệ, Trần Dzạ Lữ, Trần Văn

Sơn (Địa Phương Quân Tiểu khu Bình Tuy), Trần Phù Thế (khóa 25 Thủ Đức), Tô Thùy Yên, Từ Hoài Tấn (khóa 3/70, Phòng 6 Bộ Tổng Tham Mưu QLVNCH), Tường Linh, Võ Ý (khóa 17 Võ Bị Quốc Gia Đà Lạt, Phi Đoàn 118 Pleiku), Vĩnh Liêm, Vũ Hoàng Thư (Sĩ Quan Hải quân VNCH), Xuyên Trà (khóa 20 Thủ Đức).

Chút kỷ niệm tìm về:

1. Nhà văn Kinh Dương Vương và Lê Hữu

Ngày 10 tháng 3-1975 Ban Mê Thuột thất thủ. Tất cả Quân Dân Cán Chính VNCH đều tập trung học tập "cải tạo". Khi tôi bị tống vào trại tù Ban Mê Thuột thì bất ngờ tôi gặp lại hai ông nhà văn Kinh Dương Vương và Lê Hữu đã có mặt từ lúc nào. Kinh Dương Vương thuộc Sư Đoàn 23 Bộ Binh BMT, Lê Hữu thuộc Tiểu Khu Darlac, cả hai ông đón tôi bằng nụ cười héo hắt và mắt nhìn mờ hơi sương. Trại tù Ban Mê Thuột do thực dân Pháp xây năm 1930 để nhốt các chính trị phạm, và Tiểu đoàn Sơn Cước có nhiệm vụ bảo vệ nơi này. Về sau trại biến thành Trại Cải Huấn giam tù hình sự lẫn chính trị. Khi chúng tôi vào tù thì chưa có tù hình sự.

Tháng đầu tiên tất cả tù nhân đều bị nhốt vào phòng giam khóa kín cửa. Về sau mới được nới lỏng. Giữa sân trại tù có một cái miếu thờ cô hồn các đảng. Ban ngày tù thường lảng vảng trước cổ miếu phủ bóng cây da hút thuốc, tán gẫu, đánh cờ tướng hoặc nhìn trời hiu quạnh. Ban đêm bảy tám mạng chúng tôi rúc vào trong miếu chen chúc ngủ với... cô hồn.

Trại tù là ổ chứa vi trùng ghẻ nên ông nào cũng ghẻ chóc đầy mình. Một buổi tối mưa dầm sùi sụt, hai ông nhà văn Kinh Dương Vương và Lê Hữu có tên trong danh sách tù chuyển trại đi Củng Sơn, Phú Yên, cả hai ông bạn nhà văn hiền lành đều ưu ái truyền ghẻ lại cho tôi. Từ đó tôi tha hồ gãi ghẻ. Một buổi sáng thức dậy, tôi hoảng hồn nhìn thấy cánh tay mình ghẻ mủ vun thành một vòng tròn meo méo, to bằng đít chén, rờ thấy mềm mềm, dịu dịu, êm êm mà trắng nhỡn như dòi bắt ớn. Khai báo "trên" thì biết bao giờ mới có y tá, tôi bèn lượm cây tăm xỉa răng chùi sơ sịa xong run run chích nhẹ một phát. Trời mẹ ơi! Đàn ghẻ mủ gồm cha mẹ con cái bất ngờ bị vỡ ổ hùa nhau di tản xuống lòng bàn tay, xuyên qua kẽ tay rớt... lịch bịch xuống đất. Chèn nhẹt. Nhìn lũ trùng ghẻ oằn oại hấp hối dưới chân tôi vươn vai hít hà! Sư...ớ...ng!

Những tưởng một đi không hẹn gặp, ai dè ba bốn chục năm sau cả ba anh em chúng tôi lại "ngộ cố tri" nơi đất khách quê người. Ngày xưa những người lính chúng tôi trẻ ơi trẻ, khi gặp lại thì ai cũng tóc râu bệt bạc mà rầu. Hình như "mùi tù" vẫn chưa chịu phai hương nên khi nhìn nhau, nhớ lại thuở giam tù, miệng người nào cũng héo hắt, mắt người nào cũng... mờ hơi sương.

Tập truyện của Kinh Dương Vương là *Những Chiếc Mặt Nạ Cười*; còn của Lê Hữu là *Âm Nhạc Của Một Thời* và *Ngôn Ngữ Ngậm Ngùi*. Cả ba cái tựa, lạ chưa, đều mang hơi hướm... mếu máo, ngậm ngùi.

2. Ký Giả Lô Răng

Tôi có chút kỷ niệm với Ký Giả Lô Răng như ri: Nhiều năm trước, khi tôi thực hiện *website* Tự Điển Văn Nghệ Sĩ Việt Nam, ông Ký Giả và tôi thường xuyên tham khảo qua điện thoại về mục này. Môt nhà văn nổi tiếng nói chuyện qua phone tôi nghe giọng ông thật thoải mái, thật khỏe, thật tự nhiên, không hề tỏ ra khách sáo, kẻ cả - nghĩ coi - ai mà không nể trọng. Nhà văn Phan Lạc Phúc tức Ký Giả Lô Răng mất ngày 28 tháng 4-2016 tại Sydney (NSW) Australia. Ông đi nhưng tiếng cười giòn giã của ông không bao giờ tắt trong tập bút ký *Bạn Bè Gần Xa* ông gởi tặng tôi.

3. Họa Sĩ Tạ Tỵ

Năm 1986, tôi ra mắt sách ở hội trường báo Người Việt, Nam California qui tụ hầu hết các văn nghệ sĩ tên tuổi ở Quận Cam, như Phạm Duy, Mai Thảo, Đỗ Ngọc Yến, Đỗ Quý Toàn, Nguyễn Mộng Giác, Thảo Trường, Nguyễn Xuân Hoàng, Hoàng Khởi Phong, Lê Uyên Phương, Nghiêu Đề, Trần Duy Đức, Khánh Trường, Trần Văn Nam, Thượng Văn, Nguyễn Mạnh Trinh, Đặng Hiền, Nguyễn Nam An, Thái Thanh... và Tạ Tỵ.

Nhà thơ Tạ Tỵ ghé qua vui tay tặng tôi tập thơ *Mây Bay* rồi ra tay vẽ chân dung tôi thật lạ. Họa sĩ Tạ Tỵ mất ngày 28.4.2004 tại Sài Gòn, nhưng bức chân dung ông vẽ tôi và chữ ký trong tập thơ ông tặng tôi vẫn còn đây. Ông đi nhưng bút tích đề trong tác phẩm thì ở lại.

4. Nhà thơ Luân Hoán

Quen biết nhiều nhà văn, nhà thơ xứ Quảng, tôi thấy ông nào bà nào cũng hiền khô hiền khất như cục đất chọi chim ở quê nhà. Nhất là nhà thơ Luân Hoán.

Ông thơ hiền này sinh năm 1941, lớn hơn tôi 5 tuổi, giao tiếp với ông ngót 40 năm tôi chẳng hề nghe thấy ông lớn tiếng giận ai, ghét bỏ ai bao giờ. Lúc nào ông thơ Quảng Nam cũng cười hiền, nói năng nhỏ nhẹ, từ tốn, không ồn ào, vụt chạt, không cà chớn cà cháo, không tào lao xịt bộp, trừ xung thiên. Nghĩa là càng về già tâm hồn ông càng... trẻ ra, sung ra, xung thiên từ nội-lực-tâm-hồn cho tới dập dồn bút lực. Đêm ông ngủ ít thức nhiều (giống tôi). Ngủ đâu ba tiếng là thức. Mà thức thì không muốn phiền vợ con, rất chi là lịch sự ông lồm cồm ngồi dậy, rón rén xuống giường, lò mò tới bàn viết lui cui mở máy... mần thơ. Ông mần thơ ào ào như mưa rào tháng 9. Một lần mần hai ba bài ngũ ngôn, lục bát về nhân tình thế thái, hí hoáy vài ba câu chuyện về quê nhà, bè bạn, cháu chắt, vợ con.

Nhà thơ Luân Hoán, như gừng, càng già càng cay, viết lách càng nhiều, càng hay, càng táo tợn. Ông rung rưng, náo nức, ông xung thiên, vồn vã, ông vạm vỡ, hồn nhiên trước tấm thanh xuân đẹp đẽ của chân dung người, tính người và tình người. Từ đó ông thơ Luân Hoán ào ạt đẻ ra thơ. Tôi thiệt nể ông ở cái mục này.

6. Nhà văn Nguyễn Đình Toàn

Cô Nguyễn Đình Phượng Uyển, con gái của nhà văn Nguyễn Đình Toàn tháng rồi từ bên Úc "meo" cho tôi hình ảnh bố mẹ của cô, tôi giựt mình. Nghe danh nhà văn "Áo Mơ Phai" từ trong nước, ra hải ngoại tôi mới quen biết ông bà Nguyễn Đình Toàn. Năm 1996 tôi ra mắt sách ở Quận Cam, ông có tới tham dự. Năm 2001, nhân ngày triển lãm Hội Chợ Sách Việt Nam, cũng ở Quận Cam, tôi lại gặp ông bà Nguyễn Đình Toàn. Lúc đó, bà Thu Hồng, vợ ông còn trẻ trung, hiền lành, dễ mến, cười nói dịu dàng, tôi nhớ hoài.

Rồi thời gian dâu bể trôi qua 5 năm, 10 năm, 20 năm. Nhìn lại tấm hình chúng tôi chụp chung với ông bà Nguyễn Đình Toàn năm 2001 so với tấm hình Uyển mới gởi qua mà thương nhà văn gầy gò, già cụm. Sợ tuổi già dễ nhớ dễ quên tôi nhờ Uyển cho tôi gởi lời thăm bố mẹ cô, nhân tiện hỏi coi ông còn nhớ tôi không. Ai dè, ngày trước ngày sau Uyển "meo" qua tôi hăm hở nói "Bố Uyển còn nhớ Phan Ni Tấn rõ tới mười mươi." Ông còn nhắc tới ca khúc Bài Ca Học Trò của Phan Ni Tấn nữa đó. Vậy là tôi yên tâm. Nhưng mà tháng 2 vừa rồi tôi lại chia buồn về sự ra đi của bà Maria Nguyễn Thị Thu Hồng, bà Tú Xương của nhà văn Nguyễn Đình Toàn. Đời người vốn ngắn ngủi mà đường đời lúc nào cũng phải chia hai.

Trong văn giới tôi thiệt tình nể phục hai ông già gạo cội Nguyễn Đình Toàn và Doãn Quốc Sỹ. Cả hai ông từng ngẩng cao đầu nói lời khẳng khái trước bạo lực cường quyền. Tôi thương hai ông, trước sau đều ngậm ngùi tiễn vợ về miền miên viễn xót xa.

7. Nhà thơ, nhạc sĩ Huỳnh Công Ánh

Sau ngày "đại thắng mùa xuân" của bên thắng cuộc, đất nước Việt Nam trở thành một trại tù khổng lồ trải dài từ Nam ra Bắc. Hàng trăm trăm ngàn ngàn tù nhân của chế độ cũ trở thành những bóng ma vật vờ, đen đủi, cam chịu, những tử tù bất khuất trước họng súng, những tù binh gan lì vượt ngục.

Bàn chuyện vượt ngục thì suốt những năm dài "cải tạo", tù vượt ngục cũng khá nhiều, song hầu hết đều thất bại. Anh em ta không chết trên đường đi cũng bị bắt trở về trại, bị tra tấn, đánh đập dã man xong bị biệt giam mút chỉ cà tha. Riêng Huỳnh Công Ánh, người tù "cải tạo" ở K1 vượt ngục thành công. Đọc tập hồi ký *Vượt Tù, Vượt Biển* của Huỳnh Công Ánh ta mới phục sự liều lĩnh, gan dạ, đầy mưu trí của Ánh. Kiểu vượt ngục có một không hai, hồi hộp, ly kỳ như trong phim Hollywood. Chuyện như ri:

Tù binh Huỳnh Công Ánh vượt ngục trong bộ đồ màu xanh cứt ngựa, nón cối trên đầu, dép râu dưới chân, vai mang xắc-cốt, từ ga Vinh lên tàu Thống Nhất chạy suốt một tuần lễ về tới ga BìnhTriệu, Sài Gòn.

Thật ra anh Huỳnh Công Ánh nhờ một cô thôn nữ đem lòng yêu anh và một anh bạn tù hình sự vừa được thả ra tay trợ giúp, bằng không ngay cả ông trời cũng khó bề thoát khỏi tai mắt loài cú vọ, đừng nói chi người.

Sau này, xách đờn đi hát với Huỳnh Công Ánh tôi thấy ông Ánh hiền lành, bình dị như bao người, có chi là "ghê gớm". Vậy mà cuộc đào tẩu thành công của Ánh từ trại tù Tân Kỳ, Nghệ Tĩnh đã gây chấn động anh em tù "cải tạo" một thời khiến ai cũng phải khâm phục.

8. Nhà văn Trần Hoài Thư

Như thường lệ, sáng nay thấy trong hộp thư, ngoài thư từ biu biếc tạp nhạp, còn có tờ đặc san Thư Quán Bản Thảo của nhà văn Trần Hoài Thư gởi tặng. Lâu lâu không thấy tôi gởi bài, Thư Quán Bản Thảo lại xuất hiện. Chỉ có vậy, ký ức ngày xưa lại ùa về.

Trước 1975, Ban Mê Thuột "buồn muôn thuở" vậy mà dân nhà binh cầm bút từ quan tới lính vì công vụ đặt chân lên vùng đất "bụi mù trời", đếm không xuể. Điển hình như, lính thì có nhà văn Thế Vũ, tác giả *Những Vòng Hoa Ngụy Tín,* bữa đói bữa no; còn quan thì có nhà văn Trần Hoài Thư, tác giả của 9 tác phẩm trong đó có *Ban Mê Thuột, Ngày Đầu Ngày Cuối*.

Trần Hoài Thư nhập ngũ khóa 24 Thủ Đức. Ra trường thuộc Đại đội 405 Thám Kích vùng II ChiếnThuật. Suốt 7 năm chiến đấu, không biết có giết được tên địch nào không, nhưng năm 1972 nhà văn về trình diện Bộ Tư Lệnh Sư Đoàn 23 Bộ Binh BMT chờ đổi về Cần Thơ. Trong thời gian này, vào những ngày cuối tuần nhà văn thường một mình ngồi uống cà phê lộ thiên trước tiệm ăn Mỹ Hương, đối diện rạp ci-nê LODO. Giữa thanh thiên bạch nhật, mặc ông đi qua bà đi lại, mặc chiến sự ngày càng dầu sôi lửa bỏng, Trần Hoài Thư vẫn an nhiên cắm cúi viết văn.

Để tránh làm phiền bạn, tôi đi luôn. Nhưng những lúc như vậy tôi có cảm tưởng như ông bạn văn của tôi cần tách mình ra khỏi đám đông để tan chảy theo từng trang giấy ngoằn ngoèo chữ nghĩa của mình.

Hiện nay, Trần Hoài Thư sống ở New Jersey, NY Hoa Kỳ, giống như ông Từ giữ chùa không có Phật tử. Con ở xa, vợ bảy, tám năm nằm bất động trong Viện Dưỡng Lão. Niềm an ủi duy nhất của Trần Hoài Thư bây giờ là Thư Quán Bản Thảo do anh chủ trương, tự in và tự phát hành tác phẩm của mình cũng như của các bạn văn trong và ngoài nước.

Cầm trên tay tôi là Thư Quán Bản Thảo số 92 mới ra lò. Lần mò rồi cũng tới con số 100 mấy hồi, phải không ông bạn già Trần Hoài Thư.

9. Nhà thơ Cung Trầm Tưởng

Tuổi trẻ tôi cho tới bây giờ vẫn thích đứng ôm người mình yêu từ sau lưng. Chỉ úp mặt vào mái tóc, ngửi mùi tóc là tôi như "nghe" được mùi lúa quê nhà. Tuổi trẻ Cung Trầm Tưởng lại khác. Hồi trẻ thi sĩ sớm đi Pháp du học, sớm "nghe" được mùi tóc em "tóc vàng sợi nhỏ" mượt mà, bềnh bồng trong nắng gió Paris. Thi sĩ Việt Nam nhiều vô kể, có thể cũng có người từng yêu cô đầm mắt nâu, tóc vàng nào đó, song chỉ có cặp mắt tinh đời của Cung Trầm Tưởng mới hân hoan nhìn ra và hoan hỉ đưa "người em mắt nâu, tóc vàng sợi nhỏ" vào thế giới thi ca của mình. Hồi xưa nghe nhạc Phạm Duy phổ từ thơ Cung Trầm Tưởng sáu bài Mùa Thu Paris, Kiếp Sau, Về Đây, Bên Ni Bên Nớ, Tiễn Em (đổi từ Chưa Bao Giờ Buồn Thế), Chiều Đông (đổi từ Khoác Kín...) từng gây trong tôi những mộng tưởng xa vời.

Nghe danh Cung Trầm Tưởng từ lâu, mãi đến tháng 5/2012 thi sĩ từ Minnesota, Hoa Kỳ bay qua Toronto và Ottawa, Canada ra mắt tập thơ "Cung Trầm Tưởng, Một Hành Trình Thơ (1948-2008) tôi mới "kiến kỳ hình".

Khi bay qua Canada, hành trang của thi sĩ là khệ nệ những thùng thơ. Nhưng khi trở về Mỹ, hành lý là hai ổ bánh bò nướng, bà xã tôi làm biếu "anh chị lấy thảo".

10. Nhà thơ Hoàng Khởi Phong

Hồi ở lính, thiếu úy Tấn là anh lính chúa ba gai, bị đì xuống Đầu Cáp Đại Dương, một đơn vị hẻo lánh nằm tận cùng ở phía Đông Bắc Vịnh Cam Ranh. Ngoài lèo tèo mấy chú lính trong Đài, tịnh cả năm không gặp một ai, hiếm khi nghe thấy xe nhà binh chạy ngang qua Đài. Ban ngày trời nóng hầm hập, ban đêm nằm nghe sóng biển rì rào, lòng trống trơn. Thỉnh thoảng nửa đêm nghe mìn nổ xa xa về phía Đài Vi-Ba nằm chênh vênh trên sườn núi, lòng buồn hiu.

Một hôm nhận được nghỉ ba ngày phép, từ Cam Ranh Bay tôi vù lên Đà Lạt, ghé thăm nhà thơ Lê Văn Ngăn rủ đi uống cà phê xong ào tới nhà Hoàng Khởi Phong chơi. Mặc ông thơ *Phục Hồi Quyền Chức Làm Người* Hoàng Khởi Phong và ông thơ *Vào Một Thời Im Bóng* Lê Văn Ngăn trò chuyện ra chiều tâm đắc, tôi vô cùng tự nhiên, hết sức thoải mái ngồi phách đốc ở góc phòng bốc điện thoại của gia chủ mà không cần xin phép, quay số rột rẹt gọi về Quân Đoàn II Pleiku thăm người bạn nhưng không gặp. Tôi tỉnh bơ gác máy cái cụp.

Chuyện cũ trên 50 năm ngồi ôn lại chợt thấy mình lặng lẽ cười. Hồi trẻ sao mà mình "lịch sự" quá thể. Lê Văn Ngăn mất năm 2015 không nói; Hoàng Khởi Phong chắc cũng chẳng còn nhớ anh chàng thiếu úy ba gai thuở nào.

Năm 1996 gặp lại anh Hoàng Khởi Phong sau buổi ra mắt sách của tôi ở Hội trường báo Người Việt, Quận Cam tôi khoe mới mua cuốn sách *Ngày N+* và *Cây Tùng Trước Bão*, nhà văn cười cười nói: "Bạn ta muốn thì tôi tặng, mua làm gì, tốn tiền."

11. Nhà thơ Hà Thúc Sinh

Hôm rồi anh Hà Thúc Sinh gọi tôi qua facebook hỏi thăm xong thốt *"Mình mù mắt rồi Tấn ơi!"*, tôi nghe mà hết hồn. Hỏi mới biết nhờ con cháu mở Computer Hà Thúc Sinh mới liên lạc được.

Đời lính ngày xưa, tôi bộ binh lăn lóc trên rừng, Hà Thúc Sinh hải quân lặn lội dưới biển, đất nước nhỏ xíu, chiến tranh thì liên miên, đố người trên rừng gặp được người dưới biển. Chừng trôi giạt ra ngoài nước, cái duyên văn nghệ mới kéo anh em ngồi lại với nhau.

Có tiếp xúc, hát hò, trò chuyện mới biết Hà Thúc Sinh rất năng động, hoạt bát. Người vui tính, nói năng rổn rảng kèm theo tiếng cười hệch hạc, hồn nhiên là người có cái tâm tràn trề nhân bản: *"Chật lắm tim đây những những người".*

Ngay cả ngoài chiến tuyến Hà Thúc Sinh vẫn coi kẻ thù như chú em thân ái "lạc dòng:

Giao thừa đâu mà vội
Hãy thong thả chú mầy
Cứ đóng xa vài dặm
Mà ăn uống no say
Ta cũng người như chú
Cũng nhỏ bé trong đời
Có núi sông trong bụng..."

Người lương thiện như Hà Thúc Sinh có cái tâm sáng vậy mà ngược lại con mắt như bóng đêm:

Một cặp mắt anh tù lấp lánh
Tủm tỉm cười kín như bóng đêm

Chua những câu thơ trên của Hà Thúc Sinh tôi có cảm tưởng như ngày sững lại và hồ như tôi nghe con mắt Hà thi sĩ ứa ra những tiếng thở dài.

Nhưng mà trời có mắt. Hai hôm sau Hà Thúc Sinh lại gọi. Lần này giọng vui hơn:*"Bác sĩ nói sáu tháng nữa mình có thể nhìn thấy lại, Tấn ơi..."*

Tôi hớn hở, mừng: *"Khoa học tiến bộ lắm mà. Anh cứ yên chí, mắt sáng lại mấy hồi."*

12. Nhà văn Lê Tấn Lộc

Thời lính, nhất là lính mới tò te hầu như ai cũng biết ăn nhậu. Tuổi đôi mươi tôi xếp bút nghiên theo việc kiếm cung, tốt nghiệp ra trường được coi là chuẩn úy sữa, cũng đã để lại

Khu Sinh Hoạt trong quân trường Thủ Đức một trận nhậu ra gì. Đó là lần đầu tiên trong đời nhà binh tôi biết nhậu nhẹt, cảm giác lạ khi ngực mình cộm một gói thuốc Bastos Xanh, trên môi thuốc lá phì phèo.

Từ đó rượu bia đua nhau cuốn vào đời tôi sau những lần đi công tác trở về. Nhiều khi tôi uống rượu cùng đồng đội, trong thành phố. Và đôi khi trong mùi thuốc súng tôi thấm môi một chút rượu đế, ngoài chiến trường.

Rồi mất nước, tôi buông súng đi tù. Rượu bia, như người yêu, hoàn toàn vắng bóng. Thời gian vẫn lạnh lùng trôi đi cho đến khi tôi xổng tù, vượt biên ra nước ngoài làm lại cuộc sống mới. Cuộc sống không có mùi thuốc súng tôi trở thành một công dân bình thường.

Thập niên 1980 tôi thuộc lứa tuổi "tam thập nhi lập", kể như còn trẻ như ngọn lửa vừa thắp lại. Thời gian này văn chương thơ thẩn, đờn địch xôn xao cùng rượu bia lại trở về với tôi, tương đối tôi còn... mạnh rượu. Mỗi lần các bạn văn nghệ bốn phương có dịp ngồi lại là lai rai vài ba sợi, là hát hò, ngâm thơ khẩu khí.

Tất cả lượng tửu của các bạn nghệ sĩ của tôi đều bình thường, cho tới mùa hè 1992 tại Toronto, tôi "đụng" nhằm ông thần lưu linh, nhà văn Lê Tấn Lộc. Đối ẩm với ổng tôi mới thấy rõ mình... yếu hơi. Dù vậy, thấy tôi có vẻ hợp tính nên hai anh em đua nhau cụng ly lắc rắc thiếu điều nứt cả hai ly. Cuối cùng tôi lừ đừ, "đối thủ" của tôi vẫn còn gật gù lắc rắc cụng ly. Ôi, cái thời lính tôi hung hăng "bơi trong hồ rượu" không còn nữa. Nhưng trong thơ tôi biến thành tên "Lừ Đừ"; còn ông anh Lê Tấn Lộc thành tên "Lắc Rắc". Thơ rằng:

Trời dìu dịu nắng xiêu xiêu
Gió hiu hiu thổi bóng chiều lắc lư
Mời anh chầm chậm từ từ
Cụng ly lắc rắc lừ đừ say chơi.

PHAN NI TẤN

Chiến Tranh Trong Thơ Uyên Hà

Bởi vì ngày trước tôi là người lính sống sót trong chiến tranh nên ngày nay đọc thơ Uyên Hà tôi thấy có chiến tranh. Tập thơ **Người Đứng Khóc Tay Không** của nhà thơ Uyên Hà gồm có 49 bài trong đó 10 bài mang hơi hướm chiến tranh. Nhưng mà chiến tranh trong thơ Uyên Hà cho dù có nổi gò sự sống và cái chết hòa trộn vào nhau nhưng người thơ lại bày tỏ quan niệm sống còn qua hơi thơ đằm thắm, tình thơ nhẹ nhàng, hàm dưỡng những sắc điệu buồn vui. Văn học luôn sáng tạo nên những tính từ đó cứ tràn đi trong thơ khiến cho người đọc cảm nhận bao lực, bức hiếp, sinh tử trong chiến tranh lại trở thành một loại nghệ thuật tả chân.

Chiến tranh khởi đầu ở bài thơ "Mắt Xưa" là thơ bước đi tìm đôi mắt dưới bến đò ngang. Nhưng vì mắt đã thất lạc ở bến người nên Thơ và Người mãi lênh đênh. Cho nên con người "về qua bến ấy" không may đụng phải chiến tranh ở cuối dòng:

anh mai nằm chết sa trường
tưởng em lần cuối mắt ướt sầu.(trang 20)

Nhưng "anh mai nằm chết" vẫn chưa tới số gọi hồn, nghĩa là "mai" vẫn còn là hôm nay nên mây trên trời vẫn còn bay và người thơ vẫn còn bồng súng. Bài thơ "Mây Bao Giờ Thôi Bay 1", trang 21, là một bài thơ chẫn chòi có 120 từ mà từ nào đọc lên cũng thật thấm thía với "nỗi buồn không biết nói" của người lính chiến:

Anh bao giờ gác súng?
mây bao giờ thôi bay!
đường xa chân rướm mỏi
ai nghe tiếng hát này?

Nửa khung trời chờ đợi
niềm hy vọng mong manh
trong tay còn viên đạn
anh còn buồn quê anh

Khi cuộc đời mất nghĩa
mọi thứ hóa hoang đường
những hận thù bốc cháy
từng mẩu tình quê hương

Anh trở thành xa lạ
chẳng trọn sắc da vàng
nỗi buồn không biết nói
nỗi buồn người Việt Nam

Tương lai dầy ra đấy
trên triền cát sa mù
bước sau chùng bước trước
dấu chân vào hư vô

Rung rinh niềm chờ đợi
tiền tuyến mờ hậu phương
hò ơi! Con nước gọi
biển nghe buồn mênh mang

Anh bao giờ gác súng?
mây bao giờ thôi bay!
cho quê hương lớn dậy
để lúa thơm hồn này.

Trong chiến tranh, câu hỏi của người lính cứ như một loại "công án Thiền" không "đốn ngộ".

Và bởi vì trong suốt cuộc đời đầy hệ lụy này người thơ lính không bao giờ "đốn ngộ" nên hình ảnh người nữ trong chiến tranh đành phải còng lưng, sấp mặt mang một số kiếp bi thảm: miệng "khóc suốt cuộc đời" còn tay thì "ru hoài nỗi chết". Ta đọc ở đây bài thơ "Mây Bao Giờ Thôi Bay 2", trang 27, là nếp thơ phong phú khi sắp đặt nỗi tang thương của thời đại gợi lên hình ảnh cuộc chiến tranh sự vật: viên đạn, mộ chí, dấu đất, chiếc nôi không người, tổ quốc... và tiếng động duy nhất là tiếng khóc không bao giờ thôi khóc:

Tôi khóc suốt mùa đông
với hình ảnh anh trước mặt
một chiếc nôi con
mang bên trong nỗi chết

Tôi khóc suốt mùa xuân
với hình ảnh anh trước mặt
viên đạn nào xuyên qua
tuổi nào rơi xuống đất

Mỗi đêm sau cửa này
tôi viên tròn đau sót
mỗi chiều bên mộ anh
tôi hôn từng dấu đất

Tôi khóc suốt cuộc đời
biết làm sao đừng khóc
còn chiếc nôi bên mình
tôi ru hoài nỗi chết

Còn chiếc nôi không người
tôi ru hoài Tổ quốc
mây bao giờ thôi bay
tôi bao giờ thôi khóc...

Bài *"Người Đi Trận"*, tr. 54, là bài thơ tự sự miêu tả tâm trạng người lính dấn mình vào vùng lửa đạn để rồi nhận ra sự phi lý, bất ổn trong quan hệ sống còn của kiếp người. Đằng sau chữ nghĩa của bài thơ này đã gợi lên trong lòng người đọc một niềm ray rứt khôn nguôi. Quân trang của người đi trận giống hệt như hình thù của vết thương chiến tranh:

Tôi bước đến biển rừng vàng xa lạ
người nhìn chi bao mảnh sắt bên sườn
chút niên thiếu chạy mê bùa ảo vọng
vẻ oai hùng tê dấu đạn đau thương

Tôi chẳng thấy gì xa ngoài vô vọng
tôi chẳng nghe gì át tiếng khua quân
trong bóng tối tôi bỗng thù ánh sáng
soi mặt người đối diện mắt rưng rưng

Chân tiến lên trăm ngàn đôi mắt ấy
lòng ngại ngùng chẳng hiểu chúng ra sao
khi lửa thép xéo giày từng khuôn mặt
một lũ ruồi trên tớp máu tanh tao

Tôi mơ hồ thấy mình như lạc nẻo
trong rừng sâu khi tìm vết chân thù
kẻ chiến đấu mang trong người máu Việt
trương đầy hồn mang vết rạn ưu tư

Miền đất lạ sãi lên niềm âu yếm
tôi hổ ngươi dong từng bươc chinh hành
để muôn đời vẫn làm tên phá hoại
góp bạo tàn vào nhân loại điêu linh

Mây trên rừng che khung trời trước mặt
tôi làm quen với từng xác con người
thịt xương ấy nhớp nhơ như cuộc chiến
máu bạo hành rộn rã chảy trong tôi

Đường thì xa hơn nghìn lần Nam Bắc
người xung phong lùa viễn ảnh tương tàn
nghe sau mình tiếng bom rơi đạn thét
tôi biến thành một loài thú dã man.

Trong chiến tranh, người lính vô danh khi ngã xuống đều được gọi chung là "anh hùng vô danh". Như anh Nguyễn Ta, bạn của nhà thơ Uyên Hà chẳng hạn. Nhưng Nguyễn Ta có phần may mắn hơn những người lính chết mất xác ngoài mặt trận vì anh được các đồng đội can đảm lấy xác anh về:

Về nằm đây trong Khu Nhà Vĩnh Biệt
kẻ dấn thân yên phận đến kinh hoàng
vài ngọn nến thắp cao niếm tiếc hận
súng bây giờ còn nổ khắp quê hương
(Trong Khu Nhà Vĩnh Biệt, tr.65)

Khẩu súng và viên đạn chỉ biết hủy diệt, không xoa dịu được lòng người như thơ văn. Cũng trong Khu Nhà Vĩnh Biệt, người thơ vẽ nên cái đẹp trong cuộc đời làm người. "Em" trong chiến tranh là một hình ảnh đẹp, dù em có đối mặt với vô vàn khổ đau. "Mẹ Cha" cũng vậy, là những hình tượng bao la, vạm vỡ của cái đẹp mầu nhiệm trước cơn tàn phá văn hóa và đạo đức của chiến tranh.

Em cúi mặt làm chi giờ phút ấy
những dáng buồn biết đổ tội cho ai
trên từng mảnh quê hương thù hay bạn
người tình thương vô kể nỗi đau này

Người Mẹ đến biết nỗi mình thua lỗ
con tôi đâu máu nó đỏ vô cùng
người Cha đến tuổi già thương chẳng khóc
nỗi sầu cao như Tổ quốc căm hờn...

Tưởng nhớ Phan Văn Điện trong bài Phần Người Chết cũng là thủ phạm của chiến tranh:

Người có nghe tiếng nổ đều khắp cả
lúc còn hơi còn sức để tung hoành
người vẫn bảo quê hương mình sẽ rộng
chân tha hồ bay nhảy khắp non sông (tr.77)

Thơ lục bát trong tập thơ **Người Đứng Khóc Tay Không** của Uyên Hà gồm 10 bài, xuyên qua cách dùng từ, hình tượng và âm thanh bài nào cũng chân tình thâm hậu. "Hẹn Về" là một thí dụ.

Trong chiến tranh người lính trận nào cũng ước mơ có được một ngày về, về với quê nhà sau lần hành quân, về ba ngày phép cho phố nhỏ thêm người, về với em bậu cho tình nghĩa quen hơi:

Về cho phố nhỏ thêm người
hiên khuya khua được tiếng cười của ai
về rồi phát cỏ cào gai
ẵm em lót ổ đêm dài ốm mê

Về thương ngọn suối lòng khe
áo em mát lụa anh che mái đời
về cho em bậu quen hơi
nụ khuya kín miệng hết lời nhớ nhung

Chiến chinh vó ngựa muôn trùng
Nhỡ không về được chớ hờn trách anh. (tr.74)

Nhìn chung, chiến tranh trong thơ Uyên Hà lưu giữ những kỷ niệm buồn vui trong đó cuộc chiến đã đưa **Người Đứng Khóc Tay Không** đi vào đời bằng những tiếng khóc giữa bạo lực và vũ khí.

Nhà thơ Uyên Hà tên thật Lê Đình Ba, sanh năm 1944 tại Đại Lộc, Quảng Nam. Có thơ đăng báo Sài Gòn và hải ngoại từ 1964 đến nay.

PHAN NI TẤN

DỌC ĐƯỜNG GIÓ BIỂN

Mùa hè 1969, anh bạn học hồi trung học trên Bản Thuột, tên Ngọc lai, xuống Sài Gòn rủ tôi về Gò Công chơi, sẵn rảnh rỗi, tôi ok cái rụp. Buổi sáng cơm nước trong chợ Tôn Thất Đạm xong hai anh em phóng xe Honda 90 phân khối phom phom qua cầu Khánh Hội dọt về hướng Nhà Bè cách Sài Gòn 11km.

Thập niên 60 đất rộng người thưa, ít xe cộ ngược xuôi, buổi sáng xe Honda lướt gió băng qua cầu Tân Thuận, xuống Tân Quy, Tân Phong, Phước Kiến chừng 15, 20 phút là tới Nhà Bè.

Ở Sài Gòn mòn đất, lần đầu tiên tôi mới đặt chân tới Nhà Bè. Huyện Nhà Bè là một vùng đất khai hoang từ năm 1698. Sông Đồng Nai phát nguồn từ cao nguyên Lâm Viên (Lang Biang) chảy qua các tỉnh Lâm Đồng, Dak Nông, Bình Phước, Bình Dương, Đồng Nai, Sài Gòn. Từ Biên Hòa sông chảy đến Nhà Bè thì chia làm hai nhánh. Do đó, Nhà Bè nằm ở ngã ba sông Sài Gòn và sông Đồng Nai nên có câu ca dao bất hủ vẫn còn truyền tụng trong dân gian:

Nhà Bè nước chảy chia hai
Ai về Gia Định, Đồng Nai thì về

Nhưng sao gọi là Nhà Bè. Thì ra Nhà Bè là nhà cất trên cái bè bằng gỗ, nổi trên mặt nước sông. Mặc dù lần đầu tiên tôi đặt chân tới Nhà Bè, song "cái duyên sông nước" có từ bao giờ:

Vừa đặt chân tới Nhà Bè
Liếc thấy trong quán em e ấp cười
Anh từ quê núi xuống chơi
Cái duyên sông nước không mời mà thương

CẦN GIUỘC

Qua sông Nhà Bè, chúng tôi tiếp tục hướng về Cần Giuộc cách Nhà Bè khoảng 15km. Cần Giuộc thuộc đất Gia Định xưa của nhà Nguyễn. Đất nơi đây mọc rất nhiều cây chùm duột (còn gọi là tầm ruột, chùm giuộc) gốc Khmer là Kantuôt nghĩa là "cây chùm giuộc" mà thành tên Cần Giuộc.

Cần Giuộc còn là sông chảy từ Chợ Đệm, Sài Gòn đến cửa Soài Rạp, dài 38km. Năm 1859, sau khi chiếm thành Gia Định, giặc Pháp mở rộng cuộc tấn công ra các vùng lân cận. Năm 1861, giặc tấn công Cần Giuộc, những người nông dân áo vải với tầm vông, giáo mác, những nông cụ thô sơ làm vũ khí đã cùng nhau đứng lên đấu tranh, sẵn sàng hy sinh vì nghĩa lớn.

Để tỏ lòng kính trọng, biết ơn, tự hào, tưởng tiếc 22 nghĩa sĩ Cần Giuộc đã hy sinh trong trận tập kích đồn Tây, nhà thơ yêu nước Nguyễn Đình Chiểu đã soạn ra một bài văn tế nghĩa sĩ Cần Giuộc kết hợp giữa văn chương bác học và ngôn ngữ bình dân tạo thành một tác phẩm nghệ thuật bất hủ trong kho tàng văn học nước nhà.

Nước mắt anh hùng lau chẳng ráo, thương vì hai chữ thiên dân
Cây hương nghĩa sĩ thắp nên thơm, cám bởi một câu vương thổ.
(Đồ Chiểu: Văn Tế Nghĩa Sĩ Cần Giuộc)

Cần Giuộc cũng là quê nội, nơi tôi đã sống một thời gian ngắn từ thuở ấu thời. Cho tới khi tôi trở lại sau gần hai mươi năm xa cách, làng quê xưa vẫn nghèo, vẫn nhà tranh vách đất chìm trong đầm lau sậy cao lút đầu. Người xưa nghèo nhưng tâm hồn không nghèo, luôn bình dị, mộc mạc, hồn nhiên qua mấy vần ca dao:

Mưa trong đám sậy mưa luồn
Giơ tay hứng nước rửa buồn cho em

Khuất đám đưng, dòm chừng đám sậy
Bớ cô bận áo vá quàng, đứng dậy cho anh coi!

Vô trong chợ Trường Bình, Cần Giuộc, ăn tô bún Xiêm-lo, món ngon của người Khmer, xong chúng tôi tiếp tục lên đường về Cần Đước.

CẦN ĐƯỚC

Từ Cần Giuộc về Cần Đước chừng 15km, nhưng vì hương lộ gồ ghề, lồi lõm, mất khoảng nửa giờ đồng hồ mới tới Cần Đước. Tuy nhiên, để kịp về Gò Công trước khi mặt trời lặn, cũng như sợ trời mưa bất tử đường trơn trợt khó đi, chúng tôi chỉ nghỉ chân ở bờ Kinh Nước Mặn năm mười phút rồi lên xe dông luôn.

Ấy vậy mà "Thiên bất dung... thiện nhân". Chúng tôi vừa đề máy vọt đi thì trời rớt hột. Mưa đã bất tử mà anh bạn đồng hành còn bất tử hơn mưa. Thay vì đội mưa về Gò Công hắn lại đổi ý muốn hai thằng vô chợ Cần Đước mần vài chung rượu đế Gò Đen (Bến Lức) và thịt con cần đước đưa cay cho ấm lòng khách viễn du.

Đời sinh viên tôi ở tuổi hai mươi "nghe gió nóng bên vành tai" nhưng chưa từng biết mùi rượu đế hay mùi con gái nó ra làm sao. (Xin đừng cười tôi nói sự thiệt). Thấy tôi có vẻ ngần ngừ anh bạn Ngọc lai vốn vui tính bèn đi một đường triết lý vụn: "Cần Đước là quê tui mờ. Ngồi nhâm nhi vài hớp

Gò Đen, nhấm nháp vài miếng cần đước trên đất quê mình, thế là sướng để đâu cho hết, ông Tấn he." Nuốt nước miếng hắn chợt xổ tiếng Tây làm tôi phải phì cười: "Mẹc-xà-lù! Mặc kệ đời vốn phù du".

Ngồi rung đùi trong quán chợ dòm trời mưa rơi, anh bạn đồng hành của tôi ra chiều khoái trá. Ngọc lai (cha Ấn Độ mẹ Việt) vốn đẹp trai, con nhà giàu, học dở, nhưng nhờ hắn ăn chơi có hạng tôi mới biết nguồn gốc "Rượu đế Gò Đen".

Gò Đen là một địa danh nổi tiếng về rượu đế. Từ thời Pháp thuộc, người Pháp cấm không cho nấu rượu nhằm độc quyền loại rượu Công-xi (Compagnie), người dân Gò Đen phải lén nấu rượu trong các lùm cỏ đế để che mắt thực dân nên có biệt danh "Rượu đế Gò Đen", một loại hảo tửu thuộc huyện Bến Lức tỉnh Long An.

Còn con cần đước (hay càng đước) là một động vật ăn tạp tương cận với giống rùa khác. Với loại người không thuộc típ ăn chơi, dỏ ẹc như tôi thì thịt cần đước cũng hệt như thịt rùa, ba ba, cua đinh hay vít mà thôi.

Đứng trên đất Cần Đước, tôi còn nhớ thời học sử địa bậc trung học nên biết chút ít về địa danh miền biển và dân tình hiền hòa này.

Cần Đước là một huyện ven biển, giáp với sông Rạch Cát và sông Vàm Cỏ. Tên gọi Cần Đước có nguồn gốc lâu đời từ tiếng Khmer là Andoek (đọc là Andơk), có nghĩa là "con rùa". Nhưng cũng có ý kiến là thuở xa xưa có nhiều giống thuộc họ rùa (con Cần Đước) sinh sống rất nhiều ở vùng này mới có địa danh Cần Đước.

Theo học giả Vương Hồng Sển: Tên Cần Đước chính thức được dùng để chỉ một đơn vị hành chánh tứ năm 1923, khi Sở đại lý Rạch Kiến đổi tên là Sở đại Lý Cần Đước và đến năm 1928, Sở đại lý Cần Đước chính thức đổi thành quận Cần Đước cho tới ngày nay.

Tìm hiểu lịch sử Cần Đước tôi thấy có nhiều cái hay, lạ đáng ghi nhớ, như:

- Cù lao Long Hựu có nhà trăm cột (gồm 120 cột) do Ông Cả (Trần Văn Hoa) xây dựng từ năm 1898. Nay nhà Ông Cả là một di tích có giá trị nghệ thuật kiến trúc lâu bền.

- Chùa Phước Lâm (Phước Lâm Tự) là một ngôi chùa cổ tọa lạc ở ấp Xóm Chùa, xã Tân Lân do ông Bùi Văn Minh xây dựng từ thế kỷ XIX.

- Cần Đước cũng được coi là một trong những cái nôi của nghề đờn ca tài tử. Cố nhạc sư Nguyễn Quang Đại (Ba Đợi) sinh năm 1855, từng hoạt động âm nhạc chuyên nghiệp trong dàn nhạc cung đình Huế, là hậu tổ của nghề ca cổ. Năm 1885, ông theo phong trào Cần Vương vào Nam truyền dạy âm nhạc ở nhiều địa phương. Ông mất ở Rạch Cát, Cần Đước.

- Cần Đước là nơi sanh ra cô Ba Trà (tên thật Trần Ngọc Trà) nổi tiếng khắp Lục Tỉnh Nam Kỳ, là một trong những "Đệ nhất mỹ nhân Sài Thành xưa".

- Rạch Kiến là một địa danh thuộc xã Long Hòa. Theo dân gian giải thích là xưa có nhiều kiến làm tổ trên những lùm cây nên gọi là Rạch Kiến, hoặc xưa có người đàn bà tên Kiến ở cạnh rạch mới gọi là Rạch Kiến.

- Đồn Rạch Cát là một căn cứ quân sự phòng thủ rất kiên cố do người Pháp xây dựng bên bờ sông Rạch Cát từ năm 1904. Ngày nay đồn vẫn còn ghi dấu lịch sử về sự thất trận của quân Pháp xẩy ra giữa cuộc chiến với dân quân Cần Đước, Long An hồi cuối thế kỷ XIX.

- Xã Mỹ Lệ, thủ phủ của gạo Nàng Thơm Chợ Đào nổi tiếng trong câu ca dao:

Gạo Cần Đước, nước Đồng Nai
Ai về xin nhớ cho ai theo cùng

- Người Cần Đước ở xã Phước Đông giỏi về nghề đóng ghe chài lớn, chở nặng, đằm, chắc, nổi tiếng khắp miền lục tỉnh. Mũi ghe thường sơn xanh, sơn đỏ quanh cặp mắt lớn, xếch ngược. Thuở xa xưa, Cần Đước thuộc Gia Định, giới thương hồ Cần Đước rất tự hào về chiếc ghe "mũi đỏ xanh lườn":

Ghe ai mũi đỏ xanh lườn
Phải ghe Gia Định xuống vườn thăm em

- Cần Đước có kinh Nước Mặn do người Pháp đào năm 1879 dài gần 1km để thông hai đầu sông Rạch Cát và sông Cần Giuộc giúp giới thương hồ vận chuyển hàng hóa, mắm muối xuôi ngược khắp sông nước miền Nam. Nhờ vậy mà những tay chạy buồm cừ khôi của xứ Cần Đước bớt qua lại Vàm Bao Ngược gần biển rất rộng và nhiều hiểm nguy do những đợt sóng 'lưỡi búa" hết phải thở than:

Anh đi ghe gạo Gò Công
Về vàm Bao Ngược gió giông đứt buồm.

GÒ CÔNG, VÙNG "ĐỊA LINH NHÂN KIỆT"

Cần Đước cách thị xã Gò Công chừng 20km về phía bắc.

Buổi sáng từ chợ Cần Đước, ăn sáng xong chúng tôi chạy tới Chợ Đào mua mấy lọ mắm còng Cần Giuộc, vài lít gạo Nàng Thơm mang về Gò Công làm quà biếu người thân của anh bạn Ngọc lai.

Long An, vùng đất của các loại mắm như mắm cá thia, mắm cá linh, mắm tôm chà, thì mắm còng Cần Giuộc của xã Phước Lại, huyện Cần Giuộc được mệnh danh xứ sở của loài còng, là món ăn dân dã, đạm bạc nhưng đậm đà hương vị không thể thiếu của người dân miền sông nước.

Còn gạo Nàng Thơm Chợ Đào là loại gạo nổi tiếng ở huyện Cần Đước, xã Mỹ Lệ, tỉnh Long An; tôi không biết có sự tích về tình yêu của chàng Lúa với nàng Thơm ở mảnh đất chợ Đào hay không, nhưng từ đời Minh Mạng, gạo Nàng Thơm đã trở thành gạo quý hiếm để tiến vua.

Chuẩn bị các thứ cần thiết xong chúng tôi tà tà chạy về Gò Công. Theo Quốc lộ 50, chiếc Honda 90 phân khối nổ giòn, lăn bánh qua khu dân cư Phước Đông (nổi tiếng về nghề đóng ghe chài hạng nặng), qua ngã ba kinh Nước Mặn, qua cầu cống, trạm xá, công viên, chùa chiền... Khi xuống bến phà Mỹ Lệ vượt sông Vàm Cỏ mênh mông sóng nước, nghe tiếng con phà rù rì, xục xịch qua sông tôi lại nhớ hồi học trung học đệ nhị cấp, tôi từng bơi ngược nước sông Vàm Cỏ. Anh bạn học quê ở xã Lương Hòa, Long An rủ tôi về quê anh... bơi đua. Nói cho vui chớ người ở núi như tôi làm sao bơi cho kịp người sông nước. Mà sông Vàm Cỏ đâu có hiền, nước chảy rất xiết, nhanh và mạnh, phù sa thì đỏ chành chạch. Lúc tôi lóp ngóp lên bờ đứng vuốt ngực thở dốc thì anh bạn đã hút gần xong điếu thuốc.

Rời bến phà Mỹ Lệ bước lên đất Gò Công, chúng tôi lại chạy tiếp đâu chừng chục cây số thì rẽ phải chạy tới cuối đường (hình như đường Hồ Biểu Chánh), vượt qua sông Trà rồi lại rẽ phải vô huyện lộ 7, tiếp tục chạy phờ râu, xì khói, tét ống bô mới tới Vĩnh Bình thuộc Gò Công Tây, quê bà chị của anh bạn đồng hành.

Nhắc đến Vĩnh Bình, tôi lại nhớ bài hát Người Anh Vĩnh Bình của nhạc sĩ Nguyễn Đức Quang, anh em du ca Sài Gòn chúng tôi mỗi lần sinh hoạt vẫn thường hát. Tuy nhiên, Vĩnh Bình có hai địa danh nên tôi không biết "Người Anh Vĩnh Bình" này ở Gò Công, Tiền Giang hay ở An Giang, Hậu Giang.

Buổi chiều, vợ chồng bà chị dắt tụi tôi vô chợ ăn món bánh hỏi tôm chà. Chợ chiều ở quê tuy vắng vẻ nhưng nhìn chung những món ngon của thị xã Gò Công có tuổi đời hàng trăm năm vẫn còn nổi tiếng quốc túy.

Mắm tôm chà Gò Công được làm từ những con tôm đất có nhiều gạch son còn tươi rói. Ngoài bánh hỏi, mắm tôm chà có thể ăn kèm với bánh tráng cuốn rau sống, thịt heo luộc, chấm nước mắm tỏi ớt cay xé họng, mùi vị đậm đà khó quên. Bởi vậy, Gò Công có câu: *"Dù ai xuôi ngược Sông Trà, ghé* ăn bánh hỏi mắm tôm chà Gò Công". Hoặc:

Gò Công giáp biển, nổi tiếng mắm tôm chà
Mắm tôm chua ai ai cũng chắt lưỡi hít hà
Sài Gòn, chợ Mỹ ai mà không hay

Tỉnh Gò Công được thành lập năm 1900 dưới thời Pháp thuộc. Tên gọi Gò Công là vì thuở xa xưa gò đất có nhiều chim công (khổng tước); tên Hán Việt gọi Gò Công là Khổng Tước Nguyên. Xin đơn cử vài câu ca dao về Gò Công:

Tay bậu vừa trắng vừa tròn
Qua về nằm ngủ, mỏi mòn đợi trông
Bậu về ở xứ Gò Công
Qua về Thành Nội nhớ mong tháng ngày

Chợ nào vui bằng chợ Gò
Tôm khô, cá trứng, thịt bò, thịt heo
Thật nhiều bánh ướt, bánh xèo
Bánh khô, bánh nổ, bánh bèo, liên lu

Đèn nào cao cho bằng đèn Châu Đốc
Gió nào độc cho bằng gió Gò Công
Thổi ngọn đông phong lạc vợ xa chồng
Đêm nằm nghĩ lại nước mắt hồng tuôn rơi.

Gò Công là vùng đất thiêng giáp biển, nơi có những công thần, nhân sĩ lưu danh thiên cổ:

- Đức Quốc công Phạm Đăng Hưng (1765- 1825) danh thần của nhà Nguyễn trong lịch sử Việt Nam. Ông là người ở Giồng Sơn Quy, thị xã Gò Công, là ông ngoại vua Tự Đức. Ông có 4 người con, trong đó có cô Phạm Thị Hằng, tức Từ Dụ hoàng thái hậu người đời quen gọi là Thái hậu Từ Dũ). Ở Sài Gòn có bệnh viện Từ Dũ xây dựng từ năm 1923 đến nay vẫn còn.

- Trương Công Định sinh năm 1820 tại xã Tịnh Khê, huyện Sơn Tịnh, Quảng Ngãi, là võ quan triều Nguyễn, thủ lĩnh chống Pháp giai đoạn 1859-1864 trong lịch sử Việt Nam.

Năm 1859, khi quân Pháp xâm chiếm Gia Định, tại Gò Công, ông đứng lên dựng cờ khởi nghĩa chống quân xâm lược, lấy "Đám lá tối trời" tại Gia Thuận, Gò Công làm căn cứ và giành được nhiều thắng lợi vẻ vang, làm nức lòng quân dân và được suy tôn là "Bình Tây Đại Nguyên Soái".

Ngày 20/8/1864, bị nội ứng làm phản chỉ điểm, giặc Pháp đánh úp căn cứ "Đám lá tối trời". Trong trận này, Trương Định sau khi anh dũng chiến đấu đến hơi tàn lực kiệt, đã tuẫn tiết để khỏi rơi vào tay giặc, năm ấy ông tròn 44 tuổi. Ngày nay trong dân gian vẫn còn câu ca truyền tụng Bình Tây Đại Nguyên Soái Trương Công Định:

Gò Công anh dũng tuyệt vời
Ông Trương "Đám Lá Tối Trời" đánh Tây.

- Thủ Khoa Huân tên thật Nguyễn Hữu Huân sinh năm 1830 tại huyện Chợ Gạo, thị xã Gò Công, tỉnh Tiền Giang. Năm 1852 dưới triều Tự Đức, ông đỗ Thủ Khoa kỳ thi Hương nên được gọi là Thủ Khoa Huân.

Khi Pháp chiếm ba tinh miền Đông Nam phần Biên Hòa, Gia Định, Định Tường ông từ bỏ nghề dạy học, cùng Võ Duy

Dương (Thiên Hộ Dương) chiêu tập đoàn quân nghĩa dũng đứng lên chống Pháp

Năm 1875, thất trận ở Chợ Gạo, Thủ Khoa Huân bị quân Pháp bắt tử hình tại Bến Tranh lúc ông 45 tuổi.

- Nhà văn Hồ Biểu Chánh (1884-1958) tên thật Hồ Văn Trung, tự Biểu Chánh, hiệu Thứ Tiên; quê ở làng Bình Thành, tỉnh Gò Công. Ông là một nhà văn tiên phong của miền Nam Việt Nam ở đầu thế kỷ 20 với trên 100 tác phẩm gồm nhiều thể loại: truyện ngắn, thơ, tuồng cải lương, hát bội, văn tế, tác phẩm dịch... Ông mất ngày 4 tháng 9 năm 1958 tại Phú Nhuận, Gia Định, thọ 74 tuổi.

-Nam Phương Hoàng hậu nhũ danh Jeanne Mariette Nguyễn Hữu Thị Lan sinh ngày 4/12/1914 tại Gò Công. Bà là hoàng hậu của Bảo Đại, hoàng đế cuối cùng của triều nhà Nguyễn. Nam Phương hoàng hậu cùng Bảo Đại hoàng đế có tất cả 5 người con:

Nguyễn Phúc Bảo Long, sinh ngày 4 tháng1 năm 1936, tước phong Hoàng thái tử.

Phương Mai công chúa, sinh ngày 1/8/1937
Phương Liên công chúa, sinh 3/11/1938
Phương Dung công chúa, sinh 5/2/1942
Nguyễn Phúc Bảo Thắng, sinh 9/12/1943

Tháng 8/1945 Hoàng đế Bảo Đại thoái vị, lưu vong tại Pháp. Tháng 1/1947 Nam Phương hoàng hậu rời Việt Nam sang Pháp sống cùng các con tại Perch, một ngôi làng cổ Chabrignac.

Tháng 9/1963 Nam Phương Hoàng Hậu tạ thế ngày tại ngôi làng này.

- Nhạc sĩ Lê Dinh tên thật Lê Văn Dinh sinh năm 1934 tại làng Vĩnh Hựu, Gò Công. Cuộc đời ông gắn bó với nền âm nhạc Việt Nam suốt 47 năm với nhiều ca khúc để đời. Lê Dinh mất năm 2020 tại Montreal, Canada.

- Phương Dung tên thật Nguyễn Phan Phương Dung sinh năm 1946 tại Gò Công, là nữ ca sĩ nổi tiếng với biệt danh "Nhạn trắng Gò Công" do thi sĩ Kiên Giang Hà Huy Hà tặng.

Di tích lịch sử:

- Đình Gò Tảo nằm ở xã Tân Đông, huyện Gò Công Đông, tỉnh Tiền Giang. Ngôi đình cổ kính có từ thời Minh Mạng, tuy đã xuống cấp trầm trọng nhưng được rễ cây bồ đề chằng chịt, len lỏi bao bọc lấy công trình khiến cho ngôi đình ngày qua ngày "trơ gan cùng tuế nguyệt".

- Nhà Đốc Phủ Hải: Năm 1860, bà Trần Thị Sanh (vợ anh hùng Trương Công Định) xây dựng ngôi nhà để ở, về sau truyền lại cho tới đời cháu là Huỳnh Thị Diệu và chồng là Nguyễn Văn Hải làm chức Đốc phủ sứ, nên có tên là nhà Đốc phủ Hải.

- Nhà thờ dòng họ Phạm Đăng do ông Phạm Đăng Tá (trưởng nam của Đức Quốc công Phạm Đăng Hưng) khởi công xây dựng vào năm 1888 (thời vua Thành Thái) mang đậm phong cách cung đình Huế.

- Di tích Lăng mộ và Đền thờ Trương Công Định được xây dựng theo lối kiến trúc giản dị, cổ xưa ở Gò Công nhưng nói lên sự tôn kính và ngưỡng mộ công đức của nhân dân địa phương đối với người anh hùng.

Ngoài mộ và đền thờ tại thị xã Gò Công, nhân dân còn lập một đền thờ để thờ Ông tại xã Gia Thuận huyện Gò Công Đông, nơi được gọi là "Đám lá tối trời" mà Trương Công Định và nghĩa quân từng làm căn cứ chống Pháp.

CỬA CẦN GIỜ

Hôm sau, đổ xăng, châm nhớt, thay bu-gi (bougie), bơm bánh xe xong, chúng tôi từ giã Gò Công đi Cần Giờ.

Có hai đường đi Cần Giờ - anh bạn thổ công nói - Một là từ chợ Gò Công chạy xuống cửa biển Tân Thành (nổi tiếng dưa hấu ít hột, ruột đỏ chét, ngọt thần sầu, thơm điếc mũi) đi tàu qua Đảo Khỉ hoặc Cần Thạnh coi như tới Cần Giờ. Hai là theo Quốc lộ 50 đi ngược về Cần Đước vòng vo tam quốc xong xuống phà Cần Giuộc qua sông Soài Rạp lên bờ nhắm Rừng Sác chạy miết một lèo là tới Cần Giờ.

Cà kê dê ngỗng một thôi một hồi hắn mới cười hề hề: "Nói dzui dzậy chớ kẹt lắm mới đi ngang Rừng Sác. Xui gặp "mấy ổng" là phiền đó đa. Thôi, mình quyết định đi đường tắt nghen, đại ca".

Nghe hắn nói đường tắt tôi tưởng gần, té ra hắn cong đít chạy trời ơi đất hỡi hết đường ngang nẻo dọc, tới dốc lên dốc xuống, qua cầu, qua sông chạy tiếp hết nửa ngày trời mới tới Cần Giờ. Nhưng cũng nhờ vậy tôi mới được một phen ngao du sơn thủy qua xã Tân Đông (có di tích đình Gò Táo), qua ấp Bà Lành, chợ Kiểng Phước, ấp Lăng xong tới ngư cảng Vàm Láng xuống phà qua sông Tiền Giang hướng ra biển là tới cửa Cần Giờ. (Xin mở ngoặc, đóng ngoặc để thưa một điều, rằng sở dĩ tôi nhớ rõ từng chi tiết như vậy là nhờ đi tới đâu tôi ghi vào sổ tay tới đó.)

Cần Giờ là một huyện ven biển, nằm ở phía Đông Nam thành phố Sài Gòn, cách Gò Công chừng 60km vòng vo theo Quốc lộ 50. Thập niên 60, ngoài các ngư dân mưu sinh bằng nghề chài lưới, hầu như ít người ở cũng như ít có khách nhàn nhã ghé qua.

Cần Giờ tuy là một huyện nhỏ, ít dân cư nhưng là nơi xảy ra nhiều sự kiện lịch sử bi hùng của nước Việt:

- Nguyễn Ánh bị quân Tây Sơn đánh bại (1777).

- Tàu chiến Pháp đầu tiên đánh thành Gia Định (1859).

- Một trong những địa bàn hoạt động chống Pháp của Bình Tây Đại Nguyên SoáiTrương Công Định (1859-1864).

- Lực lượng Bình Xuyên trong thời kỳ chống Pháp (1945-1964).

Trước khi tới Cần Giờ, tôi có nghe nói biển Cần Giờ có ngọn hải đăng do người Pháp xây dựng nhằm giúp tàu bè tránh các bãi cạn để đi vào sông Sài Gòn. Khi chúng tôi tới tuy không thấy ngọn hải đăng nhưng tôi có đọc truyện ngắn Đèn Cần Giờ của nhà văn Bình Nguyên Lộc nói về ngọn đèn biển này. Ca dao có câu:

Đèn Cần Giờ đêm đêm sáng tỏ
Ghe lớn ghe nhỏ nhìn thấy rõ mà vào
Biết ai lòng dạ thanh cao
Để cho phận gái má đào gởi thân?

Biển Cần Giờ có độ dài khoảng 15km mang một vẻ đẹp hoang sơ, bình di. Mỗi năm, bãi biển được bồi đắp một số lớn lượng phù sa từ sông Soài Rạp và sông Đồng Nai nên nước biển và bãi biển Cần Giờ luôn có màu đen. Đứng trước bãi cát đen này tôi khoan khoái ưỡn ngực hít thở mùi biển và để gió đánh tan bụi bặm đường xa, nhất là để biển gột rửa những hệ lụy trong đời.

Phóng tầm mắt nhìn ra khơi xa, những lượn sóng lớn dần, ì oạp tràn vào bờ. Tôi quen biết biển, lặn hụp với biển một thời gian dài, rồi xa biển cũng một thời gian dài. Khi gặp lại, hóa ra vùng biển thẳm vẫn tồn tại và sóng vẫn rạt rào đập trong tôi.

Đứng trước cửa Cần Giờ tôi mơ màng nhớ lại trận đánh Cần Giờ năm xưa. Cần Giờ trước kia thuộc Gia Định nên tàu chiến Pháp muốn tiến đánh thành Gia Định phải qua cửa biển

Cần Giờ. Mà Cần Giờ đâu có phải là chốn không người. Dân quân Cần Giờ cũng như anh hùng Lục Tỉnh thời ấy đều một lòng đứng lên với dao, bầu, gậy, bẫy chống lại giặc thù.

Nói đến trận đánh Cần Giờ ngày 15 tháng 2 năm 1859 đến nay dân gian vẫn còn truyền tụng:

Giặc Tây đánh tới Cần Giờ.
Anh hùng Lục Tỉnh trương cờ thâu công.

Giặc Tây đánh tới Cần Giờ
Bậu đừng thương nhớ đợi chờ uổng công.

Lòng yêu nước và tình nghĩa Cần Giờ đã để lại trong ca dao cái đẹp của hình ảnh văn học đầy cảm xúc bền lâu, bất biến.

Nói cho cùng, tôi chẳng có duyên nợ gì với Cần Giờ. Thập niên 60, ngoài dân cư nghèo nàn, thưa thớt, Cần Giờ chỉ có biển và rừng cây đước, cây bần cắm sâu vào lòng đất mặn. Rủ anh bạn đồng hành ghé Cần Giờ chỉ để tôi... ôn lại lịch sử, nhớ lại những câu ca dao và cố tìm lại - một cách vô ích- những vết tích của trận đánh Cần Giờ giữa anh hùng Lục Tỉnh và quân Pháp đã xảy ra gần 200 năm trước.

Đoạn kết

Nghĩ cũng thắc cười. Ở đời có nhiều cái mới đó đã mất đó, gần đó đã xa đó. Như mới trưa hôm nào tôi ở Cần Giuộc, xế chiều lại có mặt ở Cần Đước, hôm sau lại giã từ Cần Đước đâm đầu về Gò Công, cuối cùng lại đứng trước cửa biển Cần Giờ. Cái tật của tôi đi tới đâu cũng rù rì rủ rỉ để lại đó "một chút gì để nhớ".

Cần Giuộc, quê nội tôi chẳng hạn. Ngoài phố nghèo nàn không nói làm gì, ở tuốt trong ngọn hễ có rạch là có cây cầu khỉ. Người ở núi như tôi xa Cần Giuộc lâu ngày mỗi lần có dịp về chơi, tôi theo nội vô ngọn thăm bà con, chòm xóm, thăm trời đất an nhiên, cây cỏ huê tình, lúc lần mò qua cầu khỉ, mười lần tôi trợt chưn té xuống rạch hết bảy.

Lần qua cầu khỉ lắc lư
Hồn quen rừng rú sặc sừ quá tay
Bởi xa Cần Giuộc lâu ngày
Đất lề quê thói cũng gầy guộc theo

Cần Giuộc đã vậy, Cần Đước cũng không thua gì. Khách đường xa ngồi cả buổi trong quán chợ vậy mà chẳng thấy "mùi hương Cần Đước " nào làm duyên làm dáng ngoe nguẩy đi qua.

Chèo qua Vàm Cỏ một chèo
Về ngang Cần Đước thì trèo lên cây
Nhà em ở chốn nào đây
Bờ lau gió phất bông lay trắng nhờ.

Người Gò Công không nói làm gì, khách đàng xa có dịp ghé vô chợ Dinh sẽ cảm nhận được nhiều điều. Chợ Dinh, ngôi chợ của làng Đồng Sơn những năm 1960 - 69 nghèo thấy mồ tổ. Xì xụp ăn tô cháo cá dứa chợ Dinh (Gò Công) ngon không thua gì bánh giá chợ Giồng (Vĩnh Bình), nhưng chợ chiều ở đây tôi nghe... hoa lá rụng buồn buồn (Sơn Nam).

Đạp xe vô chợ Gò Công
Chợ chiều vắng tợ lòng không người ngồi
Nghe con nhạn trắng kêu rồi
Gò yên chở cái bồi hồi trở ra.

Cần Giờ với lịch sử hình thành từ thế kỷ XVIII, hơn 300 năm, đã để lại trong tôi mấy lời cảm khái tưởng tiếc những bậc tiền nhân xả thân vì nghĩa lớn.

Ra đứng trước cửa Cần Giờ
Một trang lịch sử mịt mờ máu xương
Rì rào sóng vỗ cát dương
Biển già gột rửa vết thương anh hùng.

Giã từ Cần Giờ về Nhà Bè chúng tôi theo hướng tây bắc đi trên con đường độc đạo dài 21km qua cầu, qua sông, qua Rừng Sác, qua nhà dân lưa thưa, qua các đồn bốt lính Cộng Hòa... Chúng tôi cứ đi, đi mãi, như thể đi từ buổi sơ khai lăn bánh trên con đường lót phèn, ngập phù sa tràn từ dòng sông Lòng Tàu, Soài Rạp, Nhà Bè, băng băng trên đoạn đường đẫm màu xanh bất tận của cây rừng.

Đi trong nắng, gió và bụi, nhìn về xa xa phía trước mặt chúng tôi là Sài Gòn - Hòn Ngọc Viễn Đông...

PHAN NI TẤN

ĐỌC "NHỮNG ĐÓA HOA TẬT NGUYỀN" CỦA NHƯ KHÔNG

Như Không? Bút hiệu này gợi cho tôi liên tưởng ngay đến ngôn từ Bát Nhã của nhà Phật. "Sắc bất dị Không. Không bất dị Sắc". Giản dị mà nói: "Có tức là Không. Không tức là Có". Đứng trước cái có, cái không, như không, như có, nhà thơ Như Không đã thể hiện tinh thần Bát Nhã Ba La Mật một cách khá rõ nét:

Mắt không muốn nhìn thì tai không nghe
Đầu không nghĩ tới
Tướng và sắc không cần phải hỏi
Mây khắp bốn trời
Ngửa bàn tay còn không thấy ngón
Người không hiểu
Ta càng không hiểu
Mãn thiên hoa vũ
Trước cũng không
Sau vẫn là không!
Không, tr. 77

Một kiểu công án Thiền tân thời mang hình thức lung linh biểu tượng. Người có tâm thiền thường mượn thơ để buông bỏ tất cả, dứt trừ hết khổ ách, chân thực không hư thì sá gì mất hay còn hoặc *Mất Và Còn:*

Đến không phải là có
Đi không phải là mất
Chằng chịt bao duyên nghiệp
Cõi tạm là sắc không

Còn. Không giữ
Mất. Không tiếc
Duyên còn thì còn nhau
Mất. Cần gì phải biết

Chẳng hiểu Thiền là gì
Sao lòng như đã Phật?
tr. 96

Lục bát Thiền của Như Không cũng dạt dào, sinh động, một sức sống tỉnh thức giữa thực tại và mông muội, giữa Sắc và Không:

Thoát thai
Từ cuộc hồng hoang
Hạt mầm mông muội
Bay ngang cõi này

Vô sắc tướng
Không hình hài
Chẳng từng vô thủy
Cõi ngoài hư không

Sắc không
Trôi giữa vô cùng
Buông thôi!
Gọi tiếng thinh không
Trở về
Buông, tr. 102

Trở lại trang đầu tập thơ *Những Đóa Hoa Tật Nguyền*, người đọc nhận thấy ở lứa tuổi của thập niên 1950 nhiều văn nghệ sĩ đã khoát áo nhà binh trong đó có nhà thơ Như Không. Ngay từ bài thơ đầu tiên và rải rác qua những trang thơ, cho thấy tác giả Như Không từng đi lính. Nhưng không phải lính làng, lính lệ mà là lính thứ dữ: Nhảy Dù.

Trong suốt ba mươi năm chiến tranh diễn ra giữa hai miền Nam Bắc, Nhảy Dù là một trong những binh chủng xuất sắc của Quân Lực Việt Nam Cộng Hòa, từng gây sợ hãi và tạo nhiều thương vong cho địch quân. Các bạn tôi, những Đàm, Minh, Ngôn, Út... là những chiến sĩ Dù dũng cảm may mắn còn sống sót sau chiến tranh, trừ người bạn học ngày xưa Nguyễn Thành Được, trung úy Pháo Binh Dù đã vì nước hy sinh.

Con cá cần nước để sống, người và thú gần gũi như bạn thì súng đạn chẳng khác nào là bạn của lính. Ngoài mặt trận, súng ống, lưỡi lê, đạn dược, những vật thể vô tri không có mắt mà chí thiết này thật vô cùng hữu dụng. Nó là bạn, là anh em, đồng đội, thậm chí là người tình. Có điều lính thường thì không nói làm gì; còn lính mà dính tới văn chương chữ nghĩa thơ thẩn dàn trời như Như Không thì chữ thơ lại trở thành một loại vũ khí sắc bén đúc bằng chữ có khả năng bắn thẳng vào tâm hồn bạn đọc. Bài *Ký Ức Của Một Người Lính* là một thí dụ:

Đồi núi Dakto nằm mấy tháng
Da mướt xanh như sắc lá rừng
Chong súng trong hầm chịu pháo bắn
Nghe tiếng depart lạnh sống lưng

Pháo rớt nơi nào đâu biết được
Đồi cao co cụm cả trăm người
Cơn bão thép trùm lên bốn hướng
Coi như ngày mới đẻ... đứt nôi
...

Đêm qua trúng pháo hầm banh nóc
Ghìm súng dưới hào nghe đạn reo
Chết mấy mạng. Thân ta bầm dập
Lên trực thăng cơn sốt rét về theo...

Cũng bài thơ trên, poncho dùng để che mưa che nắng đồng thời cũng để bộc thay người lính ngã xuống:

Ta bỏ lại sau lưng chiến địa
Ngổn ngang như có đá trong lòng
Poncho gói xác bao người chết
Cao điểm rồi đây giữ được không?...

Thơ Như Không sặc mùi chiến chinh, mùi lính, mùi lửa đạn, mùi máu anh em đầm đìa đến nỗi ngay cả căn cứ hỏa lực Thiện Ngôn được bao bọc toàn kẽm gai, mìn bẫy, và gió hú, nơi nhảy dù Như Không trấn đóng, mai vàng cũng không dám nở giữa mùa Xuân chinh chiến:

Đồn anh ở bây giờ
Mai vàng không dám nở
Máu lửa ngày chiến chinh
Phải đâu là chỗ trọ?
Em làm sao đến thăm
Kẽm gai giăng đầu ngõ
Đường đi chôn đầy mìn
Và từng đêm súng nổ
...
Đêm nay đêm hưu chiến
Súng vẫn ghìm trên tay
Đã từng đêm hưu chiến
Rụng rơi nhiều mạng người
Máu anh em đã đổ

Triền miên máu da vàng
Máu anh em vẫn đổ
Đầm đìa máu Việt Nam...
Những Đêm Hưu Chiến, tr.60-61

Cũng cần nói thêm, trong chiến tranh Việt Nam, ngoài các căn cứ hỏa lực nổi tiếng như Pleime, Benhet, Delta, Dakto, Tân Cảnh, Hạ Lào, thì căn cứ hỏa lực Thiện Ngôn, tuy ít được biết đến nhưng cũng là một trong những cứ điểm chiến lược khá quan trọng nằm trên Quốc lộ 22 cách Tây Ninh khoảng 33 km về phía Tây Bắc và cách Katum khoảng 20 km phía Tây Nam. Nơi đây, năm 1968 từng xảy ra nhiều cuộc chiến ác liệt.

Lính chiến là lính ở sa trường nhiều hơn ở thành phố. Ở lâu ngoài mặt trận, từ quan đến quân, lính nào cũng có mùi rừng, mùi khét, tóc râu thì lởm chởm như lũ cô hồn sống. Nhưng cứ lao mình trong hòn tên mũi đạn riết cũng có ngày lính trở về thành phố, về dưỡng quân hay về ba ngày phép rồi lại ra trận. Ta đọc ở đây bài thơ *Mai Lại Về Rừng, tr. 110,* để cảm thương cho thân phận người lính tác chiến:

Vào quán nón sắt vất trong góc
Quân từ xa về còn mùi rừng
Cánh tay rướm máu gai cào xước
Tóc râu lởm chởm lũ cô hồn

Đôi giày trận lắm lem bùn đất
Bao ngày mưa gió tím môi thâm
Ta về phố tóc vương mùi khét
Nhớ lửa rừng xa dội tiếng bom

Hà cớ tiếc đời qua chén rượu
Lòng như cơn gió thoảng bên trời
Ta ngồi bên phố nghe rừng gọi
Mịt mịt đồi xa những xác người

Bia nốc chục chai như nước lạnh
Thương ngày khô khốc giữa rừng sâu
Đoàn quân khát nước đi le lưỡi
Đêm mịt mùng không ánh hỏa châu

Mắc võng khuya nằm nghe pháo bắn
Cú rúc mơ hồ trong bóng sương
Bốn phía đại ngàn cơn gió hú
Tiếng mưa rơi giấc ngủ chập chờn

Mai biết chừng đâu ta bỏ mạng
Dưới đáy hố bom, giữa xó rừng
Cũng có thể xác thân nằm lại
Rừng già vất vưởng một vong linh...

Thi ca là nghệ thuật của ngòi viết có tri thức. Thoát ra ngoài chinh chiến điêu linh, người đọc lại thấy nhà thơ Như Không an nhiên tự tại lặn lội vào đời không cặm bẫy, đạn bom, vượt qua mọi giả hình, giả cảnh để sống thực cho mình và cho đời. Người có tâm thì thơ mới sống thực, ý thơ mới phơi phới trên từng hình tượng, âm thanh và ngôn ngữ.

Ở *Những Đóa Hoa Tật Nguyền*, ngoài ngôn ngữ mênh mông hạnh phúc lẫn khổ ải trần gian, cũng như về hình tượng được tác giả mượn lịch sử để miêu tả và hào hứng diễn xuất bằng tiểu thuyết võ hiệp, thì âm thanh trong thơ Như Không cũng rạt rào vọng âm không kém.

Thật vậy, động từ trong thơ Như Không "động" một cách bình dị, nhưng tình tứ và thơ mộng. Mùa Xuân là mùa rất động, thường làm rộn cõi người, làm ngây ngất em, nhưng không may lại làm "héo" đi cõi lòng người thơ :

Lòng như cũng héo thêm đôi chút
Cuối mày chi chit vết chân chim
Ta quá cũ chẳng thể nào nói nỗi
Lắc đầu nhìn ta mà Xuân nín thinh
Chút Xuân Còn Lại, tr. 22

Ở đời cái gì đã héo mà không rụng không rơi. Ngay cả tình yêu *Những Giấc Mơ Hình Cầu* cũng vậy, tiếng rơi thật đẹp:

Anh rơi vào em như dòng sông lặng
Đã yên bình chảy suốt mấy mươi năm
Em rơi vào anh. Chiều rơi định mệnh
Hòa tan nhau. Trong suốt đến vô ngần!
(tr. 131)

Thơ là nơi trú ngụ của ký ức người. Là nơi chữ nghĩa được trải ra mà thành nghệ thuật thi ca. Chiến tranh trong thơ Như Không toàn thây người máu đổ thịt rơi, còn cảnh đời thì như ma trận không làm sao đương cự nổi cái cơ cực, đắng cay trước cửa tử cửa sinh. May thay, *Những Đóa Hoa Tật Nguyền* có chân dung đa sắc, đa dạng, có hạnh phúc, có môi cười, có tình đời của hai người nắn tình yêu thành những tiếng động thật dễ thương:

Bên đời tôi róc rách em
Nửa hư nửa thật. Giữa đêm ngỡ ngày
Bên đời em róc rách tôi
Nghe như tiếng vọng cuối trời xa xôi
Giữa đời róc rách từng đôi
Róc ra róc rách... chảy hoài đời nhau.
Róc Rách, tr. 34

Bài thơ *Chiếc Cầu Chữ Y,* tr. 124 cũng dễ thương không kém; cầu mang hình thức của chữ "Yêu" tuy chia ba ngả phù vân, song tình bất tử:

Chiếc cầu hình chữ Y
Chữ "Yêu" cũng bắt đầu như vậy
Em đứng giữa ngả ba cầu, lưỡng lự
Sông chảy đôi dòng
Tình chia bao nhánh
Một đời người biết mấy nẻo phù vân?

Ta đều biết ở Sài Gòn cầu chữ Y nằm từ đường Nguyễn Biểu bắt qua kinh Tàu Hủ và kinh Đôi nối liền quận 5 và quận 8, có ba nhánh tạo thành hình chữ Y-cà-rét tức Y dài. Ở Đà Lạt, Lâm Đồng hay Trà Ôn, Vĩnh Long, Phụng Hiệp, Hậu Giang cũng có cầu chữ Y nhưng ít người biết. Hồi còn đi học ở Sài Gòn, tôi từng đạp xe qua cầu chữ Y, ngang qua lò heo Chánh Hưng dọc theo kinh Tàu Hủ đi thăm cô bạn người Hải Nàm (Cô ấy mất ở Bỉ đã nhiều năm). Và tôi cũng có lần đứng trên cầu chữ Y trên bờ Hồ Xuân Hương, Đà Lạt phồng mũi cố hít... mùi cà phê trong quán Thủy Tạ thoảng hương từ bên kia bờ hồ.

Ngoài ra, *Những Đóa Hoa Tật Nguyền* còn có những nét đáng yêu khác, như *Cầu Vòng Và Em* (tr. 23), *Em* Và *Newton* (tr. 24), *Eureka* (tr. 26), *Quy Y* (tr. 27), Đũa (tr. 97), *Mẹ Và Em* (tr. 116)..., là một cách nhìn khá cởi mở, tự do và phóng khoáng.

Nhưng mà *Những Đóa Hoa Tật Nguyền* là hoa gì, lật từng trang sách tôi tìm hoài mà chẳng thấy hoa đâu? Hoa mọc ở cành Nam mà tôi như con chim rả cánh bay tìm biển Bắc? Thì ra những đóa hoa tật nguyền này không phải là những vật thể làm bằng giấy, bằng nhựa hay bằng tinh bột mà tác giả đã làm ra nó bằng ký ức được miêu tả bằng những "biểu tượng tâm linh" nhấp nhô bào ảnh.

Những trận đánh, máu lửa ngày chiến chinh, cơn bão thép, cõi đất dữ, đời lỡ vận, cuộc chia ly Âu Lạc, vun vút tiếng gươm bay, máu đổ Lệ Chi Viên, lạnh một tiếng cười xa xăm, phù hư một thoáng, oan nghiệt cõi đi về, trận đại dịch tràn tới, cơn hồng thủy đổ về, rừng cạo trọc, sông cạn núi mòn, ma quỷ đảo điên chiều lịch sử, sự kiêu hãnh mù lòa, tiếng người chết nghiến răng, một cuộc mất trinh, trần gian héo rũ, những nỗi đau không đếm hết...

Dưới cái nhìn của Như Không tất cả những biểu tượng tâm linh kia lần lượt trở thành "những đóa hoa tật nguyền".

Tuy tật nguyền nhưng những đóa hoa đời không bao giờ héo. Lịch sử cũng vậy, thay vì héo lại sáng bừng lên một vẻ đẹp rưng rưng.

NHƯ KHÔNG sinh năm 1951 tại Quảng Nam. Trong thời chiến là lính Nhảy Dù. Giải ngũ trước 1975 do chiến thương. Tiếp tục đi học lấy bằng cử nhân văn, dạy học nhiều Trung Tâm Ngoại Ngữ tại Sài Gòn.

Tác phẩm đã in:

- *Hoàng Nhã Như Không* (thơ, 2012). *Những Đóa Hoa Tật Nguyền* (thơ và truyện ngắn, 2021). Góp mặt trong tác phẩm *108 Nhà Văn, Nhà Thơ Giữa Thế Kỷ XX* do Nhà Biên Khảo Ngô Nguyên Nghiễm thực hiện, 2020. Góp mặt trong tác phẩm *44 Năm Văn Học Việt Nam Hải Ngoại* do nhà thơ Luân Hoán thực hiện, 2021. Bài vỡ đóng góp cho các tạp chí văn học trong và ngoài nước. Hiện sống, viết, vẽ, dạy học trong nước.

PHAN NI TẤN

TIẾNG RƠI CỦA GIỌT LỆ HUẾ

Hôm rầy nhìn cảnh Huế bị thiên tai bão lụt mà xót dạ quá chừng. Nhìn Huế của Ngoại chìm trong nước, dân tình oán thán, kẻ mất người còn làm tôi có cảm tưởng như số phận Huế vốn hình thành bằng những giọt lệ của Trời. Huế tan tác, luộm thuộm, xa vắng nên Huế buồn. Huế làm tôi nhớ nỗi niềm của Huế ngày xưa.

Huế, từ bao giờ vẫn nổi tiếng về vẻ trầm mặc, cổ kính. Nơi đó đã sinh ra, lớn lên những người con thông minh, sắc xảo, những người con làm nên Huế đởm lược, những người con của miền đất anh hùng.

Huế cũng là nơi tôi bỏ đi vào một buổi chiều mưa dầm sùi sụt. Tôi bỏ Huế đi như em đã bỏ tôi đi xa ngái. Nhưng Huế, là nơi tôi sẽ trở về, dù tôi biết không còn em tóc dài, mắt sáng, ngấn cổ cao nôn nao đón chờ đón tôi ở đó.

Mùa hè tôi trở lại Huế.

Đứng trên bờ sông Hương nước vẫn lặng lờ. Nhưng Huế thương, Huế nhớ nên Huế vẫn nhận ra tôi, vẫn dang đôi cánh tay thần thoại ôm xiết tôi vào lòng. Bởi vì tôi là một nửa đứa con của Huế, cho dù tôi đã bỏ Huế đi từ nửa thế kỷ mịt mù cơn mưa thuở trước.

Huế có linh hồn lương thiện và trong sáng vô biên.

Nước sông Hương tôi từng rửa mặt nên khi trở về đây, đứng với Huế tôi nghe thấy được mùi Huế qua một điệu hò. Hò mái đẩy vời vợi nhớ thương vẳng lên từ dưới một mui đò. Nhưng khi tiếng chèo quẫy chụp từ bến đò Thừa Phủ đưa người qua sông tôi nghe còn buồn hơn cả một điệu hò buồn bã Huế.

Thời Pháp thuộc, nhà tôi cách bến đò Thừa Phủ non một cây số. Bến nằm cạnh cây đa già rợp bóng trước dinh Phủ Doãn Phủ Thừa Thiên nên dân ở bến đò gọi tắt là Thừa Phủ. Hồi đó thỉnh thoảng tôi hay lang thang xuống bến để xem những chuyến đò ngang chở những tá áo dài tím thướt tha của nữ sinh Đồng khánh qua lại trên sông.

Sau này lớn lên tôi cũng trở thành khách đi đò qua Gia Hội. Không làm gì, chỉ cùng Gia Hội cảm thương Huế trầm lặng ngồi dựa lưng vào những con thuyền phơi bụng như chén úp trên những bãi cát dài. Những con sóng đập vào bờ đã trở nên êm ả dịu dàng, nhưng những mảnh vỏ ốc thì lạ mặt từ bao giờ.

Từ đại dương nhìn xuyên qua vỏ ốc tôi đã thấy gì? Huế vẫn trầm mặc, cổ kính. Thành quách, lăng miếu vẫn buồn bã rêu phong. Những âm vọng của tiếng chèo trên bến đò Thừa Phủ năm xưa vẫn làm khách qua đò gợn lên những cơn sóng u hoài, não nuột. Huế buồn từ ngàn xưa nên những câu hò dù vui vẫn nghe ra nức nở.

Sau 70 năm hoạt động trên sông nay bến đò Thừa Phủ đã đi vào hồi ức của những người con Huế biết nhớ biết thương bến đò lãng mạn Huế.

Hình như gương mặt Huế lúc nào cũng buồn với tôi. Cái buồn sập sận dưới chân cầu Trường Tiền theo gió xông lên thoảng mùi vị Huế. Huế có mùi tím than nên Huế có cả màu tím Huế, cái màu não nùng tím, biền biệt tím mãi đâu. Những cuộc tình thơ mộng thuở nào của chàng trai Quốc Học và thiên hương Đồng Khánh giờ tím tận phương nào.

Huế cũng cò mùi tóc em gội bồ kết. Mùi dịu dàng trên đôi môi thơm Huế. Mùi em líu lo như chim hót khi mình gặp lại nhau. Và mùi em từ tốn, ngọt ngào khi chia tay anh. Đập Đá là nơi mình từng gặp gỡ. Nhưng Đập Đá bên kia là Vĩ Dạ cũng là nơi để mình chia biệt. Khi em bỏ tôi đi, làm sao em thấy được Huế tối tăm trong lòng tôi một cơn mưa mịt Huế.

Huế tan tác, luộm thuộm, xa vắng nên Huế buồn. Nhất là mưa đêm.

Ban đêm của một đêm nồng nã cơn mưa hè ở bãi dâu, tôi ngửi được mùi máu của Huế. Từ đó tôi lờ mờ nhìn thấy lại Huế bị trói thúc ké. Người ta xâu Huế bằng những cuộn dây thép gai, dẫn Huế ra pháp trường, xử tử Huế bằng trăm bằng ngàn nhát cuốc. Huế bể đầu, nứt sọ, theo máu ngã xuống. Người ta chôn Huế cạn nhách dưới những hầm hố bầm dập Huế.

Huế của ngày ấy bị trói thúc ké bằng những cuộn dây thép gai
Và bạo lực được viết bằng những nhát cuốc
Để câu mái đẩy khóc thành câu đứt ruột
Nước mắt khô chan trên mỗi mảnh đời.

Sau trận Mậu Thân 1968, vết thương trên da thịt những người con của Huế theo thời gian dần dần lành lặn, nhưng vết thương tinh thần thì không, mãi mãi không bao giờ hồi phục. Hơn nửa thế kỷ qua, giải khăn sô cho Huế, dãi khăn sô cho những người con của Huế, của lịch sử bi thảm Huế và của cả dân tộc Việt Nam vẫn còn đó, vẫn đeo trắng cả một màu tang tóc trong hồn người Việt mà không thể nào vứt bỏ được, không cách nào nguôi ngoai được.

Huế xa vắng đến thế sao?

Một đời anh chắc chẳng bao giờ tìm ra nỗi Huế
Bởi sinh ra chân anh đã có những con đường
Những con đường mọc ra những đóa hướng dương
Chở súng đạn ra ngoài mặt trận

Sau chiến tranh những trận đánh đều trở nên luộm thuộm
Người ta cất các chiến cụ và những cuộn băng
trong các viện bảo tàng
Anh trở về ước mơ tàn tạ dưới chân
Ngó ra Huế chút Huế cũng đành hanh xa vắng.

Huế buồn rứa đó.

Mùa hè tôi trở lại Huế.

Tôi trở về Huế để nhận ra hầu như mọi thứ đều thay đổi. Khi đứng trước cổng Tý Ngọ, nơi trải qua nhiều sự kiện lịch sử quan trọng, tôi nghe trong sắc màu xanh ngắt của lá sen mùi thơm của bông sen theo gió thoảng về. Mùi hương của loài hoa cao quí này khiến tôi chợt nghĩ không những sen từ bùn ngoi lên mà sự trưởng thành của hương sen cũng tự nó đòi hỏi sự kiên nhẫn trong một thời gian dài.

Ban đêm đứng một mình trên hành lang Thành Nội tôi như còn sờ được những nếp nhăn của Huế. Cảm nhận được Huế già như chuyện cổ tích. Và tôi thường chìm đắm trong nỗi phiền muộn khi nghe Huế khóc mà không nghe rõ tiếng rơi thần bí của giọt lệ Huế muốn nói với tôi điều gì. Lịch sử Huế từ bao giờ vẫn nằm trên những trang bìa buồn.

Mùa hè tôi trở lại Huế.

Huế không còn căm phẫn hay cuồng nộ như thời máu lửa chiến tranh. Bên Gia Hội tôi cảm thương Huế trầm lặng ngồi dựa lưng vào những con thuyền nằm phơi bụng như chén úp dưới những bãi.cát dài. Những con sóng đập vào bờ đã trở nên êm ả dịu dàng, nhưng những mảnh vỏ ốc thì lạ mặt từ bao giờ.

Từ đại dương nhìn xuyên qua vỏ ốc tôi đã thấy gì? Huế vẫn trầm mặc, cổ kính. Thành quách, lăng miếu vẫn buồn bã rêu phong. Những tiếng chèo trên bến đò Thừa Phủ vẫn làm khách qua đò gợn lên những cơn sóng u hoài, não nuột..Huế buồn từ ngàn xưa nên những câu hò dù vui vẫn nghe ra nức nở.

Mùa hè tôi trở lại Huế.

Từ sông Hương ngược lên núi Ngự, đứa con xưa nay đã già lom khom qua cửa Thượng Tứ lội ngược về Kim Long. Khi chiều dần tàn ngồi bờ sông tôi nghe dưới bến đò vẳng lên câu hò Vân Lâu.

Những lúc ngó mây trời tôi có cảm giác như Huế dịu dàng mọc trên lưng tôi. Hoặc những lúc ngồi dưới trăng tôi nghe Huế âu yếm tựa bờ vai tôi. Tôi đâu có khác gì những người con gốc Thần Kinh, đi xa mô cũng hoài mong ngày về. Những lúc gió thổi nắng lan đều trên đồng vắng tôi mơ màng thấy Huế duỗi ra mênh mông.

Tuy trầm mặc thiêm thiếp sương đêm, Huế già cỗi khàn giọng cũng gắng gượng hỏi tôi về để làm gì. Bằng giọng quê Huế xưa, tôi cung kính, nhỏ nhẹ nhưng nghiêm trang nói tôi về Huế để tìm lại tiền thân Huế:

Thưa,
Em là giọt chiều mưa
Giọt thơm nắng sớm đong đưa đầu cành
Em là một miếng trời xanh
Rơi trong bát ngát mà thành ung dung
Về đâu, mặc bụi chốn cùng
Quen rồi tự tại giữa vùng thiên thanh
Em là vốc nước ao lành
Xưa
quê em ở trên cành hoa sen.

PHAN NI TẤN

NHỮNG DỰ CẢM CỦA NGUYỄN ĐÌNH TOÀN

nhớ nhà văn Nguyễn Đình Toàn (1936 – 2023)

Như ta đều biết họ Nguyễn là họ có từ thời Lạc Việt, thời của con cháu các vua Hùng. Theo dòng thời gian, để dễ phân biệt giữa nam và nữ thì nam lót chữ văn, nữ lót chữ thị. Nghe xưng tên Nguyễn Văn A, Nguyễn thị B ta biết ngay đó là người Việt Nam. Tuy nhiên, gia tộc họ Nguyễn có nhiều hệ phái, nhiều chi, nhiều nhánh... Thí dụ họ Nguyễn Phúc (như Nguyễn Phúc Luân, Nguyễn Phúc Ánh, Nguyễn Phúc Bảo Long) là dòng hoàng phái. Lùi sâu trong quá khứ, theo sử liệu có gia tộc Nguyễn Đình, là một trong những dòng họ hiển hách dưới triều nhà Lê, đặc biệt là trong lĩnh vực võ nghiệp.

Có điều, dòng họ Nguyễn Đình vinh hiển bậc nhất ra sao, võ nghiệp uy danh như thế nào là chuyện của năm, sáu trăm năm trước. Ngày nay, gần gũi hơn, dưới thời Pháp thuộc ở Ba Tri (Bến Tre) có một bậc Nho gia tiết tháo họ Nguyễn Đình là nhà giáo mù Nguyễn Đình Chiểu, tức cụ Đồ Chiểu, nổi tiếng là người chống thực dân Pháp và là một bậc thức giả hay chữ. Lòng yêu nước và văn tài của cụ Đồ Chiểu với các tác phẩm như Lục Vân Tiên ca ngợi chính nghĩa, đề cao chữ hiếu, Văn Tế Nghĩa Sĩ Cần Giuộc, truy điệu các nghĩa sĩ gốc nông dân Cần

Giuộc hy sinh trong những trận đánh chống thực dân Pháp, Ngư Tiều Vấn Đáp....làm cho lịch sử nước Việt trở nên sinh động hẳn lên.

Nhưng cá nhân tôi cũng chẳng cần tìm hiểu dòng họ Nguyễn Đình ở đâu cho xa mà ngay trong thời đại này, xã hội này, ngay trước mắt ta, gần gũi với ta hằng ngày. Đó là nhà văn Nguyễn Đình Toàn của thập niên 1960, tác giả của 17 tác phẩm đã xuất bản gồm tiểu thuyết, truyện dài, truyện ngắn, bút ký, thơ và kịch, trong đó tác phẩm Áo Mơ Phai đoạt giải Văn Học Nghệ Thuật của VNCH năm 1973.

Sau ngày mất nước, sách của Nguyễn Đình Toàn bị xếp vào loại văn hóa đồi trụy, tất cả đều bị tịch thu và đốt sạch, trong đó tác phẩm Áo Mơ Phai đã đưa ông đi tù "cải tạo". Khi nhà văn được thả ra và khi chế độ trong nước thay đổi, họ xin tác giả cho phép được tái bản Áo Mơ Phai. Đây là chuyện bình thường có lợi cho độc giả trong nước.

Trở lại thập niên 1960, ngoài văn chương, ông còn có công trong việc phát triển nền tân nhạc miền Nam VN trên đài phát thanh Sài Gòn với chương trình "Nhạc Chủ Đề" vào mỗi tối thứ năm. Giới thưởng ngoạn văn học đều biết Nguyễn Đình Toàn là nhà văn nổi tiếng, nhưng hình như vào thời đó người ta "nghe" Nguyễn Đình Toàn nhiều hơn là "đọc" Nguyễn Đình Toàn. Bởi vì ngoài thơ văn, ông còn là một nhạc sĩ.

Thập niên 1960 chưa có TV, mỗi tối quần chúng thường lắng nghe trên đài phát thanh Sài Gòn nhiều chương trình ca nhạc qua *Tiếng Tơ Đồng* của nhạc sĩ Hoàng Trọng, *Tiếng Nhạc Tâm Tình* của Anh Ngọc, Mai Thảo, *Tiếng Nói Dạ Lan – Người em gái hậu phương* của Đại tá Trần Ngọc Huyến v.v... Tuy nhiên, chương trình Nhạc Chủ Đề vào mỗi tối thứ năm hàng tuần của nhạc sĩ Nguyễn Đình Toàn không kém phần ăn khách, đã lôi cuốn thính giả bằng một cung cách mới lạ qua giọng nói trầm ấm như lời thủ thỉ của Nguyễn Đình Toàn;

Từ chương trình Nhạc chủ đề qua lời giới thiệu như thơ, ông đã tạo nên một làn sóng ngưỡng mộ tài năng của ông với những ca khúc trữ tình, những bản tình ca quê hương giữa thời chinh chiến. Không riêng gì người nữ bị thu hút mà cả người nam, giới sinh viên học sinh, những người lính cũng bị giọng nói truyền cảm của Nguyễn Đình Toàn làm cho xao xuyến.

Năm 1998, vợ chồng nhà văn Nguyễn Đình Toàn được xuất cảnh sang Mỹ, định cư tại Quận Cam đến nay. Nói về chuyện "xuất ngoại" hầu như ai ra đi cũng phấn khởi, riêng nhà văn Nguyễn Đình Toàn thì tôi được biết trước khi lìa bỏ quê hương mình ông đã từng khổ sở, điêu đứng trước sự lựa chọn giữa ở và đi. Đi là bứng mình ra khỏi đất nước, như cái cây trồng trên đất mới dĩ nhiên sống được, nhưng trái sẽ chua nên ông vẫn tự nhận mình là người nghệ sĩ tạm trú trên đất khách quê người.

Trong Áo Mơ Phai, nhân vật nữ tên Lan đã một lần bỏ xứ (Hà Nội) di cư vào Nam:*"Nàng mong đợi ngày đi để đi cho xong, cầu nguyện cho ngày khởi hành đừng đến vội, để còn được ở lại đây thêm nữa, ở lại Hà Nội, chia xẻ nỗi đau đớn của Hà Nội, sống với Hà Nội, chết với Hà Nội, rũ rượi với Hà Nội, rõ ràng là Hà Nội đang kiệt sức, những giọt mưa đọng trên các cành cây, những ngọn lá, chẳng khác Hà Nội khóc."*

Áo Mơ Phai là một dự cảm chia lìa. Nguyễn Đình Toàn từng thổ lộ: " *Tôi viết cuốn sách đó chỉ dựa trên những dự cảm đối với hoàn cảnh lịch sử cho một người chịu đựng hoàn cảnh lịch sử như chịu đựng sự đổi thay của thời tiết*".

Nghe danh Nguyễn Đình Toàn từ hồi còn trong nước, nhưng mãi đến năm 2001, trong buổi triển lãm Chợ Sách Việt ở Quận Cam tôi mới gặp mặt nhà văn Nguyễn Đình Toàn và người bạn đời, chị Thu Hồng. Tôi ở xứ tuyết (Canada) ngót 43 năm, vào mùa đông trời đất lúc nào cũng lạnh lùng, tuyết giá nên tôi thèm nắng ấm. Qua Cali thấy Cali nắng đẹp tôi tíu tít xuýt xoa nhưng khi gặp chị Thu Hồng rồi thì nắng nào đẹp bằng nụ cười rạng rỡ trên gương mặt hồn nhiên của chị. Tôi thật lòng không nói quá đâu. Cũng tại Quận Cam, năm 2005, nhân buổi ra mắt tập nhạc và CD tình khúc PNT, tôi gặp lại tác giả Áo Mơ Phai. Năm 2006, Nguyễn Đình Toàn ra mắt tập *Bông Hồng Tạ Ơn (I & II)* viết về 190 Tác Giả & Ca Sĩ Việt Nam, trong đó tôi hân hạnh được ông nhắc tới và gởi tặng tôi hai tập bút ký này.

Khác với lời giới thiệu như thơ trong Nhạc chủ đề, tư tưởng nghệ thuật trong "Bông Hồng Tạ Ơn" mộc mạc, giản dị hơn khi ông viết về con người, cuộc đời và tác phẩm của những tác giả và nghệ sĩ Việt Nam:

"Đây không phải là cuốn sách nghiên cứu hay phê bình văn học, nghệ thuật. Mục đích của người viết nhằm chia xẻ chút hiểu biết, những gì còn nhớ được về các tác phẩm tác giả mình ưa thích, với những người có cùng cảm nghĩ, như một cách bày tỏ lòng ngưỡng mộ, lòng biết ơn, đối với những người đã dâng hiến những gì tốt đẹp nhất mình có thể làm ra được cho đất nước, *nhờ đó, mọi người đã được thừa hưởng.*

Phần khác, để các bạn trẻ sinh trưởng ở trong ngoài nước, không biết nhiều về Việt Nam, một lúc nào đó, muốn quay về tìm các tác giả trong nước, có thêm chút dấu vết, tài liệu..." (Nguyễn Đình Toàn).

Nhà văn Nguyễn Đình Toàn sinh năm 1936 tại Gia Lâm, Bắc Ninh. Di cư vào Nam năm 1954, Nguyễn Đình Toàn bắt đầu viết văn, làm thơ và viết nhạc. Tiểu thuyết *Chị Em Hải* là tác phẩm đầu tay của ông, xuất bản năm 1961.. Từ đó đến nay, ngoài 17 tác phẩm văn chương đã xuất bản, ông còn cống hiến cho đời các nhạc phẩm *Hiên Cúc Vàng, Tôi Muốn Nói Với Em, Mưa Trên Cây Hoàng Lan, Nhạc Tình Hoa Niên, Căn Nhà Xưa.*

Cá nhân tôi, đọc truyện Nguyễn Đình Toàn từ lúc tôi bước vào năm đầu trung học đệ nhị cấp, có thể nói tôi chậm chân hơn những độc giả khác đến với tác giả Áo Mơ Phai.

PHAN NI TẤN

NHÃ CA, GIẢI KHĂN SÔ CHO HUẾ

Thời buổi văn minh, trong một gia đình nào đó có người thân qua đời, khi hạ huyệt, hầu hết con cháu đều bỏ khăn tang xuống lòng huyệt như để gởi theo lòng thương tiếc xuống với người quá cố. Đây là một hành xử văn minh, tránh hủ tục rườm rà, nặng nề, đeo đẳng cược sống con người nhiều năm.

Nhưng sự kiện đáng nói ở đây, là trong suốt 50 năm qua, giải khăn sô cho Huế, giải khăn sô cho những người con của Huế, của lịch sử bi thảm Huế và của cả dân tộc Việt Nam vẫn còn đó, vẫn đeo trắng cả một màu tang tóc trong hồn người Việt mà không thể nào vứt bỏ được, không cách nào nguôi ngoai được.

Năm 1970, hồi ký *Giải Khăn Sô Cho Huế* của nhà văn Nhã Ca đoạt giải Văn chương Việt Nam Cộng Hòa. Vì tác phẩm tố cáo tội ác của Việt Cộng trong biến cố Tết Mậu Thân 1968 tại Huế nên sau ngày mất nước 1975, Nhã Ca bị tù biệt giam vì *Giải Khăn Sô Cho Huế* bị liệt vào một sản phẩm cực kỳ phản động, sách đã bị tịch thu, trưng bày trong "Nhà Triển Lãm Tội Ác Mỹ Ngụy". Còn phu quân của bà, thi sĩ Trần Dạ Từ bị tù 12 năm vì tội danh "biệt kích văn hoá". Do sự can thiệp của Văn Bút Quốc Tế phối hợp với Ân xá Quốc tế và Thủ tướng

Thụy Điển Ingvar Carisson, ông bà được sang Thụy Điển tỵ nạn. Năm 1992 bà cùng gia đình sang California, Hoa Kỳ, lập hệ thống báo chí *Việt Báo Daily News* tại Quận Cam đến nay.

Nhã Ca tên thật Trần Thị Thu Vân là nhà văn bất khuất, một tên tuổi nổi bậc trong văn đàn nước Việt trước 1975 đến nay. Khởi viết năm 1960 đến 1975, bà đã xuất bản 36 tác phẩm gồm nhiều thể loại như thơ, bút ký và tiểu thuyết. Vì sinh trưởng tại Huế nên xứ Huế, người Huế được đề cập trong một số tác phẩm trĩu nặng ưu tư của bà trong đó *Giải Khăn Sô Cho Huế* đã gắn liền tên tuổi Nhã Ca với Huế.

Sau 38 năm, nhân dịp tưởng niệm 40 năm biến cố Tết Mậu Thân nhà xuất bản Việt Báo đã tái bản *Giải Khăn Sô Cho Huế* năm 2008.

Năm 2014, *Giải Khăn Sô Cho Huế* được giáo sư sử học đại học Texas A&M Olgar Dror, người Nga dịch sang Anh ngữ tựa đề *Mourning Headband For Hue*, được *Indiana University Press* xuất bản.

25/2/2015, Trung tâm Nghiên cứu Đông Nam Á của Đại học California Berkeley đã có buổi giới thiệu bản tiếng Anh *Mourning Headband For* Hue.

Ngoài *Mourning Headband For Hue*, tác phẩm Đêm Nghe Tiếng Đại Bác đã được Liêu Trương dịch sang tiếng Pháp tựa đề *Le Cannon tonnent La Nuit*.

Đoàn Nữ Binh Mùa Thu được Barry Hilton dịch sang tiếng Anh tựa đề *The Short Timers*.

Phim Đất Khổ được hãng Remis phát hành với tên *Land Of Sorrows*.

PHAN NI TẤN

NHẠC ĐIỆU TRONG THƠ LUÂN HOÁN

1.

Mấy năm nay, vì công việc làm ăn, tôi vẫn thường thức dậy sớm. Nhớ lại những ngày đầu, cơn buồn ngủ cứ làm tôi ngầy ngật, khó chịu luôn, nhưng dần dà rồi cũng quen. Tháng 5, năm giờ sáng, ngoài trời còn tinh khiết đầu ngày, và lắng nghe chim hót. Mùa xuân, sau vườn nhà tôi, sáng sớm nào bầy sáo cũng líu lo trên cành phong rậm lá. Nghe chim hót tôi có cảm tưởng như sự thù hằn, nỗi đau khổ trầm luân trong cuộc đời này thảy đếu tan biến đi,

Một buổi sáng trên đường tới sở, khi ngang qua một hồ nước, tôi thích thú bắt gặp đôi thiên nga đang lượn lờ trên mặt hồ. Nhìn vẽ nhởn nhơ, thong thả, nhẹ nhàng của loài thú tôi lại thương thân mình, biết là vội vàng hấp tấp song khó mà cưởng lại được dòng cuồn lũ của đời sống cuốn đi,

Từ đó, mỗi lần lái xe ngang hồ nước, tôi đều dõi mắt tìm kiếm đôi uyên ương xinh xắn nhàn nhã kia. Có hôm trở trời, mặt hồ khói sương dật dờ ảm đạm, dưới đáy sủi lên một lớp bùn non vàng ệch.Những hôm đó chim trời vắng bóng, lòng buồn vu vơ tôi thường ê a bài thơ Mắt Chiều của anh Luân Hoán gời cho tôi cách đây 5 năm, cùng với một loạt thơ khác của anh:

anh theo chim vịt kêu chiều
lên vùng thương nhớ đổ xiêu tiếng buồn
vàng trời tình thiết tha buông
màn sương lệ kết thành nguồn chở em
luyến lưu mùa động tay mềm
mây qua cửa sổ lênh đênh vào lòng
thôi rồi anh trót chờ mong
mắt chiều em đỏ lên hong nụ cười

Tôi rất thích cái nhạc điệu trong thơ LH. Không riêng gì vần lục bát mà các thể loại khác anh cũng chứng tỏ cái khả năng tượng hình phong phú không những về vật thể mà còn về âm thanh. Sự giàu âm trong ngôn ngữ thơ và dấu giọng đã là yếu tố chứa đựng âm nhạc rồi.

Đây là một trong loạt thơ lục bát của Luân Hoán đã được nhạc sĩ Vĩnh Điện phổ nhạc trước 1975, ở bên nhà (cùng lúc phổ thơ của Lê Vĩnh Thọ). Vĩnh Điện là một nhạc sĩ giỏi về cung cách phổ thơ lục bát. Tôi thấy anh nắm được hồn nhạc trong thơ bạn, nên mỗi khi phổ nhạc mỗi bài một vẽ, không thấy có sự trùng hợp trong âm hưởng. Theo tôi, lục bát là một thể thơ rất dễ phổ nhạc mà cũng khó đạt thành công . Niêm luật xưa nay của vần lục bát vẫn BBTTBB...lên bổng xuống trầm như uốn như lượn, nếu không khéo vận dụng khối óc và con tim sáng tạo, nhạc sĩ dễ bị rơi vào sự quen thuộc, nhàm chán của giai điệu

2.

Hai mươi năm trước, trên báo chí quê nhà tôi đọc thấy quảng cáo một tập thơ: Hoà Bình ơi, Hãy Đến của nhà thơ Luân

Hoán viết chung với Lê Vĩnh Thọ và Phạm thế Mỹ. Đó là lần đầu tiên tôi nghe danh Luân Hoán, Rồi cùng năm lại được tin anh in thêm Nén Hương Cho Bàn Chân Trái, sau khi mất một chân tại mặt trận Quảng Ngãi năm 1969. Thi tập này có thêm sự đóng góp đông đảo bạn bè anh như Lê Vĩnh Thọ, Phạm thế Mỹ, Đynh hoàng Sa, Tường Linh, Phổ Đức vv...Tiếc rằng cả hai tập này tôi chỉ biết qua báo chí và qua bạn bè, còn nội dung ra sao, tới nay tôi vẫn chưa được đọc. — Pleiku mùa hè đỏ lửa 72, qua tiếng hát Miên Đức Thắng, tôi lại nghe Luân Hoán trong ca khúc Lời Nguyện Pháp Trường của Phạm thế Mỹ phổ thơ anh. Sự trầm bổng luyến láy cùng với nhịp độ nhanh chậm của nhạc điệu luồn lách bám sát vào sự diễn đạt của lời ca gây cho người nghe một cảm xúc bàng hoàng. Lời Nguyện pháp trường là một ca khúc nhận diện cái chết. Một cái chết chắc chắn đau thương, tức tưởi, nghẹn ngào, cái chết thèm được sống, được mở mắt ra nhìn lại trời xanh, thấy lại quê hương buồn Và lời ca thì lạy trời xin đừng biết mình chết dưới tay kẻ giết mình. Khi nghe nhạc tôi không cảm thấy sự giận dữ, căm hờn, hay bị bóp méo qua lời ca. Tôi chỉ cảm nhận cái chết, cuối cùng không hề mất đi tấm lòng nguyên vẹn biết khoan dung và chan chứa tình người. Đó chính là một đặc điểm trong tinh thần nội dung của tác phẩm Luân Hoán. Ca khúc này tôi chỉ nghe được vài lần rồi thôi. Từ đó, có lẽ vì chiến cuộc, vì ở nơi heo hút tôi không còn dịp được nghe, được đọc Luân Hoán thêm lần nào nữa. Đường đời chông gai trắc trở, đời lính nay đây mai đó, lâu ngày đoạn tháng thời gian xóa nhòa tên Luân Hoán trong trí tôi, cho tới ngày tôi thoát ra hài ngoại.

Nếu không kể bài Lời Nguyện Pháp Trường mà tôi đã từng nghe băng nhạc ở quê nhà, thì bài thơ Quả Mít Vườn Mẹ của Luân Hoán đăng trong tạp chí Nhân Văn bên Hoa Kỳ năm 1985 là bài thơ thứ nhất trong đời tôi được đoc kể từ ngày tôi nghe tên tuổi anh.

Tôi đã từng phổ nhạc từ thơ của nhiều tác giả trong nước trước 75, cũng như ngoài nước sau này. nhưng riêng trường hợp LH tôi phải đợi tới 14 năm sau mới có dịp phổ biến nhạc của tôi qua những dòng thơ chuyển hướng của anh. Và đương nhiên, bản nhạc đầu tiên tôi phổ thơ LH là bản Quả Mít Vườn Mẹ, cùng tên với bài thơ. Nguyên bài thơ gồm 20 câu, khi phổ nhạc tôi chia hai phần dựa theo hơi thơ, giọng kể và tiết điệu của bài thơ. Dĩ nhiên tôi phải thận trọng trong việc sáng tác sao cho sự trầm bổng của ca khúc được sự hài hòa và cân phương cần thiết. Mặc dù ngày nay phần lớn những ca khúc tân thời đã phá luật cân phương cổ điển này. Bản nhạc thơ này đã mang lại sự giao tình cởi mở giữa bạn thơ Luân Hoán và tôi; ban đầu qua lại bằng thư từ, điện thoại, cuối cùng là đi gặp gỡ nhau. Nhớ lần đầu tiên từ Toronto đi Montreal, tôi đã tới thẳng nhà Luân Hoán sau khi đã hẹn với anh. Tới nay tôi vẫn còn hình dung được buổi sơ ngộ này.

Từ trong phòng ngủ chậm rãi bước ra là một dáng người gầy nhom, quả đúng như anh từng tự vẽ :

ốm nhom như con cò ma
phất phơ giữa cõi thi ca tối ngày

Tuy anh không mang vóc dáng như tôi mường tượng, song dung nhan không đến nổi: *râu lởm chởm, tóc rễ tre lộn xộn* Một con người khắc khổ khô héo đã mang tên tuổi mình đi vào thế giới thi ca bằng một di sản thơ khá đồ sộ, Vậy mà anh vẫn tỏ ra khiêm tốn, nói năng điềm đạm. Sau này quen lâu mới biết rõ tính tình Luân Hoán. Tôi tin rằng những kẽ ác tâm khó mà nghĩ ra những câu thơ thật hiền lành như chính con người anh. Sau lần gặp gỡ đó, thỉnh thoảng có dịp về Montreal, chúng tôi lại gặp nhau hàn huyên bên tách trà, ly rượu, ngâm thơ, hò hát với bạn bè thân quen.

3.

Sau biến cố tháng tư 75, sự đổi đời ảnh hưởng sâu đậm đến thế giới thơ của Luân Hoán. Nhìn chung trong Luân Hoán có hai con người. Một con người vọng động nổ lực diễn đạt thơ mình bằng những lời lẽ đơn sơ, phóng túng, hào sãng, nhiều khi gần với khẩu ngữ. Và hồn nhiên trong sáng đối với tình yêu lứa đôi, tình học trò. Một con người khác lặng lẽ hơn thâm trầm hơn làm thơ về nỗi chia lìa quê *hương nhắm mắt như sờ được....*

Trong lịch sử thi ca Việtnam, ít có người viết về tình chị em một cách hiền hòa tha thiết và đầy ưu ái như Luạn Hoán. Tôi vẫn nghĩ rằng, sau những lần rong chơi, nghịch ngợm, phá phách trong thơ, thì cũng trong thơ hình ảnh người thân như một căn nhà vững chắc nhất, bình yên nhất, thân yêu nhất vẫn là nơi trú ẩn cuối cùng để người thơ tìm về. Và Luân Hoán đã trú ẩn trong từng hoài niệm. Lâu rồi.

Viết về chị, riêng cho chị, Luân Hoán có hai bài thơ hoài niệm cảm động. Cả hai đều hay về bút pháp, về cách cấu trúc, hình tượng, nhất là về tình người. Bài *Xin Gởi Cho Em Vài Hạt Mủa* trong đó có 4 câu tôi nhớ hoài:

chị buồn còn hơn những hạt mưa
sầu hơn vọng cổ tự ngàn xưa
nhớ thương em trốn vào thi khúc
sao chút lòng em vẫn cứ thừa

Nhưng sự cô đọng của bài Khiêng Nước vẫn có sức gợi cảm gợi nhớ hơn. Khi đọc, tôi nghe toát ra từ bài thơ một nỗi gì lâng lâng, man mác và thiết tha vô tả, đặt biệt về khía cạnh nhạc điệu lúc trầm bổng, luyến láy và ngân hoài trong suốt 28 dòng thơ ngũ ngôn tuyệt cú. Mời bạn đọc phần trích dẫn cả thơ và nhạc đính kèm. Sau *Quả Mít Vườn Mẹ, Khiêng Nước* là bản nhạc thứ hai tôi phổ thơ Luân Hoán đăng trong tạp chí Văn Học cách đây 5 năm, đánh dấu ngày tôi quen biết với nhà thơ Luân Hoán.

PHAN NI TẤN

NHỚ MAI THẢO

Từ trái: Nhà văn Hoàng Khởi Phong, Nhạc sĩ Lê Uyên Phương, Họa sĩ Khánh Trường, Nhà văn Mai Thảo, Phan Ni Tấn, Nhạc sĩ Trần Duy Đức và Nhà văn Nguyễn Mộng Giác (Bolsa 1996)

Hồi nhà văn Mai Thảo còn sanh tiền, hầu như tháng nào tôi cũng gởi thơ đăng trên báo Văn của anh. Thường là những bài tứ tuyệt lục bát hoặc thất ngôn. Hàng tháng tôi cứ thong dong làm thơ gởi cho Văn riết rồi anh đâm ra "lờn" tên mà anh và tôi chưa từng gặp mặt.

Năm 1996, họa sĩ Khánh Trường (Tạp Chí Hợp Lưu) và nhà văn Mai Thảo (Tạp Chí Văn) bảo trợ cho tôi ra mắt sách tại phòng sinh hoạt báo Người Việt, Nam California. Hôm đó ngoài những người thưởng ngoạn, còn có đông đảo văn nghệ sĩ tới tham dự góp vui như Phạm Duy, Tạ Tỵ, Đỗ Quí Toàn, Nguyễn Xuân Hoàng, Trần Duy Đức, Lê Uyên Phương, Thái Thanh, Đỗ Ngọc Yến, Hoàng Khởi Phong, Thượng Văn, Nguyễn Mộng Giác, Nguyễn Mạnh Trinh, Văn Bia, Đặng Hiền, Nguyễn Nam An, Trần Văn Nam v.v... Có một cây bút nổi tiếng trước 75 từ trong nước ra tới hải ngoại mà từ lâu tôi muốn gặp là nhà văn Thảo Trường, hôm đó không thấy đến như Khánh Trường cho biết. Gần đến giờ khai mạc anh Mai Thảo mới tới. Khánh Trường, lúc đó còn khỏe mạnh, nhanh nhẩu kéo tôi ra giới thiệu. Ngồi ở bàn bán sách, tay ôm chai rượu cạn quá nửa, lưng dựa tường, anh Mai Thảo nhướng cặp mắt lờ đờ ngước lên lườm lườm nhìn tôi, giọng lè nhè: " Nghe tên ông lâu nay tưởng ông to lớn thế nào...". Xiết chặt bàn tay xương xẩu của anh tôi chỉ biết cười khà.

Thấm thoát mới đó đã mười hai năm ròng. Nay trong số đặc biệt tưởng niệm nhà văn Mai Thảo của tạp chí Hợp Lưu tôi xin gợi lại bài thơ *Rót Hệ Lụy* để tưởng nhớ anh.

tháng này rót rượu mừng
em
rót câu lục bát xuống thềm dân gian
rót thêm
sóng sánh đôi hàng
đãi người văn vẽ bình an tuổi rày
rót chơi
vài ngọn gió bay
cho phôi phai nỗi tháng ngày
hoài hương
rót hệ lụy
xuống văn chương
năm mươi năm
khởi từ phương quê nhà.

PHAN NI TẤN
(Toronto tháng 05/2008)

PHAN NI TẤN

NHỚ VÀ QUÊN,
NHỮNG NGÔI TRƯỜNG TRÊN PHỐ NÚI

Tuổi học trò là tuổi mang nhiều kỷ niệm khôn nguôi. Chúng ta nghĩ về thuở xa xưa đó như nghĩ về sân đá banh, suối Đốc Học, suối Mu-ri (Maury), thác Nhà Đèn, hồ Piscine, hồ Trung Tâm hay cột đèn ba ngọn, kể cả con chim, con dế, một thứ keo dính chặt trong trí nhớ học trò. Hồi xa xưa đó chắc ai cũng nhớ những ngày đầu rụt rè theo cha mẹ đến trường, có đứa còn đái dầm, đứa ỉa đùn, có đứa khóc nhè, đứa thò lò mũi xanh. Bậc mẫu giáo là bậc đầu đời của tuổi thơ đi từ chỗ ê a vỡ lòng cho đến chỗ biết đọc, biết viết như một phép lạ thần kỳ.

Học đường là những bậc thang tiến thân trên đó mỗi năm nhà trường đòi hỏi sức học của con em để bước lên lớp cao hơn hầu mai sau làm người hữu ích cho xã hội, cho nước nhà.

Trước năm 1975, thị xã Ban Mê Thuột có nhiều trường lớp, từ mẫu giáo tới tiểu học lên trung học, cộng tư thục. Thuở đó, Ban Mê Thuột không có trường đại học.

Trường mẫu giáo thì hầu như ở địa phương nào cũng có. Một ngôi Đình, một ngôi Chùa, một ngôi Nhà Thờ, kể cả tư gia cũng có thể mở vài ba lớp học vỡ lòng. Thầy giáo thường là những ông thầy già nghiêm khắc dạy học trò chữ nghĩa kèm theo roi vọt.

Tôi còn nhớ như in về ngày đầu tiên của tuổi thơ đến trường mẫu giáo Rạng Đông. Đầu thập niên 1950, trên đầu dốc ngã ba Tôn Thất Thuyết - Ama Trang Long là nơi sinh hoạt nhộn nhịp của bến xe ngựa. Từ bến xe ngựa theo con đường đất đổ dài xuống suối Đốc Học, tới lưng chừng dốc phía bên trái là trường mẫu giáo Rạng Đông của ông thầy già người Bắc lai Pháp (về sau có thêm thầy Chiểu), phía bên phải con dốc có một dòng suối chảy ngầm dưới lòng vực sâu ngày đêm rì rầm đổ xuống suối Đốc Học.

Cái thời xa mịt mù xa trong quá khứ ấy, thầy giáo trị con nít học trò lười biếng, ngỗ nghịch bằng đòn roi. Tội nghiệp tuổi thơ ham ngủ đến trường trễ thường bị phạt, Trong giờ học, ngủ gục hoặc cười đùa, nghịch ngợm vô tư, không bị đứng khoanh tay trong góc lớp thì cũng bị quỳ sơ mít, chưa kể bị roi mây quất trên đầu, trên cổ, trên lưng hoặc bị thước bảng đánh vào lòng bàn tay, đánh trên mu bàn tay hoặc đánh trên năm đầu ngón tay chụm lại; về nhà tha hồ bà nội bà ngoại vừa xức dầu vừa xuýt xoa thoa bóp vết thương cho thằng cháu học trò mặt mũi còn ngờ nghệch, thơ ngây. Hiện nay, việc đánh đòn đã bị các nước cấm vì ảnh hưởng xấu đến trẻ em.

Học xong mẫu giáo tôi lon ton lên tiểu học. Hồi xưa, lớp nhỏ nhất của bậc tiểu học là lớp năm (còn gọi là lớp Đồng ấu), rồi lớp tư là lớp Dư bị, lớp ba (Sơ đẳng), lớp nhì, cuối cùng là lớp nhất. Khác với ngày nay lớp năm là lớp một, lớp nhất là lớp năm. Năm năm mài đũng quần trên ghế nhà trường cũng có nhiều kỷ niệm đáng nhớ.

Ngày đầu tiên đến trường, ngoài áo quần mũ dép mới, còn có chiếc cặp-táp nho nhỏ. Trong cặp đựng sách, vở, thước kẻ, cục phấn, bảng đen, cục gôm, giấy chậm. viết chì, viết mực và lọ mực xanh hoặc tím có khoen đeo vào ngón tay. Học trò đi học không có cây viết giống như Tề Thiên không có cây thiết bảng. Cây viết mực hữu ích biết chừng nào, nó góp phần quan trọng trong việc học vấn của học trò nói riêng và con người nói chung.

Cây viết chấm mực, từ thuở ra đời vào thế kỷ thứ XIX đến nay vẫn thủy chung theo ta đi vào kỷ niệm cho đến cuối đời. Cây viết này làm bằng gỗ sơn hai màu có lỗ gắn ngòi viết, khi viết thì chấm vào bình mực, nếu ngòi bị rè có thể thay ngòi khác. Về ngòi viết chấm mực, ở bậc tiểu học có ba loại ngòi viết: ngòi viết lá tre, ngòi viết bầu và ngòi viết bắp chuối. Hầu hết học trò tiểu học thường dùng ngói viết bầu và ngòi viết bắp chuối hơn là ngòi viết lá tre vì đầu ngòi nhọn hay bị xóc giấy. Bình mực còn gọi là lọ êke bằng nhựa. Bình có hai lớp. lớp trong đựng mực gắn liền với lớp ngoài hình phễu trên to dưới nhỏ. Khi vào lớp học trò đặt bình mực vào một cái lỗ khoét sẵn trên bàn học cho khỏi đổ mực ra bàn.

Cũng cần nói thêm bàn học gắn liền với ghế ngựa dài khoảng 2m vừa đủ để bốn trò ngồi chung một bàn. Bàn học có hộc để cặp-táp, sách vở, trên mặt bàn có khoét bốn lỗ để đựng bình mực êke.

Học trò tiểu học thường hay nghịch ngợm, phá phách, sôi nổi với tiếng dội ngàn thu: "Nhất quỷ, nhì ma, thứ ba học trò". Tôi còn nhớ có lần tiếng trống trường báo giờ học, học trò sắp hàng hai trước sân lần lượt đi vào lớp. Đang lục đục ngồi xuống ghế chợt nghe có tiếng thét của một trò bưng đít nhảy dựng lên mếu máo khóc bù lu bù loa làm cả lớp giựt mình. Thì ra anh học trò chung bàn ngồi xuống trước với ý đồ cầm cây viết dựng đứng chờ bạn mình vô tình ngồi xuống để ngòi viết đâm lủng đít chơi cho vui. Tuổi thơ hồn nhiên đến thế là cùng. Thuở đó, học trò không được xưng mày tao chi tớ mà phải xưng với nhau bằng "trò".

Nổi tiếng nhất thị xã Ban Mê Thuột là trường tiểu học Nguyễn Công Trứ nằm ở góc đường Tôn Thất Thuyết và Phan Bội Châu, phía sau trường là Đình Lạc Giao và chợ Đê sát với chợ cá bên tay phải, giáp với đường Quang Trung. Trường cất theo hình chữ U gồm những dãy nhà trệt, tường gạch, mái ngói. Hiệu trưởng trường Nguyễn Công Trứ là thầy Lê Hữu Giáp (chồng cô Trang). Cô Nguyễn Thị Trang làm Hiệu trưởng từ năm 1957, sau khi thầy Giáp mất. Đến năm 1960 trường Nguyễn Công Trứ chia làm trường nam tiểu học và trường nữ tiểu học. Trường có hai buổi học (Kinh Thượng đề huề). Buổi sáng dành cho học trò nam, buổi chiều là học trò nữ. Sau đó trường nữ tiểu học dời về đường Bà Triệu (gần trường Trung học BMT) và đổi tên thành trường Nữ tiểu học Bà Triệu. Cô Nguyễn Thị Trang là Hiệu trưởng trường này cho đến ngày mất nước. Hiệu trưởng trường nam tiểu học là thầy Đỗ Minh Giảng và Lưu Quý Chiểu. Nét văn hóa dễ thương của ngày xa xưa đó là "tiên học Lễ, hậu học Văn" nên học trò rất ngoan, chăm chỉ học hành và biết kính trọng Thầy Cô (Tôn Sư Trọng Đạo).

Đặc biệt giữa sân trường tiểu học Nguyễn Công Trứ có một cây cầy trăm năm. Gốc cây to khoảng sáu bảy người ôm, có nhiều rễ phụ chằng chịt, cành lá xum xuê vươn lên cao ngất, phủ mát cả một mảng sân trường. Giờ ra chơi hầu hết học trò đều tụ quanh gốc cây, nô đùa, chạy nhảy, cò cò, u mọi, nhảy dây, chọi banh, thảy lỗ và... uýnh lộn. Vào những đêm mưa to gió lớn, cây cầy thường bị sét đánh. Nghe đồn cây cầy trăm năm thường có ma quỷ nên người ta đặt trên chảng ba một cái miếu nhỏ trừ tà. Ngày nay, trường tiểu học Nguyễn Công Trứ và cây cầy không còn nữa, được thay thế bằng khu chợ búa.

Ngoài ra còn có các trường nhu trường tiểu học Nguyễn Du dành riêng cho học sinh người Thượng, nằm trên đồi hướng xuống suối Đốc Học, bên kia đường là Biệt Điện Bảo Đại. Trường tiểu học Thánh Tâm cất theo hình thập tự giá. Trường tiểu học La San nằm sau nhà thờ chánh tòa (giáp với trường nữ Vinh Sơn, sau dời về đồi Đức Mẹ). Trường tiểu học Hưng Đức. Trường tiểu học cộng đồng Hưng Đạo. Trường tư thục Sông Hồng. Trường tiểu học quân đội Lam Sơn bằng gỗ dành riêng cho con em quân nhân v.v...

Học hết năm năm tiểu học thì lên trung học đệ nhất cấp. Lên trung học thì cây viết chấm mực được thay bằng viết máy bơm mực (bảnh nhất thời đó là viết parker); nhà trường cấm học sinh dùng viết nguyên tử vì ảnh hưởng đến chữ viết.

Bậc trung học phổ thông có các trường như trường trung học Bồ Đề trên đường Phan Bội Châu, do các thầy Trụ trì chùa Khải Đoan thành lập, gồm các học sinh nam nữ không phân biệt tôn giáo. Trường trung học Bán Công do thầy Lê Thanh Nhàn làm Hiệu trưởng. Trường nữ trung học Vinh Sơn (cấp I và II) nằm trên đường Phan Chu Trinh gần ngã sáu, do các Soeur đảm trách giảng dạy. Trường trung học Hưng Đức ở đường Độc Lập do linh mục Đặng Sĩ Bình sáng lập và làm Hiệu trưởng. Trường tư thục Bạch Đằng ngay ngã tư Tôn Thất Thuyết - Phan Bội Châu, ngó xéo qua trường tiểu học Nguyễn Công Trứ, đặc biệt có nhà thơ Viên Linh dạy Việt văn. Trường Trung học Quận Ban Mê Thuột, thầy Nguyễn Văn Phúc làm Hiệu trưởng. Trường trung học Nông Lâm Súc nằm gần cây số 5 trên đường ra phi trường Phụng Dực. Trường trung học La San nằm trên đồi Đức Mẹ do các frères giảng dạy, có tiếng dạy giỏi và kỷ luật nghiêm khắc. Sau này vì cần mở rộng thêm trường nên xây thêm trường La San đồi, dời trường ra đó và nhận thêm nữ sinh. Trường Kỹ Thuật Y Jut dạy kỹ thuật cho các học sinh người dân tộc thiểu số, nằm cạnh trường tiểu học Nguyễn Du. Tất cả học sinh đều ở nội trú và được nuôi ăn học miễn phí. Trường Sư Phạm bổ túc gần phi trường L19 vá trường Sư Phạm Cao Nguyên xây vào năm 1972 theo phong cách nhà rông của dân tộc thiểu số (nay là trường Đại Học Tây Nguyên)... Trước 1975 thị xã Ban Mê Thuột không có cấp đại học.

Trong các trường trung học kể trên, nổi tiếng nhất vẫn là trường Trung học Ban Mê Thuột. Đây là trường công nên năm đầu tiên học sinh phải qua một kỳ thi tuyển. Trường Trung học Ban Mê Thuột được thành lập vào đầu niên học 1959-1960 do sự sáp nhập hai trường Trung học Kinh và Thượng tại Ban Mê Thuột:

1- Trung học Y Jut (trước đây tên là Collège Sabatier năm 1946-1958) là một trường trung học dạy tiếng Pháp dành riêng cho học sinh người Thượng, do thầy Đỗ Đức Riệu làm Hiệu trưởng.

2- Trung học Nguyễn Trường Tộ thành lập năm 1955 là trường duy nhất chỉ có một lớp Đệ thất, do thầy Đỗ Trọng Thạc làm Hiệu trưởng. Niên học 1957-1958, thầy Phạm Văn Đồng được bổ nhiệm làm Hiệu trưởng chung cho hai trường Y Jut và Nguyễn Trường Tộ, kết hợp học sinh Kinh Thượng dưới một mái trường chung là trường Trung Học Ban Mê Thuột. Năm 1968, trung học Ban Mê Thuột đổi tên thành trường Tổng hợp Ban Mê Thuột. Gọi là Tổng Hợp vì nhà trường khởi dạy thêm các môn như Canh nông, Kế toán, Mỹ thuật, Đánh máy chữ, Nữ công gia chánh... Trường vẫn tọa lạc số 57 đường Bà Triệu.

Đi học ai cũng biết đồng phục luôn gắn liền đời sống của mỗi học sinh, giúp tạo nên vẻ đẹp của tuổi học trò. Ở đây, đồng phục của trường Trung học Ban Mê Thuột cũng thật đặc biệt. Nam sinh trẻ trung trong đồng phục áo sơ-mi xanh dương, quần xanh đậm là ý thức truyền thống và là niềm tự hào độc nhất vô nhị của nhà trường. Đặc biệt nữ sinh trong chiếc áo dài xanh quần trắng thướt tha, nổi tiếng với vẻ đẹp e ấp, hồn nhiên là biểu tượng tinh khôi, là hình ảnh riêng của miền đất huyền thoại.

Hiệu trưởng Trường Trung học Ban Mê Thuột qua các thời kì từ 1959 tới 1975 gồm có:

1959-1962 thầy Phạm Văn Đồng
1962-1964 thầy Nguyễn Khoa Phước
1964-1969 thầy Nguyễn Khoa Tuấn
1969-1971 thầy Nguyễn Phước Quang
1972-1974 thầy Lê Văn Tùng

Trường Trung học Ban Mê Thuột cũng là nơi xuất thân của những cây bút tên tuổi, như nhà báo Lê Thiệp (mất năm 2013 tại Hoa Kỳ), nhà thơ Triều Hoa Đại (Florida), nhà thơ Chinh Nguyên (San Jose), nhà văn Lê Hữu (Washington state), nhà thơ Y Cao Nguyên (California), nhà thơ Như Thương (Florida), nhà thơ Trần Huy Sao (San Diego), nhà văn Nguyễn Ngọc Chính (Việt Nam), nhà thơ Hùng Bi (Việt Nam)... Đồng thời ngôi trường này cũng lưu lại hình bóng những người lính Quân lực VNCH đã anh dũng hy sinh trong cuộc chiến tranh Nam Bắc, như phi công trực thăng Dương Đức Luân Đôn, em của chị Dương Thu Hương, phi công Nguyễn Mạnh Dũng, con thầy Nguyễn Huy Quang dạy vẽ.

Trường trung học Ban Mê Thuột cũng là nơi tôi bỏ học rất sớm và trở về rất trễ dưới hình thù một người lính xuất thân từ trường Sĩ Quan Trừ Bị Thủ Đức. Tôi còn nhớ, năm 1972, vào những ngày cuối tuần không kẹt ứng chiến trong đơn vị tôi hay tới trụ sở Du Ca Lòng Mẹ sinh hoạt với các bạn Du ca do trưởng Nguyễn Quyết Thắng hướng dẫn. Một ngày hè trời ui ui, anh em Du ca chúng tôi kéo nhau lên trường Trung học BMT sinh hoạt văn nghệ. Giăng bandroll trên hàng hiên nhà trường với hàng chữ Du Ca Lòng Mẹ BMT bên cạnh huy hiệu Du Ca Việt Nam, anh em đoàn viên hăng hái cất cao những khúc du ca đầy sức sống, thổi đến trái tim người nghe những lời tình tự dân tộc, yêu quê hương đất nước hùng cường.

Tôi học năm 1960, thời của thầy Hiệu trưởng Phạm Văn Đồng. Mười năm sau, 1970 là thời của thầy Hiệu trưởng Nguyễn Phước Quang, anh học trò xưa trở về trường dưới hình thù một thành viên Du ca, cùng anh em hát những khúc hát Du ca vạm vỡ tác động lên cuôc sống con người.

Từ đó, chiến cuộc ngày càng leo thang khốc liệt, tôi giã từ bạn bè, anh em, một lần nữa từ biệt trường xưa tôi đi vào chiến tranh cho đến ngày mất nước. Nước mất, nhà tan, tôi đi tù Cộng sản đến năm 1979 vượt biên ra nước ngoài đến nay tôi vẫn chưa trở về cố hương lần nào.

Trường Trung học Ban Mê Thuột ngày xưa - với cổng trường xẹo xọ, bùn đeo bụi bám, với dãy nhà trường hình chữ U mái ngói cũ kỹ, tường gạch rêu phong, với phấn trắng bảng đen, với những cây phượng vỹ còn trẻ, với lá cờ vàng ngạo nghễ bay trong mưa nắng giữa sân trường và Thầy Cô và bạn học - ngày nay đã lùi sâu trong quá khứ xếp lại thành kỷ niệm khôn nguôi.

Tôi có một tật xấu, là ở tuổi về chiều tham dự "Ngày của Thầy Cô", ngày Tôn Sư Trọng Đạo, tôi hay thò tay vào sâu trong quá khứ lục lọi moi ra những hình ảnh kỷ niệm của thuở học trò. Chẳng làm gì ngoài việc ôn cố và âm thầm mang ơn Thầy giáo Cô giáo đã dạy dỗ mình... biết đọc biết viết. Dù mình chẳng là gì hay có là tướng tá, bác sĩ kỹ sư chi chi đó, nhưng biết "chăm sóc" lòng biết ơn Cha Mẹ, nhớ ơn Thầy Cô mới là người đáng quý trọng, mới đích thị là "nên người". Hơn nữa, những người học trò ngày xưa nay đã già hết rồi. Có người còn đó và có người đã mất đi, huống hồ là Thầy Cô. Thôi thì xin hẹn nhau mai này cùng về Việt Nam.

"Hẹn một ngày mai tay nắm tay ta cùng lên đường. Cùng Thầy Cô xưa xin ghé thăm ngôi trường ta đó. Để cùng nghe ra hồn vẫn bay xanh ngoài lồng ngực. Để cùng nghe ra trường lớp như nghiêng vào câu thơ.

Hẹn một ngày mai theo bước nhau ta cùng quay về. Tìm lại trên môi câu hát vang vang lời hành khúc. Tìm lại trong anh màu phấn phai rơi qua đời thường. Tìm lại trong em bài toán chia ra thành thân thương".

PHAN NI TẤN
NHỮNG THIÊN THẦN NHỎ

Tôi vốn sinh ra ở rừng ở núi nên yêu thích động vật hoang dã cũng như thú nuôi trong nhà, từ con voi rừng to tướng như cái nhà, bầy sói ma hú trăng, lũ gấu ngựa dữ dằn, đàn lợn lòi hung hăng, cọp gầm hú vía, con nai trai, con nai gái hiền queo cho tới chim chóc, chó mèo v.v.... Riêng bài viết này tôi chỉ đề cập tới vài sinh vật nhỏ rí, dễ thương mà tôi coi như... những thiên thần nhỏ, dù có con í ẹ hết biết. Xin kể ngay:

- *Con bù tọt*

Hồi nhỏ, tôi ghét mưa. Mưa làm tâm hồn trong suốt của tôi bị ướt nhẹp. Bù lại mùa mưa mang lại cho tôi nhiều lợi nhuận ăn uống phình bụng hơn là mùa nắng. Chuyện như ri:

Mùa mưa là mùa sinh sôi nảy nở nhiều sinh vật, từ loài kiến, mối, bù mắt, ểnh ương, ếch, nhái cho tới con bù tọt. Nói về bù tọt thì thường sau mỗi cơn mưa tạnh hột, trời chạng vạng tối là nghe tiếng bù tọt kêu rộn rã quanh bờ mương, vũng nước, ao, đìa. Đó là lúc tôi lạch bạch xách đèn theo ông anh đi bắt bù tọt. Lần đầu tiên được ổng rủ đi bắt bù tọt tôi hí hửng đi liền dù chẳng biết bù tọt là cái con chi. Hỏi mới biết bù tọt lớn hơn nhái nhưng nhỏ hơn ếch, dễ nhận dạng nhất là trên lưng nó có hai cái sọc xanh xanh pha vàng vàng. Bù tọt dễ bắt hơn lũ ếch nhái hay chàng hiu bóp cổ. Lũ này gặp đèn là tụi nó vừa nhảy vừa tè ra nước đái để dễ bề thoát thân; còn bù tọt gặp đèn là nó nằm im ru bà rù chờ người ta chộp bắt bỏ giỏ là xong cái rẹt.

Bù tọt bắt về lột da, làm sạch ruột đem xào lăn, xào sả ớt, xào nước dừa, xào lá lốt, om chuối đậu hay nấu cháo, món nào cũng ngon hết sảy, ăn riết bắt ghiền. Tôi còn nhớ hoài, lũ trẻ tụi tôi, trắng đen, mập ốm đều có nhưng thằng nào cũng ngang phè như nhau, trừ một thằng Bắc kỳ 54 vừa nhập bọn thì to con lớn xác như... người rừng Tặc-răng (Tarzan). Tuy lanh lợi, vui tính nhưng thằng Tặc-răng này coi vậy lại hiền như... con bù tọt. "Ngoài Bắc của tớ thiếu gì bù tọt", nó nói vậy thì hay vậy. Nhưng đi bắt bù tọt lúc nào nó cũng bắt nhiều hơn anh em tôi cả giỏ. Chính vì vậy mà nó có hỗn danh "thằng bù tọt".

Con bù tọt còn cho tôi một kỷ niệm nhớ đời. Theo biến thiên dâu bể dần qua, bạn bè, anh em chúng tôi lớn lên lần lượt đi vào đời, hiếm thằng nào gặp lại thằng nào. Chiến cuộc ngày một dầu sôi lửa bỏng nên hầu hết chúng tôi đều xếp bút nghiên theo việc kiếm cung. Anh tôi và một số thằng bạn học cùng xóm ngày xưa lần lượt ra chiến trường đánh giặc không bao lâu thì mười chết hết bảy. Không như súng đạn lì lợm, sống dai nhách, những cái chết này lại trẻ vô cùng.

Riêng tôi học hành cho cố xác rốt cuộc cũng tới phiên mình đi vào lính. Ngạc nhiên mà thích thú là vừa lọt tọt đút đầu vô quân trường Bộ Binh Thủ Đức tôi gặp lại "thằng bù tọt". Tuổi đôi mươi "nghe gió nóng bên vành tai" mà sao thằng bù tọt trông già dặn ra mặt. Ngày ra trường tôi đeo lon chuẩn úy Biệt Động Quân đáo nhậm đơn vị vùng II chiến thuật, thì thằng bù tọt nhảy dù ra vùng I miền Trung mưa lầy thúi đất. Cũng tại thằng bù tọt không nhỏ con như con bù tọt, ngược lại thân hình nó chành bành như tấm bia hứng đạn nên vừa mới ra trường trận đầu tiên nó đã sớm ăn một tràng đại liên trong trận đánh ở cầu An Lão, Thừa Thiên, Huế.

Ngày nay sống giữa lòng đô thị nhà cao vòi vọi, trải dài tận chân mây tìm đâu ra vũng nước, bờ ao để tận hưởng bản giao hưởng cuối cùng của lũ bù tọt hồn nhiên trước khi bị tóm cổ bỏ vô chảo xào lăn. Hồi nhỏ sao mà hung quá chừng. Sát sanh một cách ngây thơ vô tội vạ. Hết bắn chim sẻ về rô-ti, đi bắt dế cơm về rang muối tới xào lăn con bù tọt. Mèn đéc ơi! Cái đôi con mắt hí rị của tôi lim dim, lỗ mũi phập phồng, miệng chu chu thổi muỗng cháo bù tọt nóng hôi hổi, nôn nao chờ húp sùm sụp vô bụng thiệt đã cái đời.

Giờ còn đâu con bù tọt. Thôi thì đành tự đãi cho mình và cho những anh linh dũng cảm năm xưa một chén cháo bù tọt... tưởng tượng vậy.

- *Con học trò*

Hồi nhỏ, những ai từng sống trên núi rừng cao nguyên đất đỏ có lẽ nhận biết con học trò. Con học trò nho nhỏ, tương cận với con ong, cái kiến. Loài này có nhiều hình dạng và màu sắc khác nhau:

- Loại đầu đen có râu, mắt lồi đỏ như huyết, sáu chưn, thân mình màu cam đậm, hoa văn đen.

- Loại thứ hai cũng có sáu chưn, hai râu, đầu đen, mắt to đen, nửa phần cánh trên màu đen, nửa phần dưới hoa văn đỏ rực.

- Loại thứ ba đầu mình và sáu chưn toàn màu đỏ không pha bất cứ màu nào khác. - Loại thứ tư đầu mình và sáu chưn toàn màu đen không pha bất cứ màu nào khác v.v...

Trong tiếng Anh, con học trò có nhiều tên khác nhau, như Red True Bug, Cotton Stainer Bug, Fire Bug... ; còn người Việt mình không biết sao gọi nó là "con học trò" dù nó chẳng mảy may nào giống học trò tụi tôi một téo tẹo.

Nhìn chung, con học trò trông rất ngộ nghĩnh, dễ thương. Ngộ nhất là sau cơn động cỡn, hai anh chị cũng bị mắc lẹo như giống khuyển lang thang ngoài đường phố.

Vào mùa mưa loài này thường xuất hiện từng bầy lúc nha lúc nhúc, lăng xăng kiếm mồi trong các bọng cây khô, rễ cây ẩm hay cành lá mục. Coi vui mắt vậy chớ nít nhỏ tụi tôi chẳng đứa nào dám thò tay bắt về chơi. Không biết nó có cắn hay không, nhưng đứa nào cũng sợ.

Sợ là bổn tánh tự nhiên của sự sống đó mà.

- *Con rùa vàng*

Hồi nhỏ, con nít tụi tôi hay tìm bắt rùa vàng về chơi. Rùa vàng giống hệt như con rùa, nhưng chỉ to bằng móng tay trỏ. Cũng có cái đầu ngo ngoe, cái đuôi cà thụt cà ló, có bốn chưn mọc quanh cái mu khum khum. Đặc biệt rùa vàng có cặp cánh trong suốt. Lúc bay toàn thân nó vàng óng như viên kim cương biết bay. Rùa vàng còn có khả năng thay đổi hình dạng và màu sắc từ vàng cam sang xanh biếc hoặc tím đỏ có chấm đen. Con nít tụi tôi thấy ngộ xúm nhau bắt về để coi chơi cho vui mắt chớ có đứa nào biết nghĩ cho nó ăn cái giống gì. Bắt về đựng trong hộp quẹt hôm trước hôm sau len lén mở ra coi mới hay con rùa vàng... đói bụng, ngộp thở chết queo.

Tuổi thơ ngây ngô đâu có biết tội nghiệp kiếp rùa vàng.

- *Con Cọp*

Đang lui cui viết tiếp về Những Thiên Thần Nhỏ thì vợ tôi hỏi đã viết tới con gì rồi. Nghe tôi nói viết tới "Con Cọp", bả trợn mắt "xì" một tiếng dài hơn cả cây số, rồi cười tươi rói nói con cọp mà "thiên thần nhỏ" cái gì.

Nhân dịp đầu năm Nhâm Dần 2022, năm Cọp, tôi mạn phép hỏi có ai trong Quí vị từng giỡn mặt cọp bằng cách vuốt râu hùm chưa? Thưa, tôi đã từng.

Thập niên 30-50 Việt Nam thiếu gì cọp. Nhất là trên cao nguyên núi rừng bạt ngàn là giang sơn của loài thú dữ. Ba tôi vốn là thợ săn chuyên nghiệp, cách tuần thường cùng nhóm thợ phụ xách xe dodge-quatre đi săn. Săn được nai không nói làm gì, nhưng khi hạ được cọp chở về là bà con chòm xóm xúm lại coi, le lưỡi, xì xào, chỉ chỏ.

Tội nghiệp ông ba mươi, giữa trán thủng một lỗ đạn sâu hoắm. Cọp sống thì dữ tợn, lúc chết sao mà hiền khô. Trông chúa sơn lâm nằm chết như mơ có vẻ nhỏ đi nên tôi mới xếp vào chung với nhóm "thiên thần nhỏ" là vậy.

Trước khi buông súng, cạo đầu đi tu, nghiệp đời săn bắn của Ba tôi không biết đã hạ cơ man nào là thú từ hiền đến dữ trong đó có hai trong năm con cọp bị bắn hạ dành riêng cho vua Bảo Đại.

Bảo Đại là ông vua tân thời, thích cỡi ngựa, chèo thuyền, đánh gôn (golf) và săn bắn. Mỗi lần đi kinh lý trên Bản Thuột, vua sai cận thần triệu Ba tôi đi săn cọp với vua. Vua Bảo Đại thích dùng da cọp bọc bộ salong được vua đặt trong phòng khách biệt điện và phòng khách Bungalow ở Banmêthuột.

Hồi đó mỗi lần Ba tôi... chở cọp về nhà là con nít quỷ như "Võ-Tòng-tôi" tha hồ xoa đầu cọp, sờ lông, banh mắt, kéo đuôi, vuốt râu cọp. Có lần tinh nghịch tôi nhổ râu cọp bị Nội rầy. Nội nói tôi mới biết người Thượng lấy râu cọp cắm vào mụt măng lâu ngày măng biến thành lũ sâu xanh lè. Họ bắt sâu đâm nhuyễn dùng làm thuốc độc bôi trên đầu mũi tên để săn bắn.

Chuyện vuốt râu, nhổ râu cọp gần 70 năm qua mà tôi vẫn nhớ hoài. Ngày nay Biệt điện Bảo Đại trên đường Thống nhất (nay không biết tên đường gì) đã trở thành di tích lịch sử, tôi nghĩ bộ salong bọc da cọp năm xưa chắc không còn tồn tại theo thời gian. Riêng Bungalow về sau trở thành trụ sở MAAG (Military Assistance Advisory Group) của quân đội Mỹ, không biết vì lý do gì đã bị bà hỏa thiêu rụi vào cuối năm 1969.

Ở hải ngoại, có lần tôi vô sở thú ghé ngang chuồng cọp thấy nhóm người xì xồ chỉ chỏ, dòm kỹ lắm tôi mới thấy trong góc chuồng chỉ có một ông ba mươi ốm nhách, nằm lặng thinh *"gặm một mối căm hờn trong cũi sắt".*

Nhà thơ Thế Lữ có bài thơ Nhớ Rừng thật hay. Xin trích một đoạn:

Khinh lũ người kia ngạo mạn, ngẩn ngơ
Giương mắt bé diễu oai linh rừng thẳm

Chúng ta đều biết loài cọp đang trên đà tuyệt chủng, có nguy cơ biến mất vĩnh viễn khỏi địa cầu. Ngày nay trên thế giới chỉ còn khoảng 3000 con sống sót trong rừng thẳm.

râu cọp rồi cắm vô mụt măng để hoá thành sâu. Khi mụt măng lớn thành cây tre thì con sâu ở trong đốt tre sẽ ỉa cứt ra. Người ta sẽ gom cứt con sâu tán ra trộn với dầu làm thuốc độc, bình thường là tẩm lên đầu mũi tên đi săn thú rừng, còn những kẻ có dã tâm sẽ dùng đánh độc kẻ thù.

- *Con Chó Cọp*

Thập niên 1950, Dinh Bảo Đại (bungalow) ở Banmêthuột có nuôi một con chó cọp, một loại chó hung dữ nhất thế giới. Dọc theo Dinh có trồng nhiều cây phượng, mùa hè nở rộ những chùm hoa rực rỡ, tỏa bóng mát xuống mặt đường.

Vào ba tháng hè, nít nhỏ tụi tôi hay rủ nhau tới trước Dinh Bảo Đại trèo lên cây phượng hái trái điệp đập vỏ lấy hột ăn tại chỗ hoặc đem về nấu chè điệp ngon thầy chạy. Trái phượng tụi tôi hay gọi là trái điệp dài khoảng 60cm, bề ngang chừng 5cm, vỏ rất dầy, khi chín trái trở nên màu nâu sẫm. Mỗi lần thấy tụi tôi hùa nhau trèo lên cây hái trái điệp là con chó cọp của vua Bảo Đại từ phía trong hàng rào nhào ra, sấn tới, chồm lên sũa dữ dội. Biết chắc con chó cọp không thể xổng rào ra cắn nhưng tụi tôi cũng sợ vắt giò lên cổ xô nhau vừa la vừa chạy tóe khói.

Được biết loài chó chỉ sống tối đa 15 năm. Nếu ta dùng phép tính trừ lấy năm 1950 làm móc thời gian thì đầu năm nay, năm Nhâm Dần 2022 trừ 1950 thì bằng 72 năm. Lấy 72 – 15 (tuổi thọ của chó) = 52 năm

Kết luận: Con chó cọp của vua Bảo Đại đã đi đầu thai ngót nghét 52 năm qua rồi. Chó cọp tuy hung dữ, cắn chết người, nhưng con chó cọp của vua Bảo Đại chắc đã hóa kiếp thành cây phượng vĩ kết trái bốn mùa cho tôi lội ngược vào kỷ niệm để hái trái điệp đập vỏ lấy hột nhóp nhép ăn tại chỗ, ngon lành.

- Chết Cha Con Dế!

Hồi nhỏ, ngoài các trò chơi như rồng rắn lên mây, bịt mắt bắt dê, chơi u mọi, ô quan, đánh thẻ, thảy lỗ, tạt lon, tạt hình, búng thun, chọi đáo, bắn bi, đánh trõng, đá cầu..., đá dế là một trò chơi gắn liền với tuổi thơ ở quê nhà, trẻ con tụi tôi đứa nào cũng chết mê chết mệt. Đi học về là mau mau quăng cặp táp vô buồng, vồ lấy hộp dế chạy đi chơi đá dế với đám con nít quỉ hàng xóm đồng trang lứa.

Có điều, dế có hàng trăm hàng ngàn loài dế, kể sao cho hết. Lựa ra thì thấy gần gũi nhất là mấy chú dế, thím dế dưới đây:

- Dế Cơm

Tôi không biết tại sao con dế cơm lại có tên là... dế cơm. Nó có giống... hột cơm téo nào đâu. Hay là dế cơm rang với cơm thì gọi là dế cơm? Hay là dế cơm có thân mình trăng trắng, mấy cái chân của nó cũng có đốm trăng trắng nên người ta gọi nó là dế cơm? Đã vậy nó thuộc giống bự chảng, bự nhất trong tất cả loài dế. Nó to cở ngón chân cái, to gấp ba lần chú dế cồ. Nội cái giò của nó búng "pặt" một phát, chú dế lửa nổi tiếng hung hăng nhất cũng bị bắn văng xa... cả cây số.

Hồi nhỏ, con nít tụi tôi không ai bắt dế cơm cho đá lộn; cũng không phải để... nướng ăn như người Thượng. Í ẹ. Chính mắt tui nhìn thầy thằng Y Nghỉ trong buôn Cô Thôn chợp được chú dế cơm liền ngắt đầu, lặt cánh, "bọp" lòi ruột xong nó làm bộ đưa con dế vô miệng nhai cho tui sợ để nó khoái chí cười chơi. Thật ra sau đó nó lấy que xuyên bụng dế đem hơ lửa cho chín xong vừa chu mỏ thổi phù phù vừa nhai rào rạo ngon lành. Thằng Y Nghỉ táo tợn còn khoe nó từng ăn rắn, rít, bọ cạp, ếch, nhái nướng trui. Hồi đó tụi tôi đâu có thằng nào dám... "rừng" như thằng này.

Ra đồng ra ruộng lật cục đất lên thấy chú dế cơm là tôi nghĩ ngay tới thằng Y Nghỉ. Nói không ai tin, có lúc bất ngờ gặp phải anh dế cơm "bá đạo" thấy tôi con nít con nôi vô hại nó nghênh mặt dòm lên thấy bắt ghét. Nếu con dế cơm biết "xì" thì nó cũng "xì" tôi một phát rồi... phủi đít phóng đi.

- Dế Chó

Cũng như dế cơm, không biết tại sao con dế chó có tên là... dế chó. Nó có giống téo tèo teo nào hình dáng của con... gâu gâu nhà tôi đâu nà!? Ngay cả con mắt, cái mũi, sợi lông đuôi cũng không mảy may "tương cận" nữa là!

Ngoài dế chó đầu đen, mình đen còn có dế chó mình đen, đầu đỏ. Trẻ con tụi tôi thấy nó í ẹ còn không thèm dòm, ở đó mà bắt chơi. Nó nhỏ xíu hà. Đâu chừng 3mm là cùng. Sau này nghe nói dế chó dùng để nuôi chim chóc hay làm mồi câu. Tội nghiệp cái kiếp... dế chó.

*- Dế M*èn

Nói tới dế mèn người ta thường nhớ tới câu chuyện Dế Mèn Phiêu Lưu Ký của Tô Hoài, một loại truyện ngụ ngôn thật hay, hoặc ư ử bài hát thiếu nhi Thằng Cuội của nhạc sĩ Lê Thương thật mộc mạc dễ thương từ âm điệu tới lời ca. Tội nghiệp ông nhạc sĩ nhân từ. Thương thằng Cuội cô đơn ngồi ôm một mối mơ nên tác giả nhét vô bản nhạc đủ thứ món trên trời dưới đất, từ bóng trăng, ngọn gió, cây đa, ánh sáng, ông trời cho tới cái thang, trong đó "có con dế mèn, suốt trong đêm khuya, hát xẩm không tiền, nên nghèo xác xơ"

Vậy dế mèn là dế gì, ai mà không biết. Đây nè:

Dế mèn là chú dế có hình dáng nhỏ xíu xìu xiu, thân dẹt, râu dài, thường có màu tro. Hồi đó trẻ con tụi tôi sợ quê nên không đứa nào chơi dế mèn. Hầu hết ở đâu cũng thấy nó: đồng ruộng, bụi cỏ, đống đá, hang hóc, góc nhà.... Dế mèn thường sống về đêm, con trống có tiếng gáy rỉ rả, rỉ rích dai dẳng suốt canh khuya. để dụ con cái.

- Dế Nhũi

Dế nhũi còn gọi là dế trũi là thứ dế trẻ con tụi tôi ghét nhất,vì nó có hình dạng xấu xí nhất trong các loài dế: Thân dài khoảng 3 tới 5mm, mắt tròn tròn, hai chân trước như hai cái xẻng đào đất cát để nhũi xuống trốn kẻ thù nên gọi là dế nhũi.

Dế nhũi thường ở dưới đất, trong các hang động nên ít khi thấy, chúng thường kiếm ăn ban đêm.

- Dế đá

Hồi nhỏ, ngoài các trò chơi như " Rồng rắn lên mây, bịt mắt bắt dê, u mọi, ô quan, đánh thẻ, thảy lỗ, tạt lon, tạt hình, búng thun, chọi đáo, bắn bi, đánh trõng, đá cầu..., đá dế là môn trẻ con tụi tui đứa nào cũng chết mê chết mệt. Đi học về là quăng cặp sách ôm hộp dế chạy đi chơi đá dế với đám con nít quỉ hàng xóm.

Phải nói dế than dù to con hơn nhưng không ngon bằng dế lửa. Vì ít khi bắt được dế lửa. Dế lửa đã hiếm mà xung trận lại hăng hơn dế than, hầu như đá đâu thắng đó. Dế cũng giống như... người, trước khi xáp -lá -cà có nhiều chú dế hù địch thủ bằng cách nhe càng, gáy ren rét thị oai. Ê càng hay thua thì xoay đầu bỏ chạy, thắng thì dế nhà ta phùng cánh gáy vang lừng. Không có gì hấp dẫn cho bằng tiếng dế gáy lúc thắng trận.

Dế có hai lớp cánh xếp gọn gàng đẹp mắt trên lưng, phủ từ ngấn cổ xuống đít. Dế màu đen thì gọi là dế than. Dế màu lửa lửa thì gọi là dế lửa. Ông bà mình nhìn mặt đặt tên không trật chỗ nào. Cặp cánh phía ngoài dầy và khá trong suốt. Lúc gáy hai cánh phùng lên cọ vào nhau liên hồi tạo nên âm thanh rét rét nghe đã cái lỗ nhĩ.

Dế mà mất lớp cánh phía trong thì gọi là dế trục. Không những không tổn hại gì tới dế mà nhiều khi càng..." trục" càng dễ nổi khùng, đá rất hăng. Tui có thằng bạn học tên Sơn khoái chơi dế trục nên chết danh Sơn trục.

Hình như dế gáy bất kể giờ giấc. Dế gáy lúc tinh sương, hay giữa trưa hè nắng gắt, gáy lúc chiều tà hay đêm khuya lơ đều làm cho trẻ con tụi tui không ngớt háo hức, xốn xang. Đặc biệt là tiếng "chịch mái". Nghe tiếng "chích chích" đều đều, liên tục là biết anh dế trống đang "dê" chị dế mái. Lúc "dê", hai cái đít anh chị cạ vào nhau trông thiệt ngộ. Dế trống không có hai cái kim nhọn ở đằng đít như dế mái. Hai cái kim đó để cắm xuống đất khi dế mái đẻ con. Trời sanh nhiều cái thiệt ngộ he.

Bạn bè tuổi thơ, ngoài hai anh em Khánh già và tui, còn có Quế ù, là bộ ba thân thiết nhất. Anh tui có gương mặt dài như mặt ngựa và coi già già thì tụi bạn hàng xóm đặt tên là Khánh già. Tui mắt hí chết danh Hòa hí. Quế tròn ù thì gọi là Quế ù.Vì là hàng xóm nên đi học cũng rủ nhau đi, về cũng chờ nhau về, chơi trò chơi gì cũng có mặt, nhất là đi bắt dế.

Bắt dế có nhiều cách: bỏ kiến bù nhọt hoặc đổ nước xuống hang, một chặp sau dế nhà ta bị kiến cắn hoặc ngộp nước là trồi đâu lên ngay. Dế bắt được đem về đựng trong hộp bánh bích quy hoặc trong hộp quẹt. Thức ăn của dế thường là cỏ, giá sống, rau sam, bánh mì, cơm nguội.

Thập niên 1950-60, ra khỏi thị xã Ban Mê Thuột chừng một cây số là gặp rừng, thế giới của các loài động vật. Rẫy dì Mại, nghĩa địa làng, khu Rau Xanh, suối Đốc học, suối Mu-ri, đồn điền CHPI... đều in dấu chân tuổi thơ tụi tui đi bắt dế.

Trong "ba chàng nhà quê núi", Khánh già cao ngỏng, ốm nhách, chững chạc, là tay bắt dế số dzách. Tánh tình Quế ù hay lăng xăng lít xít, bộp chà bộp chộp. Vừa nghe tiếng dế gáy xa xa là Quế nhà ta lính qua lính quýnh; miệng cà lăm, chân đâm đầu chạy tới. Lần nào cũng bị Khánh già chửi thề nhặng xị. Tui vốn nhỏ con làm việc gì cũng vụng về, chậm lụt. Có lần tui lớ quớ thò tay vô lon sữa bò bắt dế ra đá bị nó cạp cho một phát la làng. Đau toé khói tui rút tay ra vẫy mạnh một cái "bịch". Vừa mút máu ngón tay tui vừa nhìn xuống đất thì thấy "chết cha con dế" rồi. Thuở đời nay, con ruồi con muỗi tui còn không giết huống hồ con dế thân yêu. Thấy nó bẹp di mà tui ngẩn ngơ tiếc muốn đứt ruột.

Chuyện mới đó thoắt một cái đã ngót 60 năm trời. Ngày nay Quế ù (vẫn tròn ù) và tui đã lưu lạc xứ người và đều đang ở cái tuổi cổ lai hi. Đôi khi ngồi một mình nhớ lại chuyện đời xưa tôi không biết ông anh Khánh già của tui và hồn mấy con kiến, con dế đang làm gì. Nhưng tôi biết chắc một điều khi gặp lại nhau, bằng một trái tim dịu dàng và chân thành"họ" đều gợi đến sự thông cảm, tha thứ cho nhau cũng như san sẻ cho nhau niềm hạnh phúc trên thiên đàng.

Trong thi ca Việt Nam, có những câu thơ nói về con dế thiệt hay mà cũng thiệt bồi hồi:

Con dế vẫn là con dế ấy. Hát rong bờ cỏ giọng thân quen

(Tô Thùy Yên)

Nghe con dế gáy sao em thương cái góc nhà

(Cao Huy Khanh)

- Con Hàm Nàm

Hàm nàm là bào thai của sinh vật sống còn ngậm núm nhau trong bụng mẹ bị mổ ra đem ngâm rượu gọi là rượu hàm nàm. Rượu hàm nàm có nhiều loại như chuột hàm nàm, dê, bò, gấu, cá sấu, cọp, nai hàm nàm…

Hồi nhỏ tôi thấy trong vài tiệm thuốc Bắc có bày bán các loại rượu thuốc như rượu tắc kè, rượu bò cạp, rượu rắn lục (lục xà vương), có cả rượu nai hàm nàm gọi là Lộc thai tửu.

Sau này đi lính, có lần đi công tác ngang qua quận Đức Lập tôi ghé vào quán nước ven đường giải khát. Vừa bước chân vô quán (quán rượu thì đúng hơn) tôi thoáng giựt mình thấy thẩu rượu nai hàm nàm đặt chình ình trên quầy. Thai nai trắng hếu, chưa mở mắt, nằm cuộn tròn như ngủ trong thẩu rượu. Đời lính tôi, bia rượu chứa đầy bụng, nhưng tôi không hề nghía mắt tới cái gọi là hàm nàm thần dược này.

Chơi chữ cũng là một cách mua vui. "Hàm nàm", một cái tên nghe rờn rợn, ghê ghê từng cuốn trên đầu lưỡi của các bậc đại phú vốn sành sõi bốn món ăn chơi.

Loài người thiệt lắm chiêu.

- Con đom đóm

Hồi nhỏ, đứa con nít nào cũng ưa thích phim hoạt họa. Nói là thích chớ hồi đó con nhà quê núi như tôi làm gì có cơ hội mà xem. Lớn lên, nhất là sau này lưu lạc nơi xứ người tôi mới có dịp thưởng thức các loại nghệ thuật hoạt hình qua màn ảnh đại vĩ tuyến Xi-nê-ma Sờ-lố p-cốp (Cinema Scope) trong các rạp chớp bóng. Khi xem phim hoạt họa Peter Pan của hãng phim Walt Disney thấy cô bé đom đóm mang tên Tinker Bell bay tới đâu ánh sáng óng ả rải bụi vàng tới đó. Con Tinker Bell trông đỏm dáng ngộ nghĩnh đáo để mà dễ thương chi lạ. Nó làm tôi nhớ mấy con đom đóm ở quê tôi quá chừng.

Thập niên 1950, trước nhà ba má tôi có một cái sân khá rộng dùng làm trạm xe đò ngược xuôi Sài Gòn - Bản Thuột. Xịch vô trong một chút là sân phơi lúa, phơi trái sấu, phơi cá khô, tôm khô hoặc nai khô. Trước sân, gần đường cái có một cây đa cụt đầu, chỉ chừa lại thân cây cao khoảng một mét, trên đó có cái miễu nhỏ thờ cô hồn các đảng. Chiều chiều nội tôi hay ra đó thắp nhang cúng vái. Nội tôi nói cây đa bốn người lớn ôm không xuể đã trên trăm tuổi, xưa kia ngọn vươn tới trời, cành lá um tùm, che kín mặt đất âm u ma quái. Đêm đêm có nhiều hồn ma lính Lê Dương, Tây đen rạch mặt mang giày đinh, đội nón ca-lô (calot), bồng súng đi "ba-trui" (patrouille) đếm "ắc ơ" (un, deux) ngoài đường tới khuya mới bay lên cây ẩn mình. Nhiều hôm trở trời, mưa to gió lớn, sét đánh gãy cành, đứt dây điện, gây tai nạn chết người nên nhà nước Phú-lang-sa cho người cắt cụt ngọn. Ngày hè các loại côn trùng có cánh như ong, bướm, quít, cánh cam, bọ rày, ve sầu, chuột sành, nhất là rùa vàng có cánh thường làm tổ trên đó. Đom đóm hay bất cứ con vật nhỏ bé nào ngụ trên cây chết thì thả lên miếu thờ cho hồn chúng nó bay lên thiên đàng. Con nít vốn ngây thơ và bổn thiện vậy mà. Ban ngày lũ côn trùng sinh hoạt lui tới thật nhộn nhịp, nhưng ban đêm là thế giới của loài đom đóm.

Ban Mê Thuột hồi đó thảo mộc thiếu gì, nhưng không hiểu tại sao lũ đom đóm lại chọn cây ma này làm nơi sinh hoạt về đêm. Từ xa nhìn trông giống như một thế giới ảo, một bức tranh làm bằng thứ ánh sáng óng vàng. Chúng nhởn nhơ, chập chờn, linh động đuổi bắt nhau, vẽ thành vòng sáng lập loè quanh gốc cây, đẹp một cách ảo diệu.

Hồi nhỏ, ông trời sanh tánh tôi hơi kỳ kỳ, thấy cái gì lạ là tò mò tọc mạch. Lần đầu tiên trong đời thấy con đom đóm vừa bay vừa chớp sáng tôi lấy làm hiếu kỳ ghê lắm. Nghĩ ông trời "nặn" ra con đom đóm cũng ngộ thiệt. Tự nó phát sáng mà không nhờ vào trăng sao hay bất cứ ánh sáng nào từ bên ngoài. Quơ thử một phát được mấy con. Xòe tay ra chúng chờn vờn bay đi; thấy một con còn nấn ná, tôi bèn lấy que... đè ngửa nó ra. Dòm.

Hềhề! Té ra bộ phận phát sáng nằm ở dưới bụng của nó, phần cuối đít. Đom đóm cùng phát sáng nhưng con đực biết bay, con cái thì không biết bay. Bù lại, sau cơn động cỡn con đực bị con cái ăn tươi nuốt sống không thương tiếc. Giống hệt như giống ngựa trời (praying mantis) mà có lần chính mắt tôi quan sát thấy. Sau cơn say tình ái, nàng ngựa trời quơ chân phập một phát rụng đầu anh bạn tình rồi nhe càng rút thịt ung dung đánh chén ngon lành. Đom đóm cái cũng "ác ôn" như vậy. Tuy nhiên, đom đóm là loài côn trùng bé nhỏ mà con nít đứa nào cũng thích bắt chơi. Nghe người lớn hù đụng tới lũ đom đóm phỏng tay ráng chịu nên con nít nhà quê hay dùng ống đu đủ bắt đom đóm bỏ vô ống nhựa hay keo thủy tinh chớp sáng coi chơi. Đom đóm chỉ sống đươc 2 tuần là chết queo.

Bây giờ tôi ở rất xa bầy đom đóm tới nửa vòng trái đất, trong khi hồn những con đom đóm dễ thương năm xưa lại cách xa tôi tới... một thiên đường. Nhưng mà dù ở bất kỳ nơi đâu mỗi lần nhớ tới đom đóm là tôi bồi hồi. Ở Việt Nam hiện nay dù môi trường ô nhiễm đáng báo động nhưng tôi vẫn tin rằng đom đóm vẫn còn đó, vẫn chập chờn tỏa ánh sáng ảo diệu trên rừng núi quê tôi và trong đầm lau sậy miền Tây quê nội tôi.

Đom đóm tiếng Anh dịch là Firefly (Lighting Bug), tiếng Pháp là Luciole, tiếng Nhật: Satoyama, tiếng Tàu: Yinghuôchong, Mã Lai: Kilep v.v... Riêng thiên tài hoạt họa Walt Disney gọi nó là Tinker Bell, một cái tên có âm sắc rộn rã, vui tai và đẹp óng ả. Cái đẹp thật tươi sáng, hiền hòa và mộc mạc như dân dã nước tôi thường gọi: Đom đóm.

- Con chim én

Hồi nhỏ tôi thích... nhìn chim én bay lượn. Cứ mỗi độ xuân về chim én lại xuất hiện bay rợp trời trên cao nguyên quê tôi. Chim én là biểu tượng của mùa xuân, và là hình ảnh rất quen thuộc với người Việt mình. Hồi nhỏ tôi tưởng chim én là chim yến, nhưng lớn lên tìm hiểu mới biết không phải. Chim én là chim én, cũng không phải là chim nhạn như nhiều người ngộ nhận, còn chim yến gọi là yến biển. Hai loài chim này mới nhìn thấy giống nhau, có cùng sở thích bay lượn và săn mồi trên không, còn thì khác nhau ở nhiều điểm.

Chim én có lông màu đen hoặc xanh đen, mỏ lớn hơn mỏ chim yến. Chim én có thể đậu trên dây điện nhờ đôi chân cứng cáp, trong khi chim yến không đậu được vì chân rất yếu. Bù lại, chim yến bay cao hơn, nhanh hơn chim én và bay lượn suốt ngày. Khi bay, đôi cánh chim yến xòe ra rất rộng, còn cánh của chim én có hình cánh cụp, đuôi chim yến cũng chẻ hai nhưng không nhọn và dài như chim én. Chim én thường xây tổ trong hang hay trong khe hở các mái nhà, còn chim yến thường xây tổ ngoài đảo. Nhìn chung, loài chim này bay nhanh nhất thế giới so với các loài chim khác.

Có hai loại yến là yến đảo và yến nuôi. Yến đảo làm tổ trên những vách đá cao, dựng đứng hoặc trong những hang động cheo leo, hiểm trở. Tổ chim yến có hình dạng như cái chén, to, dầy và cứng để bảo vệ trứng và chim non. Tổ làm bằng bùn đất, rong, rêu, cỏ, lông và lá cây kết bằng nước miếng của chúng. Thức ăn săn từ thiên nhiên nên tổ chim yến rất tinh khiết và quí hiếm, được coi là một dược phẩm thượng hạng. Đời vua chúa ngày xưa bên Trung Hoa, tổ yến dùng để tiến vua. Ngày nay, ngoài thị trường tổ yến có giá rất cao,nhưng ai cũng có thể mua được, vì thiệt giả lẫn lộn.

Yến nuôi là yến được nuôi trong nhà. Chuồng yến na ná như chuồng bồ câu nhưng lớn như nhà ở cất trên gác thượng.

Chuồng được trang bị hệ thống sưởi ấm, tạo mùi hoang dã, tiếng chim mồi cũng giả. Chim yến ngoài thiên nhiên nghe tiếng kêu của đồng loại sẽ tụ lại, nếu thích nghi sẽ ở luôn. Sáng sáng chúng bay đi tìm thức ăn từ thiên nhiên, chiều bay về tổ.

Hiện nay ở Rạch Giá, khu lấn biển trên đường Lâm Quang Ky, nhiều nhà dân cất chuồng nuôi yến thu được nhiều lợi nhuận. Nhưng vì là yến nuôi nên giá cả rẻ hơn yến đảo.

Trong thi ca Việt Nam, chim én được nhắc tới nhiều hơn chim yến.Thí dụ:

- *Một con én không làm nên mùa xuân* (Ngạn ngữ))

- *Nhạn về biển Bắc nhạn ơi. Bao thuở nhạn hồi để én đợi trông* (Ca dao)

- Én bay thấp, mưa ngập bờ ao. Én bay cao, mưa rào lại tạnh (Tục ngữ)

- *Những là én Bắc nhạn Nam. Cánh hoa mặt nước biết làm sao đây* (Bích Câu Kỳ Ngộ)

- *Ngày xuân con én đưa thoi* (Truyện Kiều)

- *Nhạn về én lại bay đi. Đêm thì vượn hót, ngày thì ve ngâm* (Tản Đà)

- *Mỗi kỳ nghỉ em lại bay đi mất. Én mùa xuân, ơi con én của anh* (Lê Phong Trần)

- *Ngày cũng vừa xanh dáng tịch liêu. Đường xa sầu tiếp với cây chiều. Bầy chim én cũ qua thành phố. Về gọi thời gian vỗ cánh theo.* (Nhã Ca).

Én cũng là đề tài trong các bài hát mừng xuân của các nhạc sĩ như *Chinh Phụ Ca* (Phạm Duy), Mùa Xuân Đầu Tiên (Văn Cao), *Xuân Và Tuổi Trẻ (*La Hối – Thế Lữ), *Nếu Xuân Này Vắng Anh* (Bảo Thu), *Xuân Này Con Không Về* (Trịnh Lâm

Ngân), *Mùa Xuân Xôn Xao* (Hàn Châu), *Tạm Biệt Chim Én* (Trần Tiến), *Những Cánh Én Mùa Xuân* (Nguyễn Hiền), *Mùa Chim Én Bay* (Anh Thơ), *Xuân Ơi Xuân* (Nguyễn Ngọc Thiện), *Khi Chim Én Về* (Võ Công Anh) v.v...

Tóm lại, chim én là loài chim quen thuộc đã bay vào tâm thức của người Việt từ bao đời. Nó có mặt trong mọi lãnh vực văn học nghệ thuật: thơ, văn, nhạc, họa.

Ngoài chim én, Truyện Kiều Nguyễn Du cũng có nói về chim yến, nhưng thường ghép với chim vàng anh, như: *"Điều đâu lấy yến làm anh. Ngây thơ chẳng biết là danh phận gì". "Nàng rằng: Trời nhé có hay! Quyến anh rủ yến sự này tại ai"...*

Nói tới chim yến tôi bồi hồi nhớ lại hồi nhỏ tôi và năm ba thằng bạn hay tắm biển Nha Trang. Tuổi trẻ hăng máu nghịch ngợm thích chọn bãi nào có những lượn sóng dữ dằn đập ầm ầm vào bờ, sủi bọt trắng xóa là lao mình xuống. Vẫy vùng trước cái bao la hùng vĩ của sóng biển từ sáng tới trưa xong lên bờ rượt bắt mấy chú còng, mệt thì nằm dài trên cát, nghe hàng dương vi vu, ngắm mây trời lộng gió, ngó về Cầu Đá, ngó ra Hòn Tre, nhất là nheo mắt ngó ra Hòn Yến tít ngoài khơi xa.

Hồi nhỏ tôi thích đọc truyện đường rừng, truyện phiêu lưu, mạo hiểm, ưa nhìn những gì mờ ảo xa xôi. Sau này lớn lên, có dịp trở lại Nha Trang, đứng trước biển tôi đều nhìn lung ra ngoài khơi coi Hòn Yến... còn đó hay không. Có lần tôi xuống xóm Cồn, gần Cầu Đá thăm thằng bạn tắm biển ngày xưa được vợ chồng nó đãi rượu đậu nành đưa cay bằng ghẹ luộc, ốc nướng và chén cháo yến thơm điếc mũi. Lúc ngà say nó oang oang kể về nghề săn bắt tổ yến nghe mà mê. Trong đám bạn tắm biển hồi đó, nó là thằng chì nhất, chẳng sợ biển cao sóng cả là gì. Chính nó là... "thằng thầy" dạy tôi dũng cảm lao mình vào những đợt sóng lớn, sùng sục sôi trào đổ ập vào bờ. Nó cũng dạy tôi chèo thuyền thúng mà "người ở núi" như tôi chèo gì thì chèo nó vẫn lắc lư, xoay tròn một chỗ. Thuyền thúng đan bằng tre, hình tròn, chở được một hai người, chỉ có ở các làng chài Việt Nam dùng để ngư dân nuôi hải sản di chuyển. Lớn lên tụi tôi đều vào lính, riêng nó - con một - trở thành tay săn bắt tổ yến chuyên nghiệp. Vào mùa khô, nó theo ba nó dong ghe ra Hòn Yến, cách bờ biển Nha Trang khoảng 12 hải lý (25km) săn bắt tổ yến. Năm 1985, ở hải ngoại tôi nghe tin nó bị té chết trong hang yến vào tháng 3, đầu mùa thu hoạch tổ yến.

Nghĩ tới nó mà xót xa. Nhưng dù sao, trong đám bạn tắm biển Nha Trang hồi nhỏ, nó là thằng sau cùng chết ở ngoài đảo so với bốn thằng bạn kia lần lượt hy sinh trên rừng trên núi âm u. Bây giờ còn lại mình tôi ngồi nhớ lại những chuyện ngày xưa mà thương cho tuổi trẻ Việt Nam trong thời khói lửa, đao binh. Mỗi lần nhớ tới những thằng bạn chết trẻ tôi lại bùi ngùi. Có trời mới biết hồn tụi nó bây giờ ở đâu, đã giạt về phương nào hay còn vất vưởng đâu đó trên quê hương khốn khổ kia.

Thôi thì tôi cũng cầu mong cho tụi nó bay cao hơn chim yến trên trời đầy mây trắng hòng sớm tiêu diêu miền cực lạc nào đó xa xăm.

- *Con bù nhọt*

Hồi nhỏ, anh em tụi tôi hay bắt kiến bù nhọt làm mồi bắt dế. Để bắt kiến bù nhọt, ta ngắt một cọng cỏ lau thọc xuống hang mà ngoáy. Thấy động, kiến túa ra bám vào cọng cỏ, chỉ việc rút lên dùng ngón tay cái và ngón trỏ vuốt thật nhanh để kiến rớt gọn vào lon sữa bò là xong.

Gặp hang dế, chỉ việc nhúng cọng cỏ lau vào lon đựng kiến cho kiến bu xong thọc nguyên cọng cỏ xuống hang dế. Dế dưới hang bị kiến cắn đau cố trồi lên miệng hang để thoát thân, thế là ta cứ chụp bắt.

Mùa mưa là mùa sanh sản dế và kiến bù nhọt. Kiến bù nhọt có màu tim tím, hung hung, to bằng kiến đen hay kiến vàng. Kiến bò nhọt ở hang nối liền nhau, sống từng đàn, đặc biệt nọc rất độc. Mùa mưa đất ẩm ướt kiến bù nhọt bò tứ tung đi tìm mồi. Bất cứ sinh vật nào kể cả người vô tình xâm nhập vào giang sơn của chúng là bị chúng đồng loạt tấn công một cách hung hãn. Tôi đã từng bị kiến bù nhọt chích, nhảy dựng, rên la, đau nhức thấu trời. Chưn cẳng lập tức làm độc sưng vù thành một vòng tròn đỏ tấy, xức dầu gì cũng vô ích, phải xuýt xoa chịu đựng ba bốn ngày mới hết nhức.

Mùa mưa là mùa anh em tôi bị no đòn nhiều nhất. Lén đi bắt dế về không sao, nhưng bị kiến cắn hay bị gì về méc má là cứ y như rằng anh em tôi bị má la; còn ba thì bắt nằm xuống lấy roi mây vừa dạy dỗ vừa đánh một trận đau quắn đít.

Bây giờ về già, ngồi ôn lại chuyện xưa mà thương cho anh tôi và lũ kiến cùng mấy chú dế. Tôi không biết ngày nay "họ" có còn nhớ tôi không. Riêng tôi thầm nghĩ, gặp lại nhau ở trên trời chắc họ cũng biết cảm thông nhau, sẵn sàng... bắt tay nhau mà tha thứ cho cái thế thái nhân tình của nhau.

- Con giang sen

Từ thập niên 40, 50 tới cuối thập niên 60, ba tôi là một thợ săn khét tiếng trên Bản Thuột. Nhưng nghề săn không phải lúc nào cũng bắn được thú. Những lần đi không về không, trớt quớt, ba tôi đành đánh bẫy chục con chim cu đất chở về cho má tôi nhổ lông làm thịt ru-ti ăn xín xái đỡ ghiền.

Có một lần tôi nhớ hoài, lần ấy cũng không bắn được con thú nào, nhưng ông trời thương tình cho ba tôi... "trúng giải an ủi", là bắt được một con chim rừng hiếm quý. Ba tôi gọi nó là con Dân Sen, nhưng sau này học môn sinh vật học tôi mới biết nó chính thức tên là Giang Sen.

Con giang sen còn gọi là cò lạo, tương cận với hạc, có nguy cơ tuyệt chủng nên rất quý hiếm. Trên thế giới hiện nay còn khoảng 10.000 con. Tên tiếng tiếng Anh là Painted Stork, tên khoa học là Mycteria leucocephala (tên chi mà kỳ cục, khó nhớ lại khó đọc thấy mụ nội). Đầu lớn, mỏ hơi cong và dầy. Nặng khoảng 3, 4 ký, cao gần một thước tây. Lông chim màu trắng pha hồng ở chót cặp cánh, phần đuôi đen ửng màu xanh lục. Sống từng bầy ở vùng đầm lầy, ao hồ, bờ sông hoặc đồng ruộng. Chuyên ăn cá, ếch nhái, côn trùng.

Con giang sen vừa chở về thả sau hè nhà chưa chi đã có ông các chú cùng xóm chuyên bán cao hổ cốt tới ngả giá. Dĩ nhiên ba tôi không bán. Trời sụp tối, sợ chim bay mất, ba tôi cẩn thận lấy sợi dây dù cột chưn nó vô gốc cây gòn xong cả nhà yên chí vô nhà ngủ. Ấy vậy mà sáng hôm sau con giang sen yêu quí biến mất không kèn không trống. Nghi thủ phạm nửa đêm lén vào đánh cắp con chim nhưng không có bằng chứng nên cả nhà đều tiếc hùi hụi. Riêng con nít tôi ngẩn ngơ đứng nhìn đống phân chim và sợi dây dù bị cắt đứt mà khóc ri ri.

- *Con chồn hôi (skunk)*

Hồi tôi còn nhỏ, thị trấn Bản Thuột rừng nhiều hơn nhà. Ngay từ phi trường L 19 chạy lên tới đồn điền CHPI (Compagnie des Hauts Plateaux Indochinois), hai bên đường toàn rừng và rẫy cà phê. Ban ngày ban mặt thấy hươu, nai, chồn, cáo chạy ngờ ngờ, nghe công rừng kêu oang oác con nít tôi hí hửng ra mặt.

Sau này, thập niên 80, sống ở nước ngoài, tôi vẫn có duyên với rừng và rú. Nghĩa là từ nhà ở ngoại ô chạy tới sở làm rừng thưa nhiều hơn nhà. Thỉnh thoảng đang lái xe thình lình gặp con nai hay con cáo băng qua đường tuy giựt mình nhưng lòng mừng rúm, ấy vậy mà gặp chú sóc hay chú chồn hôi *(skunk)* bị xe cán bẹp dí tôi lại buồn.

Càng về sau nếp sống đô thị hóa đẩy lui rừng rú và thú hoang xa dần loài người, tui thấy ai cũng vui còn mình thì buồn man mác vì hiếm khi có dịp gặp lại chúng nữa. Ấy vậy mà một hôm, trời còn mờ hơi sương đang tàng tàng lái xe tới sở làm, vừa chạy ngang qua nghĩa địa bất thần tui ngửi phải một mùi hôi. Thoạt đầu tôi tưởng mùi người chết bèn nín thở nhưng nghĩ lại mới biết đó là mùi của con *skunk*. Nghĩa địa người ta văn minh thấy mồ tổ mần chi có oan hồn uổng tử nào xổng mùi ra đây.

Thấy trời còn mờ hơi sương, đường vắng vẻ, gió hiu hiu tôi bèn tấp vô lề đường, dừng xe, ngước cổ, phồng ngực hít một hơi thiệt sâu để tận hưởng cái mùi hoang dã của thú rừng mà lâu lắm tôi không còn ngửi thấy. Hít đã một hồi tôi mới dòm quanh quất coi mùi từ đâu bay tới thì thấy rõ ràng dưới ánh đèn xe một con *skunk* bị xe cán dẹp lép. Tuy dẹp lép đến tội nghiệp, nhưng bộ lông của con *skunk* phất phơ trong gió sớm coi thiệt là... nên thơ, thiệt đã con mắt.

Loài chồn hôi này lông màu xám đen, có hai lằn sọc trắng từ trên đầu chạy dọc theo sống lưng hoặc hai bên hông xuống chóp đuôi. Khi gặp nguy nó xịt ra mùi hôi thầy chạy để dễ bề thoát thân. Dễ thương hết biết.

Nhìn chung tuổi thơ tôi là như vậy đó: ngây ngô, hiền khô, thật thà, vui tính. Nó trong lành, xanh mát, tươi đẹp và hồn nhiên.

- *Con Rít*

Hồi nhỏ, tôi hay theo anh tôi đi bắt chim bắt cá về chơi. Một hôm thoáng thấy chim mẹ lăng xăng làm tổ trên cây trứng cá hai anh em tôi mừng lắm. Chớ chim con ra lông, mở mắt xong; anh tôi trèo lên cây rinh nguyên cả tổ chim còn đỏ hỏn đem về nuôi. Sức mấy biết nuôi. Chết sạch. Con nít tánh bổn thiện nên anh em tôi chôn luôn cả tổ chim lẫn chim chết dưới gốc tre sau hè nhà. Mộ chim cũng đắp vun vun như mộ người, cũng nhang khói tiễn linh hồn lũ chim xong là quên ngay; hôm sau đi bắt con khác. Con rít. Ôn mệ ơi! Con rít thì tôi chạy mặt.

Rít thường thấy ở dưới các khúc gỗ mục, hốc đá ẩm thấp hoặc mái nhà mục nát **nên tôi luôn tránh xa.**

Một hôm không biết anh tôi bắt được con rít hồi nào mà vừa thấy nó ở trong túi áo của ảnh bò ra đen xì xị, dài ngoằng, to tổ chảng, tôi hết hồn hét to lên một tiếng co giò chạy tới vãi đái ra quần.

Sau này lên trung học, học môn Vạn Vật tôi mới biết con rít thường dài từ 7cm tới 13cm (ở Nam Mỹ có con dài tới 45cm). Rít thân dẹt, gồm 20 tới 22 đốt giống nhau, mỗi đốt có một cặp chân. Lạ một điều là nọc độc rít phát ra từ cặp chân trước chớ không phải từ miệng. Cắt bỏ cặp chân này thì ta tha hồ cho rít bò lên tay, lên mình mà không sợ nó cắn. Trong Đông Y, rít phơi khô **đem** bào chế thành một vị thuốc có tên gọi là Ngô công. Theo Y học cổ truyền, Ngô công có công dụng trị co giật, giải độc rắn cắn, trị đau đầu, đau nhức gân xương do phong thấp.

Lớn lên đi lính, ngoài tiền đồn thiếu gì rắn rít. Lần nào giết được rắn là lần đó coi như có bữa nhậu, thường là rắn hổ đất, cạp nia hay hổ ngựa kèm theo rít nướng trui là nguồn chất đạm đưa cay. Nhớ nhất là những năm đi tù "cải tạo", đêm ngủ bị rệp cắn, muỗi chích là thường, sợ nhất là bị bọ cạp hoặc rít cắn mới mệt. Vết rít cắn có thể gây đau đớn, nổi mẩn đỏ, buồn nôn và sốt. Nghe thấy rít là tôi lạnh mình, nhưng có một chuyện kể về rít thật hay, đáng liệt vào "Những Thiên Thần Nhỏ" lắm.

Bộ ba rắn, rùa và rít ngồi nhậu với nhau. Đang lai rai bỗng dưng hết rượu giữa chừng. Ba con liền đề nghị xem ai sẽ là người đi mua rượu.

Rắn: "Tao không có chân nên phải bò đi mua lâu lắm, làm lỡ hết cuộc vui, hai bọn mày đi mua đi!"

Rùa: "Tôi tuy có chân nhưng bò chậm do có mai, thôi tốt nhất là anh rít nhiều chân đi nhanh nên đi mua rượu!"

Rít: "Ok, vậy tao sẽ đi mua!"

Rắn và rùa đợi khoảng 30 phút mà chưa thấy rít đi rắn liền hỏi:

- Mày đang làm gì thế hả rít?

- Chờ một tí nữa tôi đi ngay!

Khoảng một tiếng sau rắn quay lại thấy rít liền hỏi:

- Mày đi mua rượu về rồi hả?

- Chưa đi!

- Thế nãy giờ mày làm gì mà chưa đi?

- Tao đang mang... giày!

PHAN NI TẤN

ƠI HỠI CỐ NHÂN?!

Thuở ấy, tình đời nhà quê tôi có ba lần đại bại dưới tay con gái. Cuộc thảm hại tuy đã cũ mèm song đôi mắt ấy vẫn cứ long lanh. Chuyện như vầy:

1. Hun Đứng

Cái hồi mới chớm biết yêu con gái hun tui trước. Một cái hun để đời tới chết cũng hổng cách gì tui quên cho đặng. Rõ ràng là hồi đó tui y hệt như anh chàng nhà quê mới lên tỉnh. Mùng một Tết con nhỏ len lén tâm tư hẹn tui ra bụi chuối sau hè chơi. Lần đầu đứng cạnh con gái tui cứ lớ ngớ, chưn tay thì lọng cọng định dựa cây chuối cho đỡ run thì bất thần con nhỏ xáng tới chìa mõ hun cho mầy một cái choác thiệt lẹ rồi cấp đít te rẹt chạy một nước. Cái dáng nó chạy đẹp như thiên thần biết bay. Mà nó chỉ hun phớt qua môi chớ có lâu gì đâu nà, vậy mà tui cũng run như cầy sấy, tim thì đập thiếu điều muốn lọt ra ngoài lồng ngực xẹp lép.

Bị con gái hun lần đầu dìa nhà tui cứ như người đi trên mây. Con gái con lứa gì mà táo tợn quá ể nhưng cũng đủ làm tui sướng rên ba bốn ngày. Khi tỉnh hồn tỉnh vía nhứt định lần tới tui hun nó trước trả thù. Ấy vậy mà ông trời ổng có thương gì tụi tui đâu, ổng bất nhơn quá mạng. Sau cú hun ná thở đó hổng thấy nó đâu nữa. Chừng nửa tháng sau tui mới hay cả nhà ba má nó dọn về Tuy Hòa hổng kịp nói với tui nửa lời từ biệt.

Con nhỏ Tàu lai đẹp thầy chạy nghen. Đi học nó tên Xíu Nữ, về nhà nó là Xì Chảy. Nước da nó trắng như trứng gà bóc, mái tóc cum-bê ôm gọn gương mặt bầu bĩnh dễ thương, trên đó ông trời ổng gắn cho nó cái sóng mũi dọc dừa với hai lỗ mũi hấp hên, môi trái tim đỏ chét, lông mầy rậm ăn rơ với cặp lông mi rợp che con mắt thu ba trường giang con sóng lượn. Tóm lại nó đẹp hết hồn đó đa. Dáng dấp nó thon gọn, nhỏ thó nên nó đi như gió. Nó đi hoài đi hũy tới 70 năm sau nó vẫn biệt tăm biệt tích. Nuốt trọn trạo cái hun đầu đời đó mãi về già tui mới rặn được mấy câu thơ **Hun Đứng** đầy mộng mị như ri:

Mùng 1 Tết trịnh trọng mình khiêng thêm một tuổi
Bạc trên đầu theo gió phất phơ bay
Cái tuổi ngon lành như mấy sợi trời mây
Mình nuốt hết niềm vui vào trong bụng

Mùng 1 Tết lụm khụm cõng hồn đời nao núng
Nghe trái tình vẫn trào bọt thân tâm
Ngắm mấy em đào em mận du xuân
Mình phành ngực mình xung thiên bất tử
Theo hưng phấn cỡi hồn phi về quá khứ
Nếm cái môi non còn cất thuở ban sơ
Con bé ăn nước mắm đi hẹn với anh khờ
Đôi môi con nít ôn mệ ơi nó mặn

Con nít chừ chắc cũng đang già lắm
Theo chồng con trôi giạt biết phương nào
Kiểu hun đứng suốt đời hai đứa khát khao
Cái môi mình dính vào cái đôi môi mọng
Mùng 1 Tết nắng xòe tia lửa rộng

Mình điểm tâm bằng mớ kỷ niệm xưa
Gấp thời gian từng nếp hỏi già chưa
Chắc còn trẻ nên mình còn ốt dột.

2. Hun Ngồi

Rồi từ đó theo thời gian tui cất "miếng môi xưa" vào trong cặp-táp giã từ bậc tiểu học lên trung học. Trường hơi xa nên tui đi học bằng xe ngựa. Nói cho oai vậy chớ thiệt tình tui hay len lén đu sau càng xe ngựa đến trường được khúc đường nào hay khúc đó. Hihi.

Đậu tú toàn phần xong dìa Sài Gòn học đại học, chất quê chưa kịp gột rửa nên tui cũng hổng để ý gì tới con gái con lứa. Hồi nhỏ tui hay chơi đờn. Chơi cho vui ai dè tiếng đờn tích tịch tình tang của tui hổng biết hấp dẫn ra sao mà con nhỏ xóm Cầu Kho mết tui hồi nào hổng hay. Nhà nó sát vách nhà bà cô tui nên hàng ngày đi học dìa tui hay gặp nó bán nước mía trước nhà. Thấy nó mà tui có để ý gì đâu trời. Vậy mà con nhỏ Cầu Kho chèo kéo riết rồi tui lọt vào hồ mắt nó hồi nào hổng hay, nhất là nó có đôi môi vô cùng gợi cảm. Khi thấy tui dần dà dạn dĩ nó hay dụ tui hun vào... cái giọng ngọt như mía lùi của nó.

Nhưng rồi cũng như mối tình đầu, mối thứ hai này cũng bị... lột dzên. Từ anh sinh viên tui trở thành anh lính sa trường. Thay vì bồng em thì tui bồng súng. Đi trong lửa đạn lúc nào tui cũng nhớ tới em. Ấy vậy mà khi về phép tui mới biết con nhỏ theo chồng dìa Ấn Độ từ khuya.

Sầu tình tui lại rặn ra bài thơ thứ nhì, bài **Hun Ngồi** hổng giống ai. Như ri:

Cái bữa trời mưa làm em xưa ướt nhẹp
Tóc chảy thành dòng xuống đôi má xuân non
Cái má nhiều phen anh hun lên khét nghẹt
Vẫn cứ đỏ au như trái lựu hồng giòn
Trời mưa ác quá làm em xưa thút thít

Dụi vào ngực anh nhõng nhẽo tiếng giận hờn
Nước mắt trời mưa hay trời mưa nước mắt
Chảy xuống bờ môi anh uống miết cành hông

Nuốt cái môi ngon bớ trời ơi là ngọt
Nước miếng em trào vô cuốn họng anh khô
Trời nắng mưa nào cũng nổi cơn hưng phấn
Xung thiên anh cắn dập dụi cả đôi bờ

Đôi bờ môi ấy giờ trôi xa lăng lắc
Bên lỡ trôi đi mà chẳng thấy bên bồi
Nên anh đứng đây già như cây lá mục
Lòng chẳng sao quên trớt cái nụ hun ngồi.

3. Hun Nằm

Tốt nghiệp trường Bộ Binh Thủ Đức tui cầm sự vụ lệnh ra trình diện đơn vị vùng I ngoài miền Trung quê ngoại tui. Những lần hành quân về tui hay nhậu lai rai với mấy thằng đệ tử bên bờ sông Hương. Có lần say khướt tụi nó khiêng tui xuống đò sáng ra mới biết lần đầu trong đời mình... mất tân. Hehe. Đụng trận thì tui ra vẻ ta đây nhưng đụng rượu hay đụng đờn bà con gài thì tui dỡ òm. Cũng như hai bài thơ dở hơi Hun Đứng, Hun Ngồi, về già tôi lại rặn thêm bài **Hun Nằm** như ri:

Lần đầu em biết hun nằm
Chị ơi em chị nuốt nhằm trần ai
Vịn đò uốn éo thân mai
Hắn cười ngặt nghẽo khiến em phai linh hồn

Nhớ xưa lén cọ miếng hun
Em và con mén đều run quá trời
Chị nờ, con mén sứt môi
Mà răng nước miếng nó ngọt ơi ngọt à
Mạ thương em vốn thiệt thà

Nhiều khi đời mắng rửa là thiệt thân
Ngồi hun mà cũng thất thần
Huống chi hun đứng cái lần hẹn xưa

Cái lần hẹn nớ trời mưa
Khiến cho hai đứa sọc dưa bắt dị òm
Tuổi hồng gót đỏ như son
Hắn đi vào giấc mộng con em nằm

Tháng ngày kết lại thành năm
Em khiêng đời giạt xa xăm bến người
Một hôm ngồi nhẩm tuổi trời
Mới hay mình cũng đầy vơi phận tằm

Nhớ xưa em biết hun nằm
Đến chừ lòng vẫn tiếc thầm chiếc thân
Ngoài kia rưng rức sang xuân
Chị ơi em chị đã gần bảy mươi.

PHAN NI TẤN

ON ƠI ON! SÀ LANH BON TÊ? (*)

Hồi nhỏ có lần vào dịp lễ Ok Om Bok nội dắt tôi đi Sóc Trăng coi lễ hội truyền thống đua ghe Ngo của người Khmer trên sông Nhu Gia ở xã Thạnh Phú. Lớn lên, anh bạn Thạch Sum quê Cù Lao Dung (Sóc Trăng) đưa tôi tới Chùa Dơi coi đàn dơi khổng lồ đeo tòn ten trên cây sao, cây dầu xong xuống kinh Chà Và lội về bến cá Bãi Xàu uống rượu nếp Bãi Xàu say tít cung thang. Tôi còn nhớ buổi nhậu trong một quán lá đơn sơ, lần đầu tiên tôi nghe câu nói lạ tai: "*On ơi on! Sà lanh bon tê?*", "*Sóc Sờ Bai, bòn, tâu na bòn, tâu na bòn ơi*"

Ngót nửa thế kỷ sau ở quê người tôi lẩn thẩn ngồi nhớ Sóc Trăng.

Sóc Trăng tên cũ là Ba Xuyên, là một tỉnh ven biển, nằm trong vùng hạ lưu phía Nam sông Hậu. Sóc Trăng do từ Srok Kh'leang phiên âm tiếng Việt là Sốc-Kha-Lang, gọi tắt là Sóc Trăng. Sóc Trăng được mệnh danh là xứ kho bạc, xứ sở chùa vàng, quê hương của bánh Pía.

Ở Sóc Trăng trong vòng bốn năm ngày, tôi theo anh bạn Thạch Sum vốn ưa thích hoạt động ngoài trời, lượn qua những khu chợ cũ, qua các công trình hành chánh kiến trúc kiểu Pháp, qua nhà máy xay lúa dọc theo kinh xáng Xà No, qua khu bungalow ven sông, qua cầu Phú Lộc, qua nhà thờ Sóc Trăng (xây dựng 1888, giảng đạo bằng tiếng Khmer)... Đi qua những địa danh lịch sử này tôi đều không thích cho bằng buổi thăm viếng một số chùa Miên.

Nói tới Sóc Trăng là nói tới những người bạn bản xứ Khmer giản dị, hiền lành, sinh sống đông nhất tại các tỉnh đồng bằng sông Cửu Long. Họ xem chùa chiền là nơi thiêng liêng, thờ phượng, nơi tập trung những tinh hoa về văn hóa, nghệ thuật của dân tộc.

Chùa Khmer có kiến trúc độc đáo dựa trên tinh thần văn hóa Phật giáo Tiểu thừa, như chùa Prêk On Pu (Tầm Vu) xây dựng từ năm 1664, chùa Botum Vongsa Som Rong từ năm 1785, chùa Kh'leang có tuổi thọ 500 năm, chùa Bốn Mặt, ngôi cổ tự 500 năm, chùa Wath Sro Loun (chùa Chén Kiểu) xây dựng từ 1815, chùa Kos Tung xây dựng hơn một thế kỷ trước... Nhưng với tôi, ngôi chùa ở Sóc Trăng thu hút nhiều khách thập phương nhất vẫn là chùa Mahatup tức Chùa Dơi.

Chùa Dơi còn gọi là chùa Mã Tộc, là ngôi chùa duy nhất thờ Phật Thích Ca của cộng đồng dân tộc Khmer sinh sống trên địa bàn tỉnh. Chùa được khởi công xây dựng vào từ năm 1569, cách nay 454 năm. Gọi là Chùa Dơi vì khuôn viên chùa là nơi sinh sống của hàng ngàn con dơi. Ban ngày dơi treo lủng lẳng trên cành cây sao, cây dầu. Buổi chiều chúng bay đi xa để kiếm ăn mờ sáng hôm sau mới quay về. Dơi trong chùa thuộc loại dơi ngựa to lớn, trọng lượng từ 1kg tới 1.5kg, cánh sải rộng khoảng 1.5m, lông màu vàng đen. Các sư sãi trong chùa cho rằng hiện tượng dơi về chùa là phúc lành nhà Phật nên cần bảo vệ chúng. Đáng tiếc nghe nói ngày nay Chùa Dơi không còn bóng dáng một con dơi nào.

Chùa Việt Nam vốn cổ kính, trầm mặc, khác với chùa của người Khmer kiến trúc nổi bật mang màu sắc sặc sỡ. Những hoa văn, họa tiết trang trí ở đây đều mang đặc trưng kiến trúc

Khmer với nhiều tháp nhỏ trên mái chùa, phía đầu hồi chạm trổ hình rắn Naga uốn lượn. Bên ngoài chánh điện có các bức phù điêu sặc sỡ được trang trí trên các bức tường, các cột kèo khắc nổi những hình tượng tiên nữ Kâyno xinh đẹp, đầu thần Bayon bốn mặt, chim thần Krud, khỉ Hanuman, chằn tinh Yeak hung dữ... Chùa của người Khmer thường vang vọng những âm thanh từ bộ nhạc ngũ âm truyền thống.

Ngoài ra, người Khmer còn có các lễ hội cổ truyền, như Chôl Chnăm Thmây (lễ mừng năm mới), Sene Dolta (lễ cúng ông bà), lễ Ok Om Bok (lễ cúng trăng), lễ Lôi Protip (lễ thả đèn nước), lễ Kathina (lễ dâng y), hát múa Rô Băm (hát rẩm), múa rom vong (múa lâm thôn), múa apsara .... Đặc biệt là kho tàng nhạc khí dân tộc mang đặc trưng văn hóa của người Khmer, trong đó nghệ thuật có từ lâu đời là Chầm riêng chà pây (chầm riêng nghĩa là hát, chà pây tức là cây đàn chà pây), một loại hình nghệ thuật độc xướng với đàn chà pây đệm theo.

Xa Sóc Trăng ngót 54 năm ròng tôi vẫn còn nhớ cái tên Khánh Hưng gợi nhớ một đô thị Sóc Trăng phồn hoa xưa ở vùng đất nông thôn còn khá quê mùa. Đặc biệt đặc sản Sóc Trăng thời xa xưa đó luôn là mức lôi cuốn khách thập phương đến với mảnh đất miền Nam hiền hòa này, như bưởi năm roi, vú sữa tím, cá bống sao, bún nước lèo, bún vịt nấu tiêu, bún gỏi dà, hủ tiếu cà ri, cháo cá lốc rau đắng, bò nướng ngói, bánh xèo, bánh phồng tôm, bánh tráng sữa, bánh pía, bánh ống...

Miền Nam là vựa trái cây lớn nhất nước nên các loại rượu đều được cất từ cây ăn trái có hương vị độc đáo miền quê sông nước, như rượu dừa, rượu mận, rượu bưởi, rượu gạo, nổi tiếng nhất vẫn là rượu nếp Bãi Xàu.

Cuối thập niên 1960, dọc theo bến cá Bãi Xàu nằm cặp chợ Mỹ Xuyên có một quán lá của chị Bảy Sophea bán rượu nếp ngon nhất bến. Thạch Sum là khách quen mặt không nói làm gì, riêng tôi vừa bước vào quán đã cảm thấy vui lây với sự tiếp đón nồng nhiệt, mến khách của chị chủ quán. Hào hứng nhất là mỗi lần chị Bảy Sophea bưng rượu tới bàn cho khách, nụ cười tươi tắn luôn nở trên môi đi đôi với câu nói vừa lạ vừa vui tai lại thân tình của chị ai nghe cũng thích:*'On ơi on! S*à la*nh bon tê?'*. Hỏi ra tôi mới biết đây là câu tỏ tình vừa bạo gan lại vừa hồn nhiên của đôi trai gái Khmer: *'Anh ơi anh! Có yêu em không?'* hoặc ngược lại.

Khi chị Sophea tiễn chúng tôi lảo đảo ra về, chị lại vui vẻ nói như hát: (*) *"Sóc Sờ Bai, bòn, tâu na bòn, tâu na bòn ơi"* có nghĩa là mời gọi mọi người đến nơi đây. Ngôn ngữ Khmer thật tuyệt vời.

Thạch Sum đã mất năm ngoái đúng vào dịp lễ dâng y Kathina rằm tháng 9 âm lịch ở Cù Lao Dung. Nhớ bạn tôi lại thả hồn vào những kỷ niệm một thời cùng bạn lang thang trên đất Sóc Trăng.

Ai về thẳng tới Năm Căn
Ghé ăn bánh hỏi Sóc Trăng, Bãi Xàu.
Đất Sóc Trăng quê mùa nước mặn
Tôi ra Vàm Tấn chở nước về xài
Về nhà sau trước không ai
Hỏi ra em đã theo trai mất rồi.
Ngó lên trời mưa sa lác đác
Ngó xuống đất hạt cát nằm nghiêng
Rượu Ba Xuyên rót đãi người hiền
Trước là đãi bạn, sau giải phiền cho anh.

PHAN NI TẤN

QUÊ TÔI

Tôi sinh ra ở Banmêthuột cho nên núi rừng là bạn của tôi. Đi đâu, làm gì, thức hay ngủ, rừng núi lúc nào cũng kề một bên. Lớn lên tôi có đọc chút ít lịch sử trước 1975 của quê tôi, ở đó miên man trải dài ngút mắt, là núi và rừng, nơi xanh um một màu xanh lá, nơi chói chang một trời nắng lụt, và cũng là nơi lầy lội, ẩm ướt những trận mưa vào mùa. Từ thị xã đến thôn quê, nhà cửa theo thời gian lần lượt mọc lên suốt dãi cao nguyên đất đỏ; con người sống trong màu đất đỏ, tử sinh cùng đất đỏ.

Vì núi rừng là bạn bè, nên tôi khá quen thuộc và am hiểu, dù không nhiều, vùng cao nguyên đất đỏ cũng như phong tục tập quán những người bạn rừng núi của tôi. Dưới đây là những đặc điểm liên quan đến tỉnh Daklak mà trước 1975 tôi đã từng lăn lộn, hòa mình vào, lắng nghe và biết đến - nên xin mạo muội nói qua.

Người Radhé

Xin tóm tắt:

Trước thế kỷ XIX, tù trưởng Ama Thuột, người Êđê, lập ra Buôn Ma Thuột, nghĩa là làng của một vị tù trưởng anh hùng tên Thuột, xưa kia đã lãnh đạo dân làng chống lại người Cao

Mên, Lào thường tràn qua biên giới cướp phá. Người Radhé còn gọi là Êđê; tiếng Thượng ê-đê có nghĩa là tre, nứa, họ thường ở ven sông hay các đầm nước.

Hiện nay tổng số người Êđê ước khoảng trên dưới 200.000 người, sống rải rác trên khắp cao nguyên Daklak. Họ chia thành nhiều sắc tộc nhỏ như Radhé Kpa, Radhé Adham, Dlié Ruê, Krung, Kdung, Kmun, Blô, Epân, Kdrao...

Người Êđê theo chế dộ mẫu hệ, sống giản dị, tính tình thật thà, chất phác, hiếu khách, thường tiếp xúc với người Kinh nên đời sống văn minh tiến bộ hơn các sắc tộc khác ở miền cao.

Thập niên 1940 - 50, đàn ông thường ở trần, đóng khố, đàn bà mặc yêng (váy), áo cánh hoặc mình trần. Trước khi người Pháp đặt chân lên cao nguyên, người Êđê cũng như các dân tộc sơ khai khác không có tôn giáo nào, thay vào đó họ tin có ma quỉ, thần linh, sấm sét, gió, nước, lửa, núi, sông, hồ... Do đó, hàng năm họ thường giết trâu, bò, heo, dê để tế thần. Người Êđê không có lễ Tết như người Kinh, nhưng nhiều lễ hội hàng năm thường được diễn ra như lễ mừng lúa, lễ ăn cơm mới, lễ uống mừng năm mới (Mnăm Thun), lễ rửa chân, lễ đeo vòng, lễ đâm trâu, lễ bỏ mả... Những lễ hội này họ đều đánh cồng, giống chiêng, nhảy múa, ca hát linh đình bên đống lửa.

Ngoài người Êđê đa số sinh sống quanh tỉnh Daklak, còn có các sắc tộc khác như M'nông, M'dhur, Djarai, Mạ, Mường, Nùng, Mèo, Mán, Thái...

Nhà sàn

Trong các buôn làng của người Êđê, M'Nông rải rác trên khắp vùng cao nguyên Daklak không nơi nào có nhà rông, ngoài nhà sàn (sau này còn gọi là nhà dài?). Nhà rông chỉ xuất hiện ở hướng Tây Bắc Kontum, trải dài lên Dak Tô, Dak Pet mới có.

Nhớ hồi tôi ở Kontum đi công tác lên Dak Tô, khi xe chạy trên quốc lộ 14 ngang qua một làng Thượng cất dọc theo bờ sông Poko, anh tài xế quân vận chỉ mái nhà rông vươn lên dưới cái nắng hầm hập, giọng lơ lớ nói Thiếu úy biết buôn này của dân tộc nào không. Hỏi rồi tự đáp: "Của người Xtrieng đó, Thiếu úy". Tôi buột miệng reo: "A, người Sê -Tiêng hả?" anh tài xế Thượng cãi liền không phải người Sê -Tiêng mà Xtrieng. Em là dân tộc Xtrieng mà Thiếu úy! Bố em người Sédang gặp má em ở Tumorong, họ *"bắt cái nước"* sinh ra em ở làng này mà. Hêhê!".

Lần đầu tiên tôi nhìn thấy nhà rông. Nhà rông này, dựng giữa làng có vẻ đã cổ xưa. Tuy nó oai nghi, ngạo nghễ vươn lên giữa trời đất nhưng có chút gì đó đơn điệu, buồn bã và huyền hoặc. Cũng như nhà sàn, nhà rông cất trên những cột gỗ chân thấp, rộng bề ngang, mái nhà làm theo hình lưỡi búa, cong ra hai mặt, lợp bằng tranh, trên chóp mái hơi cong và dài như chiếc thuyền úp ngược. Bên trong nhà rông, sàn nhà lót bằng phên, trên vách nứa treo những chiếc trống cái, cồng, chiêng, xà-gạc, giáo mác, nỏ, cung tên.

Nhà rông là nơi hội họp, sinh hoạt các lễ hội, nghi lễ tín ngưỡng của dân làng, cũng là nơi tiếp đãi khách. Ban đêm, chỉ có trai làng chưa vợ đến ngủ ở nhà rông, quanh bếp lửa. Tuy nhiên, tùy theo phong tục từng dân tộc, ban đêm trai gái đều ngủ ở nhà riêng của mình.

Nhà rông, linh hồn của làng, từ thuở xa xưa đến nay vẫn là một biểu tượng linh thiêng, một hình tượng gắn bó mật thiết trong đời sống tâm linh của người làng.

Riêng nhà sàn ở Banmêthuột phải nói là một công trình văn hóa độc đáo của dân tộc Êđê. Buôn làng thường ở cạnh bờ sông hoặc các đầm nước. Để tránh thú dữ, rắn rít, nhà được cất cao hơn mặt đất hai ba thước. Dưới sàn để chứa củi và nuôi gia súc. Lối nghệ thuật kiến trúc của dân tộc thiểu số, nhà sàn cất theo hình chữ nhật, hoàn toàn không dùng bất cứ cái đinh hay miếng kim loại nào ngoài gỗ, tre, nứa và tranh, lá làm vật liệu căn bản. Cả một hệ thống sườn nhà, xà nhà, rui mè, cột kèo ăn khớp vào ngàm một cách công phu, vững chắc và vô cùng tinh vi.

Nhà có thể dài từ ba bốn chục thước đến 100 thước, cửa ra vào thường quay mặt về hướng Nam-Bắc để hóng gió mát hoặc về hướng Nam để tránh nắng mưa. Đặc biệt không có nhà nào có cửa sổ, chỉ thông từ đầu này tới cuối đầu kia mà không ngăn thành buồng. Nhưng trong các buôn Thượng tôi thường thấy họ chia làm hai phần: gian lớn ở giữa nhà dùng để hội họp gia đình và làm phòng tiếp khách, những gian phòng nhỏ, đều có bếp lửa, dành cho đàn bà, con gái. Trong ngôi nhà dài có thể có cả chục gia đình cùng sinh sống, khắng khít như một cộng đồng làng. Nhà của dân tộc thiểu số ta thường thấy những ché rượu cần đặt hàng dài giữa nhà, trên vách hay trên xà nhà thường treo gùi, các dụng cụ săn bắn, đồ nghề đánh cá.

Hồi ở lính có lần tôi ghé vô buôn Đung thăm người bạn thiếu úy già Y Julnié Ksor đã về hưu, thấy nhà sàn dài quá cỡ tôi vui miệng hỏi nhà ông ở dài bao nhiêu, Jul cười cười từ tốn giải thích làm tôi vô cùng ngạc nhiên. "*Tụi tao* không dùng thước đo nhà sàn như người Kinh *tụi mầy*". Đưa cần rượu cho tôi, Jul kết luận: "Tụi tao đo chiều dài của nhà sàn bằng tiếng chiêng. Chiêng ngân tới đâu thì nhà dài tới đó".

Thực vậy, khác với người Kinh, người Thượng lấy tiếng chiêng làm đơn vị đo lường, cũng như gọi một gia đình là một *bếp*. Gia đình nào cũng có cái bếp âm ỉ cháy suốt ngày đêm. Thiếu bếp lửa họ cảm thấy lạnh lẽo, sợ hãi, không ngủ được. Bếp lửa tạo nên sự ấm áp thân thuộc trong gia đình và trong tâm hồn họ.

Một điều đặc biệt nữa, là nếu ai từng vô buôn Thượng để ý sẽ thấy trước cửa nhà sàn thường có một cầu thang đẽo gọt thành từng bậc đơn sơ để lên xuống. Tuy nhiên nhà sàn truyền thống của người Êđê luôn có hai cầu thang, một đực, một cái, dựng ngay ở cửa trước. Cầu thang đực đặt bên trái có khắc hình con rùa và ngôi sao, cầu thang cái, rộng hơn, đặt bên phải khắc hai bầu vú của người phụ nữ, phía trên là mặt trăng lưỡi liềm. Hai bầu vú tròn trĩnh, cân đối khắc trên cầu thang cái nói lên quyền uy của người phụ nữ trong đó theo chế độ mẫu hệ phụ nữ là cột trụ lèo lái và giữ gìn hạnh phúc trong gia đình.

Ngoài ra, cầu thang cái có ý nghĩa quan trọng là trong những ngày lễ hội đặc biệt chỉ có những người đàn ông và quan khách mới được đi lên cầu thang đó. Tuy nhiên, ngày thường thì ai đi cầu thang nào cũng được, chẳng có thần linh hay ma quỷ gì ám hại ai hết.

Y phục

Từ thuở xa xưa cho tới giữa thập niên 1960, người đàn ông Êđê cũng như các sắc tộc thiểu số khác, khi ở nhà hoặc đi làm rẫy họ đều ở trần và đóng khố, trừ khi đi xa mới mặc áo cụt tay hoặc quấn chăn vào mùa lạnh. Người đàn bà Êđê cũng để mình trần, mặc yêng (váy) làm bằng một tấm vải rộng màu đen có viền màu; khi lên rẫy hoặc ra chợ mua bán đổi chác họ thường quấn thêm khúc vải buộc đứa con trước bụng, lưng đeo gùi.

Người Êđê tính tình thật thà, chất phác, thích màu sắc giản dị nên trang phục cũng mộc mạc, đơn sơ. Vải dệt bằng sợi cây gạo hoặc sợi bông đay, chuộng màu đen và những đường viền sọc dài màu đỏ đậm, tím hoặc trắng.

Tuy nhiên, ngày lễ hội, đàn ông đầu quấn khăn, mặc áo ngắn, không cổ, ống tay dài màu đen, viền nhiều màu, trước ngực khâu thêm một miếng vải len đỏ hình vuông, kết thêm hàng nút; đàn bà mặc áo bó sát, bụng quấn thêm miếng vải màu, yêng dài chấm gót. Có lẽ hợp với phong thổ núi rừng nên đàn ông cũng như đàn bà sơn cước không có dáng vẻ mập mạp, đẩy đà như người Kinh. Người Êde vừa tầm thước, da sạm nắng, trông điêu đứng, khắc khổ nhưng giỏi chịu đựng, khoẻ mạnh và dũng cảm. Đàn bà cũng khoẻ mạnh, nhanh nhẹn, dáng dấp thon thả, duyên dáng và yểu điệu hơn.

Ngày nay quần áo của người Êđê cũng giống như người Kinh: quần tây, áo sơ-mi. Y phục truyền thống khố và yêng chỉ mặc trong những ngày hội hè, lễ Tết, theo thời gian đã trở thành một cái "mốt" thời thượng dành cho các du khách hoài cổ muốn mua hoặc thuê mặc chụp hình làm kỷ niệm.

Trang sức

Về trang sức, người đàn ông Êđê chỉ thích đeo một hoặc hai cồng đồng leng keng trên cổ tay. còn đàn bà con gái, ngoài đeo vòng đồng ở cổ tay, cổ chân còn thích đeo ở cổ những chuỗi cườm ngũ sắc hoặc chuỗi hạt ngà đẽo gọt rất tinh xảo. Riêng người Sédang, Bahnar, Djarai, M'Nông cũng thích đeo nhiều cồng đồng rủng rỉnh trên tay, dưới chân nhưng họ có thêm tục lệ cà răng, căng tai.

Hồi nhỏ người lớn có tật hay nhát ma, nhất là hù dọa "mọi cà răng căng tai" con nít tụi tôi rất sợ dù không hiểu gì, tới khi ra chợ Banmêthuột thấy người đàn ông Thượng răng cà sát tới nướu trên, tai đục thủng một lỗ lớn để nhét chiếc cồng đeo tay hoặc ngà voi vào trái tai làm con nít tụi tôi hết hồn, lấm lét giạt ra xa.

Có ai từng nghe kể về tục lệ cà răng căng tai của người M'Nông chưa?. Hồi ở lính tôi có duyên với mấy anh lính Thượng, từ anh binh nhì (đo-dèm cùi bắp) tới ông Trung úy già, đều là dân tộc M'Nông. Năm 1970, tôi và ông Trung úy già Y Ngo đi công tác một tuần ở Quảng Đức, lúc về ông rủ tôi ghé vô buôn M'Nông của ông gần núi Chẻ chơi cho biết. Vừa vô cổng tre làng tôi thấy một anh thanh niên M'Nông đang đứng dựa gốc cây say sưa thổi cây kèn Ding Nam 6 ống gắn trong trái bầu khô. Tiếng kèn du dương, êm ả như dẫn hồn tôi trôi giạt vào rừng núi đại ngàn. Bản tính hiếu khách từ bao giờ đã trở thành tập quán chung của đồng bào Thượng nên Y Ngo vừa giới thiệu tôi đã được những người già "cà răng căng tai" lẫn thanh niên thiếu nữ văn minh đón tiếp thật nồng nhiệt. Khi lên xe trở về đơn vị cái tật vốn bép xép của tôi hỏi ngay tục lệ cà răng căng tai thì Y Ngo không ngại kể ra.

Tục lệ ngày trước của người M'Nông khi con trai, con gái đến tuổi trưởng thành đều phải cà răng. Theo khiếu thẩm mỹ của người Thượng thì hàm răng có duyên là hàm răng được mài mòn lên tới nướu trên, không những làm đẹp mà còn chứng tỏ lòng can đảm và sức chịu đựng mới được hòa nhập vào cộng đồng làng. Tôi hỏi làm sao để mài cụt, Y Ngo cười nói tỉnh bơ, còn tôi thì tóc tai dựng đứng.

- Cà răng:

Sau khi con trai hay con gái chọn ngày lành tháng tốt xong họ được cột chặt trên giường hoặc nhờ bạn bè ghìm chặt tứ chi trên cỏ xong đâu đó một người đàn ông đặt lưỡi cưa nhỏ, sắc bén vào hàm trên bắt đầu cưa như cưa gỗ. Lưỡi cưa xoèn xoẹt cưa tới cưa lui tới khi răng cưa hết mới thôi, sau đó lấy đá mài cho phẳng. Nếu không có cưa thì dùng đá mài dần mặc cho "tội đồ" oằn oại kêu la rên xiết, máu tuôn lênh láng. Nhiều người không chịu nổi, có khi chết lúc đang cưa, cũng có nhiều người cưa xong bị nhiễm trùng chết vài ngày sau đó.

- Căng tai:

Để sánh đôi với vẻ đẹp của hàm răng, người Thượng còn có tục lệ căng tai, tức đục thủng trái tai một lỗ cho rộng, càng rộng càng đẹp.

Trước hết họ đục thủng một lỗ nhỏ ở hai trái trai đứa trẻ rồi luồn vô đó một lóng tre hoặc một khúc ngà nhỏ. Sau đó mỗi ngày họ thay vào đó một lóng tre hoặc khúc ngà lớn hơn. Khi trưởng thành thì người thanh niên thiếu nữ đã có hai lỗ ở hai trái tai rất lớn có thể đút nguyên một thỏi ngà voi hoặc nguyên chiếc vòng đồng to và nặng.

Dù sao quan niệm thẩm mỹ cà răng, căng tai ngày nay không còn nữa.

Ngoài cà răng căng tai của một số bộ lạc trên cao nguyên miền Thượng, còn có tục lệ căng môi bằng dĩa làm đẹp của thổ dân Surma và Mursi, Ethiopia bên Phi Châu. Nhưng đó là chuyện nước ngoài.

Cưới hỏi

Khác với người Bahnar, Sédang, Stiêng và một số sắc tộc miền cao theo chế độ phụ quyền, tức con trai đi hỏi vợ như người Kinh, ngược lại người Êđê theo chế độ mẫu hệ, nghĩa là con gái đi cưới chồng, gọi nôm na là *"bắt cái chồng"*.

Theo phong tục mẫu hệ của đồng bào Êđê, người con gái ưng bụng người con trai thì thưa với cha mẹ nhờ mai mối đén đánh tiếng bên nhà trai. Nếu người con trai đồng ý hai họ sẽ làm lễ trao vòng (như người Kinh trao nhẫn). Phí tổn cưới hỏi thường do bên đàng gái đài thọ. Khi lễ cưới bắt đầu, nhà trai đòi hỏi nhà gái phải nộp đầy đủ sính lễ 2 trâu, 1 bò, 3 cái phèng la, rượu cần... Nếu nghèo thì giảm lễ vật hoặc cưới tạm rồi trang trải nợ dần.

Lễ cưới thường được tổ chức hai ngày liền. Ngày đầu tiên nhà gái cùng ông bà mai mối đến rước rể, được nhà trai khoản đãi hai họ rồi làm lễ "rước rể" về nhà vợ. Ngày hôm sau gia đình nhà trai lại kéo sang nhà gái, được nhà gái ngả trâu bò làm tiệc mời dân làng đến chung vui với đôi trai gái.

Sau lễ cưới người chồng phải về nhà vợ ở rể một thời gian một hai năm sau đó mới xin ra riêng. Vì ảnh hưởng chế độ mẫu hệ, lúc ở rể người chồng trở thành chiếc bóng phất phơ, một nhân tố phụ thuộc dưới mái gia đình. Ở đây, người vợ là chủ nhân nắm giữ quyền lực, là cội rễ của sự sinh tồn, lèo lái hạnh phúc và truyền giống cho thế hệ mai sau. Cho nên con cái sinh ra đều lấy họ mẹ. Họ Y dành cho con trai, họ H (hờ) dành cho con gái là họ gốc của người Êđê giống như họ Nguyễn của người Việt mình.

Trong cuộc sống lứa đôi, chẳng may người vợ qua đời thì người chồng không được quyền tái giá với phụ nữ ở bộ lạc khác. Theo tục lệ của người Êđê, sau khi mãn tang vợ người góa bụa bắt buộc phải lấy em vợ chưa chồng hoặc chị em họ của người chết làm vợ.

Về vấn đề này, nhà tho LD với bài thơ Nối Dây vừa ngộ nghĩnh vừa dễ thương:

Cái tục lệ nối dây. Khi chị mất em sẽ. Lấy anh rể thay vào. Ôi dễ thương biết bao?

Mai này anh lên núi. Sẽ lấy một cô Thượng. Nhà đông chị em gái. Anh ngồi chờ nối dây...

Đời có khi là mơ? Ôi thật là hoang đường! Nếu anh đi bất thường. Em lấy thằng em út?...

Tuy nhiên phong tục ít ràng buộc đối với bên vợ; khi người chồng chết trước, người vợ có quyền lấy chồng khác và được quyền giữ con cái của người chồng quá cố.

Sinh nở

Hình như tôi có duyên với đồng bào Thượng theo thời gian qua từng buôn bản nên tôi từng mắt thấy tai nghe những điều kỳ lạ trong đời sống của những người con của Mẹ Rừng Mẹ Núi. Như "tiếng gọi heo" của người đàn bà Thượng ở buôn Ea Pok, cách chế biến rượu cần của các bà Êđê trong buôn Ea Tam, cách nấu cơm lam trong ống tre ở buôn Tray, cách tỉa lúa của một toán người Thượng gồm đàn ông đàn bà lẫn con nít được ba má tôi thuê mướn ở cây số 21 khi vào mùa, cách phơi lúa mới gặt trên giàn lúa giữa rừng giữa núi mà không sợ ai đánh cắp, cách rào quanh gốc khoai mài bằng cọng dây mài đơn sơ khi củ mài còn non, và cách tắm con sơ sinh hoặc một hai tuổi giữa dòng suối lạnh buốt vào mùa mưa.

Tất cả những sức sống mới lạ, tinh khôi và hiện hữu trong mắt tôi thuở đó đủ tạo nên những vẻ đẹp độc đáo đầy hấp lực vừa huyền bí lẫn hoang dại của núi rừng đại ngàn. Vì sinh ra từ núi rừng đại ngàn nên người Thượng có sức chịu đựng dẻo dai, ít khi đau ốm. Có thể ngay từ thuở ban sơ người mẹ đã nhúng đứa con còn đỏ hỏn vào dòng suối rồi. Đứa nhỏ nào chịu đựng được thì sống khoẻ mạnh, ngược lại thì chết.

Nhưng mà người đàn bà Êđê sinh đẻ ra làm sao? Thì đây:

Khác với người đàn bà Djarai, đến thời kỳ sinh nở phải xuống đất nằm gần chuồng gia súc hoặc ra bìa rừng để đẻ, ngược lại người đàn bà Êđê được đặt nằm ở một góc nhà ấm áp và kín đáo hơn, vây quanh là những người thân trong gia đình chào mừng đứa bé sơ sinh. Làng nào cũng có bà mụ đỡ đẻ, khi đứa bé vừa chào đời bà mụ bồng giơ cao lên la lớn (bằng tiếng Êđê), trong khi hai người đàn ông ném một cái chày xuống đất và một cái trên sàn. Người Êđê tin rằng làm như vậy để xua đuổi ác thần không cho hãm hại đứa bé.

Vì theo chế độ mẫu hệ nên người Thượng rất quý con gái. Nếu người đàn bà Thượng sanh được con gái thì cả nhà và cả làng đều vui mừng chúc tụng, cho nó đồ chơi là khung cửi và những dụng cụ dệt vải. Nếu sinh con trai thì nó được cho chơi cung, nỏ, khiên... hợp với sức sống hùng vĩ của núi rừng.

Lễ Hội

Thú thật cũng nhờ ông bạn già Y Nghỉ giải thích tôi mới biết đồng bào thiểu số nói chung không có ba ngày Tết âm lịch như người Kinh, nhưng trong một năm thường có nhiều lễ Tết như lễ đâm trâu, lễ rửa chân, lễ đeo vòng, lễ uống rượu, lễ nước, lễ lửa, lễ cúng thần.... Riêng mùa lễ hội của đồng bào Êđê có 3 ngày lễ được coi là quan trọng nhất:

- Lễ ăn cơm mới: hàng năm khoảng tháng 10 dương lịch thì hầu hết lúa chín. Mỗi gia đình mang gùi ra tuốt lúa trên phần đất khẩn hoang của mình về phơi khô, giã lấy gạo, xong tổ chức lễ mừng lúa.

Lễ vật bày ở giữa nhà gồm những ché rượu cần, thịt dê, heo, gà và cơm lam để dài trên lá tươi. Gia chủ hoặc pháp sư chắp tay khấn vái tạ ơn các vị thần đã ban cho các hạt giống hàng năm đầy vựa, đầy gùi. Lễ xong mọi người tụ lại vui vẻ ăn uống cho đến hết mới thôi.

- Lễ uống mừng năm mới (Mnăm Thun) chỉ dành cho những gia đình giàu có mới giết trâu bò heo dê gà tổ chức cúng vái cầu thần linh gia hộ cho gia đình bình an, làm ăn phát đạt.

- Lễ bỏ mả (Mnăn lui Msat/Brũ): xem Khu nhà mồ.

Thần linh

Thuở xa xưa, các dân tộc thiểu số cao nguyên miền Thượng không có tôn giáo. Họ chỉ tin vào Yàng cũng như các vị thần linh và ma quỷ. Bất cứ làm công việc gì quan trọng họ đều cầu khẩn các vị thần xin phù hộ.

Ngoài Yàng nghĩa là ông Trời, còn có những nhân vật tâm linh như Ptao nước (Thủy Xá), Ptao lửa (Hỏa Xá) là con người sinh ra từ sơn lâm huyền bí, bên cạnh những truyền thuyết, huyền thoại, sử thi, truyện cổ tích dân gian vô cùng phong phú từ hình thể tới màu sắc. Ngoài ra còn có những thần linh khác như thần rừng, thần núi, thần suối, thần cây, thần đá, thần gió, thần sấm sét, thần lúa (Yàng sơri), thần hổ, thần cóc... Đặc biệt, theo tín ngưỡng của đồng bào Thượng, ngoài già làng, tù trưởng thì làng nào cũng có một vị pháp sư được dân làng tôn kính xem như một thầy cúng có thể chữa bệnh cũng như có thể thấy, nói chuyện trực tiếp với các thần linh hay ma quỷ.

Trong thực tế các vị thần siêu nhiên với quyền uy tối thượng của người sơn cước đều không có thật nhưng lại rất cần thiết trong đời sống tâm linh của họ.

Ma Lai rút ruột

Người Thượng sợ nhất là Ma Lai, một loại người quỷ như Ma Cà Rồng, người Êđê gọi là Mtao (Mơ-tâu). Người Thượng cho rằng Ma Lai là quỷ gia truyền. Ban ngày người Ma Lai sinh sống buôn bán, làm việc rẫy bái như người thường, nhưng ban đêm biến thành Ma Lai bay đi kiếm ăn.

Các thầy Mo trong buôn làng thường kể lại ban đêm, nhất là những đêm có trăng, rừng càng bí hiểm, càng đe dọa, tiếng hú ma quái của Ma Lai nghe càng ghê rợn hơn. Đêm đêm bọn Ma Lai rút đầu ra khỏi thân mình mang theo chùm ruột lòng thòng bay là là trên mặt đất kiếm phân người để ăn, hoặc chui xuống mồ ăn linh hồn người mới chết, gần sáng chúng bay về ráp đầu vô lại thân mình trở thành người bình thường. Tục truyền ai bị Ma Lai ăn phân thì người đó bị rút ruột chết, nên người ta đồn "Ma Lai rút ruột" là vậy. Ma Lai cũng thích ăn thịt trẻ con.

Nhớ hồi nhỏ con nít tụi tôi mỗi lần xuống suối Mu-ri tắm xong lên là... đi ỉa giấc. Thập niên 1960, bên kia suối Mu-ri ở cây số 1 là buôn Alê A, bên này là rừng cây vừa cao vút vừa lúp xúp chen với cỏ tranh, lau sậy bạc đầu. Lần nào cũng vậy, vẫy vùng dưới dòng nước ngập đầu, chảy xiết đã đời xong lên bờ đứa nào cũng hè nhau lủi vô bụi... ỉa giấc. Còn gì thú vị cho bằng vừa ngồi rặn vừa nghe gió mát thổi luồn qua mông thong dong thổi lên tới đỉnh... linh hồn. Bắt chước người Thượng, đi đồng xong đứa nào cũng cẩn thận lấy lá đậy phân lại hoặc lấy que cắm hay để hai que hình chéo lên bãi phân yên chí về nhà khỏi bị Ma Lai rút ruột.

Cái câu: "Thứ nhất là đổ thủ khoa. Thứ nhì vợ đẹp. Thứ ba ỉa đồng" vừa chí lí vừa khoái chí làm sao.

Người Thượng cho rằng dòng Ma Lai có 3 ngấn ở sau ót, nên mỗi khi ra đường họ che giấu rất kỹ bằng vải hoặc đeo nhiều vòng cổ. Nhưng người Thượng có nhiều cách thử Ma Lai:

Nếu nghi người nào là Ma Lai, người Êđê cúng vái thần linh xong lấy thanh gươm đập nhẹ vào cổ người đó 3 lần. Nếu là Ma Lai người đó sợ hãi nhận ngay. Một cách khác: Họ nấu dầu chai cho sôi rồi bắt Ma Lai nhúng tay vào nồi. Nếu đúng là Ma Lai, tay chúng sẽ bị lột da. Một cách khác nữa: Chờ đêm xuống Ma Lai rút đầu bay đi kiếm ăn thì lật úp thân mình chúng lại, gần sáng chúng bay về không ráp đầu vô được là chết.

Các bộ lạc khác thử Ma Lai bằng nhiều cách khác, như dìm người bị nghi là Ma Lai xuống nước. Nếu là Ma Lai thì người đó ngoi lên khỏi mặt nước ngay. Ngoài ra họ thử bằng rượu, thuốc lá, nhựa cây, côn trùng, có nơi nấu chì đổ vào lòng bàn tay...

Khi biết chắc người nào là Ma Lai thì người đó và cả gia đình bị xích cổ, trói tay, đem nhốt riêng, tra khảo, đánh đập xong giết đi.

Sau này dưới chính thể Việt Nam Cộng Hòa luật pháp trừng trị nặng nề những kẻ giết người nên cách giết hại Ma Lai không còn như trước nữa.

Nhiều người Thượng theo đạo Công giáo, Tin lành không còn tin Ma Lai nữa, Nhưng họ xa lánh và tìm cách đuổi Ma Lai ra khỏi làng vì sợ Ma Lai làm hại con cái họ.

Khu nhà mồ

Ai ở Banmêthuột từng ghé vô buôn Thượng ít nhiều gì cũng có dịp đi ngang qua những khu nhà mồ của người sơn cước. Đây là khu vực linh thiêng, ma quái của người khuất mặt.

Đó là trước 1975. Ngày nay tôi không biết những khu nhà mồ của đồng bào thiểu số có bị san bằng như những nghĩa trang của người Kinh để làm nhà ở hay không. Nhưng tôi có nghe nói sau 1975, nghĩa địa chùa Khải Đoan và nghĩa địa làng ở cuối dốc đường Phan Bội Châu đã được thay thế bằng nhà cửa.

Dù sao, người Kinh có tục lệ giữ gìn vĩnh viễn mồ mả của tổ tiên, khác với đồng bào thiểu số chỉ chăm sóc một thời gian rồi làm lễ bỏ mả. Theo tín ngưỡng của đồng bào Thượng lễ bỏ mả rất quan trọng.

Người Êđê cũng như các sắc tộc khác đều có tinh thần đoàn kết rất cao. Khi trong nhà có người chết, tang chủ gióng lên một hồi chiêng trống báo tử. Nghe tiếng chiêng trống rền vang đầy vẻ ma quái cả làng đều ngưng mọi công việc cùng nhau tới chia buồn và khóc lóc với tang chủ, một mặt giúp tang gia lo việc ma chay, tống táng.

Người Thượng tin rằng người chết nằm dưới mộ rất tù túng nên sau khi chôn cất, trang hoàng cho ngôi mộ xong, người Êđê vẫn lui tới săn sóc, dọn cỏ rác một thời gian, sau một hoặc vài năm họ làm lễ bỏ mả để linh hồn người chết được trở về rừng.

Họ cho rằng con người từ rừng núi sinh ra, khi chết linh hồn vĩnh viễn trở về với núi rừng. Vì thế sau lễ bỏ mả, người thân trong gia đình không trở lại săn sóc mồ mả nữa, cũng không ai nhắc đến người đã mất, mặc cho năm tháng, nắng mưa tàn phá, dần dà trở nên tiêu điều, hoang phế.

Nhớ hồi còn trai tráng, cuối tuần anh em tôi hay đạp xe đi làm rẫy ở cây số 21 trên quốc lộ 21 đường đi Ninh Hòa, Nha

Trang, thỉnh thoảng tính tò mò, nghịch ngợm dụ chúng tôi vô buôn Thượng đạp vù qua khu vực nhà mồ coi cho biết. Ban đầu còn sờ sợ, riết rồi quen, hết sợ.

Mỗi lần đi qua những khu vực hoang phế này, tôi để ý thấy mồ mả bỏ hoang bị giạt đất, cột kèo *(gơng kut)* rào chung quanh đều xiêu vẹo, thảo mộc bám đầy, các thứ chum, ché, nồi đồng, phèng la, gùi... đều bị hư hại, mục nát theo thời gian mưa nắng. Đặc biệt những bức tượng người, tượng linh vật khắc bằng gỗ kỳ quái được chôn dựng đứng quanh ngôi mộ. Những bức tượng gỗ này khắc hình người, hình voi, khỉ, chim, trái bầu, nồi, ghế... tuy đơn sơ nhưng mang vẻ linh thiêng, thần bí của cõi chết nhằm trấn áp ma quỷ, khiến người lạ phải kiêng dè không dám phá phách nơi yên nghỉ của người quá cố.

Người Thượng ăn gì?

Có ai từng ăn cơm với đồng bào Thượng chưa? Đa số nói chưa và hỏi họ ăn gì. Hồi đi học, sau này đi lính vài năm trên cao nguyên từ Kontum, Pleiku, Daklak tới Quảng Đức tôi quen biết một số người bạn Thượng nên tôi cũng từng có dịp vào buôn ăn cơm với họ vào những ngày lễ hội.

Thức ăn chính của người Thượng là cơm gạo tẻ hoặc gạo nếp. lúc nào không còn gạo họ ăn bắp (giã nát hoặc nguyên hạt) trừ bữa. Họ ăn cơm với cá, thịt rừng, có nơi ăn thịt cóc, thịt rắn, rít, bò cạp, dế cơm. kiến, mối... Họ cũng thích ăn rau cải như măng, cà, mướp, bầu, củ mài, củ sắn, lá khoai, rau rịa, rau càng cua. Gia vị là muối sống đâm nhỏ hoặc muối vừng. tiêu, ớt.

Người Thượng không nấu cơm bằng nồi đồng như người Kinh mà dùng nồi bằng đất sét nung chín, miệng rộng, không có nắp cũng không có quai. Khi đi rừng đi rẫy họ mới dùng ống tre để nấu cơm gọi là cơm lam, như đã nói trên. Lúc ăn họ không dùng chén đũa, trải thức ăn trên lá dùng tay để bốc.

Cơm lam

Ăn cơm nhà uống nước máy thị thành riết rồi có dịp vô buôn Thượng ăn cơm lam uống nước suối tôi có cảm giác như mình thuộc về đứa con của Mẹ Núi.

Cơm lam là món ăn dân dã có hương vị đặc biệt của núi rừng đã gắn liền với cuộc sống đồng bào thiểu số miền cao. Khi đi rừng, lên nương rẫy, họ thường mang theo gạo nếp đựng trong những ống tre chặt khúc để nấu cơm. Ống tre không quá non cũng không quá già, chọn những ống tươi để giữ mùi vị tre hòa quyện vào hột nếp khi cơm chín. Đó gọi là cơm lam.

Nấu cơm lam cũng khá giản dị. Lấy ống tre non hoặc nứa còn tươi, bỏ gạo nếp ngâm sẵn qua đêm trộn ít muối và nước vô đầu hở rồi bịt kín bằng lá chuối xong chất củi đốt.

Khi mùi thơm bốc lên là biết cơm chín. Lấy ống cơm lam ra để nguội, chẻ phân nửa lớp vỏ cháy bên ngoài, chừa lớp vỏ mỏng trắng bên trong rồi xắt ống tre ra thành từng khúc. Khi ăn chỉ cần lột bỏ lớp vỏ mỏng, lấy cơm chấm với muối mè hoặc ăn với các món thịt rừng.

Rượu cần

Trước 1975, nếu không có anh bạn cùng đơn vi, Trung úy Y Nghỉ kéo tôi vô buôn Ea Nhái của anh vào ngày *"lễ uống mừng năm mới: Mnăm Thun"*, thì chẳng biết bao giờ tôi mới có dịp nếm qua rượu cần, một loại rượu truyền thống của người sơn cước.

Khóa cổ xe Kawasaki 2 bánh dựng cạnh đống củi, tôi vui chân theo Y Nghỉ lên nhà sàn chào hỏi già làng và bà con trong buôn đã có mặt trước đó. Ai cũng nao nức ngồi quanh đống lửa, lao xao cười nói tiếng Êđê lẫn tiếng Kinh. Gần gũi, tiếp xúc với những người con của Mẹ Rừng, Mẹ Núi hòa mình với thiên nhiên, luôn luôn vui vẻ, hòa nhã, hiếu khách làm lòng tôi như biết bay.

Người sơn cước sống ở những vùng rừng núi sơn lam chướng khí nên thích hút thuốc và uống rượu. Đàn ông hút ống vố, đàn bà hút thuốc bằng lá thuốc cuốn rất lớn.

Sau khi Già làng và bà con chúc Tết nhau xong là cuộc vui bắt đầu. Những gương mặt đen đúa, điêu đứng vì sạm nắng nhưng thật thà, chất phác đồng loạt nở ra những vành môi biết cười và ánh mắt biết nói. Giữa sàn nhà là một tập thể sống động, vừa ăn, vừa uống, vừa kể, vừa múa hát ca ngợi thần linh. Nghĩ cũng vui, như người Kinh, tết nhất hay hội hè năm nào cũng như năm nào, quen thuộc đến chẳng có gì mới lạ. Vậy mà ở đây, già trẻ lớn bé ai cũng nôn nao, háo hức cứ như là lần đầu.

Những đùi thịt trâu nung núc (có chỗ còn đỏ ửng), những giề thịt heo ngậm mỡ, những mảng thịt dê nóng giòn, thịt gà, thịt vịt, thịt chim cu đất trải dài trên những tàu lá chuối xanh tươi vừa cắt xuống. Những ché rượu cần đặt thành hàng dài được mở nắp ra, nước suối đổ vào, mùi thơm bốc lên lan tỏa khắp nhà sàn, át luôn cả cái mùi hăng hăng khét nắng cố hữu của những người anh em sơn cước. Những cần trúc màu mật ong vàng óng cắm trong miệng ché như sẵn sàng uốn cong theo tay người mà phục rượu cho trăm cái bụng người làng.

Theo chiều thời gian lân hồi cái ngấm của chất men mê hoặc này đã và đang len vào hồn. Nhìn quanh tôi thấy ai cũng vít cong cần rượu xuống đưa cả hai tay bụm cần mà hút, đầu gục gặc, mắt lim dim. Cũng như mọi người, tôi cũng trịnh trọng hút một ngụm, gật gù chép miệng khen ngon.

Thì ra rượu cần là rượu có cái cần trúc cắm trong miệng ché dùng để hút thay vì rót ra ly hay chai. Tên rượu cũng mộc mạc, giản dị như tre trúc, như con người của núi rừng cao nguyên vậy thôi. Rượu cần được chắt ra từ cái nguyên sơ của rừng, là tinh chất được người Thượng lẫn người Kinh đều ưa thích. Lần đầu tiên nếm men rượu đầy mê hoặc này tôi thấy nó ngòn ngọt, chua chua; nó ngai ngái, nồng nồng; nó cay cay, đắng đắng, nó là rượu cần mà chẳng thuộc... họ rượu. Nhưng một khi đã "hút" vô rồi thì trước sau gì nó cũng từ từ, chậm rãi, êm ái đột nhập vào thần trí ta đến mê muội, len lỏi lên óc ta đến say nồng.

Nhà khoa học thiên văn Gallilé phán: "Rượu là ánh sáng mặt trời kết tinh từ nước". Rượu cần cũng vậy, nhưng cách chế biến ra sao, hỏi thì Y Nghỉ tận tình giảng giải cho tôi những điều kỳ lạ về cách chế biến rượu cần. Trung úy già chậm rãi nói:

"Chỉ cần gạo nếp, sắn, ngô nấu chín xong giã nát ra rồi trộn với men. Men ở đây không phải là men rượu thường bán ở ngoài chợ Buôn Mê Thuột như *mầy* thấy. Nó được chế bằng những loại thảo mộc như lá, hay rễ cây hoặc vỏ cây được các bà lặn lội lấy về từ những chốn thâm sơn cùng cốc mới có. Mang hết những món ăn thông thường hàng ngày đó trộn với men rừng của các bà chế biến rồi ủ trong một cái nong phủ kín bằng lá chuối hoặc lá rừng. Ba ngày sau đem đổ hết vào ghè, xếp dọc theo vách nhà hoặc treo lên vách. Khi buôn làng có lễ hội hoặc khách quí viếng thăm thì những ché rượu cần được lễ mễ bưng ra, mở lớp lá phủ miệng, đổ nước suối, cắm cần vào là có cuộc vui say bất tận".

Đưa tay vít cong cần rượu chu miệng hút, mắt lim dim ra vẻ sảng khoái như chẳng còn biết gì trời đất thiên địa, Y Nghỉ tiếp:

"Thiếu úy T, *mầy* phải biết đàn ông *tụi tao* không bao giờ được đụng tay vào việc pha chế rượu cần. Đây là lãnh vực "bất khả phạm" của các bà. Họ Y *tụi tao* xưa nay theo chế độ mẫu hệ, nên các bà là chủ của gia đình, *mầy* biết rõ mà...".

Núi

Banmêthuột nằm ở phía Nam dẫy núi Trường Sơn, cao độ 500 thước so với mực nước biển. Banmêthuột có nhiều núi. Hồi nhỏ thỉnh thoảng trong ba tháng hè, ba má tôi thường lái chiếc xe Traction màu đen 4 cửa chở anh em tôi vô Nông Trường (tức Đạt Lý) thăm người bà con. Ở đó, đồi núi thấp, phẳng, đất đai mầu mỡ dễ phát triển việc trồng lúa và các loại hoa mầu khác. Thời xa xưa đó, trẻ con ở Nông Trường thấy xe hơi là reo hò, chạy bám theo thích thú rờ rẫm, coi xe như một vật lạ ngoài hành tinh đến.

Có năm ba má tôi ngược vô Lak (quận Lạc Thiện) nghỉ hè. Muốn đi Lak, từ ngã ba Trung đoàn 45 trên Quốc lộ 21 ta phải rẽ qua Quốc lộ 21 kép dài khoảng 50 cây số, vượt qua Trung Hòa, Kim Châu Phát đi về phía Đông Nam. Từ nhỏ tôi vốn đã yêu thích thiên nhiên nên dọc đường tôi mê mải nhìn những rặng núi trùng trùng điệp điệp đến ngợp. Sau này đọc sách tôi mới biết đó là những ngọn Chư Yang Lak, Chư Dlé Puy, cao nhất là ngọn Chư Yang Sin cao 2406 thước về phía Đông Nam hồ Lak.

Ngoài ra Banmêthuột còn có các ngọn núi khác cao từ 800 đến 1000 thước như Chư Pao ở phía Bắc, Chư Yi Yang ở phía Nam, Chư Blur ở phía Đông; còn nếu đứng trên lan can nhà tôi trên đường Tôn Thất Thuyết nhìn về phía Tây sẽ thấy xa tít mờ xa là rặng núi Trường Sơn hùng vĩ đổ dài về phía Tây Nam. Có điều, nếu thu tầm nhìn gần hơn, đứng ở chùa Khải Đoan là ta đã có thể nhìn thấy núi Châu Sơn gần nghĩa địa làng. Thuở ấy, trên đỉnh núi lúc nào cũng phấp phới lá cờ vàng ba sọc đỏ của lính Địa phương quân đóng chốt giữ an ninh trên đó. Dưới chân núi về hướng Tây Bắc là làng Châu Sơn với những cánh đồng lúa xanh dờn mát mắt.

Rừng

Chúng ta đều biết, khởi thủy là rừng. Có rừng rồi mới có sinh vật và loài người. Rừng là tài nguyên thiên nhiên của quốc gia. Rừng của Mẹ Rừng, Mẹ Núi hiền hòa mà bí ẩn, uy nghi, từng ngăn chặn thiên tai bão lụt. Rừng bảo vệ, che chở, dung dưỡng và nuôi sống con người. Rừng cho ta cây, gỗ, hoa quả và cho muông thú.

Cuối thập niên 1940, Banmêthuột rừng vẫn còn bạt ngàn. Đi qua khỏi phi trường L19 lên tới cây số năm thấy nai chạy ngờ ngờ, tiếng công rừng kêu oang oác. Hoặc ngược xuống cây số một, xuống suối Maury (thường gọi là Mu-ri), bên kia dòng suối là buôn Alê A, Alê B chưa có nhà người Kinh, từ đó chạy dài xuống cầu 14, rừng và tre trúc bạt ngàn. Ngoài ra, quốc lộ 14 từ Banmêthuột về Sài Gòn hoặc ngược lên Pleiku, Kontum, núi rừng thiên dã. Cũng như quốc lộ 21 nối liền Banmêthuột - Ninh Hòa, đồi núi chập chùng. Đó là rừng của trước năm 1975.

Được biết ngày nay trên quốc lộ 21 từ Ninh Hòa đi Banmêthuột không còn rừng. Xe qua khỏi đèo M›drak đi Khánh Dương, về Phước An, lên tới Banmêthuột, dọc hai bên Quốc lộ rừng và buôn Thượng hầu như biến mất. Thay vào đó là nhà cửa cất theo kiểu người Kinh mọc lên san sát hai bên đường. Ở cây số 21 của quốc lộ này, cái rẫy 5 mẫu của ba má tôi xưa kia, nằm sâu trong mịt mù sơn dã, bây giờ cũng nghe nói nhà cửa mọc như nấm dại. Rừng là tất cả nguồn sống của các dân tộc thiểu số và của cả người Kinh. Rừng biến mất là một nỗi bất hạnh cho đất nước và con người.

Nói về rừng cũng xin nói thêm về cây ăn trái. Ở Banmêthuột có nhiều loại cây ăn trái mọc hoang khắp núi rừng, như cây cò ke, cây chòi mòi, cây cơm nguội, chùm quân, cóc, sấu, khế, xoài, sung, ổi, đu đủ, chuối rừng...

Có ai từng ăn chuối rừng chưa?. Có thể nói (xin lỗi) hương chuối rừng thơm hơn cả... các "em 13, 14" (nghe các ông thi sĩ đa tình khen sao tôi nói vậy). Trái chuối rừng nhỏ bằng chuối tiêu. Lột vỏ, cắn một cái là nguyên trái chui tọt vô họng để nghe mùi thơm lồng lộng lan trong óc. Thơm thì thơm ngát trời thiêng nhưng hột ơi là hột. Vừa nhai chóc chách vừa phun hột ra vèo vèo, rốt cuộc chỉ nuốt được một phần nước chuối trộn với chín phần nước miếng ứa ra là coi như ta thanh toán xong trái chuối rừng. Đúng là không có gì dại cho bằng... ăn chuối rừng.

Mưa rừng

Ở rừng, đêm xuống rất nhanh. Sáu giờ chiều trời đã tối. Đom đóm chập chờn bay lượn khắp nơi. Có ở rừng gặp mưa đêm mới biết thế nào là mưa rừng. Sau tiếng sấm chớp long trời lở đất, mưa ào ạt trút xuống như thác lũ tràn trề. Mái tôn cũ kỹ, rỉ sét trên đầu tôi trở thành "cây đàn mưa" của vũ trụ. Gió man rợ nổi lên thốc mạnh vào vách nhà, vào rừng cây, sườn núi. Trong lúc trời đất thét gào, trút nước như thế, tôi nhìn xuyên qua khe cửa chờ đợi những tia chớp để thấy cây rừng oằn oại ngả nghiêng trong cái cảnh tượng hùng vĩ của cơn mưa dầm đề, ướt đẫm, bí hiểm, đe dọa, trùm khắp.

Rồi mưa tạnh. Cơn mưa cuồng nhiệt gào thét đã lắng xuống trả lại sự yên tĩnh cho núi rừng, cho con người. Sau cơn mưa trời lại sáng. Núi rừng lại xòe ra những lưng đồi hoang vu sũng nước. Những giọt mưa của bão táp đêm qua lại nằm hiền hòa, lấp lánh trên đầu cây ngọn cỏ, phản chiếu ánh nắng ban mai, rực rỡ một cảnh sắc diệu kỳ. Sống ở rừng, chung quanh chỉ có núi và rừng, hiếm khi thấy bóng người, tôi có cảm tưởng như mình sống trong thời cổ sơ.

Bây giờ nghe nói Banmêthuột không còn rừng để mà thưởng thức những cơn mưa rừng. Thật là bất hạnh.

Sông

Daklak có hai con sông chính. Sông Ea Hleo phát nguồn từ chân núi Chư Dlé Yang, và sông Ea Krong, do hai chi lưu ở phía Nam là sông Krong Ana (Sông Cái) và sông Krong Knô (Sông Đực) hợp thành.

Cầu 14 cách Banmêthuột 14 cây số về phía Nam theo quốc lộ 14, bắt ngang sông Ea Krong. Con sông này ngày trước nổi tiếng nhiều cá sấu. Sông Ea Krong và sông Ea Hleo họp thành sông Srépok rồi nhập vào sông Mékong.

Thác

Ban Mê Thuột có những thác nước lớn, là một trong những thắng cảnh hùng vĩ bậc nhất của cao nguyên miền Thượng.

- *Thác Drayling* cách thị xã Banmêthuột 15km về hướng Tây, qua khỏi Chi Lăng và suối Nhị Khê thì đến thác. Thác rộng khoảng 500m. Thập niên 1950, thác nằm giữa rừng đại ngàn, nhiều rễ phụ buông xuống rất hoang vu, cỏ lau bạc đầu mọc quanh thác nước. Cạnh thác nước là nhà máy điện Drayling. Hồi nhỏ vào mùa hè, thỉnh thoảng ba má chở anh em chúng tôi tới đây ngoạn cảnh.

- *Thác Draysap* thuộc xã Nam Hà, huyện Krông Knô. cách tỉnh lỵ 35km về phía Tây Nam. Theo tiếng Êđê, Draysap có nghĩa là *thác khói*, nước từ trên cao đổ xuống tạo thành một khối lớn hơi nước bốc lên như sương khói. Phong cảnh cũng hùng vĩ và nên thơ. Hồi xưa thác này có nhiều voi rừng.

- *Thác Dray Anuor* cách thành phố Banmêthuột 25km, theo quốc lộ 14. Dray Anuor nghĩa là thác cái, còn gọi là thác Vợ, cách thác Chồng Draysap 3km.

Ngoài ra, sau này tôi nghe nói còn có thác Gia Long, thác Thủy Tiên, thác Trinh Nữ...

Suối

Từ bến xe cây số năm theo quốc lộ 21đi Ninh Hòa, chạy tới cây số 21, rẽ phải theo con đường đất gồ ghề đi sâu vô cụm rừng âm u phía Tây Nam chừng 8 cây số là đụng rẫy 5 mẫu của ba má tôi. Khu rừng đó thuộc địa hạt của buôn Ea Pok người Thượng.

Nói tới con đường gồ ghề này, cô em Hương Phan nhớ lại kỷ niệm khó quên:

"Nhớ ngày xưa đi rẫy ở cây số 21, em lượm café cứt chồn cả rổ dọc con đường đất vô rẫy. Con đường mùa mưa sình lầy, chiếc xe Dodge màu cam của Ba chiến đấu kinh hồn mới qua nổi những hố voi khổng lồ trơn trượt. Có lần anh (tức là tôi) với anh Thừa phải kéo dây cáp có móc trước mũi xe quấn quanh gốc cây, chiếc xe mới vượt qua khỏi những ổ sình đặc quến đó. Em nhớ hoài cái cảm giác buổi chiều ở rẫy được ngồi trên xe Ba lái về nhà mà sướng rên mé đìu hiu".

Thỉnh thoảng cuối tuần mấy anh em tôi hay đạp xe vô phụ giúp gia đình làm ruộng rẫy, chung quanh hiếm thấy bóng người. Giữa thanh thiên bạch nhật, sự tĩnh mịch của núi rừng cũng gần như tuyệt đối. Nhiều đêm mất ngủ, tôi nằm nghe dưới lũng sâu tiếng suối rì rầm mải miết. Tiếng suối chảy gợi tôi nhớ những con suối uốn mình chảy quanh thị xã quê tôi.

Trước hết là suối Bác Su Tấn có từ thập niên 1960, chảy từ cuối dốc đường Quang Trung đổ xuống hướng am bà Ô-rê. Gọi là suối Bác Su Tấn vì nhà ở ngay đầu suối. Cũng trong thập niên 1960, tại ngã ba đường Ama Trang Long và Tôn Thất Thuyết có một bến xe ngựa chở khách khá nhộn nhịp. Trên đầu dốc của ngã ba này có một con đường đất thoai thoải dẫn xuống suối Đốc Học. Chính con dốc chở đầy những kỷ niệm ấu thơ này, chẳng biết tự bao giờ đã hả ra một miệng vực sâu hoắm, dưới đó ngày đêm gầm gừ tiếng nước đục ngầu chảy xiết, xâm thực, đầy vẻ đe dọa. Con suối không tên này phát nguồn từ dưới lòng đất của bến xe ngựa chảy len lỏi qua những hàng cây cổ thụ cạnh đền Thánh mẫu Lạc Thiện rồi dẫn xuống suối Đốc Học. Cả hai con suối này đều chảy xuống suối Đốc Học, về sau đã bị lấp để làm nhà cửa.

Thuở nhỏ ở Banmêthuột, hầu như ai cũng có lần đặt chân xuống suối Đốc Học. Đứng trên đất chùa Khải Đoan, hoặc đứng phía sau đồi của trường tiểu học Nguyễn Du nhìn xuống dưới thung lũng mênh mông với nhà cửa san sát, rau xanh bạt ngàn, đó là Suối Đốc Học. Như một lòng chảo nằm trong lòng thị xã Banmêt huột, suối Đốc Học là trung tâm cung cấp rau xanh cho toàn thị xã. Tôi không biết đúng hay không khi có người cho rằng, gọi là suối Đốc Học là vì xưa kia các ông Đốc học người Pháp cấp đất cho các học sinh nội trú trường tiểu học Nguyễn Du để trồng rau xanh, nên con suối chảy qua thung lũng đó mang tên suối Đốc Học.

Ngoài ra, gần bệnh viện thị có suối Bà Sành nối liền suối Bà Hoàng và suối Xanh ở phía Đông Bắc đền Bắc Lệ. Gọi là suối Xanh vì rong và những cánh bèo li ti phủ xanh rờn trên mặt nước. Còn một con suối nữa khó mà quên là suối Nhà Đèn. Ngay từ đập Nhà Đèn thác nước đổ dài xuống dọc theo các ghềnh đá non cây số là gặp một trũng nước sâu. Trên ghềnh đá sức nước ngày đêm không ngừng đổ xuống tạo thành tiếng ì ầm làm quang cảnh rừng rú lúc đó càng thêm hoang dã. Dòng suối này chảy dài về hướng Tây Nam len lỏi qua làng qua xóm di cư, ngang qua hồ Piscine đổ xuống buôn Alê A. Tại đây con suối được mang tên Mouri, ngay phía trái chợ A Lê A. Từ đó tiếp tục chảy xuống cầu Ea Tam (tức cầu 14, nay gọi là Cầu Trắng) rồi lần lượt chảy qua Ea Knir, sông Krong Ana, sông Mêkông, sông Cửu Long ra biển.

Cuối cùng là suối Maury mà hồi xưa cả hai bên nội ngoại trẻ con chúng tôi đều quen miệng gọi là suối Mu-ri. So với những con suối kể trên thì năm 1936 suối Mu-ri có danh xưng đầu tiên trong lịch sử khẩn hoang miền Thượng Cao Nguyên Daklak. Giống như thác Nhà Đèn, suối Mu-ri cũng có chỗ sâu ngập đầu; mùa mưa nước dâng cao, chảy xiết, ngầu đục. Nhưng dù mưa hay nắng, con suối này vẫn ít khi vắng mặt lũ trẻ chúng tôi.

Cà phê

Cây cà phê phát nguồn từ đất Ethiopia, Phi Châu từ thế kỷ 18, rồi lan qua Ai Cập. Từ đó đến nay cây cà phê ngạo nghễ mọc lên khắp mặt địa cầu.

Daklak là vùng đất đỏ rất tốt cho việc canh nông nên dưới thời Pháp thuộc các nhà tư bản Pháp đã thuê mướn các phu đồn điền trồng cây kỹ nghệ như cao su, cây đay và cà phê. Hồi tôi biết uống cà phê, hút thuốc lá Bastos Xanh (bỏ hút thuốc 30 năm rồi) thấy thơm ngon, bổ phổi bèn chạy đi tìm hiểu thì được biết cây cà phê đa số thuộc giống Arabica trồng dọc theo ba quốc lộ và tám tỉnh lộ của Banmêthuột cũng như trong các đồn điền cây xanh bạt ngàn của các ông Maurice, Marikene, Nicholas, Coronen, Auger, Del Fante...

Cây cà phê thông thường cao từ 2m tới 6m. Mỗi một cây có khoảng 40.000 bông hoa năm cánh, màu trắng tinh khiết như sương trời. Những đêm có trăng mùi hoa tỏa ra thơm ngát cả một cánh đồng, là nguồn cảm hứng bất tận của các nhà thơ đa sầu đa cảm. Trái cà phê lúc chín có màu đỏ, trong ruột có hai hột, một mặt tròn, một mặt phẳng ép vào nhau.

Nói tới cà phê Banmêthuột trước 1975 thì chỉ có cà phê cứt chồn đã đi vào lịch sử cà phê Việt Nam và thế giới, nổi tiếng thơm ngon bậc nhất. Những trái chín mọng nước trên cây cà phê được những con chồn hương lựa ăn rồi thải ra thành từng lọn thì gọi là cà phê cứt chồn. Sau này các nhà động vật học khám phá ra trong bao tử chồn có một loại nhủ trấp đặc biệt thấm vào hột cà phê mà các loài động vật khác không có. Phu đồn điền chỉ việc đi lượm (rất hiếm) về rửa sạch phơi nắng ráo rồi rang lên tẩm với rượu Rhum, sau đó xấy khô, xay nhuyễn thành bột.

Riêng người bạn trẻ Vũ Quốc Khanh cho biết thêm:

"Cà phê cứt chồn ngoài việc thấm nhủ trấp trong bao tử chồn, sau khi được thải ra ngoài nó còn được ấp ủ hơi thở của đất, được tinh luyện với cái lạnh của sương đêm, được làm chín thêm dưới cái nóng của ánh mặt trời cao nguyên gay gắt... cho đến cuối mùa thu hoạch, khi đó phu đồn điền mới gom các lọn cà phê đặc biệt này đưa về để bắt đầu quá trình vệ sinh, rang xay và thưởng thức".

Để thưởng thức hương vị đậm đà hiếm có của núi rừng, người ta thường dùng phin để pha cà phê. Phin cà phê có tác dụng giữ nước sôi trong phin thấm vào bột cà phê trước khi nhỏ từng giọt xuống ly để cà phê có hương vị đậm đà thơm ngon hơn. Ngày xưa có lần mấy anh em tôi lội bộ năm cây số vô đồn điền CHPI (Compagnie des Hauts Plateaux Indochinois: Công ty Cao nguyên Đông Dương), của ông chủ Del Fante, được dượng tôi (ông Lucien Rostan, tổng giám đốc CHPI) pha cho uống cà phê cứt chồn ngon nhớ đời. Nhớ hồi đó tôi chui vô ống chân voi một ngà đã thuộc (câu Minh tôi săn được) ngồi uống cà phê... chân voi.

Cũng thời xa xưa đó, bên hong trường Trung học Banmêthuột ngó qua bên kia đường Hùng Vương có quán cà phê Mây Hồng nứt tiếng thơm ngon. Nhưng nổi tiếng bậc nhất, thơ mộng nhất, lãng mạn nhất và... bâng khuâng nhất vẫn là cà phê Bâng Khuâng trên đường Phan Bội Châu, gần chùa Khải Đoan ngó qua.

Những buổi chiều hiu hiu gió hay những đêm mưa rả rích ngoài trời, ngồi dưới bụi tre la ngà trồng trong quán cà phê Bâng Khuâng, tôi thường... "bâng khuâng" trước hương vị cà phê đậm đà và trước vẻ đẹp dịu dàng, đài các của bà chủ quán, là dì tôi tức là em của má tôi. Hình như hấp thụ vẻ trầm mặc, cổ kính, mộc mạc, hiền lương của đất Thần Kinh nên các dì của tôi và má tôi đều có một vẻ đẹp rất Huế.

Banmêthuột xưa nay vẫn được coi là cái nôi sản xuất các loại cà phê như Moka, Robusta, Mitcharichia và Arabica nổi tiếng trên toàn cầu. Riêng cà phê cứt chồn thì hiện nay ở

Việt Nam tìm một con chồn còn đỏ con mắt, đừng nói là lượm được cà phê cứt chồn về chế biến. Nuôi chồn để ép ăn cà phê thì còn gì gọi là "văn hóa cà phê chồn"; rõ ràng là nó tác hại đến uy tín của ngành sản xuất và kinh doanh cà phê cứt chồn vốn hiếm quý như hiện nay

Thú rừng

Daklak với tỉnh lị Banmêthuột có từ trước thế kỷ XIX. Thời xa xưa đó kéo dài tới năm 69,70 rừng bạt ngàn, là hang ổ của các loài thú hoang.

Nhất là những năm 1930-50 dã thú ở cao nguyên Daklak nhiều vô kể gồm có voi, cọp, beo đốm, beo gấm, gấu, tê giác, heo rừng, bò rừng, trâu rừng (Min), hươu, nai. khỉ, vượn, chồn, cáo, mãng xà... Nhiều khu vực săn bắn lý tưởng như Buôn Dam Rông, Buôn Dur, Buôn Tray, Buôn Hô, Buôn Don, Lak (Lạc Thiện)...

Về dã cầm cũng đông đúc như đại bàng, chim ưng, chim phí, chim Kalơi, chim ông lão, chim gõ kiến, chim trĩ, chim trích, chim "bắt cô trói cột", chim "bắt bà xã... ụ tà tà", công rừng, gà rừng, gà sao, dân sen, cò ma, ngỗng trời, vịt trời v.v...

Những thợ săn nổi tiếng vào thời đó có ông Ba Lô, chú Mười Kèn, chú Hích, chú Minh, chú Đinh, chú Sĩ, chú Năm Bé...

Năm 1970 ở bến xe cây số năm vẫn còn rừng, hươu nai chạy ngờ ngờ. Lần đó dượng Rostan không hạ được nai nhè mấy chú công rừng đậu trên cây bắn cũng trật lất. Bầy công bị động la oang oác bay đi tán loạn cả khu rừng.

Nhớ mỗi lần ba tôi đi săn nai về chia thịt cho các bạn săn và bà con lối xóm xong là hôm sau buổi cơm gia đình nghi ngút hương vị núi rừng. Ngoài chim cu đất nướng khô, nhím ướp tỏi xào gừng, công rừng chiên lăn, món khoái khẩu nhất vẫn là thịt nai nhúng dấm, thịt nai trộn rau càng cua, canh xà lách xoong thịt nai, lẩu nai v.v... Thịt rừng ăn không hết cả nhà xúm vô xắt mỏng đem ra sân phơi nắng làm khô nai. Có lần thấy con chó còi dễ ghét của nhà ai mon men tới ăn trộm khô nai bị thằng cu tèo ngây thơ vô số tội, là tôi, giơ giò đá cho mầy một phát; tưởng mình ngon ai dè con chó mất ăn gầm gừ trả miếng táp một cái phập khiến thằng nhỏ ôm giò máu nhảy cò cò khóc mù trời thiêng.

Quốc trưởng Bảo Đại là ông vua tân thời, ngoài các môn thể thao thời thượng như bơi lội, chèo thuyền, cỡi ngựa, đánh golf, vua còn thích đi săn. Mỗi lần đi kinh lý ở Banmêthuột vua thường sai cận thần bí mật triệu ông Ba Lô đi săn cọp, săn beo với vua. Vua Bảo Đại thích lấy da cọp da beo bọc bộ sa-lông đặt trong phòng khách biệt điện (bangalo) của vua.

Nhưng nhân vật nổi tiếng nhất trong lịch sử đường rừng của cao nguyên miền Thượng vẫn là vua săn voi Ama Kông. Già làng Ama Kông, dân tộc M.Nông người thợ săn ngoại hạng vào thế kỷ XIX là cháu của Y Thu Knul, được vua Thái Lan phong danh hiệu Khun Ju Nốp (vua săn voi) vì săn đươc 600 voi rừng. Trong cuộc đời săn bắt, Ama Kông đã thuần hóa được 298 con voi rừng. Ông muốn săn thêm 2 con cho chẵn 300 nhưng năm 1985 Chính quyền ra lệnh cấm săn thú rừng nên ông đành giải nghệ. Ngoài nghề săn, Ama Kông còn biết chơi các loại nhạc khí dân tộc rất điệu nghệ.

Ama Kông sinh năm 1909 mất năm 2012 tại Ban Don, hưởng thọ 103 tuổi.

Gọi heo

Quí vị nào ở Banmêthuột lâu năm có dịp vô làng Thượng thăm viếng, mua bán, đổi chác hoặc tìm hiểu chắc cũng đã biết một điều mà mãi về sau này tôi mới biết. Đó là sự khác biệt giữa người Kinh và người Thượng về việc nuôi heo. Khác với người Kinh nuôi heo chuồng, đồng bào thiểu số lại thả heo chạy rong trong buôn làng. Lần đầu tiên theo ba má vô buôn Thượng tôi mới biết việc này.

Nhìn mấy con chó phèn chạy lông nhông quanh lũ heo lục sục ủi đất với đàn gà bươi móc kiếm ăn thấy vui con mắt quá chừng. Nhìn chúng lao xao, lạc sạc sao mà ngược hẳn với những gì gọi là hệ lụy ngoài đời kia.

Giữa lũ heo cỏ, heo mọi có cả heo rừng nuôi từ nhỏ lớn lên thành heo nhà, cặp nanh chỉa thẳng lên trời, lông dựng đứng theo sóng lưng. Nếu lũ heo rừng này lang thang trong rừng không ai nghĩ chúng đã được thuần giống thành heo nhà.

Tới bữa ăn, có người cất tiếng hú gọi lũ heo về cho ăn. Ngót 50 năm rồi tôi vẫn còn nghe tiếng hú gọi heo của người đàn bà Thượng. Tiếng hú man dại sao mà...vọng âm rừng rú: *Huýt huét...Hốt huết... Hú...* ***ô lề... ế... ê...***

Cũng như người miền sông nước tha thiết với tiếng gọi đò lúc tảng sáng hay buổi chiều hôm, những người sinh trưởng ở cao nguyên như tôi khi đi xa, không gì gợi nhớ quê nhà bằng... tiếng gọi heo. Một tiếng gọi đò hay một tiếng gọi heo thôi, đủ để đánh thức trong tôi cả buôn làng, nhà sàn, bếp lửa, nhà rông, nương rẫy và rừng núi đại ngàn,

Nói về thú rừng cũng xin nói thêm về cây ăn trái. Ở Banmêthuột có nhiều loại cây ăn trái mọc hoang trong các khu rừng, như cây cò ke, cây chòi mòi, cây cơm nguội, chùm quân, trâm, cóc, sấu, khế, xoài, sung, ổi, đu đủ, chuối rừng...

Có ai từng ăn chuối rừng chưa?. Có thể nói (xin lỗi) hương chuối rừng thơm hơn cả... các "em 13, 14" (nghe các ông thi sĩ đa tình khen sao tôi nói vậy). Trái chuối rừng nhỏ bằng chuối tiêu. Lột vỏ, cắn một cái là nguyên trái chui tọt vô họng để nghe mùi thơm lồng lộng lan lên óc. Thơm thì thơm ngát trời thiêng nhưng hột ơi là hột. Vừa nhai chóc chách vừa phun hột ra vèo vèo, rốt cuộc chỉ nuốt được một phần nước chuối trộn với chín phần nước miếng ứa ra là coi như ta thanh toán xong trái chuối rừng. Đúng là không có gì dại cho băng... ăn chuối rừng.

Fulro

Nói tới dân tộc thiểu số miền sơn cước cũng nên nhắc sơ qua một lực lượng chính trị vũ trang người Thượng biệt danh FULRO.

Fulro ra đời từ năm 1958 với danh xưng bằng tiếng Pháp *Front Uni de Lutte des Races Opprimées*, viết tắt là FULRO: *Phong Trào Giải Phóng Các Dân Tộc Bị Áp Bức.*

Khi nền Đệ I Cộng Hòa được thành lập, Thủ tướng Ngô Đình Diệm hủy bỏ chế độ Hoàng Triều Cương Thổ của Hoàng đế Bảo Đại sau 5 năm được thành lập (1950 - 1955). Ngay khi bãi bỏ chế độ này, tình huynh đệ Kinh Thượng được hàn gắn tưởng không bao giờ chia rẽ. Tuy nhiên, một trong những Đạo dụ của chính phủ Ngô Đình Diệm được ban hành sau đó không thấy đề cập quy chế riêng cho đồng bào Thượng, lại phủ nhận đất đai của đồng bào sơn cước, hạn chế việc dạy thổ ngữ Thượng, cơ quan địa phương lợi dụng sự thật thà, chất phác của họ để bốc lột, không nâng đỡ, giao phó các chức vụ quan trọng trong tổ chức hành chánh và quân sự cho những trí thức Thượng, v.v...

Vì những nguyên nhân này, một số nhân sĩ, trí thức Thượng bất mãn đã mạnh mẽ đứng lên phản kháng khiến cho Chính phủ phải xét lại chủ trương đường lối và ban hành một quy chế riêng cho các sắc tộc Thượng.

Tuy nhiên, lợi dụng sự bất mãn đang bùng phát của người Thượng, những thành phần bất hảo, các cán bộ Việt Cộng cũng như một số chủ nhân đồn điền người Pháp đã kích động, xúi dục, tuyên truyền chống chính phủ, đào sâu sự chia rẽ Kinh Thượng đã gây nên phong trào Tây nguyên tự trị vào tháng 8 năm 1958, xuất xứ từ 4 sắc tộc Êđê, Bahnar, Djarai và Koho. Từ đó phát sinh ra lực lượng vũ trang mang tên Fulro. Ngay khi tổ chức được hình thành, Fulro đã tiến hành nhiều hoạt động khủng bố sắt máu vừa phá hoại vừa khoa trương thanh thế. Bản chất của tổ chức Fulro là quấy nhiễu chính phủ, gieo tang tóc cho dân lành trên suót dẫy cao nguyên Nam Trung phần xuống tới miền đồng bằng duyên hải nhằm gây chia rẽ tình đoàn kết Kinh Thượng.

Thập niên 1950 - 60 tuyến đường Banmêthuột - Sài Gòn thuộc Quốc lộ 14 còn giao thông, Fulro đã từng phục kích xe đò; ban đầu chỉ cướp bóc lương thực, tiền bạc, về sau mới nổi máu giết người Kinh lẫn người Thượng. Có người may mắn trốn thoát về kể lại bon Fulro bắt dân đứng giàn hàng ngang xong xả súng. Trong số những xác người chở về quân y viện Banmêthuột có xác người lính Địa phương quân, là chú tôi bị bắn chết. Trong bộ đồ lính đẫm máu, gương mặt ông bị bắn nát nửa mặt, may còn trơ lại chiếc răng vàng bị sâu là ba tôi còn nhận dạng được.

Những cuộc giết chóc này đã gây kinh hoàng trong quần chúng khiến cho tuyến đường Sài Gòn - Banmêthuột ngừng hoạt động.cho đến ngày mất nước.

Có ai từng giáp mặt với Fulro chưa? Tôi được biết các đồn điền, rẫy bái cũng như những buôn Thượng ở khoảng cây số 21 trên quốc lộ 21 đi Ninh Hòa, Fulro thường về đòi nộp lúa gạo và tống tiền. Có lần, cả nhà đang ăn cơm tối chợt nghe có nhiều tiếng chân người lẫn tiếng súng đạn lích kích ngoài sân. Cả nhà đang hoang mang lo sợ chưa biết rõ sự tình chợt cánh cửa phên bị đẩy vô theo sau là mũi súng đen ngòm. Đó là những tên Fulro rừng rú, hung tợn và sắt máu. Chúng bắt chúng tôi ra sân xếp hàng để nghe tên đầu sỏ đề cao phong trào chống chính phủ của chúng trong khi ba tên vô nhà lục lạo, vơ vét lương thực xong cả bọn bỏ đi không quên hứa hẹn sẽ trở lại. Hú vía! Sau lần Fulro xuất hiện chúng tôi không dám ngủ trong nhà nữa. Trời vừa chạng vạng tối là cả nhà ôm mùng mền lần xuống dưới lưng đồi chui vô bụi rậm ngủ qua đêm.

Đêm ngủ bờ ngủ bụi ở trong rừng tôi có cảm tưởng như mình lạc về thời cổ sơ. Đêm ở trong rừng không giống như đêm ở ngoài phố. Đêm im lặng đến ngộp thở, cái im lặng đầy bí hiểm, đe dọa, chết choc; im đến nỗi đêm trở nên sâu thẳm, và cái sâu thẳm đó lại chính là âm thanh của tiếng côn trùng rả rích lẫn tiếng huýt gió huynh huýt đến lạnh gáy của loài rắn lục ngoài ruộng lúa. Có người nói đó là tiếng gọi hồn của thần tử.

Sau biến cố tháng 4-1975, Cộng Sản Bắc Việt chiếm cứ toàn miền Nam Việt Nam, tịch thu tất cả tài sản của chính phủ và nhân dân, bắt nhốt các thành phần "ngụy quân ngụy quyền", đày dân đi vùng kinh tế mới. Rẫy và xe vận tải của ba má tôi cũng không ngoại lệ, bị "tiếp thu" vĩnh viễn. Cũng từ đó lực lượng Fulro càng hoạt động mạnh hơn nhằm khống chế quần chúng bằng những cuộc bắn giết man rợ, đồng thời rải truyền đơn, xuyên tạc, kích động, đẩy mạnh khủng bố tấn công các đơn vị bộ đội, đốt phá trụ sở, ám sát cán bộ. Fulro cũng không ngừng tập kích đường giao thông trên các quốc lộ 14, 19, 20, 21, 25 chặn đường, giết hại dân lành, bắt bớ, lôi kéo, không chế hàng trăm thanh niên ở các xã, buôn làng vào rừng theo Fulro.

Năm 1978 tôi về Rạch Giá vượt biên đến nay đã 40 năm tôi không còn nghe tin tức gì về lực lượng Fulro nữa. Nghe nói *Phong Trào Giải Phóng Các Dân Tộc Bị Áp Bức* này đã bị tiêu diệt từ năm 1992 (?).

Nhạc cụ

Nhạc cụ của người Êđê rất phong phú và đa dạng, luôn luôn gắn bó mật thiết với đời sống sinh hoạt văn hóa của cộng đồng qua các tập tục, lễ hội truyền thống cũng như thế giới tâm linh của dân tộc họ. Âm nhạc của người Thượng nói chung thường kết hợp bởi những âm thanh man dại của núi rừng. Phần lớn các nhạc cụ được cấu tạo bằng những vật liệu thô sơ, mộc mạc có sẵn trong thiên nhiên như lá, tre, nứa, vỏ bầu, gỗ, sừng. Ngoài ra còn có những nhạc cụ làm bằng đồng như Cồng, Chiêng *(Goong Chinh),* Chụp chõa *(Hđang Hgơr),* Thông linh *(Ring Rơng),* Trống *(Hgơr)* bằng gỗ và da trâu, đàn đá...

Riêng trong khuôn khổ bài viết này, tôi chỉ nêu lên vài nhạc cụ của người Êđê mà trước 1975 tôi đã từng mắt thấy, tai nghe, tay chạm qua mà thôi.

1. Kèn lá

Kèn lá là nhạc cụ thổi rất phổ biến trong cộng đồng dân tộc thiểu số. Muốn thổi thì bứt ngay một chiếc lá còn tươi trên cây xuống, gấp đôi theo sóng lá, cắt phần cuống là có chiếc kèn lá giản di, đơn sơ.

2. Sáo

Người Êđê gọi ống sáo là Đing. Sáo của dân tộc thiểu số có nhiều loại như sáo chull thổi giữa thân ống tre, sáo alá thổi ở gần đầu ống tre, sáo hol và sáo pi thì thổi ở đầu ống. Trong buôn Ea Pok, Ban Mê Thuột tôi chỉ thấy sáo pi mà thôi.

Sáo pi làm bằng ống nứa dài khoảng 30cm, đường kính 2cm. Cả hai đầu đều kín. Đầu thổi được vạt xéo góc khoảng 45 độ, đặt lưỡi gà bằng nứa mỏng hoặc lá cây.

3.Tù Và

Tù Và cùng họ với kèn t'nốt và kèn t'diếp, làm bằng sừng trâu, sừng bò rừng hoặc sừng sơn dương. Một đầu (lớn) sừng rỗng. Đầu nhọn cắt bớt để thổi. Tù Và chỉ có một âm duy nhất, dùng để tập trung hiệu lệnh, đánh dấu ngày lễ xuống đồng, cũng như dùng để đuổi muông thú.

4. Kèn Dinh Duk

Kèn gồm 13 ống tre nhỏ khoảng 1cm. Ống ngắn khoảng 15cm, ống dài khoảng 80cm. Các ống tre đều dùi thủng cả hai đầu, xếp chung thành một bó. Mỗi ống có âm thanh khác nhau. Ống dài có âm trầm, ống ngắn âm sắc.

5. Kèn Đinh Năm

Đinh Năm thuộc nhạc cụ thổi hơi của người Êđê. Năm theo tiếng Êđê có nghĩa là 6, nên Đing Năm gồm 6 ống trúc ngắn, dài, xếp thành 2 bè, mỗi bè 3 ống. Trên 6 thân trúc khoét các lỗ cao thấp để tạo thành âm thanh xong cắm một đầu vào trái bầu khô. Cuống trái bầu là đầu thổi.

6. Đinh Tak Ta

Còn gọi là Kèn Bầu, làm từ một ống tre khoét ba lỗ, một đầu có lưỡi gà được gắn vào vỏ bầu. Âm thanh kèn bầu rất rộn rã nên thường được thổi vào buổi sáng sớm để đánh thức đồng bào trong buôn dậy lên rẫy.

7. Đinh Buôt

Còn gọi là Tiêu, là một loại sáo dọc làm bằng ống nứa, có 4 lỗ tạo thành 4 nốt khác nhau. Thổi ở đầu ống tre.

8. Khèn Mèo

Khèn Mèo chiếm một vị trí quan trong trong đời sống tinh thần của người H'Mông ở vùng Hà Giang, Bắc Việt. Một số dân tộc khác cũng có loại khèn này, tuy cách cấu tạo hơi khác như khèn 6 ống của người Êđê hoặc khèn bầu S'tiêng.

Tôi còn nhớ vào khoảng tháng 8 năm 1966, từ đèo M'Drak vượt đèo Phượng Hoàng, lên đèo Dốc Cao đi Banmêthuột, khi cách Khánh Dương chừng 20km tôi để ý thấy có một bản Thượng nằm sâu trong núi phía đông nam quốc lộ 21. Ngay tại ngã ba đường đất đỏ dẫn vô buôn tôi thấy một anh thanh niên ở trần, đóng khô đứng dựa gốc cây say sưa thổi Khèn trông rất nghệ sĩ. Tiếng Khèn êm ả, du dương, trầm bổng, nhè nhẹ như gió thoảng, nhưng có một ma lực quyến rũ, vang vọng và nồng nàn gợi lên bản sắc hoang sơ của núi rừng. Lúc tới Khánh Dương nghỉ ngơi ăn cơm tôi hỏi anh tài xế hãng xe đò Bờ-rô (Peugeot) thì được biết bản Thượng đó là bản của người Blô, một nhánh nhỏ người Êđê ở vùng đồi cỏ M'drak. Nhạc cụ anh thanh niên Blô đó thổi là Khèn bầu 6 ống lai Khèn Mèo.

Cách cấu tạo Khèn Mèo trải qua nhiều giai đoạn rất công phu. Thân khèn làm bằng gỗ thông. Trên đầu thân khèn gắn thêm một ống trúc nhỏ để thổi. Ống khèn làm bằng tre, gồm 6 ống lớn, nhỏ, dài, ngắn khác nhau, đặt song song trên thân khèn, trên mỗi ống đều có mỗi lưỡi gà bằng đồng mài mỏng để tạo ra âm thanh trầm bổng. Lấp 6 ống khèn xuyên qua thân khèn. Các ống tre đều được quấn chặt bằng dây gai. Theo truyền thống Khèn Mèo chỉ dành cho nam giới thổi trong những cuộc hội hè hay tang lễ.

9. Đàn T'rưng

Đàn T›rưng phát nguồn từ dàn đàn đá cổ xưa. Nhạc cụ này được tất cả các dân tộc miền Thượng sử dụng trong các hình thức sinh hoạt của đời sống. Đàn được làm bằng gỗ hoặc những ống nứa to, nhỏ, dài, ngắn khác nhau xếp theo thứ tự. Mỗi ống giữ nguyên một đầu mắt nứa; đầu kia vạt nhọn một góc. Tất cả các ống được buộc vào 2 sợi dây, xếp thành hàng ngang từ ống to, dài đến ống nhỏ, ngắn để tạo âm vực. Đàn T›rưng có từ 5 đến 18 ống xếp thành hàng trên giá đàn như chiếc võng. Dùng dùi gõ làm bằng 2 thanh gỗ hoặc khúc tre dài khoảng 20cm, phần đầu quấn vải gõ vào ống để tạo âm thanh êm tai hơn.

10. Đàn B'rố

Đàn B›rố do người Êđê chế tạo bằng những vật liệu từ trái bầu khô, tre, nứa, dây dừa, mật ong. Trên ống lồ ô dài khoảng 100cm, đường kính khoảng 7cm, mặt trước gắn một thanh dài gồm 3, 4 phím lõm, có hai dây đàn bằng sơ dừa căng dọc theo thanh phím, mặt sau gắn một trái bầu khô và hai trục để lên dây đàn.

Trước 1975, tôi có ghé vô buôn Ea Tam ở cây số năm thăm anh Y Ngo Kdam được anh cho đàn thử cây đàn B'rố giản dị này. Đàn chỉ dành cho con trai. Vì khi đàn anh ta ở trần úp trái bầu khô vào bụng, khi úp khi hở để tăng cường độ và tạo độ rung của âm thanh.

11. Đàn Goong

Hồi nhỏ theo ba má tôi vô đồn điền ông Nicholas chơi vừa thấy cây đàn goong đặt ở góc nhà là tôi... hết hồn. Hình thù cây đàn trông thật... quái dị. Sau này lớn lên tôi có tìm hiểu sơ về các loại nhạc cụ của người miền cao thì được biết đàn goong được cấu tạo bằng ba vật liệu: ống nứa, vỏ trái bầu và dây sắt. Ống nứa bào láng làm thân đàn dài khoảng 60cm, đường kính 3cm. Phía trên thân nứa được dùi 11 lỗ, cắm 11 trục bằng gỗ để lên dây. Phía dưới gắn một trái bầu khô. Phần dưới cùng có các rãnh nhỏ để mắc dây.

12. Đàn đá

Tôi chưa từng nghe nói hoặc có thể không biết quốc gia nào trên thế giới có đàn đá như ở Việt Nam. Đàn đá là một nhạc cụ gõ, có từ thời cổ đại hai ba ngàn năm trước Công nguyên, được những người nghệ sĩ tiền sử khéo léo đẽo gọt từ những tảng đá thành những phiến đá có kích thước to, nhỏ, dài, ngắn, dầy, mỏng để tạo nên những âm vực cao thấp khác nhau. Thanh đá lớn, dài và dầy có âm vực trầm so với những thanh đá nhỏ, ngắn và mỏng thì tiếng thanh. Chính những phiến đá này được nghệ nhân thượng cổ sắp xếp thành một loại nhạc khí gọi là Đàn đá.

Đàn đá có từ ba thanh, sáu thanh đến trên 40 thanh. Với những phiến đá thô sơ, vô tri, những nghệ nhân tiền sử đã tạo ra một nhạc cụ sống động mang âm thanh trầm bổng bất hủ của rừng núi đại ngàn.

Bộ đàn đá thời tiền sử được phát hiện lần đầu tiên vào năm 1949 tại một chốn hoang vu trong rừng rậm thuộc huyện Lak, tỉnh Daklak. Bộ đàn đá cực lớn này gồm 11 phiến kích cở từ thanh ngắn nhất 65.5m, nặng 5820kg, tới thanh dài nhất 101.7m nặng 11.210kg có niên đại khoảng 2500 năm, do nhà dân tộc học người Pháp Goerges Condominas cùng một số thanh niên thuộc bộ lạc Sar Luk, trên đỉnh núi Chư Yang Sin cheo leo, hẻo lánh phát hiện. Hiện bộ đàn đá thời thượng cổ này được trưng bày tại Viện Bảo Tàng Nhân Chủng Học, Paris.

Ngoài bộ đàn đá của G. Condo, sau này còn có nhiều bộ đàn dá khác được các nhà khảo cổ hoặc người dân tình cờ tìm thấy, trải dài từ cao nguyên xuống tới miền duyên hải.

13. Cồng chiêng

Đối với đồng bào thiểu số, cồng (Knah) chiêng (Ching) là linh hồn của sự sống, là phương tiện giao tiếp với thần linh, nói chung cồng chiêng là linh cụ gắn liền với đời sống vật chất lẫn tinh thần của người miền sơn cước. Bất cứ lễ hội nào, từ lễ mừng lúa mới, lễ ăn cơm mới, lê đâm trâu, lễ bỏ mả trong đó lễ Mnăm Thun cầu cho gia đình mạnh khoẻ và làm ăn thịnh vượng v.v... đều không thế thiếu tiếng cồng, tiếng chiêng. Nhạc cụ này dùng để diễn tả niềm vui nỗi buồn trong cuộc sống nương rẫy và những sinh hoạt hàng ngày của dân làng.

Hình thành và tồn tại trên khắp vùng cao nguyên Thượng du. Trong trường ca Đam San của người Êđê nói về cồng chiêng rất uy nghi, hùng tráng và sôi động: *"Đánh những cái chiêng kêu nhất, những chiêng ấm nhất. Đánh cho chiêng lan ra khắp xứ. Đánh cho chiêng lan qua sàn, lan xuống dưới đất. Đánh cho vượt qua mái nhà vọng lên trời. Đánh cho khỉ trên cây cũng quên bám chặt vào cành đến ngã xuống đất. Đánh cho các âm hồn nghe cũng thôi làm hại người. Đánh cho chuột sóc cũng quên đào hang. Cho rắn cũng bò ra khỏi lỗ. Cho hươu nai phải đứng thinh mà nghe. Cho thỏ lắng tai không kịp ăn cỏ. Cho tất cả muôn vật chỉ còn có thể lắng tai mà nghe tiếng chiêng..."*

Hồi nhỏ cứ cuối tuần lũ trẻ chúng tôi thường rủ nhau ra sân banh đá banh. Nhà ba má tôi gần trường Tiểu học Nguyễn Công Trứ, ra sân banh tôi thường đi ngang qua tiệm bán cồng chiêng trên đường Y Jut. Hồi đó trẻ con thường hay nghịch ngợm, hễ thấy cái chiêng nào đem phơi ngoài sân là chúng tôi lấy cây khỏ cho một cái rồi hè nhau bỏ chạy. Lớn lên tôi khá thắc mắc không biết các loại nhạc cụ miền núi này ở đâu mà người Thượng có. Vì tôi chưa từng thấy người Êđê đúc đồng bao giờ. Hỏi ông bạn Trung úy Y Julnié Ksor, ông cũng không biết, nhưng hỏi Cồng khác Chiêng ở chỗ nào thì ông giải thích rất rõ:

Cồng, chiêng là nhạc cụ dân tộc thuộc bộ gõ, hình tròn, làm bằng đồng thau. Cồng có cục u (hay núm) nhô lên ở chính giữa. Chiêng thì mặt phẳng, không núm.

Cũng như đàn đá, cồng chiêng được Unesco công nhận là di sản văn hóa của thế giới.

Sử thi

Trong kho tàng văn học nghệ thuật phong phú của các sắc tộc thiểu số, ngoài lễ hội, nhà rông, nhà dài, cồng chiêng, cơm lam, rượu cần..., còn có sử thi với một lịch sử lâu đời, là một di sản quý báu của dân tộc Việt Nam, trong đó thể hiện quá trình hình thành trời đất, con người thần thoại, phong tục tập quán của các sắc tộc thiểu số miền Thượng du.

Sử thi là một bản trường ca được diễn xướng những mẫu chuyện hát kể về những câu ca thần thoại, về những dũng sĩ miền cao, những vẻ đẹp của tâm hồn đơn sơ, mộc mạc tỏa rạng trong những cuộc tình thơ mộng của núi rừng, giữa người và người, động vật và thiên nhiên cũng như những sinh hoạt đời sống hàng ngày như khai khẩn đất hoang, canh tác ruộng rẫy...

Sử thì là một nghệ thuật được các già làng có kinh nghiệm trải đời diễn xướng bằng điệu hát ngân nga, trầm bổng. Hát sử thi, tùy theo già làng nằm hay ngồi - lúc khán thính giả là những người làng già trẻ lớn bé tề tựu vây quanh - trông các cụ như một khối uy nghi. Hiểu rõ bản chất đời sống cộng đồng bao giờ già làng cũng thể hiện một nhân cách tận tụy, biết thông cảm sâu sắc với dân làng. Trực giác chứa đầy điển tích hồn hậu xuất ra như điện tuyệt vời.

Bình thường già làng sống dân dã, hồn nhiên hòa mình vào đời sống nghèo khó cùng buôn làng, nhưng khi hát sử thi như một trách nhiệm được giao phó, chấp nhận sự tung hô của dân làng các cụ làm cho lịch sử của sử thi sinh động hẳn lên. Lúc đó già làng trở thành một kịch sĩ xuất sắc lột tả vai trò theo từng mẫu truyện: đi, đứng, chạy, nhảy, ca múa, reo hò, hô hoán các mệnh lệnh. Đang thấp giọng trầm trầm, đều đều, buồn tẻ ở phần u uất nhất chợt câu hát cất lên những cung bậc cao vút rạng rỡ, hào hứng, gần gũi, giản dị và hóm hỉnh qua từng động tác của từng câu chuyện.

Đó là những gì cá nhân tôi từng mắt thấy tai nghe, nghĩa là tôi hân hạnh được một người bạn dân tộc cùng đơn vị ở Pleiku mời về làng Thượng của anh ở quận Lệ Trung tham dự một đêm hát kể sử thi do già làng Ama Yun diễn xướng năm 1972.

Vì là một bản trường ca về con người và mọi vật trong vũ trụ vô biên nên hát kể sử thi không chỉ một đêm mà có thể kéo dài đêm này qua đêm khác cho đến hết mới thôi. Và người nghe là những người con của Mẹ Núi vẫn trung thành trở lại háo hức ngồi nghe cũng cho đến hết mới thôi.

Trong kho tàng âm nhạc của các sắc tộc thiểu số miền cao, sử thi như Đam san, Đam Di, Đam Noi, Xinh Nhã, Khinh Dú, Dông Dư... là những bản trường ca giản dị mà sâu xa, mộc mạc mà thâm trầm, phong phú và bất diệt, có giá trị đích thực của nền văn học dân gian.

Ta đều biết rằng sử thì cũng như nhà rông, nhà sàn hay tượng nhà mồ đều được sáng tạo tự nhiên bởi những nghệ sĩ của núi rừng mà không qua bất cứ trường lớp nghệ thuật dân gian nào. Thời xa xưa đó có ai biết nghệ thuật là gì đâu, họ chỉ biết làm ra những gì cần làm theo nhu cầu đời sống đòi hỏi, giản dị vậy thôi. Điều đó có nghĩa là nghệ thuật của họ đến từ sự tự nhiên, sự phát xuất tự nhiên nhưng tràn đầy hạnh phúc trong sáng tạo.

***

Ở trong tôi bây giờ tuy Banmêthuột đã ngàn trùng xa cách, biệt ly nhau ngót 40 năm ròng nhưng mỗi lần nhắc nhớ là lòng tôi rưng rưng. Và tôi vẫn tin rằng ở bất cứ phương trời nào quê tôi vẫn còn đó đã ngấm sâu vào trong lòng thương nhớ của tôi.

Thực vậy, trong tôi bây giờ cao nguyên Daklak là trái núi ân cần, tuy gập ghềnh, lồi lõm, răng cưa nhưng vẫn gần gũi, bình dị, hiền hòa và bền bỉ nhất. Ở đó, những biến động xã hội, một thời chiến tranh, những người con xa quê, những con người đã đi qua, những con người lớn lên và đã lên đường, trong đó có thật nhiều người vì tổ quốc ra đi và trở về bằng những nấm mồ.

PHAN NI TẤN

THƯƠNG NHỚ MÙA XUÂN

Nhớ có lần tôi ngủ trọ một đêm trong căn nhà nhỏ ở Sài Gòn. Bởi vì lúc đó tôi là kẻ trôi sông lạc chợ nên căn nhà nằm sâu trong hẻm Thành Thái, tuy đơn sơ, bình dị nhưng ấm áp và yên lành. Ngày tháng ngủ bờ ngủ bụi tôi không làm sao yên giấc, bù lại dưới mái nhà yên tĩnh này đã cho tôi giấc ngủ bình an, dù chỉ một đêm. Thật ra, nửa đêm có lúc tôi giựt mình thức giấc để nhìn thấy những mảng sáng tối lờ mờ trong căn phòng trông giống như từng phiến tâm tư của tôi ghép lại. Đêm càng về khuya, từng phiến đêm bềnh bồng đó như ứa ra những tiếng thở dài. Tôi vốn sợ bóng đêm trên nhành cây, dưới gầm cầu hay trong ống cống tôi từng ngủ bụi. Nhưng mặc cho mưa đời đánh lòng tôi tơi tả, đêm dưới mái nhà Thành Thái vẫn cứ trọn lòng thành, dịu dàng trải bình yên xuống giấc ngủ tôi.

Buổi sáng, giã từ căn nhà, tôi lầm lũi bước đi. Tôi đi hoài đi mãi đi suốt 43 năm trời vẫn không làm sao quay trở lại căn nhà xưa đó, căn nhà nhỏ mà tình nghĩa thì mênh mông.

Lưu lạc chốn quê người, có đêm trằn trọc ôm nỗi buồn riêng, lòng chợt nhớ căn nhà xưa vô kể. Một đêm thôi mà sao lòng cứ nhớ hoài.

Thưa, đó là tâm tư tôi khi nhận được cuốn sách SÁNG NAY MÙA XUÂN của Doãn Gia vừa ấn hành gởi tặng. Doãn Gia tức gia đình họ Doãn, trước 1975 từng cư ngụ trong căn nhà nhỏ nằm sâu trong hẻm Thành Thái, nơi tôi ngủ trọ một đêm giữa năm 1979.

Sáng Nay Mùa Xuân được hình thành đầu năm 2022 bởi sự kết hợp công phu của nhiều cây bút trong và ngoài nước để mừng bách tuế cụ Sỹ, tức nhà văn Doãn Quốc Sỹ.

Cuốn sách mở đầu bằng Đôi Dòng... của Doãn Ngọc Thanh, con gái đầu lòng của ông bà Doãn Quốc Sỹ: *"Có một thủa bóng tối và cái ác đổ xuống miền Nam Việt Nam."* Ngần ấy chữ thôi đủ để máy động lòng lòng người. Mất nước là một thảm họa, vượng khí của non sông đến hồi mạt vận. Bạo lực của chế độ mới làm sụp đổ nền Cộng Hòa, đẩy con đỏ đi vào cuộc sống nghẽn lối.

Ngoài Doãn Ngọc Thanh, bảy người em trong Doãn Gia, cháu ngoại Thảo Chi, Liên Chi và các thân hữu cũng góp mặt, nhất là cô Doãn Thị Quý, em của cụ Sỹ cũng góp sức làm nên tác phẩm ***Sáng Nay Mùa Xuân*** đầy tình tự. Tựa đề như thế khiến người đọc cầm cuốn sách trên tay lại có cảm tưởng như cầm được sắc xuân óng ả hương mùa. Ở vào thuở an bình, thân tâm sảng khoái, sự có mặt của ***Sáng Nay Mùa Xuân*** với mục đích riêng tặng bách niên của cụ Sỹ, hầu hết những trang sách đều hết lòng cởi mở.

Thơ Doãn Quốc Vinh khéo léo xáo trộn vòng đời làm mới câu thơ mượn ý từ Bát Nhã nhuốm đầy thiền vị Bắc truyền với những câu minh chú sắc bất dị không, không bất dị sắc:

tâm xuân về mênh mông
đồi núi mây bềnh bồng
bình yên đôi cánh hạc
theo gió chiếu thong dong

ông mỉm cười nhìn núi
núi mỉm cười nhìn ông
chấp trụ hề sắc có...
vô trụ hề sắc không...
vàng hoa, xanh cỏ, đỏ đồng
ông đi chở chút nắng hồng trên vai.
(Vô Đề, tr.11)

Còn gì quý hơn tình anh em khởi từ ngày xửa ngày xưa đến tận ngày nay vẫn không hề chia cách. Ta gặp ở đây cái đẹp trong câu viết sau đây: *"Ngày ấy người em 13 tuổi, người anh vừa tròn 27 tuổi. Hôm nay người anh vừa tròn 100 tuổi, người em đã tròm trèm 86 tuổi. Hai anh em vẫn có nhau..."*

Còn nữa: *"Em muốn anh sống 100 tuổi trở lên để em được ngồi bên cạnh ăn trưa và tối với anh, hằng ngày rót nước lọc và đưa ly nước vào tận tay anh (nếu không anh sẽ đứng lên đi thơ thẩn và quên uống nước)..."*

Đoạn văn Ngày Xửa Ngày Xưa tả chân trên (tr.17) là của cô Doãn Thị Quý, em ruột của bố Sỹ, vô cùng giản dị, mộc mạc mà vang động tận đáy lòng ta. Hồi di cư năm 1954, bố Sỹ dắt theo cô Quý vào Nam, từ đó đến nay, hai anh em vẫn không hề rời xa nhau.

Một điểm son nữa, của Sáng Nay Mùa Xuân, là hai mầm non văn nghệ Nguyễn Đình Thảo Chi và Nguyễn Đình Liên Chi của cụ Sỹ. Văn học là nguồn sáng tạo không ngừng tiếp nối, cách tân và chuyển hóa. Thảo Chi và Liên Chi, chịu ảnh hưởng văn chương của ông Ngoại và của bố mẹ cũng hồn nhiên hạ bút.

Thảo Chi làm thơ Anh ngữ "Your Work On Earth Is Done" tặng cho bà Ngoại (bà Doãn Quốc Sỹ) lúc qua đời.

Liên Chi hành văn Việt chỉ để tặng... "cái bàn làm việc của Bố", ví cái bàn như là xứ sở thần tiên "Wonderland" để con cháu vẫn luôn quanh quẩn xung quanh cái bàn.

Cụ Sỹ vốn là nhà mô phạm và là cây đại thụ đầy uy tín trong làng văn học miền Nam đã trở thành cái bóng quá lớn và quá mát trùm lên cuộc sống gia đình. Cô Tư Liên, con gái của cụ Sỹ, đại khái nói như thế. Cô còn phây phây tuyên bố: "Bố ở tù về, chúng tôi lớn hơn, nhiều hiểu biết hơn, thế là bố con thành bạn." Hết ý.

Chính cô Tư Liên, tức Doãn Cẩm Liên cùng chồng là Nguyễn Đình Hiếu, năm xưa thấy tôi lang thang không nhà không cửa đã đưa tôi về nhà Thành Thái ngủ trọ một đêm, dù thời buổi khó đang trùm lên cuộc sống người dân miền Nam.

Ngoài hình ảnh và ngôn từ, ***Sáng Nay Mùa Xuân*** còn "in" cả tiếng hát trong ngần, cao vút của Doãn Thanh Hương, cô út của Doãn Gia trong những trang nhạc của các nhạc sĩ du ca.

Anh Hai Lộc, tức Trần Đại Lộc, tác giả của ca khúc Sáng Nay Mùa Xuân viết tặng các em Doãn Gia, tuy không còn nữa, nhưng lúc nào cũng ở trong lòng các em. Như Tấn, như Nguyễn Quyết Thắng sau cả chục năm xa cách, gặp lại nhau là ấm cúng như ruột thịt, như chị Hai Doãn Ngọc Thanh nói.

Rồi Doãn Quốc Thái, Doãn Kim Khánh, Doãn Quốc Hưng, Doãn Quốc Hiển, rể Nguyễn Đình Hiếu không ngừng thể hiện tài năng phong phú qua các trang thơ văn, tiếng đàn. Họ tha thiết nói lên tấm lòng hiếu thảo của người con đối với bậc sanh thành.

Ta từng biết "Văn là người. Chương là vẻ sáng". Văn học nghệ thuật là ý lực tự do bật lên vẻ sáng trên đầu ngọn bút. Ngoài những cây bút Doãn Gia, các thân bằng quyến thuộc của bố Sỹ mẹ Thảo như Trần Bích Ngọc, Trần Phương Hà, Nguyễn Hoàng Hà, Vũ Thái Hòa, Dương Ngọc Hưng, Ngô Thùy, Bồ Khánh An, cũng như các thân hữu Vũ Dung, Hà Bạch Trúc, Ngô Thụy Chương, Đoàn Khoa, Trần Thanh Phi, Trần Đức Quân, trong Sáng Nay Mùa Xuân, mặc dù chưa nói hết khúc nôi của lòng, song những ưu ái qua triết luận nghệ thuật của họ cũng thể hiện ngắn gọn, xúc tích, sinh động những câu chuyện đời, chuyện nước non, tình tự như những bản trường ca tràn đầy chân tình, sâu lắng.

Về phương diện ngôn ngữ, vì xuất phát từ lý trí, đóng góp của họ gợi lên vẻ đẹp của tình đời, tình người.

PHAN NI TẤN

TÔI BÁN SÁCH
Ở CHỢ SÁCH ĐẶNG THỊ NHU

Không xa bùng binh Quách Thị Trang trước chợ Bến Thành bao nhiêu, chợ sách Đặng Thị Nhu nằm khiêm nhường trên một con đường nhỏ, dài chừng 150 mét, hai đầu là đường Ký Con và Calmette.

Chợ sách Đặng Thị Nhu tuy nhỏ nhưng là chợ sách nổi tiếng từ sau năm 1975, hai bên là nhà dân án ngữ bởi những sạp sách chứa đầy các loại sách báo thượng vàng hạ cám.

Giữa năm 1978 tôi bán sách trong chợ sách này, dân mê sách, nhà văn, nghệ sĩ, nhà nghiên cứu, phê bình văn học đều ghé qua nên tôi có dịp gặp gỡ, quen biết, tiếp xúc nhiều văn nghệ sĩ nổi tiếng ở Sài Gòn. Sạp sách của tôi kế bên sạp Nguyễn Hồng Long (tức Nguyễn Hồng Rồng) và nhà văn Nguyễn Ước. Nguyễn Hồng Long và Nguyễn Ước ở cùng thành phố Toronto, Canada với tôi, về sau ông Long trở về VN sống, ông Ước vẫn ở Canada đến nay. Nói bán sách cho oai chớ thật ra tôi chỉ ké một góc sạp sách của anh em nhà Phan Văn Thành và Phan Xuân cầm cự sống qua ngày. Phan Xuân hiện ở Sài Gòn, là cựu sĩ quan VNCH cùng đơn vị với tôi từ năm 1970.

Ngày nào bán được sách thì tôi có chút tiền lẻ lót bụng; ngày nào ế tôi hay ngồi trầm ngâm sau sạp sách nghía ông đi qua bà đi lại đỡ buồn. Có lần tôi nghĩ không biết nguyên do nào chợ sách Đặng Thị Nhu lại mọc lên ở đây, dân khu phố dọc trên đường này (trước 1975 là đường Bùi Quang Chiêu) có được huê lợi chi không tôi không biết. Nhưng học lịch sử ta đều biết Đặng Thị Nhu là bà Ba Cẩn, vợ thứ ba đồng thời là cộng sự đắc lực của Hoàng Hoa Thám tức Đề Thám, lãnh tụ cuộc khởi nghĩa kháng Pháp suốt 30 năm ở Yên Thế, Bắc Giang từ cuối thế kỷ 19 đến đầu thế kỷ 20 cho đến ngày lụi tàn.

Hoàng Hoa Thám và bà Ba Cẩn Đặng Thị Nhu chỉ có hai người con: một gái Hoàng Thị Thế (1900-1988) và một trai Hoàng Hoa Phồn (1908-1945). Cuối năm 1909, bà Ba Cẩn bị Pháp bắt gần chợ Gồ mang về giam ở nhà tù Hỏa Lò, Hà Nội rồi đày sang quần đảo Guyane, Nam Mỹ. Dọc đường bà nhảy xuống biển tự trầm cuối năm 1910.

Cuối năm 1979 tôi vượt biên đến Thái Lan rồi định cư tại Canada từ 1980 đến nay. Suốt 44 năm qua tôi chưa trở về quê nhà lần nào. Nhưng tôi được biết từ ngày mất nước đến nay miền Nam Việt Nam đã thay đổi đến tận cùng gốc rễ thì chợ sách Đặng Thị Nhu (của tôi) cũng đâu còn.

Chắc chắn bộ mặt Hòn Ngọc Viễn Đông đã trở nên "lộng lẫy, nở nang, ngựa xe như nước" hơn xưa gấp bội nhưng sao nghĩ đến chợ sách Đặng Thị Nhu tôi lại lan man nghĩ đến cảnh cũ người xưa qua bài thơ "Thăng Long Thành Hoài Cổ" của bà Huyện Thanh Quan, là người có đức hạnh, học vấn xuất chúng.

Cái đẹp dù nhỏ, hạn hẹp, dù cũ kỹ của chợ sách Đặng Thị Nhu thuở ấy không thể sánh nổi "di tích văn học lịch sử của kinh thành Thăng Long" song cũng để lại cho người Sài Gòn một chút gì đó gọi là hoài cổ:

"Lối xưa xe ngựa hồn thu thảo
Nền cũ lâu đài bóng tịch dương" *

* Thăng Long Thành Hoài Cổ (Huyện Thanh Quan)

PHẦN IV

THƠ
PHAN NI TẤN

PHAN NI TẤN
THƠ PHAN NI TẤN

BÀI THƠ 4000
tặng Phạm Ngọc Dung và con tàu Trường Xuân

Tôi có nghe lịch sử kể về một con tàu
Con tàu ấy đã ra khơi chở theo 4000 tiếng khóc
Biển mở cửa xẻ thành một vết thương rỉ máu
dẫn 4000 băng qua biển động
Hàng trang là nhân sinh với hai bàn tay trắng
mắt trắng hơi thở trắng
Mất trắng

Con tàu ấy đã ra khơi
Tiếng máy cũ vẫn còn sức kéo
Kéo 4000 lìa xa đất mẹ
Mẹ đứng trên bờ, bờ như mất cảng
Báo con sông cuối tháng này sóng sẽ động mạnh
Mẹ nhìn đất, đất cày lên nỗi chết
Nói súng đạn không có lương tri
Mẹ nhìn trời, trời mưa nước mắt
Vỗ tay tán thán chiến cuộc đang trên đà hấp hối
Mẹ già như xôi nếp một nhìn con tàu đang thở khói ra khơi

Con tàu ấy đã ra khơi
Không chở nổi một quê hương lửa cháy
Chúng tôi những người lính còn lại và súng đạn còn lại
vẫn còn chiến đấu
Không đợi tôi đánh giặc cho xong
Không đợi tôi chôn hồn vía những thằng lính chết
Không đợi tôi kịp nói lời yêu thương
Con tàu ấy đã ra khơi chở theo em với nỗi buồn lộng gió
Ngày và đêm ở Sài Gòn chỉ còn tiếng phi cơ
tiếng xe nhà binh và tiếng nổ
Những hàng cây rủ xuống cùng bụi mù
Người gục xuống thành phân bón
Cuộc chiến theo thù hận lan đi
Chiến tranh theo lửa đạn lan xuống tận cùng đất nước
Đất mất dần
Nước mất dần
Nhà mất dần
Đời mất dần

Máu và nước mắt vẫn đang rơi
Tiếng khóc trên mặt đất vẫn chảy về phía biển
Biển mênh mông xanh như thảm lúa cò bay
Nhưng sâu như một vết thương dài
Đất nước với bàn tay cụt ngón không lật nỗi một trang bìa buồn

Rồi năm tháng lạnh lùng trôi đi
Thời gian tuy đã cũ như lườn tàu đã rỉ
Nhưng tiếng con tàu đến nay vẫn còn rì rầm rẽ sóng
Biển vẫn còn giữ lại 4000 tiếng khóc
tiếng nước mắt chảy ngược vào lòng
Biển vẫn còn giữ lại một trang bìa buồn
Và giữ lại em
để tặng tôi.

BẢN DU CA CUỐI CÙNG

(nhớ ns Nguyễn Đức Quang)

Tôi đến từ núi lạ
Hát mấy lời tăm tối
Mang dấu buồn trên dòng cuồng lưu
Trong suốt cuộc sinh tồn
Anh có đợi lời tôi
Dù úa tàn mấy ngọn trầm hương
Tôi buồn cuối ngày khiêng lời anh nằm hấp hối
Qua vùng đất xưa du hồn bay về chốn bụi
Quê hương bây giờ chắc cũng buồn vì một tiếng ca
Thầm nuôi lại trái tim ngậm những lời mệt mỏi
Này người du ca muôn thuở
Anh có nghe gì không
Quê hương đang lắng nghe
Và đồng bào đang lắng nghe
Người ta nghe văng vẳng ở khắp nơi
trên mặt đất đầy đau khổ này
Những người du ca đang hát bản du ca cuối cùng
như một lời cầu nguyện
Tôi đã thấy những tấm lòng nhân ái
băng bó vết thương cho tiếng hát
Tôi đã thấy những bàn tay cứu rỗi cho cây đàn vang vọng
Tôi biết người tìm về phía hư vô
Khiêng câu hát buồn như viên gạch cũ
Theo đoàn người chậm bước qua con phố

Giàn kèn đồng nghẹn những khúc âm ma
Tôi muốn hát cho cây cỏ nghe
Những chữ viết bằng âm đầu tình tự
Còn sót trên tường vôi một thời quá khứ
Những bàn chân trôi giạt vào cuộc lữ
Cũng dừng bên quán nhớ bùi ngùi
Tôi có những niềm vui nằm trong tủ sách
Những niềm vui âm ỉ đời người
Và những vẻ đẹp của những nét đớn đau
đốt cháy mọi tiếng cười
Tôi có những niềm vui treo ngoài lồng ngực
Nép mình sau những rặng trường xuân
Sau cánh cửa cuối cùng lòng anh vừa khép lại

Ôi cuộc đời
Ôi nhân loại
Để đáp đổi đợi chờ từ năm tháng
Ới tôi là kẻ bống mừng
Với tay gỡ anh ra xa khuất mái ưu phiền

Buổi sáng ở Sài Gòn
Mặt trời không còn đẹp nữa
Chốn quê người gió tháng ba vẫn còn thổi lạnh.

Tôi không biết vẽ nên vẽ không giống ai. Thành ra tôi rất cảm phục tài năng của mấy ông họa sĩ già của tôi. Từ lâu, vẻ đẹp của thế giới tranh và tượng đã đẩy tiếng tăm các ông nổi lên như cồn. Đáng tiếc các ông đã đi xa rồi. Các ông đi nhưng tên tuổi và tác phẩm cũng như chút kỷ niệm xưa thì ở lại, với tôi.

BÓNG RƯỢU

Nửa đêm rượu thức Nghiêu Đề
Hát dân ca Quảng hát về bến xưa
Sài Gòn quá đỗi nắng mưa
Vết sầu còn đọng trong trưa Sài Gòn

Cụng ly Hiếu Đệ ly mòn
Chai khô rượu cạn người còn trơ trơ
Chuyện tình kể lại như mơ
Áo tù trả lại bơ vơ cánh rừng

Khắc chưa xong một con đường
Võ Đình ngồi ngó nỗi buồn bay lên
Vịn hờ bóng rượu chênh vênh
Thấy trên Cây Tổ mông mênh hương nguồn

Ca ngâm là nghiệp Đinh Cường
Sao ngồi như tượng đo lường bóng ai
Lòng nào năm tháng phôi phai
Hồn nào bão giạt bay ngoài bức tranh

Về làng báo chí thăm anh
Mà sao tôi cứ quẩn quanh đi tìm
Thấy Trương Đình Quế lim dim
Vẽ trên tấm lụa trái tim tôi cười

Đứng coi Tạ Tỵ vẽ trời
Vẽ tôi râu tóc mọc bời rời xanh
Truyền thần mấy ngón tay anh
Vẽ đời qua phố quẩn quanh nỗi nhà

Mỏi lưng dựa miếng trăng tà
Nửa đêm thèm nhớ bạn xa bạn gần
Nhớ hôm ngồi cạnh cây đàn
Tôi nghe tôi hát bài ngàn trùng xưa.

Buổi Người

Cái năm tôi đi ngược Dọc Đường Số 1 (*)
Những trận mưa làm đất mốc lên buồn
Có tiếng súng lùng bùng trong họng súng
Có biến kinh chóp chép miệng người luôn

Dấu Binh Lửa (*) làm non sông xạm mặt
Mũi lưỡi lê hộc máu chảy tanh nồng
Người ngả xuống trên đèo cao dốc thẳm
Thiếu phụ cười giọt lệ nuốt vào trong

Những trận đánh diễn ra trên rừng núi
Mặt trời khuya treo trái sáng soi đêm
Súng đạn gì như thứ cô hồn sống
Bắn quê hương dụi xuống vũng tro mềm

Những trận đánh diễn ra trong thành phố
Nướng dân đen như ngói đến cong oằn
Cuộc chém giết ngày càng thêm khốc liệt
Ghê máu xương nhuộm đỏ mối thù hằn

Viên đạn đồng theo ngón tay vừa lẫy
Đạn bay ra mạnh như một quốc gia
Bị tách khỏi chia thành hai giới tuyến
Hiệp ước buồn trang giấy ẩm sương hoa

Mảnh nước non nhai hoài không đứt nổi
Hàm răng mòn bệu bạo cạp ngả nghiêng
Cây súng gẫy buồn như viên đạn rỉ
Nằm ngu ngơ bên đám cỏ hoa hèn

Tôi đưa em băng qua vùng lửa cháy
Buổi điêu tàn không nỡ hẹn ngày sau
Khi trườn qua khổ đau và hạnh phúc
Có chút lòng rất khẽ gọi tên nhau.

(*) tác phẩm của nhà văn Phan Nhật Nam

CHÚT HUẾ

nhớ Huỳnh Thanh Mỹ (1945 - 2021)

Buổi chiều mình ra thăm Huế
Nhớ xưa từng bỏ xứ đi
Huế xưa chừ nay vẫn vậy
Huế mình buồn thật lạ kỳ

Buổi chiều vô thăm Đại Nội
Cành sen ai bỏ trên thềm
Dựa lưng vào bờ hoang phế
Huế mình ngồi thở cạn đêm

Buổi chiều qua thăm Gia Hội
Con thuyền của biển đã hư
Nằm phơi lưng bờ cát mục
Lòng đau ván cũng nát nhừ

Buổi chiều nghe câu ví dặm
Ai treo lủng lẳng nhành cây
Nghe trong lời điêu đứng gió
Nắng mưa cũng bị trời đày

Buổi chiều xuống đò lên Huế
Bến đò Thừa Phủ nay đâu
Phú Xuân cầu thoi thóp nước
Thương người ly xứ dạ sầu

Buổi chiều xuôi về Đại Lược
Theo đò ngược bến Tây Lăng
Ngày xưa ai người qua phá
Sợ truông nhà Hồ sợ phá Tam Giang

Buổi chiều lỡ đò lỡ chợ
Mình nằm ngủ đất tứ phương
Hương Giang tỉ tê tâm sự
Nước còn khi chảy khi ươn

Buổi chiều dựa lưng núi Ngự
Gió luồn trong lá thông reo
Nghe đâu từ đồi Vọng Cảnh
Sông Hương nước chảy eo sèo

Buổi chiều nghe ai ngoắt vói
Ngoái trông chẳng thấy ai ơi
Bóng trăng non đoài đã xế
Căn duyên trăn trở bởi trời

Bây giờ mình ngồi xa Huế
Nhớ ai mà mắt Huế buồn
Phải em nay nằm trong đất
Không còn Huế để nhớ luôn.

Con Đường Lá Me

Anh đạp xe chầm chậm
Em nhẹ hẫng sau lưng
Vòng ôm tuy hờ hững
Mà tim yêu bừng bừng

Anh đạp xe cà tửng
Cán lên đời lá me
Nghe em cười rúc rích
Sao mà yêu rửa hè

Ngày chở em cà nhõng
Có khi đến tối òm
Hồn đời anh dù mỏi
Vòng xe lăn phom phom

Nắng hạ gì nồng nã
Sài Gòn đổ mồ hôi
Tội nghiệp làn gió thoảng
Phe phẩy chút bồi hồi

Thương Sài Gòn có gió
Thổi mồ hôi anh lăn
Thương vòng tay em nhỏ
Giống hệt sợi xích thẳng

Sài Gòn đi rất vội
Trong thơ ông Nguyên Sa
Lá me rơi cũng vội
Riêng mình thì tà tà

Nhởn nhơ giữa thị tứ
Cười nói như không người
Cái anh chàng cà giựt
Thấy ghét mà dễ thương

Vậy mà đời đâu dễ
Đãi đằng tình ai lâu
Nó giằng em ra khỏi
Lòng anh miên man sầu

Từ ngày em đi mất
Đời bỗng thiệt eo sèo
Tình đời anh quặt quẹo
Hồn đời anh co queo

Nhiều đêm trên gác trọ
Nằm nghe mưa lê thê
Ngoài đường ai bước vội
Tưởng em xưa lại về

Có lần anh lẩn thẩn
Trở lại đường lá ru
Hai hàng me xanh thắm
Ơi em thì biệt mù

Chiếc xe đạp giờ đã
Ai đạp về phương nao
Hay là nằm rệu rã
Sắt thép cũng nháo nhào

Một hôm nghe rất lạ
Không tin ở tai mình
Báo hung tin em mất
Trời đất vẫn lặng thinh

Đời lạnh lùng trôi mãi
Trôi em về trời xa
Anh một mình ở lại
Lụp xụp với tuổi già.

Con Tàu Chở Đất Nước Tôi

Con tàu chở đất ra khỏi nước
Lá mục khóc buồn cạnh bờ sông
Nhiều đêm nằm vắt ngang nỗi nhớ
Vẫn thấy người đi vớt biển Đông

Con tàu chở nước ra khỏi đất
Nghe buồn như tiếng máu chảy khô
Đời biết bao lần thôi lỗi hẹn
Giọt lệ trào ra nuốt ngược vô

Con tàu chở gió xa bờ cát
Thổi giọt trời mưa ướt bóng người
Chèo chưa qua hết thời của biển
Đã nghe hốc mắt ứa ngậm ngùi

Con tàu chở sóng trôi trên sóng
Hoàng hôn chở chút nắng chiều hanh
Khát nước biết ai còn hồn nước
Hớp một ngụm thôi thác cũng đành

Đời buồn như miếng quê trong miệng
Ngậm đã nhiều năm chẳng lạt mùi
Vết máu ai trây ngoài hải đảo
Mặn mòi se giọt rát vành môi

Đời buồn như tiếng quê trên ngực
Kêu hoài cũng nát cả ruột gan
Nước mắt dẫu rơi thành giông bão
Rồi cũng hiền như đất dịu dàng

Tôi treo quê quít ngang cành trúc
Năm nào cũng quệt chút nước sơn
Mùi quê lại mới như cơm mới
Ngạt ngào vị mật búp sen hương

Thời gian lầm lũi trôi trên sóng
Con tàu vẫn chở nước non đi
Có người lượm được quê ngoài phố
Mảnh lòng hết đất lại xanh rì.

Đêm Ea Nhái

Đêm khơi lên ngọn lửa đất rừng
cháy bập bùng ngã nghiêng theo ngọn gió
ngọn gió của trời rít trong khe Tró
ngọn gió của đất thở dưới lòng thung

Những đốm nóng đốt cháy tâm can
cháy da người, cháy em ở rừng ở núi
cháy thời gian trôi dài trên ngọn suối
cháy miên man theo cái rét đầu mùa

Tựa cây Xà Nu, ta ngồi ôm nỗi nhớ đong đưa
núi rừng ngủ ở bên ngoài bờ lũy
ẩn dưới làn sương biết bao điều quỷ mị
ẩn trong ta vạt áo trắng học trò

Áo trắng về năm xưa theo bóng trăng ốm o
nên mắt biếc cũng hiền như ngọn biếc
con chim Ka Lơi hót những lời tha thiết
quyện vào nhau rơi trong lá nồng nàn

Rơi lướt thướt vào khuya ấm những giọt rượu cần
chuốc say mềm đôi tay vỗ vào K'Lông Put
vỗ vào đêm âm vọng qua Chư Cuk
vỗ vào ta xa thị trấn cây xanh

Thị trấn cao vời mọc lên trên vết tích chiến tranh
hoa về nở giữa rừng thơm con gái
con gái gùi trên lưng buôn Ea Nhái
đi phát rẫy du canh bên kia sườn đồi

Ơi cây tre ngã vào khuya như tiếng mẹ núi ru hời
bài ca thần thoại rũ câu thơ về tụ hội
trong chum ché cơm gạo tẻ nhớ ra nguồn cội
cất lên câu hát nghe man dại và buồn

Lắng giữa sâu xa đêm cũng có mạch nguồn
chảy trong hồn thành những con đường đất
nắng núi mưa rừng theo gió bay lật phật
ngơ ngác rơi trên Ea Nhái thiệt thà

Vỡ trên đầu ướt những hạt sương sa
rơi lấm tấm đọng vào ché rượu
ché rượu núi ngã nghiêng lời con khướu
theo tiếng đêm bay ngoài lũy tre vào

Đêm tàn dần trong mấy rặng xanh xao
gió xoải cánh nằm dưới chân Ea Nhái
lửa tro ủ dột thì khơi sáng lại
soi vào mé khuya đợi bước sớm mai về

Mai nắng lên hiền như em nhà quê
bỏ thị tứ lai hồi chân phố núi
dẫu có dính lòng đau trăm giọt bụi
vẫn vui như chưa gặp thuở phiêu bồng

Mai nắng lên hiền khô mái nhà Rong
hiền thiệt tình con mắt em mọi nhỏ
người ở đây đơn sơ như làn bụi đỏ
nên trái tim bay thấp thoáng nụ cười

Đêm đang tàn, lốm đốm đêm trôi
trăng lẩn lút chìm sâu trong rú
con đường mòn qua truông còn mê ngủ
gối đầu lên ngọn Bắc Chư Pao

Đêm đang tàn mà như đêm còn sâu...

Dứt Tình Tại Bậu

(Lời quê góp nhặt...)

Bữa bậu bỏ đi qua bắt rầu thúi ruột
Tưởng trửng giỡn chơi dè đâu biệt ngàn trùng
Tình nghĩa tính ra (úi chu cha) mỏng lét
Lấy cái giống gì biểu bậu thủy chung

Cái bữa dứt tình bậu te rẹt một nước
Chạy theo níu áo năn nỉ miết cũng hông
Nghĩ lợi thấy thương đôi câu già nhơn ngãi
Tình loan ý phượng (chèn đét) nó non bân

Nhà cửa bấy giờ sao trống huơ trống hoác
Chắp tay sau đít vác bản mặt đưa ma
Đi ra ngó trời (ứ hự) vào ngó đất
Còn biết làm sao đành nhớ bậu thôi hà

Nhớ lúc quạu đeo bậu làm eo quá ể
Rồi mềm như mưa chan chứa đựng trong lu
Mỗi lần khát nước qua thò tay khoát khoát
Ực một gàu trong vỗ cái bụng tròn ù

Nhớ cái bản mặt (chu mẹt) ơi là sáng
Như múc ánh trăng tưới xuống mảnh hồng nhan
Tình nghĩa trầu cau tém vừa tròn một bọc
Còn chỗ nào dư mà nhét miếng trăng vàng

Nhớ con mắt liếc sắc như dao thọc tiết
Làm trái tim qua hệt sung rụng sân nhà
Đôi mắt thu ba trường giang con sóng lượn
Chết hụt mấy phùa mới thấy đã tổ cha

Nhớ nút ruồi duyên bu ghiền bên mép trái
Nó hay dãn ra lúc bậu ré lên cười
Gặp bữa sung thiên bậu khiêng cơn hạnh phúc
Cắn phập hồn qua đau sướng thấu ông trời

Nhớ tiếng võng trưa bậu đưa qua kọt kẹt
Cái giọng ầu ơ nghe mát ruột làm sao
Phải chi chìm cha nó luôn trong vũng mộng
Để được ru hoài ru hũy điệu ca dao

Vậy mà dứt áo bậu qua cầu thẳng thét
Ngún nguẩy bay đi hổng ngoái lợi một lần
Cuộc đất nào khôn thì đón chân chim đậu
Để bậu tìm chồng giữa cái chốn ba quân.

Huế Và Em

Một đời anh chắc chẳng bao giờ tìm ra nỗi Huế
Bởi sinh ra chân anh đã có những con đường
Những con đường không kịp nở những đóa hướng dương
Chở súng đạn ra ngoài mặt trận

Sau chiến tranh những trận đánh đều trở nên luộm thuộm
Người ta cất các chiến cụ và những cuộn băng
trong các viện bảo tàng
Anh trở về ước mơ tàn tạ dưới chân
Ngó ra Huế chút Huế cũng đành hanh xa vắng

Con đường Huế bây chừ dù vẫn mưa vẫn nắng
Vẫn hương sen bay trên khắp mặt hồ
Nhưng lâu rồi liệu Huế vẫn còn em ngọt ngào giọng nói
Còn đôi mắt sáng, ngấn cổ cao, thả suối tóc trôi huyền?

Một đời anh chắc chẳng bao giờ quên em quyến luyến
Ngày chia ly tay anh đã có bão giông rồi
Vòng thanh xuân đâu còn quay đều trong sân chơi
Thôi thì nhai chút giọng cười Cẩm Lệ

Sông Hương núi Ngự là khuôn mặt ngó nghiêng của Huế
Cửa Thượng Tứ là ngỏ hẹp chở tình em qua cầu
Chiếc nón bài thơ rụt rè che bớt chỗ khổ đau
Em xuống đò rồi Huế cũng trôi xa ngái

Huế của ngày ấy bị trói thúc ké bằng những cuộn dây thép gai
Và bạo lực được viết bằng những nhát cuốc
Để câu mái đẩy khóc thành câu đứt ruột
Nước mắt khô chan trên mỗi mảnh đời

Trải tuế nguyệt Huế hồi sinh như nếp nhăn già cỗi
Vẫn nhọc nhằn, trầm mặc thiếp sương đêm
Huế cổ kính ngồi chòm hõm xõa tóc hương bồ kết
Gội đền đài thành quách rêu phong thành hoài niệm

Một đời anh chắc chẳng bao giờ tìm ra nỗi tím
Áo tím than bay trong gió phất phơ buồn
Em bình minh hay chừ em lom khom
Mà Đồng Khánh cũng già theo tiếng thở dài Quốc Học

Nước sông Hương chia đời nhau hai nhánh tóc
Hút tiếng đò đưa chim lẻ bạn kêu sầu
Chợ Đông Ba ai dời ra bãi dại
Để Huế buồn biền biệt tím mãi đâu.

Huế And You

The whole life It's impossible for me to find Huế
Because my feet grew roads from when I was born
The roads did not have time to bloom sunflowers
But carrying weapons to the battlefield

After war all the battles became messy
War equipments and tapes were stored in the museums
I returned with shattered dream under my feet
Looking at Huế, Huế kept a distance from me

Roads in Huế are still filled with either sun or rain
Scent of lotus still spreading across the lake
But not sure if Huế keeps your sweet accent
With bright eyes, high neckline, floating shiny hair like a stream

The whole life I would not forget your emotional attachment
The day we said goodbye, storms were behind
The circle of youth no longer rotated steadlily in the park
Well, we could chew some Cẩm Lệ laughter

Hương River and Ngự Mountain were the side face of Huế
The Southeast Gate was the narrow path carrying
your love across the bridge
The Poem Conical Hat timidly covering a part of sorrow
You got off the boat, Huế drifting away

Huế those days was tied up with rolls of barbed wire
And violence was written by hoe strokes
For the barcarolle was replaced with a painful chant
Dry tears pouring down every piece of life

Over the years Huế revives like old wrinkles
It remains quiet and thoughtful in the night must
Ancient Huế squatting in the fragrant of soapberry
Transforming the moss-covered temples
and citadels into nostalgia

The whole life it would be probably hard for me
to find the emotion
Of dark purple áo dài fluttering sadly in the wind
You are dawn or crounching
For why Đồng Khánh is getting old along
with a long sigh of Quốc Học

Water in Hương River dividing our lives into
two strands of hair
Sound of boat calling simply fading, bird without
a friend singing sadly
Not sure who moved Đông Ba market near the wild beach
Leaving Huế in purple sadness for so long.

05 May
Phan Ni Tấn- Huế và Em #Võ Thị Như Mai

LÒNG VẪN THƯƠNG MỘT MẢNH TRỜI XA LẮM

Thời gian vẫn bồi hồi suốt một thời của biển
Cái thời xa xăm đến lạc dấu quê nhà
Lạc những con đường kỷ niệm tuổi thơ
Ẩn vào lớp mù sương mà nhớ
Nhớ tiếng dế trưa râm ran gáy vào giấc ngủ
Nhớ chiều Sài Gòn rơi nhỏ một cơn mưa
Làm ướt đôi môi thẹn thùng như trốn nhau vào gió
Làm ríu bước chân nghe Mẹ gọi như hò
Vạt tóc biếc cũng rối theo lối biếc
Áo mùa bay cuốn giữa tiếng trống trường
Rồi mùa hè lạc mất cả người thương
Để miếng cớm xanh ngẩn ngơ trên đôi tay vụng dại
Làm thời gian vẫn bồi hồi suốt một thời con gái

Nhớ cái thuở sinh thành từ trái tim nhân ái
Mang công ơn Bố Mẹ đẻ ra Đời
Cho tôi sinh ra giữa buổi người nặng nợ
Cho tôi sinh ra giữa buổi trời dù khó
Như câu thơ đẻ ra câu Quan họ
Quan họ đẻ hoài câu hát dọc ven sông
Ôi dòng sông, nước sông Hồng trong lòng tôi chảy xiết
Tiếng sông Hồng suốt đời chẳng biết nói lời từ biệt
Vẫn ru tôi tiếng hát bốn ngàn năm
Vẫn ru tôi khúc hát của sông Hồng
Vẫn thức giữa hồn xanh lời sóng vỗ

Nhớ cái thuở đất nước chìm trong cơn bão dữ
Cơn bão thời thế làm sụp đổ nếp nhà
Mỗi bước chân người chợt hốt hoảng mọc ra
Những con đường mòn những con đường đất
Con đường lên non chon von bao khổ nạn
Con đường xuống biển tán loạn những sinh ly

Ngày tháng nhuộm đen trên bờ vai bến nước
Bạch Đằng cong mình đẩy nhân loại ra khơi
Chen chúc giữa những mảnh lòng ứa biết bao khổ lụy
Tôi theo Bố Mẹ rứt núm ruột mà đi
Bỏ lại đời hư 4000 năm văn hiến
Bỏ lại đời hư khàn tiếng than của biển
Như giọt lệ không màu chan vào nỗi đau và hạnh phúc
Biển và tôi len lỏi thấm vào nhau
Như chút tình thấm vào giữa đám đông
Rơi nước mắt cho đời thêm vị mặn
Có bao giờ sóng còn nghe tiếng biển
Tiếng con tàu vẫn nặng buổi ra khơi

Rồi cái thuở tôi lớn khôn nơi xứ lạ quê người
Lòng vẫn thương một mảnh trời xa lắm
Vẫn thương hoài một hồn thơm mái ấm
Thương bờ tre quyện chút khói lam chiều
Thương Hồ Gươm soi bóng vẻ đăm chiêu
Thương và nhớ như một đời nặng nợ
Thương như thương con tàu ấy vẫn rì rầm băng qua đời biển
Thương như thương con tàu ấy vẫn lầm lũi băng qua đời tôi

Trời rộng đất dài thời gian vẫn lặng lờ trôi
Đến hôm nay có tiếng người trong phố gọi qua môi
Mừng con tàu ấy lại ngửa nghiêng ngoài nẻo đợi
Chở tôi về đậu trước bến kim hôn
Giữa không gian mênh mông giữa sóng nước bềnh bồng
Tôi mặc áo mới ra đứng chào ngày rạng
Hát câu hát kim hôn reo ngoài nắng
Ôi chiếc nắng lung linh đượm thắm mùi biển mặn
Đẹp huy hoàng như ngàn trẻ sinh đôi

Và sáng nay có tiếng người hạnh phúc gọi tiếng tôi.

Lụt Đức Huệ

Buổi sáng thức dậy
Nghe người gọi đò đưa xuống phố
Tiếng gọi đò đưa làm ướt đẫm hồn tôi

Ai người buôn tràm ra chợ sớm
Xin nhắn giùm tôi đệ ở thành
Mai mốt có về sơn cốc cũ
Nói thầy tôi ẩn giữa trời xanh

Đường vô chỗ tôi qua nhiều chuyến
Chuyến đò chuyến bắc chuyến gian nan
Trăm phương ai biết phương nào đến
Chỗ tôi ẩn giữa nước mây ngàn

Buổi sáng trời mù soi sóng nước
Bóng cuộc đời ốm tợ cò ma
Những bài thơ cũ ngâm ngày trước
Chắc cũng gầy theo những cánh hoa

Như con rắn bị giết sáng nay
Tôi giết thời gian chết ngoài bãi sậy
Lặn xuống đáy vớt lên thanh củi
Đốt lửa hơ trời un khói bay

Ngồi im bóng ngó lung ra cửa
Sóng nước mênh mông làng mạc bềnh bồng
Dấu vết con người khắc trên mặt nước
Trời chẳng dung tình - đám mưa giông

Em người buôn đước qua Trà Cú
Đón khách sang sông lỡ chuyến chiều
Áo vá che nghiêng đời nước lũ
Hò em theo gió lộng tàn xiêu

Trên sông chiều xuống hồn đau nặng
Một mối tình quê mưa mắt nhòa
Nhớ cây đàn cũ vùi trong núi
Chắc cũng buồn theo những tiếng ca

Buổi sáng thức dậy
Nghe người gọi đò đưa xuống phố
Tiếng gọi đò đưa làm ướt đẫm hồn tôi.

MÂM CỖ ĐẦU NĂM

1.
dọn ra một cỗ quê nhà
một bầu non nước làm quà chiến tranh
thôi đừng khóc nữa, mắt xanh
lệ người đổ mãi lâu thành biển dâu

vô đây tránh ngọn mưa mau
đứng chi ngoài gió vườn sau thêm buồn
phụ anh khiêng nước vô hồn
tạt cho sạch mớ tang thương ra ngoài

ngồi đi ngồi xuống, mảnh mai
chiều rồi đêm tới đã dài mé sau
đãi em, xin trộn sắc màu
vẽ nên hực hỡ em sầu oán ai

2.
đãi em đỏ bóng non đoài
rì rào sóng vỗ xanh hoài niềm mơ
về lênh đênh với con đò
mênh mông gió đẩy giọng hò xa xăm

đãi em một cỗ trăng rằm
xót lòng lữ thứ trăng đầm đìa soi
mở trang sử sách ra coi
nghe hồn chữ nghĩa cũng đòi đoạn câu

đãi em vài mấy nhịp cầu
nhấp nhô nước chảy cái sầu trong veo
lòng anh vốn nặng buồn đeo
nhiều khi tưởng ngã chúi theo nỗi niềm

3.

tháng này ngày nín như im
đêm sâu như ấn trái tim vô hồn
nhớ người chết dấp trên cồn
đem vàng bạc đốt hoàng hôn đỏ trời

muốn đào kỷ niệm mà coi
đạp lên cát bụi sợ lòi máu xương
ngó quanh mắt chạm góc tường
vòng hoa cườm đục màu sương sa mù

nhớ rồi cảnh trí tháng tư
có người nằm chết y như giấc nồng
trời cao đất rộng hết lòng
mở ra khép lại thành vòng hoa tươi

4.

đãi em giọng khóc giọng cười
đang buồn lại hóa ra vui không ngờ
ta đi từ một bài thơ
ngâm cuồng vài điệu phất phơ ta về

đãi em óng mượt đường đê
lúa thơm cô gái gánh về nhanh nhanh
mồ hôi ướt nắng long lanh
nhỏ xuống đất thành hạt giống mùa sau

đãi em một mối tình đầu
cuộc tình của tấm lòng giàu thủy chung
đời vui như cảnh tao phùng
đôi tay nắm níu lòng cùng ngấm mê

5.
ơn đời thổi ngọn gió quê
thổi em biệt xứ giạt về bến anh
con chim xuân hót trên cành
líu lo rụng xuống màu xanh la đà

mời em một chén quê nhà
một ly non nước làm quà đầu năm.

Một Thương Tóc Xõa

gởi nhà văn Song Thao

Ba ngàn sợi tóc chảy vào mắt văn nhân
Mỗi sợi tóc là một dòng suối nhỏ
Con suôi lênh đênh tràn trên lưng những con chữ đỏ
Cõng đa tình lên tới ngọn một thương

Mùa tóc biếc chải ba ngàn cọng xuân hương
Những điệu lý cũng mượt mà giai điệu
Theo óng ả đổ xuống bờ vai ngon kỳ diệu
Tôi lạc thần đứng lặng giữa tứ thơ

Chiều chết điếng bóng đọng lại thành mơ
Cơn thiện mỹ thật hết lòng cởi mở
Ôm bóng dây trầu bà trên cánh tay em thở
Tôi nhởn nhơ ngồi liếm vạt lông măng

Tránh đàn tóc vừa hất qua thanh xuân
Tôi trợn trạo cố nuốt chùm xao xuyến
Trái hoàng hôn lai láng chiều trong miệng
Lại trào ra thưởng thức khúc tình lang

Ngoài phố giờ này chắc cũng đã vàng trăng
Em sáng chói như tiếng reo trẻ nhỏ
Trườn mình ra khỏi miệng tôi ngậm mấy lời bày tỏ
Tóc biếc vô tình mộng cũng xóa thành không.

Năm Mới

Vô chùa lễ Phật đầu năm
Tụng kinh lớn tiếng cho tâm từ hòa
Mở lòng cho thoảng gió qua
Nhẹ như phơ phất cánh hoa ưu đàm

Vô chùa khoác áo tràng lam
Trầm tư mặc tưởng tự tham vấn mình
Đàn mùa xuân đậu trên cành
Hồn quê cũng gắng gượng thành lộc non

Bao giờ dạ hết biết buồn
Hóa thân hoạt Phật băng nguồn về xưa
Đội tàu lá chuối đụt mưa
Ngồi nghe lả ngọn gió đưa hương đồng

Bao giờ bước lại lối mòn
Năm xưa ngày nọ có còn cây đa
Có còn sầu lẻ bóng ta
Lặn trong tiếng suối lội qua nẻo ngàn

Vô chùa thắp một nén nhang
Thấy gò tâm đạo nửa tàn ngày xuân
Ước chi gặp bữa thanh bần
Xin thèm miếng sáng trăng gần đáy tâm

Hương trầm ẩn giữa lá xâm
Thuận người cầu đạo hương thầm bay ra
Thành câu kinh kệ ngân nga
Nghe như đồng vọng nỗi nhà hắt hiu

Lên non theo lụn nắng chiều
Gặp trong niên thiếu những điều hàm oan
Cõi lòng ẩn giọt chứa chan
Ứa ra rửa tội giải oan ta về

Lòng còn thơm ngọn gió quê
Thổi đâu từ thuở bờ tre mới trồng
Kể từ cách trở núi sông
Cây tre ngọn gió phiêu bồng đến nay

Vô chùa hái đóa hoa bay
Hương thơm còn đọng ngón tay xuân thì
Lời ai thoảng tiếng nhu mì
Hiền như sâu chuỗi mẹ trì biến kinh

Dang tay nện một tràng kình
Thả vào nhân thế cái tình Chân Như.

NẮNG THÁNG TƯ

Cái gì được thổi phồng lên ở đây
Ngọn lửa
Cây đàn
Hay mũi súng
Còn ai vừa mới bước vào tôi
vẻ mến thương như nắng
Không phải cái nắng sáng nay
Trui sâu mùi khét lẹt vào những ngách chợ
Tất cả những cánh cửa khép lại
Những cõi lòng khép lại
Chỉ có tiếng oán thù là mở ra
Tôi phải nói sao với em
Khi cuộc đổi đời này không như ta mơ ước
Rằng chỉ có máu và nước mắt luồn trong mỗi thớ tim
Cuộc sống bây giờ
bị dồn lên những chuyến xe lầm than chia cách
Người mẹ xa lìa mái thân yêu
Người cha xa lìa chốn tương lai
Trong khi Tội Ác vẫn không ngớt
thò ra những bàn tay đẫm máu
bóp mặt người méo lại

Tôi là khúc hát âm u lướt trong bóng chiều mờ tối
Tôi hát có em nụ cười đã khép
Con đường đưa em đến chợ mỗi ngày bị chắn ngang
bằng một sắc luật tháng tư mới ban hành
Dưới ánh nắng rỡ ràng của tháng tư
Ảo mộng con người lần lượt bị tích thu chất thành đống

Cũng dưới áng nắng rỡ ràng của sáng nay
Tôi đi qua tôi
Đi qua những mặt người
Những mặt người với những cái mồm lấp đầy nỗi khốn khổ
Tại sao trong gió lành sáng nay lại mọc ra nhiều điều bất hạnh
Tại sao sự bình yên trên mặt đất
lại không được quyền nhặt lấy
Và sự tự do buộc phải đứng im hỏi giấy
Tại sao những con đường phải quay về một hướng
Xua tuổi thanh xuân lảo đảo những nhát cuốc quên đời
Và sâu hơn nữa trong chiến trường đẫm máu
Nơi Sự Chết dễ dàng thắng thế Sự Sống Còn hụt hã
của con người

Ôi cuộc đời
Ôi nhân loại
Cái gì sẽ phồng lên trong ước vọng
Ngọn lửa
Cây đàn
Hay lưỡi kiếm
Còn ai vừa mới bước vào tôi vẻ mến thương như nắng
Không phải cái nắng ngày xưa
Cái nắng sáng nay mọc ra
như một bụi hồng
Xám xịt.

Ngày Sanh Của Rồng

tặng con bạn vàng

Tháng năm ơi lọt tọt rồi cũng tới
Là tháng sanh nguyên vẹn của em rồng
Nắng xuống đất mừng cọng hoa đơm bông
Qua lỏn lẻn đứng cạnh bờ sông Hậu

Đầu tháng năm nhằm ngày sanh em bậu
Đâu có gì tặng bậu để làm vui
Thôi thì dẫu có nói tới nói lui
Cũng hổng qua vài câu thơ cà khịa

Năm với tháng rũ nhau trôi lia lịa
Trôi qua đi và trôi luôn em đi
Trôi vào nhau thành chồng vợ mới kỳ
Cái thuở ấy thuở qua còn cà nhõng

Sống với nhau suốt mấy chục năm ròng
Qua thương bậu biết để đâu cho hết
Hổng lẽ nào để trong chum mà quết
Thiệt lòng qua thương bậu đến vô song

Qua thương em chật ních cả tấm lòng
Đâu còn chỗ nhét cái bàn cái ghế
Mắc giống gì mà thương quá xá ể
Còn chỗ nào kê cái tủ cái giường

Bậu dòm coi chèn đéc ơi đủ món
Sắm từ hồi mình dìa ở với nhau
Từ cái hồi bậu chọn mấy trái cau
Qua tỏn tẻn vuốt lá trầu cho thẳng

Tình của qua cao ngất tận cung trăng
Nó mập ú tròn ù như hột mít
Mặn mòi như nước mắm ngấm hột vịt
Trái tim qua tọt tẹt biểu thương nhiều

Già cái đầu còn chung giường chung chiếu
Đêm nằm ngiêng bậu gối cánh tay ê
Dẫu mỏi rục vẫn thương bậu nhà quê
Nằm õng ẹo trong lòng qua thấy ghét

Tiếng võng xưa chợt về ru kẽo kẹt
Lòng trời ơi lại nhớ quá quê nhà
Mùa mưa cũ thậm thụt giọt gần xa
Làm ướt nhẹp nỗi niềm qua quá mạng

Ngồi tẩm ngẩm lật từng ngày từng tháng
Thương miệng cười toe toét lại có duyên
Ưa tót tét như chim hót huyên thuyên
Qua thầm lượm hột thời gian trong mắt

Con mắt bậu hổng có gì là sắc
Mà sao dòm rụng miết trái tim qua
Thương bậu hót có lúc cũng dữ đa
Qua vô ý lăn cù vào đời bậu

Nhớ cái hồi xuống đò mình đi lậu
Tóc bậu bay xanh mướt tận chưn trời
Áo bà ba đẹp quá xá trời ơi
Chuyến đò đưa ai dè trôi lạc bến

Chuyện ngày xưa giờ nó bò lễnh nghễnh
Theo tuổi đời đổ miết xuống vai qua
Tóc sợi bạc đua nhau rụng hoài hà
Bậu cũng mới dìa hưu ngoài dự tưởng

Qua thương em chật én triệu con đường
Còn đường nào mà quơ thêm vợ lẻ
Mấy thằng cha ngoài kia gan thấy mẹ
Hổng ngán gì chén dĩa nó biết bay

Mối tình già tay chưn hay táy máy
Ôm vòng eo bậu mập cũng gọn ơ
Đường trường xa dẫu làm mình lờ quờ
Cũng đi hết đời này nghen em bậu.

Ngày Sinh Của Gió

gởi Bắc Phong và các bạn

Buổi chiều mùa đông ngày chưa kịp tắt
Nắng bay trên cây lấp lánh ánh vàng
Đón chút người về hẹn nhau cuối nẻo
Những ngả tư lòng thắp ngọn hoa đăng

Thả chiếc thu rơi vàng phai sắc lá
Miệng giếng trời cao nhả bóng đêm về
Vẻ đẹp mùa này hạt mưa nghiêng thắm
Ướt một chùm em ngọn tóc hương quê

Buổi chiều mùa đông ngày chưa kịp tối
Trời gánh đêm đi xuống phố nhịp nhàng
Phố của bao người mừng nhau khấp khởi
Gặp lại bờ môi lớn tiếng hỏi han

Chênh vênh trên môi làn hơi nhau thở
Người thở ra người tôi thở ra tôi
Trời rộng đất dài trang kinh Phật mở
Mới thấy đời mình bèo giạt mây trôi

Cọng nhang ai thắp mà tay thơm khói
Thương áo nâu non đẫm giọt vô thường
Sóng soãi trong cơm mùi hương chay tịnh
Ngậm miếng trăng phai Phật cũng nhảy tường

Đêm nay tôi nghe trời cao đẻ gió
Đẻ một bàn tay chắp búp thiện tâm
Có chút bạn bè ngồi quanh câu hát
Có cánh sen hương lót bóng Phật nằm

Thả cái thơ bay thỏng tay vào chợ
Tìm lại con đò trên bến ngày xưa
Gói thành quà tặng ngày sinh của gió
Bằng hữu chi giao biết mấy cho vừa

Ê hê ngoài trời vừa tạnh cơn mưa.

Những Trận Đánh

Trận Đồng Xoài 1965

Hồi nhỏ ngủ ở Đồng Xoài
Lớn lên trở lại đã ngoài ba mươi
Đứng trước mộ gió còn tươi
Tìm con trong đất mẹ bươi Đồng Xoài

Mộ Gió Đồng Xoài

Trùng trùng mộ đất nằm đồng
Đồng không mông quạnh giữa lòng quê xa
Xa tận nguồn Bắc lòa lòa
Mất con lệ mẹ rơi nhòa như sương

Trận Hàm Tử 1968

Trái bom dội xuống bến sông
Con đò tan xác
Người không còn người
Nước như cũng biết qua đời
Li ti chết giữa nẻo hời tử sinh

Trận Bản Thuột 1968
Chết ngồi dưới hố cá nhân
Ai mà bạc phước vô phần mẹ ơi
Mãi tận đất Bắc xa vời
Làm sao mẹ thấy mạng đời oan khiên

Trận Quảng Nhiêu 1970

Khúc quanh đời
Khúc Quảng Nhiêu
Khúc đường dốc gió thổi thiu máu người
Chuông khuya từng giọt bời rời
Mẹ đi chôn hết mấy đời thanh niên

Trận Mậu Thân Huế 1968

Huế của ngày ấy lâu rồi
Bị trói thúc ké chết ngồi dưới khuya
Để câu ví dặm đứt lìa
Máu sông Hương nhuộm đầm đìa Mậu Thân

Trận Chư Pao 1972

Gối đầu đánh giấc Chư Pao
Tiếng súng đã lắng
Núi nhào cũng ngưng
Một mai tôi chết trên rừng
Lá xanh rụng xuống cây bừng khóc than

Trận Võ Định 1972
nhớ cố trung úy phi công trực thăng Dương Đức Luân Đôn

Nó bị bắn ở trên trời
Rớt xuống Võ Định từ thời chiến tranh
Ngày nay ngủ giữa an lành
Giấc trăng soi lạnh vẫn hành mẹ đau

Trận Lệ Trung 1973
nhớ cố trung úy Phan Hồ Khánh

Thiếu úy mở lối đi đầu
Trời mưa đất sụp đạp nhầu tiến lên
Viên đạn không mắt không tên
Cắm vào ngực nổ tiếng rên rất dài

Trận Pleime 1974

Chết tan thây ở bìa rừng
Mìn xé xác nó thành từng mảnh đau
Nòng súng bị chẻ toạc đầu
Máu thanh niên đỏ bầm màu vong thân

Trận Hoàng Sa 1974
nhớ cố hạ sĩ nhất Vận chuyển Lê Văn Tây

Cùng tàu chìm xuống biển Đông
Bạn mang đất nước giấu trong lòng mình
Khắc trên trùng sóng lung linh
Một trang lẫm liệt in hình bạn đi

Trận Đức Lập 1975

Lồ ô cháy nổ vang trời
Thiêu sống rừng núi
Thiêu đời nhà binh
Tôi băng qua trận điêu linh
Đạp nhầm đất mẹ quằn mình mẹ đau

Trận Phụng Dực 1975

Mẹ mừng ngón trỏ bóp cò
Bị đạn bắn gãy hết trò giết nhau
Thời bình ngón cụt còn đau
Thương con lệ mẹ nhạt màu đời anh.

O Ngoài Huế Nợ Tui Hai Cắc Hẻo

Có một dạo qua cầu tre lắc lẻo
Dòm trời mây khô héo gió hiu hiu
Soi bóng nước thầy mặt mình buồn thiu
Nghe trong hồn rụng vài xâu trái nhớ

Tức cảnh sanh tình chớ hơi đâu cắc cớ
Nhớ mần chi ba cái mớ nợ duyên
Đời bạc bẽo rước lấy chỉ thêm phiền
Rứa mà nhớ bất nhơn rồi được thể

Ngồi lẩn thẩn trong Nam sầu ra Huế
Nhớ mần răng o Thừa Phủ qua đò
Trăng thường mỏng nên Huế ngại ốm o
Thương áo tím nợ tui hai cắc hẻo

Nước sông Hương soi dòng trong leo lẻo
Tui chộ em ngồi tim tím gió lay
Mai về Đại Lược đừng làm con sáo bay
Duyên ngược Kim Long mà quên hai cắc đủ

Đưa em qua bến đò Thừa Phủ
Ở lộ mô cầu Bạch Hổ cong mình
Cầu Tràng Tiền sáu vài nhịp thần kinh
Cũng lảy đảy điệu mái nhì ăn nắng

Em trải qua một quãng đời áo trắng
Theo đò đưa bao nhiêu nhịp chùng chình
Từ bờ Bắc bờ gần Nghinh Lương Đình
Qua bờ Nam sông Hương về Đại Nội

Nước sông Hương rửa hoài không hết tội
Em bỏ tui tha thủi giữa vừng trăng
Có khuyết hay tròn trăng cũng mất thăng bằng
Hất tui xuống vũng trần ai lai khổ

Nghĩ cũng hên bên bợt em ngồi thở
Mùi hoàng lan rớt lạc xuống mui đò
Vì ẵm Huế bồng bế thêm điệu hò
Tui đuối sức đành giạt ngoài Đồng Khánh

Rất nhiều năm tui và hoài niệm lạnh
Thương cây đa bến cộ không còn
Cầu Phú Xuân ai dựng giữa nước non
Để Thừa Phủ chở em vào dĩ vãng

Thương sông Hương như dãi lụa ánh sáng
Vắt mình qua núi Ngự một dòng xanh
Em vắt qua tui vạt áo tím hiền lành
Với tiếng gọi "đò ơi đò!" nằng nặng

Em còn nợ tui chẵn một vừng trăng
Cài trên tóc khun chịu cho khều xuống
Tui đòi chết em chẳng thèm luống cuống
Còn chọc quê ngún nguẩy ghẹo lêu lêu

Em còn nợ tui sướt mướt một lời yêu
Treo chót lưỡi ngo ngoe không cho tước
Tui đòi khóc em cười chê mít ướt
Hứa chừng mô chết ngủm mới nói nghe

Em còn nợ tui lướt thướt một bờ tre
Nơi con trai thường tới lui ve gái
Nhưng cái bữa mắc giống gì em ngại
Uổng công tui thắc thẻo đợi buồn hiu

Em còn nợ tui bả lả một tiếng kêu
"Chú ơi chú" giọng dễ thương chi nợ
"Cháu" đi rồi vẫn thèm thuồng miếng nhớ
Chép miệng ngồi ôn lại buổi xưa xanh

Em còn nợ tui trái lanh chanh
Treo trong ngực hồng hồng mang cá mỏng
Trôi trong mắt lênh đênh trời biển động
Em ngon ơ như trăng nở trên trời

Em còn nợ tui một cuộc chơi
Làm cô dâu về nhà chồng thành vợ
Tròn xoe mắt thụt lùi làm bộ sợ
Rồi co giò chạy tét phía trời xanh

Ngày với tháng lù đù rứa mà nhanh
Vác thiều quang chạy biệt mù thiên dã
Bỏ lại tui một mình cười giả lả
Kể chuyện buồn mà chữ cứ trong veo.

QUÊ NÚI

tặng người cùng quê

Trèo lên đỉnh dốc đời sẽ thấy
Một rừng một núi một quê hương
Thảng thốt kêu bầy chim ông lão
Than già như cây cội tà dương

Quê ngồi dưới gốc buồn thiu thít
Cây tre còn trẻ đã phong trần
Lá bay theo gió mười phương thổi
Tản mạn như người buổi chiến tranh

Bùi ngùi quê khóc không thành tiếng
Đất đỏ tràn đi khắp nẻo đường
Nắng bụi mờ trời mưa lầy đất
Con chó còi nhai miếng thảm thương

Gió chướng thổi qua cầu Mười Bốn
Cầu già như một bộ xương khô
Trăng soi lạnh cả vùng sông nước
Mạn ngược xuồng ai cố chống vô

Hoa cà phê đắng, hương nồng, ngất
Rỉa rúc vào tim thấm lịm hồn
Ruộng rẫy khuya về rêm tiếng suối
Mõ ốc cầm canh rợn cô thôn

Thấp thoáng gì trong màu quê cũ
Mà câu đồng thiếp quá ghê người
Bão đời kéo lê qua bão mắt
Ngằn ngặt lệ sâu cơn khóc ai

Quê khóc giùm anh hùng mạc vận
Mùa mưa gục ngã ngoài chiến trường
Mảnh hồn tan tác bay về núi
Sống lẩn vào trong nỗi tiếc thương

Quê xót giùm thân người con gái
Tháng Ba chết duối ở bên đàng
Chiều rơi một trái hoàng hôn tím
Tím mộ em vùi nông - Phước An

Quê tiếc giùm trăm con tình lỡ
Bàn tay cách trở mối tơ hồng
Này năm ba tấm u hờn mỏng
Vất vưởng trôi về đâu trống không

Hường rơi một nhánh trong câu hát
Nở trên môi nhỏ đỏ trái tim
Lấp lánh trôi dài theo nhịp phách
Rồi lạc về đâu mù bóng chim

Trầm Hương một đóa xanh hồn nhớ
Tóc thả huyền thơm sang nhà ai
Rồi cũng úa em trong hoài niệm
Trầm bay, hương đành chịu phôi phai

Mòn tay cố níu ân tình cũ
Mù bay con Yến tới xa xăm
Thủy xa, Phượng cũng thay màu áo
Hiu hắt lòng tôi bóng nguyệt nằm

Đi qua đường cũ, thăm nhà cũ
Rêu phong lỡ lói liếm hoen tường
Hoang phế nổi lên mùi ẩm mốc
Lòng ngăn giọt lệ nuốt vào trong

Đi qua đường cũ, thăm trường cũ
Cây đa trời đánh chết, không còn
Lối nào dẫn xuống khu Thiết Giáp
Ai dắt giùm lên núi Châu Sơn

Đi vô rừng rú, thăm mùa cũ
Đào hư một gốc kỷ niệm xanh
Tập thơ mối đùn cao nấm đất
Đau hoài trang giấy khóc thất thanh

Trèo lên cây sấu cây cơm nguội
Hái xuống ăn cùng trái gió sương
Nhìn lung trên nẻo đời bay bụi
Kẻ còn người mất đứa tha hương

Khóc mùi một trận đi quê núi
Vuốt ngực trôi xuôi những nỗi niềm
Trả hết về xưa cho gió xóa
Để hồn ươm vạt nắng vàng im

Trèo lên đỉnh dốc
Đời sẽ thấy
Một rừng
Một núi
Một quê hương...

Sơn Lại Ngưỡng Cửa

gởi Châu Ngự Cầm

Lúi cúi viết cho em bài thơ
Vào những ngày cuối năm sắp Tết
Bài thơ giống như anh lệt bệt
Đang bước vào ngưỡng cửa bảy mươi
Râu tóc anh giờ cũng bạc như chơi
Hễ gió về là bay tá lả
Em thở dài mặt như Tôn hành giả
Khiến câu thơ trong bếp bật cười khà

Mùi nấu nướng lại chắp cánh bay ra
Thấm vào anh một nỗi đời dông bão
Thương câu thơ cũng như em tần tảo
Trôi theo anh chung thủy đến ngọn ngành

Cũng có lúc em nổi đóa vì anh
Xác thân đây mà hồn thì xa vắng
Có khi thương câu gừng cay muối mặn
Hót huyên thiên về sông nước quê mình

Anh muốn cõng mùa xuân lung linh
Vượt thế kỷ bay về phía trước
Anh muốn cắn miếng nắng vàng óng mượt
Đậu trên môi rạng rỡ nụ em cười

Sáng thức dậy thấy trời đang mưa rơi
Thấy câu thơ còn ngủ vùi trong mộng
Gối đầu lên trái tim em rộng lượng
Ôm lấy anh như ôm lấy quê nhà.

THÁNG TƯ,
CAFÉ COSTA RICA

gởi Huyền

Những con chim costa rica đã lặng lẽ bay vào ống kính
Tiếng cánh bay êm ả như tiếng gọi hòa bình
Ống kính màu hút tinh mật những đóa sắc hoa
Trải cái đẹp vào thị lực quần chúng

Buổi chiều, gió xoải bóng trên suối tóc em huyền
Mặt trời mềm tím dần trên miếng lưng đêm
Sóng hoàng hôn và em dịu dàng ngồi trước biển
Thăm thẳm bờ xa tiếng bình minh vừa thức

Buổi tối, uống ly cà phê costa rica
Tôi nhớ ly cà phê uống ở quê nhà
Ly cà phê thời bình thơm như sợi lông trắng
trên cánh chim bay lả
Ly cà phê thời chiến nồng nàn mùi lửa đạn

Buổi sáng trên cao nguyên đất còn phả hơi sương
Những người lính trẻ uống vội ly cà phê
trước khi ra chiến trường
Ngày tháng bì bõm lội qua vùng giao tranh
Gót giày sô đạp lên xương máu, lội qua
những cái chết vô danh

Buổi chiều, sau những trận đánh ác liệt ở Ngã Ba Biên Giới
Đám cháy lớn trong rừng tre lồ ồ vẫn còn nổ lớn
Tin báo đăng những dòng máu hai mươi vừa ngã xuống
Thằng Nhiễu chết ở A Lưới, thằng Đôn và
chiếc trực thăng bị bắn rớt ở Hạ Lào

Dưới hình thù của bóng ma biên giới tôi sống sót trở về
Lưỡi lê mọc trên đầu súng như trăng mọc trên thửa ruộng
Hoa nở trong câu thơ yêu nước như yêu một
đất nước đoạn trường
Gió cong mình thổi bụi ngoài phố bụi

Nhưng cơn bão lâu rồi cũng tạnh
Binh biến sa trường lũi xuống đất bầm nâu
Nước mắt không rơi suốt mùa chinh chiến
Bỗng mặn mòi lỗi hẹn nửa đời sau

Sau chiến tranh hì hục khiêng tuổi trẻ qua cầu
Tôi xa xứ mình trần lội qua biển
Thoáng nơi quê nhà nụ cười của mình xưa
Đôi khi ngỡ vòng thanh xuân còn quay đều trong mưa

Buổi tối, uống ly cà phê costa rica
Tôi lặng lẽ xếp lại những trang thơ cũ
Chất thiêm thiếp trong trái tim ngái ngủ
Để nghe cà phê hương nức nở bay hoài.

Tháng Tư,
Cà Phê Jamaica

gởi Diễm Hương

Sáng nay vừa thức dậy tôi nghe tiếng mưa rơi rả rích trên mái nhà
Tiếng mưa rơi thật buồn
Mưa từ nửa đêm hôm qua mưa cho tới bây giờ
Buổi sáng ảm đạm
Những giọt mưa nghiêng vì gió
Ướt lòng tôi từng giọt cảm hoài

Mùi cà phê trong bếp thoảng bay ra
Cà phê Jamaica em mang về từ Nam Mỹ
Ly cà phê nồng nàn mùi nước biển, thân thiện và hòa bình
Ly cà phê Jamaica khác với ly cà phê ở bên nhà thời chinh chiến

Thời đó tôi còn trẻ lắm
Trẻ như viên đạn đồng nằm co ro trong nòng súng ngủ
Trẻ như lỗ châu mai chưa từng chong súng nhắm vào ai
Trẻ như trái sáng vừa dọng lên trời
Tuổi trẻ chúng tôi đi thẳng vào đời
Bỏ lại đằng sau hàng cây cao nụ hôn đầu bỡ ngỡ
Tôi chia tay tình yêu
Bước chân lên nền Cộng Hòa tiến ra ngoài mặt trận
Cuộc chiến tranh ngày càng thêm khốc liệt
Đạn vẫn nổ
Cát bụi vẫn bay
Máu vẫn chảy
Mặc kệ súng đạn vô tình trước giờ lâm trận
Mặt trời vẫn mọc trên quê hương
Mặt trời vẫn mọc trên bạo lực cách mạng
Mặt trời vẫn mọc trên viện công tố
Trên những vết thương dòi bọ của con người

Tôi là người thi sĩ đi lang thang trên những vần thơ
Chiến tranh bóp cò nhắm vào trang triết học
Cổng trường đóng lại như những quyển vở đóng lại
Bạn bè tôi hiên ngang lên đường
Bạn bè tôi anh dũng ngã xuống
Bên kia chiến tuyến người cũng ngã xuống
Chắc cũng mừng vì trả sạch nợ núi sông
Còn lại tôi ẩn mình trong lòng hố cá nhân
Nón sắt đội trên đầu
Tấm thẻ bài lách cách trên nắp ngực
Nhìn xuyên qua đỉnh đầu ruồi
Ngón tay tôi chạm vào thần tử
Những dòng sông trong xanh
Những đất nở thơm rừng
Những ngọn biếc trăng sáng
Một ngày chợt dửng dưng
Tổ quốc tôi thấy thây người gục xuống
Đất nước tôi nghe máu chảy tanh nồng

Ngoài trời mưa vẫn rơi
Mưa ở quê người cũng buồn như mưa bên nhà
Hớp một hớp cà phê Jamaica
Em mang về từ miền Nam nước Mỹ
Tôi nghe cà phê theo máu chảy nồng nàn
Chợt thấy mình trẻ lại
Không còn già như một cuộc chiến tranh
Không còn già như tháng Tư
Như lá cờ bay ở ngoài đất nước.

Thị Mầu

Chỉ có em mới làm rung chuyển hồn đời anh
Làm trật khớp những ngăn tình đóng mở
Trói bước anh mặc kệ đời bỡ ngỡ
Em hiên ngang nhấc bổng khối tình quân

Chỉ có em mới quét bỏ những giọt bụi trần
Bất chấp hết những thói đời dị nghị
Không thèm sợ những giáo điều cũ kỹ
Em ung dung như cơn bão dịu dàng

Em con gái thích nũng nịu điệu đàng
Mặc áo mới đề thơ tình trên áo
Câu thơ nhai chữ nghĩa phải thực bạo
Để kéo anh rớt xuống vũng tình em

Đời nghĩ gì khi mình hò hẹn đêm
Anh nóng nảy nghe chút lòng lắng xuống
Tiếng trái tim em cười anh luống cuống
Bóng nguyệt rằm đắm đuối nắng trên môi

Đôi môi hát ngợi ca tình mình quá đỗi
Tay em dài gieo câu ước sao hôm
Sao mai ơi sao mà rộng vòng ôm
Mình thấm vào nhau nghe thời gian cuộn lại

Em cuộn anh lại anh cuộn em lại
Mình cuộn nhau thành một cơn mơ
Ráng thêm sức trận tình đẹp như thơ
Mình yêu nhau nhịp nhàng theo nhịp phách

Đứng lên anh cần vượt qua ngàn thử thách
Để yêu em từng ngày tháng lao xao
Người ngoài phố quen nhau qua lời chào
Anh quen em bằng trái tim biết nói

Rên xiết nhé ngày đang lăn vào tối
Một cơn mơ mê sảng hát trên cao
Em nức nở ôm hạnh phúc nôn nao
Mình tập nuốt tận tình đêm hôn lễ.

Thơ Thẩn

nửa đêm khuya khoắc trời mưa bất cẩn
tạt trúng hồn anh những giọt xanh xao
núp gió anh ngồi lọt trong thơ thẩn
nói lại bài ca cũ đã năm nào

nói chơi cho vui giữa dòng xao động
có anh ngồi ngoài đất nước hoài mong
kể nghe từ buồn đi ra trào lộng
thây kệ nỗi đời sắc sắc không không

nói thiệt mấy em anh tuy hơi lớn tuổi
nhưng hồn vẫn xanh từng nét ngây thơ
dẫu da rúm ró xương như que củi
mà vẫn hiên ngang như sóng ngọn cờ

hồi xưa ở lính có anh thỉnh thoảng
giết một vài thằng rồi lại về thành
dụ đám ăn sương tánh tình phóng khoáng
em giặt cái quần cái áo cho anh

khi thiệt thơm người, thơm quần, thơm áo
sẽ ngoe nguẩy ra ngoài nắng trong veo
ngắt một cành bông ngồi nhai trệu trạo
rồi hóa thành chim xòe cánh bay vèo

đời anh có khi là con nắng sớm
chớp lóa trong lành trong mắt em xưa
cũng có khi là bài ca tình dỏm
ư hử rên đều ọ ẹ đong đưa

sống ở đời này mà thiếu biến hóa
dám có ngày anh bỏ mẹ cuộc đời
biết vậy cho nên có thằng tá hỏa
cứ đòi làm chim xòe cánh bay chơi

thiệt ra đời này có gì đáng nói
chẳng qua là giấc mộng hơi dài
trong đó ít nhiều trái tim giận dỗi
đem những tấm lòng dìm giữa sớm mai

ở một chỗ hoài đâm chán thấy mẹ
lại muốn như mây một cánh bay dài
bay về quê xưa xin tan ra nhè nhẹ
thấm đất trời quê ẩm máu xương ai

hay làm mưa bay nghiêng qua sợi tóc
của những cô em còn rất Việt Nam
dẫu giấy tùy thân rõ ràng ngoại quốc
mà núi sông nào vẫn giấu trong tâm

nói tới Việt Nam đau lòng lắm lận
thao thức trong đầu ray rứt trong tim
Việt Nam lao đao như đời anh lận đận
lay lức phong trần hụt hã quàng xiêng

chuyện tình của anh nghe qua rồi bỏ
hổng đáng đồng xu đã chướng lại phè
song chuyện nước nhà là kinh đất khổ
xương trắng máu hồng xin nhớ khắc ghi

những ngày năm xưa giờ trôi tuốt luốt
đất nước sa lầy trong nỗi bất an
ngoài kia xuân sang một cảnh hiu hắt
đau điếng trong lòng anh một tiếng than

mà thôi hổng thèm nhắc hoài nhắc hủy
chuyện nước non rầu thúi ruột thúi gan
mặc ai thở than mặc ai sầu lụy
ta kể chuyện tình mây nổi trăng thâu

chuyện tình của anh là con nước cạn
hoang phế lâu đời rêu mốc tim khô
một bữa nhìn hoa anh tìm ra lãng mạn
vội hóa thân thành một nụ hôn thơ

nói đừng cười nha em đài em các
hết nửa đời anh ở núi ở rừng
nên anh quê mùa tánh tình chất phác
nói tới yêu đương thì lại nhát gừng

sẵn nói thiệt luôn anh nghèo thấy mụ nội
một gánh cơ hàn gánh mỏi mòn vai
đường lên cao sang mây mù gió nổi
a ha bên trời nước chảy huê trôi

bây giờ qua đây lòng anh vẫn vậy
vẫn cứ như gương một tấm sạch boong
hồn anh đơn sơ như là trang giấy
sống hổng gì hơn ngoài một tấm lòng.

THƠ TIỄN PHẠM NGỌC LƯ

nhớ Lư

Không biết Huế xưa trời mưa hay nắng
Riêng ở bên này mưa mấy bữa nay
Mưa làm ướt tôi thấm đôi tà Huế
Để tiếng bạn buồn lọt giữa kẽ tay

Chiếc lá không bay sáng nay lá khóc
Sướt mướt trên cành mọc lá tháng Năm
Tuổi lá tháng Năm ướt dầm mây nổi *
Khóc một bài thơ vừa tắt thở nằm

Nhìn chiếc lá rơi trời ơi nhớ bạn
Nhớ bạn tay cầm cơn bệnh bẻ đôi
Thả xuống sông Hương cùng đường nước chảy
Mà thương giữa trời bóng vợ mồ côi

Tôi nhớ bạn ngồi chờ thơ thức dậy
Ngoài biên cương về cõng bạn đi chơi
Bạn cõng tập thơ đi thăm hệ lụy
Chưa hết xuân phôi đã vội qua đời

Muốn kể bạn nghe nắng xanh xứ lạ
Nó hay lăn tăn lăn xuống tóc người
Nó thích lon ton bon theo câu hát
Gánh chút nồng nàn về Huế quê chơi

Muốn kể bạn nghe giọt mưa xứ lạ
Nó hay len trong hốc mắt của trời
Con mắt nhớ quê con mắt thút thít
Khóc lả giọng người cười mấy lăm hơi

Nhưng đã thôi rồi niềm chưa hết nỗi
Bạn quá đau đời đành bỏ cuộc chơi
Tập thơ đan tâm* chở người xa phố
Để Huế mờ mưa ngồi khóc ngậm ngùi.

Mây Nổi, Đan Tâm: tựa tập thơ Phạm Ngọc Lư

THU DUNG

gửi Dung

Nắng soi không tới lá cây
Làm sao em biết sáng nay thu về
Ngày xưa thu ở sơn khê
Theo cơn gió lạc nguồn quê lâu rồi

Sáng nay nghe lá trên đồi
Hẹn nhau thả xuống đất ngồi lao xao
Hàng cây ngã nón nghiêng chào
Mừng tôi cõng cái tâm vào hồn em

Dính vào một cuộc nhân duyên
Đến khi mãn nguyệt trăng biền biệt bay
Giựt mình ngó lại mới hay
Chiếc thu cũng chở nét gầy mà đi

Câu thơ có lúc yêu vì
Dáng em như nhánh xuân thì lụa phơi
Áo nằm trắng vạt mây trôi
Trải tôi dài suốt một đời trăm năm.

Thuở Ấy

Ngọn Cỏ Ngậm Ngùi
Đêm giọt xuống nền quân y viện
Trăng cao nguyên sáng lạnh bồi hồi
Ông nhà văn đứng bên cây sứ
Phất phơ như ngọn cỏ ngậm ngùi

Vòng Hoa Ngụy Tín
Tuột xuống đáy cảnh đời cùng nhất
Ẩn trong hầm thân phận đào binh
Đầu đội những vòng hoa ngụy tín
Nên giọng văn điêu đứng bất bình

Thuở Ấy
Hai thằng ngồi ở trong sương sớm
Trên cao nguyên và giữa chợ trời
Ly cà phê uống trong thời chiến
Vẫn đậm đà hương vị chia phôi

Hát Từ Tim
Sau quốc biến lính thành dân dã
Lại ôm đàn lại khúc du ca
Hát từ tim hát từ hơi thở
Tánh như xưa trẻ miết không già

Một Thời Im Bóng
Sau chiến tranh tôi về với núi
Đời thảy vô bốn vách đề lao
Bạn bỏ núi xuôi về với biển
Tiếng thơ xưa lạ ở chốn nào

Mắt Vua
Đợt chuyển trại người đi tôi ở
Mắt tù buồn xuyên làn mưa mờ
Ngày bỏ xứ tôi bơi ra biển
Con mắt vương theo dính đến giờ.

TRAI BÌNH ĐỊNH
GÁI PHÚ YÊN

đa tình con mắt Phú Yên - Tản Đà

Nhiều phen toan gọi đó bằng em
Ngượng miệng nên bèn đánh tiếng im
Buổi trưa ngồi nghỉ dưới gốc mít
Ngoài đồng nắng thả rộn tiếng chim

Cúc -cắc, ngồi nhai miếng bánh tráng
Buồn buồn sẵn miệng hát lên chơi
Liếc mắt thấy đó cũng liếc mắt
Nắng trong lòng lắn quắn bốc hơi

Đa tình ơi con mắt Phú Yên
Che trời suối tóc thả nghiêng nghiêng
Con gái nhà ai coi ngộ quá
Lòng Bình Định không đảo cũng điên

Xưa Bình Định ở đất Phú Yên
Làm ăn gắp mối lại nên duyên
Gắn bó theo nhau qua nhiều kiếp
Cha Bình Định thì mẹ Phú Yên

Một bổn hai quê anh Bình Định
Chân đi nhớ xứ lại quay về
Để gái Phú Yên buồn nẫu ruột
Giận mà thương Bình Định sát kề

Như hôm nay đây kề với đó
"Thàn hậu" qua mắt hẹn môi thề
Mai kia dẫu nhớ quê da diết
Thương Phú Yên, chân ở không về.

Trăn Trở Thái Hà

Ngày ở Việt Nam bắt đầu bằng một buổi bình minh
Hừng trên những ngọn cây mọc giữa lòng Hà Nội
Những ngọn cây lâu rồi chúng tôi không còn
nghe một tiếng chim kêu
Cũng một ngày như thế
Giữa mảnh đất ngàn năm văn vật
Giáo xứ Thái Hà bị dã thú Công an rùng rùng vây chặt
Những gương mặt muôn đời vẫn ác
Mọc lên những con mắt đổ lửa hiếu sát
Với gậy gộc, dùi cui man rợ bọn côn đồ hung hãn
chồm lên tàn phá đền thánh Jérado
Miệng hô to khẩu hiệu cuồng đồ đòi giết các giáo dân, linh mục...
Quân bán nước mở những cuộc xâm lăng
Làm lệch đi đoạn đường núi sọ
Làm lệch mảng công viên thơm tho
Lệch cả chiều phập phồng nóng lạnh dưới phố

Ngày ở Việt Nam bắt đầu bằng một cuộc hành hương về tội ác
Bạo lực bứng cả đất giáo xứ bằng xe ủi đất rì rầm
Đất khổ nạn giựt mình đất khóc
Trời vỡ toác một vực sâu thâm độc
Xé thịt da chúng tôi là những lằn bánh nghiến lăn qua
Xô ngả Phúc âm
Xô ngả lời cầu kinh rền rền sớm tối
Xô ngả Thánh ca từ miệng những con chiên vô tội
Và Chúa ở trên đỉnh nhà thờ buồn rầu nhìn xuống
Xé linh hồn chúng tôi là bóng xe cơ giới lên đồng
Bứng tróc gốc, xô tường, lấp lối
Hàng rào cũ tàn phai nước gỗ ngả rạp mình, hoảng loạn, xác xơ
Bức tường nơi giáo dân cầu nguyện cũng sụp đổ,
ngổn ngang gạch đá
Nghe hoang phế đè lên nhau nức nở
Những cánh hoa Hà Nội run rẩy bay đi
bỏ dưới trời mưa rơi những lời cay đắng

Nghe nói đất nước chúng tôi trải suốt một chiều dài lịch sử
bằng những cái gọi là Độc Lập, Tự Do, Hoà Bình, Công Lý...
Nhưng nhìn vào lịch sử ba mươi ba năm ròng rả
Lịch sử những lớp người tham quyền cố vị
Lịch sử hận thù mang tham vọng đảng phái cá nhân
Bạo lực vẫn còn đó đón xảo trá lên ngôi
Đón độc tài, buôn dân, bán nước
Đón bắt bớ, đầy ải, giam tù...

Ngày ở Việt Nam bắt đầu từ Tòa Khâm sứ và giáo xứ Thái Hà
Tiếng chuông giáo đường không còn bay lung linh trong nắng
Tiếng chuông lễ sớm không còn trôi thong thả, yên lành
Tiếng chuông chiều lễ không còn sức cứu rỗi
Từng hồi chuông bây giờ đang gióng giả thất thanh
Người ngoại thế nghe cũng giựt mình thảng thốt
Tiếng chuông bất an rung gọi giáo dân về
Trước áp bức gian nguy không hề sợ hãi
Trước bạo lực cường quyền nói lời khẳng khái
Những giọng người hào sãng lấp lánh nỗi đau thương
Những lời ca trầm thống bừng lên mạnh hơn cái chết
Những trái tim nhân từ rắn như đá tảng
Trong niềm tin và hy vọng họ có thể kết thành kim cương

Ngày ở Việt Nam bắt đầu bằng những ngọn nến sáng
Thắp Thái Hà đứng thẳng cùng ta đi
Ra khỏi Thánh đường đi vào lòng dân tộc
Súng kề hông vẫn đi đường Thánh giá.

Toronto 12/08

TRĂNG XƯA

Nguyệt nằm vắt vẻo lưng trời
Có nằm cao mấy cũng mời xuống đây
Vo tròn vo cho đã tay
Rồi phập một miếng trăng đầy hồn chơi

Ai biểu đẹp quá trời ơi
Ai biểu chói lọi vào nơi tôi nằm
Rọi tôi ngủ dưới đáy năm
Khều đôi mắt dậy nguyệt hăm hở cười

Gặp trăng tôi bỗng thành người
Xưa là thông đứng giữa trời mà reo
Theo trăng lẽo đẽo tôi theo
Mặc cho mưa nắng đang đèo nguyệt đi

Trăng trong như đóa xuân thì
Mềm như rót tiếng nhu mì xuống môi
Mừng trong con mắt có tôi
Bồng trăng ẵm nguyệt lên đồi thanh tân

Thương em tôi đứng tần ngần
Em thương em xích lại gần trái tim
Tìm nhau cuống quít trốn tìm
Chắc là mắc nợ gì nghìn kiếp xưa

Xưa trăng từ hạt trời mưa
Nở ra thành trái nguyệt đưa em về
Mùi hương đâu tự trời quê
Cũng lang thang tới đứng kề cạnh tôi

Nhưng khi trăng mãn nguyệt rồi
Em trôi biền biệt trên trời cong cong
Xua tay đuổi đám mây hồng
Tôi bay nức nở trăm vòng tìm trăng

Lúc quýnh quáng lúc hung hăng
Vấp nhầm câu hát nguyệt giăng ngang trời
Tướng té vào nụ môi cười
Té ra té tuốt xuống đời trần gian

Giựt mình thức giữa hỗn mang
Mắt còn ngơ ngác miệng than vắn dài
Ước gì nguyệt ngủ bờ vai
Để tôi ôm mộng ru hoài nghìn năm.

Trời Ơi

Trời ơi sợi tóc biết bay
Bờ môi biết hát, móng tay biết cào
Xưa anh ở mé trời cao
Vì em mà té nháo nhào xuống đây

Trời ơi con mắt biết bay
Hồn anh ai thả dưới ngày lênh đênh
Khi bồng giọng hát em lên
Trái tim trật nhịp gọi tên lộn hoài

Trời ơi cái cụm trang đài
Chúm cha chúm chím chúm ngoài giấc anh
Cười người sao cứ quẩn quanh
Dấu si để lại không đành phôi phai

Trời ơi cái cặp chân dài
Giục đời anh chạy nhoái nhoài theo em
Nhiều khi trợt xuống vũng đêm
Chiếc thân bầm dập râm rêm chiếc hồn

Trời ơi nắng quái chiều hôm
Nổi cơn gió thổi bờm xờm tóc anh
Gió chiều dẫu rất long lanh
Cũng thấy bắt ghét lanh chanh suốt ngày

Trời ơi trắng quá áo bay
Dẫu em phất vạt làm trầy mắt anh
Làm sao mà trách ông xanh
Bắt con mắt cứ nhảy quanh áo dài

Nỡ nào em xẻ làm hai
Chiếc hồn anh mỏng đem cài song thưa
Che gì hết nỗi gió mưa
Ướt cả hai đứa không chừa đâu nghe

He he...

TRONG CHIẾN TRANH

Hỡi người con gái chạy loạn của tôi ơi

Ở nơi đâu trong lòng tôi trước giờ giao chiến
Phiên chợ cuối đã nhóm lên vội vàng
Và buổi chiều bên bát cơm thầm lặng
Em có nghe hồn tôi ứa máu

Giữa những thời đen tối
Trên khắp các nẻo đường
Mọi vẻ đẹp đều trở nên luộm thuộm
Những đống rác ùn cao trong thành phố
đêm đêm đốt cháy mọi tiếng cười
Lòng nhân ái bây giờ không còn như những ngày xưa
nở rộ những cụm hoa tàn tạ
Khắp nơi những bóng người lầm than không ngớt
chồm lên niềm hy vọng
để kéo những chuyến xe quay về miền hy vọng
Và tóc Nhược Thủy như đêm độ lượng che giùm tôi
những chút ngậm ngùi
Tôi có những niềm vui nằm trong tủ sách
Những niềm vui âm ỉ đời người
Và những vẻ đẹp của những nét đớn đau hồng cuối ngày em đến

Vừa khi tôi cùng em ngồi lại
chiều tàn rơi với bóng tối xuống đầy
Một lần nữa tôi được có em với tất cả tình thương
dẫn qua đôi mắt
Mắt em những lời thủ thỉ cháy bùng lên
Để đắp đổi đợi chờ từ năm tháng
Ới tôi là kẻ bỗng mừng khi tìm thấy được lời em
Nhưng đời sống có nghĩa gì trong chiến tranh
Chỉ là một khúc hát
Chỉ là một bóng đêm rầu rầu quen thuộc trên đầu người dưới hầm trú ẩn
trong con mắt em chiều nào chạy loạn
Trong chiến tranh
người ta không cảm thấy mình còn được sống
Tất cả mọi giấc mộng đơn sơ đời thu nhỏ lại
Chỉ có những họng súng lạnh lùng và gai lửa mọc ra
vây hãm tiếng hát của trái tim mệt nhoài

Hỡi người em chạy loạn của tôi ơi
Ở nơi đâu trong lòng em tiếng người gọi lớn
Tiếng của những kẻ bại trận
Những dấu chân lãnh tụ chạy trốn làm lộ ra những con đường
và những khu vực bị chiếm đóng
Nhưng nép mình sau những rặng trường xuân
Sau cánh cửa cuối cùng lòng em vừa khép lại
Dòng sông đưa tôi tìm vào nơi trận mạc cuối cùng
Đêm mở đầu bằng những cơn mưa và đám cháy lớn
trong thành phố
Tội ác dẫn lửa theo trườn đi lấp lánh trên những nóc nhà người
Những kẻ thừa cơ đứng lên với bộ mặt gian hùng
và nụ cười bất chính
Những tên cường đạo đứng lên với khẩu súng trong tay
và giọng cười mọi rợ
Đây là sự liên minh không được thừa nhận
Nhưng tự nó đã nói lên điều đó
Và từ đó. Coi chừng
Tội ác sẵn sàng nhét vào tay em một chút bóng tối cũng vừa đủ

Và từ đó
Coi chừng
Tội ác với tất cả cái mồm lạnh lẽo của nó thổi phùng lên
thổi mạnh
thổi những mùi tử khí vào mặt mũi anh em
Đây là những Thiên Thần tàn Sát được trang bị bằng Cái Chết
tiến lên
Còn đây là nỗi khốn khổ của mầy
Mầy sợ chết
Mầy không muốn chết
Lại chẳng may gục xuống lìa đời

Giờ đây trong em còn lại tôi
Còn những tối tăm vẫn được xếp hạng cao
trên những mặt người
Thế hệ tôi rồi cũng chẳng thèm đếm xỉa tới lương tri.

Trong Cơn Mê

Có lần tôi lượm được một con đường
Con đường đất quanh co chạy về hướng núi
Trái núi xanh xao dưới trời mưa lầm lũi
Dáng bèo nhèo như những ụ đất nung

Có lần tôi lượm được một cụm rừng
Nơi xẩy ra những trò chơi trí mạng
Toàn lưỡi lê cận chiến và lựu đạn
Đất mẹ gầy nghe máu chảy vui ơi

Có lần tôi gói kín một giọng đời
Tiếng mẹ ru đàn con chia hai ngã
Ba mươi năm gặp lại toàn xa lạ
Dáng cha nằm co quắp nỗi nước non

Có lần tôi vớt được một tiếng chuông
Đã lâu rồi vướng ngoài đầm lau sậy
Thả lên trời hải triều âm thức dậy
Tiếng Phật lại trôi đi trôi xuống chỗ con người

Có lần tôi nuốt được một bờ môi
Cái mối tình đầu đời tha thiết quá
Miếng môi ngon ngậm hoài không muốn nhả
Nghe chút lòng rất khẽ chạm vào mơ

Có lần tôi vớt được một con đò
Giọng hát cũ vẫn trầm mình đáy nước
Vớt Trương Chi tiếng sáo buồn sướt mướt
Giọt lệ trời nức nở giọt Mị Nương

Con trăng khuya lận đận suốt dặm trường
Soi không tới chỗ tôi từng lỗi hẹn
Trong cơn mê đỏ mắt người cũng nghẹn
Nên đời mình nước dột những lần mưa.

TỰ NHIÊN

Tự nhiên anh không còn thích biển
Vì biển dịu dàng chở em đi chơi
Tóc nắng em xanh tóc anh bạc trắng
Biển sóng vỗ hoài đôi mắt xa khơi

Tự nhiên anh không còn thích gió
Vì gió mặn mòi thổi buốt nỗi em
Thổi em chân mây đu bay về biển
Bỏ anh bơi trong nậm rượu say mèm

Tự nhiên anh không còn thích nhớ
Cái nhớ trần ai khoai củ phát nhoài
Tim anh nhiều năm gặm mòn câu hát
Vậy mà em xa đập trật nhịp hoài

Tự nhiên anh không còn thích khóc
Vì nước mắt già như bọt nước sôi
Nó lăn trong veo và reo thấy ngọt
Công viên ghế ướt sướt mướt anh ngồi

Tự nhiên anh không còn thích đứng
Vì đứng run chân mỏi gối coi kỳ
Thôi thì nằm dài cho gần với đất
Em đi xa xôi anh đánh giấc khì.

TỨ TUYỆT

1.
chim quyên xưa hót trên cành
chẳng may lạc điệu chết thành bụi cây
ngư ời sau về ẩn chốn này
nghe trong xưa tiếng quyên gầy hót ra

2.
nhìn sông nắng phủ nhập nhòa
hấp hiu cuối bãi một tà khói sương
xa ngư ời mấy độ tà dương
mà sao yêu quí còn vương tấc lòng

3.
cảm thương con khư ớu trong lồng
vô tâm hót lệch mây dòng chuông ngân
non cao bước xuống phong trần
đôi tay rộng lượng thả vần thơ bay

4.
mảng sầu trăng rụng non Tây
làm xao xác vệt chim bay cuối trời
thương ai tất tưởi mấy lời
làm hoa rụng trắng tâm người trầm tư

5.
nhớ cây vú sữa trước nhà
con trăng lỡ độ đường xa ngủ nhờ
mười năm nặng một dòng thơ
hỏi con trăng nọ bây giờ ở đâu

6.
con chim bỏ núi xa đàn
sớm theo gió bạt xuống ngàn dặm sông
nước đi xanh biếc một dòng
hẹn trăng ra biển bỏ buồn cho thơ.

Tưởng Tiếc

Nhớ Vũ Khắc Khoan

Đôi mắt như cửa sổ
Nước sơn đã già năm
Mở ra từ tân khổ
Một tia nhìn lạnh căm

Đôi mắt lặng nhìn xuống
Lô nhô giữa trường đời
Học trò dăm bảy đứa
Làm quạ nói tiếng người

"Quạ" trong thể thơ Đường (*)
Đề thi vào kịch nghệ
Lâu rồi còn ai nhớ
Học trò còn ai thương

Trường đời chia muôn lối
Xuôi ngược về muôn phương
Thầy xưa qua lối nọ
Lối tôi ra chiến trường

Con quạ trong thơ Đường
Bay qua vùng khói lửa
Quê hương là nỗi khổ
Quê hương là đau thương

Bỏ quê hương lửa cháy
Gạt lệ thầm ra đi
Biết bao lần ngoảnh lại
Vẫn một màu biệt ly

Đôi mắt người tỵ nạn
Ngóng quê nhà đăm đăm
Một hôm như lá ngủ
Khép lại thành trăm năm

Xưa Thành Cát Tư Hãn
Lưu lại bộ đồ gai
Nay người về thiên cổ
Để đời tiếc thương hoài.

(*) Quạ: đề thi vào trường QGAM & KN tại SG của Vũ Khắc Khoan

Tay Vịn Ngũ Hành
(lời quê góp nhặt)

Cái hồi vịn núi Ngũ Hành
Thấy mình là đá hóa thành năm non
Mái hồn thếp bạc sơn son
Ngoái trông chim phụng bay lòn vô chơi

Trèo lên Gò Nổi hụt hơi
Ngó xuống Chợ Củi nhớ người lá lay
Thương nhau chưa đặng mấy ngày
Bạn đành bỏ bạn bấy rầy đi mô

Buồn tình lặn suốt giang hồ
Ngoài hòn lao Ré lội vô Vũng Thùng
Sung thiêng xới lật Hòn Vung
Kẹt nguyền không phỉ xin hẹn cùng kiếp sau

Biết răng chừ giải hết cơn sầu
Nhắm bờ Cửa Đại đâm đầu cho vong
Hòn Tàu, Hòn Kẽm, Hòn Hồng
Ba hòn xúm lại cứu lòng xôn xao

Ăn nhằm bùa ngãi thâm cao
Thần hồn bệ rạc hư hao quá chừng
Xa người chịu tiếng lừng khưng
Bớ trời ơi cực biết chừng đổi mô

Có răng đi nữa đừng ngờ
Thà như sóng dợn ngu ngơ bềnh bồng
Tuồng đời sắc sắc không không
Nam Mô Di Phật còn mong chi bạn tề.

XUÂN 1978, Ở SÀI GÒN

gác trọ đường cao bá nhạ

cửa phòng tôi khóa ngoài mấy lượt
nằm bên trong ngủ thật ê chề
nhiều đêm nghe tiếng đời xuôi ngược
tưởng bước em xưa nhớ lại về.

vá ruột xe đạp đường nguyễn cư trinh

vá ruột xe đạp tưởng dễ ăn
bắt tay vào mới thấy khó khăn
mười phút cậy mới ra lớp vỏ
cô em hiền hậu cũng phải nhằn

ga xe lửa chợ bùng binh

nửa đêm nằm mộng thấy trời xanh
trên thân tôi tàu chạy vòng quanh
giật mình tỉnh giấc tai còn thoáng
một tiếng còi tàu rúc lạnh tanh

trong xe nước mía ngã tư bảy hiền

một góc đen thui một góc đời
tôi nằm trong đó ngủ buồn chơi
nửa đêm gió lạnh thânco quắp
trời thương trời đắp cái tả tơi

trên cây vú sữa đường lương hữu khánh

làm sao ai biết có ngày này
người ở thành lại ngủ trên cây
nửa đêm xuân xiếc về ngang hỏi:
"hết chỗ rồi sao ông ngủ đây?"

bến xe đò lục tỉnh

đêm bến xe Xa Cảng Miền Tây
trời hiu hiu mát nằm ngủ say
sáng ra quờ quạng tìm mục kỉnh
mắt còn đây, mục kỉnh đã bay

bán thuốc lá đường trần hưng đạo

hộp thuốc lá bạn tôi đóng cho
tronh hộp đựng gói nhỏ gói to
một hôm hết thuốc, tiền cũng tuốt
vỗ bụng cười uống nước làm no

bùi giáng và chợ sách cũ đặng thị nhu

tôi bán sách cũ trong chợ sách
xế trưa dị khách ghé qua hàng
lật trang thơ sử oang oang đọc
"nam quốc sơn hà..." khách cười vang

cảnh đời

tôi gặp em một đêm không sao
con trăng chết giữa đám mưa rào
vì yêu trong cảnh đời bạo ngược
em vội biệt mù theo chiêm bao.

XUÔI NAM

Cái hồi bỏ núi xuống miền
Bỏ quê về biển bỏ phiền não chơi
Phiêu diêu khắp đất cùng trời
Tôi phi thiên mã một thời xuôi Nam

* * *

Phiêu bồng từ miệt Phú Lâm
Về ngang Bình Chánh đói ăn cơm sườn
Thêm ly trà đá chanh đường
Nuốt trôi đám bụi phố phường nắng chao

Qua cầu Bến Lức lao xao
Ngó xuống Bến Lức thấy nao nao lòng
Thấy trời thấy nước mênh mông
Thấy tôi từ một dòng sông trôi về

Về ăn cam mật Cái Bè
Ăn khóm Bến Lức, Bến Tre ăn dừa
Tôi ăn ba xứ có thừa
Tới đây xứ mận xin chừa cho em

Ra ngồi bờ đất thấm đêm
Vùng đất khởi nghĩa đổ thêm máu thầy
Cộng phỉ nó chặt bàn tay
Giết thầy phản động cho cây đờn buồn

Không như con cá trê bùn
Dòng sông Vàm Cỏ Tây cùng với tôi
Dầm mưa dãi nắng về xuôi
Tìm ra biển lớn sông đời mà đi

Con cá Long Khốt xòe vi
Lội qua Rạch Cỏ, Trà Bi, Vàm Bào
Nhớ ông Cai Lễ cựu trào
Lập chợ Cai Lậy năm nào giồng khô

Đi ngang Cai Lậy ngó vô
Thấy chợ Cai Lậy mấp mô bánh phồng
Thấy em bươn chải chợ đông
Mà thương Cai Lậy từng bồng ẵm em

Xuống tới Mỹ Thuận nhá nhem
Thèm xâu sẻ nướng xâu nem nồng nàn
Thèm mía Gò Cát lóng vàng
Tôi và thổ sản miền Nam tương cầu

Ghé vô Chợ Gạo, Ba Dầu
Ăn miếng bánh khọt xong mau xuống đò
Chèo quanh chèo quẩn Mỹ Tho
Lên bờ xuống bến bỏ giò lội mưa

Tôi yêu sông nước xứ dừa
Dân tình hồn hậu lại vừa hồn quê
Trái cây nhiệt đới gây mê
Ăn no bể bụng đâm về Cổ Chiên

Cố bơi ngược nước sông Tiền
Bậu ngồi trước mũi đò nghiêng ngạo cười
Thò tay xuống nước, đỏ tươi
Miếng dưa hấu mát ruột người quanh co

Hái trái vú sữa Mỹ Tho
Nhớ cây vú sữa ngủ nhờ năm xưa
Đường đời dầu dãi nắng mưa
Vẫn hoài công cẳng đi chưa tới cồn

Tôi từ Xoài Mút thượng nguồn
Lội vào lịch sử mà thương Rạch Gầm
Quân Xiêm xưa máu đỏ bầm
Nay sông Mỹ rửa sạch mầm ác gian

Qua sông một chuyến đò ngang
Lên cù lao Bảo liền sang Mỹ Lồng
Miệng nhai bánh tráng bánh phồng
Chưn bon Bình Đại ngồi đồng ăn thơm

Đò đưa ghé chợ Giồng Trôm
Dứt "can" rượu đế ba hồn tôi say
Chưn lội bì bõm trên mây
Bảy vía té xuống làm trầy Bến Tre

Ăn dầm dưới liếp phên che
Dựa cồn An Hóa ngồi nghe câu hò
Ghé xuống Cầu Đỏ đi đò
Phiêu lưu bụng đói dạ no cũng liều

Mau chưn đáp chuyến ghe chiều
Qua cù lao Ốc có nhiều ốc hương
Xuống sông bắt cá mò lươn
Tay tôi chạm đáy Hàm Luông nước đầy

Sớm hôm tôi ghé Mõ Cày
Đờn ca tài tử hết ngày lại đi
Rùng rình thăm viếng cồn Quy
Ăn rùa nướng khói hớp ly rượu nồng

Thành tâm lên điện Chùa Ông
Thắp cây nhang đỏ giữa lòng Ba Tri
Chợ Trong một thuở ly kỳ
Ghé vô Chợ Đập tôi đi thăm giồng

Dừa che kín mít cồn Rồng
Kín bưng cồn Phụng giữa lòng Bến Tre
Đứng bên Rạch Miễu ngó qua
Thấy em khua bóng trăng sa mái chèo

Tới đây thăm bạn hiền nghèo
Thèm ăn măng cụt thì trèo lên cây
Tôi đi trăm đó ngàn đây
Cái Mơn, Chợ Lách hẹn ngày về thăm.

Bản Thuột - Bến Tre 1969

PHAN NI TẤN

THƠ HAI CÂU

Mời đọc thơ học trò, được tìm thấy lại trong lớp bụi thời gian. Thuở ấy, thơ còn học trò nên thơ rất ngắn.

HÁI

Hái một chút nắng trong hoa
cái hoa nắng nở rất xa quê người

XA

Xa quê thất lạc môi cười
cho dù nhấp giọng cũng đời nào ngân

RẰM

Hôm qua trăng rằm thật gần
soi câu lục bát tần ngần nhớ ai

CHIM

Chim sai nhịp hót tràng dài
tiếc giọng lảnh lót rớt ngoài biển dâu

MÀU

Áo nhăn thời buổi cơ cầu
giặt không phai nỗi cái màu tich liêu

THEO

Tưởng đi bỏ lại trong chiều
mùi hương thương nhớ cũng liều bước theo

QUÊN

Người đi lên phía cheo leo
bỏ quên trớt miếng trăng treo rất rằm

ĐÒ

Xuống đò con sáo sang ngang
ai như người nghĩa thở than mộng ngoài

SOI

Soi em dòng tóc thơm hoài
soi tôi trăng chảy miệt mài nẻo xa

HỎI

Hỏi em xưa ở bên nhà
hồn anh hồi trẻ nay đà ở đâu?

BAY

Hồi trẻ hồn em bay mau
bây giờ chắc cũng bể dâu với đời

NGHE

Nghe mưa nặng hạt ngoài trời
nhớ người năm cũ nói lời biệt ly

THẤY

Thấy gì trong mắt mưa bay
thấy hồ như phượng đã gầy hơn xưa

LƯỢM

Thò tay lượm lặt trong thơ
mấy câu lục bát bơ vơ giữa rằm

DẶM

Dặm thơ trải suốt trăm năm
cũng không bằng tiếng em thầm thì anh.

CHIM

Khấp khởi em theo chàng trai
Đôi tay cánh trắng bay ngoài mênh mông

LÚA

Cánh đồng xa thấp phập phồng
Đời cây lúa đã đòng đòng chưa em

MƯA

Trời mưa trời mưa hồng lay
Làm ướt tấm áo đỏ thay cho chàng

TRỔ

Tháng mười em trổ vàng tươi
Mình tròn con gái lả lơi cánh đồng

HƯƠNG

Trợt chân té ngồi bụi hoa
Hương như giọt nước túa ra thơm lừng

CẦM

Tay cầm một nhánh vàng hoa
Hương thơm từng bụi rớt trà trộn anh

TÂM

Lấy tâm định phủi bụi đời
Chợt người đi tới bời rời chân tâm

PHỦI

Bụi đời không phủi không bay
Cái tâm không phủi ướt đầy bóng em

BAY

Hồi trẻ hồn em bay mau
Bây giờ chắc cũng bể dâu với đời

NHẰM

Một hôm vô ý đụng nhằm
Gương trăng em sáng như rằm trên cao

CƯỜI

Giựt mình ngó xuống xuyên mây
Thấy mình tréo nguẩy nhành cây cười khì

HỎI

Hỏi em xưa ở bên nhà
Hồn anh hồi trẻ nay đà ở đâu?

HỜN

Thiệt tình cái rặng trường sơn
Nó che khuất cả nỗi hờn của anh

SAY
Rượu vào trổ giọng cà kê
Riêng tôi say gối đầu quê nhà nằm

TRỔ

Mây hoàng hôn tôi hoàng hôn
Những con đường đất trong hồn trổ ra

TÍCH

Tích xưa cá đậu hóa rồng
Vũ môn cạn nước thành đồng ruộng khô

CHÈO

Hòn Tre có tám vị tiên
Mười sáu gậy thiền chèo chống mỏi mê

THẤY

Thấy gì trong mắt mưa bay
Thấy hồ như phượng đã gầy hơn xưa

NGHE

Nghe mưa nặng hạt ngoài trời
Nhớ người năm cũ nói lời biệt ly.

...

ĐOẠN ĐƯỜNG CHIẾN BINH

Sau trận Mậu Thân 1968, chính quyền Nguyễn Văn Thiệu đã ban hành một sắc luật Quân Sự áp dụng vào học đường, trong đó Sinh Viên các trường Đại Học Sài Gòn phải tham dự một khóa huấn luyện quân sự tại Trung Tâm Huấn Luyện Quang Trung trong vòng một tháng.

Năm 1970, tôi và các anh em phân khoa Đại Học khác theo chân những khóa trước bắt đầu làm quen với súng ống và ngửi mùi quần áo nhà binh. Ngay từ ngày đầu bước chân vào quân trường tôi có cảm tưởng như bị thảy vào một thế giới không có... tình thương. Những hàng cây bã đậu xù xì, gai góc mọc dọc hai bên đường càng tăng thêm vẻ khô khan, lạnh lùng, thiếu sinh khí. Cũng may, mỗi chiều thứ sáu chúng tôi được về phép rong chơi cho tới xế chiều chủ nhật mới lọt tọt bưng đầu vô.

Trong khóa học này, đặc biệt có hai nhạc sĩ nổi tiếng qua những bài ca đấu tranh thịnh hành trong giới sinh viên học sinh thời đó, là nhạc sĩ Trương Quốc Khánh (bài Tự Nguyện) và nhạc sĩ Trần Long Ẩn (Không Ai Ngăn Nổi Lời Ca). Nhạc sĩ đi tới đâu, cây đàn đi tới đó. Nhạc sĩ với cây đàn mà! Thực vậy, sau tuần lễ đầu tiên về phép trở vô là khu trại Sinh Viên đã nghe tưng tửng âm thanh quen thuộc, giản dị, thân thiết của cây đàn guitar rồi. Từ đó, sau những buổi cơm chiều, trời vừa chạng vạng tối, Sinh Viên có máu văn nghệ thường rủ nhau xuống Hội trường Ban Quân nhạc tụ tập đờn ca xướng hát cho nhau nghe. Tôi còn nhớ một hôm tại nhà ngủ tập thể, có một anh cùng phòng, dáng người tầm thước, hơi mập, tự xưng là Hoàng Quốc Bảo đưa tôi coi một tập nhạc nói là của ông anh Hoàng Khai Nhan sáng tác. Cầm tập nhạc vuông vức trong tay, tôi chậm rãi lật từng trang mà thầm công nhận sự nắn nót công phu của người đã tạo ra nó. Đáng tiếc đã hơn 30 năm qua tôi không còn nhớ tập nhạc tên gì. Hoàng Quốc Bảo lúc đó chưa có tác phẩm, nhưng Hoàng Khai Nhan thì tôi có thoáng nghe danh về thơ. Sau này ra hải ngoại tôi mới có dịp thưởng thức những bản nhạc thoát tục trong tuyển tập Tịnh Tâm Khúc của Hoàng Quốc Bảo. Nói về Thiền Ca, tôi cho rằng không ai có thể vượt qua sức sáng tạo phong phú, chứa chan mùi Thiền như nhạc sĩ Hoàng Quốc Bảo. Ngoài ra, phần hòa âm theo phương thức tân cổ điển vô cùng xuất sắc cũng góp phần tạo cho hồn nhạc thấm sâu vào lòng người và đọng lại rất lâu.

Cũng nhờ cái vụ hát hò này mà một buổi sáng trước ngày mãn khoá, thay vì vác súng ra bãi như thường lệ, thì nhóm Sinh viên Văn nghệ chúng tôi lại chỉnh tề trong bộ quần áo kaki màu vàng, đội mũ kalo cùng màu hăng hái vác đàn về Sài Gòn... đi Show, trình diễn văn nghệ tại đài Truyền Hình Việt Nam.

Cuối cùng, một tháng quân trường rồi cũng qua mau. Sau lễ mãn khóa, tất cả những Khóa Sinh (kể cả những thành phần lè phè, bất mãn) đều cầm trong tay mảnh bằng tốt nghiệp khoá Quân Sự Học Đường 1970 trở về trường tiếp tục dùi mài kinh sử.

Học hết một năm Đại Học Khoa Học Sài Gòn, ngành SPCN (Scient, Physic, Chemistry, Natural), qua năm thứ hai tự nhiên tôi đâm ra... ngu ngu. Cũng vì cái "ngu ngu" này mà *từ trên Đại Học tôi rớt xuống, thành lính biên thùy trấn núi sông.*

Tháng Tư năm 1971 nhờ mảnh bằng Quân Sự Học Đường, khi nhập ngũ tôi cứ việc đi thẳng vào trường Bộ Binh Thủ Đức mà không cần phải trải qua 3 tháng huấn luyện căn bản quân sự tại Trung Tâm Huấn Luyện Quang Trung như nhiều Tân Khoá Sinh khác. Tuy nhiên, trước đó tôi phải vào Trung Tâm 3 Tuyển Mộ Nhập Ngũ tại Quang Trung làm thủ tục hồ sơ nhập ngũ, khám sức khỏe, lãnh quân trang, quân dụng xong mới vào Thủ Đức.

Ngay từ khi bước chân vào trường Bộ Binh Thủ Đức, Tân Khoá Sinh chúng tôi đã được các huynh trưởng đón tiếp một cách hết sức tận tình. Để khởi sự làm quen với đời lính, bài học quân sự đầu tiên của bọn đàn em chúng tôi là theo lệnh huynh trưởng chạy ba vòng Vũ đình trường gọi là "dàn chào Tân Khóa Sinh":

Mới vòng đầu Vũ đình trường
Mà bao nhiêu đứa chán chường hẳn ra
Thằng thì mày váng, mắt hoa
Thằng thì như bóng ma gà, hết linh

Thực vậy, mới chạy vòng đầu đã có vài ba tên té xỉu. Chạy hết vòng thứ ba, một trăm chỉ còn vài chục, tuy còn đứng vững nhưng tưởng thở hết ra hơi. Đã vậy đám huynh trường nào tha! Những tiếng quát tháo, nạt nộ, hò hét, chạy lùa đầu này, xua đầu kia, xẹt đầu nọ như cố tình cướp tinh thần bọn đàn em ngơ ngác chúng tôi khiến cho bao nhiêu mộng lớn, mộng nhỏ mới cách đây vài tiếng đồng hồ vẫn còn xanh mướt, đã tan tành theo mây khói.

Cán bộ mặt mũi lầm lì
Còn đám huynh trưởng thôi thì hung hăng
Quát tháo vào mặt từng thằng
Chưa chi mộng lớn nó giằng mất tiêu

Chuyện đời ma cũ hiếp ma mới là việc thường tình. Huynh trưởng có bổn phận phải hướng dẫn đàn em đến nơi đến chốn; đàn em có lỗi bị phạt hít đất, thụt dầu, nhảy xổm hay phạt dã chiến... cũng là lệnh cán bộ đưa xuống cho huynh trưởng thi hành mà thôi. Luật quân trường mà! Ở lâu dần dà mới thấy:

Thật ra huynh trưởng hiền khô
Còn cán bộ, toàn những... đồ mắt ma
Để coi, trẻ cũng như già
Ngày đầu đụng mặt, ngó qua ghét liền

Nói ghét Cán Bộ là nói cho nó có vẻ "thơ" một chút, chớ sau khi mãn khóa ra trường tôi mới thực sự kính trọng quý vị Sĩ Quan Cán Bộ (nói chung) và Đại Đội 21 (nói riêng) đã nỗ lực hướng dẫn và huấn luyện SVSQ chúng tôi trở thành những Sĩ Quan xuất sắc (và không xuất sắc, như tôi) trong Quân Lực Việt Nam Cộng Hòa.

Sau khi phân chia quân số, tôi thuộc Tiểu Đoàn 1, Đại Đội 21, Trung Đội 1, Tiểu Đội 1 (toàn là số 1). Tiểu Đoàn 1 do thiếu tá Nguyễn Như Sơn làm Tiểu Đoàn Trưởng. Nay không biết rõ tình cảnh ra sao? . Đại Đội 21 đặt dưới quyền chỉ huy của Sĩ Quan Cán Bộ Đại đội trưởng Trung úy Huỳnh Trung Hiếu (hiện ở Houston, Texas) và hai Sĩ Quan Trung đội trưởng là Trung úy Nguyễn Hữu Thọ (sau 75 bị VC liệng lựu đạn chết trong tù cải tạo) và Thiếu úy Nguyễn Văn Bé (hiện còn ở VN); còn hai SQCB nữa, đáng tiếc, tôi không nhớ tên.

Ngày đầu tiên ở Đại Đội là ngày xuống tóc. Những chiếc tông-đơ tàn nhẫn dọc ngang rào rạt trên đầu không thương tiếc. Những ước mơ xanh ngát, những hoài vọng ngất trời bám trên những sợi tóc xanh giật mình rụng lả tả xuống nền xi-măng, nằm ngơ ngác, lạc lõng trên mặt đất, hoặc vương vãi tội tình trên tấm khăn trắng choàng quanh cổ. Rồi những khoa bảng, trí thức cho tới những anh sinh viên, học sinh đều đi tắm truồng ở nhà tắm tập thể cuối doanh trại. Rồi được chích thuốc chống nắng mưa cảm mạo đất trời. Rồi những bộ đồ lính màu cứt ngựa rộng thùng thình tương vào người, chiếc nón nhựa đội lên đầu để thực sự trở thành anh lính mới tò te.

Để phân biệt các khoá học đàn anh với đàn em, Khóa Sinh phải đeo bản tên của mình trên túi áo. Như khóa 24 mang bản tên nền đen chữ vàng, khóa 7/68 mang nền trắng chữ đỏ, khóa Sĩ Quan Đặc Biệt 6/69 mang nền đen chữ đỏ; còn khóa tôi, 1/71 thì nền xanh dương chữ trắng v.v...

Mang tâm trạng thư sinh đang tự do phơi phới ngoài đời mà đặt chân vào quân trường thì bất cứ hình ảnh nào trước mắt, ngó qua cũng thấy lạ, thấy khó chịu, thấy nhớ nhà, thấy rầu muốn chết.

Trại lính, tuyến, giao thông hào
Nhà thương, bệnh xá, hàng rào, băng ca
Vũng nước, lùm cỏ, bụi hoa
Những ngày đầu mới ngó qua, sầu liền

Cái gì chớ sức khỏe con người, nhất là Tân Khóa Sinh chúng tôi, thể dục thể thao là công việc hàng đầu khi trời vừa rạng. Có câu lâu ngày chuyện gì rồi cũng quen, vậy mà những buổi sớm đầu tiên ở quân trường nghe cán bộ thổi còi tu-huýt dựng dậy ra sân tập thể dục quả là... khủng khiếp. Trời Sài Gòn hay Thủ Đức, ngày đêm gì lúc nào cũng nóng chảy mỡ. Nhưng đó là chuyện dưới mái nhà. Thử ngủ một đêm trên cây, hay trong thùng xe nước mía, hay dưới gầm cầu Chữ Y, hay nhà ga xe lửa vân vân, như người viết đã từng, mới thấy cái lạnh nửa đêm về sáng của trời Sài Gòn năm 1979 nó buốt tận xương lạnh tận tủy ra sao.

Sáng sớm trời lạnh cắt da
Nghe còi dựng dậy ùa ra xếp hàng
Tập chạy, nhảy, tập bò càng
Không nở bề dọc cũng nở ngang thân hình

Đó là chuyện tinh sương. Ban đêm, trước khi đi ngủ Cán bộ thông báo là sẽ có một cuộc thực tập báo động giả để mọi người chuẩn bị tinh thần. Biết trước vậy mà đến hồi nghe còi báo động rúc lên hù hụ vào lúc nửa đêm tôi cứ tưởng như ai đang hớp hồn mình, phát sợ ngang.

Vừa nhào xuống giao thông hào
Một thằng chết tiệt nhảy ào trên lưng
Lãnh nguyên hai cái gót chân
Nghe một tiếng "hự" tưởng chừng hộc cơm

Trường Bộ Binh Thủ Đức có bốn tuyến A, B, C, D, suốt khóa học chúng tôi đã gác đủ cả bốn. Tuyến A ở mặt tiền, cổng chính. Tuyến B giáp với nghĩa địa và nhà dân xa xa. Tuyến C thuộc khu Thiếp Giáp. Tuyến D hướng ra bãi tập. Gác bất cứ tuyến nào vào lúc nửa đêm thanh vắng chung quanh không một bóng người, ngoài những ngôi mộ đá ong hoang phế và đám lau già tóc trắng quật quại trong gió, dưới trăng, hay trong cơn mưa tôi đều nhớ tới hai câu thơ về non Kỳ và bến Phì trong Chinh Phụ Ngâm:

Non Kỳ quạnh quẽ trăng treo
Bến Phì gió thổi đìu hiu mấy gò

Rồi tôi cảm nhận hết nỗi cô độc tận cùng giữa đất trời tịch lặng, mênh mông.

Đêm hôm ra gác tuyến A
Nghe trong khuya khoắc tiếng gà vẳng đưa
Mưa rơi rắc hạt lưa thưa
Đời mình nước dột nên chưa hết buồn

Trong 6 tuần huấn nhục, Tân Khóa Sinh phải học đi, đứng, nghiêm, nghỉ, dặm chân tại chỗ, học chào tay, học hát... Học quay trái, quay phải làm sao cho đúng 90 độ. Học đằng sau quay 180 độ sao cho khỏi xiểng niểng, đằng trước bước phải bắt đầu bằng chân trái, tay đánh nhịp cho cao. Rồi còn phải tập đánh giày thật bóng, xếp drap, xếp mền thật kỹ, tủ quần áo thật ngăn nắp vân vân. Trong thời gian này, nhiều huynh trưởng có đầu óc khôi hài thường bày ra kiểu phạt rất độc đáo, như phạt đàn em chạy đi xin chữ ký của 300 người trong vòng 15 phút. Có chạy xì khói, chạy bở hơi tai, chạy phờ...râu cũng chẳng ma nào thỏa mãn nỗi cơn ác ý của bậc đàn anh chỉ vì lỡ bước trật nhịp như tôi.

Nó la đằng trước bước đều
Mình bước trật nhịp, nó khều mình ra
Khít hàm, rít giọng thiết tha:
"Chạy xin chữ ký của ba trăm người..."

Cũng trong 6 tuần huấn nhục, trừ khi đi bãi, Tân Khoá Sinh ngày hai buổi chỉ được phép ăn cơm nhà bàn chớ không được ăn tiệm như các vị huynh trưởng. Vô nhà bàn phải giữ im lặng, chờ huynh trưởng hô to *nghiêm* thì rán ưởng ngực lên mà đứng im. Khi nghe hô ngồi phải đáp thật to *xuống.* Nghe *mời đàn em ăn cơm* phải đáp lớn *mời huynh trưởng ăn cơm,* xong các thủ tục nhà binh mới được ăn. Khẩu phần ăn quanh đi quẩn lại cũng mấy món canh, đồ xào, cá hoặc thịt hộp. Hôm nào nhát thấy trong tô canh có một chú sâu đo xanh lè, hay chú trùng mềm oặt thì cứ coi như hôm đó ta có thêm... chất đạm. Đã là con nhà binh khi ăn phải ăn cho lẹ, lua cho nhanh. Lờ quờ, chậm chạp chỉ có nước đói.

Gắp thật lẹ, lùa thật mau
Ăn không kịp nghỉ, nuốt không cần chờ
Thằng nào lẹ, thằng đó nhờ
Thằng nào chậm chạp đói mờ người ra

Lại cũng trong thời kỳ này, Tân Khóa Sinh không được phép đi, mà phải cầm súng xeo xéo trước ngực vừa chạy vừa hát. *Quân trường đổ mồ hôi. Chiến trường bớt đổ máu*... Mỗi lần hai Đại đội đi ngược chiều, nhất là sau giờ cơm ra đụng mặt nhau là cứ y như gà tức nhau tiếng gáy, cả hai đội đều gân cổ hát với tinh thần ganh đua cao độ.

Đại Đội bạn đi ngược chiều
Chúng gân cổ hát thiếu điều bức gân
Phe mình thấy vậy nổi sân
Quyết chẳng kém, cũng rướn gân cổ gào

Tôi còn nhớ hồi mới lóp ngóp vô quân trường, dù không soi gương cũng biết mặt mũi mình lúc nào cũng cứ như anh nhà quê. Hồi đó ngốc nghếch đến độ khi chẻ củi, thay vì dùng búa (làm gì có búa) thì tôi lại dùng... báng súng Garant M1, lấy sức giơ cao nện xuống sóng dao mà chẻ ngon lành. Vô phúc, tôi và thằng bạn chẻ củi bị huynh trưởng bắt gặp tại trận bèn đi một đường giáo dục tận lực rồi ghi tên tối đến phạt dã chiến.

Đúng 8 giờ tối, hai thằng tôi, thêm ba tên không biết bị tội gì, ba lô súng đạn đầy đủ ra tập họp trước sân đại đội chờ lệnh huynh trưởng. Sau khi điểm mặt xong, thay mặt cán bộ, hai tên huynh trưởng bắt đầu quần chúng tôi trong vòng một tiếng đồng hồ tả tơi không còn manh giáp. Trước hết là giơ súng lên khỏi đầu, vừa chạy ba vòng sân trại vừa la tôi-không-giống- ai, rồi tới hít đất, nhảy xổm, thụt dầu, cuối cùng là bò lê bò lết, bò ngửa bò càng, bò cho đúng cách từ đầu tới cuối sân trại rồi bò ngược lại. Vừa dứt màn phạt dã chiến để đời cũng vừa đủ để hai cùi chõ và hai đầu gối chúng tôi rướm máu hồng.

Ba lô, súng, đạn kềnh càng
Hết nhảy xổm lại bò càng giữa sân
Mình mẩy mình đau như dần
Mà đám huynh trưởng cứ quần ngất ngư

Hằng ngày, sau khi ăn sáng bằng bánh mì và chuối sứ, chúng tôi có hai địa điểm để đi học. Hoặc học tại Đại Giảng

Đường (nhà tiền chế) hoặc tại bãi. Mỗi lần Đại đội đi học bãi thì có một Tiểu Đội Súng Nặng lên phiên nai lưng ra mà vác súng, đạn Đại liên 30, Chân ba càng, Súng chống tăng M72, Súng phóng lựu M79, Cối 81 ly gồm nồng súng, đạn cối và bàn tiếp hậu. Những thằng to xác còn kêu ca huống hồ mấy thằng ốm yếu, nhỏ con, vác vũ khí mà mặt nhăn như khỉ ăn ớt.

Thằng thì vác chân ba càng
Thằng vác đạn, thằng vác nòng trẹo vai
Một thằng nổi cộc sủa dai:
"Mẹ. Đường ra bãi sáng nay dài quá cha !"

Đường ra bãi phải đi qua cổng số 9 ở tuyến D. Cách tuyến này khoảng 2 cây số là đồn Bến Nọc dựng sát bên cầu Bến Nọc. Cầu bằng gỗ không quá 10 thước bắt ngang qua con suối, tuy giản dị nhưng rất nổi tiếng vì có lần ban đêm Việt Cộng mò về gài mìn gây thương vong cho một số SVSQ khóa 25 của nhà thơ Thành Tôn và nhạc sĩ Vũ Thành An tại cầu này.

Cầu, xưa Việt Cộng gài mìn
Làm bao nhiêu mạng bỏ mình tại đây
Giờ nghe như gỗ than vay
Khóc hồn ai chảy máu dạy vết cầu

Cũng tại cầu này không biết từ hồi nào, tại sao lại xuất phát ra câu châm biếm *"dân chơi cầu Bến Nọc"*. Ý ám chỉ thứ dân chơi cù lần, keo kiệt, nhà quê..., như một cựu Sĩ quan Cán bộ trường BB Thủ Đức cho tôi biết.

Ngày học bãi đầu tiên, chúng tôi được trường cho xe GMC chở lên đồi Bác Sĩ Tín, lúc về thì đi bộ, sau đó là lết cho tới mãn khoá. Mà bãi học có gần gì cho cam, cách quân trường từ 5 tới 10 cây số đường chim bay hoặc hơn, như bãi Xa Lộ 5 Km, bãi Nhà Sập 7 Km, bãi Vườn Thơm ... Bài học đầu tiên ở bãi lội về mới thấy đường ơi sao mà dài vô tận !

Chiều về mới thấy đường dài
Thằng nào thắng nấy mệt nhoài người ra
Ước gì có ly đá trà
Mình ực, mình xối, mình xoa mát người

Đã vậy chân lại chưa quen mang giày bố. Mới có chuyện.

Bãi xa lội bộ tơi bời
Cái chân mình muốn bức rời hẳn ra
Đôi giày cọ sứt miếng da
Thành mọng nước đau thấy bà tổ luôn !

Đi bãi còn một cái đáng gờm nữa là nắng. Cái thứ nắng trưa hừng hực, nắng lăn quăn, nắng xiên khoai, nắng đổ mồ hôi, nắng sôi nước mắt. Làm gì có cây cao bóng mát mà núp – dẫu có cũng chẳng được phép – toàn là đất, cát, cỏ khô và bụi cây bùi nhùi. Có bữa chúng tôi ra bãi bắn học xử dụng súng nặng như Đại Liên M30, M72, súng Cối 80 ly, Đại Bác 105 ly không giựt và ném lựu đạn M26.

Những loại vũ khí hạng nặng ác ôn này hình như thứ nào tôi cũng xử dụng một cách rất ư là... bết bát. Thấy thằng bạn đứng thế thủ, kê khẩu M72 lên vai nhắm bắn xe tăng, biết là nó trúng rùa nhưng tôi vẫn bái phục, móc gói Bastos xanh chia cho nó một điếu.

Trưa hừng hực nắng lăn quăn
Ra bãi tập bắn xe tăng lật lìa
Bắn khu tứ giác, bắn bia
Mà cứ tưởng bắn từng tia nắng thù

Rồi chín tuần huấn nhục (đáng lẽ là sáu) cũng chấp chới trôi qua. Có trải qua thời kỳ cam go này mới thấm thía hai chữ "huấn nhục". Tôi nghe kể trước kia có một Tân Khóa Sinh bị một tên huynh trưởng "có máu lạnh" huấn nhục (giáo huấn và lăng nhục) trong nhà cầu căng thẳng tới mức đứng tim, nghẹt thở mà chết. Từ đó, những loại "dạy dỗ" quá đáng, thiếu tính người đều bị hủy bỏ.

Chín tuần qua một cái vù
Thằng nào thằng nấy như tù được tha
Thằng thì ngồi thở hắt ra
Thằng thì sướng tít như là gặp tiên

Sau đó, Tân Khóa Sinh được làm lễ gắn Alpha tại Vũ đình trường, hãnh diện trở thành Sinh Viên Sĩ Quan trường Bộ Binh Trừ Bị Thủ Đức.

Hôm nay lễ gắn Alpha
Diện đồ tiểu lễ mình ra xếp hàng
Vũ đình trường nắng chang chang
Mà sao mình vẫn thấy man mác trời

Lúc này, SVSQ không phải bồng súng chạy nữa, mà đi đứng thong thả hơn, oai phong lẫm liệt hơn và có quyền tới phiên đi... bắt nạt đàn em. Huynh trưởng mà em! Thi hành trước khiếu nại sau. Còn cơm nhà bàn nhiều anh chê, ra ăn cơm ngoài ở khu Gia Binh, khu Sinh Hoạt, hoặc khu Thiết Giáp, tuy tốn tiền nhưng ngon hơn, lại có nhạc để nghe và có các em để... nhìn lén cho đã thèm.

Giờ thì chê cơm nhà bàn
Ăn cơm ghi sổ có màn khá hơn
Lại được nghe nhạc xình xang
Nhất là được hỏi: "Dạ, chàng dùng chi?"

Thực vậy, lính tráng học tập lâu ngày được phép xuống khu gia binh chơi vừa thấy nhà cửa, quán xá đèn đuốc tùm lum, nhất là nhát thấy bóng hồng ai mà không nôn nao, háo hức.

Có xuống chơi khu gia binh
Mới thấy quán xá rất tình, rất thơ
Đèn đóm dìu dịu, mờ mờ
Còn mấy con nhỏ đẹp mơ đẹp màng

Bất cứ khóa huấn luyện quân sự nào hầu như cũng đều có các bạn ngoài Trung vào học. Những vị này thường tụ thành một nhóm chơi chung với nhau. Trong phòng tôi có hai anh Quảng Nam hiền lành, nẫu nẹc, sau lễ gắn Alpha về xù xì tâm sự với nhau. Tôi nằm nhắm mắt làm bộ ngủ, nhưng tò mò lóng tai nghe mà cười thầm trong bụng. Đại khái như (xin ghi bằng thơ):

Ra trường mầy đi lính chi?
Nhất định là lính Rằn Ri. Còn mầy?
Tao thì Quân Cảnh, tối ngày
Tìm ba thằng lính như mầy, nhốt chơi

Ngoài ra, Đại Đội 21 còn có những vị khoa bảng, trí thức mà tôi mạn phép liệt kê dưới đây:

1- Anh Nguyễn Quốc Trụ, Cao học Bang Giao Quốc Tế, Giảng viên Đại Học Hòa Hảo, sau cùng là Giảng viên trường Chiến Tranh Chính Trị Đà Lạt. Anh gốc Bắc chung Trung đội với tôi. Sau 75, trong tù cải tạo Trảng Lớn anh Trụ đã cải lý với Chính Trị Viên Việt Cộng rồi Chính Ủy VC khiến chúng nó cứng họng đâm ra thù ghét anh. Kết quả anh Trụ bị nhốt conex lâu ngày. Cuối cùng chúng đưa anh ra tòa, bị buộc tội phản động, chống chế độ và bị xử bắn.

2- Anh Võ Duy Thưởng, cựu lãnh tụ Sinh Viên Luật Khoa, sau là nhân viên Trung Ương Tình Báo, chức vụ sau cùng là Thứ Trưởng Bộ Tư Pháp QLVNCH. Hiện sống ở California.

3- Anh Đoàn Kỉnh, sinh viên Đại Học Khoa Học Sài Gòn, lãnh tụ Sinh Viên tranh đấu rất nổi tiếng. Hiện ở đâu bên Arkansas. Tôi còn nhớ năm 1969, sau nhiều lần Sinh viên

Học sinh phối hợp xuống đường tập thể, một buổi trưa, Đoàn Kỉnh, Phạm Quang Phước, Trần Văn Quí, Trần Nhật Nam và tôi âm thầm đèo nhau trên 3 chiếc Honda tới Quốc Hội biểu tình. Sau khi quan sát tình hình, bất thần Đoàn Kỉnh và Phạm Quang Phước xô ngã hàng rào sắt, chạy ùa vô tới trước cửa Quốc Hội ngồi xuống, giăng biểu ngữ. Sáng ngày hôm sau báo chí hùa nhau đăng tải tin tức giựt gân bằng những tít lớn như : Lãnh Tụ Sinh Viên Đoàn Kỉnh đơn thương độc mã xông vào Quốc Hội hoặc Lãnh Tụ Sinh Viên Đoàn Kỉnh bị đánh ngất xỉu trước Quốc Hội, chở đi mất tích... Năm 1980 tại trại tỵ nạn Leam Sing, Thái Lan tôi có đọc một bài báo phỏng vấn cựu sinh viên Đoàn Kỉnh về vai trò lãnh tụ sinh viên của anh trong quá khứ đã được anh bày tỏ sự hối tiếc muộn màng.

4- Đoàn Đình Đông Hải, một cái tên nghe mênh mông như... đường vào biển Triết. Tên như người, rất lập dị. Cũng vì hay lừng khừng, lãng đãng hướng vào nội tâm mà Hải thường hay bị phạt và nằm phòng kỷ luật đều chi.

Sau này, một vị cựu Sĩ quan Cán bộ Đại đội 21 nhắc tôi mới nhớ thêm Trương Nhị Đông (Quân Cụ), hiện ở VN. Phùng Ngọc Thịnh (Quân Cảnh), hiện ở Đà Lạt hoạt động trong ngành Du Lịch. Lê Phát Được (Pháo Binh) đi diện H.O qua Mỹ năm 1995 v.v...

Một hôm, Đại đội chúng tôi ba lô, súng đạn nhận lệnh đi gác tuyến D nguyên ngày. Sau buổi cơm trưa (do toán ẩm thực mang ra tuyến), tôi vừa leo lên chòi gác thì con buồn ngủ quái ác từ đâu ào ào ập tới. Mặc dù rán banh mắt ra mà nhìn về phía trước, hoặc lắc đầu nguầy nguậy cho tỉnh táo hay móc thuốc lá ra hút liền tù tì mấy điếu, cuối cùng gió vẫn đưa con buồn ngủ nó lên chòi. Thế là, thay vì ôm súng gác như trách nhiệm của một người lính ngoài giới tuyến thì tôi rũ xuống như tàu lá làm luôn một giấc ngon lành, chẳng còn biết trời trăng mây nước là cái chi chi.

Lúc tỉnh dậy mới hay mình... mất súng! Mất gì chớ mất súng quả là chuyện tầy đình. Có đường ra Tòa Án Quân Sự như chơi. Thì ra ông Cán bộ Trung đội trưởng đi kiểm soát tuyến bắt gặp tôi đang say giấc nồng bèn đi một đường tịch thu vũ khí.

Chiều về tôi bị Cán bộ dũa te tua trước ba quân đứng im phăng phắc như trời trồng. Sau đó tôi khăn gói quả mướp vào phòng kỷ luật 301 hai ngày nằm chơi xơi nước. Tại đây, tôi lại hân hạnh tái ngộ với "giáo chủ Vô Vi" Đoàn Đình Đông Hải. SVSQ trong suốt khóa học không ai mà không nghe danh F301. Căn phòng vuông vức khoảng 9, 10 thước, u ám và khai nồng. Có nằm phòng kỷ luật nhìn gió bay ngoài trời, mây bay trên cao mới thấm thía thân phận tù đày của một anh lính trẻ bê bối như tôi.

Nằm ba-lẻ-một cũng... vui
Cái hồn mình chợt tối thui như rừng

Nói tới F301 mà không nói tới Bệnh Xá là một thiếu xót. Nhưng cũng vì cúm nó hành phải nằm Bệnh Xá mà tôi hụt mất một ngày đi bãi học Vượt Sông. Buổi tối, cơn nóng lạnh ùn ùn kéo tới, tôi mê man thấy mình lăn qua hóa thành đá, lộn lại hóa thành núi, cuối cùng con bệnh hóa thành... một bài thơ.

Gần chẳng rõ, nhìn xa xa
Thấy mình hóa đá lăn qua mơ hồ
Thấy kỳ cục, đâm nghi ngờ
Rồi như núi đứng ngu ngơ mình buồn

Sau lễ gắn Alpha, cuối tuần SVSQ được cho về phép lần thứ nhất. Diện bộ đồ tiểu lễ *ka-ki* màu vàng nhạt, vai đeo dây biểu chương màu vàng, đầu đội *casquette*, dây nịt sáng chói, giầy *botte de saut* bóng lưỡng, tay cầm tờ giấy phép hiên ngang bước ra khỏi cổng số 1 về Sài Gòn đi phép.

Những ngày cuối tuần sau đó, trừ đại đội tới phiên trực ở lại, ba đại đội còn lại phải ra Vũ đình trường thi diễn hành, đội nào bết nhất sẽ bị cúp phép. Một tuần học tập mệt xì khói, chỉ còn lợi dụng hai ngày nghỉ phép về Sài Gòn du hí mà bị cúp thì còn gì là đời trai. Có lần, Đại Đội 21 thi diễn hành bị đánh rớt liên tiếp hai tuần lễ, bị cúp phép, bị Cán Bộ "xì nẹt", nhiều thằng nổi sùng "len lén tâm tư ", chửi vung xích chó. Có thằng hẹp lượng giận cá chém thớt đi tìm đàn em lôi ra phạt cho hả giận.

Ba đại đội thi diễn hành
Đội mình bết nhất thì đành loại ra
Bị cúp phép, còn bị la
Nhiều thằng bất mãn kêu ca um sùm

Riêng tôi buồn tình thả ra khu Tiếp Tân, gần phía cổng chính, coi thiên hạ đi thăm nuôi cho đỡ buồn. Ngồi dòm bức tượng trắng toát của anh Sinh Viên Sĩ Quan đứng bắn cung chán rồi ra dựa gốc cây bã đậu hút thuốc nhìn trời đất, nhìn người, nhìn tôi.

Buồn tình ra khu tiếp tân
Dựa gốc bã đậu ngó gần ngó xa
Ngó thì ngó vậy, thật ra
Chẳng ngó gì hết, nên tha hồ buồn

Ngó cái "chẳng ngó" no con mắt rồi lững thững đảo xuống Khu gia binh chơi. Đang buồn thả hồn lãng đãng theo một bóng hồng trong mơ, có gặp huynh trưởng cũng chẳng còn hồn với vía đâu mà chào. Vậy là có cái họng hung dữ gào lên *" Hai mươi cái bơm. Hai mươi cái hít đất. Hai mươi cái nhảy xổm! Thi hành!"* Đáp tuân lệnh xong là vừa thi hành vừa đếm thật to tổng cộng một hơi sáu chục cái không thiếu cái nào. Hồi đó sao mà khỏe ơi là khỏe!

Buồn tình xuống khu gia binh
Thả hồn ôm ấp bóng hình nơi nao
Gặp huynh trưởng, quên, không chào
Thôi thì nó thét, nó gào điếc tai

Học binh pháp thì có hằng ngàn mưu thần chước quỷ để mà học. Bể học mênh mông, có học cả đời cũng không hết. Như chiến thuật hành quân phối hợp bộ binh và thiết giáp chẳng hạn. Thiết giáp chạy trước bánh xích ầm ầm nghiến từng tấc đất vừa hù vừa rải đại liên càn quét địch quân, bộ binh chạy lúp xúp phía sau lên tiến chiếm mục tiêu.

Thiết giáp nó chạy trước mình
Địa thế gập ghềnh, mình chạy phía sau
Chạy xì khói, chạy phờ... râu
Ba chân bốn cẳng chạy mau như gì

Đi hành quân tùy tình hình, địa thế mà ngụy trang để địch quân khó bề phát hiện. Lá cây rừng là phương tiện thiên nhiên hữu hiệu nhất. Tha hồ mà bẻ mà cắm, mà vắt trên đầu trên lưng là có điểm.

Quơ tay bẻ cụm lá rừng
Mình cắm, mình vắt trên lưng trên đầu
Soi mình xuống vũng nước trâu
Một thằng lạ hoắc ngoẻo đầu nhìn lên

Mệt mà vui, thời giờ trôi qua rất mau là đi địa hình. Từ điểm đứng trên bản đồ hành quân (được bọc cẩn thận trong bao nylon), ta vạch một đường thẳng hướng theo kim địa bàn xuyên qua địa hình, địa vật để đến mục tiêu. Mục tiêu là những cọc gỗ được đánh dấu bằng mẫu tự Alphabet đã bài trí sẵn theo tuyến hàng ngang cách điểm xuất phát non chục cây số đường rừng.

Mới tảng sáng, Đại Đội 21 đã có mặt đầy đủ quân số tại điểm học tập. Tại đây, các Khóa sinh được Huấn luyện viên giảng dạy lý thuyết, học cách đọc bản đồ, chấm tọa độ, sử dụng kim địa bàn, đo phương giác... Sau đó, mỗi tiểu đội dùng địa bàn xác định điểm đứng của mình rồi nhắm hướng mà đi. Đơn giản như vậy mà lúc đi cứ bị lạc hoài. Trên lý thuyết nghe thì dễ, lúc thực hành mới gian nan. Có điều, không có gì sướng cho bằng lính lâu ngày được thả cho tự do bươn đồng, lội suối, xuyên qua vườn tược, nhà dân, gần gũi với bờ tre, cây lúa, ụ rơm, thở hít không khí trong lành của miền đồng nội. Cũng nhờ thằng Tiểu đội trưởng hướng dẫn đi địa hình lạng quạng mà tình cờ Tiểu đội 1 chúng tôi lạc vào khu vườn thơm, lưa thưa vài chục mái nhà tranh nằm hiền hòa dưới những tàn cây rậm mát. Hầu hết các SVSQ đi địa hình đều biết tiếng Vườn Thơm. Vì nghe đồn ở đây có một cô gái tên Lan đẹp chim sa cá lặn. Biết là chẳng bao giờ có chuyện bèo mây gặp gỡ, nhưng nghe qua tiếng đồn, lòng ai mà chẳng nao nao.

Cuối cùng, mọi người cũng đi đến đích. Tuy nhiên, thay vì mục tiêu là cọc C như đã chỉ định thì chúng tôi đi lạc xuống tới tận cọc M. Báo hại 12 thằng dở hơi phải hộc tốc chạy ngược lên cọc của mình đánh dấu để về báo cáo lấy điểm. Thi địa hình mà! Có một điều an ủi là chẳng riêng gì Tiểu đội cà chớn chúng tôi, mấy Tiểu đội gà mờ bạn cũng đi sai địa hình không kém. Đúng là sai một ly đi một dặm.

Kim địa bàn chỉ hướng Đông
Cái chân lội suối, bương đồng mà đi
Địa hình, địa vật chi li
Cái chân mắc dịch dẫn đi lạc hoài

Nhiều người nói Dây Tử Thần là môn đứng tim nhất, nhưng khi tới phiên tôi thì tôi cảm thấy chẳng có gì làm... tim đứng lại cả. Dây Tử Thần được chế tạo bằng một sợi cáp nối từ đỉnh đồi ngang qua hồ nước xuống tới bờ hồ. Sợi cáp luồn xiên qua tâm ròng rọc có hai móc câu bằng sắt (hoặc khoen) để nắm. Tuần tự từng người khi đu xuống tới mức an toàn thấy tên thủ hiệu phất cờ thì buông tay cho thân mình rớt xuống hồ nước sâu lút ngực. Lóp ngóp lội lên bờ là xong.

Ròng rọc lao xuống ào ào
Tiếng dây cáp rít, gió gào hai bên
Thằng thủ hiệu phất cờ lên
Mình buông tay rớt sát bên bờ hồ!

Tôi không ngán đu dây Tử Thần, nhưng lại ớn đi Dây Kinh Dị.

Dây Kinh Dị có ba sợi cáp thiết trí theo hình chữ V hoa giăng ngang qua một cái vực. Đi Dây Kinh Dị đừng bao giờ nhìn xuống đất, vì độ cao cộng với sức nhún nhảy, ngã nghiêng của sợi dây dễ làm ta lạng quạng, mất thăng bằng, trật tay té xuống không chết cũng tàn phế.

Dây Kinh Dị ác ôn hơn
Sợ xám mặt, ớn thấu xương sống mình
Sợi dây nhún nhảy bấp bênh
Dưới sâu Thần Tử ngó lên cười cười

Tuột Núi là môn tôi tỏ ra bết nhất. Mặc dù tôi gốc núi, sinh trưởng ở núi, nhưng chẳng leo núi bao giờ. "Núi" (hay Đài Tuột Núi) ngoài bãi là một tấm vách hình khối chữ nhật dựng sừng sững giữa trời. "Núi" cao khoảng 15 tới 20 thước, bề ngang chừng 1.5 thước. Đứng trên đỉnh tứ bề gió lộng, người không quen độ cao thoạt nhìn xuống sẽ chới với, thụt lùi ngay. Nghệ thuật tuột núi đặt trọng tâm vào hai sợi dây và cái móc dây an toàn. Hai sợi dây giống loại dây dù, nhưng đường kính to bằng ngón tay cái, được buột từ đỉnh của Đài Tuột Núi thả dài xuống tới mặt đất; sợi còn lại dùng để quấn quanh thắt lưng và háng rồi luồn vô cái móc chữ O có cửa sổ bên hông chữ O. Khi tuột phải tuột đằng lưng, mặt dây vô vách. Muốn tuột nhanh hay chậm đều tùy vào bàn tay phải hoặc trái bóp hay nhả sợi dây luồn qua cái móc hình chữ O.

Vách núi dựng đứng giữa trời
Sợi dây thừng quấn quanh người lắc lư
Chưa tuột mà đã lừ đừ
Ba hồn chín vía sặc sừ rút lui

Cuối cùng rồi cũng đụng Đoạn Đường Chiến Binh, môn học mà hầu hết SVSQ nào cũng lắc dầu ngao ngán. Đoạn đường này không dài mấy, non chừng một ngàn thước, nhưng đầy những chướng ngại vật mà mọi người đều phải vượt qua. Nào là đu dây, vượt tường, leo lên cầu cao, chạy qua cầy khỉ; nào là băng qua những bãi lầy, đụn cát, nhảy qua gò, bay qua ụ, phóng qua hầm, vượt qua hố, rồi chui dưới địa đạo, bò dưới rừng kẽm gai, trong khi hỏa lực nó khạc rát phía trên đầu, lâu lâu lại nghe mìn nổ bậy bạ đâu đó!

Đoạn Đường Chiến Binh hiểm ác một điểm nữa là súng cầm tay, ba lô trên lưng, SVSQ phải chạy từ đầu cho tới cuối chặng đường. Một người khỏe mạnh cách mấy, vượt hết đoạn đường này cũng phải đổ mồ hôi mà thở hắt ra.

Leo, trèo, chạy, nhảy, phóng, bò
Vượt chướng ngại vật có trò lọi xương
Mình đi tám hướng, mười phương
Bây giờ mới gặp đoạn đường chiến binh

Một buổi sáng mùa thu, Tiểu Đoàn chúng tôi được lệnh đi ứng chiến tại Sài Gòn trong vòng một tháng. Ba Đại đội bạn ứng chiến ở đâu tôi không biết, riêng Đại đội 1 chúng tôi cắm trại tại sân Hoa Lư, Đa Kao dưới cơn mưa nắng thất thường. Sân vận động này tọa lạc ngay tại ngã tư Hồng Thập Tự và Đinh Tiên Hoàng, đối diện với đài Truyền Hình Việt Nam mà anh em Sinh Viên Quân Sự Học Đường năm ngoái đã vào Đài trình diễn văn nghệ. Đặc biệt nữa là sân Hoa Lư đâu lưng với quán Tre của Khánh Ly, tối tối lỏng một chút là chúng tôi chui rào qua uống cà phê nghe Khánh Ly hát... từ trong máy.

Ứng chiến non một tháng, Đại Đội chúng tôi được lệnh nhổ trại trở về Thủ Đức. Nhiều SVSQ có nhà ở Sài Gòn, được thân nhân thăm nuôi cung cấp đủ thứ lương thực nhét đầy trong ba lô căng cứng. Riêng cá nhân tôi thuộc "con bà phước", nên trưa hôm đó tôi đã âm thầm mang theo trọn... một mùa thu, một hồn quán Tre và mưa nắng Sài Gòn trở về lại quân trường Thủ Đức.

Mình đi ứng chiến Sài Gòn
Chừng non một tháng thì mòn đám mưa
Trở về Thủ Đức ban trưa
Mình mang theo hết đám mưa Sài Gòn

Tháng 9 năm 1971, sau buổi điểm tâm bánh mì và chuối xong, Đại đội chúng tôi được lệnh đi gác tuyến B đến chiều mới trở về. Sau buổi cơm chiều, trời vừa sụp tối, Đại đội 21 lại được lệnh trang bị vũ khí, ba lô lần lượt ra tập họp trước sân Đại đội. SVSQ Nghiêm Văn Hiệp, đại diện SVSQ Trung đội trưởng Đại đội 21 hô gióng hàng nghiêm chỉnh trước hàng quân im phăng phắc. Sau khi kiểm điểm quân số, kiểm tra vũ khí, anh Hiệp quay qua Trung úy Huỳnh Trung Hiếu giơ tay chào báo cáo:

- Đại Đội đã tập họp xong! Tổng số 179. Bất khiển dụng 4. Công tác ẩm thực nhà bàn 8. Hiện diện 164. Trình Trung Úy. Đủ!

Sau đó, chúng tôi lặng lẽ hướng về Vũ đình trường. Tại đây ba Đại đội 2, 3, 4 cũng tuần tự đến hợp thành một Tiểu Đoàn để chuẩn bị Đêm Di Hành, một môn học cuối cùng trước khi mãn khóa. Tôi còn nhớ đêm hôm đó giữa Vũ đình trường, hằng trăm hằng ngàn người đều chìm vào trong bóng tối. Những ngọn đèn điện lạnh lẽo trên khán đài hay quanh Vũ đình trường không đủ sáng để soi tới những khuôn mặt sạm nắng quân trường. Không một tiếng thì thầm. Không một tiếng cười, kể cả tiếng ho. Hình như ai cũng trầm mình vào trong suy tư, lo lắng. Rồi đoàn quân bắt đầu rời tuyến xuất phát là Vũ đình trường, hết Đại đội này tới Đại đội khác hướng về cổng 9 ra bãi. Quân đi âm thầm, lặng lẽ như một đoàn quân ma. Quân đi qua những con đường, những ngọn đồi thấp, những rừng cây, những nơi chốn trong suốt gần 9 tháng trời đã đi qua.

Buổi tối, trên trời trăng bắt đầu lên. Xa xa về hướng Đồng Ông Cộ, những trái hỏa châu như những chiếc đèn lồng đong đưa trong gió, toả ra những tia sáng lạnh lẽo, vàng vọt, lấp lánh, đứt quãng, rưng rưng như những giọt lệ. Khi chúng tôi từ trên đồi thả lài lài xuống dưới trũng thì gặp một cái hồ nước, đúng lúc những trái sáng xèn xẹt bắn lên cao, soi sáng cả một vùng đêm sâu mù tối.

Ngoài bãi tập có một cái hồ đủ để trâu đầm gọi là hồ Lệ Thủy mà Đại đội 21 vừa đặt chân tới. Đêm di hành gặp trời quang mây tạnh, vừa tới sát bên bờ hồ thì tôi khá giựt mình vì cái đẹp lạnh lùng của bóng trăng vằng vặc dưới đáy nước nhìn ngược lên tôi bằng một ánh mắt cực kỳ lạnh lẽo. Tôi thường mắc cái tật hay giựt mình trước những vẻ đẹp có tính cách mỏng mảnh, đơn phương mà dữ dằn ở thế thủ của thiên nhiên, thú vật, kể cả con người.

Qua hồ Lệ Thủy ban đêm
Con trăng bảnh chọe ngủ trên mặt hồ
Nước hồ trâu đẫm đục lờ
Mình dộng trái sáng làm mờ con trăng

Tôi có hỏi một vị SQCB mới biết nguyên nhân tại sao có tên gọi là hồ Lệ Thủy. Ông nói không biết chắc là hồ này thiên nhiên hay nhân tạo, nhưng có lẽ do việc khai thác đá sạn mà tạo nên. Hồi trào ông Ngô Đình Diệm, lực lượng Thanh Niên Cộng Hòa thường lên trường Võ Khoa Thủ Đức (tên cũ của trường Bộ Binh) lấy các bãi tập để huấn luyện, trong đó có cô Ngô Đình Lệ Thủy (đã quá cố, con của ông bà Ngô Đình Nhu) đã nhiều lần ngâm mình tại hồ đó nên đặt tên là hồ Lệ Thủy.

Ngoài hồ Lệ Thủy, bãi tập còn có đồi Tăng Nhơn Phú. Ngồi trên đồi nhìn xuống dưới xa là xa lộ Biên Hòa, xa hơn nữa xeo xéo bên trái là Nghĩa Trang Quân Đội hàng hàng mộ bia trắng toát. Có lên ngồi đây lúc chiều tà mới thấm thía cái thân phận người lính trong một đất nước chiến tranh.

Chiều rơi mấp mé lưng đồi
Mình còn thở mãi nhịp đời chông chênh
Ngồi đây giữa cõi bấp bênh
Hồn mình ai thả sầu lênh đênh hoài

Cuối cùng vào nửa đêm, tất cả bốn Đại đội của Tiểu đoàn chúng tôi lần lượt trở về tập họp tại Vũ đình trường. Sau khi kiểm điểm lại quân số và vũ khí, những tiếng hô lệnh lạc, tiếng báo cáo lại lanh lảnh vang lên giữa đêm trường. Theo hệ thống quân giai Trung đội báo cáo lên Đại đội. Đại đội báo cáo lên Tiểu đoàn. Tiểu đoàn báo cáo lên Liên đoàn.

Thời gian, không gian và sự mệt mỏi sau một đêm di hành đã đọng lại trong tất cả chúng tôi để thực sự trở thành những người lính, những Sĩ quan trong Quân Lực Việt Nam Cộng Hòa, những lực lượng mai đây sẽ tung ra khắp bốn vùng chiến thuật.

Mình đi từ sáng tới chiều
Từ chiều đến tối muốn xiêu thân rồi
Cái tay cầm súng rã rời
Cái chân đạp trúng bóng đời nhà binh

Thời gian suốt chín tháng trong quân trường lần hồi cũng đi tới cái đêm cuối cùng của nó. Đó là đêm bồng súng gác Trung Nghĩa Đài. Hai người một ca, hai tiếng. Mặc đồ tiểu lễ, mang dây biểu chương, găng tay trắng, đội nón *casquette* có quai vòng quanh cằm, súng trên tay áp vào ngực vào vai, lưỡi lê chọc thẳng lên trời, chúng tôi như hai xác tượng đứng gác giữa đêm, canh cho những người đã khuất. Dựng Trung Nghĩa Đài là để tưởng niệm linh hồn các khóa đàn anh đã hy sinh vì tổ quốc. Đêm càng sâu trời càng sao sáng, gió càng lạnh. Gió thổi bập bùng những ngọn đuốc cắm chung quanh Trung Nghĩa Đài. Gió thổi xào xạc trên cây. Gió thổi ù ù trên mặt đường. Gió thổi người gục xuống. Gió thổi tôi đi.

Bồng súng gác Trung Nghĩa Đài
Nghe đời mình cũng thở dài đâu đây
Thương lòng đêm gió trắng lay
Khóc hồn tử sĩ tàn bay về nhà

Đêm tịch mịch như vậy mà sáng hôm sau lại rền vang những tiếng hô nghiêm nghỉ đứng lên quì xuống giữa Vũ đình trường của tất cả các khóa sinh khóa 1/71 đang làm lễ mãn khóa ra trường. Ôi, ngày hôm đó quân trường tràn ngập nắng và Vũ đình trường đầy ngập người. Trên khán đài là thân nhân, bạn bè, là người yêu của lính đến tham dự chia vui. Giữa sân Vũ đình trường, chúng tôi oai phong trong bộ đồ đại lễ, vai mang biểu chương, đầu đội *casquette*, một chân quì xuống nôn nao chờ các huynh trưởng đến gắn cấp bậc : Chuẩn Úy.

Cái lon chuẩn úy vàng khè
Bu trên cổ áo nặng è cổ ra
Cái lon chuẩn úy, nhìn qua
Giống hai con cá vàng da vẫy vùng

Cuối cùng, cổng số 1 lại mở ra. Lần này hằng ngàn tân sĩ quan hân hoan bước ra khỏi cổng mà không bao giờ trở lại. Chúng tôi như những con chim ra ràng bay đi khắp bốn vùng chiến thuật, để rồi những năm tháng sau này, có những con chim trở thành *hồn tử sĩ,* có những con chim thành *người thương binh...*

Bây giờ tôi đang ngồi đây, ngồi ngoài đất nước để nhớ về một Việt Nam bên kia trái đất, ở đó có một quân trường trước kia gọi là Trường Võ Khoa Thủ Đức, sau đổi tên thành Trường Bộ Binh Trừ Bị Thủ Đức cách Sài Gòn 15 cây số hướng Đông Bắc. Nhớ tới Trường Bộ Binh như nhớ tới một bước ngoặc lớn đời tôi, từ một chàng sinh viên hoài mộng ngất trời tới một anh lính chiến băng mình trong bom đạn quê nhà. Rồi, sau ngày 10 tháng 3 năm 1975 tại Ban Mê Thuột, Thiếu Úy Tấn trở thành tù binh cải tạo, thành tù vượt ngục, sau cùng thành thuyền nhân sống lưu vong nơi đất khách quê người đến nay ngót 21 năm.

Hôm nay tôi đặt bút viết xuống những dòng này để tặng quí vị cựu Sĩ Quan Thủ Đức trong và ngoài nước, cũng như để tưởng nhớ những người lính Thủ Đức (nói riêng) và những chiến sĩ Quân Lực Việt Nam Cộng Hòa (nói chung) đã bỏ mình vì lý tưởng tự do, vì đồng bào, vì đất nước, một đất nước đã mất cách đây 47 năm ròng.

PHẦN V

NHẠC
PHAN NI TẤN

BẬU QUA CẦU RẠCH MIỄU

nhạc và lời Phan Ni Tấn
tặng Mai Thiên Vân

dừa
mơ
bờ
Hôm nay ngồi nhớ lại Con phà Rạch Miễu
Năm xưa bậu qua phà Con phà Rạch Miễu
Năm xưa bậu qua phà Con phà Rạch Miễu
xưa Phà trôi mãi về đâu
xưa Bậu nay biết tìm đâu
xưa Bậu nay biết tìm đâu
Qua cũng như con
Quá ghe bến Cai
Đón ghe cuối đất
phà Đang lưu lạc xứ người Mong về quê quán xưa
Lậy Qua xuôi về Mõ Cày hay Hàm Luông nước đầy
giồng Qua xuôi về Mỹ Lồng Qua Cồn Quy Quới Sơn
Về theo chuyến đò đưa Đò đưa mây theo gió Bến Tre chiều hẹn
Tìm đâu biết tìm đâu Giồng Trôm hay An Hóa Bến Tre từng hẹn
Về theo chuyến đò đưa Đò Thiên Vân theo gió Bến Tre chiều hẹn...
1.
2.
hò
hò
2. Nhớ một hôm đã...
3.Tiếng chèo khua dưới,,,
...hò.
face out

ĐỨA CON CỦA MẸ NÚI

NHẠC VÀ LỜI PHAN NI TẤN (N.D)

Thong Thả - Trầm Buồn ♩ = 70

núi Con đường vô tới làng em trăng
trong rơi lạc về đâu Này là rừng xưa này con suối
cũ Kià ngoài đồi nương cái nai cái hoẵn Ta từ chốn
này Này là bầy chim đùa trong nắng sớm Kìa nhà sàn
thơm cái ngô cái lúa Ta đã về đây
Ta về như một đứa con hoang Trong vòng tay Mẹ Núi ru
hời Gối đầu lên ngọn Bấc Chư Bao Ta đánh giấc
giữa rừng đại ngàn Ta về như là đứa con
ngoan Trong tình thương của lũy tre làng Người Ê- Đê khoác vai núi
đứng Mừng đứa con về.

Huế Của Em

Kể lể (Recitative)

nhạc và lời Phan Ni Tấn

Huế Huế dành hanh xa vắng Con đường Huế chừ vẫn mưa vẫn
nắng Vẫn hương sen bay trên khắp mặt hồ Vẫn còn
em xưa ngọt ngào giọng nói Ngấn cổ cao thả suối tóc trôi
3
3
huyền Một đời anh chắc chẳng bao giờ quên em quyến luyến Ngày chia
...anh chắc chẳng bao giờ phôi phai nỗi Huế Bình minh
ly tay anh đã có bão giông rồi Vòng thanh xuân đâu còn quay đều trong sân
rơi long lanh trên áo tím than buồn Chợ Đông Ba ai dời xa ngoài cầu Đông..
3.
chơi Thôi thì nhai chút giọng cười Cẩm Lệ Một đời...
4.
...Gia Để Huế buồn biền biệt tìm mãi đâu.

LÝ CÔ BA

Vừa phải
Tình cảm man mác ♩ = 60
nhạc và lời Phan Ni Tấn
1.Cô Ba đẹp như con gió bay Như tay
...gầy như chiếc lá rơi Rơi luống
...hiền như câu mến thương Hay e
...lòng miên man nhớ quê Ai yêu
vớt lung linh trăng đầy Cô Ba cười xinh tựa đóa
cuống xuống đôi môi cười Cô Ba đẹp như vừng sáng
ấp trên đôi môi hường Cô Ba hiền như cọng lúa
nước cũng đưa nhau về Cô Ba về thăm đồng lúa
hoa Bờ môi mềm ca điệu lý lu là Cô Ba
trăng Bờ vai tròn khiêng mùa lá (a) sang Cô Ba
non Tình cô đẹp như lòng sắc (ư) son Thượng con
xanh Dòng sông chiều lững lờ uốn (.) quanh Biết bao
thường ưa cài hai ba miếng Miếng trầm hương với cái miếng can
thường hay cài bông hoa lý Cái mùi thơm nó quyến luyến duyên
đò xuôi ngược trong mưa nắng Tiếng chèo khua hút tiếng hát sắc
là thương tình con chim cuốc Sớm chiều buông tiếng quốc quốc kêu
thường Cô tâm tình thương bài mười thương Tang tình
tình Cô Ba hò câu hò đồng xa Nghe chừng
bùa Trên đất giồng ai trồng cây giá Nay còn
chiều Cô Ba vòng tay bồng non nước Thương mình

Điệp khúc
theo điệu lý cây đờn 2.Cô Ba...
thương vọng suốt quê... ...nhà 1.Lý cô...
nghe ngọn lá gió đùa 4.Thươngquê...
đau lòng luống quê... ...nhà 2.Lý cô....
...Ba Ơi lý con đò Con đò sang
...Ba Ơi lý đất giồng Cái mà thương
...Ba Câu hát huê tình Cái mà sao
...Ba Ơi lý huê tình Cái mà sao
sông nước mắt rồng rơi hiền Xuống đò người
cô đổ dám chào ra chào Bó mạ của
Tua chín cái nằm nằm kề Cái mà thương
Vua chín cài nằm nằm chồng Cái mà thương
dưng từ cái năm tình trao mối duyên 2.Lý cô...
cô để gió Nam Lào thổi trót...
cô từ cái thuở mẹ về với cha 4.Lý cô...
cô từ cái thuở mẹ bồng mát...
...qua 3.Cô Ba...
...qua
...tay.

Lý Con Sáo Rạch Giá

Nhạc và lời: Phan Ni Tấn

sáo . . qua sông Chèo qua Hiếu Lễ ... xuôi về Thứ
bước . chân em qua Bờ bên kia lỡ ... Tay người cách
Ba Xin ghé qua Tắc Cậu Ghé về Tà Niên
chia Thương đất bên nay bồi những lời ni non
7.Thời gian trôi lướt qua Xác xơ miếng trăng tà Bến cũ cây
8.Chiều nay trên bến xưa Hắt hiu bóng con đò gác mũi lên
già Tôi về nghe mưa khóc hoài con sáo bay xa
bờ khóc ngồi khóc đứng tiếc hoài con sáo xổ ... ...lòng Con sáo bay
xa Ơi con sáo bay xa...

Phải Lòng Con Gái Bến Tre

thơ luân Hoán
nhạc Phan ni Tấn

Lòng muốn theo người ơi
Bậu sang phà Rạch Miễu
Bậu sang phà Rạch Miễu
Vô chợ Giữa nhởn nhơ
Về Trúc Giang đang chờ Hay về
Thăm trường cũ Nam Phương
Lư lắc lư xe thổ (.) mộ
Cù Lao Ốc trăng mờ
Tức bàn chân quấn quít ơ ơ ơ
Chèn ơi quá dễ thương
Tức mình theo bén gót ơ ơ ơ
Quanh quẩn vùng thủy chung
Bóng dừa vươn áo mỏng
Năn nỉ hoài hổng nghe
Ước gì trong trắc trở...
3.
4.
In đậm chùm yêu thương
Coda
...gặp nụ cười Bến Tre
Bến Tre
Ơi Bến Tre ơi
Có nhớ gã thương
hồ Khua dầm trong nắng đục
Lẩn thẩn sầu bán thơ
Bến Tre
Ơi Bến Tre
Bến Tre
Ơi Bến Tre
Fine

SÓC SỞ BAI
TAU NA BÒN ƠI!
(Mời mọi người đến đây)

thơ Nguyễn Thị Hương
Phan Ni Tấn phổ thành ca khúc
âm hưởng nhạc Cao Miên

Nhanh ♩ = 96

nắng hồng Xuân thiết gì bông Trăng có đầy hay mòn Bòn vẫn thương
On Sóc sờ bai Bòn tâu na Bòn ơi
D.C. al Coda
Coda
Em nhớ anh như thu nhớ
lá Em nhớ anh như hạ nhớ mưa Xuân nhớ heo may vờn trên
áo Đông nhớ nắng hồng cuối chân ngày Em chờ anh như phượng chờ
nắng Cho sắc hoa thêm rực rỡ màu Như bằng lăng chờ từng cơn
mưa Mùa hè cho thắm màu thủy chung Hê hê hê Bòn mãi thương On
rit.

Thuyền Nhân

Nhạc & Lời: Phan Ni Tấn

Vết máu ai kêu gào oan hồn ơi
Nước mắt rơi rơi thành những giọt vỡ
3.
trời Vành môi nào khô trên sóng trôi ngậm ngùi
vàng Rồi cũng hiền như câu hát quê dịu...
Đời buồn...
...dàng
Ra khơi xa con tàu vượt
Lênh đênh trên con tàu vượt
Xa quê lâu trong lồng ngực
Xa quê lâu những hồn đời
trên sóng gào Tàu lao trong màn đêm sóng
biên sớm mờ Người bơi qua biển Đông nhấp
anh vẫn đầy Cờ thiêng bay vàng bay vẫn
em vẫn còn Tình quê em đẹp như núi
cao Mưa tuôn từng cơn sóng xô ba
nhô Trăng trên trời cao xóa tan mây
bay Thong dong bờ vai gánh non sông
non Không như bờ tre gió đưa hao
đào Tàu ai giạt tới chốn nào
mờ Tàu ai vừa tới bến bờ
này Lời anh hùng ca vẫn đầy
mòn Lời xưa mẹ ru vẫn tròn
Lời ru mẹ ru nước non

TIỀN THÂN HUẾ

Nhạc và lời Phan Ni Tấn

đâu mặc bụi chốn cùng Em quen rồi tự tại giữa vùng thiên
đâu mặc ngụm ưu phiền Em quen rồi tự tại giữa triền hoa
thân là giọt chuông chùa Trôi trong trời tự tại bốn mùa như
thanh Em là vốc nước ao lành Dạ thưa rằng xưa quê em ở
thơm Em là bóng nước xanh trong Dạ thưa rằng xưa quê em ở
thơ Em là bến nước con đò Dạ thưa rằng xưa quê em ở
trọ trên cành hoa sen trên cành hoa sen
trọ trên dòng sông Hương trên dòng sông Hương
trọ bên bờ Hương Giang bên bờ Hương Giang
fade out

Trường Ca Quê Hương
Và Tình Người

buồn Ngọn tình ca hân hoan như múa Tiếng em
hát trong veo giọt mưa Câu ca rót xuống đôi môi ngọt lời
thưa Lời Mẹ ru đưa quai nôi thắm Tiếng thưa
thốt nghe ra từ tâm Cha rót xuống thế gian lời tình
Dìu Dặt
thâm Quê hương của tôi bây giờ xa lắm Xa như giọt
...sao con đò dòng sông Đưa tôi lìa
mưa xa mù trên ngàn Cây tre làng xưa có còn nghiêng bóng Người nuôi cây
quê năm nào có còn... Tôi thương mẹ cha tôi ngồi im bóng Buồn câu than

Êm Dịu
lúa còn hát trên đồng Tôi thương làm
oán của chín con...
...rồng Vời trông quê
cũ Thoáng như còn nghe Tiếng quê mẹ ru Ru giấc trưa
hè Vời trông non nước Nước non về đâu Hoài thân nương
Nhanh - Hớn Hở ♩= 95
náu Con cuốc kiêu sầu Rồi bình minh sẽ sáng trên làn
môi Hát ngợi ca bao trái tim con người Và từ đó lấp lánh trên đường
qua Những bàn chân mừng trở về quê xưa Về nguồn

Tin Yêu = Thanh Thoát
xưa xin qua lối tình thương Dưới mái tranh xưa mẹ ru tiếng lẫy lừng
...sông ta uống nước nguồn xưa Tấm ánh dương soi đời mưa nắng hai mùa
Về thủ đô xin qua lối bình yên Có tiếng hân
Về Việt Nam xin qua lối phục hưng Có núi sông
5.
Coda
hoan con tim khóc rất hiền Về dòng... Hát khúc dân
xưa chuyện trò trên núi Hùng
ca người đi xây lại vườn Hát khúc tâm ca ta xây đắp
Việt Nam

VÙNG MƯA KONTUM

Trái nhớ đong đưa Trên cành tre trúc Buồn tay hái
nghe không may thành mưa Mưa rơi mưa rơi
Coda
Mưa trên cao nguyên không quen hẹn hò Len qua năm
Mưa rơi mưa rơi Mưa rơi đầm đầm Tóc em một
tháng rơi về chứa chan thành sông ngoài phố uốn quanh một
mái ướt dầm tóc ơi Hạt xuyên rừng núi ra nơi thị
1.
D.C. al Coda
2.
dòng Dak - Bla Dak - Bla
...thành
mf
Đợi người không kíp về nhanh Trăng xưa đã
rall...
khuất trên cành Kon Tum.

PHẦN VI

KÝ HOẠ
PHAN NI TẤN

Phan Ni Tấn
qua cái nhìn của
Trương Đình Quế

Phan Ni Tấn
qua cái nhìn của
Trương Đình Uyên

Phan Ni Tấn
qua cái nhìn của
Nguyễn Hữu Thời

Phan Ni Tấn
qua cái nhìn của
Loan Nguyễn

Phan Ni Tấn
qua cái nhìn của
Đỗ Thất Kinh

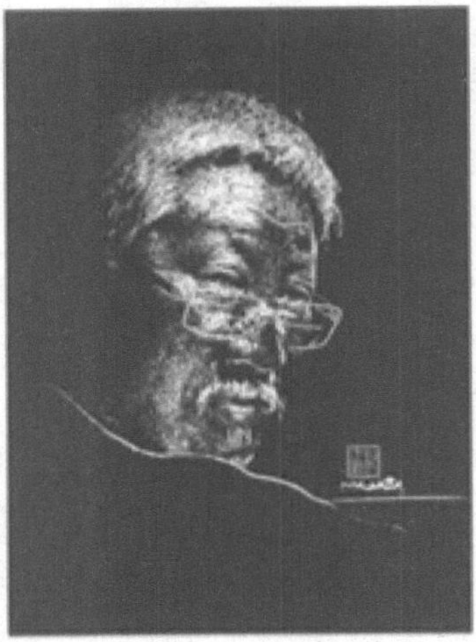

Phan Ni Tấn
qua cái nhìn của
Đặng Châu Long

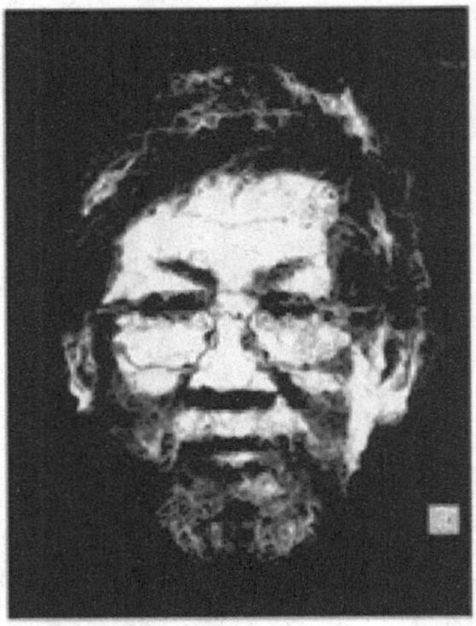

Phan Ni Tấn
qua cái nhìn của
Đặng Châu Long

Phan Ni Tấn
qua cái nhìn của
Đặng Châu Long

Phan Ni Tấn
qua cái nhìn của
Đặng Châu Long

Phan Ni Tấn
qua cái nhìn của
Vũ Uyên Giang

Phan Ni Tấn
qua cái nhìn của
Vũ Uyên Giang

Phan Ni Tấn
qua cái nhìn của
Nguyễn Hoa

Phan Ni Tấn
qua cái nhìn của
Trần Nho Bụi

Phan Ni Tấn
qua cái nhìn của
Trần Nho Bụi

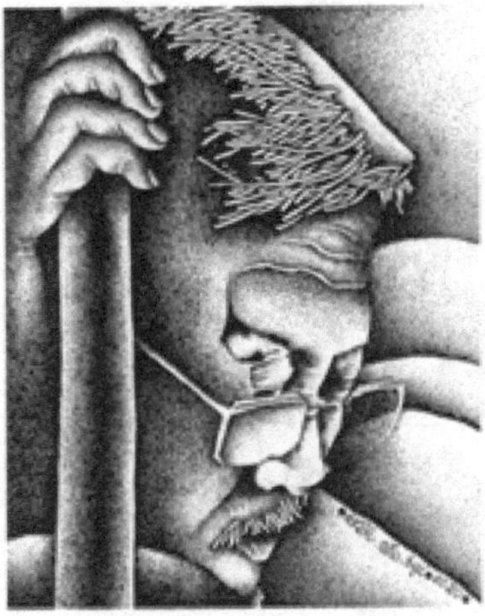

Phan Ni Tấn
qua cái nhìn của
ViVi Võ Hùng Kiệt

Phan Ni Tấn
qua cái nhìn của
ViVi Võ Hùng Kiệt

Phan Ni Tấn
qua cái nhìn của
Phan Nguyên

Phan Ni Tấn
qua cái nhìn của
Phan Nguyên

Phan Ni Tấn
qua cái nhìn của
Bàng Hoàng

Phan Ni Tấn
qua cái nhìn của
Doãn Quốc Vinh

Phan Ni Tấn qua cái nhìn của
Du Tử

Phan Ni Tấn qua cái nhìn của
Dung KT

Phan Ni Tấn
qua cái nhìn của
Việt Phạm

Phan Ni Tấn
qua cái nhìn của
Hà Cẩm Tâm

Phan Ni Tấn
qua cái nhìn của
Hà Cẩm Tâm

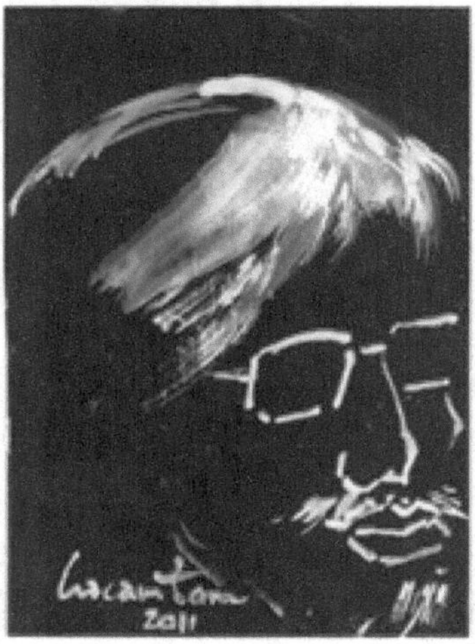

Phan Ni Tấn
qua cái nhìn của
Hà Cẩm Tâm

Phan Ni Tấn
qua cái nhìn của
Võ Đình

Phan Ni Tấn
qua cái nhìn của
Thạch Miên
Ngô Vương Toại

Phan Ni Tấn, nhìn bởi Ngô Vương Toại

Phan Ni Tấn
qua cái nhìn của
ViVi Võ Hùng Kiệt

Phan Ni Tấn
qua cái nhìn của
La Toàn Vinh

PNT nhìn bởi họa sĩ La Toàn Vinh

Phan Ni Tấn
qua cái nhìn của
Dung KT

Phan Ni Tấn
qua cái nhìn của
Thạch Miên
Hoàng Xưa

Phan Ni Tấn
qua cái nhìn của
Ngọc Ni

Phan Ni Tấn
qua cái nhìn của
Ba Cối

Phan Ni Tấn
qua cái nhìn của
Tuyết Vân

Phan Ni Tấn
qua cái nhìn của
Rudy

Phan Ni Tấn
qua cái nhìn của
ViVi Võ Hùng Kiệt

Phan Ni Tấn
qua cái nhìn của
Lê Thúy Vinh

Phan Ni Tấn
tự họa

Phan Ni Tấn
qua cái nhìn của
Trường Sinh

Phan Ni Tấn
qua cái nhìn của
Trường Sinh

Phan Ni Tấn
qua cái nhìn của
Võ Thu Đình

Phan Ni Tấn
qua cái nhìn của
Lê Học

Phan Ni Tấn
qua cái nhìn của
Võ Minh

Phan Ni Tấn
qua cái nhìn của
Mỹ Julia

Phan Ni Tấn
qua cái nhìn của
Mỹ Julia

Phan Ni Tấn
qua cái nhìn của
Tạ Ty

Phan Ni Tấn
qua cái nhìn của
Nguyễn Trọng Khôi

Phan Ni Tấn
qua cái nhìn của
Nguyễn Sơn

Phan Ni Tấn
qua cái nhìn của
Tecetera

PHẦN VII

BẰNG HỮU
PHAN NI TẤN

LUÂN HOÁN

Phan Ni Tấn ND, Câu Thơ Về Khiêm Với Lân

Chị Ly, nhà thơ Luân Hoán, Tấn & Khiêm (Toronto 1/8/2022)

Nếu mỗi ngày được quen biết thêm một người, và trong số mười người quen biết có một người trở thành bạn thân thì thật thú vị. Tôi chưa được như vậy. Nhưng gia tài bằng hữu của tôi càng ngày càng phong phú. Một trong những khuôn mặt tôi được thân thiết sau 1975, tại hải ngoại là một người làm thơ, viết nhạc, thành danh cả hai bộ môn nghệ thuật: anh Phan Ni Tấn. Anh dùng bút danh chính Phan Ni Tấn ND, và ký thêm Nhị Đuông trong nhiều bút ký.

Phan Ni Tấn đặt tiếng thở vào đời sống từ năm 1946 (khai sanh ghi ngày 06 tháng 03 năm 1948) tại Cần Giuộc. Tuổi ấu thơ phơi phới giữa phố núi Ban Mê Thuột. Âm thanh của rừng của suối cùng tiếng đàn vĩ cầm sắc ngọt của nghệ sĩ Ba Lô đã trở thành gia vị trong mọi món ăn, nuôi dưỡng Phan Ni Tấn trưởng thành. Người nghệ sĩ chuyên sử dụng violon trình tấu những bản cổ nhạc cho đoàn Út Bạch Lan, Thành Được thời ấy, chính là thân phụ của cậu bé họ Phan. Giàu chất bổ dưỡng quí hiếm như vậy, nhưng năm 1960, Phan Ni Tấn đã vội vã xuống núi, khi mới bắt đầu bước vào bậc trung học trường Ban Mê Thuột được một tháng bốn ngày. Thủ đô Sài Gòn đã cưu mang anh qua hết bậc trung học, vào đại học Khoa Học, vào Quốc gia Âm Nhạc và Kịch Nghệ và cuối cùng trở thành một sĩ quan của quân lực Việt Nam Cộng Hòa, từ lò Thủ Đức. Chặng đời binh nghiệp của anh kéo dài được năm năm, để có thêm hai năm học hiểu "sâu sắc" về một chế độ. Nhưng những ưu việt quang vinh của một đảng lãnh đạo, đã không cầm được chân người yêu chuộng tự do. Phan Ni Tấn đến Thái Lan năm 1979 rồi đến vùng Downsview thuộc thành phố Toronto, tỉnh bang Ontario của Canada lập nghiệp.

Những người yêu thích thiên nhiên, thường ưa đi đây đi đó. Phan Ni Tấn từng bày tỏ cái thú của mình:

... "Thuở nhỏ tôi vốn đã thích cái hoang dã của đồng ruộng hay vẻ man dại của núi rừng lúc hoàng hôn. Một tiếng chim kêu chiều, một tà sương khói vv... bao giờ cũng làm tôi mất nhiều thì giờ theo dõi, lắng nghe. Lớn lên tôi lại nổi máu giang hồ vặt, rày đây mai đó. Mây trời, cỏ cây, chim chóc và những con đường, tất cả là bạn của tôi một thời. Những lần có dịp ra đi, tôi vẫn thường dọn mình để làm kẻ "dạ hành" trong một chuyến xe hàng, hay trên một chuyến tàu đêm. Phải chăng sự sinh ra và lớn lên giữa núi rừng cao nguyên đã ảnh hưởng phần nào (hay sâu đậm) nội tâm tôi cho mãi tới bây giờ..."

(chuyện Bằng Hữu, tạp chí Sóng, số 61 tháng 6-1987)

Có thể nhờ tâm hồn và cặp chân biết lang thang nên Phan Ni Tấn sớm là một thành viên của phong trào Du Ca Việt Nam. Đi nhiều thường có cơ hội yêu nhiều. Phan Ni Tấn cũng vậy. Nhưng tình cảm của anh không san sẻ đồng đều. Anh dành nhiều cho thiên nhiên, cho cuộc sống ngay trong thời kỳ nên biết tưởng nhớ mùi hương con gái. Chính Tấn đã thú thật trong một tự sự mở vào tuyển tập Tình Khúc Phan Ni Tấn (xuất bản năm 2004):

"Viết nhạc khi bước vào ngưỡng cửa Đại học Khoa học Sài Gòn năm 1969. Qua năm thứ hai rớt, nhập ngũ trường Sĩ quan Trừ bị Thủ Đức khóa 1/1971. Ra trường sống sót trong chiến tranh cho đến ngày mất nước. Thời đó nhìn ra chung quanh vòng tay vẫn trống vắng "người con gái Việt Nam Da Vàng". Chỉ mang bầu nhiệt huyết của một anh sinh viên đại học, sau này là lính mà viết ra những loại nhạc đấu tranh trên dưới 100 bài. Đó là lý do tại sao ngày nay tôi không có nhiều thể loại tình ca đôi lứa.."

Phan Ni Tấn không cần phải thanh minh: "Tuy nhiên nói như vậy không có nghĩa hồn mình là sỏi đá". Bởi sáng tác những ca khúc có nội dung về chiến cuộc, về quê hương, thân phận con người... đã là người có tâm hồn giàu rung cảm, biết khóc, biết cười trước mỗi tình huống của cuộc đời. Tình yêu nam nữ có thể là tình tốt đẹp, cần thiết nhất của một đời người, nhưng cái thứ tình tuyệt vời này thường không thể phát triển trước những loại cảm tình khác. Phan Ni Tấn đã biết chờ để được lãnh thưởng vào ngày 10 tháng 5 năm 1986 tại thành phố Toronto. Ngày ấy là ngày mỹ nữ Châu Khả Khiếm, với hai dòng máu Hoa Việt trở thành người chăm sóc suốt đời cho nhà thơ kiêm nhạc sĩ Phan Ni Tấn ND.

Hình đám cưới, phóng lớn treo tại phòng khách căn nhà đã mua đứt, trên đường Shoreham Dr Downsview, tôi thấy có các nhà thơ, văn Bắc Phong, Cung Vũ, Nguyễn Ngọc Ngạn... nhiều nữa, dĩ nhiên chưa thể có bản mặt tôi vì lúc bấy giờ tôi mới chỉ là một độc giả của anh.

Phan Ni Tấn sáng tác nhiều, thơ anh đăng trên hầu hết các tạp chí văn học tại hải ngoại. Tôi gặp tên anh ở Văn Học Nghệ Thuật, Văn Học, Văn, Làng Văn, Sóng, Độc Lập, Hợp Lưu, Hồn Việt... ở Pháp, ở Úc, ở Canada, ở Mỹ... nơi nào cũng có tên Phan Ni Tấn, không thơ, thì nhạc. Cái tên Phan Ni Tấn ND cứ vậy lừng lựng đi vào trí nhớ tôi, tâm hồn tôi, cho đến một hôm, anh bạn tài hoa ấy, bấm chuông cái ổ chuột tôi thuê trên đường Bourret thành phố Montréal. Ngày hôm ấy là ngày 18 tháng 4 năm 1987, tôi được gặp một nghệ sĩ ốm yếu, thấp nhỏ hơn cả tôi.

Hầu hết những người khách, người bạn, có lòng ghé thăm tôi đều được hưởng chung một chế độ đón tiếp dưới cả sự đơn giản. Nếu không có chị Lý của tôi ở nhà, thì không chừng thiếu cả nước uống. Thuốc lá, bia rượu hẳn nhiên không có. Nhưng tôi là người tuyệt vời hiếu khách, biết lắng nghe, ghi nhận hơn là biết nói. Tấm lòng tôi mở ra trong im lặng từ tốn và rất mực trang trọng. Tôi từng có ý định lập một cuốn "sổ vàng" xin chữ ký những người ghé thăm, nhưng thấy kỳ kỳ làm sao nên không thực hiện được, rất tiếc.

Lần đầu tiếp đón người bạn mới Phan Ni Tấn, tôi vẫn thiếu trà ấm, bánh ngọt dù có hẹn trước. Nhớ về cuộc hội ngộ này, Phan Ni Tấn viết:

"... Nhớ lần đầu tiên từ Toronto đi Montréal, tôi đã tới thẳng nhà Luân Hoán sau khi đã hẹn với anh. Tới nay tôi vẫn còn hình dung được buổi sơ ngộ này. Từ phòng ngủ chậm rãi bước ra là một dáng người gầy nhom, quả đúng như anh tự vẽ:

"ốm nhom như con cò ma
phất phơ giữa cõi thi ca tối ngày".

Tuy anh không mang vóc dáng như tôi mường tượng, song dung nhan không đến nỗi: "râu lởm chởm tóc rễ tre lộn xộn"... Một con người khắc khổ khô héo đã mang tên tuổi mình đi vào thế giới thi ca bằng một di sản thơ khá đồ sộ. Vậy mà anh vẫn tỏ ra khiêm tốn, nói năng điềm đạm..."

(Chân Dung Thơ Luân Hoán, trang 206).

Cảm ơn Phan Ni Tấn đã ngợi khen. Sự giao tình giữa hai chúng tôi thật ra đã khởi sự qua thư từ, sau khi Tấn tìm thấy hứng để phổ nhạc bài Quả Mít Vườn Mẹ. Cũng như nhiều người, tôi yêu thích âm nhạc, được quen biết với một số nhạc sĩ, nhưng đi sâu vào vấn đề sáng tác của bộ môn này thì tôi mù tịt. Phan Ni Tấn tiết lộ công việc phổ nhạc của anh như sau:

"... Tôi đã từng phổ nhạc từ thơ của nhiều tác giả trong nước trước 1975 cũng như ngoài nước sau này. Nhưng riêng trường hợp Luân Hoán, tôi phải đợi tới 14 năm sau mới có dịp phổ biến nhạc của tôi qua những dòng thơ chuyển hướng của anh. Và đương nhiên, bản nhạc đầu tiên tôi phổ thơ Luân Hoán là bản Quả Mít Vườn Mẹ, cùng tên với bài thơ. Nguyên bài gồm 20 câu, khi phổ nhạc tôi chia làm hai phần dựa theo hơi thơ, giọng kể và tiết điệu của bài thơ. Dĩ nhiên tôi phải thận trọng việc sáng tác sao cho sự trầm bổng của ca khúc được hài hòa và chân phương cần thiết. Mặc dù ngày nay phần lớn những ca khúc tân thời đã phá luật chân phương, cổ điển này..."

Phổ nhạc xong bài thơ, Phan Ni Tấn thu vào băng gởi cho tôi kèm theo mấy dòng: (xem ảnh)

Bốn ngày sau, ngày 15 tháng 8 năm 1986. Tôi nhận thêm một lá thư của Tấn, nội dung:

"Kính gởi Anh Luân Hoán,

Hôm qua nhận được tờ Văn Học, cảm bài Khiêng Nước nên hát thành bài gởi anh.

Cuộn băng có hai bài của anh do Nguyễn Hữu Nghĩa và tôi hát (tài tử) và hai bài thơ của Cung Vũ (tức Nghĩa) và Bắc Phong, sẵn thu luôn cho anh nghe cho vui.

Cũng trong tờ Văn Học đọc mới biết anh sắp ra một tập thơ (!) Vậy nếu anh hài lòng thì kèm theo một trong hai bản nhạc phổ thơ anh trong tập thơ. Nhạc thơ nuôi dưỡng nhau đọc ra rồi hát lên nghe cũng cảm động lắm vậy.

Cuối thư, chúc anh vui nhiều. Thăm chị và các cháu.

Tình thân, Phan Ni Tấn".

Bài thơ *Quả Mít Vườn Mẹ* thật ra không có chữ "hai" hay chữ "hái" gì đứng phía trước. Không hiểu sao tạp chí Nhân Văn nhầm lẫn. Nhưng chả sao. Bài thơ có tính cách thời sự nên không thể có tuổi thọ cao. Trái lại bài Khiêng Nước, tôi viết bằng chất liệu thật với cả tấm lòng tha thiết nên gây được sự xúc động lâu dài. Phan Ni Tấn phổ nhạc bài này rất thành công. Giọng anh hát cũng rất truyền cảm, tôi rất thích. Bài thơ phổ nhạc từ đó thường được Phan Ni Tấn hát một mình hoặc hát cùng nhà thơ Bắc Phong trong rất nhiều dịp sinh hoạt. Hát nhiều đến nỗi có bạn đùa: "Khiêng nước mãi không mỏi hay sao?".

Ca khúc này, theo Phan Ni Tấn cho biết lẽ ra ca sĩ Phi Nhung đã phổ biến trong vidéo Thúy Nga Paris, với hoạt cảnh nghiêm chỉnh, nhưng đến phút chót, có một đề nghị thay đổi nhỏ, Phan Ni Tấn không đồng ý, nên được xếp lại. Các bạn có thể nghe ca khúc này tại trang nhà luanhoan hoặc trong CD tuyển tập ca khúc Phan Ni Tấn, có tên Sinh Nhật Cây Đàn qua giọng ca Ngọc Huy.

Nói về chuyện âm nhạc, không thể quên nhắc, Phan Ni Tấn là một nhạc sĩ, sinh hoạt tích cực trong giai đoạn đầu của phong trào Hưng Ca Việt Nam tại hải ngoại, Anh giữ vai Phó Chủ tịch Nội vụ, bên cạnh Chủ tịch phong trào, nhà văn Hà Thúc Sinh. Phan Ni Tấn đã cùng các bạn Khúc Lan, Nguyệt Ánh, Hà Thúc Sinh, Nguyễn Hữu Nghĩa... đi và hát rất nhiều nơi trên thế giới. Tài năng và tâm huyết của những ca nhạc sĩ này sẽ được ghi nhận mãi trong sinh hoạt văn học nghệ thuật của người Việt, dù xa xứ hay không, sau này.

Phan Ni Tấn đã có lòng thăm ổ chuột của tôi. Hẳn nhiên tôi vẫn nuôi hy vọng có dịp thăm Phan gia trang của anh, nhất là ngắm mặt quí tử nam nhi của Tấn Khiếm, đã ra đời ngày 01 tháng 01 năm 1989, cùng tháng sinh nhật với tôi, nhưng chỉ sau 48 năm. Dịp đó được thực hiện năm 1991, khi cháu Phan Châu Lân được 2 tuổi. Chuyến đi thăm bạn, cũng là lần đi thăm thành phố Toronto đầu tiên của tôi. Nhưng không phải mất tiền xe tàu, tiền ăn ngủ. Phương tiện di chuyển là chiếc Chevrolet hai cửa của nhà văn Nguyễn Đông Ngạc. Khách hàng của Ngạc gồm chị Nguyên Ngọc, vợ chồng tôi và nhiếp ảnh gia Lê Quang Xuân. Lý do phụ của chuyến đi: tham dự đại hội Văn Bút Hải Ngoại để bình bầu ban chấp hành mới. Tổ chức Văn Bút vào những năm này còn khá nghiêm chỉnh. Đại hội Văn Bút do đó còn thu hút được một số những người có lòng với chữ nghĩa tham dự.

Ông tài xế Ngạc không vội vã, tôi cũng không mấy mặn mà với chuyện hội họp, nên chúng tôi tà tà. Thêm vào đó sự cù rủ của ống kính Lê Quang Xuân, chúng tôi dừng lại nhiều nơi trên đường, ghé lại nhiều điểm rực rỡ lá phong mùa thu để chụp hình. Đến nơi không trễ lắm, cuộc họp chỉ mới sắp sửa kết thúc. Tôi còn kịp gặp nhà văn Nguyễn Văn Sâm, nhà báo Ngô Vương Toại, nhà báo Nguyễn Tăng Chương, nhà thơ Viên Linh, nhà thơ Vi Khuê... và một vài bạn văn đã quen tên, có liên lạc qua thư từ.

Đảm nhiệm Văn Bút thay ê kíp Nguyễn Ngọc Ngạn cho nhiệm kỳ 91-93 là Trang Châu, Trương Anh Thụy, Viên Linh, Võ Kỳ Điền, Lâm Công Quận... Một bữa ăn không biết ai đãi, được tổ chức tại nhà hàng Việt Nam của ông Nguyễn Văn Tiết, cựu dân biểu Việt Nam Cộng Hòa. Chúng tôi có hân hạnh đến dùng bữa. Đây là lần đầu tiên tôi thấy nàng thơ của bạn Cung Vũ, chị Nguyên Hương, và "người đi bên cạnh cuộc đời" của nhà văn Nguyễn Ngọc Ngạn. Cả hai kiều đều còn tươi mát, hiền thục lắm.

Ngày hôm sau, chúng tôi tham quan phố Tàu Toronto. Tôi phải thành thật giật mình và thán phục người bạn Trung Hoa. Ở phần đất nào trên thế giới họ cũng mau chóng đi từ tiểu thương lên đại thương và có thể là gian thương một cách ngoạn mục. Phố Tàu Toronto lớn gấp mười phố Tàu Montréal. Nhiều người cho rằng phố Tàu Montréal bé nhỏ không phải vì sự yếu kém của quí ngài Các Chú tại đây, mà vì sự biết kềm chân phát triển của nhà cầm quyền thành phố. Hư thực ra sao không rõ. Với tôi đây là điểm son, khi tôi được nhận làm thị dân thành phố lai Pháp này.

Dạo phố Tàu Toronto nhớ Chợ Lớn vô cùng. Đây có thể là một gợi hứng cho nhiều bài thơ, nhưng chưa thấy ai khai thác. Thật tiếc cho những nhà thơ có dịp "nhìn tổ quốc từ xa". Có cần phác thảo vài nét về phố Tàu Toronto không ? Tôi nghĩ, không cần thiết lắm. Chuyện buôn bán, cách chào hàng, vị trí, sắp xếp, bài trí vân vân và vân vân của người Tàu đâu đâu cũng na ná như nhau. Một đồng dạng phát triển rất hay, rất hữu hiệu. Dồi dào hàng hóa, lòe loẹt, lộn xộn thêm một chút nhem nhuốc, cùng với nhiệt tình, nhã nhặn, chiều khách, tỉnh táo...rõ là một phố Tàu.

Tối hôm đó chúng tôi được người bạn thơ Phan Ni Tấn lo phần ăn ngủ. Ông bạn thơ của tôi lúc này, mới được chị Châu Khả Khiếm vỗ béo, chưa phát tướng lắm. Có một điều rất đáng ghi nhận: những bạn văn thơ của tôi, người nào có hiền thê người gốc Hoa, đều rất chỉnh tề trên đường kinh tế, như Thái Tú Hạp, Phan Xuân Sinh, Nguyễn Đức Bạt Ngàn... Nhạc sĩ Phan Ni Tấn cũng không ngoại lệ. Và chúng tôi, những người ham chơi có nhiều dịp thù tạc với anh tới chỉ mà khỏi lo ngại những chuyện bên lề. Lòng hiếu khách của ông bà Phan Khiếm vẫn tràn đầy đến bây giờ. Riêng đêm đó, trong cuộc rượu của Phan gia trang, tôi được gặp hai bằng hữu mới toanh:

Thụy Khanh, nhà thơ, cựu tiếp viên hàng không Việt Nam, cư ngụ tại Pháp. Môi còn thắm, mắt còn tình. Tôi đứng chụp chung một tấm hình, không hiểu sao cứ thấy run. Cơn run kéo dài trong những thư từ qua lại thăm hỏi về sau.

Nguyễn Tấn Hưng, nhà văn, chuyên trị chữ "Một" đi đầu những tác phẩm. Bạn tự xưng là ông trùm. Nhưng nhìn ra chỉ là một nghệ sĩ. Không rõ cảm cúm ra sao, đêm đó, Hưng vừa biểu diễn những ca khúc của mình, vừa... rớt nước mũi.

Tổng kết chuyến đi, tôi thu hoạch khả quan thấy rõ, dù không biết nội dung cuộc Đại hội Văn bút có những gì. Sau nghe nói có thuyết trình, có ngâm thơ, có cả giáo sư Lê Hữu Mục (đến từ Montréal) làm nhạc trưởng và cùng hát một ca khúc gì đó. Tôi thấy tiếc và giận mình. Lẽ ra tôi đã có cơ hội lên sàn nói, ngâm chơi mấy bài thơ, cho-bõ những năm ngậm miệng. Hú hồn cho quí quan khách, thính giả!

Sau năm ghé thăm gia đình Phan Ni Tấn lần đầu tiên, tôi thật sự chưa biết rõ mặt thành phố Toronto. Một thành phố lớn nhất nước Canada và chỉ xếp liền sau lưng thủ đô thế giới, thành phố New York của Hoa Kỳ. Thiếu sót của tôi là động cơ chính cho những lần tôi ghé Toronto sau này, dù mục đích thăm viếng có đi kèm theo một lý do đặc biệt nào đó. Đến một thành phố không cư ngụ thường trực là một lý thú, riêng tôi, không bao giờ nhàm chán. Tôi đã mang cả gia đình đến quấy rầy Phan gia trang nhiều lần. Tình cảm giữa chị Khiếm và Lý, vợ tôi, rất tốt đẹp. Lòng hiếu khách thật sự của một người có lẽ bao giờ cũng được thể hiện đồng đều không phân biệt. Những bạn đến thăm nhà Phan Ni Tấn chắc chắn ai cũng là thượng khách cả. Chúng tôi đương nhiên được hưởng qui chế đón tiếp nồng hậu một cách bình thường, tự nhiên của cặp vợ chồng, chăm lo nấu tương, làm bánh, bỏ mối sỉ khắp nơi trong thành phố, bành trướng đến cả Montréal, Windsor... Tài nấu nướng của chị Khiếm có thể đã cao thêm tay nghề, nhờ sự xuất hiện bất ngờ của bằng hữu, một phần đấy nhé. Riêng đại gia đình chúng tôi ngoài chuyện được ăn những món ngon, lạ miệng, ông bà chủ nhân còn chiêu đãi trong các nhà hàng được đa số thực khách tán thưởng. Ăn rồi dạo chơi là điều đương nhiên. Tòa lâu đài Casa Loma, đường bờ hồ Lake Shore, tháp CN Tower... chúng tôi lần lượt viếng thăm qua sự dẫn dắt và diễn giảng rất tận tình của hai bạn Tấn Khiếm. Bách, con trai út tôi, rất khoái khi vào CNE (Canadian Nationl Exhibition). Trong vườn mỹ thuật này trưng bày rất nhiều tượng điêu khắc. Chúng tôi cũng được hướng dẫn đến tận thác Niaraga. Tại giải thác nổi tiếng này, những lần sau, với nhạc phụ, với Bình Chính, Bích Dũng, Vincent, Lyna, William, chúng tôi mang về tận Montréal những chiếc áo mưa màu vàng sau khi xuống cận kề ngọn thác, những chiếc áo mưa màu xanh sau khi theo con tàu lướt trên dòng nước. Bãi cỏ, công viên, tượng đá, cửa hàng, rạp chiếu phim, căn nhà ma, những trò chơi... đều bị chúng tôi khuân về hết bằng phim ảnh. Cuộc đời lưu lạc, hình như đã đến lúc hết những giờ phiền muộn, nhường phần ưu tiên cho những thong thả vui vẻ.

Gia đình chúng tôi đến thăm Tấn được săn sóc nồng nhiệt như vậy. Nhưng sau này nhiều lần anh chị ghé lên tôi, vẫn phải chịu những bực mình. Tôi nhớ hôm Tấn Khiếm lên dự hôn lễ của con gái thứ của tôi. Cẩn thận tôi gọi vợ chồng cô trưởng nữ đến ngủ tạm nhà bố mẹ, để nhường cái ấp cho gia đình Tấn Khiếm có một đêm thoải mái. Không ngờ cái ổ khóa thuộc loại hơi có chút tối tân, các cháu quên chỉ dẫn. Tấn cũng không biết mã số mở tự động. Hai vợ chồng cùng cậu con phải ngả lưng tạm trong lòng xe Sprinter Cargo Van của Tấn. Một lần khác, khi gia đình tôi đã có nhà mua, Tấn cùng Bắc Phong lên dự đám cưới con gái anh Song Thao. Tôi đã dành cho Tấn phòng ngủ của tôi, khá rộng và tiện nghi. Nhưng Tấn vẫn thức trắng đêm. Hóa ra anh không chịu được mùi thuốc lá từ phòng con trai út tôi, cách xa trên 3 mét, xuyên qua hai cánh cửa phòng để phá anh. Thật đáng tiếc. Những lần ghé lên thăm như vậy, Tấn Khiếm thường mang cho tôi quà. Nhiều nhất là các loại bánh ngọt do chính tay chị làm ra. Có một lần anh chị cho một bộ chén trà rất xinh, tôi quí lắm. Nhưng một hôm

> *"pha trà vào bình bạn cho*
> *vụng tay, vòi sứt, buồn xo mấy ngày*
> *thương bình yểu mệnh, loay hoay*
> *nắn vòi, tưởng vết đứt tay bạn hiền*
> (Mời Em Lên Ngựa)

Năm 1988, Phan Ni Tấn cho xuất bản tập *Hồi Ký Thơ*. Tập thơ dày 128 trang, giấy tốt. Bìa là một bản vẽ của họa sĩ Võ Đình, được trình bày tổng quát bởi Dương Thượng Ngã, một bút hiệu khác của ông chủ tạp chí Làng Văn Nguyễn Hữu Nghĩa. Tập thơ có lời đề bạt của nhà thơ Đỗ Qúy Toàn, gọn nhẹ nhưng bao quát:

... "Khi viết về quê hương, Phan Ni Tấn có giọng trầm buồn. Nhưng không tuyệt vọng. Mà vẫn thiết tha. Rất nhiều khi dí dỏm.

Một nhà thơ đương thời ở Montréal, Michel Garneaum mới nói: La seule chose que je peux rêver de faire pour le Québec, c'est d'être un bon poète". Điều tôi mơ ước làm được cho quê hương tôi, là làm một thi sĩ, làm thơ cho hay. Phan Ni Tấn cũng đang thực hiện những ước mơ của chàng cho quê hương...".

Điểm trang cho nhan sắc tập thơ là bàn tay giàu hoa tay Nguyễn Nhật Tân, cùng bức chân dung được bấm máy bởi danh tài nhiếp ảnh Trần Cao Lĩnh. Nhưng hãy còn thiếu sót so với dự định của tác giả. Tấn viết cho tôi mấy dòng gởi kèm tập thơ:

... "Gởi anh tập thơ đọc chơi. Tưởng có bổn nhạc Hà Thúc Sinh phổ kèm theo, cuối cùng lại không. Mất vui. Mất lòng. Đôi khi người ta không "ái" nhau làm anh láng giềng ở giữa bị kẹt... Tháng 9/88".

Tôi vừa buồn cho Tấn, vừa không vui vì bè bạn. Trong sinh hoạt chữ nghĩa, tôi may mắn được quen biết người này một chút, người kia một chút. Bè bạn thường đến với nhau bằng cái tâm. Một tin bất hòa như là một mất mát, một lỏng lẻo, băn khoăn đến mấy ngày.

Trở lại với *Hồi Ký Thơ*. Đúng như tên gọi của nó. Cuốn sách có nội dung rất là hồi ký. Một hồi ký không chỉ ghi riêng về những chặng đời của tác giả, mà còn phản ánh trung trực cho cả một thế hệ thanh xuân của những thập niên 60, 70. Quê hương, cuộc chiến cùng thân phận con người nhược tiểu được thả nổi trong ngôn từ. Phan Ni Tấn viết rất linh hoạt trong từng giai đoạn. Ở vào tuổi thanh niên, bạn nào không từng trải qua những ngày tháng ở quân trường:

"Hôm nay lễ gắn Alpha/ diện đồ tiểu lễ mình ra xếp hàng/ Vũ Đình Trường nắng chang chang/ mà sao mình vẫn thấy man mát trời"

(Lễ gắn Alpha- PNT)

"Ra trường mày đi lính gì?/- nhất định là lính rằn ri! còn mày?/ - tao thì quân cảnh, tối ngày/ tìm ba thằng lính như mày, nhốt chơi"

(Tâm Sự Lính- PNT).

Rời lò luyện thép, những bềnh bồng này đâu dễ quên:

"Chờ bắc ở bến Ninh Kiều/ Gió về thổi ướt cả chiều dưới sông/ ta như bèo nước bềnh bồng/ mấy năm đi biệt mà không về nhà/ những thằng sống sót trận qua/ chiều nay đợi chuyến bắc ra chiến trường".

(Bắc Cần Thơ- PNT)

"Xe lên tới đỉnh Mụ Già/ trên cao trời đất bao la vô cùng/ ngợp hồn ta giữa muôn trùng / lũng sương mây đọng trắng vùng sơn lâm/ dưới sâu cây đứng nghìn năm/ chìm trên đèo thẳm âm âm bóng chiều/ theo xe ta xuống thôn nghèo/ hồn còn vắt vẻo giữa đèo hoang vu"

(Qua Đèo Mụ Già - PNT)

"Giọt máu trên cọng cỏ mềm/ của ai không biết nằm im như tờ/ đằng xa sau lớp bụi mờ/ mới nhìn tôi tưởng con cờ thí thân"

(Quáng Gà - PNT).

Phần thưởng cho những nổ lực phụng sự tổ quốc, dù lạc quan vẫn phải chấp nhận những hình ảnh bi quan:

"khắc trên mộ chí tiêu điều/ tên anh tôi đó đã nhiều xót xa/ trời làm gió nổi mưa sa/ nghìn sau lau lách xuyên qua mộ người"

(Lập Bia - PNT)

"Anh tôi chết trận Lệ Trung/ mùa hè đỏ lửa nổ tung chiến trường/ tôi chơi thần tử buông tuồng/ nghe tin anh chết có buồn gì đâu"

(Tên Ngôi Làng Nhỏ - PNT)

"Anh đi lành lặn thịt xương/ ra chốn sa trường năm ấy mùa khô/ đánh giặc cho tới mùa mưa/ anh về trong bộ xương khô khốc buồn"

(Nỗi Buồn - PNT)

Và rồi một kết quả bất ngờ, cũng chẳng dễ gì phai nhòa trong ký ức:

"Trên đồng cạn/ dưới đồng sâu/ bọn tù hì hục thay trâu kéo cày/ mưa nhè nhẹ/ mưa bay bay/ thân tù, thân tội kéo cày thay trâu"

(Bọn Trâu Người - PNT)

"Lặc lè lên dốc xuống đồi/ đoàn tù gánh củi dưới trời mưa bay/ về ngang qua nghĩa trang này/ mồ con Hai chết mấy ngày còn tươi/ tác yêu tác quái một thời/ đổi đời/ cải tạo làm người hoàn lương/ vì không quen gánh đoạn trường/ vượt ngục / bị bắn giữa đường oan khiên/ thôi em/ sống chỉ thêm phiền/ chết là lối thoát về miền tự do/ ngủ đi, ngủ nhé, vào mơ..."
(Nữ Tù LTH – PNT)

Dĩ nhiên trường "cải tạo" cũng phải có ngày đóng cửa. Những ngày tháng tiếp theo, tùy nghi hoàn cảnh để có những hướng tiến thân mới:

"Vùng kinh tế mới xa xa/ có bầy muỗi độc bay ra bay vào/ lam sơn chướng khí ào ào/ đón người mạnh giỏi đi vào ốm đau" (Vùng Kinh Tế Mới Đồng Tâm - PNT)

"Đến lúc hết thuốc chữa rồi/ thì đành bấm bụng theo người vượt biên/ đêm ngày lặn lội như điên/ tay chân tôi chạm tới miền tự do" (Vượt Biển - PNT).

Dĩ nhiên tập thơ không chỉ viết với thể lục bát. Bảy chữ, tám chữ, ngũ ngôn đều có đủ, nhưng tôi chỉ lượm ra những dỉ dỏm của lục bát Phan Ni Tấn. Đây là thể loại anh dùng nhiều nhất ở tập thơ này.

Năm 1996, cơ sở tạp chí Nhân Văn cho phát hành tập thơ thứ hai của Phan Ni Tấn. Với 126 trang giấy màu mỡ gà, Phan Ni Tấn gởi đến bạn đọc những bài thơ được mang một tên chung: "Câu Thơ Về Người". Lần in thơ này, Phan Ni Tấn giao cho tôi một trách nhiệm có thể nói là hơi quá sức. Nhưng trân trọng tình bạn, tôi đã cố gắng hết sức để ba hoa thành một bản chữ "Trải Hoa" cho những bước thơ của Tấn:

"Có người không làm thơ không biết phải làm gì. Chẳng lẽ chỉ rong chơi để lấp hết khúc đời còn lại, dễ chừng còn kéo dài đến vài thập niên. Làm thơ như vậy kể như một cứu rỗi. Nhưng cũng có người bộn bề công việc. Lúc ở sở, lúc ở nhà, lúc thù tiếp bạn rượu, lúc ca hát, lúc đưa vợ con dạo phố phường, lúc... lúc... Lu bù như thế mà vẫn làm thơ liên tu bất tận, quả là một tay cự phách trong làng chơi thơ. Không biết thơ, những thơ ở từ đâu ra? Ở trong cái đầu? Ở trong cái bụng? Hay ở trong những cái lỗ chân lông? Có lẽ trên khắp phần thân thể của con người thi sĩ thứ thiệt, chỗ nào cũng có thơ. Có người chỉ cần véo nhẹ vào một chỗ nào đó trên da thịt cũng đủ bung ra hương rượu, ví như anh chàng Phạm Nhuận (em bữa nọ véo đùa chơi một cái, rượu bung da thơm ngát chỗ đang nằm – Luân Hoán) thì cũng có người, chỉ cần mon men tiếp giáp với vùng hơi thở của mình đã nghe thơm ngát hương thơ. Người đó đâu phải ai xa lạ. Đó chính là cha đẻ tập Hồi Ký Thơ dạo nào. Và cũng là người đang gởi cho chúng ta những Câu Thơ Về Người hôm nay.

Phan Ni Tấn, nhà thơ hiền hậu ấy vẫn luôn luôn viết cạnh quí danh của anh chữ N.D. bí mật. Nhiều bạn văn cho rằng đó là tên gọi của một người tình lỡ của "chàng". Có thể là Ngọc Dung? Như Diệu? Nhã Duyên? Cũng có bạn tinh nghịch cho rằng hai chữ đó, nhà thơ gói ghém cái biệt tính của mình như "nhảy dù", "ngủ dai", hoặc tục hơn chút đỉnh, không chừng. Riêng tôi, mãi đến nay, N.D. vẫn chỉ một mình Phan Ni Tấn hiểu. Người đẹp Châu Khả Khiếm và cậu bé Phan Châu Lân chưa chắc đã được tiết lộ. Thôi, chúng ta cũng tạm nên cho đó là một khối kỷ niệm, có vui, có buồn của một nhà thơ giàu trôi nổi, của một nhạc sĩ có những sáng tác sắc sảo, vững vàng.

Tạm gác cái gia tài âm nhạc của Phan Ni Tấn, để vào thăm cái sản nghiệp thơ của anh, ta bắt gặp ngay một trái tim thiết tha với đời. Thơ, từ đó đã trổ ra từng ngọn, từng cụm, từng chùm, từng núi. Mà kỳ lạ thay khi thong dong thưởng ngoạn, những định hình ngọn, chùm, núi... của ngôn ngữ chỉ thuần nhất là một cõi hương. Có nên phân chất một mùi hương, nhất là hương thơ?

Phan Ni Tấn N.D. làm thơ dễ dàng nhưng không dễ dãi như tôi – hơn tôi một điểm. Phan Ni Tấn N.D. là một người cởi mở, luôn luôn hòa mình với đám đông – hơn tôi một điểm nữa. Giới thiệu một nhà thơ có nhiều ưu điểm hơn mình như thế, quả tôi có chút lọng cọng. Khi Phan Ni Tấn N.D. từ Toronto gọi đề nghị tôi phải viết một cái gì đó cho Câu Thơ Về Người, tôi cảm thấy ngại ngùng. Nhưng cái ấm áp của những ngọn khói trà mỗi lần có dịp ghé Phan gia trang như vẫn đầy trong lòng. Và cái âm giọng "dzậy xao" thật đặc biệt vẫn vang mãi bên tai, khi chợt nhớ về người bạn thơ, từng để cửa chờ mình mà chỉ thấy trăng lên bên "oan hồn chai rượu trắng - PNT". Biết không thể làm phật lòng bạn vàng, tôi gọn nhẹ: "Được thôi". Nhưng khi Tấn hỏi: "Anh viết tựa hay viết bạt?", tôi băn khoăn. Tựa làm sao? Mà bạt ra sao? Công việc hiển hách này phải từ cái thơm tay, quen tay của các anh Mai Thảo, Nguyên Sa, Đỗ Quý Toàn, Võ Phiến thì mới phải. Tôi nói: "Tấn cứ gởi bản thảo lên, mình sẽ có quyết định sau." Và liền sau câu nói này tôi đã thầm biết mình sẽ phải ba hoa trong một số chữ nghĩa mang tên là tựa. Phần việc trải hoa này có phần đơn giản, hợp với cái tính lười của mình. Tôi nghĩ thế và cố tình quên đi đã từng nghe đâu đó: "Cái tựa của một quyển sách rất quan trọng."

Theo tôi, cho dẫu có quan trọng đến cỡ nào đi nữa, chắc chắn nó cũng không thể qua mặt được cái nội dung thực tế của một tác phẩm. Cái nội dung hồng hào da thịt của Phan Ni Tấn N.D. từng trăn trở cưu mang đang ở liền ngay sau bài viết vớ vẩn này.

Xin thân ái mời quí bạn vào thăm: miếng lòng, miếng tình, miếng thơ của một người đã vẽ được chân dung mình một cách trung trực:

Khi thiệt thơm người, thơm quần, thơm áo
sẽ ngoe nguẩy ra ngoài nắng trong veo
ngắt một cành bông ngồi nhai trệu trạo
rồi hóa thành chim xòe cánh bay vèo
...

hay làm mưa bay nghiêng qua sợi tóc
của những cô em còn rất Việt Nam
dẫu giấy tùy thân còn rõ ràng ngoại quốc
mà núi sông nào vẫn giấu trong tâm
...
nói đừng cười nha em đài em các
hết nửa đời anh ở núi ở rừng
nên anh quê mùa tính anh chất phác
nói tới yêu đương thì lại nhát gừng
...
bây giờ qua đây lòng anh vẫn vậy
vẫn cứ như gương một tấm sạch boong
hồn anh đơn sơ như là trang giấy
sống hồng gì hơn ngoài một tấm lòng
(thơ Phan Ni Tấn ND)

Tài vặt của tôi quả không đủ giới thiệu nét tinh xảo của một tập thơ gồm 53 bài, đủ thể loại, diễn tả tình yêu, tình bạn, tình quê hương, tình người, tình đời. Nhà văn Trang Châu đã thay tôi làm công việc này. Trong lời bạt, anh viết:

... "Tâm sự Phan Ni Tấn trong Câu Thơ Về Người tóm gọn là tâm tư của một người tìm quên, tìm quen và tìm về. Tìm quên không phải quên khá khứ mà quên hiện tại...

...Thơ Phan Ni Tấn là thơ của những gì đã mất: quê hương, bằng hữu, kỷ niệm xưa, đời sống cũ. Do đó, ý thơ ngậm ngùi, hơi thơ dằng dặc, nhạc điệu trong thơ u trầm..

...Thơ nói về quê hương, ở hải ngoại, không ít, nhưng nói một cách thắm thiết, chân tình bằng một ngôn ngữ thơ thì không nhiều. Thơ quê hương của Phan Ni Tấn dễ dàng đi vào tâm hồn người đọc, những tâm hồn đồng điệu.

...Hiện tại gia tài duy nhất còn lại với nhà thơ là trang giấy

mai có lênh đênh
cùng sầu
cũng còn trang giấy trắng
màu
thủy
chung
...
ta về nở giữa lòng trang giấy
câu hò cây lúa mọc bờ đê

Trang giấy ôm hết. Ôm hết nỗi sầu lẫn ước mơ của thi sĩ

Nói chuyện thơ, nhiều người nghe cho là chuyện tào lao. Dù cái tào lao có phần dễ thương. Nên tôi xin chuyển qua mô tả vóc dáng ông thi sĩ cho các bạn dễ nhận dạng. Vào thời điểm này, ông bạn thơ của tôi đã có bề ngang da thịt gấp rưỡi tôi. Chính vì thế trông hơi lùn một chút. Cái bụng có phần leo thang. Lúc này là lúc Phan Ni Tấn mặc quần có dây treo thích hợp hơn thời kỳ làm một thành viên của tổ tam nhân Tấn, Ngạn, Nghĩa. Với khuôn mặt vuông vức rất hảo hớn, Phan Ni Tấn nuôi chòm râu dưới cằm, trông rất hách. Nụ cười không sẵn sàng nhưng thường nở ra đúng lúc. Mắt nhìn chính trực, không có nhiều đa tình. Bước đi chậm và hơi nặng, phảng phất một chút lè phè, rất dễ bị hít đất, nếu gặp tôi ở quân trường. Nhìn chung, Phan Ni Tấn là người của im lặng. Ấy vậy mà anh là một thành viên tích cực của các phong trào Du ca, Hưng Ca và từng giữ chức Chủ tịch hội Văn bút Việt Nam Hải ngoại trung tâm Toronto, thời kỳ Văn bút chưa bị nhiễm trùng. Giao tình giữa Tấn và bằng hữu rất tốt. Qua anh, tôi quen biết thêm Phạm Đình Cường. Ông bạn này bề ngoài không hào hoa phong nhã gì mấy, đại khái như ông Bill Gate, nhưng cũng là một tay nhà giàu. Dĩ nhiên tài chánh ông khiêm nhường hơn nhiều. Nhưng nhân tình thì chắc ông phải hơn. Anh em ở Montréal xuống Toronto không ghé Phan gia trang thì ắt phải đến quán rượu Temptation của Phạm Đình Cường. Quán phục vụ cho người bản xứ nên các nàng tiếp rượu đều là "tóc vàng sợi...ngắn" xinh đẹp, tràn trề sinh lực cả. Nhiều lần tôi,

Lưu Nguyễn, Nguyễn Đông Ngạc, Song Thao túc trực đêm ở đây. Bên cạnh Phạm Đình Cường, tôi còn biết thêm nhà văn Nguyễn Ngọc Ngạn, nhà văn Nguyên Nghĩa. Nhà thơ Cung Vũ tôi cũng có quen nhưng qua việc đóng góp thơ cho Làng Văn, một tạp chí từng xuất sắc một thời.

Vẽ một chút Phan Ni Tấn, không thể quên vài nét cho chị Châu Khả Khiếm và cháu Phan Châu Lân. Các bạn có quyền nghĩ, chúng tôi áo thụng vái nhau. Nhưng đây là sự thật. Và có lẽ phải dùng từ ngữ hiện đại từ quốc nội: Chị Khiếm là người "cực kỳ" tốt bụng, là một nội tướng "còn trên cả tuyệt vời". Bà xã tôi khoái chị ở mục cạo gió, mà chị đã ra tay xua đuổi cơn cảm mạo bất ngờ, trong một dịp xuống mua bánh mì Nguyên Hương.

Còn cháu Lân, thằng bé ốm nhom, nhút nhát ngày nào, đi đâu cũng nép dưới tay mẹ, ngày nay đã là một tay múa quyền có hạng, thu lượm được nhiều thành tích xuất sắc, nhất là cao hơn ông bố gần hai cái đầu. Nói đến Phan Ni Tấn không thể quên hai nhân vật chính của anh. Do vậy, đề bài viết này có tên "Phan Ni Tấn, Câu Thơ Về Khiếm Với Lân", và trong bài thơ dài Giữ Riêng Vài Nét Như Là, tôi viết về Tấn như sau:

"Phất phơ râu một nhúm
hù ai hay dọa mình
Hồi Ký Thơ một gói
ổ khoanh trong miếng tình
nhạc thơ quanh quẩn lót
từ đầu cho đến chân
đi lòng vòng tứ xứ
cũng về Khiếm với Lân"
LH.

Tôi đã cố ý dùng lại chữ đặc biệt của Tấn là chữ Miếng: "miếng tình". "miếng lòng", "miếng mặn mà" vv..(gặm miếng mặn mà cho thắm tháp...)

Năm 2004, tuyển tập Tình Khúc Phan Ni Tấn ND được ấn hành. Chăm sóc in ruột Lê Hân. In bìa Trang Sĩ Qúy. Mẫu bìa

Trần Nho Bụi. Phụ bản của Vivi, Võ Đình, Tạ Ký, Etcetera, Thái Tuấn, Khánh Trường, Nguyên Khai, Lê Tài Điển, Nguyễn Trung, Ngô Vương Toại. Đẩy đưa đôi lời của Nguyễn Ngọc Ngạn, Luân Hoán, Song Thao, Lê Hữu, Đằng Minh Châu Bá Thông. Một số ảnh tác giả chụp kỷ niệm với bằng hữu sinh hoạt văn học nghệ thuật, được in rõ nét, đậm đà. Vui tay tôi đếm được đúng 60 nhân vật sinh hoạt văn học nghệ thuật hiện diện bên anh, có cả những thế hệ đi trước như Phạm Duy, Tạ Tỵ...

Nhận định về Sinh Nhật Cây Đàn, Song Thao viết:

"Tôi nghĩ Phan Ni Tấn trước sau gì cũng là một người tình. Người tình trong thơ. Người tình trong nhạc. Một người tình miệt mài giữ hơi thở của những cuộc tình. Người ta thấy tình yêu trùm lấp trong thơ, trong nhạc của anh. Tình quê hương? Có. Tình nơi chốn đã đón chào anh vào đời. Tình cho những nẻo đường đã đẫm dấu bước chân anh. Tình gia đình? Có. Tình cho người vợ hiền. Tình cho đứa con trai duy nhất. Nhưng mặm mà hơn cả, tôi thấy, anh vẫn mượt mà trong tình yêu đúng nghĩa là tình yêu..."

• Nguyễn Ngọc Ngạn nhận xét:

"Phan Ni Tấn từ khi tôi quen biết hơn 20 năm qua, lúc nào cũng đi giữa hai dòng văn nghệ là thơ và nhạc. Năm 1988, anh xuất bản thi phẩm đầu tay *Hồi Ký Thơ*, chấm dứt bằng câu:

Thơ tôi nguyên quán Việt Nam

Đó là lời nói chân thật nhất của tâm hồn giản dị, Phan Ni Tấn. Bởi vì khi nhìn sang lãnh vực âm nhạc, dù là tình ca, người ta vẫn thấy cái "nguyên quán Việt Nam" rất rõ nét ở Phan Ni Tấn..."

Với gia tài đã trình làng: *Lửa Dậy Trường Sơn* (nhạc, 1983), *Em Hát Em Vui* (nhạc, cùng Nguyễn Hữu Nghĩa, 1987), *Hồi Ký Thơ* (thơ, Làng Văn, 1987), *Câu Thơ Về Người* (thơ, Nhân Văn, 1996), *Tuyển Tập Tình Khúc Phan Ni Tấn ND* (nhạc, 2004), *Sinh Nhật Cây Đàn* (CD 2005), Phan Ni Tấn, đã giữ cả hai ghế ngồi rất nghiêm túc trong hai bộ môn nhạc và thơ. Tất cả tâm huyết, trí tuệ của anh, đều hướng về con người, mà điểm đến ưu tiên vẫn là Khiếm với Lân. Hạnh phúc biết bao !

Luân Hoán
(Dựa Hơi Bè Bạn - 1)

Thòng thêm mươi dòng.

Anh chị Tấn Khiếm hôm nay đã lên chức ông bà. Cháu Lân thành tài trên con đường học vấn, đã có nghề nghiệp tốt, hơn thế nữa cháu đã lập gia đình và đã cho bố mẹ một đứa cháu ngoại kháu khỉnh. Về số con tinh thần, nhà thơ - nhạc sĩ của chúng ta đã bước thêm sang lãnh vực văn xuôi với vài ba đầu sách đã xuất bản: *Có Một Thời Ở Quê Hương Tôi, Ngòi Viết Lang Thang, Người Tôi Yêu.*

Anh đã về hưu, dĩ nhiên chị được thảnh thơi hơn. Vui thấy anh phổ thật nhiều thơ của nhiều bạn thơ trong ngoài nước. Chúc mừng cuộc sống của bạn ta thêm giàu hạnh phúc.

NGUYỄN ĐÌNH TOÀN

PHAN NI TẤN

Anh chị Nguyễn Đình Toàn, Nguyễn Xuân Thiệp, anh chị Phan Ni Tấn

Chủ nhật đầu tháng 10/05/1996, tại trụ sở báo Người Việt, Phan Ni Tấn đã tổ chức một buổi ra mắt

Tập tình khúc và CD nhạc Sinh NHật Của Cây Đàn mới hoàn thành của mình. Rất nhiều thính giả và bằng hữu của Phan Ni Tấn đã đến dự và tham gia trình diễn giúp vui cho buổi họp mặt này.

Được biết Phan Ni Tấn: "Bố Nam, mẹ Trung, sinh tại Banmêthuột, cưới vợ Rạch Giá", nghĩa là Phan Ni Tấn "gom" gần hết cái hay, cái đẹp của đất nước về phần mình. Thêm vào đó những người Banmêthuột đã lên sân khấu hát nhạc Phan Ni Tấn, hát một cách nhiệt tình, thuộc lòng, chứng tỏ họ đã yêu nhạc Phan Ni Tấn từ lâu, với cả chút hãnh diện đã có cùng một thời với tác giả tại xứ "Buồn Muôn Thuở" xa xưa đó, làm cho buổi gặp gỡ thêm phần cảm động.

Theo "tự sự" của tác giả Phan Ni Tấn đã làm thơ hơn 50 năm nay, nhưng nhạc của Phan Ni Tấn gây nhiều ấn tượng trong lòng mọi người nhiều hơn:

Kính thưa thầy, đây bài chính tả của con
Bài chính tả viết về nước Mỹ
Con viết hai lần sai chữ America
Con viết hai lần sai chữ Communist
Con viết hai lần sai chữ Liberty
Làm sao được bởi anh con vừa chết!

Người ta đã nghe ca khúc này vào khoảng trước khi cuộc chiến kết thúc ít lâu, và nhất là, sau ngày 30 tháng 4/75 một thời gian, giới trẻ, trong những lúc gặp mặt lén lút hát cho nhau nghe. Nỗi buồn do cuộc chiến gây ra chưa xong, đời sống lại rơi vào một thời tối tăm, mù mịt được chế độ mới, nghe những người trẻ hát ca khúc này, đôi lúc người ta thấy buồn hơn cả cái chết. Đây là bài hát được rút ra từ một bài thơ của Phan Ni Tấn ký bút hiệu N.D đăng trên tạp chí Văn.

Ngoài bài thơ được phổ nhạc đó, trong một số báo Xuân của trường Trưng Vương cùng thời gian, người ta được đọc một bài thơ khác của Đỗ Vân Thảo, cũng cho thấy một bộ mặt bi thảm khác của tuổi trẻ Việt Nam cùng thời.

Chúng tôi có hai mươi năm làm tuổi trẻ
Chưa bao giờ hưởng trọn một ngày vui
Khi lớn lên quê hương trùng lửa đỏ
Tuổi thanh xuân mà lỡ mất nụ cười

Cùng lứa tuổi ấy, sau ngày 30 tháng 4/75, chưa kịp vui mừng cho đất nước thoát khỏi chiến tranh, đã cùng với các người thân bị đưa vào các trại "cải tạo", bị đuổi ra khỏi các học đường, chết trong rừng, chết dưới biển, trên đường vượt biên.

Gặp nhau ở cái xứ người này, người già hơn rất nhiều cái lứa trẻ năm nào, nay nếu còn, cũng không già hơn bao nhiêu nữa: Tất cả tóc đều đã bạc.

Ba mươi năm sau cuộc chiến, cộng với ba mươi, bốn mươi năm tuổi đời trước đó, bây giờ người ta đã trên dưới sáu mươi, bảy mươi, còn có sự khác biệt nào nữa đâu?

Cái nỗi đau của tuổi trẻ "Chưa bao giờ hưởng trọn một ngày vui" qua những năm tù rồi cuộc chạy trốn ra khỏi đất nước, tâm sự ê chề, gặp lại nhau, cứ nhìn những vết da nhăn nhúm, những đôi mắt "nhìn không ra" sau các cặp kính lão, kính cận, chẳng cần nhắc lại chuyện cu4cu4ng đủ biết cái khoảng cách bấy nhiêu năm không thấy nhau, hẳn không có mấy điều vui để kể lại.

Cái nỗi đau rách da cháy thịt của bài chính tả viết sai năm nào hình như đã thành sẹo.

Nhạc Phan Ni Tấn hình như đã dành hết cho tình và nỗi tư lương. Cái quê hương không còn bị đạn bom tàn phá nữa, nhưng cũng không còn hy vọng sống lại một thuở thanh bình, vì còn nỗi thanh bình nào nữa đâu mà ao ước? Từng căn nhà, từng thành phố, từng khóm cây, ngọn cỏ, núi rừng, sông rạch, mỗi người một kỷ inệm ràng buộc với quê hương, cái quê hương người ta không còn dám ở lại nữa, nhưng cũng chẳng thể ngừng yêu, thôi nhớ đem nhập tất cả các tình nửa vời ấy vào một người, vào ngày sinh nhật của cây đàn, thắp lại hy vọng, thắp lại ao ước... Ôi cái quê hương người ta mong ước cho hết chiến tranh đã không còn nữa, người ta sợ hãi bỏ chạy, nay muốn nhìn lại đã có thể trở về nhìn lại, nhìn lại rồi lại bỏ chạy một lần nưa, tình như thế mà gọi là tình yêu sao?

Vì thế, nhạc của chúng ta, thơ của chúng ta, cũng gần với người, càng gần với đất, hình như càng đau xót. Và đó có lẽ là cái Phan Ni Tấn gọi là cây đàn ngậm trong miệng, tình yêu ngậm trong miệng đó chăng?

HỒ ĐÌNH NGHIÊM
Chuyện Trò Viễn Liên Với Phan Ni Tấn

nhà văn Song Thao, nhà văn Hồ Đình Nghiêm, Phan Ni Tấn & nhà thơ Luân Hoán

Ở Canada, hầu như tiểu bang nào cũng có văn thi sĩ người Việt cư ngụ. Toronto là thành phố lớn, "đất lành chim đậu" và dĩ nhiên khi hót đã tạo ra một cung bậc khác thường. Xin thứ lỗi cho tôi nếu ví những văn nghệ sĩ là giống chim lạ. Tôi tin người mang tên Phan Ni Tấn ND sẽ rộng lòng chín bỏ làm mười khi nghe tôi hót tiếng trầm đục.

▪ ***Hồ Đình Nghiêm (HĐN):*** Thưa anh Phan Ni Tấn, tôi nhớ những năm xưa khi anh vui chân tạt về Montréal thăm thú, anh có mập ra và "tóc phai mấy mùa". Sức khoẻ anh độ rày thế nào, thưa anh?

▪ ***Phan Ni Tấn (PNT):*** Cám ơn Hồ Đình Nghiêm. Tuy "tóc phai mấy mùa", nhưng sức khỏe thì... "xanh tóc".

▪ ***HĐN:*** Anh từng "lộn hồn" ngồi so sánh sự khác nhau giữa thời thanh niên trai tráng và hiện tại? Thời nào anh sáng tác nhiều?

▪ ***PNT:*** Thời này. Thời... đang già, cái thời sanh ra đủ thứ chuyện thơ, văn, ca, nhạc. Khiêng mệt nghỉ.

▪ ***HĐN:*** Anh thực sự đa tài. Nhạc sĩ, ca sĩ, thi sĩ và gần đây những bài văn hay đều nằm dưới tên Phan Ni Tấn? Thưa anh, nổi lên cái tên đó bắt đầu bằng thể loại gì? Anh làm thơ sớm hay sáng tác nhạc trước?

▪ ***PNT:*** Làm thơ năm 1960. Nhạc năm 1964.

▪ ***HĐN:*** Trong tất cả những vùng đất anh muốn gieo hạt xuống, anh hài lòng và cảm thấy "sướng" vào bộ môn nào? Có phải là thi ca?

▪ ***PNT:*** Không riêng gì thi ca mà tất cả "các ca" tôi đang gánh trong lòng. Tôi không quen "nặng nhẹ" với cái gì gọi là văn học nghệ thuật mình đang cưu mang. Nghĩa là bộ môn nào gặp tôi "rờ" tới cũng đều hí hửng "sướng" chung.

▪ ***HĐN:*** Ở Tonronto, anh có nhiều bạn văn không? Anh vẫn thường gặp nhà thơ Bắc Phong? Sinh hoạt một ngày của thi sĩ Phan Ni Tấn?

▪ ***PNT:*** Bạn văn ở Toronto không nhiều như ở Montreal. Thỉnh thoảng vẫn gặp nhà thơ Bắc Phong trong những buổi sinh hoạt văn nghệ cộng đồng. Nhưng "gặp" nhau thường xuyên trong trang Sáng Tạo.

Sinh hoạt một ngày của Phan Ni Tấn là ngày nào cũng viết ra một cái gì đó mà mình thích.

▪ ***HĐN:*** Nhà thơ Hoàng Xuân Sơn vừa cho chào đời thi tập "Thơ Quỳnh". Bao giờ nhà thơ Phan Ni Tấn sẽ "sinh con"? Tôi còn nhớ "Hồi Ký Thơ" là một tiếng vang hồi đó, đã lâu rồi anh ạ! Nước chảy e đá mòn?

▪ ***PNT:*** Bạn bè văn nghệ đều mừng "Thơ Quỳnh" của ông bạn già Hoàng Xuân Sơn. Dạo này tôi... sáng tác hơi nhiều nên tôi có 2 tập thơ, 1 tập văn, 3 tập nhạc. Mấy tập này đều nằm trong ngăn kéo, nên... nước chảy mặc nước, đá vẫn... không chịu mòn.

▪ ***HĐN:*** Anh có nhận xét gì về tình hình văn thơ hiện tại? Có gây cho anh một vài trở trăn?

▪ ***PNT:*** Văn thơ hiện tại mọc ra như nấm. Càng nhiều thì mình càng... trở trăn vì mắt thì đọc nhưng tay phải chọn lọc. "Trở trăn" là ở chỗ đó.

▪ ***HĐN:*** Anh thường làm thơ vào lúc nào? Điều gì dậy sóng trong anh để viết ra một ca khúc?

▪ ***PNT:*** Tôi không có thói quen làm thơ, nhất định phải sáng, trưa, chiều, tối. Mệt. Cho nên tôi làm bất cứ lúc nào. Cá nhân tôi có hai loại âm nhạc: tình ca và đấu tranh. Hai món đó đủ dậy sóng rồi.

▪ ***HĐN:*** Anh từng là một quân nhân, một sĩ quan trẻ tuổi. Vụ "khoác áo chiến binh" nọ gây hiệu ứng gì khi anh thoát ra, về sống đời dân sự. Anh ít khi vẽ ra tâm cảm buồn đau như trong thơ của Tô Thuỳ Yên, của Luân Hoán, của các nhà thơ quân đội khác?

▪ ***PNT:*** Sau chiến tranh sống sót trở về sống đời dân sự là một điều may mắn của một người lính. Hềhề! Hồ Đình Nghiêm nói như rứa là hơi "thiên lệch" rồi. Một người lính như tôi từng "vẽ ra tâm cảm buồn đau" thì thiếu gì. Bị tại tôi không "xì" ra đó thôi. Thí dụ cầm cây viết hay ôm cây đàn đứng trước một đất nước và một dân tộc lầm than thì tôi viết thơ (vài đoạn) như ri:

Một đời anh chắc chẳng bao giờ tìm ra nỗi Huế
Bởi sinh ra chân anh đã có những con dường
Những con đường không kịp nở những đóa hướng dương
Chở súng đạn ra ngoài mặt trận

Sau chiến tranh những trận đánh đều trở nên luộm thuộm
Người ta cất các chiến cụ và những cuộn băng
trong các viện bảo tàng
Anh trở về ước mơ tàn tạ dưới chân
Ngó ra Huế chút Huế cũng đành hanh xa vắng...

Ôm cây đàn tôi hát như ri:

Đất nước tôi mọc lên những *bào thai mới. Những bào thai nở ra thành những vật-người. Nhỏ nhoi như loài sâu trượt chân té xuống vũng đời.*

Đất nước tôi mọc ra những đàn thơ ấu. *Chưa kịp lớn khôn bị đem bán qua xứ người...*

▪ ***HĐN:*** Anh có thường "chiều chiều ra đứng ngõ sau" không? Anh thấy Việt Nam bây giờ có xác xơ? Có hoành tráng? Có phản cảm?

▪ ***PNT:*** Mô Phật! Không có chiều nào mà tôi không ra đứng ngõ sau. Quá nhiều người thấy Việt Nam bây giờ "hoành tráng"; riêng tôi thì "nó: đất nước và con người" xác xơ như cái xơ mướp. Đó là phản cảm của tôi, một người xa quê hương ngót 41 năm ròng.

▪ **HĐN**: Nếu như tôi cùng một ai đó muốn xuống tới thành phố anh ở để "cực đoan" làm buổi ra mắt sách. Xin anh bày cho một lời khuyên "đứt ruột"?

▪ ***PNT:*** Một câu hỏi rất hay vì quá thực tế. Di nhiên, kết quả chắc chắn là "đứt ruột". Đã nhiều năm, thành phố tôi ở họa hoằn lắm mới có một buổi ra mắt sách với vài ba chục người tới tham dự là may mắn lắm rồi.

Có điều, dù sao thì Hồ Đình Nghiêm cùng một ai đó không thử liều mình làm một chuyến "đứt ruột" cho sinh khí văn học èo uột của Toronto nở ra lốm đốm vài nụ hoa tươi cho vui hè. Ít ra cũng có anh em chúng tôi ôm đờn ngợi ca buổi ra mắt sách của bạn văn nghệ sĩ đường xa.

▪ ***HĐN:*** Cảm ơn những tâm tình và chia sẻ đáng quý của nhà thơ Phan Ni Tấn (người cùng quốc tịch). Thân chúc anh mãi an khang. Cho tôi kính gửi lời thăm đến chị (PNT từng âu yếm gọi bậu của anh như trong một câu thơ?). Mong gặp lại anh, trong gang tấc chứ không ngăn sông cách núi như bây chừ. Xin anh ngẫu hứng một câu thơ để "đuổi" tôi đi chỗ khác chơi.

▪ ***PNT:***

Cảm ơn bạn Hồ Đình Nghiêm
Ngăn sông cách núi vẫn tìm ra nhau
Phỏng va phỏng vấn vài câu
Chân tình giản dị chẳng màu mè chi
Hỏi thì trả lời cấp kỳ
Xong rồi hai đứa cười khì hi ha...

NGUYỄN ĐỨC QUANG
NÓI VỀ THƠ NHẠC PHAN NI TẤN

Nhạc sĩ du ca Nguyễn Đức Quang và Phan Ni Tấn, Cali 2005

Vào những năm cuối thập niên 60, khi chúng tôi bắt đầu chương trình sinh hoạt du ca năm 1966 thì những anh em trên Ban Mê Thuột có về, đã đem đến cho chúng tôi những ngạc nhiên rất lớn, là ở tại vùng núi đó lại có một kho tàng rất nhiều tài năng về thi ca và âm nhạc. Nhưng phải đợi đến năm 1970, chúng tôi mới thấu đáo được các cấu trúc nghệ thuật của các bạn trẻ mà một trong những khuôn mặt tiêu biểu lúc bấy giờ là Phan Ni Tấn.

Phan Ni Tấn đã không đến với chúng tôi bằng những khúc ca hay tiếng hát, nhưng anh đã để lại những dấu ấn rất lớn trong những bài thơ. Một người ở tuổi 20 lúc bấy giờ đã đưa những câu thơ rất là tâm huyết.

Chúng ta nghe nhạc phổ thông đang trưởng thành trong đó có những bài hát được sử dụng ở những phòng trà, ở những bữa tiệc, ở đài phát thanh, thì cùng lúc qua những bài thơ, nét nhạc là lạ, thật đặc sắc của Phan Ni Tấn, lúc bấy giờ tôi mới thấy anh đã làm nên màu sắc mới, rất là hiếm, về thi ca lẫn âm nhạc ở vùng Ban Mê Thuột.

Nhìn chung, làm thơ, viết văn, sang tác nhạc mà không có nét riêng thì dễ bị hòa lẫn vào chung một dòng chảy. Riêng Phan Ni Tấn lại có một nét riêng biệt thật lạ lùng. Đầu tiên nó là âm nhạc của phố núi mà trong chúng ta không mấy ai nói tới âm nhạc miền núi cả. Chúng ta nhắc đến âm nhạc dân tộc thiểu số vì ở đó có âm nhạc cổ truyền Radhé, Jarai, Koho, M'Nông v.v... Mà cũng ở đó, Phan Ni Tấn đã làm chúng ta hiểu được. nghe được cái chất nhạc đặc biệt của miền núi. Và tôi có thể bảo đảm rằng chúng ta không tìm thấy một người nào khác viết được âm nhạc miền núi tới được như Phan Ni Tấn.

Nhưng Phan Ni Tấn không dừng lại thể điệu miền núi rất là bập bùng, sắc, nhọn mà anh còn viết nhạc miền Nam ngọt hơn các bạn của chúng ta nữa. Phan Ni Tấn cấu tạo nên nét nhạc miền núi thì đã dễ hiểu, nhưng tại sao lại có cả thứ âm nhạc của miền đồng bằng sông Cửu Long nghe rất là Nam kỳ.

Ngoài ra, Phan Ni Tấn vốn xuất thân là một nhà thơ, phô diễn rất nhiều ý tưởng sâu kín trong thơ, hàm chứa một nội dung sâu sắc, nhiều ý tưởng, hình ảnh với những con chữ rất lạ lùng, diễn tả qua nhiều góc cạnh của đời sống, sinh hoạt, về cuộc tranh đấu, về đất nước và thân phận con người. Một người như thế, tôi nghĩ có một đời sống rất phong phú.

Tóm lại, hôm nay chúng ta hân hoan đón nhận trực tiếp một nhà thơ, nhà văn, nhạc sĩ, một người yêu nghệ thuật, sinh hoạt văn học nghệ thuật suốt 40 năm trời, chúng ta cần phải biết rõ hơn, gần gũi người nghệ sĩ này hơn, cũng như bày tỏ với anh một lời tán dương những công trình sang tạo để chúng ta lưu giữ, tìm đến yêu quí tác phẩm cũng như con người Phan Ni Tấn.

Nguyễn Đức Quang

DU TỬ LÊ

PHAN NI TẤN VÀ CHUYẾN TÀU THI CA/ÂM NHẠC VIỆT NAM, KHÔNG NHIỀU GA DỪNG

Tôi nghĩ thời gian đã cho thấy, Phan Ni Tấn không chỉ có một tấm lòng ăn ở thủy chung với thi ca; (mà,) còn cả với âm nhạc.

Những ngông ngữ chân chất, những rung động đầu nguồn, như những cánh cò, nhựng ngọn lau trên thổ ngơi Việt Nam, chắt chiu giọt lệ, tâm cảm.

Nhưng tấm lòng ăn ở một đời với thi ca,, âm nhạc, không phải là chiếc vé nhiệm mầu, để đương nhiên bước lên chuyến tàu văn học – nghệ thuật, nếu thiếu vắng tài năng!

Tôi biết, nhiều người, cũng một đời, ăn ở với thi ca...

Tôi biết, nhiều người, cũng lăn, trôi một kiếp theo âm nhạc...

Nhưng ăn ở kia, chung thủy nọ, tiếc thay, chỉ đem lại cho họ những hoạt cảng bèo nhèo, thất lỡ!

Nói cách khác, đó chỉ là sự hí lộng, quá tay của định mệnh, khi tài năng đỏng đảnh, chảnh chọe, quay lưng!

May mắn (hay bất hạnh), cho họ Phan, tài năng thi ca và, âm nhạc, đã mỉm cười, với ông.

Tôi muốn gọi đó là trường hợp *nhị-trùng-bản-ngã-Phan-Ni-Tấn.*

Bởi vì, muốn hay không, cuối cùng, Phan Ni Tấn cũng đã bước lên chuyến tàu văn học nghệ thuật Việt.

Chuyến tàu liền toa, mang tên thi ca và, âm nhạc.

Chuyến tàu xuyên việt không có bao nhiêu ga dừng; cho dù, dọc lộ trình, chập chùng tiếng người ồn ào, réo, gọi, hoang mang!!!

Từ đây, theo tôi, đã đến lúc, chúng ta có th63 dùng cụm từ *tài-hoa-Phan-Ni-Tấn – Để chỉ danh tác giả tuyển tập âm nhạc óng ả tính thi ca, này.*

Calif. 2-06

LÊ HÂN
CHẤT NÚI
thân tặng Nhạc sĩ Phan Ni Tấn

Thư Về Ban Mê Thuột
Người Con Gái Việt Nam
người con gái xứ núi
thắm má đỏ da vàng

ơi ***Con Sáo Bạc Liêu***
hỡi ***Con Sáo Rạch Giá***
lòng nặng những tình yêu
xanh màu cây sắc lá

Nơi Nào Cũng Có Mưa
Ao Trời lưng lưng nước
nhưng đầy nhạc đong đưa
Nỗi Nhà thơm sau trước

thương ***Tay Vịn Cần Thơ***
tình ***Đứa Con Mẹ Núi***
đậm ***Giọt Thánh Thót Mừng***
thoảng hương rừng vừa nở

Pleiku Em Ở Núi
qua ***Vùng Mưa Kontum*** ?
Thanh Xuân như thắm lại
với gùi nhạc trên lưng

thơ chiếm ở góc phải
nhạc chiếm ba phần tim
đời sót một khoảng nhỏ
đủ lót ấm ổ chim

Khiếm, Lân cũng là nhạc
Lân, Khiếm cũng là thơ
ấm chất Phan Ni Tấn
bềnh bồng mây giang hồ

Lê Hân

Ghi chú: *những chữ nghiêng đậm là những bài nhạc do Phan Ni Tấn sáng tác*

SONG THAO

PHAN NI TẤN VÀ "CÓ MỘT THỜI Ở QUÊ HƯƠNG TÔI".

Trong bài tựa cuốn *"Có Một Thời ở Quê Hương Tôi"*, cuốn sách mới nhất của Phan Ni Tấn, tác giả Lê Hữu kể lại chuyện có lần hỏi Phan Ni Tấn: "Tay nhạc tay thơ, tay nào phải tay nào trái?". Chàng cười cười trả lời: "Vợ cả vợ hai, vợ nào... cũng là vợ cả!". Phan Ni Tấn vừa cưới thêm vợ ba. Đó là... văn xuôi.

Nói tới Phan Ni Tấn người ta chỉ biết anh đàn hát, thơ thẩn. Nay bỗng dưng anh... trở mặt in ra một cuốn mà anh gọi là "tập truyện", dày ngót nghét 200 trang, gồm tới 36 bài viết. Ngoài một vài bài có thể gọi là "truyện", tôi thấy phần lớn gần với "chuyện" hay "hồi ký rời" hơn. Dù gọi là gì chăng nữa thì đây là một cuốn sách rất hấp dẫn. Anh quả đã ghi thêm một nghề mới trong lý lịch văn học của anh. Thơ và nhạc của Phan

Ni Tấn đã định hình vững chắc từ lâu qua 12 tác phẩm gồm sách và CD như hai cây nạng chống đỡ sự nghiệp sáng tác của anh. Nay anh thêm một cây gậy mới ra ràng để tạo thành thế chân vạc. Như ba cạnh của một hình tam giác. Không thể gọi là một tam giác cân được mà phải gọi là tam giác bằng với hai cạnh dài có một cạnh đáy ngắn hơn.

Tôi cố nhìn vào cái... đáy này coi nó ra sao. Trước khi nhìn, có lẽ tôi phải thủ thế trước. Tôi quen Phan Ni Tấn đã lâu, thấy anh hiền một cục, nhiều khi giỡn mặt nhau mà không thấy cần phải thủ thế nhưng sau khi đọc cuốn sách của anh, tôi phải coi chừng. Anh là một người có võ. Hơn nữa. là một thầy dạy võ. *"Giữa niên khóa lớp Đệ Nhị trường trung học Pleiku tôi bắt đầu học võ Bình Định. Tôi không học trường lớp võ nghệ nào ngoài ông thầy võ bất đắc dĩ của tôi là anh Bảy. Vậy thôi. Mà cũng tại cái giọng Bình Định nghe "nẫu nẹt" lạ tai nên người ta gọi anh là Bảy Nẫu. Anh là lính trơn, từ tiểu khu Bình Định chuyển về đây thuê nhà ở sát vách nhà cô Tư tôi ở khu chợ mới trên đường Tăng Bạt Hổ. Hằng ngày Bảy Nẫu thấy tôi hay tập tạ có vẻ có "căn cơ con nhà võ" nên chiều chiều ở đơn vị về anh hay lôi tôi ra sau hè dạy võ... Lúc đầu tôi tưởng học võ để cường thân kiện thể chớ không nghĩ đến việc gì khác. Ai dè gần một năm sau đột nhiên Bảy Nẫu nghiêm mặt thông báo tháng tới sẽ dắt tôi xuống chợ cũ đi thi đấu, bắt tôi ra sức luyện tập ngày đêm bất kể nắng mưa".*

Số bài đề cập tới chuyện võ nghệ coi bộ lấn lướt. Tôi vốn không ưa chuyện đánh đấm (có biết đành đấm chi đâu mà ưa!) nhưng nghe chuyện của những cao thủ võ lâm trong chuyện kể của Phan Ni Tấn cũng đã con... ráy. Thú vị nhất là truyện "Con Rạch Bầu Nhum". Chú Tôi và thím Tìa sanh cùng ngày cùng tháng cùng năm. Dĩ nhiên không phải sanh đôi. Hai người chẳng ruột thịt chi. Họ là hàng xóm láng giềng với nhau. Cả hai đều là hậu sinh của hai gia đình võ nghệ Bình Định. Cả hai đều được học những miếng võ gia truyền. Lâu ngày chày tháng, họ bắt mùi nhau, nên duyên chồng vợ. Vợ chồng có lúc này lúc kia, chuyện thường. Nhưng với cặp vợ chồng con nhà võ này, chuyện hơi khác thường. Hục hặc nhau là họ rủ nhau ra sân đi quyền! *"Riết rồi thành thông lệ. "Cắn" nhau đến sứt đầu lỗ trán xong hè hụi thoa bóp, nắn gân, sửa khớp, băng bó vết thương cho nhau đâu vào đó rồi... chú thím lại "yêu" nhau ra rít. Kết quả của "sự yêu" là sòn sòn năm một thím Tìa cho ra đời bốn cặp sinh đôi vị chi là tám mống khiến cả làng cả xóm phải lắc đầu le lưỡi. Trai cũng như gái, y chang tía má sắp nhỏ: khỏe như văm, và mạnh thì như trâu cui".* Thượng cẳng chân hạ cẳng tay với nhau, lần nào thím Tìa cũng hơn một đường quyền. Rồi chú Tôi bỗng sanh tật thích đá gà. Thím Tìa không ưa gà. Vợ chồng hục hặc nhau dữ. Dữ tới mức hai người quyết ăn thua đủ. Chú thề độc: lần này mà thím Tìa thắng nữa chú sẽ đi luôn. *"Vợ chồng ăn ở với nhau tới đầu bạc răng long, rốt cuộc lúc tỉ thí chú Tôi vẫn không làm sao thắng được thím Tìa.* Cũng mấy chiêu thức quen thuộc đó, cũng ba cái khẩu quyết rành rọt đó, nhưng không biết ông già vợ truyền bí quyết *gì mà qua tay thím Tìa nó trở nên biến ảo khôn lường, đã áp đảo chú Tôi thật mãnh liệt. Lúc bị thím đánh té ngồi trên đất, chú Tôi vừa tức vừa thương vợ nhiều hơn.* Chú nhớ hoài cặp mắt nhơn hậu, biết cảm thông và tha thứ của người đàn bà nhà quê, là thím Tìa khi thím cúi xuống kéo chú Tôi đứng dậy. Cũng may, lúc đó vợ chồng con út đang làm cỏ lúa ngoài ruộng không hay biết gì". Thua vợ, chú Tôi giữ lời hứa, qua Hà Tiên ở với vợ chồng thằng Tư.Sự đời có sanh có diệt, chú Tư theo ông bà ông vải. Đúng lúc vợ thằng Tư hớt hơ hớt hải chạy về Bầu Nhum báo hung tin thì con Út cũng chạy bay ngược qua Hà Tiên báo tin thím Tìa lìa đời. Hai vợ chồng sanh cùng ngày, cùng tháng cùng năm, chết cũng cùng năm, cùng ngày, cùng tháng. Chuyện nghe như...truyện.Truyện thì tác giả muốn cho chết trùng nhau lúc nào mà chẳng được. Nhưng Phan Ni Tấn lại kết câu chuyện tưởng như không thật này bằng mấy dòng chót: *"Chuyện tôi viết ra đây là do anh Hai Tụ, con của chú thím Tôi trong lúc trà dư tửu hậu đã kể cho tôi nghe năm 1972 tại huyện Tây Sơn, tỉnh Bình Định. Năm đó tôi cùng Đại Úy Vĩnh từ Kontum ra Qui Nhơn công tác với sư đoàn Bạch Mã, Đại Hàn, mới biết ở Tây Sơn có lễ hội truyền thống phát huy tinh hoa võ thuật. Tại đây tôi quen biết võ sư Hai Tụ. Từ đó đến nay ngót 45 năm tôi không còn nghe tin tức gì về anh".*

Hình như tác giả thích chuyện quyền cước. Tôi không đếm nhưng trong *"Có Một Thời Ở Quê Hương Tôi"*, các nhân vật đánh võ tùm lum tà la trên các trang sách. Tôi lọc ra hai truyện tiêu biểu. Chuyện võ của vợ chồng chú Tôi thím Tìa. Và chuyện "Huyền Phổ Đại Huynh"của một linh mục. Cuộc đời ông cha này khá ly kỳ. Ông là đệ tử của Hòa Thượng Tuyết Đình Phúc Dụ, phương trượng chùa Thiếu Lâm do vua Hán Vũ của nhà Bắc Ngụy xây năm 497 trên đỉnh Thiếu Thất tại Tung Sơn, Hà Nam, Trung Hoa. Khi trở về Việt Nam, đại huynh Huyền Phổ không mở trường phát huy võ thuật, không quy y tam bảo, lại cải đạo đi tu khoác áo nhà dòng. Cuộc đời của vị linh nục này khá đặc biệt. *"Thời linh mục Huyền Phổ còn tại thế, câu chuyện về Cha khá đặc biệt. Một tông đồ của Chúa lại là một cao thủ võ lâm ưu thời mẫn thế. Tuy đã ngoài bốn mươi, trong chiếc áo chùng đen, Huyền Phổ vẫn nhanh nhẹn, lừng lững như một con gấu trên đường vân du hành hiệp và truyền đạo. Một linh mục bụi đời với tấm thân gồ ghề, hình tượng hiệp nghĩa cỡi ngựa ô thường xuất hiện giữa đám thảo dân hiền lành, nhỏ bé ở Lạng Sơn, Cao Bằng, Lào Cai, Sapa, Mèo Vạc, Mù Cang Chải, Tả Giàng Phình...Dắt ngựa rảo giữa chợ phiên linh mục Huyền Phổ luôn luôn thân thiện, hào phóng, vui tay phát quà bánh cho trẻ con, rao giảng tin lành cho người lớn, nên tên tuổi Cha đã mau chóng trở thành một trang dị khách, lưu truyền suốt chiều dài dẫy núi Hoàng Liên Sơn hùng vĩ".* Cha Huyền Phổ rất ghét những kẻ gian hùng. Có bốn hạng ngườicha phải trừng trị nếu không cải hóa được. Đó là: giặc ngoại xâm, kẻ giết người, quân đầu trộm đuôi cướp và bọn hiếp đáp dân lành. Mang trên người chiếc áo chùng thâm, cha không thể giết người nhưng trừng trị bọn này tới nơi tới chốn bằng cách điểm vào huyệt đạo khiến chúng tê liệt, bại xụi, suốt đời trở thành kẻ vô dụng. Cha đã điểm huyệt hai tên lính Lê Dương cưỡng hiếp hai cô gái quê và "biến chúng thành thái giám". Ám khí của cha là những viên bi xe đạp. Cha đã dùng để bắn vào huyệt đạo của bốn tên Việt cộng đang hành quyết một người dân khiến chúng rũ người bất khiển dụng. Cũng với ám khí phóng ra, cha đã xử hai tên cướp trên phố Hàng Buồm, Hà Nội. Cha Huyền Phổ đã theo đoàn người di cư vào Nam năm 1954. Chuyện nghe như huyền thoại xảy ra từ thời ông cố tổ có những hiệp sĩ hành hiệp trên đường vân dunhưng tác giả lại thêm vào đoạn kết: *"Đó là một quãng đời ngang dọc, đầy sôi nổi và dũng cảm của linh mục Huyền Phổ, qua lời kể của Cố Đạo Francis Bay. Cố Bay, bạn đạo của cha Phổ, cũng là bạn đồng hành di cư vào Nam trên cùng một chuyến tàu "há mồm" với cha Phổ. Ở Ninh Thuận, trong lúc làm việc ở ga Kà Rôm, rảnh rỗi tôi viết ra truyện ngắn này. Hồi đó cố Bay kể sao tôi ghi lại y như vậy, nhưng trong kỳ nghỉ hè, đáp tàu lửa về* Sài Gòn, tôi vô ý *làm thất lạc cái cạp-táp trong đó có cốt truyện tôi viết về cha Phổ. Mãi đến 60 năm sau, ở Canada tôi mới viết lại truyện ngắn này. Để phù hợp với cách kể chuyện qua bút pháp riêng của tôi, tôi đã tự ý thay đổi một số chitiết về cha, để - ở đâu đó, vời vợi trên cao sanh kia – hình ảnh sống động của Huyền Phổ lại tỏa rạng trong trí nhớ, trong tình thương của con người bằng vẻ đẹp bác ái của một Kitô hữu: linh mục Huyền Phổ và vẻ đẹp quả cảm của một trang dũng sĩ: Huyền Phổ đại huynh".*

Tôi thấy con người thật của Phan Ni Tấn ngoài đời trong những dòng chữ này: chân chất, hiền hòa, nói năng củ rủ như tâm tình. Nhưng trong cái vỏ hiền hòa đó sao tôi vẫn thấy ánh lên chút tinh ma của một tâm hồn sắc sảo, sống nhiều, rất rành đời. Đời của anh bạn họ Phan này không cho phép anh ngu ngơ. Anh là tên "tù cải tạo" rất sớm, trước chúng tôi, ngay từ khi Ban mê Thuột thất thủ vào ngày 10 tháng 3 năm 1975. Hai năm sau, anh trốn trại và xuống Sài Gòn. Ban ngày anh lang thang vô định, trốn chui trốn nhủi như chuột. Ban đêm anh màn trời chiếu đất. *"Có đêm ngủ ở chợ Thái Bình. Có đêm rúc trong xe nước mía ở Ngã Tư Bảy Hiền. Có đêm ngủ bậy trên cây vú sữa đường Lương Hữu Khánh. Có đêm ngồi co ro dưới chân Cầu Bông... Tôi ngủ bậy bao nhiêu, câu thơ thương cảm trong hồn tôi trào ra bấy nhiêu. Chim có tổ, người có tông; tôi cũng là người nhưng còn có cái gì đây! Người đời nhìn tôi thân tàn ma dại lúc bấy giờ chẳng ai ngờ mình cũng từng là một sĩ quan Quân Lực Việt Nam Cộng Hòa".*

Viên sĩ quan này là người xứ mô, chơi với anh tôi nghĩ anh là dân miệt dưới, Rạch Giá, Cà Mau chi đó. Vì thơ anh hay quanh quẩn nơi con nước lợ này. Văn anh cũng... miệt dưới không kém. Đọc chơi vài câu: *"Từ đó, đời thương hồ của con Ứng lại trôi giạt muôn phương. Lúc thì chợ nổi Cái Răng, lúc Ba Láng, lúc bến đò Châu Giang, lúc lại giạt xuống tận con kinh Xác*

Cò, quê ngoại thím Tư Đực, để biết đâu là cùng trời cuối đất. Thân gái mười hai bến nước, con Ứng gắn bó với đời ghe và sông nước nhiều hơn trên bờ. Có lần ở Ngã Bảy Phụng Hiệp, nó đang lui cu*i chụm lửa nấu cơm chiều ở đuôi ghe, chợt nghe thím Tư Đực la hoảng: "Í mèn ơi, A Ứng! Thiếu chút xíu là tao quên trớt quớt. Mầy cầm tiền chạy lên quán chệt Chịa mua cho thím chai dầu lửa coi".*

Nhưng tôi bé cái lầm, anh là người xứ đất đỏ Ban Mê Thuột. Làm sao tôi biết được chuyện này khi chưa bao giờ thấy anh đóng khố thổi khèn. Nhưng anh cũng chỉ là dân ngụ cư nơi xứ đất đỏ thôi. Anh khai thân thế như thế này: *"Quê nội tôi ở Cần Giuộc. Quê ngoại lại ở Huế. Một bổn hai quê cho nên trong tôi chảy hai dòng máu Trung Nam Kỳ. Nó không chảy ngược xuôi như dòng sông Cái Lớn ở quê vợ Rạch Giá, mà nó hòa quyện vào nhau nhẹ nhàng chảy vào đời tôi".*

Dòng máu Trung kỳ là thứ dữ. Đó là dòng máu của bà Hồ Thị Chỉ, cố tổ của anh. Bà Hồ thị Chỉ là con gái quanThượng Thư Hồ Đắc Trung, khi nạp cung được phong làm Nhất Giai Ân Phi, chính phi của vua Khải Định. Vua có 12 bà vợ nhưng bà được sủng ái nhất vì vừa có sắc, vừa nết na, lại giỏi tiếng Pháp, giữ vai thông ngôn cho nhà vua. Có một chi tiết khá thú vị về bà cố tổ của tác giả: bà là Nhất Giai Ân Phi, coi như Hoàng Hậu, vì thời nhà Nguyễn không sắc phong Hoàng Hậu. Vậy nên khi bà Từ Cung, một cung nữ trong triều, sanh ra Bảo Đại, ông được coi như con của bà chính phi Hồ Thị Chỉ. Chuyện Bảo Đại có phải là con của vua Khải Định không còn là một nghi vấn. Vì vua Khải Định là *gay*! Khi vua Khải Định thăng hà, Bảo Đại lên ngôi đã đầy bà Hồ Thị Chỉ ra ngoài cung và phong bà Từ Cung là Hoàng Thái Hậu.

Tới đời ông ngoại anh là quan thất phẩm, quan lại trong triều gọi là "Ông Cụ Thất". Bà ngoại anh là "Bà Cụ Thất". Sau khi ông ngoại anh mất, bà ngoại anh dắt đàn con 8 đứa ra Nha Trang, rồi lên Ban Mê Thuột lập nghiệp. Tuổi thơ của anh ở nơi vùng đất đỏ này.

Vậy anh là dân...chàng hảng. Một chân ngoài Huế, một chân ở Cần Giuộc. Sau anh mọc thêm một chân nữa ở Ban

Mê Thuột. Vậy nên "quê hương tôi" nằm dài từ Trung vào Nam, rất tốn chỗ. Bạn bè thấy anh có vẻ Nam hơn Trung lại là chuyện khác. Chuyện anh bị nắm cẳng!

Chuyện mần răng, tôi phải giây mơ rễ má một chút, lạng qua chuyện cô Ba. *"Cô Ba là con thứ hai của ông bà Chín Hiến, gồm sáu người con. Ông Chín Hiến, người Triều Châu, là một thương gia giàu có nức tiếng ở chợ Thứ Ba. Ngoài lẫm lúa, quanh năm chứa đầy kho, bao gạo chỉ xanh trăm ký chất từ nền xi măng* lên tới trần nhà, ông còn làm chủ ba chiếc ghe chài, một dẫy nhà lầu ba căn đồ sộ. Năm 1948 ông Chín Hiến lập gia đình với một phụ nữ Việt, người Tiều gọi là An-nàm-nán. Thím Mười, *vợ ông Chín Hiến, tánh tình hiền lành, chất phác, suốt ngày chăm chút mảnh vườn, thửa ruộng, tần tảo nuôi con. Trong sáu người con, ba trai, ba gái, ngoài tùa hia Cuôn là anh Hai, cô Ba là trưởng nữ trong gia đình. Cô tên Khả Khiếm, nhưng người làm trong nhà vốn quí mến cô, thường thân mật gọi là cô Ba. Cô Ba có nước da đen giòn của người miền biển, mái tóc mượt mà rẽ ngôi, thả dài ngang lưng, miệng lúc nào cũng cười tươi tắn. Cô Ba giống mẹ,có tài quán xuyến từ trong ra ngoài. Hồi nhỏ cổ đã có năng khiếu về nữ công gia chánh. Từ thêu thùa, may vá đến nấu nướng đều giỏi giang. Tổ chức tiệc tùng hay đám cưới đám hỏi nào mà thấy cô lăng xăng trong bếp là ai nấy thảy đều an tâm".*

Thập niên 80, gia đình cô Ba vượt biển qua Canada. Cả gia đình chịu khó làm ăn nên người nào cũng thành công, nhà cửa đàng hoàng. Cô Ba rồi cũng có chồng. Gia đình yên ấm, hạnh phúc. Chồng cô Ba là ai, lại phải đọc tiếp đoạn cô Ba...về già. *"Cô Ba đã bước vào tuổi 60. Ở cái "lục thập nhàn", thân hình có vẻ đẫy đà, tóc tuy có bạc, sợi rụng ít nhiều mà sao trông cổ vẫn còn mặn mà hết sức; vẫn nói cười cởi mở, vẫn mần ăn buôn bán nuôi mỗi thằng con thôi, mà cũng thành ông kỹ sư này ông kỹ sư nọ. Còn đức ông chồng của cô Ba nghe nói đã nghỉ hưu mấy năm rồi, hình như mắc cái bệnh đãng trí gì đó. Nghe thiên hạ xì xầm "thằng cha cựu sĩ quan gốc núi này ở Việt Nam sức mấy mà với tới cô Ba!". Mà đụng tới sĩ quan sĩ quyết vào thời buổi chiến tranh là thím Mười trề môi: "Lấy mấy ông sĩ quan chỉ mau thành góa bụa chớ sướng ích gì". Vậy đó,chạy lạc ra xứ người cái gì cũng đổi khác hết trơn. Có điều, hổng cần biết thằng chả là ai mà quơ nhằm cô Ba là tốt số quá chừng rồi! Con Miên, ở đợ trước kia cho ông bà Chín Hiến ngồi bắt chí cho đứa con gái, lắc đầu chép miệng nói: "Thằng chả hên thiệt à nghen. Chắc kiếp trước có tu".*

Cô Ba tôi thấy quen quen. Mà thằng cha sĩ quan gốc núi tôi thấy cũng quen quen. Hình như tôi có gặp hai người này nhiều lần. Cũng có lẽ mắt tôi kèm nhèm, nhìn người nọ lộn qua người kia. Tuổi tôi, lộn là thường!

Gấp cuốn *"Có Một Thời Ở Quê Hương Tôi"* lại, thấy vui. Bạn ta một thời ca hát, một thời thơ thẩn, nay lại bắt đầu một thời văn vẻ. Bắt đầu nhưng, như Tây họ nói, là một*coup de maitre*. Chơi cú đầu đã xịn liền. Tôi khoái cái văn phong không giống ai của ông bạn lang thang hết đường núi đường rừng tới đường sông đường nước. Lối kể tỉnh bơ, tưởng là của người đứng bên lề, nghiêng người ngó chơi, nhưng lại kẹp thêm mấy miếng tình hết sức tình vào.

Tôi đã nói tới cái tam giác đều tạo bằng hai cạnh thơ và nhạc dài ngoẳng cùng cạnh văn mới khởi đầu ngắn ngủn trong sự nghiệp văn học của ông bạn họ Phan. Nhưng hình như không phải vậy. Cái cạnh văn coi bộ cũng có thể ngang ngửa với hai cạnh trên. Tôi chờ ông bạn kéo giãn cái cạnh dưới ra cho bằng hai cạnh kia. Lúc đó sẽ có cái tam giác cân, cạnh nào ra cạnh nấy. Như một cánh diều, bay cao, bay cao!

02/2019
***Website:** www.songthao.com*

Hình gia đình

Vinh danh 4 nhạc sĩ
Phạm Mạnh Cương, Lê Dinh, Trường Sa và Phan Ni Tấn,
"Nét Nhạc Cung Đàn" thứ Bảy 07/11, tại hý viện Isabel Bader Theatre, Toronto.

Nhà văn Song Thao, Đoàn Phế, nhà thơ Hoàng Xuân Sơn, PNTấn & nhà văn Võ Kỳ Điền

Từ trái: Hà Thúc Sinh, Võ Đình, Phan Ni Tấn, Vi Khuê, Washington, DC 1985

TRƯỜNG KỲ

Trường Kỳ Và Thơ Ca Phan Ni Tấn

(Trường Kỳ với chương trình Nghệ Sĩ Và Đời Sống)

Ca khúc *Bài Ca Học Trò* không những phổ biến trong phong trào Du Ca mà Phan Ni Tấn là một thành viên, nhưng *Bài Ca Học Trò* với lời ca đầy mỉa mai, chua chát là một tác phẩm đồng vọng và băng hóa vì chiến tranh đã được truyền đi rất nhanh chóng. Tư tưởng của ca khúc này ra đời một cách hợp tình hợp cảnh nhưng nó đã không được phổ biến chính thức mà đã bị tam sao thất bổn để lời ca không thể sống.

Ngoài ra CD đầu tay mang tựa đề Sinh Nhật Của Cây Đàn của Phan Ni Tấn với những tác phẩm trong CD này tác giả đã đề cập tới những địa danh miền cao nguyên như Banmêthuột, Pleiku, Kontum v.v.

Về những sáng tác mang âm hưởng cao nguyên của mình, bài hát như nhạc phẩm *Đứa Con Của Mẹ Núi*, Phan Ni Tấn chú trọng về cách xử dụng những nhạc cụ đặc thù mà Phan Ni Tấn có khả năng thực hiện được những âm thanh sống thực.

Phan Ni Tấn sinh tại Banmêthuột năm 1948 (năm sinh chính thức là 1946). Năm 1960, sau khi học trường Trung học Banmêthuột được một tháng bốn ngày, Phan Ni Tấn chuyển trường về Sài Gòn tiếp tục con đường học vấn và cũng từ đó Phan Ni Tấn bắt đầu đi vào văn đàn nghệ thuật cũng như gia nhập chương trình sinh hoạt văn nghệ với một số anh em của Phong Trào Du Ca Sài Gòn năm 1966. Sau khi đậu tú tài toàn phần anh ghi danh vào trường Đại học Khoa Học năm 1969 đến năm 1970 Phan Ni Tấn gia nhập trường Bộ Binh Thủ Đức. Sau khi tốt nghiệp trường Bộ Binh Thủ Đức anh nhận sự vụ lệnh về Pleiku, Kontum trong vòng hai năm rồi chuyển về Banmêthuột. Chính thành phố của miền cao nguyên đất đỏ này đã ăn sâu vào tâm hồn nhạy cảm của Phan Ni Tấn để anh có dịp tạo nên những ca khúc không theo sự tưởng tượng mà theo cảm xúc của mình cũng như tiến hành về những kỷ niệm của miền cao nguyên.

Ngoài hình ảnh của vùng núi đồi cao nguyên dòng nhạc Phan Ni Tấn còn cho người nghe những ca khúc theo tâm hồn dân ca miền Nam mà anh phổ nhạc thật tài tình. Chính là hình ảnh đặc biệt của miền đồng bằng sông Cửu Long, đó là nơi anh thích thú vào mùa hè năm 1969 - 70 sau nhiều tháng lang bạc khắp nơi ở miền Tây. Và người nghệ sĩ có tâm hồn rất nhạy cảm này một lần nữa bị lôi cuốn để đem hình ảnh quê hương vào những ca khúc của mình.

Như trước khi đến với những dòng nhạc đầy màu sắc và tình cảm quê hương xuôi từ miền cao nguyên xuống đồng bằng sông Cưu Long, Phan Ni Tấn là một người đã từng viết những ca khúc đấu tranh trong thời kỳ hăng say của tuổi thanh niên, nhất là ở tuổi hai mươi. Thật ra trong thời gian này, Phan Ni Tấn cũng từ viết ra những dòng nhạc nhưng không phổ biến hơn nữa nhạc tranh đấu lúc đó đang bùng lên phong trào trong giới thanh niên nên nhạc tình chỉ giữ một chỗ đứng khiêm nhượng trong tâm hồn sôi sục lửa đấu tranh.

Không những chỉ là một người nổi tiếng về âm nhạc, Phan Ni Tấn còn được biết nhiều trong lãnh vực thơ mà anh đã bước vào từ năm 16 tuổi. Sang hải ngoại Phan Ni Tấn cộng tác với các tạp chí văn học nghệ thuật như Văn, Văn Học, Nhân Văn, Hợp Lưu, Văn Nghệ, Sóng Văn, Diễn Đàn Tự Do v.v... Nhưng sang lãnh vực âm nhạc mà anh tự học lấy, Phan Ni Tấn cũng nhận được ảnh hưởng từ thân phụ anh, là một người xử dụng violon cổ điển rất hay với nghệ danh là Ba Lô cùng thời với những nghệ sĩ tài danh như Út Bạch Lan và Thành Được. Và cũng do ảnh hưởng đó mà tâm hồn cổ nhạc đã ảnh hưởng vào Phan Ni Tấn mà anh dễ thành danh tiếng trong những sáng tác của anh sau này như bài Lý Con Sáo Bạc Liêu.

Và Phan Ni Tấn có tâm sự thêm là rất nhớ tới thân phụ anh đã qua đời từ lâu khi viết thành ca khúc Lý Con Sáo Bạc Liêu. Phan Ni Tấn có khả năng đặc biệt trong cả hai lãnh vực thơ và nhạc, anh cho biết đều thích sống hết mình trong cả hai lãnh vực này mặc dù thơ hay nhạc đều là nghề tay trái của anh.

Những tác phẩm về hai bộ môn thơ và nhạc đã được Phan Ni Tấn chọn lọc để đưa vào tuyển tập nhạc và CD của anh sau khi ra đến hải ngoại. Phan Ni Tấn từ Rạch Giá đã vượt biên một mình từ cuối năm 1979 và đến trại tỵ nạn Laem Sing, Thái Lan. Sau bốn tháng ở trại tỵ nạn, anh được đưa lên Bang Kok được khoảng nửa tháng trước khi được một nhà thờ bảo lãnh sang Toronto, Canada.

Sinh hoạt văn nghệ của Phan Ni Tấn lắng đọng một thời gian sau cuộc sống ở hải ngoại những ngày đầu tiên. Sau đó anh cảm thấy có hứng thú trở lại từ đầu với cách sống hết mình cho văn học nghệ thuật. Và năm 1983, lần đầu tiên Phan Ni Tấn cho ra mắt tập nhạc Dậy Lửa Trường Sơn của mình ở Toronto. Khởi đầu bước mạnh mẽ của anh sau đó như thành lập Phong trào Du Ca Về Nguồn, và hai năm sau anh thường từ Toronto qua lại Montreal để cùng với hai nghệ sĩ Hoàng Xuân Sơn và Đinh Ngọc Bôi chính thức thành lập ban Du Ca Đồng Vọng với những lần sinh hoạt gây được nhiều tiếng vang. Tại đây Phan Ni Tấn trở thành một người bạn thân của thi sĩ Luân Hoán mà anh đã phổ nhạc từ bài thơ Khiêng Nước để đưa vào CD của mình.

Nhạc phẩm này sẽ được gởi đến quí vị sau đây để tiếp nối cho chương trình Văn Nghệ Và Đời Sống do Trường Ký thực hiện hôm nay dành cho Phan Ni Tấn.

Sau buổi ra mắt thành công CD Sinh Nhật Của Cây Đàn ở Orange County vào tháng 10/2005, Phan Ni Tấn với đầu óc thích sáng tác cùng với khả năng sáng tạo, chẳng hạn như anh đang theo đuổi một khuynh hướng sáng tác được gọi là "Dục Tính Trong Âm Nhạc"

Tuy mang khuynh hướng "dục tính", như Phan Ni Tấn cho biết mức độ của nó rất nhẹ nhàng và không quá nặng như những bài Tục Ca của Phạm Duy ra đời cách đây 33 năm. Và có lẽ theo cái duyên của Phan Ni Tấn đến với đất nước và con người miền Tây Việt Nam như anh từng đưa vào những ca khúc của mình duyên số đã đưa Phan Ni Tấn đến việc thành lập gia đình với một thiếu nữ người Rạch Giá gốc Triều Châu, và đó cũng là cây đàn tên Ngự Cầm đã kề cận đến anh suốt cả cuộc đời văn nghệ, và đó cũng là cách chơi chữ của Phan Ni Tấn khi đặt tựa đề cho CD của mình là Sinh Nhật Của Cây Đàn tặng riêng cho người vợ thân yêu tên Ngự Cầm đã có với anh một cậu con trai.

Cuôc sống của Phan Ni Tấn hiện nay là một cuộc sống bình dị, êm đềm và tế nhị nhưng lớn lao hơn cả là hạnh phúc anh đang có với một người vợ tần tảo và một đứa con ngoan.

NAM CHI

VỀ MỘT BÀI HÁT

Đối với người nghệ sĩ nói chung, khi hoàn thành một tác phẩm bất kỳ, là đã trút hết được những suy tư, trăn trở, ước vọng... của mình, sau đó là phần của người thưởng ngoạn. Họ đón nhận như thế nào, có đúng như tác giả mong muốn hay không? và cách nào họ đón nhận tác phẩm là điều hoàn toàn không thể nào tác giả biết được, đôi khi có trường hợp tác giả chẳng bao giờ ngờ tới; Ba bài ca học trò của nhạc sĩ Phan ni Tấn đối với tôi cũng vậy. Tôi đón nhận ba bài ca này một cách hết sức tình cờ và trong một hoàn cảnh đặc biệt.

Cuối năm 1978, tình hình chính trị tại VN lúc ấy rất căng thẳng, áp lực của TQ ở biên giới cả hai đầu nặng nề, để đề phòng mọi bất trắc "tiên hạ thủ vi cường" Cộng Sản VN đã tập trung một số thành phần mà theo họ có nguy cơ tạo bất lợi ngoài xã hội, mặc dù đã "học tập cải tạo" có giấy thả về trước đó. Tôi nằm trong số này và bị đưa ra trại A30 tại Tuy-Hòa cùng với khoảng 200 người khác chia thành hai đội. Cả trăm con người chen chúc nhau trong một cái lán tranh, vách đất, xung quanh dọc theo tường là hàng chõng đan bằng cây săng con, mỗi người xích qua nhích lại chưa được 40 phân - không đủ rộng cho những anh chàng nào vai u thịt bắp ngả lưng, vì thế việc gấu ó nhau, xảy ra như cơm bữa nhất là những ngày không phải đi "lao động". Một chiều chủ nhật mưa lất phất, không khí oi nồng, mọi người dồn cả trong lán, mỗi người một cách giết thời gian: Chỗ thì xúm vào bàn cờ tướng, đám thì dồn vào nghe một anh chàng nào đó đang vanh vách kể chuyện "chưởng Kim Dung" đôi anh quen nhau trước đó hàn huyên tâm sự to nhỏ, có anh thì "tranh thủ" vá áo quần, dù mới chỉ trải qua chưa đầy một tháng tại đây, phần lớn còn chưa biết hết tên nhau. Chỗ tôi nằm ngay cửa ra vào, đang nhìn mưa rơi rả rich, bỗng tôi nghe một giọng hát trầm bổng, điêu luyện vang lên từ phía cuối lán, trộn lẫn trong cái ồn ào, nhốn nháo của một nơi ô hợp như ở nơi đây, âm thanh của bài hát nghe lạ tai, và lời thì chưa nghe bao giờ cả dù cũng tự cho rằng mình biết khá nhiều nhạc.

Tôi lần xuống theo âm thanh bài hát, đến gần cuối phòng thì thấy 2 người nằm cạnh nhau đang hát một cách say sưa, cả hai anh đều trạc tuổi tôi và cũng quen sơ trước đó, tôi sà xuống nằm bên cạnh, Ninh chỉ khẽ nhích đủ chỗ cho tôi và vẫn tiếp tục bài hát anh đang hát dở như chẳng để ý gì đến sự có mặt của tôi, bấy giờ tôi mới nghe thật rõ những lời réo rắt của bài hát lạ qua giọng điêu luyện, tròn đầy của anh :

_ *"Cuộc chém giết chưa đến hồi ngả ngũ, nên máu xương nhuộm đỏ mối thù hằn..."* từng chữ, từng chữ một anh nhả ra thấm đậm vào lòng tôi, *"nên giới tuyến người lui về cố thủ, và bày trò đánh lén ở sau lưng..."* - *"lũ chúng con một vài thằng gục ngã, rất âm thầm như những giọt sương khuya, làng quê con băng mình trong lửa đạn, và đường về nghẽn lối phân chia..."* hết bài này anh chuyển sang bài khác, cũng vẫn những lời ca lạ lẫm đói với tôi: *"Kính thưa thầy đây bài chính tả của con, bài chính tả viết về nước Mỹ, con viết hai lần sai chữ American, con viết hai lần sai chữ Communist, con viết hai lần sai chữ Liberty. Làm sao được, làm sao được bởi anh con vừa chết..."*. Tôi lặng người chìm đắm theo bài hát, quên đi mọi sự xung quanh, quên cả khung cảnh mình đang sống, cho đến khi Ninh dừng hát, ngoài trời mưa đã dứt từ lúc nào, và hoàng hôn buông xuống cảnh vật tối mờ mờ, lặng lẽ rời về chỗ nằm của tôi, lòng vẫn còn trĩu nặng những hình ảnh mà bài hát đã vẽ ra qua diễn tả tuyệt vời của giọng hát anh Ninh.

Từ đó tôi dành mọi cơ hội để có thể làm quen với Ninh, và bất cứ khi nào có dịp lại đòi anh hát cho nghe "ba bài ca học trò" như sau này anh cho biết tên của nó, truớc khi nghe cả "tủ" nhạc đủ loại của anh và không biết từ lúc nào mà tôi đã nằm lòng lời các bài này, kể cả nghêu ngao "hét" theo.

Có lẽ bài hát có vẻ "phản chiến" mà chúng tôi - người hát, kẻ nghe - không bị khó dễ gì trong một môi trường đầy nghi ky, dòm ngó trong chỗ lao tù này, với không ít những antene rình rập đêm ngày xung quanh sẵn sàng báo cáo mọi biểu hiện không bình thường của người khác để tâng công và tìm những lợi lộc đê hèn cho mình, quả thực nếu được nghe các bài hát này trong một nơi chốn khác, hoặc thời điểm khác chưa chắc gì đã hằn sâu trong tôi như thế, nhất là ở thời điểm mà những sản phẩm "thời thượng" đủ loại bày nhan nhản trên mọi phương tiện nghe, nhìn, đọc của những năm tháng chiến tranh tàn khốc trên quê hương. Đối với bọn "lính tráng" chúng tôi, những kẻ trực tiếp đối diện với những thực tế của cuộc chiến, những chết chóc, mất mát hy sinh của người quen, bạn bè không còn mơ hồ xa xôi nữa, nhất là sau tết Mậu Thân, với lệnh Tổng động viên, hầu như cả một lớp người từ bỏ mọi quen thuộc của đời sống hàng ngày ném mình vào trong lửa đạn với tất cả bi tráng của cuộc đời quân ngũ. Những biểu hiện "hiện sinh hippi",với hình thức lập dị, yeye, cty, chống chiến tranh "peace not war"- "love not war"đã là những cái gai nhức nhối chọc vào mắt chúng tôi, những đầu tóc bờm xờm, đeo mắt kính trắng, tay cầm hững hờ những Hermann Hess, những Andre Gide, Francois Sagan, Jean paul Sårte những tác phẩm "ghế đá công viên", "khều mặt trời" "yêu nhau đi chiều hôm tôi rồi", bên cạnh đó là những bài Nhạc Trẻ, Hát cho Dân tôi nghe, tiếng hát từ đồng hoang, tiếng hát át tiếng bom... xa rời với thực tiễn đã làm tăng thêm ác cảm, dị ứng của chúng tôi... Thế nhưng bây giờ, trong một tình thế mới, với một thân phận mới, những lời hát này lại là những nỗi niềm u uất dằn vặt, khi nó được nhìn dưới góc độ khác.

Trong hành trang trở về từ nhà tù nhỏ tôi mang theo tâm ba bài hát này, và những lúc vắng vẻ, chán nản lại lẩm nhẩm hát một mình ậm ừ để nhớ về một đoạn đời khó quên. Rồi nó theo tôi ra tới Hải ngoại, đôi lần trong những dịp họp mặt thân hữu, những buổi văn nghệ tết cộng đồng, cắm trại, pinic, bằng cái giọng vịt đực, bằng cái vốn âm nhạc nghèo nàn, tôi ong ỏng đóng góp phần mình trong các sinh hoạt ấy mong được sự đồng cảm của ai đó chăng? Nhưng"tài" của tôi có lẽ chỉ chinh phục được các con tôi khi chúng còn trong... nôi cần tôi ru ngủ thôi, theo năm tháng cùng những sáng tác "tâm huyết" mà các bạn tôi gửi gấm theo tôi và ba bài hát học trò dần trở thành kỷ niệm riêng.

Thực sự cho đến cuốn PBN, mà TS hát bài ca này ra đời, tôi cũng không biết đích xác tác giả là ai, chỉ nghĩ rằng nó thuộc những bài Du ca mà Ninh đã từng sinh hoạt một thời sinh viên thôi, tôi chưa lần nào hỏi Ninh về tác giả, nên khi nghe giới thiệu bài hát của Nhạc sĩ Phan Ni Tấn tôi tò mò chú ý, nhất là anh lại đang ở Canada, rất gần với PBN, khi tiếng hát TS cất lên giai điệu bài hát, tôi ngạc nhiên bởi quá khác lạ so với những gì tôi đã biết, dù lời thì không khác lắm; từ một bài hát với những kể lể u uất, về thân phận nghiệt ngã của cả một thế hệ bỗng trở thành một điệu nhạc vui tươi, tinh nghịch khiến tôi không dám nhìn thẳng vào màn hình để thấy những gì được dàn dựng, và tôi chợt cảm thấy tội nghiệp cho người nghệ sĩ đang trình diễn. Vài hôm sau từ Úc em tôi gọi sang :

- "Anh có cuốn PBN mới ra chưa?"

- Ờ, có rồi, mới xem

- Anh nghe TS hát bài ca học trò rồi hả? Sao không giống với bài hát mà chúng em đã từng sinh hoạt bao nhiêu lần lúc ở Saigon vậy?

Không đợi tôi trả lời nó ong ỏng hát một đoạn bài hát, âm giai đúng như tôi từng nghe, từng biết, nhờ đó tôi biết thêm chi tiết về bài hát đã từng được phổ biến khá rộng này; tôi cũng đồng ý với người em nhưng không thể giải thích được cái thắc mắc mà chính tôi cũng đang có, chỉ tự nhủ rằng có lẽ đây mới đúng là bài hát nguyên thủy vì tác giả chẳng lẽ lại không được thông báo trước khi thu hình? Nếu có gì không đúng, chắc chắn tác giả đã hiệu đính lại rồi, và một chút ngỡ ngàng, thất vọng thoáng qua... cho đến khi do tình cờ thấy tên nhạc sĩ Phan Ni Tấn xuất hiện trong trang nhà Phố Núi Pleiku, tôi vào đọc, qua ba bài thơ và bản nhạc mà anh phổ biến tôi như tìm lại được nỗi cảm xúc như đã có trước đó từ ý thơ đến âm giai bài hát, và khi được anh cho biết là hầu như tất cả sáng tác của anh đã bị mất hết sau năm 1975 trong đó có cả ba bài ca học trò, tôi mới thực sự tin anh chính là tác giả.

Những năm sau 30/4/75 cùng với chính sách xóa sạch mọi tàn dư văn hóa của miền Nam bằng cách tịch thu, thiêu hủy các sáng tác phẩm bất kể thể loại nào, các văn nghệ sĩ cũng đồng chung số phận như tất cả quân cán chính khác bị bắt bớ, tù đày và không còn được sáng tác, mà vẫn không ngăn cản được việc lan truyền âm ỉ ở mọi chỗ, mọi nơi, ra đến tận miền Bắc nhất là ca nhạc, nên để phản ứng lại họ bèn tung ra một quan niệm nhằm hạ giá các sáng tác cũ bằng cách gán cho loại này là nhạc "sang", loại kia là "sến", nhạc "quê hương", nhạc "vàng", nhạc "phản động", nhạc "ủy mị", "ướt át", "sướt mướt" v.v... có người cũng hùa theo mà quên đi rằng để đi được vào tâm hồn người nghe, ít nhiều những sáng tác phẩm ấy cũng đã đồng cảm, chia xẻ một khoảnh khắc nào đó trong đời sống để nó trở nên một dấu vết, một ký ức, một kỷ niệm không phai trong tâm hồn, với suy nghĩ ấy mong rằng tác giả ba bài ca học trò cho phổ biến lại sáng tác này của anh mà tôi chắc rằng không chỉ là mong muốn của riêng tôi .

Nam Chi
NY 4/2011

NGUYỄN NGỌC NGẠN
PHAN NI TẤN, THƠ VÀ NHẠC

Tấn, Ngạn, David Vu & Dũng 1986

Phan Ni Tấn, từ khi tôi quen biết hơn 20 năm qua,lúc nào cũng đi giữa hai dòng văn nghệ là Thơ và Nhạc.

Năm 1988 anh xuất bản tập thơ đầu tay *"Hồi Ký Thơ"* chấm dứt bằng câu:

"Thơ tôi nguyên quán Việt Nam"

Đó là lời nói chân thật nhất của một tâm hồn giản dị, Phan Ni Tấn. Bởi vì khi nhìn sang lãnh vực âm nhạc, dù là tình ca, người ta vẫn thấy cái "nguyên quán Việt Nam" rất rõ nét ở Phan Ni Tấn. Chẳng lạ gì Trung Tâm Thúy Nga đã giới thiệu tới hai bài của anh trong chương trình ca nhạc mang chủ đề mang đầy ý nghĩa: Paris By Night 49, Chúng Ta Đi Mang Theo

Quê Hương. Từ cuốn băng này, tên tuổi của Phan Ni Tấn càng nhanh chóng đi xa và lan rộng. Bài *"Ôi Quê Nhà"*, nét nhạc mới mẻ và phong phú. Bài *"Lý Con Sáo Bạc Liêu"* đặc sắc hơn, kết hợp tài tình tân nhạc và cổ nhạc miền Nam, để lại ấn tượng mạnh mẽ trong lòng khán thính giả dù chỉ nghe qua một lần.

Rồi từ đó, Phan Ni Tấn có thêm những ca khúc đầy chất quê hương khác như *Con Đò Khác Đưa, Khiêng Nước, Phải Lòng Con Gái Bến Tre, Hãy Em Là Thị Lộ*, đặc biệt là những ca khúc viết về dân tộc thiểu số như *Đứa Con Của Mẹ Núi, Pleiku Em Ở Núi Rừng, Vùng Mưa Kontum v.v...* Bài nào cũng vẽ ra những hình tượng đậm đà ngay từ tựa đề của ca khúc, để người nghe gặp lại được một mảnh trời Việt Nam chất chứa nhiều kỷ niệm.

Tính đền giờ này thì Phan Ni Tấn viết tình ca đã khá nhiều nhưng anh luôn cẩn chọn lựa đề tài. Anh muốn người thưởng ngoạn thấy rằng: Hễ nói đến nhạc Phan Ni Tấn, thì không thể không nói đến sự trau chuốt của lời ca. Hoặc anh phổ nhạc từ thơ bằng hữu, hoặc do chính anh viết lời, thì chát thơ lúc nào cũng nổi bật. Cho nên có thể nói: Ở Phan Ni Tấn thơ và nhạc đã trộn lẫn với nhau một cách hài hòa, như hai nhánh sông hội tụ thành một nguồn nước chan hòa tưới mát quê hương.

LÊ HỮU
THƠ PHAN NI TẤN, THƠ NGUYÊN QUÁN VIỆT NAM

"Lòng anh chật ních một quê hương..." (Thơ PNT)

Chỉ là đêm văn nghệ bỏ túi thôi, nhưng quần hào các nơi đều đủ mặt. Không khí ấm cúng, thân mật. Phòng nhỏ, bài trí khá mỹ thuật, theo kiểu cách riêng. Một cái bục gỗ nhỏ đặt giữa phòng. Những tranh, tượng bày biện rải rác. Bàn ghế lỏng chỏng cái thấp cái cao, chỗ này chỗ kia, đủ kiểu. Ít chai lọ, ly tách còn vương vãi đâu đó trên mặt bàn. Tất cả, thoáng nhìn có một chút "bùi bụi", một chút bề bộn cố ý, có vẻ ít được sửa soạn, hoặc dọn dẹp chưa xong sau một ngày xúm xít làm việc để tạo một phòng triển lãm tại khu hội chợ sách... Như vậy có khi mà lại hay, lại tạo được cái khí hậu tâm lý thoải mái tự nhiên và gần gũi giữa mọi người, và một phong cách riêng nữa, rất là "Mimi Studio"... Cũng chẳng cần ai giới thiệu ai với ai, vì chẳng có ai xa lạ, chẳng có ai là khách khứa, kể cả người đến từ nơi xa nhất là Phan Ni Tấn (PNT).

Chương trình cũng có vẻ tùy tiện, chẳng có sắp đặt gì trước, hết nhạc rồi đến thơ, hết thơ rồi lại nhạc, rồi trở lại ngâm vịnh thơ phú... Phần trình diễn của PNT là những ca khúc mới sáng tác, hầu hết phổ từ thơ các thi sĩ bạn, nói trước là "giọng tôi khàn khàn, không được hay lắm, xin chịu khó nghe..." Nhiều tiếng vỗ tay tán thưởng sau mỗi bài hát... Đã lâu lắm không gặp, nhân lúc nhạc sĩ xin tạm nghỉ giải lao vì khản giọng, gác cây đàn sang bên, bèn lại gần hỏi han ít câu, "Rằng hay thì thật là hay, nhưng sao chỉ thấy nhạc, thế còn thơ PNT đâu, phải cho nghe cả thơ nữa chứ?" "Người đến từ Toronto" chỉ cười cười, nói thơ lúc này rẻ rúng quá! Thơ thì lúc nào mà chẳng rẻ rúng, đâu phải chỉ có lúc này... Nói là nói vậy, nàng thơ đã không phụ bạc thì thi sĩ cũng đâu có dễ gì bỏ được nàng. Thơ PNT vẫn thấy xuất hiện đâu đó trên các tạp chí văn học, vẫn những bài thơ rất là... PNT, đến không cần phải ngó tên tác giả vẫn nhận ra thơ chàng. Lại hỏi, "Tay nhạc tay thơ, tay nào là tay phải, tay nào là tay trái?" PNT cũng chỉ cười cười, "Vợ cả vợ hai, hai vợ đều là... vợ cả."

Thực hiếm có ai sử dụng được thành thạo cả hai tay đến như vậy. PNT yêu cả hai vợ một lúc thiệt tình. Và chàng cứ phải làm công việc lấy thơ ghép nhạc để tạo thế quân bình, để hai cô vợ có thể sống chung hòa bình và cùng lúc sánh đôi được bên chàng cho vui vẻ cả làng. Nhạc chỉ là một nửa PNT, nửa kia là thơ. Nếu chỉ nghe nhạc mà chẳng nghe thơ thì cũng chỉ như nghe một nửa PNT. Phải ghép hai nửa lại mới ra chân dung chàng nghệ sĩ. Bài này xin chỉ lạm bàn về cái nửa sau, là cô "vợ hai". Cái nửa trước, những người yêu nhạc của anh chắc cũng biết mặt quen tên và dễ nhận ra hơn.

Có một lúc nào đó, trong phần diễn ngâm thơ, một người đọc lên cho mọi người cùng nghe những câu thơ khá thú vị. Thơ kể chuyện ăn nhậu, nhưng nghe lại không có vẻ phàm tục mà lại... thấm đượm tình quê hương.

Hãy nhúng dùm ta xấp bánh tráng
tiện tay em cuốn lại quê nhà
thêm chút rau thơm cùng ngò quế
cho ta ăn bằng nỗi thiết tha...

Thơ không nói rõ thực đơn ăn nhậu gồm những món gì, sao lại có rau thơm, bánh tráng. Gỏi cuốn, bì cuốn, hoặc... thịt bò nhúng dấm chăng?... Cuốn miếng bánh tráng mỏng mà sao như cuốn lại quê nhà. Ngậm cọng rau thơm trong miệng mà sao như ngậm một miếng quê hương. Ăn uống thoải mái, ngon lành thì phải là ăn ngấu nghiến, ăn nhồm nhoàm chứ, sao lại "ăn bằng nỗi thiết tha". Dẫu người diễn đọc không chịu nói tên tác giả những câu thơ ăn nhậu ấy, người nghe vẫn có thể đoán được, nhưng còn ngờ ngợ, nên yêu cầu cho nghe tiếp...

Em rót dùm thêm chút nước mắm
cho mặn lòng ta miếng gió quê
miếng gió mát tay người Cần Giuộc
ru ta thơ ấu ngủ bờ đê

Đến đây thì rõ quá! Còn ai vô đó nữa. Tất cả đều hướng cái nhìn về phía PNT, không phải chỉ vì Cần Giuộc là quê chàng (tất nhiên rồi) mà còn vì "miếng gió quê" nữa. "Miếng gió" được lập lại đến hai lần, "miếng" này nhất định chỉ có ở thơ PNT. "Miếng" gió nghe gần gũi, thân thiết hơn là cơn gió, làn gió, hơi gió, ngọn gió. Nói "miếng gió quê" nghe thuận tai và "chan chứa tình quê" hơn là làn gió quê, ngọn gió quê. Chỉ có tiếng sáo diều vi vu trong gió, và miếng gió quê làm mát tay người Cần Giuộc mới "ru ta thơ ấu ngủ bờ đê", để đánh một giấc say sưa, ngon lành được. Cũng ít có ai dám đưa... nước mắm vào thơ. Nước mắm trong thơ PNT nghe mặn mòi (chứ không... nặng mùi) và nồng nàn mùi vị của "quê hương tôi nước mặn đồng chua".

Những "miếng" và "miếng" trong thơ Phan Ni Tấn

Nghe được trong đêm ấy một khúc hát thể điệu dân ca của PNT. *Thời gian trôi lướt qua, xác xơ miếng trăng tà. Bến cũ cây già. Tôi về nghe mưa khóc hoài con sáo bay xa...* ("Con sáo Kiên Giang"). Hỏi tác giả, "Tưởng 'miếng' chỉ ở trong thơ, hóa ra lại còn có ở trong nhạc nữa sao?" PNT lại cũng chỉ cười cười, "Đâu chẳng có." Quả đúng vậy, nhạc, thơ gì cũng đều có "miếng". Đâu phải chỉ "miếng gió quê, miếng trăng tà" không thôi, còn rất nhiều, rất nhiều "miếng" khác được tìm thấy trong những dòng thơ, dòng nhạc (hay "miếng thơ, miếng nhạc") PNT. Chỉ nói riêng về thơ, hễ có thơ là có "miếng", "miếng" ở cùng khắp trong thơ. Nhà thơ sử dụng miếng võ "miếng" rất đỗi tài tình, độc đáo, tạo thành ngôn ngữ thơ rất PNT. Thử đọc chơi ít câu thôi để thấy không chỗ nào là không có "miếng".

Bản tình ca ai hát sao mà ngọt
bàn tay xưa xóa miếng yêu đầu
(Lời Đêm)

"Miếng yêu đầu" thay cho những "thuở ban đầu, cuộc tình đầu, tiếng yêu đầu..." vẫn thường nghe, thường thấy. "Miếng" nghe vẫn ngọt ngào hơn, đằm thắm hơn.

Lòng em anh ơi tịnh như trang giấy
vì vướng miếng đời mà động bụi bay
(Đêm, Bức Họa)

"Miếng đời" nghe cũng đâu khác chi "đời cơm áo", cũng đắng cay, cũng chua xót vậy.

Nghiêng chai rót hết đêm cùng cạn
miếng bè, miếng bạn, miếng tình thân
(Miếng Bạn Miếng Bè)

"Miếng" ở đây nghe lại thật hào sảng và thân tình, như dốc cạn hết nỗi niềm bầu bạn trong chén rượu đầy vơi.

Sẽ biếu chị nửa miếng thanh xuân
giấu trong ngày xưa thuở còn nhỏ dại
(Thư Gửi Chị Khuất)

Sao không là miếng nguyên vẹn? Chỉ nửa miếng thôi thì chắc gì đã đủ để vớt vát, để níu kéo lại một thời xuân sắc đã phôi phai với rất nhiều hối tiếc.

"Miếng" còn là ánh trăng, là cánh sao trong câu lục bát nên thơ.

Đói lòng ăn miếng trăng tơ
xôn xao cành gió động tờ mây trôi
(Đường Hành Hương)
. . .
Trên trời sáng miếng đêm thâu
soi tôi óng ánh mối sầu đợi ai
(Cuộc Đợi)

"Miếng" cũng nằm rải rác trong câu ngũ ngôn cuồng ngạo.

Nuốt từng tia nắng quái
bụng no ứ miếng đời
đến bên bờ đá dựng
thả mấy nhành thơ rơi
. . .
vác cây đàn cổ gẫy
miệng ngậm miếng trăng tà
(Thị Cuồng)

Do đâu nhà thơ sính dùng "miếng" đến như vậy. "Miếng" ở đâu ra nhiều quá vậy? Theo nghĩa thông thường, miếng là phần nhỏ được tách ra khỏi nguyên khối, có nghĩa tương tự mảnh, mẩu, mảng... (miếng đất, miếng vườn, miếng bánh, miếng da, miếng giấy, miếng thuốc lào...), hoặc một lượng thức ăn thức uống vừa đủ để cho vào miệng (miếng thịt, miếng cá, miếng cam, miếng xoài, miếng nước, miếng sữa, miếng canh, miếng cháo, miếng cơm manh áo, miếng đỉnh chung...). Nam bộ có "cười miếng chi" (nghe hay hơn, dễ thương hơn "cười mím chi"), "cho qua hun miếng coi" (nghe hay hơn "hun cái coi"). Ca dao có "tiếc gì một miếng trầu cay...". Tục ngữ có "ăn miếng trả miếng", "miếng ăn là miếng nhục", "miếng khi đói, gói khi no", "không được tiếng cũng được miếng", "miếng ngon nhớ lâu, đòn đau nhớ đời". Vũ Bằng có "miếng ngon Hà nội", Chính Hữu có "áo anh rách vai, quần tôi có hai miếng vá"...

Như vậy thì "miếng" đã có từ lâu lắm rồi chứ đâu phải mới bây giờ, nhưng thực tình chẳng có chỗ nào "miếng" được tìm thấy nhiều cho bằng ở trong thơ PNT. Những ví dụ không sao kể xiết: miếng củi, miếng cắn, miếng vui, miếng buồn, miếng lưng trần, miếng nước non, miếng hồn (không phải... điếng hồn), miếng gió quê, miếng trời xanh (có "miếng đất" thì phải có "miếng trời", tại sao không?), miếng trăng xanh, miếng trăng vàng, miếng trăng tà, miếng trăng tơ (chỉ thiếu miếng trăng non, trăng già nữa là đủ bộ) miếng ngày, miếng đêm thâu, miếng sáng trăng (chưa thấy miếng tối trời), miếng chiều xanh (chưa thấy miếng chiều tím, chiều vàng), miếng tang thương, miếng tả tơi (chắc là miếng vá), miếng vàng phai, miếng mặn mòi, miếng yêu đầu (chưa thấy miếng yêu cuối), miếng ăn sầu (không phải miếng ăn... trầu), miếng... v.v. và v.v... Nhà thơ quả là tay phù thủy ngôn ngữ. Bất kỳ thứ gì là mảnh đều có thể thay thế bằng miếng: mảnh hồn, mảnh đời, mảnh trăng vàng... biến hóa thành miếng hồn, miếng đời, miếng trăng vàng. Khung trời xanh, khoảng trời xanh, mảng chiều xanh... nghe sao hay bằng miếng trời xanh. Làn gió quê, cơn gió quê, ngọn gió quê... nghe sao hay bằng miếng gió quê. "Miếng" so ra gợi hình hơn, gợi cảm hơn, ngon lành hơn, nghe tới là phát... chảy nước miếng, chỉ muốn hả miệng... cắn một miếng cho đã thèm. "Miếng" nghe ra hiền hòa, mộc mạc, chơn chất (như tấm lòng nhà thơ), và cũng trần trụi gọn ghẽ, giản dị dễ hiểu, không cầu kỳ kiểu cọ, không ỡng ẹo uốn éo, không làm duyên làm dáng, không tô điểm màu mè. Chữ gì ghép vào "miếng" nghe ra cũng có vẻ thân thiết, gần gụi, dẫu có là miếng nhỏ miếng lớn, miếng dày miếng mỏng, miếng ngon miếng dở, miếng vui miếng buồn...

Nhưng tại sao lại là "miếng"? "Miếng" trong thơ PNT thực ra là gì? Sao lại đeo đuổi, gắn bó với nhà thơ đến thế? Cứ xét cả về nghĩa đen nghĩa bóng, nghĩa rộng nghĩa hẹp của từng câu từng chữ trong thơ thì "miếng" đây hiểu ra chính là miếng quê hương, là nỗi niềm hoài hương PNT gửi vào trong thơ vậy. "Miếng" đây cũng là mảnh tình quê, là mảng trời quê hương, là mẩu tâm sự của kẻ xa quê. "Miếng" đây cũng là mảnh vườn, thửa ruộng, luống cày, liếp rau... "Miếng" đây cũng là... bụi chuối buồng cau, là bờ tre khóm trúc, là "cây đa bến cũ, con đò năm xưa" vẫn mong đợi ngày chàng trở lại... "Miếng" đây cũng là "con sông xưa, thành phố cũ", là giếng nước bờ ao, là tiếng chày giã gạo, là cụm khói lam chiều, là cụm mây lững lờ, là đêm "trăng sáng soi liếp dừa", là hương thơm của "lúa chín vàng đầy đồng", là mùi ẩm mục ngai ngái của từng gốc rạ mới cắt..., là hình ảnh là âm thanh là mùi vị của cây cỏ đất trời, của hương đồng gió nội. "Miếng", như vậy chỉ có thể phát xuất từ tình tự dân tộc, từ trái tim nặng trĩu tình yêu quê hương. Từng "miếng" ấy góp lại như trò chơi ghép hình, để sau hết nhìn thấy rõ được bức tranh toàn cảnh đầy hương sắc của quê mình.

Quê hương trong thơ Phan Ni Tấn

Đâu có riêng gì PNT, đã rất nhiều người viết về quê hương. Cũng như tình yêu đôi lứa, nguồn thơ ấy chẳng bao giờ cạn. Tuổi đời càng chồng chất, tình quê càng đậm đà. Càng xa quê lâu năm, nỗi nhớ càng thêm se sắt. Cũng là nói về quê hương vậy, thế nhưng ở PNT, quê hương nghe vẫn cận kề gần gũi hơn, đằm thắm thiết tha hơn, chỉ vì tiếng thơ PNT, tự khởi đầu, đã là tiếng thơ về nguồn, là tiếng suối nguồn róc rách, tiếng sông hiền hòa xuôi chảy qua những miền đất nước, thấm vào từng mạch đất quê hương...

PNT làm thơ tự lúc nào, ít có người biết. Trước đó anh chỉ được biết đến như một kẻ hát rong, một "chàng phiêu lãng ôm đàn tới giữa đời". Chỉ nhớ lời bình phẩm "đúng là tay nhạc sĩ làm thơ" của các bạn thơ anh, khi bắt gặp không phải những câu nhạc đầy chất thơ mà là... những câu thơ đầy chất nhạc.

> . . .
> *cuối biến khúc Elisa thả xuống*
> *dấu lặng tròn đọng dưới đáy hồn anh*
> (Para Elisa)

Đâu phải chỉ đem thơ vào nhạc, PNT còn đem nhạc vào thơ nữa. Cũng đâu phải quê hương chỉ có trong nhạc PNT, quê hương còn ở cùng khắp trong thơ anh nữa.

Quê hương ở mỗi địa danh, mỗi nơi chốn thân quen, mỗi con phố, mỗi thôn xóm, mỗi làng quê, có khi là một thành phố biển "miền quê hương cát trắng".

> *Qua cầu Xóm Bóng mưa bay*
> *nhịp xe thổ mộ sầu lay lất đời*
> *Ghé Tháp Bà đứng nhìn trời*
> *ngó vô Cầu Đá nhớ người viễn du*
> . . .
> *Cái ngày bỏ biệt Nha Trang*
> *đèo cao Rọ Tượng cao ngang tầm sầu*
> *hay tại lòng tôi mưa mau*
> *thấy Nha Trang khóc dưới cầu Hà Ra*
> (Nha Trang, Vết Tôi)

Cũng có khi là một tỉnh lỵ heo hút, "bụi-mù-trời" và "buồn-một-thuở" ở miền cao nguyên đất đỏ Banmêthuột.

Gió chướng thổi qua cầu Mười Bốn
cầu già như một bộ xương khô
Trăng soi lạnh cả vùng sông nước
mạn ngược xuồng ai cố chống vô
. . .
Khóc mùi một trận đi, quê núi
vuốt ngực trôi xuôi những nỗi niềm
Trả hết về xưa cho gió xóa
để hồn ươm vạt nắng vàng im
(Quê Núi)

Chiếc cầu bao nhiêu tuổi không biết, chỉ nghe nói "già như một bộ xương khô" là cũng đủ hình dung cũ kỹ biết chừng nào. PNT xa quê đã lâu, quê hương tưởng đã mịt mù tăm tích, thế nhưng ở mỗi địa danh, mỗi nơi chốn mà gót chân "chàng phiêu lãng" đã từng ngược xuôi xuôi ngược, hình dáng quê nhà đến nay vẫn còn đậm nét trong tâm trí, tưởng như đã có lần về thăm chốn cũ, hay chỉ mới xa quê hôm nào đây thôi. "Trả hết về xưa cho gió xóa", thế nhưng liệu gió có xóa được không, hay gió chỉ thổi về làm nhức nhối lồng ngực, làm se sắt buồng tim.

Trải ra đây một miếng chiều
tôi ngồi tựa gốc đìu hiu Đồng Xoài
Mùa xuân đã mọc hiên ngoài
thương em còn ngủ giữa hoài niệm anh
(Mọc Ở Đồng Xoài)

Ở đây còn có thêm một địa danh, và lại thêm một "miếng chiều". Những câu thơ đọc lên tưởng chừng đang sống giữa mùa xuân quê nhà.

Quê hương còn ở mỗi chén cơm chén nước, chung trà chung rượu mời mọc nhau trong những ngày đầu xuân nơi xứ lạ quê người.

Mời em một chén quê nhà
một ly non nước làm quà đầu năm
(Mâm Cỗ)

Quê hương còn ở cả những bữa nhậu giữa các bằng hữu. Hễ rượu vào là thơ ra, thơ gửi gấm tâm sự kẻ tha hương, thơ chất chứa mối sầu ly hương day dứt không nguôi.

Rót chơi vài ngọn gió bay
cho phôi phai nỗi tháng ngày hoài hương
(Rót Hệ Lụy)

Rót chơi thôi nhưng uống là uống thiệt tình, để nghe men rượu ngấm, để khi tỉnh ra lại giật mình mới thoáng chốc đó mà lìa quê đã bao năm, như dòng sông ra biển đi mãi không về...

Tiếng rượu rót tiếng nguồn róc rách
tiếng dòng sông ra biển không về
Ôi chớp lửa cuộc người thoáng chốc
mười lăm năm mê mỏi lìa quê
. . .
lè nhè gặm câu thơ nhớ nước
túy lúy vô hà tức thị phương (*)
. . .
Có ai nói đã ba giờ sáng
đang ngà say nghe thoáng giựt mình
ta chợt nhớ chợt thèm háo hức
tiếng gà xưa gáy thuở bình minh
(Viễn Khách Hành)

Quê hương còn ở một góc chợ, một góc phố, những nhà cửa, những đường xá trong một khu phố Tàu khi bắt gặp tình cờ "quê người thoáng một nét quê hương".

Xuống phố Tàu Đông một buổi chiều
tự dưng trong dạ thấy buồn thiu
thì ra góc phố sao mà giống
cảnh cũ quê xưa muốn thiếu điều...
(Phố Tàu)

"Buồn thiu" chứ không phải "buồn tênh, buồn xo, buồn rầu...", mới nghe ra cái buồn hiu hắt. Câu thơ bỏ lửng ngang đó nhưng ai nghe cũng hiểu thấu, ai nghe cũng muốn... thiếu điều!

Quê hương còn ở những chuyện trò to nhỏ, những kể lể tâm tình giữa cha và con về hình ảnh làng quê một thời nào xa lắc, một dòng sông nước bạc, một vầng trăng huyền hoặc như là cổ tích, ở nơi chốn nào mịt mù, xa thẳm.

Con sinh nơi xứ lạ quê người
xa quê cha biết mấy trùng khơi
con đâu biết dòng sông quê nội
có vừng trăng ai xẻ làm đôi...
(Thơ Đầu Năm Cho Con Trai Đầu Lòng)

Bầu trời nào cũng chỉ một bầu trời, vừng trăng nào cũng chỉ một vừng trăng, thế nhưng những đêm trăng sáng ngước mặt nhìn trời, thấy trăng viễn xứ phương này lại mơ màng nhớ bóng trăng soi phương nào, vì nhà thơ lúc ra đi còn quyến luyến mang theo một nửa vừng trăng quê nội.

Quê hương còn ở nỗi niềm tâm sự trong những cánh thư từ phương xa gửi về quê nhà kể về những nỗi nhớ thương dằng dặc, những năm chờ tháng đợi mỏi mòn.

Em ở bên nhà đâu có biết
lòng chị phai từng chiếc lá rơi
(Cây Đàn Trong Miệng Ngậm)

Quê hương còn ở nỗi nhớ mênh mang về một không gian tịch lặng, những khi chiều xuống êm đềm vẫn nghe phảng phất hương thơm dịu dàng quen thuộc của hoa trà, hoa bưởi, hoa cau thoáng nhẹ đưa trong gió...

Anh vẫn nhớ một chút chiều thinh lặng
qua mùi thơm của gió thoảng hương trà
Đã nhiều năm sau một lời biện biệt
dòng sông đời dài quá đỗi chia xa
(Para Elisa)

Quê hương còn ở những phút giây để lòng mình lắng xuống giữa một vùng sông nước lững lờ, một khoang đò nhỏ, một bóng trăng soi, thả hồn lâng lâng theo câu hò tình tứ vẳng trên sông trôi êm đềm.

Câu thơ đậu trong điệu hò
hồn tôi đậu giữa lòng đò trăng soi
(Trong Khi Chờ Thanh Xuân)

Quê hương còn ở nhịp võng đong đưa và những lời mẹ ru êm ái, ngọt ngào.

Ru đời mấy nhịp bâng quơ
ru con tận tụy ầu ơ... sớm chiều
ru đời có tiếng suối reo
ru con mẹ tiếp lời theo võng này
lời quê đồng vọng chân mây
ca dao là nhịp ru đầy giấc con
(Lời Ru)

Quê hương còn ở những câu lục bát mượt mà, thật đằm thắm, thật gần với ca dao.

Cái sầu bay lả bay lơi
bao giờ rã cánh hụt hơi thì về
(Có Lần Nằm Ở Bệnh Viện York-Finch)
. . .
Lòng còn thơm ngọn gió quê
thổi đâu từ thuở bờ tre mới trồng
(Năm Mới)
. . .
Nước đi xanh biếc một dòng
hẹn trăng ra biển bỏ buồn cho thơ
(Bỏ Buồn Cho Thơ)

Những câu thơ lục bát thẳng cánh cò bay, mênh mông bát ngát mà hồn hậu dịu dàng, hệt như tấm lòng hào sảng phóng khoáng mà đơn sơ chơn chất của nhà thơ.

Chiều rơi từng vạt mong manh
chân đi vừa chạm khúc quanh chiều tàn
(Đường Hành Hương)
. . .
Trèo lên trên ngọn trời mây
thu trăm năm lại một ngày vào thơ
(Hóa Thân)
. . .
Chụm môi thổi tắt tháng năm
anh về thắp ngọn nến săm soi trời
chợt nghe chim hót mấy lời
tay anh nhặt được một đời của em
(Sinh Nhật Của Cây Đàn)
. . .
Vàng lên một cõi hao gầy
câu thơ vừa chớm đã đầy nắng soi
lạ lùng chưa thế gian ơi
hồn tôi là những giọt rơi khẽ khàng
(Giọt Trong)

Sau hết, quê hương còn ẩn hiện chập chờn trong dáng dấp nàng thơ của PNT. Ai dám bảo vóc dáng ấy, nhan sắc ấy lại không phảng phất nét đẹp nghìn năm văn vật của "quê mình".

Đôi khi thơ hóa thành nhân dáng
đứng xinh như trúc mọc đầu đình
(Đành Mượn Câu Thơ Làm Tri Kỷ)

Đọc PNT, có lúc thấy quê hương hiện ra trước mắt thật gần gũi, thấy quê hương bàng bạc, ẩn hiện trong mỗi dòng chữ, mỗi trang thơ. Đọc PNT, ta nghe những tình tự dân tộc như con nước tràn về, như sóng vỗ miên man, như đồng lúa rì rào, như điệu hò văng vẳng, như sáo diều dìu dặt, như bản đàn réo rắt, như lời ru êm của mẹ ngọt ngào... Tất cả những thanh âm quyện lẫn vào nhau mà ta nghe được ở trong thơ chính là lời đồng vọng mênh mang tưởng là xa xăm mà thật gần gũi, là lời của hương đồng gió nội thổi dạt về từ chốn xa quê nhà.

Tiếng thơ PNT là tiếng lòng u uẩn, là tiếng thở dài nhè nhẹ, là mối sầu dằng dặc, là nỗi nhớ da diết không nguôi về một hình bóng xa khuất chốn quê nhà. Những hình ảnh trong thơ không nhiều lắm, có khi chỉ là con đò nhỏ, là mái chèo nhẹ khua nước đêm trăng, là chiếc cầu tre lắt lẻo, là khoảng không gian chiều tịch lặng, là bóng trăng soi mơ màng..., nhưng cũng đủ làm người đọc chạnh lòng, cũng đủ nhắc nhớ về nguồn cội, về một "quê hương khuất bóng hoàng hôn..."

Rượu, bằng hữu, "thơ của người chứng"

"Văn là người", như ta vẫn nghe nói. Ở PNT, ta thấy thơ cũng là người nữa, thơ sao người vậy, như chàng tự vẽ mình trong bức "chân dung tự họa".

Nói đừng cười nha em đài em các
hết nửa đời anh ở núi ở rừng
nên anh quê mùa tánh tình chất phác
nói tới yêu đương thì lại nhát gừng

. . .
Bây giờ qua đây lòng anh vẫn vậy
vẫn cứ như gương một tấm sạch boong
Hồn anh đơn sơ như là trang giấy
sống hổng gì hơn ngoài một tấm lòng
(Thuở Còn Ở Vậy)

"Sống hổng gì hơn ngoài một tấm lòng", đó là PNT, là "trước sao sau dzậy", là "có sao nói dzậy người ơi", là luôn luôn phơi trải lòng ra với mọi người, là dễ hiểu tại sao anh có nhiều bạn bè và bè bạn thảy đều thương quý anh. Cả đến những người gặp gỡ nhà thơ lần đầu cũng đều cảm thấy gần gụi anh ở cái phong cách giản dị, thong dong và thoải mái ấy. Trong thơ anh, ta cũng đọc thấy tình bằng hữu, thấy mối thâm tình đối với bạn bè, thấy tấm lòng đối với người thân, quen. PNT vốn quý bạn, và người có cái tâm "thoáng" như anh chắc là chẳng có khi nào biết đến những giận hờn trách móc, cũng chẳng yêu người này ghét người kia. Anh nhìn ra những cái tốt ở mỗi bạn bè.

Thương bạn hiền như cơm gạo lức
tấm lòng chẳng biết uốn quanh co
(Đãi Bạn Đường Xa)

Trong những cái đam mê của PNT, có mê thơ, mê nhạc, mê bạn bè... Bằng hữu phải kể là nguồn an ủi lớn trong cuộc đời anh, từ khi còn ở quê nhà cho tới lúc xa quê, từ khi còn phòng không chiếc bóng cho tới lúc đã yên bề gia thất. Hạnh phúc không chỉ là mái gia đình êm ấm, hạnh phúc còn ở những lần gặp gỡ, hội ngộ bạn bè, những "tha hương ngộ cố tri", hay chỉ mới sơ giao mà tựa hồ có mối duyên tri ngộ.

Bây giờ qua đây mỗi khi thù tạc
lòng thật bình yên ở giữa bạn bè
(Tứ Trụ)

. . .
Ngồi quanh những bạn bè xưa cũ
và những bè bạn mới quen thôi
gom chung bàn chật, không gian chật
đêm đổ tràn ra giọng nói cười
(Miếng Bạn Miếng Bè)

Tình bằng hữu thể hiện rõ nét nhất ở những câu thơ "rượu vào thơ ra". Được biết Phan-gia-trang, chốn ẩn cư khiêm tốn và hiền lành của gia đình nhà thơ nơi xứ tuyết, đã từng lắm phen là nơi chiêu hiền đãi sĩ, nơi quần hùng năm châu bốn biển đi ngang về tắt vẫn thường khi xăng xái tạt vào, xốc áo ngồi xếp bằng cùng trang chủ chén thù chén tạc. Tửu lượng PNT thực sự chẳng lấy gì làm cao, chỉ chút chút làm vui cùng bằng hữu, mới sương sương đã *"lè nhè gặm câu thơ nhớ nước..."*, thậm chí có lúc lại tỏ vẻ ngại ngùng mỗi khi bè bạn mời mọc ép uống nâng ly nâng chén, nhưng lại có những phút cao hứng và có vẻ thích cái không khí đồng ẩm, đối ẩm làm ra vẻ "tửu phùng tri kỷ thiên bôi thiểu". Dường như trong những phút ấy, khi men rượu ngấm, khi lòng lắng xuống, những chuyện trò càng thêm hưng phấn, những tâm sự càng dễ bộc bạch, và cũng dễ... *"nghe thơ thẩn nhỏ từng câu"* ("Viễn khách hành"). Hơi thơ ra vẻ đầy khẩu khí, nhưng chẳng qua chỉ là mượn rượu giải sầu đấy thôi, đến khi tàn cuộc thì cũng là tàn mộng, lại *"tỉnh ra buồn quá phận con người"*.

Long trọng uống từng hơi hảo tửu
thiệt lòng ta hào sảng quen rồi
. . .
đêm bồn chồn mấy cơn gió nổi
rượu ngang xương mới dứt vòng đầu
. . .
Đánh giặc rừng xanh vài ba trận
về thành ngất ngưởng ngón ăn chơi
cuộc rượu đất trời say cũng chết
tỉnh ra buồn quá phận con người
(Cũng Người Phố Núi)

Bằng hữu ngồi quanh, rượu rót tràn trề. Ở đây là bạn, là nhạc, là thơ, là rượu..., là tất cả quyện lẫn vào nhau dễ gây nên chất men hưng phấn để chỉ nghe thấy những "rót và rót"...

Mầu rượu rót hoài không thất sắc
rót vào ta đỏ chói linh hồn
rót thành thơ giang hồ đề tặng
rót ra đời ấm bạn lòng hơn
. . .
mùi rượu đỏ rót nồng con mắt
rót mềm môi đã giọng lười ươi
(Viễn Khách Hành)

Rượu rót đến mềm môi, đến say lúy túy, đến không rõ là rót rượu hay rót thơ, "*rót hệ lụy xuống văn chương*" hay là "*rót câu lục bát xuống thềm dân gian*" ("Rót hệ lụy"). Bạn cũ bạn mới gì cũng dễ dàng thân mật qua những câu chuyện vãn, chuyện xưa chuyện nay, chuyện văn chương văn nghệ, chuyện nhớ nước nhớ non bên chung trà chén rượu.

. . .
Ly bạc màu cụng với bạn ta
góp vui lại thành ly thân mật
ly mới quen sắc cũng đậm đà
(Viễn Khách Hành)

Không hẳn là sau những cơn say chỉ còn tiếng thở dài "*tỉnh ra buồn quá phận con người*", người đọc thơ PNT còn nhận ra, thơ anh có lắm khi còn là những lời đùa cợt, hồn nhiên và dí dỏm, hệt như tính cách nhà thơ, vẫn thích cười ngạo giang hồ, vẫn nhìn ra được những góc cạnh khôi hài ở mỗi sự vật trong bất kỳ cảnh ngộ nào, ngay đến cả những thời kỳ đen tối nhất, nghiệt ngã nhất, khi thân xác còn đang bị giam hãm tù đày, đang phải trải qua những nỗi nhục nhằn, những cơn khát đói.

Mặc cóc là cậu ông trời
tao mà tóm được thì đời nào tha
(Cóc)

Chỉ là những lời bông đùa nhẹ nhàng, không ác ý, không chút hằn học, oán ghét, căm hận. Hơn thế nữa, thơ còn toát lên tính nhân bản trong nỗi sẻ chia những khổ đau của đồng loại. Những cảnh tượng vẫn gặp ở một trại tù: cảnh người tù trốn trại bị hành hạ, cảnh người tù tử nạn trong lúc lao động khổ sai, cảnh đào huyệt chôn cất người bạn tù, hay cảnh đôi vợ chồng trẻ ngậm ngùi chia tay nhau sau những phút thăm nuôi ngắn ngủi trong nỗi buồn thương, tiếc hận...

Tóc xanh em thả cho đời
mắt còn gửi lại những lời nhớ thương
đứng sau hàng kẽm gai mòn
tôi thương nức nở đôi con mắt buồn
(Thăm Nuôi)

Cứ như thế, bằng những sự việc được ghi nhớ, được kể lại trong thơ, thơ PNT đã là thơ của người chứng. Từ những biến cố lịch sử đến những điều mắt thấy tai nghe, như câu thơ đánh dấu "ngày dài nhất" của Banmêthuột, một thị trấn miền cao nguyên, dẫn đến ngày tàn chiến cuộc tháng Tư năm bẩy mươi lăm.

Mùng Mười lịch sử chao nghiêng
tháng Ba sông núi đảo điên cùng người
(Mùng Mười Tháng Ba)

Những hồi ức về một ngày vui, về một thời tuổi trẻ, những khuôn mặt bạn bè, những mối tình như gió thoảng, rồi tới những ngày ở lính, những lần đụng trận khốc liệt, những năm tháng lao tù..., tất cả đều được ghi chép lại rành rọt trong thơ. Thơ PNT, như thế cũng có thể được gọi là "hồi-ký-thơ", như là tựa một tập thơ của tác giả được xuất bản trước đây vậy.

Từ ngày "lịch sử chao nghiêng", thơ PNT cũng đã đổi giọng. Điều này cũng dễ hiểu. Quê hương như người tình cũ đã xa biệt. Quê hương chỉ còn là những trang thơ kỷ niệm. Thơ không còn là những lời tình tự, thơ chỉ còn là những lời nỉ non, kể lể.

Thơ tôi từ đó bâng khuâng
ngân nga giọng kể xa gần núi sông
(Hồi Ký Thơ)

Quê cũ chỉ còn là mảng trời kỷ niệm, chỉ còn trong mắt nhìn đau đáu trông vời về chốn xưa. Trái tim PNT là trái tim nặng trĩu những hồi tưởng, nặng trĩu những hoài niệm quá khứ.

Thương quê lòng những dạt dào
mực trong cây bút lại trào máu ra
(Hồi Ký Thơ)

Thơ PNT là vậy. Thơ hiền như đất, như người "quê mình", thật dung dị, không làm duyên làm dáng, không cầu kỳ kiểu cọ, không cố tình đeo đuổi những cách tân mới mẻ, lạ lùng, đến bắt nàng thơ phải soi mặt trong tấm gương dị dạng.

Người đọc đôi lúc có cảm tưởng như PNT làm thơ khá dễ dãi, như thơ đến với anh thật tự nhiên, dễ dàng. Dẫu có đúng, không hẳn lúc nào cũng như vậy. Nếu có những phút ngẫu hứng mà phóng bút, thơ như một bức ký họa, thì cũng có những khi nhà thơ phải dụng công chắt lọc đến từng câu, chữ, thậm chí đến từng con chữ. Nhớ có lần, từ nhiều năm trước, trong một dịp chuyện trò cùng PNT về tập nhạc mới nhất của anh đang chuẩn bị cho ấn hành, anh nhíu mày lộ vẻ băn khoăn, tỏ ý muốn thay đổi một chữ (hay chỉ một nét chữ, một nguyên âm) trong cái tựa của tập nhạc. *Trên Vừng Trán Quê Hương*, thay vì *Trên* Vầng *Trán*.... Chữ "vừng", theo anh, nghe có vẻ "rộng" hơn, mênh mông hơn, thênh thang hơn là chữ "vầng". "Chữ nào tốt hơn?" anh hỏi. Tôi cười, không trả lời, nghĩ đến câu chuyện "thôi, xao" của người xưa. Cái nhíu mày lộ vẻ băn khoăn ấy, đã khiến tập nhạc đến nay, sau gần ba mươi năm, vẫn chưa ra đời... Tập nhạc ấy, cũng như rất nhiều bài thơ bài nhạc khác cùng chung số phận, chắc đã chìm sâu dưới lòng biển đông sau chuyến hải trình đầy sóng gió đưa nhà thơ đến được bến bờ tự do... Trong bài nhạc cùng tên với tập nhạc ấy, tôi nhớ có một câu: "*Mẹ đã già như cành củi mục...*". Tôi yêu những cái "như", những cách ví von đầy hình tượng của PNT. "*Cầu già như một bộ xương khô*". "*Thương bạn hiền như cơm gạo lức*". "*Buồn như hạt giống gầy bỏ xó mốc meo*". "*Tôi ngoan như tiếng sáo diều, lại hiền như khói lam chiều bay lên.*" Già như không thể nào già hơn, buồn như không thể nào buồn bằng, ngoan đến thế là ngoan quá chừng, hiền đến vậy là hiền quá sức.

Từ ngày bỏ nước ra đi, PNT làm thơ nhiều hơn. Thơ như người bạn thiết, như nguồn an ủi, vỗ về. "*Thơ tôi như bạn lúc mày lúc tao,*" anh nói về thơ mình như vậy. Thơ viết về quê hương, về bằng hữu, về những mảng đời trôi dạt, về những con người những sự việc, về những kỷ niệm xa lơ xa lắc... Sau hết, thơ còn là tiếng nói mạnh mẽ để khẳng định một điều, những người Việt tha hương, như PNT, như bao đứa con lưu lạc xứ người, dẫu có xa nhà bao năm, dẫu có phiêu bạt nổi trôi chân trời góc biển, vẫn không quên được nguồn cội, vẫn cứ nhớ về quê mẹ, vẫn cất dấu trong đáy tim hình dáng quê nhà, như PNT đã từng "thật thà khai báo lý lịch" nàng thơ của mình trong câu cuối bài lục bát đóng lại tập *Hồi Ký Thơ* năm nào:

Thơ tôi nguyên quán Việt Nam.

Lê Hữu

(*) Say khướt rồi thì đâu cũng là quê
(Tạp chí Hợp Lưu, Calif., 10&11, 2000)

NGUYỄN MẠNH TRINH

PHAN NI TẤN, CA DAO MỚI CỦA THẾ HỆ VIỆT NAM TRONG CHIẾN TRANH

Ở trong trí nhớ, có điều chỉ mới thoáng qua và sau một phút một giây sẽra đi biệt tăm biệt tích nhưng cũng có những sự kiện, những hình ảnh ăn liền vào tim óc không thể nào quên. Miếng ngon nhớ lâu, đòn đau nhớ đời, không biết những câu thơ của Phan Ni Tấn đã xuất phát từ tâm trạng ấy chăng, hình như qua tất cả những cảnh tượng và thi sĩ mường tượng, cái phần hồn đã hiện diện và làm cảnh vật rực rỡ hơn. Từ đời sống trong tù, tới lúc nghĩ về bạn hữu, hoặc hụt hơi trong nắng bụi sa trường hay bâng khuâng đón nghe chuyến đò đi về mùa nước lụt ở kinh tế mới, người hình như mượn cảnh để bày tỏ nỗi niềm với muôn đời sắc thái Việt Nam bị trầm luân theo chiến tranh và nổi trôi cùng vận nước.

Hơn những trang nhật ký, hơn những ý nghĩ rời, những bài thơ Phan Ni Tấn trong "Hồi Ký Thơ" hình như có một đời sống riêng, có máu xương da thịt riêng và ngôn ngữ chỉ là những tượng hình của một đời sống đang sống và đã sống. Làm thơ đâu phải là chỉ để tỏ bày, mà còn sống với, sống cùng với tất cả tâm linh của một đời đã có. Việt Nam có hang trăm ngàn thanh niên cùng đi lính, cùng vào tù,cùng đi vùng kinh tế mới sau thời gian ở rừng làm nô lệ, nhưng chỉ đếm được trên mười đầu ngón tay những người làm sống lại được những phần hồn và phần xác qua thi ca. Phan Ni Tấn là một trong những người hiếm hoi ấy.

Trong sâu thẳm của hồi ức, những câu lục bát, bảy chữ, tám chữ đã ngân nga và đồng vọng trong niềm cảm xúc không bờ. Những đời sống hồi sinh dù qua vần điệu, như chấp cánh đến một thế gian khác, dù đi qua nhưng vẫn còn nhiều hằn vết trong thâm tâm. Quê hương không là bóng khói sương nhưng là cảnh đời có thật và là thánh địa để tìm về.

Con người sống ở đó, trọn tình với cuộc đời. vui buồn với dòng nước xuống lên, thì, thiết tha chắc chắn phải là một yếu tố rõ nét không thể nào không có. Thơ Phan Ni Tấn không đơn điệu, có lúc buồn, có lúc tang tang bất kể, nhưng đôi khi diễu cợt đùa đùa, và ẩn giấu thật sâu một tấm lòng yêu mình yêu người khát khao. Dù ở trong hoàn cảnh nào, dù đói no, dù cô đơn buồn thảm, chất lãng mạn đã tràn đầy và như thế, nguồn thơ đã chảy tràn theo những lưu lượng vỡ bờ không mệt mỏi với thời gian.

Đất nước chúng ta có những cảnh huống đoạn trường đành đoạn. Trong đau khổ cùng cực, con người không cô độc bởi quanh ta, những kéo bầy vào cuộc tử sinh và nơi bạc mệnh, những kéo đàn vào cuộc tóc tang va cùng đăm đăm ngó về một quê hương tơi tả:

Bày ra một cuộc binh đao
Một đàn sinh tử tiêu hao trên rừng
Những chiều nghi ngút thê lương
Ngọn điêu linh thổi buốt xương anh hùng

Một đàn bạc mệnh vô cùng
Máu xương ở lại núi rừng thâm u
Hồn bay về cõi xa mù
Xông ra biển thẳm ngàn thu chẳng về...
(Một Đàn Đòi Đoạn)

Đời sống ấy sao ngắn ngủi, vắng bóng những triết thuyết xa vời, và con người với tâm tính bình thường đã được diễn tả hết sức sống động. Thường thường, những điều đơn giản lại được thuyết phục hơn những nét cầu kỳ làm dáng, và như thế, chúng ta hiểu được những câu ca dao dễ dàng đi vào lòng người và ăn sâu trong trí nhớ hơn. Với lục bát, với những ý nghĩ thật đơn sơ nhưng gần gũi, những vần điệu có âm hao ca dao của Phan Ni Tấn đã diễn tả được tấm lòng của người thơ, yêu mình yêu người thắm thiết.

Từ "Những Bữa Tiệc Tù" đến "Tháng Ngày Ở Rẫy", rồi "Thuở Trôi Sông Lạc Chợ" đến "Đoạn Đường Chiến Binh", những câu lục bát đã âm vang trong trí nhớ người đọc và lôi kéo về những cảnh đời đã qua, đã sống, đã buồn vui như gặp những gì đã mất biệt nhưng nay tìm lại được. Đói lòng phải mưu sinh kiếm ăn, từ con chuột cống tới chú chim én gầy, từ con cóc cậu ông trời tới chị ễnh ương uềnh oang to miệng, rồi thằn lằn, rắn cạp nong, thậm chí đến miếng cỏ xanh, thế mà những câu thơ vẫn phảng phất hương vị của phơi phới, của nỗi khổ đã bị vượt qua bởi chính con người. Thơ Phan Ni Tấn có duyên và đáng yêu ở chỗ coi đời chẳng có gì ghê gớm và thơ cũng tránh được những tiếng than ảo não đã làm cuộc sống từ đen tối đến sẫm màu hơn. Không biết có phải đó là phương cách sống, cách thế để tồn tại và ngẩng cao đầu.

Mặc cóc là cậu ông trời
Tao đã tóm được thì đời nào tha
Trời già lấm tấm lệ sa
Cũng không cảm hóa cái ta đói lòng
(Cóc)

Hoặc:

Ngục tù là một trò chơi
Tử
sinh
như nước
đầy vơi
nhục nhằn
Dẫu sao mầy cũng yên phần
Trách tao chi tội
bớ thằn lằn con
(Thằn Lằn)

Hay:

Ba năm
rừng núi âm u
Tôi nhai chóp chép mối thù
chửa tan
(Ba Xuân)

Không gian với Phan Ni Tấn, chứa đựng nhiều kỷ niệm và hồi ức lại không gì bằng dựng lại những khung cảnh ấy. Đời lính, được nói đến và tìm về với “20 Năm Trước Tại Trường Bộ Binh Thủ Đức” và “5 Năm Ở Lính”. Những khung cảnh quen thuộc, ai cũng trải qua nếu đã khoác bộ quân phục vào người, thế mà, có lúc hiện gần một gang tay. Nơi chốn nào, ở Vũ Đình Trường, rồi tuyến A, rồi Cầu Bến Nọc, Khu Tử Giác, Bãi Vượt Sông, những tuần huấn nhục, khi qua đồi Bác Sĩ Tín, hay Hồ Lệ Thủy, những lễ gắn alpha, trí nhớ lại hồi sinh và như thế biết bao là riêng tư được nhắc lại cùng với phút chạy theo thiết giáp phờ râu, hay leo trèo phóng bò trên Đoạn Đường Chiến Binh, mở nẻo cho những tháng ngày gió cát. Những hồi ức ấy, bất cứ một người lính nào cũng có và cũng nâng niu, như một phần đời sống của mình.

Nó la đằng trước bước đều
Mình bước trật nhịp nó khều mình ra
Khít hàm rít giọng thiết tha
"Chạy xin chữ ký của ba trăm người"

Chắc chắn đọc xong, độc giả sẽ òa vỡ một tiếng cười nhưng sao kỳ lạ, bỗng thấy những giọt mồ hôi, những ngày tuy nhọc nhằn nhưng không phải là nhạt nhẽo không hương vị.

Trưa hừng hực nắng lăn quăn
Ra bãi tập, bắn xe tăng lật lìa
Bắn khu tử giác, bắn bia
Mà cứ tưởng bắn từng tia nắng thù

Và tâm tư người lính, tuy thay đổi nhưng rất đơn giản và không có gì rắc rối, y hệt như câu thơ Phan Ni Tấn dưới đây:

Chủ nhật ra khu tiếp tân
Dựa gốc bã đậu ngó gần ngó xa
Ngó thì ngó vậy thật ra
Chẳng ngó gì hết nên tha hồ buồn

Tuổi trẻ như Phan Ni Tấn, với lính năm năm, chắc đã đi qua nhiều đoạn đường gai lửa, và trải qua nhiều cảnh sống chết gần cạnh bên mình. Hôm trước thì nhậu với nhau bí tỉ hôm sau đã thành người tử sĩ nằm trong bia mộ lãng quên. Và lính cũng vui khi về phép, cũng lai rai vài sợi và khoái tòm tem và đôi khi cao hứng cũng lùa vài thằng Mỹ lớn con cho lọt đài hết vía.

Dứt xị thứ nhất rồi em
Cho qua xị nữa uống mềm môi chơi
Tật qua không nhậu thì thôi
Nhậu "bò cá lóc" lại đòi tòm tem

Hay:

Hôm trước nhậu quắc cần câu
Về ngang trại mộc khóc lau quan tài
Hôm sau đụng trận Đồng Xoài
Bạn tôi chết trẻ mới ngoài hai mươi

Rồi hành quân, bố trận, cận chiến, rồi địch đầu hang, rồi chuyện với tù binh:

Ừ thì chú cũng như tôi
Cũng khiêng sông núi trên đôi vai mình
Mong cho dất nước thanh bình
Chớ ai mong cảnh chiến tranh bao giờ

Trải "cải tạo", của những lúc đổi đời; vùng kinh tế mới, của những ngày cam chịu cảnh bại vong, vượt biển đến một phương trời lưu vong. ở đó trí nhớ đã hằn vết, với rung động của đời người trôi nổi theo vận nước và vận người. Thơ để nhắc lại và tìm về những mảnh đời sống tuy riêng mà chung, bởi hàng trăm ngàn người ngã ngựa đã cùng một cảnh huống mà nhà thơ diễn tả. Dù trong hoàn cảnh nào, vẫn là người Việt Nam và cư xử với nhau đẫm chất người, từ lúc còn cầm tay sung và là kẻ mạnh ở chiến trường hay lúc lọt lưới quân thù, vẫn còn dòng máu chiến sĩ chảy trong thân thể. Nhưng, người Cộng Sản thì khác xa như vậy.

Và đời sống lưu vong còn có gì vui, khi hồi tưởng lại, mười năm qua mau, tuổi trẻ mất biệt và bây giờ thì mình đã già vìa cốc đế từ buổi nào:

Mười năm sau có ngày này
Tôi ngồi ôn lại tháng ngày đã qua
Hồi đó mình trẻ măng hà
Bây giờ ngó lại mình già làm sao

Hồi ký trong tù, với Phan Ni Tấn, đã trở thành những cuộn phim và ông đã chất chứa nhiều tâm cảm của mình trong đó. Làm thơ, có phải để tìm về những núi rừng mà bạn bè đã vùi thây. Cợt đùa với ngôn ngữ và vần điệu, có phải là cách thế quên đi những ưu phiền, những đau đớn tím bầm tủy cốt.

Dầm mình dưới ngọn chiều đông
Bọn tù vớt nứa giữa dòng rét run
Trong cơn gió bấc mưa phùn
Nứa theo nước lũ lạnh lùng cuốn đi
Chập chờn giữa chốn hiểm nguy
Những bàn tay với ôm ghì, quàng xiêu
Vì tận lực đạt chỉ tiêu
Bọn tù vớt được rất nhiều đau thương

Có một bài thơ, tôi thích bởi nó đã gây được trong tôi những xao xác thần thầm. Nó nhắc lại trong tôi mùa lụt năm nào, khi tôi cũng phải xa rời Sài Gòn để về làm rẫy trồng thơm theo qui định của nhà nước Cộng Sản. Những tâm tư được lắng đọng với khói sương mờ và người cùng cảnh câm lặng buồn bã như nhau:

Buổi sáng thức dậy
Nghe người gọi đò đưa xuống phố
Tiếng gọi đò đưa làm ướt đẫm hồn tôi...

Những cảnh ngộ chung mang được chia sẻ với tâm trạng của kẻ đi đày. Nước lênh láng cũng như nỗi buồn lênh láng, và cuộc sống bỗng nhiên lung linh từ những vọng tưởng chập chờn của ngày tạm bợ, của những điều muốn nói mà "cứ phải cúi đầu vùi sâu trong sóng nước của những dòng kênh hoang sơ cô tịch:

Đường vô chỗ tôi qua nhiều chuyến
Chuyến đò chuyến bắc chuyến gian nan
Trăm phương ai biết phương nào đến
Chỗ tôi ẩn giữa nước mây ngàn

Buổi sáng trời mù soi sóng nước
Bóng cuộc đời ốm tợ cò ma
Những bài thơ cũ ngâm ngày trước
Chắc cũng buồn theo những cánh hoa

Thơ Phan Ni Tấn đọc xong không phải để buồn mà cũng không phải để vui (vui làm sao được với những ngày ở lính, những ngày vào tù và những lúc quắt quay của buổi lưu vong). Mà những câu thơ nhắc lại một đời sống, của Việt Nam đau thương nhưng vẫn tiếu ngạo với nét dí dỏm cợt đùa với cả khổ nạn.

Hồi Ký Thơ không phải của riêng Phan Ni Tấn, mà tôi nghĩ, anh đã viết giùm hàng trăm ngàn đồng ngũ của anh với đời sống rất gần rất giống. Không có ai vô tâm quay lưng với dân tộc với quê hương, mà làm được những bài thơ như thế, do đó, trong vần điệu, tôi đã tìm được tấm lòng chất ngất yêu đời, yêu quê hương xứ sở. Và mai kia, biết đâu trong những vần thơ để lại cho những thế hệ tiếp sau, những hào sảng ngang tàng rất lính rất người nhưng cũng rất bình thường sẽ tạo thành một chân dung chiến sĩ đã lung linh theo khói lửa chiến tranh nhưng vẫn vằng vặc tâm tư như vầng trăng trên ù ù bão cát của chinh phụ ngâm thuở nào.

tháng 9/1988

TRIỀU HOA ĐẠI
VỚI PHAN NI TẤN.
VÔ TÌNH DẪM NẮNG ĐỘNG TÀ ÁO EM.*

▪ *Triều Hoa Đại:* Cách nay cũng khá lâu, có một lần tác giả: "Tôi Cùng Gió Mùa" với tôi bên tách cafe "tâm sự" một đôi điều. Loanh quanh thế nào chả biết chúng tôi đã đi "lạc" vào Phố Núi".

*"Đi dăm phút đã về chốn cũ/một buổi chiều nao/lòng bỗng bâng khuâng".*Ngày ấy đất nước mình mờ mịt lửa đạn, cái thành phố gì mà đi đâu cũng bụi đỏ bám chặt lấy đôi giày của những chiếc áo một mầu.Nghĩ đến ông(lúc ấy) tôi ước ao gía mà gặp ông thì tôi sẽ "níu" áo mà hỏi một đôi câu.

Ông ơi! hôm nay hai ta "gặp" nhau ở nơi đây giữa khi đất trời mây, gió nghìn trùng như thế này, thôi thì ông cùng tôi trò truyện dăm ba phút nhé?

▪ Phan Ni Tấn: Giữa cái đất trời, mây gió nghìn trùng này như ông nói, tức là ở hải ngoại mênh mônh xa cách này mà gặp nhau đã là quý thì làm sao mà trò chuyện "năm ba phút" được hả ông? Đã "tri ngộ" nhau đây rồi, thôi thì ông với tôi cứ tha hồ mà chuyện trò cho thoải mái chừng nào hết chuyện thì... chia tay, được không ông

▪ Triều Hoa Đại: Vâng, hai ta sẽ là Bá Nha Tử Kỳ ông nhé?

▪ Phan Ni Tấn: Được như thế thì còn gì vui hơn.

***

▪ *Năm rồi hình như ông đã cho "trình làng" Tình khúc Phan Ni Tấn phải thế không nào?*

▪ Thưa phải.

▪ *Trong tình khúc ấy ông đã gom lại những bài du ca, thơ bạn bè do ông phổ thành nhạc v.v... Xin ông nói qua về công trình này để mọi người biết vì sao ông làm công việc ấy?*

▪ Hồi xưa tôi mắt một cái tật đáng... nguyền rủa là những sáng tác của tôi vừa hoàn tất là tôi thảy cho bạn bè hát chơi mà chẳng màng giữ lại. Thành ra sau này mất nước, đương nhiên là tôi mất sạch sành sanh. Sau này ra hải ngoại tôi rán viết lại được một hai bài, kỳ dư đều quên hết. Ngay cả âm hưởng tôi còn không nhớ nỗi huống hồ là lời ca. Cũng may sao nhờ bạn bè anh em trong nước tìm được vài ba bài gởi ra, tôi quý lắm. Rút kinh nghiệm sau này viết được bổn nhạc nào là tôi cất kỹ lắm, lâu ngày chia thành ba dòng nhạc: tình ca quê hương, tình ca đôi lứa và nhạc thiếu nhi.

Nhạc đấu tranh tôi ra mắt lâu rồi, hồi nẫm hồi năm 85. Nhưng phải đợi đến gần 20 năm sau tuyển tập tình khúc mang tên người viết thì mới trình làng năm ngoái, 2004, cũng tại thủ phủ Toronto, Gia Nã Đại. Mà đã gọi là tình khúc thì chẳng dính dáng gì tới Đất Nước và Con Người đâu; chỉ rặc ròng ca tụng tình yêu đôi lứa không thôi.

▪ *"Quê hương nếu ai không nhớ, sẽ không lớn nổi thành người". Ông nghĩ sao câu tôi vừa trích dẫn?*

▪ Quê hương ai xa mà không nhớ! Chỉ có những kẻ vong bản mới "không lớn nổi thành người" mà thôi. Câu thơ giản dị như nói, ý thơ hay nếu không nặng về phần chính trị, chính em hay tuyên vận rẻ tiền.

▪ *Thế ông đã đọc báo công an (CSVN) viết về ông chưa, họ nói ông "phỉ báng đất nước" và có "tư tưởng phản quốc" đấy ông ạ.*

▪ Thú thiệt là tôi rất bực mấy cái ông Cộng sản này lắm lắm. Lâu rồi tôi vẫn quen có "tư tưởng chống Cách mạng, phản chế độ XHCN" hiện hành trong nước, chớ tôi nào mà "phỉ báng đất nước" bao giờ!

▪ *Nói có sách, mách có chứng vậy, ông cho phép tôi trích lại bài báo ấy một tý nhé?*

▪ Xin ông cứ tự nhiên

▪ *"Nguy hiểm hơn, nhiều bài hát còn tiêm nhiễm cả tư tưởng phản quốc cho thế hệ những em bé sinh ra ở hải ngoại, để chúng hiểu lệch lạc, sai lầm về quê hương. Bài Ca Học Trò của Phan Ni Tấn diễn tả chút suy tư của một thanh niên mới lớn lúc thời chiến tranh năm 1975 đầy u ám và phỉ báng đất nước" Có phải thật lòng ông muốn "phỉ báng đất nước" hay không?*

▪ Xin lặp lại là họa có điên tôi mới phỉ báng quê cha đất tổ của mình. Tôi chỉ đi ngược lại chế độ Cộng sản phi nhân mà thôi

▪ *Phạm Duy là người ở thế hệ trước chúng ta, người mà trước đây đã đi theo kháng chiến chống Tây, rồi chia tay kháng chiến (Việt Minh) "dinh tê" về với quốc gia, miền Nam xụp đổ ông ấy đã rời bỏ quê hương đi đó đi đây "hát dạo", rồi thì làm ra "Bầy chim bỏ xứ", "Tháng tư đen" giờ đây Phạm Duy đang ở Hà Nội ca tụng "chủ mới". Phan Ni Tấn nghĩ sao về ông ấy?*

▪ Ông Phạm Duy lâu nay vẫn là bạn vong niên của tôi. Thập niên 80 ông và tôi cùng một vài anh em nghệ sĩ thỉnh thoảng vẫn ôm đàn đi hát Ngục Ca. Sau này tôi ít có dịp liên lạc nay thì ông mất rồi. Mới đây, anh bạn văn Lê Hữu ở vùng Tây Bắc Hoa Kỳ có e-mail không bỏ dấu cho tôi (nguyên văn), anh hùng hồn tuyên bố: "Bo PDuy ve nuoc thi duoc, chu PNT thi ... het duong ve, vi ban nhac cuc ky... phan dong".

Tôi lưu vong đến nay vừa tròn 1/2 thế kỷ, chưa một lần trở về thăm quê nhà mà mấy anh Cộng sản lên án tôi kiểu này thì thiệt là... hết đường về.

▪ *Trước 1975 ở trongNam có một thời rầm rộ phong trào Du Ca rồi bỗng "một ngày chinh chiến tàn", phong trào Du Ca cũng "tàn" theo, ông có thể kể sơ lược diễn tiến về sinh hoạt của phong trào này không?*

▪ Câu hỏi này nên dành cho nhạc sĩ Nguyễn Đức Quang thì đúng hơn. Tuy nhiên, sẵn anh hỏi, mà tôi cũng là một thành viên du ca thì xin mạn phép các Trưởng xin vắn tắt như sau:

Phong trào Du Ca Việt Nam do anh Nguyễn Đức Quang và Đinh Gia Lập sáng lập năm 1966 tại Sài gòn, trụ sở sinh hoạt đặt tại đường Sương Nguyệt Ánh, nay tôi không biết đổi tên đường gì.

Du Ca là một đoàn thể hoạt động về văn hóa và văn nghệ phục vụ cộng đồng, mục đích tác động tinh thần quần chúng qua các bài hát tập thể như Sinh hoạt ca, Thanh niên ca,

Nhận thức ca, Thiếu nhi ca, Dân ca, hay tình ca quê hương, đất nước và thân phận con người v.v...

Nhờ vậy mà trước năm 1975, Phong trào Du Ca đã đi sâu vào giới trẻ tạo ra các đoàn, toán sinh hoạt mạnh mẽ từ miền Trung cho tới miền đồng bằng song Cửu Long như Ban Trầm Ca, Con Sáo Huế, Du Ca Đà Nẵng, Du Ca Trùng Dương, Du Ca Vượt Sóng, Du Ca Tình Bằng, Du Ca Lòng Mẹ, Du Ca Vàm Cỏ, Du Ca Sông Hậu, Du Ca Phù Sa, Du Ca Kiên Giang, Du Ca Áo Nâu, Áo Xanh v.v...

Phong trào quy tụ khá nhiều nhạc sĩ tên tuổi, ngoài Nuyễn Đức Quang, còn có Phạm Duy, Giang Châu, Trần Tú, Trầm Tử

Thiêng, Anh Việt Thu, Nguyễn Quyết Thắng, Phan Ni Tấn, Nguyễn Thiện Cơ, Nguyễn Hữu Nghĩa, Trần Đình Quân...

▪ *Đó đây ở bên ngoài tổ quốc như chúng ta ngày nay tại sao không dựng lại được Du Ca?*

▪ Thực ra cũng có chớ ông. Cũng thập niên 80 Phong trào Du ca hải ngoại đã được tái lập một cách tự nguyện chớ tôi không biết anh Nguyễn Đức Quang có kêu gọi không. Nhưng vì riêng rẽ, địa lý xa cách, phương tiện truyền thông lúc đó không có nên hầu như chẳng ai biết ai. Như Du Ca Lòng Mẹ bên Hòa Lan, Du Ca Đồng Vọng, Montreal, Du Ca Về Nguồn, Toronto, Du Ca Úc Châu... Nhưng rồi theo thời gian, hoàn cảnh và động cơ khác nhau, mỗi người mỗi ngã trôi theo đời cơm áo xứ người nên Phong trào nào có thịnh thì cũng phải có suy.

▪ *Ông "chuyên trị" bá bệnh: ca hát, làm thơ, làm nhạc, vậy ở lãnh vực nào thì ông mát tay nhất?*

▪ Trong tuyển tập Tình Khúc Phan Ni Tấn các ông Luân Hoán, Song Thao, Nguyễn Ngọc Ngạn hay Lê Hữu điều gán cho tôi là "tay thơ, tay nhạc", ý nói là "mát tay" cả về nhạc lẫn thơ. Cái này thì tôi... im lặng là vàng. Ngu sao mà chọn... "bạc".Còn ca hát thì thiệt chả "mát... hơi" ở cái khoảng nào! Giọng rè chát lấy gì mà "chuyên trị".

▪ *Theo Nguyễn Xuân Hoàng thì "Làm thơ thật khó", còn với Phan Ni Tấn thì sao?*

▪ Hình như câu nói "mỗi người Việt Nam là một thi sĩ"nên Thơ Việt bây giờ không còn là "vườn" mà là "rừng" là "biển" khiến cho, không riêng gì tôi mà nhiều khách yêu thơ đều cảm thấy ái ngại. Vì vậy không riêng gì Nguyễn Xuân Hoàng, nhà thơ Đỗ Kh cũng có lần la "Làm thơ khó bỏ mẹ". Tôi đồng ý với cả hai ông về câu nói này.

▪ *Có một số bạn văn đã "chia" thơ ông thành ba "lãnh vực":*

a/ tình yêu.
b/ đất nước.
c/ chiến tranh.

▪ Khi làm thơ tôi không để ý đế sự phân chia này. Nghe anh nói tôi mới biết thôi. Và cũng đồng ý "sự chia" này luôn.

▪ *Ông quả thực là người dễ dãi?*

▪ *Thì ông thử nghĩ xem thời buổi này mà không dễ dãi thì làm gì được ai.*

▪ *"Bước vô Phật điện mờ nhang khói/lòng thành khấn vái một đôi câu/sụp lạy cúi đầu tâm bất ý/nở ra chan chứa biết bao sầu". Đó là thơ ông làm cách đây cũng đã khá lâu. Hình như khi viết những câu thơ trên là cái ngày Thi Sĩ "mới từ rừng sâu về thành" .Nói cách khác là ngày ấy ông mới vượt biên đến bến bờ tự do phải thế không? Lòng ông lúc ấy thế nào mà viết ra những câu thơ tuyệt vời như thế?*

▪ Xin được sửa lại chữ "nở" ở đầu câu thứ tư thành "đổ" nghe chan chứa hơn ông à.

Bốn câu thơ ông vừa đọc ra không phải là hình ảnh của cái ngày tôi mới vượt biên đến bờ bến tự do như ông tưởng đâu, mà là tâm trạng của một người lính trở về từ mặt trận có người thân vừa ngã xuống mà tìm đến chỗ cao thâm để tìm chỗ dựa tinh thần đó thôi.

▪ *Rồi những"vô tình dẫm nắng động tà áo em" thơ ông chan chứa và trân trọng phái đẹp như thế tại sao ông lại chẳng tiếp tục viết thêm cho thiên hạ nhờ một tí,ông đã quay ngược ngòi viết 180 độ để viết: "chuyện rằng trên núi Krong Me/núi cao sương lạnh núi se sắc mù/một hôm hiện bóng giặc thù/tôi ôm sông núi giấu bờ đá gai"?*

▪ Ngòi viết của tôi hễ đụng phải cái gì thì viết ra cái đó chớ không nhất thiết thơ tình hay thơ chiến tranh

▪ *Cho tôi ngừng chuyện thơ phú ở đây để hỏi ông một chuyện có hơi lạc đề một chút. Chuyện rằng: Mấy lúc gần đây nhà nước Xã Hội Chủ Nghĩa VN đã thẳng tay đàn áp những người miền núi, ông nghĩ sao về sự việc này.Và, ở cương vị một người cầm viết như ông,ông có phản ứng gì không?*

▪ Cao nguyên miền Thượng du thì đất đai mênh mông lắm. Nhưng có mênh mông hay bát ngát gì thì xưa nay vẫn là đất của người Thượng. Nhà nước Xã Hội Chủ Nghĩa VN lùa cả trăm ngàn dân ngoài Bắc vô chiếm đất, phá rừng, canh cải đất đai thì người Thượng dẫu có thật thà chất phát cũng phải nổi giận chớ. "Đảng ta" chỉ chờ có vậy là cứ luật rừng mà thẳng tay đàn áp, giết chóc một cách dã man.

Là một người cầm bút, phản ứng của tôi là dùng ngòi bút mà "đâm" cái chế độ độc tài phi nhân này thôi.

▪ *Vẫn chuyện núi với rừng,nhớ một thời tôi cũng đã ở đó,nhà tôi cách chùa Khai Đoan không xa,những đêm trăng rừng bàng bạc chiếu xuống suối khe nhìn lên chùa Khải Đoan và nghe được tiếng chuông công phu tôi thấy như mình hồn đã bay bổng phương nào, có đêm nắm tay"sơn nữ" dạo loanh quanh những vườn cafe trăng chiếu chênh chếch đôi vai,giờ đây nhớ lại lòng thầm nghĩ một ngày nào,vâng một ngày nào sẽ được về "mái nhà xưa". Phan Ni Tấn có"thầm" nghĩ như mình không hả bạn?*

▪ Có chớ ông. Ai mà không thầm nghĩ một ngày nào sẽ được trở về mái nhà xưa. Nhưng hiện tại, như ông biết là tôi hết đường về rồi. Và "ganh" với ông một xí là Ban Mê Thuột là nơi tôi sinh ra và lớn lên nhưng đâu có lần nào được nắm tay "sơn nữ" dạo quanh vườn cà phê dưới trăng chênh chếch như ông đâu nà. Ông thiệt là may mắn. Tôi phục lăn cái lãng mạng của ông.

▪ *"Anh trai núi cùng quê em gái núi/đã lạc nhau đâu mà nóiđ biệt ngàn trùng" tôi đồng ý với ông như thế cho nên cái ngày chúng ta trở về để "đêm nhìn trăng nở sáng lưng đồi" theo ông thì mau chóng thế nào?*

▪ Mau chóng là sao hả ông? Đã 50 năm năm rồi còn gì nữa mà mau với chóng.

▪ *Cám ơn ông đã trả lời câu trả lời câu hỏi của của tôi, bây giờ chúng ta lại xin tiếp tục chuyện thơ văn ông nhé?*

▪ Vâng xin ông cứ tiếp tục.

▪ *Nhà văn Kiệt Tấn có lần đã "thẩm vấn" ông về hai chữ N.D viết tắt trong ngoặc đơn ở sau bút hiệu của ông. Không trả lời trực tiếp mà ông chỉ cười ruồi.Nhiều người trong đó có tôi cũng đâm ra "bực bội" và "tưng Tức" làm sao ấy. Hôm nay thì ông phải "khai" ra chuyện này còn nếu không thì tôi cũng sẽ bắt chước Kiệt Tấn mà gọi ông là Phan Ni Tấn: N (hà) D(âm).*

- Sao các ông không phun ra luôn một thể là N.D là Nói Dai, Nói Dài, Nói Dóc... cho đỡ bực. Khà khà khà...

▪ *Không phải là thầy bói nhưng cũng xin ông vì tôi mà đoán thử một quẻ: Văn chương hải ngoại tương lai rồi sẽ ra sao?*

▪ Rồi sẽ đi vào mịt mù. Đó là một thực tế mà ta có thể tiên liệu trước được. Ông tính coi số người tham gia sinh hoạt chữ nghĩa ở hải ngoại hiện nay đều nằm trong lứa tuổi 40, 50 hoặc 60 trở lên. Vài mươi năm nữa văn học hải ngoại đương nhiên sẽ bị lão hóa và lãng quên.

▪ *Thơ Tân Hình Thức ông nhận xét như thế nào?*

▪ Thơ Tân Hình Thức na ná như trường phái Đa Đa. Một người khởi xướng, nhiều người chạy theo bắt chước. Trên những lối đi gập ghềnh, bí hiểm, cổ quái của nghệ thuật Thơ Tân Hình Thức, có nhiều bài thơ đọc lên nghe thiệt tình...

▪ *Có một số người bảo đại khái rằng: Không có văn chương hải ngoại và trong nước mà chỉ có những người VN viết văn,theo ông thì thế nào?*

▪ Người đó có đầu óc "bảo hòa". Rõ ràng là có sự khác biệt giữa văn chương hải ngoại và trong nước chớ. Nếu không thì lâu nay làm gì có chuyện bàn về việc giao lưu sách vở báo chí trong và ngoài nước. Cụ thể hơn là tạp chí Hợp Lưu, 15 năm qua đã bắt một nhịp cầu văn chương giao lưu trong và ngoaì nước, không kể nhịp cầu cảm thông giữa các phe nhóm ở hải ngoại.

▪ *Một thời ông đã từng làm "lớn" chủ tịch trung tâm văn bút Toronto (Canada) giờ đây nhớ lại ngày tháng cũ ông thấy buồn vui thế nào? buồn nhiều hơn vui hay là ngược lại?*

▪ Buồn nhiều hơn vui và không có ngược lại.

▪ *Những tranh chấp trong văn bút người ta vẫn còn thấy xẩy ra hàng ngày, theo ông vì sao lại xẩy ra cái cảnh "nồi da xáo thịt ấy"?*

▪ Tại vì "miếng đỉnh chung". Nhưng nói thế thì có vẻ vơ đũa cả nắm. Theo tôi hiểu không phải ai cũng mờ mắt trước sự háo nhoáng của bả danh lợi đâu. Trong số họ, không ít người có thực lòng, có cái tâm thức hướng về dân tộc.

▪ *Có cách gì để hàn gắn được không. Các ông, bà trong văn bút có muốn thực lòng để hàn gắn hay không?*

▪ Tôi đã nói rồi. Có nhiều người muốn và có người không. Nếu ai cũng một lòng thì làm gì có chuyện sức mẻ để hàn gắn.

■ *Ước ao trong những tháng ngày còn lại nơi xứ người của ông ra sao?*

■ Ông hỏi bất thần quá tôi không kịp nghĩ ra cái gì để mà ước ao. Hơn nữa lâu nay tôi không quen điều ước. Nó xa rời với thực tế lắm.

■ *Xin cám ơn thi sĩ Phan Ni Tấn.*

* thơ **Phan Ni Tấn.**
*thơ **Triều Hoa Đại.**

ĐỖ QUÝ TOÀN

QUÊ HƯƠNG TRONG THƠ PHAN NI TẤN

Buổi sáng Phan Ni Tấn thức dậy, nghe tiếng người gọi đò đưa xuống phố. Và *tiếng gọi đò đưa làm ướt đẫm hồn tôi*. Phan Ni Tấn rất nặng tình. Nặng tình với quê hương, với những người sống đọa đầy trên quê hương và nhà thơ chia sẻ cơn đói của người tù "cải tạo", chia sẻ cảnh ngậm ngùi của người vợ đi thăm nuôi chồng khi đến giờ chia tay.

Đứng sau *hàng kẽm gai mòn*
Tôi thương nức nở đôi con mắt buồn

Khi viết về quê hương, Phan Ni Tấn có giọng trầm buồn. Nhưng không tuyệt vọng. Mà vẫn thiết tha. Rất nhiều khi dí dỏm.

Một nhà thơ đương thời ở Montreal, Michel Garneau, nói: "La seule chose que je peux rêver de faire pour la Québec, c'est d'être un bon poète." Điều tôi mơ ước làm cho quê hương tôi, là làm thi sĩ, làm thơ cho hay. Phan Ni Tấn cũng đang thực hiện những mơ ước của mình cho quê hương, Như Nguyễn Chí Thiện:

Khi tổ quốc đen xì
Ta làm sao dám nghĩ
Phải cân nhắc, nghĩ suy
Phải quan sát, ghi chép...

Ước mong những: "ghi chép" của Phan Ni Tấn sẽ được đưa về tận quê hương, bằng làn sóng phát thanh,bằng những trang thư gia đình. Đồng bào chúng ta cần được nghe những câu ca dao mới:

Trên đồng cạn dưới đồng sâu
Bọn tù hì hục thay trâu kéo cày
Mưa nhè nhẹ mưa bay bay
Thân tù thân tội kéo cày thay trâu

Thi sĩ không mất quê hương khi ra đi. Thi sĩ không mang theo quê hương trong cảnh viễn xứ. Thi sĩ vẫn sống giữa lòng dân tộc mình, dù đang dừng chân ở nơi nào trên trái đất. Và cứ thế, vẫn làm việc mình muốn làm:

Tôi làm mưa xuống những tâm hồn khô nẻ
Đốt lửa ấm những tâm hồn lạnh lẽo
Và sinh ra để ca ngợi cuộc đời
Ngợi ca loài người
(Thanh Tâm Tuyền).

TRANG CHÂU
ĐỌC THƠ PHAN NI TẤN

đứng: LH - Tô Thùy Yên - Phan Ni Tấn - Trần Hoài Thư - Song Thao
ngồi: Nguyễn Hữu Chung - Trang Châu ngày hôn lễ Bích Dũng, 1996

Tôi có thói quen đọc thơ không biết có giống ai không. Đọc một tập thơ tôi luôn luôn ngồi ở bàn viết, với giấy và bút ở bên cạnh. Gặp câu thơ, đoạn thơ nào thấy hay tôi ghi chép lên giấy. Tôi cũng dựa trên những gì đã ghi chép để có cảm nghĩ về tập thơ, về tác giả. Thường thường tôi học thuộc lòng những câu thơ đã ghi chép. Bạn hữu ngạc nhiên vì sao tôi thuộc thơ của rất nhiều người.

Đọc thơ của Phan Ni Tấn tôi cũng không ra ngoài thói quen ghi chép. Tôi vẫn đồng ý với ai đã viết: *"Đọc thơ là nghệ thuật khám phá ra cái đẹp"* Tôi thích những câu thơ mà qua khả năng cảm thụ và phân tích của riêng mình, mình thấy hay. Thế nhưng, khi được trích ra rồi, quyền đánh giá câu thơ không còn thuộc người trích nữa, nó thuộc quyền của mỗi người đọc. Cho nên những gì tôi viết quanh các câu thơ chỉ có giá trị của những cái khung.

Tâm tư Phan Ni Tấn trong *Câu Thơ Về Người* tóm gọn là tâm tư của một người tìm quên, tìm quen và tìm về. Tìm quên không phải quên quá khứ mà quên hiện tại, một hiện tại nặng nề:

áo xưa từ độ phai màu đất
hồn đời nghe nặng bước lưu vong

Một hiện tại không tên như chính nỗi niềm của tác giả:

nỗi niềm ta vốn không tên
như bài ca cũ đã quên hết lời

Để quên cái mình không muốn thấy, Phan Ni Tấn đi tìm chút hơi ấm cho tâm hồn nơi bằng hữu, một lớp bằng hữu mới, gặp gỡ nhau trong những buổi họp mặt văn nghệ, có đàn ca, có ngâm thơ, đọc thơ, có kể chuyện vui. Bạn mới để thay thế bạn cũ *"lũ cuồng binh giờ đây chết hết, lây lất lao tù hay trôi giạt muôn phương"* Bạn mới bây giờ là những khuôn mặt *"hiền như chưa từng chạm mớ tang thương"*. Rượu và tiếng hát đóng vai trò quan trọng trong những buổi gặp gỡ này.

Rượu, tiếng đàn, tiếng hát giúp Phan Ni Tấn trở thành bạn và có thêm bạn. Ngấm men rượu thơ thân tình cởi mở:

Rót một vòng lạ cũng thành quen

Ngấm men rượu, thơ đậm đà ấm áp:

màu rượu rót hoài không thất sắc
rót vào ta đỏ chói linh hồn
rót thành thơ giang hồ để tặng
rót ra đời ấm bạn tình hơn

Bạn bè cất tiếng hát, âm thanh truyền thơ bỗng hồi sinh, vồn vã:

hồn đời một tấm lâu nay nắm
người về như nước lại xanh lên
cái giọng hát khàn như trẻ lại
bổng trầm câu nhớ lấp câu quên

Nhưng nhấp mềm, rót mời không phải lúc nào cũng là rượu. Phan Ni Tấn uống, rót, hớp, với nhiều thứ mang hương vị khác, Như hạnh phúc của một ngày hội ngộ:

Sống nửa đời hơn nửa khổ
bây giờ xin uống trọn niềm vui

như bâng khuâng nỗi nhớ nhà:

rót chơi
vài ngọn gió bay
cho phôi phai nỗi tháng ngày
hoài hương

Ly rượu mới đầu năm không phải là ly rượu được nâng lên để chúc sức khỏe dồi dào, chúc làm ăn phát đạt, chúc gia đạo bình an. Ly rượu đầu năm chứa dầy quê hương được trao gởi như một món quà tinh thần:

mời em một chén quê nhà
một ly non nước làm quà đầu năm

Thơ Phan Ni Tấn là thơ của những gì đã mất: quê hương, bằng hữu, kỷ niệm xưa, đời sống cũ. Do đó, ý thơ ngậm ngùi, hơi thơ dằng dặt, nhạc điệu trong thơ u trầm. Dẫu biết rằng *"chèo qua biển thẳm là đi biệt"* Dẫu biết rằng để thích ứng với đời sống mới phải chấp nhận, phải gạt bỏ, phải nguôi quê. Nhà thơ có lúc như muốn kêu gọi sự trợ lực

phụ anh khiêng nước vô hồn
tạt cho sạch mớ tang thương ra ngoài

Nhưng rồi ta thấy đó chỉ là một sự kêu gọi cho phải đạo với thực tế. Quê hương trong quá khứ mới là nguồn thơ đích thực của Phan Ni Tấn. Quê hương là hình ảnh không nhạt màu với thời gian, là niềm đau, nỗi nhớ không nguôi. Nỗi nhớ quê hương có lúc dằn vặt, giọng thơ bi tráng:

càng đau xót tấm hao gầy
hồn ma sông núi càng đầy trong tôi

bao nhiêu non nước đau dồn hết
lòng anh chật ních một quê hương

Hình ảnh quê hương có lúc êm đềm, thơ nhẹ nhàng như ca dao:

quê xa như áng mây trời
gởi sao cho thấu ngàn lời nhớ thương

Bất chợt một hôm ra khu phố Tàu nhìn quang cảnh, nhà thơ sững sờ:

Thì ra góc phố sao mà giống
cảnh cũ quê xưa muốn thiếu điều...

Ý cuối mỗi câu thơ chưa hết, bị bỏ lửng, cố ý bỏ lửng để nói lên nỗi nghẹn ngào.

Thơ nói về quê hương, ở hải ngoại, không ít, nhưng nói một cách thắm thiết, chân tình bằng một ngôn ngữ thơ thì không nhiều. Thơ quê hương của Phan Ni Tấn dễ dàng đi vào tâm hồn người đọc, những tâm hồn đồng điệu. Quê hương giữa thập niên 90 không còn xa vời như quê hương của thập niên cuối 70. Không ít người đã về, đã thấy lại quê hương. Nhưng cái thấy lại chưa hẳn là cái đã có. Người về thấy lại vừng trăng, nhưng xin mượn lời thi sĩ Bùi Giáng để hỏi người về: *"Nhìn trăng có thấy nguyên màu ấy không ?"* Cái nguyên màu ấy nhiều khi chỉ tồn tại trong ký ức.Phan Ni Tấn sống đầy, sống trọn với ký ức. Hiện tại gia tài duy nhất còn lại với nhà thơ là trang giấy

mai có lênh đênh
cùng sầu
cùng còn trang giấy trắng
màu
thủy
chung
...
ta về nở giữa lòng trang giấy
câu hò cây lúa mọc bờ đê

Trang giấy ôm hết. Ôm hết nỗi sầu lẫn ước mơ của thi sĩ.

DOÃN KIM KHÁNH

TRÒ CHUYỆN VỚI PHAN NI TẤN QUA *CÓ MỘT THỜI Ở QUÊ HƯƠNG TÔI*

1. Chuyện Tình Xẻo Rô

Nhân vật chính trong câu chuyện tình này là thủy thủ Đỗ Đồng Chiếc, người dường như sinh ra dưới ngôi sao "thất tình". Khi đến ấp Xẻo Rô, anh là một người thất tình. Khi rời Xẻo Rô, anh tiếp tục là người thất tình. Lần thứ hai, anh thất tình với cô Hõn, một cô gái người Tiều với nụ cười "tỏn tẻn' và "cái răng khểnh dễ thương". Lý do thất tình là vì gia đình người Tiều không bao giờ gả con gái cho trai Việt. Vì nỗi éo le này mà gia đình cô Hõn dọn đi Cà Mau và thủy thủ Chiếc thì xin đổi ra đơn vị tác chiến để lăn xả vào các chiến trường ác liệt. Nhưng bom đạn hình như "chê" không lấy mạng kẻ thất tình. Sau năm năm, thủy thủ Chiếc vẫn "sống phây phậy", quay về Xẻo Rô với niềm yêu vẫn đằm thắm như xưa, nhưng anh không tìm được người xưa. Năm 1975, anh theo đơn vị xuống tàu ra khơi và cuối cùng định cư ở Pháp.Từ đấy anh tiếp tục sống cuộc đời độc thân cho đến một ngày nọ, 40 năm sau, định mệnh khiến anh gặp lại chú họ của cô Hõn và chính cô Hõn. Ngày ấy anh biết được rằng, như anh, cô vẫn độc thân. Đồng thời anh cũng hay tin cô Hõn bị ung thư máu, thời kỳ cuối.

Câu chuyện tình này được kể không theo thứ tự thời gian. Bắt đầu truyện, thủy thủ Chiếc về lại Xẻo Rô để thấy ấp này hoàn toàn vắng bóng cô Hõn và gia đình. Rồi trở lại năm năm về trước, độc giả hay chuyện hai người yêu nhau nhưng bị chia uyên rẽ thúy. Rồi mới đến biến cố năm 1975 đưa đẩy thủy thủ Chiếc đến cuộc sống ở Pháp.Cuối cùng là cuộc gặp gỡ định mệnh 40 năm sau ở Pháp. Chuyện khởi đầu từ quá khứ, đi ngược lại quá khứ xa hơn, rồi trôi tới tuồn tuột như một chiếc xe tụt dốc không thắng. Hình như tác giả cố tình làm độc giả ruột rối bời bời.

Cảnh đoàn tụ cuối truyện không“mừng mừng tủi tủi” như độc giả chờ đợi. Chỉ có câu người chú tiết lộ về căn bệnh hiểm nghèo của cô Hõn bằng một giọng vô cảm. Chắc hẳn ông muốn chừa chỗ cho độc giả tự chiêm nghiệm lòng chung thủy của hai người yêu nhau trong hoàn cảnh nhiễu sự của xã hội và gia đình Việt. Rồi để mặc họ tự mường tượng nhát búa đau thương cuối cùng sẽ kết liễu ra sao vừa mạng sống cô Hõm vừa một cuộc tình vốn lở dở từ đầu tới cuối. Ôi đời! Ôi tình!

2. Đập Vỡ Cây Đàn

Trên chuyến tàu Vĩnh Phước từ Rạch Sỏi có một đám đông thật đa dạng. Có cô Ba Khả Khiếm dịu dàng, cởi mở, thiệt tình, đôn hậu lại giỏi bếp núc, đảm đang việc buôn bán. Có thằng Lục Lăng ma lanh nhất nhưng vẫn tốt bụng cùng một đám bạn thanh niên hồi đó học cùng lớp với cô Ba. Có một anh thương phế binh“tàn dư chế độ cũ”giỏi đàn hát và chịu trình diễn. Nhiêu đó đủ tạo một chương trình nhạc yêu cầu sôi nổi.

Tuy nhiên, không đồng thanh tương ứng với đám đông là một tên công an áo vàng. Hắn nhào vào gầm lên đòi đập vỡ cây đàn của anh thương phế binh. Mỉa mai thay, bài hát được hoan nghênh nhất tên “Đập Vỡ Cây Đàn”. Tàn nhẫn và nực cười thay, khi tàu cập bến thì anh thương phế binh bị bắt và cây đàn bị đem nhốt!

Truyện được viết khoảng năm 1977 nên có không khí, nhân vật và nhiều từ vựng đặc trưng của thời đó: công an áo vàng hung hăng, thương phế binh bị coi là “tàn dư”, luật pháp lỏng lẻo đến độ thanh niên xung phong có thể giải cứu người tù.

Ngoài phần chính yếu có liên quan tới tựa đề truyện, còn có phần viết thêm về cô Ba Khả Khiếm và ông chồng cựu sĩ quan, cùng lời xì xào của thiên hạ rằng "sĩ quan gốc núi sức mấy mà với tới cô Ba" hoặc "Thằng chả (chồng sĩ quan của cô Ba) hên thiệt à nghen. Chắc kiếp trước có tu." Phần này chắc chắn cũng quan trọng không kém vì cô Ba Khả Khiếm chính là vợ của tác giả Phan Ni Tấn. Đương sự Phan Ni Tấn cũng chính là một sĩ quan.

3. Mình Dìa Tắc Cậu

Câu truyện này làm cho tôi lúng túng khi tìm cách điểm nó.Tôi có cảm tưởng tác giả chỉ bâng quơ viết xuống những ý nghĩ bất chợt đến mà không có nhã ý ghép vào thành một câu truyện. Tôi cũng ngờ rằng tác giả dựa vào thuyết luân hồi để nói lên điều gì đó.

Cuối cùng, vì vẫn lúng túng, tôi quyết định sắp xếp những chi tiết trong bài viết như sau, rồi sẽ năn nỉ tác giả soi sáng thêm.

- Nhân vật:
  - ông Hoàng A Lềnh với sở thích nuôi gà chọi và chơi đồ cổ.
  - cụ Vương Đông: nhà sưu tầm đồ cổ, bạn tâm giao của ông Hoàng A Lènh
  - Cu Lơ (cháu nội ông Hoàng A Lềnh) hay đi sưu tầm đồ cổ với ông nội, đem lại sự may mắn cho ông nội.
- Địa điểm:
  - Cù lao Tắc Cậu, cách thị xã Rạch Giá 20 cây số - nơi ở của ông Lềnh thời còn buôn bán.
  - An Biên, Rạch Giá: Nơi ở của ông Hoàng A Lềnh khi về già.
  - Bãi Xàu, Sóc Trăng, chỗ ở của nhà sưu tập đô cổ Vương Đông (bạn của ông Lềnh)

- Diễn tiến câu chuyện:

o Ông Hoàng A Lềnh chuẩn bị đi cù lao Tắc Câu với cháu nội, cu Lơ.

o Sau một chuyến đi thăm bạn Vương Đông, ông Hoàng A Lềnh ốm liệt giường, mơ thấy mình đang là núi bỗng biến thành sông, có xác mình trôi về quá khứ.

- Quá khứ:

o 1802: Gia Long thiết lập kinh đô Phú Xuân, thành lập thành Thái Giám

o 1806: Ông Lềnh tình nguyện vào đoàn tiểu thái giám lấy tên là A Vỹ

o 1784: Gia Long làm tiệc đưa Hoàng Tử Cảnh theo Bá Đa Lộc sang Pháp cầu viện. Ông Lềnh bưng trà sứ tiến vua, bị hoàng tử đụng phải làm bể chén ngọc và bị tống vào ngục thất và bị chặt đứt ngón tay út.

- Trở về hiện tại:

o Ông nội mua được cây bút đời Sùng Chính với giá hời.

o Cháu nội của ông ăn quá nhiều khóm nên bị Tào Tháo rượt.

Bây giờ đến phiên tác giả Phan Ni Tấn cầm đèn pin soi sáng ...

4. Nền Vua

Đây là một bài viết có nhiều thông tin có giá trị về mặt lịch sử và địa lý: tác giả nghiên cứu kỹ địa danh Rạch Giá và lịch sử VN trong giai đoạn Tây Sơn.

Truyện nhắc nhở đến môn võ Bình Định rất đáng tự hào của người Việt và hình ảnh con gái Bình Định múa roi đi quyền rất độc đáo.

Tuy nhiên, cũng giống như với truyện "Mình Dìa Tắc Cậu", tôi bối rối vì cách sắp xếp tình tiết của tác giả nên chỉ xin đưa ra dàn bài như sau. Những mong được "chỉ giáo" thêm:

Thành viên nhà Nguyễn Võ (hậu duệ của nhà Tây Sơn)	Sự kiện
1. Tam kiệt nhà Tây Sơn	1. Khởi nghĩa năm Tân Mão 1771 1782: Vua Thái Đức (Nguyễn Nhạc) đánh thành Gia Định lần 4. Nguyễn Phúc Ánh thua chạy vào Tam Phụ qua cửa Cần Giờ, về kiên Giang, xuống Sóc Trăng ra đảo Phú Quốc Khi tới Kiên Giang thì mất dấu Nguyễn Phúc Ánh. Trên khi lui về Quy Nhơn, quân Tây Sơn đắp gò cao làm nơi dưỡng quân Công nhà Tây Sơn: Mở mang bờ cõi sau hang trăm năm Trịnh Nguyễn phân tranh.
2. Ông Châu Sía (bạn tâm giao của tổ phụ	2. Khám phá nền đất Tây Sơn trong một rừng già tại Rạch Giá, báo cho tổ phụ biết.
3. Năm xưa	3. Tổ phụ lặn lội từ Bình Định tới Rạch Giá, đào được tại ấp Tậy Sơn một mảnh đất thiêng và lưỡi chủy thủ.
4. Ông nội tôi	4. - 1950: dọn từ Bình Định về Sài Gòn (Cầu Kho), mở trường dạy võ Bình Định. - Truyền nghề võ cho cha - Ngã bệnh và qua đời sau khi cha tôi tử trận.
5. Cha tôi	5. - Cha kế nghiệp (đời 2) dời trường về Tân Định
6. Tôi (Nguyễn Võ Côn)	- Cha hy sinh tại chiến trường Nam Lào (1972) - Chưởng môn thứ ba, mang trọng trách giữ gìn di vật đời Tây Sơn. - Đi thăm nền vua, bị hai tên du kích VC tấn công, Ông dùng võ thuật hạ đối thủ, nhưng không giết vì lý do nhân bản.
7. Tôi (tác giả)	- Nghiên cứu lịch sử đời Tây Sơn - Viết truyện theo lời kể của ông Côn.

5. "Út Hồng À!...

Út Hồng giỏi mà hiền, nghĩa biết trọng mà tình cũng thâm. Một bữa Út Hồng được tặng một con nhồng biết nói. Người trong xóm ngạc nhiên vì con này bắt chước những người chung quanh nói: "Ut Hồng à!".

Một tối trời mưa, Út Hồng quên không mang con nhồng vào nhà. Sáng ra Út Hồng phải hơ cho nó ấm. May sao nó không chết. Vừa tỉnh dậy.nó đã nói "Út Hồng à!" bằng một giọng mỏi mệt, ỉu xìu.

Lời bình: Câu chuyện người kể qua điện thoại, chỉ theo một chiều, nhưng có lẽ người bênkia đầu dây chỉ điểm xuyết nên câu chuyện vẫn dễ hiểu. Tựa đề "Út Hồng À!" được đặt vào mỏ con nhồng với giọng Nam rặc. Con nhồng mang cá tính của người miền Nam, xuề xòa, không biết giận. Sau một đêm bị bỏ quên ngoài mưa gió, nó vẫn hồn nhiên nói "Út Hồng à!" Thật là dễ thương.

Truyện cũng nhắc đến nét văn hóa của người Đông phương chỉ biết ngày chết (giỗ) chứ không quan tâm đến ngày sinh. Có lẽ vì ông bà mình quen nói đến kiếp sau chứ không nghĩ rằng chết là hết. Hèn chi Út Hồng "dẫy nẩy" khi được quà sinh nhật!

6. Đồng Giữa

Các nhân vật

Thằng Nõn: chèo ghe thuê
Hai chị em Bòl, Thùy (khách đi ghe)
Chú thím Út (ba má của Bòl, Thùy)
Chú Tư Nun (anh bà con của chú Út)

Ông Thái Tường (ông nội của hai chị em Bòl, Thùy), người Trung Hoa lập nghiệp ở Hà Tiên, phiêu bạt ra Hòn Trẹm, rồi Ba Hòn, sau đó làm ruộng rẫy ở Rạch Giá. Cuối cùng ông xuôi con rạch Bàu Trâm, quẹo trái xuống kinh Bàu Láng và chọn Đồng Giữa làm quê hương.

Câu truyện chỉ là cảnh thằng Nõn từ Xẻo Rô chèo ghe chở hai chị em Bòl, Thùy đi tảo mộ ở Đồng Giữa. Sau đó đoàn tảo mộ về ăn giỗ ở nhà chú Tư.

Lời bàn:

Truyện nhắc độc giả về thói quen chèo ghe và xuồng của người dân quê miền Tây. Thằng Nõn chèo xuồng chở hai chị em đi ăn giỗ ở Đồng Giữa suốt 15 năm. Càng ngày càng thêm đường cái, thêm cầu, nhưng được cái là thằng Nõn vẫn thích chèo ghe, chèo xuồng và hai chị em Bòl & Thùy vẫn thích đi ghe, đi xuồng. Nhờ thế mà thằng Nõn vẫn thỉnh thoảng có khách đi ghe, xuồng.

Nhân đó, đoàn người Minh Hương được nhắc đến. Ông nội của hai chị em Bòl & Thùy đến Hà Tiên lập nghiệp và làm giàu rồi sau đó chọn Đồng Giữa là quê hương, lấy vợ Việt và đẻ con tại đó. Việc một người Minh Hương lấy vợ Việt hoàn toàn đi ngược lại nguyên tắc của người Tiều: cho phép trai Hoa (Ka-kì-nán) lấy gái Việt, nhưng không cho trai Việt (An-nàm-nán) lấy gái Hoa.

Tác giả cũng nhắc đến những người Khơ Me qua khẩn hoang rồi đem bán đất canh tác cho người Minh Hương giàu có. Chỉ tổ làm ông nhà giàu Thái Tường (ông nội của hai chị em) càng giàu thêm!

Chuyện hai chị em đi xuồng ăn giỗ ở Đồng Giữa không có gì gay cấn, nhưng đọc thấy sao nó mộc mạc dễ thương quá, tưởng như hồn thiêng đất Kiên Giang Rạch Giá đang sống lại. Ngoài ra câu chuyện của hai nguồn lưu dân ở Hà Tiên và Đồng Giữa là một trang sử độc đáo làm nên đặc tính di dân của hai địa danh này.

7. Gió Đưa Cây Bẹo

Ông bà Hai Ớt thuộc giới thương hồ. Ông làm nghề thợ máy, bà là khách thương hồ. Một hôm máy ghe bà bị hư, ông sửa; thế là cả hai bị tiếng sét ái tình mà nên duyên vợ chồng.

Con Bẹo là con gái của ông bà Hai Ớt. Con Bẹo ra đời trong một hoàn cảnh oái oăm: bà Hai Ớt mang bầu mà vẫn khiêng nặng trên sàn ghe, té cái oạch, rớt hai đứa sinh non, một chết, một sống – đó chính là con Bẹo, sinh ra đã tật nguyền. Sở dĩ nó có cái tên "Bẹo" là vì lúc đó ba nó đang loay hoay cột trái giác trên cây mía lên cây Bẹo.

Dù tật nguyền, con Bẹo vẫn là một con người hồn nhiên, liến thoắng, thích ca hát, rồi lớn lên thành một thiếu nữ quán xuyến từ bếp núc đến sổ sách. Về sau con Bẹo lấy con trai chủ nhân của ông Hai Ớt và được gọi là bà Chơn Nguyên, một bà chủ lịch lãm, nghiêm nghị của một công ty xuất nhập cảng. Đồng thời bà cũng là một Phật tử đầy lòng bác ái hay làm việc từ thiện.

<u>Lời bàn</u>:

Truyện này có thể được coi là tiểu sử của bà Chơn Nguyên, một con người khả kính, giàu sang và đầy lòng từ bi.

Nhân đọc đến chi tiết vợ ông Ớt, bà Thìn, bụng bầu mà té cái oạch phải được chở tới nhà thương bằng xe ba gác trong khi Ông Ớt lạch bạch chạy theo, tôi nhớ đến một chuyện tương tự đã xảy ra trong gia đình tôi vào thập niên 90.

Năm ấy hai vợ chồng đứa em trai của tôi còn ở chung với gia đình. Chồng làm nghề tài xế du lịch nên thường vắng nhà. Vợ ở nhà sinh non đứa con thứ hai, trong một tình huống vô cùng nguy hiểm: xuất huyết giữa đêm từ ở nhà. Cả nhà náo loạn, phải gọi anh hàng xóm chạy xe ba gác để chở bà bầu đi nhà thương. Đứa em dâu thứ hai, vì là bác sĩ nên chạy lạch bạch theo xe ba gác để kịp thời gởi gấm những đồng nghiệp quen. Bố tôi đạp xe theo, tôi thì quýnh quáng chỉ biết lau dọn những vũng máu khi mọi người đã đi khỏi, ruột gan rối bời, bắt buộc phải chuẩn bị cho những chuyện tồi tệ nhất có thể xảy ra. Vài tiếng đồng hồ sau, bố tôi đạp xe về, báo tin một em bé trai đã ra đời, mẹ tròn con vuông. Tôi thở phào nhẹ nhõm. Thật là một phép lạ vì lúc đó ngay cả bác sĩ và y tá đều chuẩn bị hy sinh con để cứu mẹ.

Chuyện này xảy ra không phải ở một vùng quê như Đồng Giữa mà ở ngay thành phố Sài Gòn vào thời điểm khi các điều kiện y tế của Việt Nam vẫn còn rất thô sơ. Chỉ còn dựa vào phúc đức của gia đình.

Nhân đọc truyện này tôi cũng khoan khoái học thêm một chữ tiếng Việt: cây bẹo. Vốn thích cuộc sống thương hồ của dân miền Tây và luôn thú vị về nếp treo các món hàng bán lên cao để khách hàng biết mà chèo ghe đến mua. Vậy mà giờ tôi mới biết cái cây dùng để quảng cáo hàng có tên là cây bẹo.

Đừng nói tiếng mẹ đẻ không có chữ cho mình học thêm!

8. Tử Sanh Hữu Mạng

Đây là một truyện về thảm kịch chiến tranh. Năm người dân quê mộc mạc trên một chiếc ghe thương hồ bị Việt Cộng chặn đòi thuế và máy bay VN Cộng Hòa đánh chìm. Cả năm người trên ghe đều chết. Âu đó là số mạng của hai vợ chồng, một cô gái và hai đứa con nít. Chuyện sống chết của con người quả là do số mạng!

Cảnh vật trong truyện càng sống động, tình người trong truyện càng chân chất thì kết cục càng gây chấn động trong tim độc giả. Hãy cứ nghĩ đến con Ứng sau ba năm lênh đênh trên ghe thương hồ trở về thăm mộ má khóc "bù non bù nước". Hãy nghĩ đến thím Tư Đực đảm đang, xốc vác mà vẫn ướt át nhớ đến ngày xa xưa khi chú Tư Đực nắm tay tỏ tình "với cái mặt sượng trân" và "với cái miệng cà hục cà hữ nói không ra lời". Hãy nghĩ đến câu đối thoại duy nhất trong truyện khi thím Tư Đực bảo con Ứng: "Ý mèn ơi, A Ứng, thiếu chút xíu là tao quên trớt quớt ...". Để rồi chết lặng vì cảnh dội bom lạnh lùng và lời bình luận chua chát của tác giả: " ... người dân dẫu có hiền lành, chất phác hay vô tội kia, cũng cứ chết thảm, chết tức tưởi, chết không kịp ngáp dưới lằn đạn oan khiên."

Nói nôm na thì "con người sống chết có số", nói cầu kỳ thì "tử sanh hữu mạng"

Tác giả kết câu truyện bằng lời thốt lên: "Đúng quá!"trong khi độc giả chắc hẳn quay quắt vì cái phi lý tột cùng của chiến tranh.

9. **Con Rạch Bầu Nhum**

Đây là câu truyện về một cặp vợ chồng với cái tên rất ngộ nghĩnh: chú Tôi, thím Tìa và với một nếp sống không giống ai: nếp giải quyết bất hòa bằng võ nghệ (cả hai đều là con nhà võ). Lúc nổi cơn tam bành, "thím cắm con dao xuống tấm thớt nghe một cái kịch.Đứng phắt dậy phủi đít, hét một tiếng trợ oai..."

Oai thế, hèn chi lúc nào thím cũng thắng. Đúng là con cháu hai Bà.

Nhưng thực ra, ai thua ai thắng dường như không quan trọng lắm vì họ thi đấu trong tinh thần thượng phong và tinh thần"yêu nhau lắm, cắn nhau đau". Hễ chú té thì thím cúi xuống kéo dậy. Sau cuộc đấu, hai người vẫn cứ yêu nhau ra rít khiến dân số gia đình chú tăng lên 8.

Điều thú vị nhất là những chuyện "thiệt lạ đời" trong gia đình Tôi-Tìa:

- Chuyện sui gia: "Cùng một ngày cả hai ông sui đồng thanh khóc vợ..."Hai bà cùng tuổi chết cùng ngày. Sống thì sát vách nhau, chết hai bà lại nằm cạnh nhau."

- Chuyện cảnh nhà: "đông đảo nhất, nheo nhóc nhất, chộn rộn nhất, xăng xái nhất, võ nghệ nhất, hào phóng nhất, xung phong nhất, khắng khít nhất ...."

- Chuyện con cái: Thím "sòn sòn năm một cho ra đời bốn cặp sanh đôi, vị chi là tám mống khiến cả làng cả xóm phải lắc đầu le lưỡi." "Coi oai phong lẫm liệt, phong độ dữ dằn, tiền hô hậu ủng vậy nhưng cả nhà đều hiền khô như con rạch Bầu Nhum."

- Chuyện sinh lão bệnh tử: "Ở cái tuổi cửu tuần, chú Tôi mất vì bệnh già. Lúc con vợ thằng Tư hơ hải về Bầu Nhum báo hung tin, đúng lúc con Út bay ngược qua Hà Tiên báo thím Tìa lìa đời."

Các nhà văn viết truyện thường cố viết sao cho thực, nhưng ở đây nhà văn lại viết về những chuyện "thiệt lạ đời". Vậy mà đọc sao vẫn cứ thấy "thiệt". Có lẽ vì lời lẽ sống động của các nhân vật trong truyện:

"Chèng đéc! Cái cựa bén ghê! Cái mào đỏ chét hà..."

"Bà có ngon ra sau hè ăn thua đủ với tôi."

"Á à! Cái này ông nói đó nghen!"

Vả lại, tác giả đã xác nhận là chính mình nghe chuyện từ võ sư Hai Tụ năm 1972 tại huyện Tây Sơn, tỉnh Bình Định khi ông ra Quy Nhơn công tác với sư đoàn Bạch Mã, Đại Hàn.

Bởi vậy mà nghe "thiệt" quá chừng!

10. **Nội Về Cần Giuộc**

Tác giả gắn Cần Giuộc với trang sử của những nghĩa sĩ chống Pháp và với những kỷ niệm riêng tư với bà nội của mình. Lúc chưa đi học thì có kỷ niệm được nội ru ngủ và bị kim đâm chân. Lúc đi học thì có kỷ niệm đòi nội đứng ngoài cửa sổ suốt buổi học. Ngày tác giả được cha mẹ cho lên Đà Lạt học trường Tây chính là đánh dấu cuộc chia tay với Cần Giuộc và với Nội.

Đây không phải là một truyện ngắn, mà là một trang nhật ký thật cảm động của tác giả. Kỷ niệm ngày đầu đến trường thì ai cũng có. Khởi đầu là ông Thanh Tịnh được mẹ "âu yếm" dắt tay trên con đường làng khi trên trời có những "đám mây bàng bạc". Rồi tôi lại nhớ đến chị Hai mình ngày đầu vào lớp học bắt người cô phải đứng ngoài cửa sổ suốt buổi học. (Chị đâu biết ở xứ Cần Giuộc có một ông PNT cũng đòi y như vậy!) Lại còn đứa em Út của tôi đi học ngày đầu tiên về thì tuyên bố một câu xanh rờn: "Tưởng đi học sướng lắm, ai ngờ ..."

Nhưng chỉ có PNT mới nâng kỷ niệm được nội dắt đi học lên hàng những điều "kỳ điệu" nhất của vũ trụ và của con người.

11. Ngoại Gánh Huế Theo

Đây là một trang nhật ký khác của tác giả về bà ngoại "gánh" Huế lên tận Ban Mê Thuột. Cũng có thể coi đây là một trang gia phả của gia đình họ Hồ của Ngoại. Vốn gốc gác là con gái của một quan thượng thư, khi góa chồng bà đưa tám người con lên Ban Mê Thuột lập nghiệp. Kỷ niệm về ngoại có cái kẹo sô cô la của ngoại bán cho mấy người Tây được về lại trong miệng cháu ngoại. Có đồng năm cắc bà cho, mua được một đĩa bánh căng ở đầu ngõ. Có nhan sắc đài các của ngoại mà một người dì được kế thừa. Có bản tính đôn hậu của bà do gần gũi với kinh Phật. Và cuối cùng có một ngày khi cháu ngoại nghe hung tin ngoại qua đời.

Đây là một truyện không có cốt truyện cổ điển kiểu xuất phát từ một xung đột, dâng lên trong một cao trào lâm ly rồi dẫn đến một kết cục bất ngờ. Không, đây chỉ là bức tranh đời thườngcủa một người đàn bà đức hạnh và quán xuyến. Truyện có được từ ngóc ngách của trí nhớ trẻ thơ và được viết xuống từ lòng yêu thương của một đứa cháu ngoại. Việt Nam chắc chắn có nhiều bà ngoại như vậy, nhưng không phải bà ngoại nào cũng có một cháu ngoại viết được những dòng tưởng nhớ như cháu PNT của bà.

12. Con Đò Thủ Thiêm

Đây là một câu truyện thời chiến tranh giữa Việt Minh và Pháp.

Con đò vùng Thủ Thiêm của ông Tư thật đắc lực. Không những ông chèo giỏi, đàn và hò hay mà còn có nghề bốc thuốc gia truyền chữa bệnh miễn phí cho dân nghèo. Con người chân quê xứ Huế hiền lành và thiệt thà của ông chan hòa với cảnh sông nước miền Thủ Thiêm. Ông toàn dùng chữ Huế rặc ("Dà, o mô rứa? O cần chi tui giúp." "Dà, bữa ni gió lớn, đò tròng trành, cô Hai Hên cẩn trọng hỉ." "Dà, anh Hai giúp tôi bồn hắn lên chờn để tui chộ.") làm độc giả có cảm giác thú vị... cho đến cuối truyện thì sững sờ với cảnh giao tranh giữa Việt Minh và Pháp, làm thiệt mạng dân lành, trong đó có ông lái đò. Giọng văn từ tốn nhưng chua chát của tác giả ở cuối truyện làm độc giả phải ngưng đọc giây lát để nuốt xuống cái cục nghẹn ngào trong cổ:

"Con đò của ông Tư vẫn bồng bềnh neo dưới mé sông. Có điều phía trái mạn đò, dòng máu tươi như vết son, rớt dính mớ tóc bạc kéo thành một vệt dài chảy xuống đọng thành vũng giữa lòng đò."

Gió dưới bến đò đã êm, sóng đã lặng, như thể sóng và gió đồng lõa với cảnh phẳng lặng và kỳ lạ của máu người.

13. **Lội Biển Ra Ghe**

Tác giả ghi lại trang sử bi thương của miền Nam Việt Nam từ ngày 10 tháng 3, khi Ban Mê Thuột rơi vào tay Cộng Sản, cho đến ngày 30 tháng 4, khi toàn bộ miền Nam chịu chung số phận này. Những kinh nghiệm của tác giả chắc chắn rất quen thuộc với người dân miền Nam nước Việt. Đọc không để biết mà để sống lại. Từ trại học tập cải tạo, có một điều tác giả dám làm mà nhiều người không dám: trốn trại. Anh trốn được. Sau đó anh làm một điều khác cùng cả triệu người miền Nam nước Việt: vượt biên. Anh cũng đến được bến bờ tự do. Ta có thể nói anh là người may mắn.

Tôi "sống với lũ" hơn 30 năm trong đó có bốn năm dạy học ở Vũng Tàu nên thấu hiểu cảnh bến xe đò thuở đó mà tác giả mô tả. Xếp hàng từ khuya, may ra bảy giờ sáng mới mua được vé. Lơ mơ một chút là mất túi như chơi! Nhớ thuở đó tôi xa nhà lần đầu, lại bị "Bác và Đảng" gõ đầu quá đáng nên tuần nào cũng muốn về thăm nhà. Ngày thứ bảy, sau giờ chủ nhiệm lúc 12 giờ, tôi mới ù ra bến xe xếp hàng. Có lần xui nhất đến năm giờ chiều mới mua được vé, lại gặp xe chạy bằng than nên ì ạch chạy đến tối mịt mới về đến nhà. Rí ráu với chị và các em một buổi tối, sáng hôm sau đã phải ra bến xe xếp hàng từ sớm để hy vọng 12 giờ trưa mua được vé và xâm xẩm tối thì trở lại Vũng Tàu để chào cờ sáng thứ hai. Gặp những năm bố tôi ở nhà (không bị "cải tạo") thì mẹ xót, bố xót. Sáng sớm bét ngày chủ nhật mẹ gói cho tôi vài thứ ăn được (thuở ấy cả nước đói), bố đưa ra bến xe gần nhà, chỉ để thấy tôi bắt đầu xếp hàng, rồi bố về nhà. Chốc chốc bố quay lại bến xe xem tôi đã mua được vé chưa, thường có thêm một ly cà phê sữa để tôi hớp vài hớp cho tỉnh táo. Cứ như thế một vài học kỳ thì ông nói với tôi bằng một giọng cương quyết: "Thôi, đừng đi làm xa nữa, con ạ." Tôi chỉ đợi có thế, bèn nộp đơn xin nghỉ ngay, chẳng nghĩ ngợi gì đến hộ khẩu đã cắt và khả năng xin việc rất mong manh ở Sài Gòn. Điều này đi ngược với bản tính nhút nhát và thận trọng của tôi. Có lẽ vì vào lúc toàn dân miền Nam tràn ngập một tâm thức liều lĩnh thì người nhát nhất cũng hóa liều. Cũng với sự liều lĩnh ấy, thỉnh thoảng mẹ tôi lại dặn: "Ở Vũng Tàu nếu có học trò nào rủ vượt biên thì con cứ đi nhé, khỏi về nhà xin phép!" Và trong trường hợp tác giả PNT thì người liều lĩnh chính là mẹ của ông, một phụ nữ trước đây chỉ quanh quẩn trong góc bếp.

Liều lĩnh đôi khi cần thiết để có hành động, chứ cứ lẩn thẩn "to be or not to be" kiểu Hamlet thì làm sao có được những cộng đồng Việt Nam ở hải ngoại như bây giờ.

14. **Con Gà Là Bạn Của Tôi**

Gà đây là con gà chọi được mua từ một người túng tiền bán lại và nhờ đó mà được giải nghệ khỏi đấu trường. Bạn của gà là một người trí thức hiểu biết sống đời cần lao, đạm bạc nhưng lúc nào cũng "ăn mặc tươm tất, nói năng nhỏ nhẹ".

Gà chọi về hưu làm bạn với người trí thức đi "cải tạo" về thì hẳn ăn ý. Và khi gà chọi chết oái oăm vì thuốc rày do chính bạn trí thức pha (với ý đồ diệt chuột) thì nỗi buồn tưởng như không lời nào diễn tả được. Nhưng với người trí thức thì buồn vẫn ra thơ. Câu đầu kể lể *"Bạn bè có mỗi con gà"*, rồi câu giữa nhắc lại bằng một giọng thân mật và thiết tha hơn *"Bạn bè có mỗi mình mày đấy thôi"* và rên rỉ *"Chết gà tôi lại* đơn côi".

Tuy nhiên, vào thời đói kém, dù buồn biết mấy người ta không chôn con gà bị thuốc rầy chết mà vội vã hốt xác gà, trụng nước sôi nhổ lông làm thịt. Người trí thức thêm câu cuối vào bài thơ của mình *"Nay tôi làm cỗ con gà. Nhấp chung rượu để gọi là nhớ nhau."*

Rượu vào, nỗi buồn có phần thêm thi vị.

Nhưng vẫn chua chát. Ngay tại quê nhà thời buổi nhiễu nhương, người ta ăn bất kỳ cái gì nhúc nhích trong "nhà tủ nhỏ" và ăn cả thịt nhiễm độc trong "nhà tù lớn".

15. **Tù Trưởng Y Krea Bouk**

Đây là một bản anh hùng ca dành cho vị tù trưởng của buôn Dam Rông được mô tả là người "cường tráng, oai phong lẫm liệt", có công "tạo niềm tin, mang yên vui no ấm cho dân làng". Kẻ thù của Y Bouk là một con cọp đã từng vồ ông khi ông còn là em bé, giết chết cả cha lẫn mẹ ông khi họ tìm cách cứu hai anh em của ông. Công cuộc trả thù của Y Bouk ở giai đoạn thứ nhất đã khiến con cọp sa bẫy, phải tự cắn đứt chân mình để thoát bẫy. Ở giai đoạn hai nhiều năm sau, con cọp ba chân trở lại, giao tranh mãnh liệt với tù trưởng để cuối cùng cọp chết dưới lưỡi giáo của tù trưởng, nhưng trước đó đã kịp "đổ ụp cái thân hình to lớn nặng nề xuống người Y Bouk." Y Bouk đã phải trả giá cho chiến thắng sau cùng bằng cái chết của chính mình, để đứa em, Y Yuk, chiều hôm ấy "ngồi lặng lẽ một mình" trong căn nhà lạnh lẽo.

Sự xung đột giữa người và mãnh thú giữa chốn rừng xanh thật khốc liệt khiến các độc giả cư dân đô thị phải bàng hoàng.

16. **Thu Nương**

Tuy "ông ký giả" kể chuyện này đã khẳng định đây không phải là chuyện ma của Bồ Tùng Linh, nhưng không khí của truyện đầy vẻ ma quái. Nào là cô gái áo trắng (Thu Nương), tóc dài đến chân, chỉ xuất hiện lúc giữa đêm và chân đi không chạm đất. Nào là nhận định của một vị sư khất sĩ rằng người đàn ông thấy cô mỗi đêm (Vũ Văn Tạng) "người đầy tà khí". Nào là tiếng thì thầm "truyền âm nhập mật" dặn ông Tạng bật đèn sáng ngăn cô gái vào xâm hại và chỉ đường ông đến nghĩa trang để nhận diện cô gái. Nào là cái chết đột ngột vì bị rắn cắn. Nào là hai ngôi mộ tình cờ nằm cạnh nhau.

Có hai người xưng tôi trong truyện. Độc giả phải dựa vào lời thưa gửi để biết ai là ai. Tôi "thưa anh ký giả" là Tôi Vũ Văn Tạng, còn tôi "thưa bạn đọc" là Tôi Phan Ni Tấn. "Tôi" nào cũng giúp độc giả nhập vào không khí liêu trai rờn rợn nhưng hấp dẫn của truyện.

17. **Huyền Phổ Đại Huynh**

Tựa đề truyện báo trước độc giả sẽ được thưởng thức một loại truyện kiếm hiệp Tàu hay hiệp sĩ Tây. Quả vậy, nhân vật chính là đệ tử của hòa thượng chùa Thiếu Lâm, nhưng lại khoác áo dòng Ki Tô và được gọi là cha Huyền Phổ. Ban ngày cha "mang hình tượng hiệp nghĩa, thân thiện, hào phóng, vui tay phát quà bánh cho trẻ con, rao giảng tin lành cho người lớn", ban đêm "thoát xác, biến hình, đội lốt 'người áo đen' chuyên 'trừ gian diệt bạo' bằng cách phi thân, điểm huyệt để tránh giết người.

Nhân vật Huyền Phổ trở nên rất thực khi được đặt trong bối cảnh di cư trên chiếc "tàu há mồm" và khi tác giả kể đã nghe chuyện từ Cố Francis Bay và mãi 60 năm sau mới viết lại thành truyện tại Canada.

Thú vị nhất là nhân vật Huyền Phổ có hai vẻ đẹp và hai chức danh tùy vào cách nhìn của độc giả. Nếu nhìn vào vẻ đẹp bác ái thì chức danh là linh mục (linh mục Huyền Phổ), còn nếu nhìn vào vẻ đẹp quả cảm thì chức danh là đại huynh (Huỳnh Phổ đại huynh).

Có lẽ tác giả Phan Ni Tấn thích kiếm hiệp Tàu hơn nên đã đặt tên truyện là "Huyền Phổ Đai Huynh".

18. **Du Côn Hữu Dụng**

"Du Côn" ám chỉ nhân vật chính của truyện. Tên đúng là người vì anh này tên Côn và quả thật là tay du thử du thực, không nghề không nghiệp, ngoại trừ thời gian đi buôn lậu và dắt người vượt biên.

"Hữu Dụng" cũng mô tả chính xác tên "du côn" dễ thương, lúc nào cũng xăng xái giúp đỡ bàn dân thiên hạ từ việc khuân vác ngoài bến xe, đến việc phụ dọn hàng ngoài chợ và giải bài toán khó cho con bà chủ quán.

Gay cấn nhất là cuộc đấu võ giữa du côn Annam mít và chúa đảng Khmer. Hình như tác giả cố tình "chiếu" cho độc giả coi một cuốn phim (bằng chữ) ly kỳ với kết cục có hậu đề ai nấy được hả hê.

Sau chiến thắng này du côn "Mít" chuyển địa bàn hoạt động lên Ban Mê Thuột nhưng không khấm khá lắm. Kết cục đặc biệt không chấm dứt câu truyện mà dễ dàng mở sang một chương khác: "Biết vận may của mình không còn nữa, tôi chuyển qua nghề khác. Nghề dắt người vượt biên bằng đường bộ."

Độc giả được hướng dẫn chuẩn bị đọcmột truyện về vượt biên bằng đường bộ!

19. **Sắc Sắc Không Không**

Truyện bắt đầu ở một thế giới ảo (không không) trong đó tác giả mơ thấy mình là một đứa trẻ mồ côi được lên núi học đạo, rồi trở thành một Samurai gan dạ, dũng cảm, không hề biết lùi bước. Tuy nhiên, vẫn trong giấc mộng, tác giả chiến đấu với một kiếm sĩ kiệt xuất, rồi tắt thở vì bị một con mãng xà mổ vào nhân trung.

Thoát khỏi mộng, thế giới thực (sắc sắc) có phần phũ phàng vì tác giả thấy mình ú a ú ớ "cái miệng vô duyên" đến độ vợ "đang coi phim Đại Hàn ngoài phòng khách" phải chạy ù vô lay cho thức dậy."(Tôi thật khoái cái dí dỏm của tác giả khi chua thêm chi tiết "đang coi phim Đại Hàn").

Tác giả thật khéo tự chế riễu mình, nhất là lúc mô tả mình "chân run rẩy co lên", "mắt láo liên" tìm đối thủ. Tuy nhiên, bài học ông rút được mới tuyệt làm sao: "... giây khắc đẹp nhất trong đời thực là buổi cơm chiều thơm mùi nấu nướng mà người vợ hiền đang sửa soạn ngoài kia."

Tôi nhớ đến Phan Ni Tấn phu nhân với nụ cười trong sáng, dáng điệu khoan thai và mường tượng được mùi nấu nướng mà chị là tác giả bao lâu nay trong mái ấm nhà chị.

20. **Linh Cầu Đội Xác Phàm**

Thoạt đọc tựa truyện, tôi không mường tượng được gì hết.

Dè đâu lại được đọc một giọng văn sống động, được gặp những nhân vật dễ thương như hai con chó Toto, Kiki vất vưởng trong thời chiến và anh lính Huế "Bồ Tát" đã cứu hai mạng chúng.

Gọi là "linh cẩu đội xác phàm" là phải rồi vì Kiki đích thân kể chuyện thật có duyên. Nó biết "oa oa xịt" cái dị đoan về năm tuổi khi năm Mậu Tuất tới, nó biết "ốt dột" khi tự thấy mình "trơ trơ như gỗ đá, không biết tình yêu là cái chi chi". Và cái tình của nó đối với bạn chí cốt Toto thì thật còn người hơn nhiều người nữa. Trước cái chết "dị òm" của Toto, nó lại nhớ đến ngày chiếc hòm kẽm của ân nhân được chở về, nó và Toto đã cùng "khóc hết nước mắt". Bây giờ chỉ có nó một mình "cứ buồn, cứ nhớ, cứ thương tiếc hoài" hai người bạn trong đời. Ôi, đúng là linh cẩu!

21. **Con Ma Nhỏ Ở Điện Bàn**

Cặp đôi được giới thiệu trong truyện này hết sức đặc biệt: chàng là bác sĩ tâm thần Võ Thiềm, một ông già yêu cuồng sống vội lần đầu năm 70 tuổi và nàng là Út Mót, cô em gái ma của nhân vật xưng tôi. Cô chết từ năm 4 tuổi, nhưng vẫn tiếp tục lớn cho đến khi gặp người yêu. Lúc ấy cô là một thiếu nữ cực kỳ xinh đẹp và "hơ hớ đến hừng hực gợi tình". Cặp đôi này tuy cọc cạch nhưng ông yêu như bị hớp hồn, còn con ma nhỏ thì yêu "chân thành, say đắm". Cả huyện Điện Bàn chỉ có mỗi ông bác sĩ tâm thần thấy được con ma nhỏ (thấy để yêu) và nhân vật xưng tôi (thấy để làm chứng cho cuộc tình). "Thú vui hòa hợp âm dương" đã khiến Út Mót "táo tợn làm rung chuyển cả luân lý và ông bác sĩ tâm thần cuối cùng qua đời vì kiệt sức yêu. Lúc ấy Út Mót mới hoàn toàn tan biến trong trời đất.

Lồng vào câu chuyện tình cuồng nhiệt là những chi tiết khốc liệt và ma quái của chiến tranh, khi toàn bộ mười bảy người trong một gia đình đều chết vì mìn giây của Pháp và khi đầu Út Mót bốn tuổi lìa người, lăn long lóc dưới chân chị mình, khi những người qua đường chứng kiến cảnh nhân vật tôi ôm cứng rất lâu một bóng ma mà họ không thấy.

Quả thật có một thời ở quê hương chúng ta mọi sự khó giữ được ở thể bình ổn.

22. **Rồi Đời Chiến Tranh**

Nhắc đến chiến tranh thì phải nhắc đến cái chết ("rồi đời"). Tác giả làm một cuộc điểm danh những người chết và những trận đánh làm người chết. Ông có thể kể một hơi dễ dàng vì "súng đạn đốn ngã không biết cơ man nào mà kể", vì chiến tranh như Thần Chết cầm lưỡi hái đi hái mạng người. Những bà mẹ Việt Nam sinh con và nuôi con vất vả mấy cũng không cung cấp đủ mạng cho Thần Chết hái. Mỗi người chết nằm xuống đều có cả một lịch sử sống. Mới ngày nào rửa lon thiếu úy, mặc quân phục oai hùng, xức dầu thơm hết biết để dắt đào đi chơi, rồi cũng nạp mạng cho Thần Chết hái. Có biết bao cách chết, có người chết không còn xác chôn, có người chết chỉ còn lượm được vài mảnh xương nên cái hòm nhẹ hều, có người chết xác trương phình.

Như một người hết nước mắt khóc, tác giả chỉ còn biết "mắc cười thấy mụ nội" và coi cái chết nhẹ như lồng hồng. Nhưng đó chỉ là vờ thôi vì đến khi người nhà mình hy sinh thì "mũi dãi ở đâu mà cứ sụt sịt tuôn ra dầm dề", thì "cả nhà bù non bù nước vật vã khóc than". Có những bà mẹ lặn lội đi nhận xác con và chắc chắn có những người vợ đi nhận xác chồng. Oan khiên cay đắng ngất trời. Ở xứ người sau hai thế chiến, những người chết còn được mồ yên mả đẹp dưới mưa, dưới nắng và giữa những bông hoa xinh đẹp. Ở xứ mình thì chôn rồi mồ mả còn bị cầy xới lên.

Một nửa thế kỷ đã qua rồi mà nhắc lại vẫn còn đau.

23. **Quỳnh My**

Đây là một mối tình em hậu phương, anh tiền tuyến, cũng say đắm, oái oăm và lỡ làng như bao mối tình thời chiến khác. Say đắm thì không giải thích được (làm sao cắt nghĩa được tình yêu), oái oăm vì sự chênh lệch tuổi tác của hai người và lỡ làng vì không có cảnh chàng nàng lấy nhau rồi sống hạnh phúc bên nhau suốt đời.

Nhưng cũng còn được cảnh chàng may mắn thoát khỏi quê hương ngục tù và nàng sống hạnh phúc bên chồng (không phải là chàng) và con. Khi tình cờ được tin nàng nơi xứ người, quyết định không tìm gặp người xưa của chàng là một quyết định lãng mạn kiểu "tình chỉ đẹp khi còn dang dở".Lãng mạn cũng vì chàng nhất quyết sẽ còn giữ muôn đời hình ảnh một thời của Quỳnh My.

24. **Trận Đánh**

Truyện như một cảnh phim ngợp trong khói lửa chiến tranh. Cần nhớ hai tên người là trung úy Tiên và hạ sĩ nhất Bảy Nẫu và một tên địa danh: tiền đồn Pleibuk tại Pleiku.

Ngoài đời hai người là thầy trò của nhau: ông hạ sĩ nhất dạy võ cho anh trung úy. Trong quân đội trò sĩ quan là "bề trên" của thầy hạ sĩ nhất. Trò sĩ quan "trẻ, khỏe, phong trần, chịu chơi, dũng mãnh, gan lì". Thầy hạ sĩ nhất đã 50 tuổi nhưng vẫn còn "ào ạt, liều lĩnh, chai lì, bạt mạng".

Hai tính chất ăn khớp nhau nên khi tình cờ gặp lại ở chiến trường, họ vui mừng biết mấy.

Nhưng tác giả "chiếu" lại cuốn phim "Trận Đánh" không hẳn để ca ngợi hai chiến sĩ Việt Nam Cộng Hòa đâu. Rõ ràng là ông cố tình gây sốc cho độc giả khi tả chân cái chết thảm khốc của hạ sĩ nhất Bảy Nẫu dưới làn đạn đại liên. Thân hình con nhà võ trước đây "dẻo dai, chắc nịch, cứng như thép nguội" nay "oặt ẹo như một loài động vật không xương...". "Mặt ngửa lên trời, mắt mở trừng trừng. Lồng ngực vỡ toang, nhầy nhụa những gân, xương và thịt." "Máu theo tử thi trôi xuống vẽ nên một vệt dài ngoằn ngoèo chảy đỏ bầm cả mặt đất."

Mặt đất còn đỏ bầm, hèn chi loài côn trùng phải "rên rỉ, ai oán, than van cho cảnh Nam Bắc tương tàn!"

25. **Thách Đấu**

Ở trường học, con nhà văn thưởng thức những lời hay ý đẹp trong những áng văn hay. Con nhà võ thì đành đi tìm sư phụ chứ trong chương trình phổ thông không có môn nào gọi lả môn "Võ". Sau khi được gọi là người "có võ" thì phải lo đi thách đấu thay vì ghi tên vào một kỳ thi nào đó. Bởi vậy mới có câu truyện tên "Thách Đấu" này.

Trong tiếng Anh, võ được gọi là một nghệ thuật (martial art). Tác giả Phan Ni Tấn không biết có giỏi võ không, nhưng rõ ràng là thấy được cái đẹp của nó: "Hai ông thầy võ mời nhau ra sân trao đổi nhau những đường quyền Bình Định trông thật uyển chuyển, đẹp mắt mà chắc nịch." Độc giả chỉ cần thưởng thức.

26. **Vô Ảnh Cước**

Đây là một truyện ngắn kể lại một trận đấu võ giữa Võ Đề, một tay võ nghệ chân truyền từ một hòn đảo ngoài khơi vịnh Rạch Giá và một nữ nhân tự xưng là Băng Tâm Song Cước Nữ Bạch Y, người Bình Định. Vô Ảnh Cước là chiêu võ nổi tiếng mà Võ Đề dùng để đánh bại một người được phong là "Hầu Vương Độc Cô Cầu Bại".

Việc Võ Đề thi đấu với một nữ nhân quê Bình Định có thể không lạ lắm. Tuy nhiên, việc anh thua chỏng quèo thì chắc lạ. Ai lại thua ở thế bị đá vào hạ bộ và bị ngồi đè lên ngực! Nhưng lâm ly nhất là, bốn mươi năm sau, Võ Đề vẫn tiếp tục bị đè lên ngực bởi đôi mắt có sức hút ghê gớm của đối thủ": "... đôi mắt đổ lửa xuống mặt kẻ chiến bại chuyển dần qua ánh mắt xanh thẳm dịu dàng."

Thua là phải rồi!

27. **Uyên Ương Gẫy Cánh**

Cặp uyên ương này yêu nhau ra rít trong nhiều hoàn cảnh trớ trêu. Chàng là một người tù "cải tạo" vượt ngục. Nàng lén lút "giấu" chàng trong căn gác của mình. Hẳn có những ngày bình thường và có những buổi rất vui như bữa tiệc giao thừa tại nhà em họ của nàng và sau đó là cơn khóc ngất trời vì say. Rồi một tối thức trắng trên cây vú sữa. Sáng hôm sau mất dép vì tưởng bị công an rượt!

Trong hoàn cảnh nào chàng cũng có nàng hỗ trợ. Nàng dúi tiền cho chàng "rủi đạp bánh tráng", nàng tiếp tế thực phẩm, nàng lượm dép khi chàng trốn công an chạy xúc dép. Cuối cùng nàng còn chứa chấp chàng trong gác xếp nhà. Bởi thế chàng nói chắc nịch: "... dù rằng tôi có trở thành tên thất cơ lỡ vận, khố rách áo ôm hay trôi sông lạc chợ, nàng vẫn không màng, vẫn bán vàng nuôi tôi, và yêu tôi tha thiết."

Nhưng rồi uyên ương gẫy cánh vì người yêu tên Thủy đã theo đường sông nước mà vượt biên. Nỗi đau gẫy cánh chuyển thành một bài thơ rất cảm động:

Nước đi suốt chín năm dài
Đêm nào anh cũng năm nhai mối sầu
Nhiều đêm trằn trọc canh thâu

Nhai nhầm miếng nhớ làm đau điếng hồn.
Nước đi ra biển xa nguồn
Hai mươi năm lẻ tiếng buồn anh mang.

Ai nhai thịt nhầm mẩu xương chứ nhà thơ này thì "nhai mối sầu nhầm miếng nhớ". Ngôn từ thiệt là độc đáo!

28. **Gác Xép**

Câu truyện vẫn về cái gác xếp trong "Uyên Ương Gẫy Cánh" nhưng lần này phần đầu được kể bởi nhân vật xưng tôi tên Ngọc Trảng. Cô kể về mối tình lãng mạn của cô với trung úy Lương Hữu Thế. Lãng mạn kiểurất cổ điển ở chỗ nàng liễu yếu đào tơ được chàng phong sương mạnh mẽ ra tay nghĩa hiệp cứu khi đang bị một đám lưu manh bắt nạt.

Ở phần hai, truyện được kể ở ngôi thứ ba tiết lộ rằng sau đó hai người yêu nhau và Ngọc Trảng đã kể lại trong nhật ký mối tình này, vốn là tình đầu của trung úy Thế. Khi nhật ký được chuyển đến tác giả Tấn từ tay cô em Bích Thủy của Ngọc Trảng thì trung úy Thế đã mất tích trên chiến trường và Ngọc Trảng vừa qua đời vì tai nạn xe cộ.

Đúng là một truyện tình đẹp nhưng buồn thảm. Họ gặp nhau ngoài đường phố để cuối cùng nàng cũng chết ngoài đường phố trong khi chàng lang bạt ở một phương trời vô định nào đó không ai hay biết.

Cuối cùng nơi chốn quan trọng của đời họ là căn gác xếp mà họ đã lén lút sống với nhau trong bốn tháng trời trước khi anh Thế phải bỏ trốn vì má của Ngọc Trảng về nhà bất chợt. Câu truyện vì thế mang tên "Gác Xếp".

29. **Người Yêu Của Lính**

Người yêu của lính gọi lính là chú, xưng con vì nhỏ hơn lính đến 25 tuổi. Người yêu lớn lên cùng với lính ở một cô nhi viện. Lính ra khỏi cô nhi viện trước để trở thành nhà giáo, rồi sau đó sĩ quan nhà binh. Hai mươi năm sau lính rước người yêu về ở chung nhà và vẫn chú chú con con với nhau. Tuy lính vẫn hồn nhiên với "con bé" thơ ngây ngày nào nhưng con bé ấy thực sự đã trở thành thiếu nữ và khẳng định tình yêu của mình. Con bé đem lại sự ngăn nắp và tươi sáng đến căn nhà bề bộn và bụi bặm của lính. Lính hành quân liên miên, và mỗi lần rời nhà đều là để đi đến những nơi đầy chết chóc. Lính ra đi để lại người yêu "buồn bã khóc rưng rưng" và không ngưng cầu nguyện cho sự bình an của lính. Lính trở về "ngời ngời phong độ", khiến "căn nhà lại tràn ngập niềm vui và nắng ấm". Lính theo dõi người yêu thiếu nữ bằng câu hỏi thường tình "Đã có bạn trai chưa nào?" Lính làm bộ thách thức bom đạn: "Chú sẽ hiên ngang đứng sững giữa trời, đón bắt ba hòn tên mũi đạn. quăng ầm xuống đất để trở về với con." Biết bao lần lính trở về với nhiều loại thương tích "vì viên đạn đồng, mảnh lựu đạn, miếng bom thép vô tri xuyên qua người." Biết bao lần người yêu làm ướt những vết thương của lính bằng những dòng nước mắt thanh xuân, nhưng lính vẫn cười vô tư mường tượng một sự việc bình thường: "Lẽ ra giờ này con phải đi bên cạnh một chàng trai." Nhưng rồi chuyện gì phải đến đã đến: lính trở về vĩnh viễn bằng chiếc hòm kẽm phủ cờ. Người yêu gục xuống nền nhà và chìm trong mùi tử khí của lính.

Từ đầu đến cuối truyện, người yêu không có tên và không có sắc diện. Ở Việt Nam vào thời chiến, có vô số kể những người yêu của lính như vậy. Tình yêu của họ và nỗi đau của họ không mang tính cá nhân mà nó hòa vào với tình yêu và nỗi đau của dân tộc Việt. Nhưng người lính trong truyện lại có tên Tịnh, có sắc diện và có cá tính của riêng anh. Bởi vì anh là người yêu độc nhất vô nhị của một người. Hình ảnh thân thể anh được bao phủ bởi lá cờ tổ quốc, một lá cờ không còn bay phất phới khi người yêu của lính gục ngã.

Cuối truyện là một câu đưa tin bằng giọng văn báo chí: "Tịnh hy sinh trong một trận đánh trên đèo Dục Mỹ vào giữa tháng 3 năm 1972." Giọng văn ngầm báo rằng cuộc chiến sẽ vẫn còn tiếp diễn.

30. **Cọp Rằn**

Đây không phải là con cọp bốn chân mà là trung úy Ban (biệt danh Ban Lì) thuộc Liên Đoàn 21 Biệt Động Quân Ban Mê Thuột. Trong suốt ba năm bị giam trong trại cải tạo Cọp Rằn luôn quan sát địa hình và sinh hoạt chung quanh để lập kế hoạch vượt ngục. Anh khéo che dấu âm mưu của mình đến độ các cai tù nới lỏng sự canh gác, cho phép anh làm "anh nuôi", chợ búa xong còn la cà đây đó rồi mới trở về xe.

Đến ngày giờ vượt ngục, với sự đồng lõa của người tài xế vốn trước đâylà lính vác máy truyền tin, anh thực hiện "một cuộc vượt ngục kỳ lạ, một kỳ công vượt bực của một người tù có sức mạnh và ý chí quyết thắng đến liều mình". Kế hoạch này do anh tài xế nghĩ ra hết, từ tư thế tòng teng dưới lườn xe đang chạy, đến lúc buông mình khỏi xe ở chỗ dốc sình lầy, rồi vượt qua các bụi cây gai góc và đám dây leo chằng chịt, và cuối cùng lẩn vào khu rừng rậm.

Cuộc vượt ngục là một cuốn phim gay cấn, ly kỳ. Nếu đây là một cuốn phim kiểu Mỹ thì khán giả cứ việc hồi hộp mà vẫn yên tâm là kết quả sẽ có hậu, người hùng sẽ có quý nhân hỗ trợ và vượt qua được mọi hiểm nguy. Nhưng không, đây chỉ là một cuốn phim Việt khốc liệt. Trong rừng rậm, Cọp Rằn chỉ là "một con người rừng tả tơi, hoang dã và cô độc."

Từ ngày ấy Cọp Rằn biến mất. Người ta "thả cọp về rừng" thì chờ đợi là nó sẽ tung hoành. Nhưng Cọp Rằn hai chân thì có thể khác. Sau 39 năm, vẫn "không một tin tức, không một dấu vết, không một ai biết được số phận của anh ra sao..." Ngay cả anh tài xế, tác giả kế hoạch vượt ngục, cũng hoài nghi sự sống sót của Cọp Rằn.

Phần kết luận mở khiến người nghe chuyện rồi khi kể lại thì phải viết những dòng chữ ca tụng người tù trốn trại như viết một bài điếu văn: "Anh đã biểu hiện một cách hết sức dũng cảm và linh động nhân cách của một sĩ quan QLVNCH, một quân đội sống chết vì tổ quốc, vì dân tộc mình."

Riêng tôi, sau khi đọc xong truyện, tôi phải cố gắng lắm mới dằn xuống được nỗi xúc động dâng trào.

31. Đường Bộ

Tác giả kể lại một cuộc vượt biên bằng đường bộ cùng hai người bạn lính, một cặp vợ chồng trẻ người Khmer và một cô gái Miên chỉ đường. Chặng đầu đi bằng xuồng, sau đó là bảy ngày đi bộ, vượt qua ba ngọn đồi năm con sông. Lương thực có người tiếp tế hàng chặng.Vì họ đi đường rừng để không bị lộ nên bất trắc giữa đường là muỗi tấn công, quân Khmer Đỏ giết người như ngóe, và rắn rít trong rừng. Muỗi cắn thì phải chịu đựng, Khmer Đỏ thì canh chừng để tránh xa, còn rắn rít thì biết đâu mà lường. Giữa những hiểm nguy chết người có những thơ mộng mà những con người mệt nhoài nếu còn sức thì thưởng thức: đó là ánh trăng rừng len lỏi và nụ cười duyên dáng của cô gái Miên đưa đường. Nhưng rồi hai vợ chồng trẻ bị loại ra khỏi cuộc phiêu lưu vì vợ bị rắn độc cắn chết và chồng đau khổ hóa điênlao mình vào vực sâu. Bốn người còn lại đi tiếp, miệt mài. Khi cuối cùng đến được biên giới Thái Lan – Kampuchia thì mọi người vui mừng chỉ kịp ôm nhau, nhảy nhót, cảm tạ Trời Phật trước khi một tràng súng vang lên hạ ngửa hai người bạn lính và hạ gục cô gái Miên. Chỉ còn tác giả sống sót, nhưng ông không buồn cho độc giả biết tràng súng ấy của phe nào. Có cần biết không khi đằng nào các bạn đường của ông cũng đã bỏ mạng trong cuộc đi tìm tự do.

32. Án Phi Hồ Thị Chỉ, Vợ Vua Khải Định

Lần mò theo những đường vòng gia phả của tác giả thiệt chóng cả mặt vì thâm cung bí sử nhà họ Nguyễn lắm điều ngoắt ngoéo. Nghĩ đến gốc gác con vua cháu chúa của ông, tôi tự nhủ "Hèn chi nhạc ông làm có giai điệu ngoạn mục và lời nhạc thì kiêu sa."

Nhờ bài viết này, tôi khám phá ra rằng có một quan đại thần tên Hồ Đắc Trung. Ngày xưa tôi biết một người con gái gốc Huế tên Hồ Đắc Thủy Hoằng. Lúc ấy tôi thắc mắc sao tên con gái mà có chữ "Hồ Đắc" nghe con trai thế. Giờ thì tôi hiểu rằng gốc gác nhà quan thì trai gái gì cũng được quyền giữ.

33. Người Thợ Săn Vô Danh Của Vua Bảo Đại

Thế giới rừng của Ban Mê Thuột vừa rờn rợn vừa hấp dẫn. Nào là con ma tóc dài ở Dốc Láng, nào là con Min "chỉ khịt một tiếng là cọp cong đuôi chạy mất đất", nào là râu cọp trộn với lá rừng biến thành một loại sâu róm xanh lè...

Lại có nhân vật "Ba Lô", người thợ săn vô danh của vua Bảo Đại, với bao chuyện kể hấp dẫn về kinh nghiệm săn bắn của ông. Toàn bộ cuộc đời của ông cũng thật kỳ lạ vì được kết hợp bởi bốn loại hình: quân nhân, thợ săn, nghệ thuật và nhà tu. Tôi thích cách ông mô tả tiếng tụng kinh đều đặn của mẹ già như một phép lạ thấm vào lòng người thợ săn ác liệt. Tôi cũng thích cảnh đêm trăng có một vị sư trong chiếc áo tràng lam lấy cây đàn vĩ cầm ra kéo những bản vọng cổ "mùi rệu".

Thú vị nhất là tiết lộ sau cùng của tác giả: "Ông Ba Lô là ba của tôi".

Chúc mừng con trai của ông Ba Lô có ông ba "vô danh" mà rất khác thường.

34. Vũng Mộng

Câu truyện này độc đáo về cả đề tài lẫn giọng văn.

Đã gọi là "vũng mộng" thì phải chờ đợi cái gì đó vừa nhầy nhụa như "Vũng lầy của chúng ta" vừa thơ mộng như "Mộng Chiều Xuân". Thực vậy, trong một "chuỗi thất bại trường kỳ của cuộc đời", tác giả đã tạo ra một chuỗi long lanh những thành công rực rỡ. Được cái trong hai truyện của vũng mộng, tôi thấy được những nhân vật mà tôi ưa thích: Trương Chi-Mỵ Nương, Don Quixote. Tôi thích Trương Chi Mỵ Nương nhờ bài hát "Khối tình Trương Chi" của Phạm Duy và thích Don Quixote nhờ vở kịch "Man of La Mancha" mà tôi học thuở sinh viên. Trong vở kịch có bài hát "This Is My Quest" với những ngôn từ nghịch làm mê hoặc tuổi trẻ tôi thuở đó: "To dream the impossible dream, to reach the unreachable star, to beat the unbeatable foe..."

Giọng văn trong "Vũng Mộng" thì bỡn cợt không thể tưởng tượng, khiến tôi phải bật cười từng đợt. Sau đây là một vài thí dụ:

"Riết tôi không thèm chơi với đời xấu xa này nữa mà chui đầu vào mộng."

"Chắc kiếp trước cổ mắc nợ thằng chả nên kiếp này cổ nai lưng ra trả. Nhưng mà trả đâu không thấy chỉ thấy bàn tay năm ngón mưa sa của cổ cà cạc Visa, Mastercard mệt nghỉ."

"Một đêm trăng sáng lờ mờ, sao nhấp nháy, gió hiu hiu, đứng bên hàng rào kẽm gai gần cầu tiêu tập thể, tôi bạo gan nắm lấy tay cô Hai, bàn tay trải đời, chai sạn."

Đúng là "Vũng Mộng"!

35. **Mối Tình Đầu Của Tôi**

Kể ra tác giả cũng là một cậu trai may mắn vào thuở có mối tình đầu vì tuy "nhát hích", vẫn được "con nhỏ" người yêu "xáng tới hun cho mày một cái 'cbii...tt". Một nụ hôn mặn nước mắm vì "con nhỏ" hồi trưa ăn cơm cá kho mà không chịu rửa miệng. Một vị mặn dai dẳng, đến 70 năm sau vẫn còn mặn. Một tình yêu kiểu "yêu như chưa yêu" khiến bao năm sau cậu vẫn có cảm tưởng chưa biết yêu.

Nhắc lại, tuy có phân vân "không biết mối tình đầu của tôi trôi giạt ở tận phương trời nào" nhưng cậu vẫn riễu cợt một câu kết "A di đà Phật". Ngộ nghĩnh thay!

36. **Người Yêu Của Tôi**

Nhân vật xưng tôi, một cô sinh viên xinh đẹp, mô tả người yêu đa tài đầy văn chương chữ nghĩa của mình như thế này:

"Người yêu của tôi có cái tật khá dễ thương. Anh thích đứng yên lặng vòng tay ôm tôi từ phía sau lưng, rất lâu. Hôn tóc tôi, anh nói thơm mùi lúa. Hôn gáy tôi, anh nói thơm mùi sữa. Trên đời này, ngoài cha mẹ anh chị em tôi, không có ai yêu thương tôi bằng anh, cho tới chết."

Lại còn buổi gặp gỡ đầu tiên ở xa cảng miền Tây mới là lâm ly: cô sinh viên chuẩn bị lên xe đò để về thăm quê ngoại thì bị một tên cướp nhào tới giật xắc tay. Trong đám đông ngoài đường chỉ có mình anh ra tay nghĩa hiệp thọp cổ tên bất lương giật lại sắc tay cho cô. Cô run rẩy, lí nhí cám ơn và trên xe đò không ngừng nghĩ đến chàng hiệp sĩ.

Thực tế kém thơ mộng hơn, Người Yêu trong thời buổi nhiễu nhương của đất nước khi kiếm sống bằng nghề vá bánh xe đạp ở góc đường, khi bán sách ở chợ trời và thường xuyên lang thang như phường trôi sông lạc chợ. Đã thế khi hai người tình cờ gặp lại nhau, anh còn lơ đãng nhìn cô bằng cặp mắt bình thản. Và sau đó khi thân thiết nhau hơn anh cũng không bao giờ vồ vập trước sắc đẹp của cô sinh viên.

Sẽ không nẩy nở một mối tình nào hết nếu không có người đẹp nhận ra được nhân cách lịch lãm, điềm đạm và chiều sâu trong tâm thức của anh và nếu không có người đẹp dạn dĩ lao vào cuộc tình với anh.

Nhưng ông Trời không cho anh hưởng lâu những ngày tháng vui vì được yêu. Hoàn cảnh chết của anh cũng bụi đời y như hoàn cảnh sống: ngất xỉu khi đang uống nước máy ở chợ Cô Giang Cô Bắc, rồi hôn mê một tuần trong bệnh viện.

Phần đầu câu truyện tình thật lâm ly. Tôi ngờ rằng đoạn văn này sẽ làm những cô bé mới lớn phải mơ màng mong đến ngày được sống trong trang tiểu thuyết tương tự.

Phần sau là cái chết bi thương của Người Yệu vào đầu mùa mưa, khiến lệ trời hòa với nước mắt cô sinh viên và khiến cô từ ấy luôn nhớ đến anh khi đi trong mưa lạnh. Mưa lạnh hòa với nước mắt có lẽ ấp ủ được lòng cô đôi chút. Nhưng nếu trời nắng, không mưa thì sao?

Tôi nhớ đến lời bài hát *Rain and Tears* của Aphrodite's Child:

> *"Rain and tears are the same,*
> *But in the sun, you've got to play the game."*

Tôi đọc lại lời cô sinh viên cuối truyện: *"Người ta nói chỉ có thời gian mới trị lành mọi vết thương, kể cả vết thương lòng. Tôi không nghĩ vậy."*

Và tôi thương cô sinh viên phải tuân theo luật chơi *(play the game)* mỗi khi trời nắng.

VÕ ĐÌNH

Thủ Bút Của Họa Sĩ Võ Đình

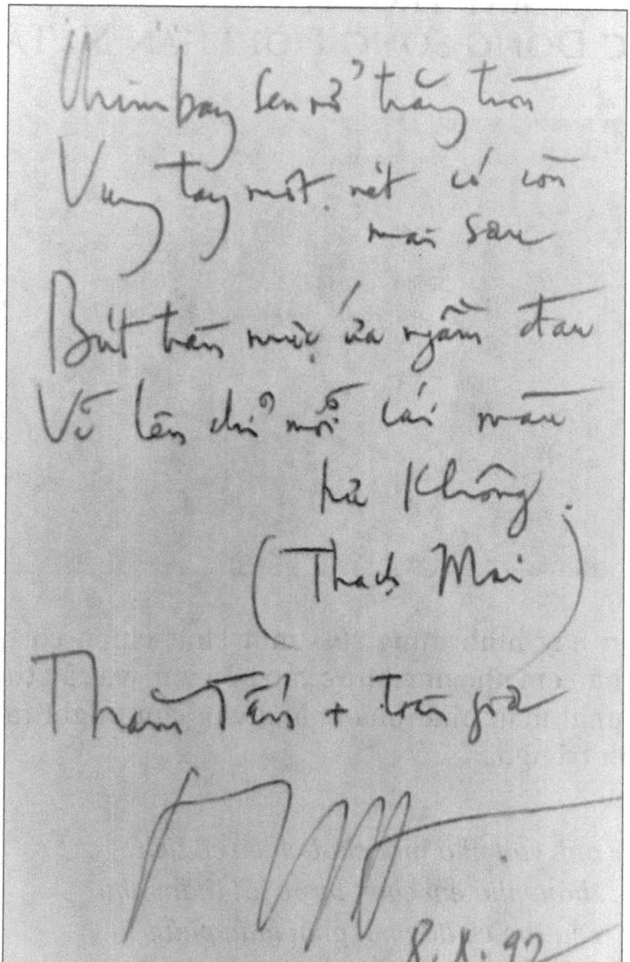
Nhìn bay sen nở trắng trời
Vung tay một nét có còn mãi sau
Bút tràn mực ứa ngậm đau
Vẽ lên chỉ mỗi cái màu hư không.
(Thạch Mai)
Thân Tấn + trân giữ
8.X.92

PHAN TẤN HẢI
ĐI GIỮA MÂY TRỜI THƠ NHẠC DÒNG SÔNG ĐỜI PHAN NI TẤN

Bạn hãy hình dung tới "một chút chiều cô tịch," khi bước chân em nhẹ nhẹ bước vào hồn anh, và câu thơ cũ cho dù đã phai màu phấn mà chàng vẫn chưa nghĩ ra bài thơ cho tình tri ngộ...

anh vẫn nhớ một chút chiều cô tịch
thầm nhớ em chân bước tới thăm nhà
câu thơ cũ đã phôi phai màu phấn
mà bài thơ tri ngộ nghĩ chưa ra

Đọc thơ một đời cũng không dễ có cơ may gặp được những dòng chữ cực kỳ thơ mộng đó - vài tuần nữa, không chỉ được đọc thơ, chúng ta cũng còn được nghe chính tác gia? Phan Ni Tấn hát lên những ca khúc mới củaanh, những tác phẩm xóa nhòa biên giới thơ và nhạc, khi những dòng thơ của anh một thời được viết lên trang giấy và bây giờ được tiếng đàn nhấc bổng lên để đánh thức các mối tình đầy kỷ niệm trong chúng ta.

Phan Ni Tấn không phải là một người mới xuất hiện. Anh đã sáng tác nhiều thập niên rồi. Kể được như là trọn một đời làm nghệ thuật. Rồi nhìn lại em xưa, mối tình nồng cháy một thời thơ dại, bùi ngùi thấy:

đã nhiều năm sau một lời biện biệt
dòng sông đời dài quá đỗi chia xa.
(Bài thơ "para elisa" của Phan Ni Tấn)

Đúng như anh nói, tình ca thực sự là muôn thuở. Tuy lòng tịnh như trang giấy mà vẫn có khi hốt nhiên tâm động.

Lòng em, anh ơi tịnh như trang giấy
vì vướng miếng đời mà động bụi bay
(Đêm, Bức Họa)

Nhà thơ Luân Hoán trình bày về Phan Ni Tấn như sau:

"Nghĩ chút xíu về Phannitấn". "Nếu tôi đưa ra nhận xét: thơ Phan Ni Tấn rất tới, nhạc Phan Ni Tấn rất hay, thì bạn đọc hẳn cho rằng có tình cảm bè bạn lấn vào sự đánh giá rất chính xác này.Thẩm định giá trị sáng tác thơ, nhạc của Phan Ni Tấn, do đó xin được dành cho giới thưởng ngoạn, vốn rất bén nhạy, sáng suốt. Tuy nhiên, một điều có thể ghi nhận : sự thành danh của Phan Ni Tấn đã được các tạp chí văn học đích thực, trước và sau 1975 công nhận, bằng cách phổ biến rộng rãi những sáng tác của anh, liên tục và đều đặn. Những sinh hoạt Du ca trước tháng tư bảy lăm và Hưng ca tại hải ngoại, cũng góp phần tạo dựng nên tên tuổi Phan Ni Tấn, đề huề giữa làng thơ nhạc VN hải ngoại (Luân Hoán)"

Giữa những khung trời thơ nhạc, Phan Ni Tấn đã để lại những dấu ấn không quên được. Nơi đây thơ không chỉ là thơ, và nhạc không chỉ là nhạc, mà đã ghi lại được những cảm xúc mãnh liệt của thế hệ của anh, những sinh viên một thời ra chiến trường, liều thân cho cuộc chiến bảo vê. Miền Nam, vào tù và rồi lưu vong ra hải ngoại. Không chỉ là chuyện nước nhà, mà còn là chuyện riêng mỗi người, của *một chút chiều cô tịch* và của *bài thơ tri ngộ nghĩ chưa ra*...

LÝ KHÁNH HỒNG
CON NGƯỜI NGHỆ SĨ PHAN NI TẤN

Phan Ni Tấn nổi tiếng với "Bài Ca Học Trò." Chỉ qua lời ca thôi. Chưa cần đến dòng nhạc với tiết điệu cao thấp, dài ngắn, nhấn mạnh, buông lơi. Cốt làm cho ra cái uất ức, cái tức tưởi của một người học trò. Không làm sao mà học cho vô khi...

"Anh con vừa mất"

Mất mạng trong chiến tranh. Một True story, nếu diễn tả theo lối Mỹ. Anh ruột của Phan Ni Tấn mất, chết đi như một người lính chiến. Trong chiến tranh.

Kính thưa thầy Đây bài chính tả của con.
Bài chính tả con viết về nước Mỷ.
Con viết hai lần sai chữ America.
Con viết hai lần sai chữ Comunist!

Con viết hai lần sai chữ Liberty.
Làm sao được ! Làm sao được !
Bởi anh con vừa chết !

Còn nữa, khi biết về Ba của anh.

Phan ni Tấn

Thân phụ của Phan Ni Tấn, ông một người săn thú rừng nổi tiếng, chẳng phải chỉ ở Banmêthuột. Mà vang danh khắp chốn . Đến vua Bảo Đại còn biết tiếng. Vời ông đến để đi săn cùng đấng Hoàng thượng (vua.)

Tay súng. Ông thân sinh ra Phan Ni Tấn còn cả tay đàn.

Ông đi đâu cũng có cây đàn violon. Với ông, đàn này ông "đờn," như đờn cò. Vì nhạc mà ông để cả đời ông vào đấy. Là Cổ nhạc . Cổ nhạc Việt Nam.

Thành ra người nhạc sĩ Phan Ni Tấn mà chúng ta tưởng vang danh thiên hạ là nhờ vào TÀI của chàng.

Xin phải hỏi lại. Bao nhiêu phần trăm ? bao nhiêu cho cái gene của "ông già!" Còn lại chút nào cho tài năng của Tấn ?

Còn phần này của ông cụ mà tôi vái trời cho bạn tôi đừng lọt vô cái gene này.

Chẳng là cụ thân sinh của bạn tôi. Một ngày cụ ngộ ra. Cụ cất súng. Cụ bỏ đàn. Cụ lo kinh kệ. Cụ tu.

Với cái gene này. tôi nghĩ Phan ni Tấn lấy gì mà viết nên "Phải lòng cô gái....tứ phương"(?) Tôi nhớ có gì sai không đây? Không phải tứ phương mà chỉ là Phải Lòng Con Gái Bến Tre.

Tôi đoán bà chị dân Bến tre. Cô nào, (anh hay đi lắm, đi nhiều thì cũng có khi gặp nhiều) gặp ở đâu, cũng nói là dân Bến tre. Cho nó yên. Còn nếu không vậy thì bán cái cho ông anh Luân Hoán, hiền như ma... Soeur. Tui chỉ phổ thơ ổng. Cô nào, ở đâu, có gì không, hỏi bà Luân Hoán.

Cái nghiệp âm nhạc. Còn nghiệp tu đâu ?

Nhưng cái chuyện đi lính. Tôi không biết vì lý do gì. Anh rõ ràng là nạn nhân của chiến tranh. Chiến tranh đã cướp mất một người anh của anh. Nó còn nhắc đến cái chết chóc phải có nửa. Luôn luôn đi kèm theo. Sãn phẩm phụ của chiến tranh, chết người.

Hổng sợ chết sao quan? Cầm súng lính, súng khác, mà cũng hổng giống cầm súng săn như ông già. Không vui.

Phan Ni Tấn mà tôi biết, qua nhiều điều anh tỏ lộ cùng những người ái mộ thơ, văn, nhạc của anh. Mà thơ, nhạc của anh. Vô số kể.

Anh con người có trách nhiệm. Có bổn phận. Chọn lựa của anh. Đố ai ảnh hưởng vô cho được. Kể cả biết anh kế thừa vô số điều ba anh có. Kể cả căn tu.

HOÀNG LAN CHI

PHAN NI TẤN - HUẾ VÀ EM

Mọi người đang hoà với sôi động trong nước. Có nhiều người hân hoan khi thấy biểu tình rầm rộ. Tôi ngậm ngùi khi thấy bạn ta, sao quá đỗi thiệt thà. Bao nhiêu năm với cộng nô đè nén, dân chúng ta, có bạo động cũng không thể thế đâu. Chỉ chớp mắt cũng đoán được đâu là sự thật. Chỉ tàu cộng với âm mưu lộ liễu.

Giải pháp nào đây cho một Việt Nam? Tôi không nghĩ tàu chiếm Việt vì tôi vẫn cho rằng Miên, Thái, Nhật, Singapoor, Ấn còn đó và không thể thế giới nhìn Tàu lan vết dầu. Tây tạng: có thể vì người dân hiền hoà. Việt: không thể vì "giống da vàng này là vua đấu tranh". Sau nữa, Việt còn khối dân đang lang thang toàn thế giới.

Mịt mờ thật.

Trong mịt mờ, lang thang facebook. Gặp bài thơ hay.

Ghi lại đây như những câu thơ tôi thích:

Những con đường không kịp nở những đóa hướng dương
Chở súng đạn ra ngoài mặt trận

Đấy bàn chân anh, người lính, đã không kịp về cho áo tím quấn chân mà phải vội chở ra ngoài mặt trận, những súng gươm của một thuở binh đao

Vòng thanh xuân đâu còn quay đều trong sân chơi
Thôi thì nhai chút giọng cười Cẩm Lệ

Ừ nhỉ, sân chơi đâu còn bóng dáng để tuổi xuân chầm chậm quay đều. Tôi ưa thích câu nhai giọng cười Cẩm Lệ. Thật tượng hình. Các bà mẹ Huệ vẫn nhai thuốc Cẩm Lệ!

Huế của ngày ấy bị trói thúc ké bằng những cuộn dây thép gai
Và bạo lực được viết bằng những nhát cuốc
Để câu mái đẩy khóc thành câu đứt ruột
Nước mắt khô chan trên mỗi mảnh đời

Huế, với câu hò mái đẩy. Phan Ni Tấn đưa vào thơ, quá đỗi tuyệt vời. Câu mái đẩy khóc thành câu đứt ruột.

Trải tuế nguyệt Huế hồi sinh như nếp nhăn già cỗi
Vẫn trầm mặc, cổ kính thiếp sương đêm
Huế chòm hõm chải tóc hương bồ kết
Gội đền đài thành quách rêu phong thành hoài niệm

Hơi hướng "điệu" với ngôn từ cổ kính. Nhưng *Huế chòm hõm* thì chao ơi, thật đẹp và nhớ làm sao. Tôi cũng một thuở, chòm hõm ngồi gội tóc. Cũng một thời hương bô kết ngát thơm. Chỉ có điều tôi giữ trong tim, những nhung nhớ, tôi kết thành hoài niệm. Tôi không gội đền đài thành quách như Huế của Phan Ni Tấn, nơi đây soi giòng nước chỉ là tượng Nữ Thần Tự Do.

Chợ Đông Ba ai dời ra bãi dại
Để Huế buồn biền biệt tím mãi đâu.

Ái chà, mầu tím than của giòng Hương hai nhánh tóc, tôi có đây, mùa phượng tím mới vừa ươm:

phượng tím California

Cám ơn Phan Ni Tấn, bài thơ buồn muốn chết! Nhưng tôi không khóc đâu lão à. Thơ của lão, chưa đủ làm tôi khóc. Lão hiền hoà như núi Ngự sông Hương, lão làm sao chở được những ngoan cường, những gào thét, sẽ xé lòng tôi nơi xứ lạ?

Nhưng cũng cám ơn lão Phan Ni Tấn, bài thơ Huế đáng yêu!

PHAN NI TẤN QUA NHẬN XÉT CỦA BÁO GIỚI

- Phan Ni Tấn bắt đầu sáng tác từ năm 1964, theo đủ các đề tài tình yêu, thân phận, quê hương đất nước... Nhạc Phan Ni Tấn có sắc thái đặc biệt của những tác phẩm được xây dựng bởi một người, một nghệ sĩ từng trải khổ đau của dân tộc, thời đại; đồng thời, của một chiến binh đã tự nguyện hiến dâng cuộc đời cho tổ quốc, dù nay đã xa lìa quê hương nhưng vẫn mang tâm nguyện dùng nghệ thuật âm nhạc phục vụ đại cuộc cách mạng, dấn thân cho cuộc đấu tranh trường kỳ giành lại non sông,mang tự do, hòa bình cho đất nước. (Tạp chí Lửa Việt, Canada)

- Sáng tác nhạc từ năm 1967, nhạc Phan Ni Tấn có sắc thái sâu sắc, trầm tư trong rung động, bởi anh nghĩ rằng nghệ thuật không chỉ để thưởng ngoạn, mà còn phục vụ Đất nước và Con Người. (Tuần báo Người Việt, Hoa Kỳ)

- Anh là một trong những nhạc sĩ Du Ca có tài (Tạp chí Việt Chiến, Hoa Kỳ)

- Phan Ni Tấn dùng nghệ thuật phục vu cho đại cuộc cách mạng. (Nguyệt san Độc Lập, Tây Đức).

- Mọi hình thức nghệ thuật bây giờ phải là một sự chọn lựa dấn thân đúng hướng. Bởi nghệ thuật phát nguồn từ mảnh đất dân tộc nên mọi ngoảnh mặt làm ngơ trước sự lầm than, trước cảnh khó của dân tộc đều phi dân tộc. Bởi – như Malraux đã nói – "Người ta không thể làm nghệ thuật cho quần chúng maa2 chẳng có gì để nói với quần chúng" nên những đóng góp ở đây của Phan Ni Tấn bằng thi ca và ăm nhạc, thật cần thiết và dụng cảm. (Tạp chí Nhân Văn, Hoa Kỳ).

VIỆT TIME

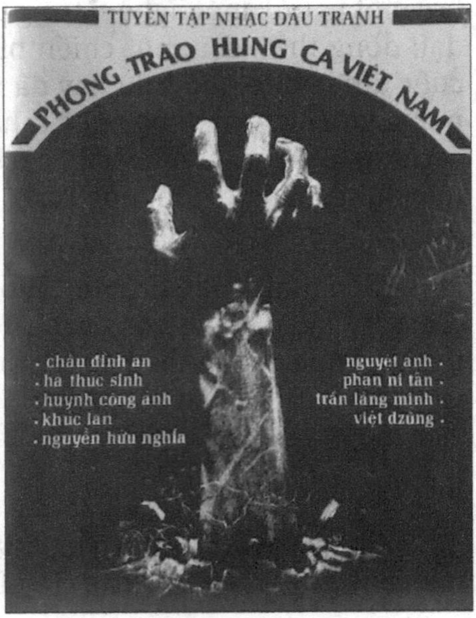

Kính chào anh Phan Ni Tấn và xin cám ơn anh đã nhận lời trả lời trong cuộc phỏng vấn này với Việt Times.

1- Xin anh có thể cho biết sơ lược về tiểu sử của anh và một số các sáng tác tiêu biểu của anh.

2- Được biết anh có tham gia và là thành viên tích cực trong Phong Trào Hưng Ca Việt Nam, xin anh cho biết thêm về những hoạt động của anh trong Phong Trào này ?

3- Là một người nghệ sĩ đấu tranh cho tự do dân chủ cho Việt Nam, những ước vọng của anh như thế nào ?

4- Những kỷ niệm nào đáng nhớ và quan trọng nhất mà anh đã từng trải qua trong suốt những thời gian sinh hoạt văn nghệ đấu tranh của anh ?

5- Anh có nhắn gửi gì đến độc gỉa của Việt Times hay không?

Trả lời:

1- Tôi là Tấn. Sanh tại Banmêthuột. Cựu học sinhTrung học BMT và Sinh viên Đại học Khoa Hoc Sài Gòn. Cựu SVSQ Thủ Đức khóa 1/70. Tù cải tạo tại BMT. Vượt biển tới Thái Lan cuối năm 1979. Định cư tại Canada tháng 3/1980

Bắt đầu viết từ thập niên 60.

Tác phẩm đã xuất bản:

- Hát Cho Mẹ Và Quê Hương (nhạc, quay ronéo) nhà xuất bản Con Người, BMT 1969
- Dậy Lửa Trường Sơn, (nhạc, Lửa Việt1983)
- Em Hát Em Vui (nhạc thiếu nhi, với Nguyễn Hữu Nghĩa, Làng Văn1987)
- Hồi Ký Thơ (thơ, Làng Văn1987)
- Câu Thơ Về Người (thơ, Nhân Văn1996)
- Tuyển Tập Tình Khúc Phan Ni Tấn (nhạc, Nhân Ảnh 2004
- Sinh Nhật Của Cây Đàn (CD 2005)
- Đèn Kéo Quân (CD 2006)
- Ao Trời (CD 2006)

Cộng tác với hầu hết các báo chí tại hải ngoại.

Hiện định cư cùng gia đình tại Toronto, Canada.

2- Thuở phôi thai Phong Trào Hưng Ca Việt Nam gồm những ai. Nói thiệt nghe. Tháng 4/1985 ban đầu chỉ có 5 người gồm Nguyệt Ánh, Việt Dzũng, Châu Đình An, Huỳnh Công Ánh và Phan Ni Tấn hội họp tại nhà Nguyệt Ánh với ước vọng khai sinh một Phong Trào gì đó, dĩ nhiên lúc đó chưa có danh xưng, mục đích dùng văn nghệ làm vũ khí đấu tranh quang phục đất nước, chống lại chủ nghĩa bạo quyền CSVN v.v... Sau buổi họp sơ bộ đó chúng tôi kêu gọi thêm các nhạc sĩ Hà Thúc Sinh, Nguyễn Hữu Nghĩa, Khúc Lan, Trần Lãng Minh, Đào Trường Phúc, Viễn Phương, Vũ Hữu Dũng...

Cuối cùng, qua những lần gặp gỡ, trao đổi, hầu như ai cũng có chung một tâm sự, một niềm tin, vì thế sau buổi họp

Đại hội đồng, Phong Trào Hưng Ca Việt Nam chính thức được thành lập ngày 07/09/1985 tại San Jose, California.

Thành phần Ban Chấp Hành Trung Ương nhiệm kỳ hai năm được bầu ra gồm:

- Trưởng Phong Trào: Hà Thúc Sinh, nhạc sĩ kiêm thi, văn sĩ.
- Phó Ngoại Vụ: Nguyễn Hữu Nghĩa, nhà báo kiêm nhạc sĩ.
- Phó Nội Vụ: Phan Ni Tấn, thi sĩ kiêm nhạc sĩ.
- Tổng Thư Ký: Nguyệt Ánh, nhạc sĩ.
- Thủ Quỹ: Khúc Lan, nhạc sĩ
- Khối Phát Triển: Việt Dzũng, nhạc sĩ.
- Khối Kỹ Thuật: Châu Đình An, nhạc sĩ.

Sau khi Phong Trào Hưng Ca Việt Nam được thành lập, anh em chúng tôi liên tục ôm đàn đi trình diễn khắp nơi trên thế giới. Ngoài tôn chỉ và mục đích, chương trình hoạt động của Phong Trào là đẩy mạnh việc trình diễn dòng nhạc dân tộc và đấu tranh, hát gây quỹ cứu trợ thuyền nhân qua các Đại hội ca nhạc đấu tranh như kỳ I tại Houston, Texas, kỳ II tại San Jose, California, kỳ III tại Toronto, Canada, kỳ IV, kỳ V tại Úc châu và Âu châu...Ngoài ra, Phong trào trải rộng mức độ sinh hoạt, thành lập các đơn vị chủ lực tại địa phương, trợ lực các đoàn thể, tổ chức đấu tranh chân chính nhằm đẩy mạnh bước tiến cách mạng dân tộc, quang phục đất nước.

Về sau Phong Trào Hưng Ca Việt Nam qui tụ thêm nhiều thành viên như Đào Trường Phúc, Khúc Minh, Trần Anh Kiệt, Tuấn Minh, Tuyết Mai, Vũ Hữu Dũng, Trọng Nghĩa, Đinh Tuấn, Trần Lãng Minh, Cung Đàn, Trương Sĩ Lương, Nguyễn Quyết Thắng, Phạm Quang Ngọc... Ban cố vấn gồm Trần Quang Hải, Từ Nguyên, Hà Thúc Sinh, Nguyễn Ngọc Ngạn.

Về tác phẩm thì PTHCVN đã xuất bản:

- Băng nhạc đấu tranh Lên Đường (12 tác giả),
- Tuyển Tập Ca Khúc Đấu Tranh (8 tác giả)
- Một Ngày Tất Đến (Khúc Lan)
- Tuyển Tập Thơ Nhạc đấu tranh Hưng Ca Việt Nam (15 tác giả)

3- Ước vọng mạnh mẽ nhất của tôi là được viết, tiếp tục viết và viết ra những ca khúc thể hiện trung thành các ý tưởng của mình. Tôi quan niệm rằng nhiệm vụ quan trong nhất của một nghệ sĩ đấu tranh là sáng tạo tác phẩm. Hát một ca khúc đấu tranh, một bản nhạc hùng, chan hòa tình tự quê hương, dân tộc là nói lên tâm tư của một người dấn thân, một tâm hồn đấu tranh, nuôi dưỡng lòng yêu tổ quốc, nung đúc ý chí quay về.

Nhưng mà ước vọng sau cùng của tôi lâu nay vẫn là mong được trở về hát tại quê nhà.

Cùng bạn bè cũ, mới ôm đàn hát vang những khúc hùng ca, những bài tình ca quê hương, dân tộc, những bản du ca thân phận một thời.Hát với tất cả tâm tình của một ca nhân trên một đất nước thực sự tự do và hòa bình.

4- Những kỷ niệm đáng nhớ thì nhiều nhưng chẳng có gì gọi là quan trọng. Chỉ vui thôi. Chẳng hạn, lần đầu tiên ca sĩ Khánh Ly gặp tôi là mở miệng *than* liền: "Hát nhạc của anh đã 10 năm bây giờ mới có cơ hội gặp mặt. Hồi đó tôi cứ mường tượng về anh mang dáng vẽ của một anh chàng thư sinh ốm yếu, cao ráo, trắng trẻo, đẹp giai, có mái tóc nghệ sĩ bồng bềnh. Ai ngờ...". Nhìn bộ mặt "chán chường" của Khánh Ly qua làn khói thuốc tôi bật cười khà khà.

Một kỷ niệm khác nữa nghe. Năm 1996, nhà văn Mai Thảo (báo Văn) và họa sĩ Khánh Trường (Hợp Lưu) bảo trợ cho tôi ra mắt sách tại phòng sinh hoạt báo Người Việt, Nam California. Hôm đó đông đảo văn nghệ sĩ tới tham dự góp vui như Phạm Duy, Tạ Tỵ, Đỗ Quí Toàn, Nguyễn Xuân Hoàng, Trần Duy Đức, Lê Uyên Phương, Thái Thanh, Đỗ Ngọc Yến, Hoàng Khởi Phong, Văn Bia, Nguyễn Nam An v.v...Cuối cùng anh Mai Thảo vừa tới thì Khánh Trường nhanh nhẩu kéo tôi ra giới thiệu. Ngồi ở bàn bán sách, tay ôm chai rượu cạn quá nửa, lưng dựa tường, anh Mai Thảo nhướng mắt lờ đờ nhìn tôi, giọng lè nhè: "Nghe tên ông lâu nay tưởng ông to lớn thế nào...". Xiết chặt bàn tay xương xẩu của anh tôi chỉ biết cười khà mà thôi.

Nhưng kỷ niệm mắc cười nhất làm tôi nhớ hoài là lần say rượu của giáo sư kiêm nhà văn Đỗ Khánh Hoan. Số là một buổi chiều mùa đông sau khi đi hát về, anh em văn nghệ kéo tới nhà tôi ăn nhậu, đờn ca xướng hát thâu đêm. Lúc tiệc tàn, mọi người đã ra về từ lâu. Tôi đang lui cui dọn dẹp trong bếp chợt nghe chuông cửa kính coong. Chạy ra thì gặp anh Đỗ Khánh Hoan đang đứng co ro trước cửa nhà. Tôi ngạc nhiên hỏi thì anh nói anh bỏ quên áo mùa đông. Tôi bật cười chỉ vào anh nói anh đang mặc đây nè. Đang ngà say anh vội nhìn xuống mới biết lúc ra về mình đã mặc áo ấm từ hồi nào. Biết mình hố anh buột miệng la lên "Bỏ mẹ dzồi" (giọng Bắc kỳ) xong cả hai anh em ngửa mặt cười ha hả. Tiếng cười sãng khoái lan ra ngoài đường vang dội cả lòng đêm.

5- Tôi chân thành cảm ơn và kính chúc Quí Ban biên tập Việt Times chân cứng đá mềm, luôn là một diễn đàn độc lập phục vụ cho một nền văn học đích thực và nhân bản. Cùng kính chúc Quí độc giả vạn sự như ý.

1. GỬI SÚNG CHO TAO (không có chữ HÃY)
2. CẦU XIN ĐAU CẢ LOÀI NGƯỜI

Hai tác giả của hai bài thơ nói trên đều đang ở VN. Một người là nhà thơ Nguyễn Cung Thương, cựu SQ/QLVNCH bị tàn phế trong chiến tranh; người kia là nhà văn kiêm nhà thơ Nguyễn Xuân Nghĩa, hiện là một trong những chiến sĩ dân chủ hòa bình ở VN trong khối 8406 vững mạnh và thiết thực. Cả hai là những con người nhân bản, yêu nước vì quê hương, vì dân tộc đã lớn tiếng nói lên tấm lòng mình.

Riêng bài thơ *Gửi Súng Cho Tao* hừng hực khí thế đấu tranh của Nguyễn Cung Thương vừa xuất hiện tại hải ngoại đã gây nên rất nhiều xôn xao trong bạn đọc. Không riêng gì tôi, mà những người khác, những người có lòng với quê hương đất nước, nhất là các anh chị em cựu quân nhân QLVNCH khi đọc bài thơ này cũng đều bày tỏ nỗi xúc động mạnh mẽ của mình trước những lời lẽ tâm huyết và bất khuất của một cựu chiến binh vì tổ quốc đã hy sinh một phần thân thể của mình, đang sống lay lất ở quê nhà. Tuy nhiên dù thân thể hồn bài thơ của anh vẫn trọn vẹn, bất chấp họng súng và lưỡi lê của kẻ thù đã lồng lộng toát ra một giọng thơ hào hùng, dũng mãnh vọng âm ra ngoài.

Còn bài *Cầu Xin Đau Cả Loài Người* là một bài thơ đầy tính nhân bản. Người với người, vì người trong cơn quốc biến mà biết tìm đến nhau, chia xẻ nỗi đau, thương yêu đùm bọc lẫn nhau. Bài thơ nói về các nhà sư và nhân dân Miến Điện đã một lòng đứng lên đòi tự do, dân chủ và nhân quyền trong nước vào cuối tháng 9/2007 vừa qua, đã bị quân phiệt Miến Điện đàn áp, giết chóc, bắt bớ, tù đày thật dã man v.v...

Tôi "hát" lên hai bài thơ này cũng là một cách nói dài lời thơ ra, đẩy thơ đi xa hơn, chắp cánh cho thơ bay cao hơn. Tôi mong như vậy.

NGUYÊN HUY

Nhạc Sĩ Phan Ni Tấn Ra Mắt Tác Phẩm Thơ Và Nhạc Tại Quận Cam-Sunday, October 09, 2005

Nhạc sĩ Phan Ni Tấn cùng "Người Bạn Đường Rạch Giá" hát tạ tình thân hữu trong và ngoài làng văn nghệ. (Hình: Nguyên Huy)

WESTMINSTER, California - Từ miền giá tuyết Canada, con người nghệ sĩ Phan Ni Tấn đã về Nam California trong vòng tay ấm áp của bạn văn, thân hữu nhạc tại Nam California để ra mắt hai đứa con tinh thần của mình, đó là tuyển tập "Tình Khúc Phan Ni Tấn" và CD "Sinh Nhật của Cây Đàn."

Buổi sinh hoạt nhiều văn nghệ tính đã diễn ra tại phòng sinh hoạt nhật báo Người Việt vào trưa hôm Chủ Nhật 9 tháng 10, 2005 với nhiều văn thi hữu của Phan Ni Tấn cũng như đồng hương Ban Mê Thuột, Saigon và Rạch Giá của anh bởi vì như MC Châu Bá Thông tiết lộ: "Phan Ni Tấn sanh ở Ban Mê Thuột, lớn lên ở Saigon và làm rể ở Rạch Giá."

Giới văn thi nhạc hữu, người ta thấy khá đông đến với Phan Ni Tấn, nào là Du Tử Lê, Nguyễn Đức Quang, Hoàng Khởi Phong, Nguyễn đình Toàn, Ngô Nhân Dụng, Nguyễn Thiện Cơ lại cả ca sĩ Hương Lan nữa đấy. Người thì lên chia sẽ niềm vui với Phan Ni Tấn, người thầm lặng ngồi dưới theo dõi những lời ca được ca nhạc sĩ thân hữu của Ni Tấn thay nhau trình bày. Như Du Tử Lê thì cho rằng làm nhà thơ nhạc sĩ nổi tiếng không nhất thiết là phải có nhiều thơ nhiều nhạc, mà chỉ cần biết là thơ hay nhạc ấy có chuyên chở được gì nơi nội dung không. Hay như Hoàng Khởi Phong nhắc nhở về những kỷ niệm thân yêu thuở học trò nơi thành phố bụi đỏ, thành phố của lính với Phan Ni Tấn. Hay như Nguyễn Đức Quang chân thành rằng: "Phan Ni Tấn không giống ai, cả trong nhạc và thơ, nhưng lại rất thuần chất VN, dù cho anh có lưu vong tới chân trời nào."

Một buổi ra mắt tác phẩm thơ nhạc được diễn ra trong tình nồng ấm của bạn bè, thân hữu tứ xứ quả thật hiếm thấy. Phan Ni Tấn đã được nghe, được thấy cái tình quí hiếm ấy. Xin hãy coi như một phần thưởng mà ít có tác giả nào ra mắt tác phẩm của mình có được như thế. (NH)

NGUYỄN HÙNG NHIÊN

Nhạc Sĩ Du Ca Phan Ni Tấn Trình Diễn Sáng Tác Mới

Phan Ni Tấn (trái) và Nguyễn Đức Quang hát chung.

Westminster (VB). - Sau biết bao nhiêu khê của cuộc sống và bước qua chập chùng những chặng đường lưu vong, người nhạc sĩ du ca Phan Ni Tấn vẫn giữ trọn phong cách của mình, vẫn yêu và nhớ mảnh đất cao nguyên Miền Trung, thể hiện trong suốt buổi trưa Chủ Nhật 9 tháng 10 trình bày thơ nhạc chính mình tại phòng hội báo Người Việt, giữa những người từng biết hoặc chưa hề quen...

Phan Ni tấn là nhà thơ hay nhạc sĩ? Câu hỏi khó trả lời trong số gần 200 khán giả ngồi lặng yên thưởng thức thơ nhạc anh. Có lẽ với anh, không có ranh giới mà nó quyện làm một trong tâm hồn từ lâu lắm rồi!

Khi phải miễn cưỡng kết thúc cuộc họp mặt với giới mê thơ Quận Cam lúc 1 giờ để nhường chỗ cho một cuộc họp khác theo lịch trình ấn định, đông đảo khán giả vẫn còn nán lại như bịn rịn, luyến lưu, có lẽ do bị cuốn hút vào hơi ấm rạo rực lạc quan của hợp ca cuối do chính anh ôm đàn, khoác áo người thượng du cùng với hai giọng nữ khác, hát bài thơ Cuồng Sĩ Ca được anh phổ thành nhạc:

"ôm nghiêng một mặt trời
đạp đầu thế gian chơi
đấm vỡ lưng người tình
đấm vỡ lưng tình người
cười phun nước miếng hôi
đái thành một dòng hoa
cuồng hề say như đá
sĩ hề say như hoa
đá hoa hóa thành đá
đá đá hóa thành hoa...."

Buổi trình bày thơ nhạc của Phan Ni Tấn, là buổi gợi nhớ kỷ niệm tuổi trẻ vẫy vùng với cây đàn ở vùng cao nguyên, qua các bài Vùng Mưa Kontum (Uyển Nga và Thu Tuyết trình bày), bài Em Còn Trên Dốc Gió (nhạc sĩ Nguyễn thiện Cơ hát), bài Đứa Con Của Mẹ Núi (chính tác giả trình bày), ..v.v.

Núi non cao nguyên bao giờ cũng hùng vĩ, vô tình, nhưng người nhạc sĩ du ca và người thi sĩ Phan Ni Tấn không vô tình. Ngồi dự từ đầu chí cuối, người bạn du ca từ thuở thiếu thời của anh là nhạc sĩ Nguyễn Đức Quang nhận xét: "Thơ nhạc anh nhuốm nét giang hồ lữ thứ, bởi anh là người sống với cây đàn thực sự. Một người bình dị, một lời thơ không trau chuốt mà êm ái, sôi nổi. Anh sống tình cảm ra sao, lúc trình diễn cũng vậy, ăn mặc tự nhiên, cư xử và ngôn ngữ thơ nhạc cũng rất tự nhiên, một nhạc sĩ hoạt động du ca đắc lực... anh Phan Ni Tấn là nghệ sĩ số một của âm nhạc về vùng cao nguyên, anh cũng là người phổ thơ siêu đẳng vì đã dám phổ nhạc các thi sĩ khó phổ như thơ Bắc Sơn, Luân Hoán..."

Nhạc sĩ Nguyễn Đức Quang đã cùng Phan Ni Tấn hát chung bài "Hãy Em Là Thị Lộ" để khởi đầu màn trình diễn nghệ thuật hiếm thấy này.

Còn hai nhà thơ Thái Tú Hạp và Ái Cầm nói mến anh ở chỗ "mang tấm lòng yêu quê hương VN nhất là cao nguyên đi khắp nơi trên thế giới. Thơ nhạc Phan Ni Tấn lúc nào cũng bàng bạc đôi nét đặc thù của xứ sở, của cao nguyên. Thường khi sinh hoạt thơ nhạc tại Quận Cam diễn ra buổi chiều, nay Phan Ni Tấn mở ra từ 11 giờ trưa, mà thu hút đông người mê thơ đến dự, cho thấy tâm hồn người Quận Cam đã trân trọng đến anh, mến mộ một người từ phương xa đến đây trình diễn..."

Buổi ra mắt tuyển tập thơ nhạc, và băng nhạc (CD) của Phan Ni Tấn do Châu Bá Thông làm MC, được sự đóng góp nhiều thi sĩ và tiếng hát như nhạc sĩ Nguyễn Đức Quang, nhạc sĩ Nguyễn Thiện Cơ, nhà thơ Du Tử Lê, ca sĩ Hương Lan, Uyển Nga, Thu Tuyết, Bích Trâm, Thanh Xuân,..

Nhạc anh sáng tác được phổ từ thơ nhiều thi sĩ như Du Tử Lê, Châu Hiền Quang, Bắc Phong,.. (Nguyễn Hùng Nhiên thuật)

Quy vi co the vao www.vietbao.com vao Số: 3844 Ra Ngày: 11/10/2005, tin cong dong - Nhạc Sĩ Du Ca Phan Ni Tấn Trình Diễn Sáng Tác Mới

NGUYỄN VY KHANH
THƠ VĂN PHAN NI TẤN

Phan Ni Tấn (1946), quê nội Cần Giuộc, quê ngoại Thừa Thiên, làm thơ, viết văn và soạn nhạc, phổ thơ. Sĩ quan tốt nghiệp Trường Trừ Bị Thủ Đức tháng 1-1970. Năm 1972, tham gia Phong trào Du ca Ban-Mê-Thuột. Sau biến cố 30-4-1975, ông bị tù "cải tạo" tại Trại cải huấn Ban Mê Thuột và cũng ở đây, vượt ngục, sau vượt biên qua Thái Lan tháng 11-1979 và từ 1980 định cư ở Canada.

Đã xuất-bản các thi tuyển *Lục Bát Phan Ni Tấn* (1973), *Hồi Ký Thơ* (Làng Văn, 1988), *Câu Thơ Về Người* (Nhân Văn, 1996), *Quê Núi* (2010), *Nẻo Nhà* (Nhân Ảnh, 2010), và văn xuôi: *Có Một Thời Ở Quê Hương Tôi* (Văn Học Mới, 2018), *Ngòi Viết Lang Thang* (2019),... Ông còn là nhạc sĩ và đã xuất-bản các tập *Dậy Lửa Trường Sơn* (Toronto: Lửa Việt, 1983), *Em Hát Em Vui* (nhạc thiếu nhi chung với Nguyễn Hữu Nghĩa; Làng Văn, 1987), *Tình khúc Phan Ni Tấn* (Nhân Ảnh, 2004) và một số CD khác.

Ban đầu ký Phan Ni Tấn N.D., thơ và nhạc của ông như một lên đường đấu tranh cho đất nước và con người, từ tạp-chí *Nhân Văn* đến *Văn, Văn Học, Làng Văn* và những tạp-chí văn-nghệ hoặc đấu tranh *Phố Văn, Hợp Lưu, Hồn Việt, Văn Nghệ, Văn Phong, Diễn Đàn Tự Do, Văn Học Mới, Ngôn Ngữ,...*

Phan Ni Tấn, nhà thơ

Đề tài thơ ông khá đa dạng: tình yêu, tình nước, tâm cảm đấu tranh, dân ca lục-tỉnh, v.v. ***Hồi Ký Thơ*** mang những đề tài và tính chất này lồng trong 'thể-loại' tự sự, như ông cho biết trong bài "Tựa":

"Thương quê lòng những dạt dào
Mực trong cây bút lại trào máu ra
Tay người thả những phong ba
Thơ tôi nhỏ bé sao qua dãi dầu"
(trích từ bài trường ca cùng tựa).

Trước hết là thời ở quê nhà, nhập ngũ: bài 20 Năm Trước Tại Trường Bộ Binh Thủ Đức gồm 38 đoản khúc,... Xin trích vài đoạn:

"Trại lính, tuyến, giao thông hào
Nhà cơm, bệnh xá, hàng rào, băng-ca
Vũng nước, lùm cỏ, bụi hoa
Những ngày đầu mới ngó qua, sầu liền"
(Ngó Qua Sầu Liền, tr. 87)

«Leo, trèo, chạy, nhảy, phóng, bò
Vượt chướng ngại vật có trò lọi xương
Mình đi tám hướng, mười phương
Bây giờ mới gặp «đoạn đường chiến binh»
(Đoạn Đường Chiến Binh)

«Mình đi ứng chiến Sài-Gòn
Chừng non một tháng thì mòn đám mưa
Trở về Thủ Đức giữa trưa
Mình mang theo hết đám mưa Sài-Gòn»
(Đi Ứng Chiến, tr. 97).

Cũng là những nỗi nhớ thành chuỗi dài như những năm chiến-tranh trên quê-hương. Như chuỗi Rừng Tâm Sự 5 Năm Ở Lính nhớ và kể những biến cố lớn nhỏ đã xảy ra trong khoảng thời-gian đó:

"Anh tôi chết trận Lệ Trung
Mùa hè đỏ lửa nổ tung chiến trường
Tôi chơi thần tử buông tuồng
Nghe tin anh chết có buồn gì đâu"
(đoạn Tên Ngôi Làng Nhỏ)

"Anh đi lành lặn thịt xương
Ra chốn sa trường năm ấy mùa khô
Đánh giặc cho tới mùa mưa
Anh về trong bộ xương khô khốc buồn"
(đoạn Nỗi Buồn, tr. 112)

Bài trường ca *Hồi Ký Thơ* kể chuyện ông và hồn thơ trãi qua cuộc chiến, tù "cải tạo", vượt biển và sống đời lưu vong sau đó; thơ lúc nào cũng sống động, dưới nhiều hình-thức và thịnh suy:

"Thơ tôi mất nước tan nhà
Tự do đời đổi trắng ra thành tù
Mẹ già ngồi cuối tháng tư
Ngó ra lộ máu thấy hư không về

Thấy Thơ cải tạo ê chề
Hồn con tản mạn trong đề lao sâu
Tìm hoài trong lớp đất nâu
Mòn con mắt chẳng biết đâu quê nhà

(...) Phận Thơ một buổi qua đò
Theo người vượt biển quanh co mấy giòng
Giòng khơi thành nhánh trăm con
Chia nhau xuống biển lên non nghìn trùng

(...) Tỉnh ra Thơ ở xứ người
Ăn cơm gạo lức bùi ngùi nhớ quê
Tám năm đi biệt không về
Đoạn trường tôi đó ủ ê máu đào

(...) Chiều nay tôi đó băn khoăn
Dịu dàng Thơ cũng phân vân cúi đầu
Tay ai đành đoạn chia sầu
Thơ tôi chập choáng cuối câu hát buồn

Thôi còn gì nữa cố hương
Còn trong hồn sót mấy chương ưu phiền
Còn tôi viễn xứ đời chiều
Thơ tôi trôi giạt cuối miền xa xăm

Thơ tôi nguyên quán Việt-Nam"
(Hồi Ký Thơ, tr. 121-126)

Câu Thơ Về Người (1996) vẫn một số đề tài từ tập trước, nhưng ở đây, thơ muốn đến gần với tha nhân. Thuở Còn Ở Vậy nói về mình trước khi lập gia-đình như muốn người khác hiểu và đừng ngại đến gần:

"nửa đêm khuya khoắc trời mưa bất cẩn
tạt trúng hồn anh những giọt xanh xao
núp gió anh ngồi lọt trong thơ thẩn
nói lại bài ca cũ đã năm nào (...)

nói thiệt mấy em anh tuy hơi lớn tuổi
nhưng hồn vẫn xanh từng nét ngây thơ
dẫu da rúm ró xương như que củi
mà vẫn hiên ngang như sóng ngọn cờ (...)

nói tới Việt-Nam đau lòng lắm lận
thao thức trong đầu ray rứt trong tim
Việt-Nam lao đao như tình anh lận đận
lay lức phong trần hụt hã quàng xiêng (...)

mà thôi hổng thèm nhắc hoài nhắc hủy
chuyện nước non rầu thúi ruột thúi gan
mặc ai thở than mặc ai sầu lụy
ta kể chuyện tình mây nổi trăng thâu

chuyện tình của ta là con nước cạn
hoang phế lâu đời rêu mốc tim khô
một bữa nhìn hoa anh tìm ra lãng mạn
vội hóa thân thành một nụ hôn thô (...)

bây giờ qua đây lòng anh vẫn vậy
vẫn cứ như gương một tấm sạch boong
hồn anh đơn sơ như là trang giấy
sống hổng gì hơn ngoài một tấm lòng»

Dĩ nhiên, trong tập thơ này có những bài nói lên nổi buồn mất nước mỗi năm vào tháng Tư như trong bài Tháng Tư Già:

«1. ta ngồi dạo khúc tháng tư
mấy câu hát mọn sặc sừ bay ra
quê nhà tất tưởng đàng xa
lại gần như nhiếp hồn ta lúc nào

2. rướn gân cổ hát giọng cao
sợi dây thanh quản khan khao quá chừng
cúi đầu thấp giọng trầm hùng
tiếng đàn cũng hạ mấy từng âm thanh

3. câu hò đắp lũy xây thành
xin cho ở lại quẩn quanh quê nhà
câu ca thét quỉ gào ma
hờn căm sôi sục thì ra chiến trường

4. mặt ta đẫm bóng tà dương
tấm thân gầy dựa vách tường rêu phong
ngượng cho con mắt đoanh tròng
vội vàng nhỏ xuống thành dòng máu khô

5. ta già từ độ tháng tư
tâm hồn bị đạn đã hư quá nhiều
năm xưa dấn bước như liều
bây giờ giống hệt con diều đứt giây"

Thi ca vẫn sẽ là niềm vui và lẽ sống của nhà thơ những năm sau đó, như trong Đành Mượn Câu Thơ Làm Tri Kỷ, nhà thơ tự tặng mình:

"một buổi trưa trời câm đất nín
không người bánh mật ghé ngang chơi
bạn khan như nắng trong mưa lụt
như mây xa xăm tận chân trời

đành mượn câu thơ làm tri kỷ
uống chơi vài hớp cũng khề khà
ở đời dễ mấy khi được gặp
cuộc rượu Thơ – Người cuối tháng ba (...)"

Trong tuyển tập thơ ***Quê Núi***:

"Gió chướng thổi qua cầu Mười Bốn
cầu già như một bộ xương khô
Trăng soi lạnh cả vùng sông nước
mạn ngược xuồng ai cố chống vô

(...) Khóc mùi một trận đi, quê núi
vuốt ngực trôi xuôi những nỗi niềm
Trả hết về xưa cho gió xóa
để hồn ươm vạt nắng vàng im" (Quê Núi)

Những bài thơ gần đây, vẫn là tình quê, như Dứt Tình Tại Bậu (Lời Quê Góp Nhặt...):

"Bữa bậu bỏ đi qua bắt rầu thúi ruột
Tưởng trửng giỡn chơi dè đâu biệt ngàn trùng
Tình nghĩa tính ra (úi chu cha) mỏng lét
Lấy cái giống gì biểu bậu thủy chung

Cái bữa dứt tình bậu te rẹt một nước
Chạy theo níu áo năn nỉ miết cũng hông
Nghĩ lợi thấy thương đôi câu già nhơn ngãi
Tình loan ý phượng (chèn đét) nó non bân

Nhà cửa bấy giờ sao trống huơ trống hoác
Chắp tay sau đít vác bản mặt đưa ma
Đi ra ngó trời (ứ hự) vào ngó đất
Còn biết làm sao đành nhớ bậu thôi hà

Nhớ lúc quạu đeo bậu làm eo quá ể
Rồi mềm như mưa chan chứa đựng trong lu
Mỗi lần khát nước qua thò tay khoát khoát
Ực một gàu trong vỗ cái bụng tròn ù

Nhớ cái bản mặt (chu mẹt) ơi là sáng
Như múc ánh trăng tưới xuống mảnh hồng nhan
Tình nghĩa trầu cau tém vừa tròn một bọc
Còn chỗ nào dư mà nhét miếng trăng vàng

Nhớ con mắt liếc sắc như dao thọc tiết
Làm trái tim qua hệt sung rụng sân nhà
Đôi mắt thu ba trường giang con sóng lượn
Chết hụt mấy phùa mới thấy đã tổ cha

Nhớ nút ruồi duyên bu ghiền bên mép trái
Nó hay dãn ra lúc bậu ré lên cười
Gặp bữa sung thiên bậu khiêng cơn hạnh phúc
Cắn phập hồn qua đau sướng thấu ông trời

Nhớ tiếng võng trưa bậu đưa qua kọt kẹt
Cái giọng ầu ơ nghe mát ruột làm sao
Phải chi chìm cha nó luôn trong vũng mộng
Để được ru hoài ru hũy điệu ca dao

Vậy mà dứt áo bậu qua cầu thẳng thét
Ngún nguẩy bay đi hổng ngoái lợi một lần
Cuộc đất nào khôn thì đón chân chim đậu
Để bậu tìm chồng giữa cái chốn ba quân".

Lời tự nhiên, đôi khi bình dân theo kiểu Nam-kỳ lục-tỉnh, nhưng thường thì lời và con chữ đặc sắc riêng của nhà thơ.

Phan Ni Tấn, nhà văn

Phan Ni Tấn còn đặc sắc khi viết truyện ngắn và bút ký, như *Có Một Thời ở Quê Hương Tôi* (2018), *Ngòi Viết Lang Thang* (2019), *Giấc Mơ Con Sáo,...*

Với tập tùy bút ***Ngòi Viết Lang Thang***, ngay từ trang đầu, Phan Ni Tấn đã cho biết: "*Tôi sinh ra ở Banmêthuột cho nên núi rừng là bạn của tôi. Đi đâu, làm gì, thức hay ngủ, rừng núi lúc nào cũng kề một bên. Lớn lên tôi có đọc chút ít lịch sử trước 1975 của quê tôi, ở đó miên man trải dài ngút mắt, là núi và rừng, nơi xanh um một màu xanh lá, nơi chói chang một trời nắng lụt, và cũng là nơi lầy lội, ẩm ướt những trận mưa vào mùa. Từ thị xã đến thôn quê, nhà cửa theo thời gian lần lượt mọc lên suốt dãi cao nguyên đất đỏ; con người sống trong màu đất đỏ, tử sinh cùng đất đỏ...*" (Quê Tôi).

Trong phần đầu, Phan Ni Tấn đã ghi lại những nét tổng quát và chi tiết về vùng đất cao nguyên này, như một "địa chí văn hóa" trong đó lịch sử, phong tục tập quán, tín ngưỡng, văn hóa, giáo dục, nghệ thuật dân gian, v.v. được ngòi bút đa dạng, tài hoa có thừa của tác giả, giới thiệu cũng như kể chuyện, xen kẽ với những kỷ niệm, nhớ nhung, cảm xúc,... của chính tác giả hoặc người thân, bạn hữu. Mà bạn ông Tấn từ tấm bé đến nay thì khá nhiều để nhớ và kể lại, nhất là những khi được "ngộ cố tri" mặt đối mặt hoặc qua thư từ, báo chí, kỷ yếu: thôi thì cảnh cũ người xưa từng chi tiết, biến cố, được tác giả "lang thang" lùi trở về, ký ức sống lại - thành công thì bài dài, nhưng ít thì... tùy bút trong vài đoản văn.

Trai thời loạn, nhập ngũ, "đoạn đường chiến binh" của người lính trẻ cũng được Phan Ni Tấn hồi tưởng với những con chữ trân trọng và sống động nhất: "*Tuổi trẻ là tuổi dấn thân đi tìm lại chính mình. Và chiến trường là nơi đầy thách thức bản thân, là nỗi ám ảnh, là sự ngã xuống hay vươn lên trong cuộc sống còn. Tuổi trẻ chúng tôi đi vào cuộc chiến tranh tuy là một sự chọn lựa của số kiếp nhưng lại là bổn phận của một công dân yêu nước, là niềm tự hào của đời trai trong thời lửa đạn. Chết thì thành chiến sĩ vô danh, làm phân bón cho đất thêm mầu mỡ. Sống thì thể xác lẫn tinh thần mang đầy thương tích và hoài niệm. Bài học làm người sau chiến tranh như ứa ra từ những trang lịch sử gây nên một cảm giác buồn thê thiết, có cái gì đó khiến cõi lòng vẫn âm ỉ, ray rứt một niềm cay đắng, xót xa, nó tích tụ ở đó lâu ngày chầy tháng thành một thứ kỷ niệm buồn*". Dĩ nhiên sau tháng Tư 1975 là ký ức không phai của những ngày tháng bị đày đọa trong trại tù cải tạo trên cao nguyên và cuộc vượt ngục tìm về Sài Gòn.

Rời *Banmêthuột* "thẳm sâu" và quá khứ còn đó, và quê ngoại Huế vì có bà cố tổ Hồ Thị Chỉ, Ân Phi của vua Khải Định, cũng như Sài-Gòn và tạt ngang văn Hồ Biểu Chánh, Amai B'Lan,..., "ngòi viết" theo Phan Ni Tấn "lang thang" sang miền đất lạnh tình nồng Gia-nã-đại của Bắc Mỹ. Nơi đây, Phan Ni Tấn đưa người đọc đến các thiền tự, những lễ hội, Tết, 30-4, nơi xứ người, với những tinh tế nhìn ra "cái hắt hiu, cô tịch của mắt trăng xuyên qua cửa sổ" của con trăng 16 (Mắt Trăng), hoặc những nhận xét về đồng quê, thiên nhiên của xứ người,...

Chủ yếu là cảm xúc, hoài niệm về quá khứ và quê hương đất nước, nhưng "ngòi viết" Phan Ni Tấn như "thần" khi viết về những "bánh buýt", "trường xưa, bạn cũ", "con Dế ",..., và nhất là về người bạn đời mà ông âu yếm gọi là "Con Bạn": *"... con bạn về với tôi gần 40 năm, tóc đã muối tiêu mà cái nết thuần lương vốn có của người phụ nữ phương đông nó thấm vào huyết quản sao mà dễ thương quá chừng chừng. Có được con bạn chí tình chí nghĩa này ai mà không sướng thấu trời xanh. Nhất là những ngày cuối năm sắp Tết.*

Nói "sướng" là sướng làm sao? Thì đây, nói nghe chơi: Hồi còn sung sức, cứ tới 23 tháng Chạp là tôi lăng xăng phụ con bạn vàng quét dọn trong nhà ngoài ngõ, lau chùi bếp núc, lễ mễ cúng kiếng tiễn ông Táo về trời. Con bạn của tôi mau mắn lắm. Tay liền tay, miệng liền miệng, năm nào cũng nhờ hai Táo nhà ta lên trển nhớ tâu với Ngọc Hoàng Thượng Đế làm ơn ban phước cho thế giới hòa bình, muôn dân no ấm, gia đình hai họ tụi tôi thân tâm an lạc. Rồi nường lỏn lẻn xì xầm thêm cái gì thì tôi không nghe nên không biết.

Nghĩ mà thắc cười. Xưa nay Táo quân ở yên trong bếp thì không sao, mà hễ sanh tật làm biếng, ham vui chạy ra đường thả dê, không bị lính bắt cũng bị mang tiếng "công xúc tu sĩ". Bị tại từ ngày ra đời Táo nhà ta có được mặc quần bao giờ đâu nà, cứ... ở truồng miết hà. Phong tục gì kỳ cục. Từ ngày Táo ta theo đồng bào mình di tản qua xứ người, đặc biệt ở xứ tuyết, mỗi năm cứ tới 23 tháng Chạp trời buốt giá, tuyết bay tá lả, nhà nhà đều thành tâm cúng kiếng tiễn ông Táo về trời. Thấy hàng hàng lớp lớp nhà Táo thăng thiên mà tội nghiệp cho mấy ổng. Là vì có "me-xừ" Táo nào được mặc quần đâu, nên "xừ" nào cũng... lạnh teo. Riêng hai Táo nhà tôi được con bạn vàng trang bị đầy đủ nào mũ cánh chuồn, nào quần là áo lụa, ủng cao cỡi cá chép về trời mà mặt mày vênh váo hí ha hí hửng thấy... bắt ghét. Sống ở chốn phồn hoa đô hội, văn minh dàn trời mà con bạn quê quít của tôi vẫn ôm riệt ba cái phong tục tập quán của ngày ta ngày tết tuy mệt nhưng tôi thấy cũng dễ thương quá xá ể...".

Ngòi Viết Lang Thang cho thấy ở Phan Ni Tấn một tình yêu quê hương và tình người chân thành mà con chữ dù văn hoa đến mấy cũng không che giấu được. Gốc rễ địa lý dù đã bị bứng gốc, chặt ngang, còn lại là những vết thương, những u hoài của ngày tháng, nhà văn vẫn ân cần "lang thang" đi tìm lý lịch và chân dung của chính mình và người thân, bạn bè còn mất như một cái cớ và đã đụng chạm với mọi đa đoan, góc cạnh của đời sống. "Ngòi viết" của tác-giả như tung hoành trong một thế giới có thật hay đã từng như vậy nhưng đã được sáng tạo, hình dung ra theo một cách thế riêng. Tùy-bút hay tạp-ghi là một thể loại "ký" tự do ở đề tài, có thể thu gọn trong một đoản văn (kiểu "chớp") và cũng có thể dài cả tập. Quan trọng là tác giả viết về sự, chuyện gì và viết như thế nào, từ vị thế nào. Vả lại, tác giả và người đồng thời cũng như từng sinh sống chung, cùng nơi, cùng hoàn cảnh, đã là những chất liệu sống động, tạo hồn cho "ngòi viết". Từ những bước chân "du ca" của ngày nào, Phan Ni Tấn đã tiếp tục lang thang qua các sáng tác vận dụng bút pháp tùy bút, nhiều khi cũng có thể là những cái cớ để ông thả hồn về một thời quá vãng hoặc chỉ để đơn thuần rung cảm!

Giấc Mơ Con Sáo là tuyển tập 50 truyện ngắn mới nhất của Phan Ni Tấn, đến với độc giả như những truyện thật ngắn - rốt cùng là những cái cớ để ông thả hồn về một thời quá vãng, từ thời niên thiếu, học sinh, sinh viên, thời an bình rồi chinh chiến, tù đày và sống xa quê hương ngoài đất nước. Thế giới "êm đềm" có, mà giới côn đồ, "anh chị" cũng có, có chuyện đường rừng mà cũng có chuyện lưu lạc nơi (nhiều) xứ người lạ lẫm. Chiến tranh, chia ly và đau buồn thì như màn sương len lõi trong nhiều câu chuyện và cuộc đời nhiều nhân vật.

Những biến cố đáng nhớ hoặc còn nhớ, những người bạn, những trò chơi tuổi nhỏ, những câu chuyện thật có truyền tụng cũng có, xảy ra nơi những vùng cao thị trấn Bản Thuột, buôn Cô Thôn cũng như Kontum, Bình Định, Huế, Sài-Gòn,... những nghề kiếm sống sau ngày 30-4-1975 có cựu tù phải hành nghề "đạp xích lô" hay buôn lậu đưa người vượt biên, ... ra đến Calgary, New York, Toronto, v.v.

Với những nhân vật tên tuổi hoặc dân giả và tượng hình: Út Mót, Út Nhỏ, Na, Phan Văn Tôi, Mười Đẹt, Bốn Nẫu, Ba Dơi, Năm Báo, Hai Hồ, Già Sói, Công Chột, Cả Khuôn, A Phòn, Tư E, Chế Phòn, Đèo Văn Rơi, Quách Beo, Y Krea Bouk, ... hoặc gốc gác: Nguyễn Rạch Gầm, Chử Đồng Khả, ... Người đủ gốc: Việt, Thượng, Ê Đê, Hoa, Mông Cổ, Ghana, ... Có lính, có nhà sư, thầy giáo, thợ săn, người tù "cải tạo", có "người yêu của lính", vợ lính, vợ tù, có cả ma và thú vật, v.v.

Võ thuật được Phan Ni Tấn chiếu cố trong các truyện, từ những nhân vật đương thời với ông cũng như những huyền truyện, như võ sư Mười Đẹt, "Mẹ tôi", Danh Khạp "du côn hữu dụng", như linh mục Đồng Huyền Phổ "*Dưới thời Pháp thuộc, linh mục Huyền Phổ vẫn lịch thiệp, hòa nhã trong sứ mạng truyền giáo. Nhưng ban đêm Cha Phổ thoát xác, biến hình, đội lốt "người áo đen" trở thành một nhân vật kỳ bí, xuất quỷ nhập thần, thường ra tay trừng trị những hung thần ác sát khiến cho các quan thầy Pháp và bọn tay sai Việt gian kể cả cán bộ Việt Minh nhiều phen thất kinh hồn vía* (...) *Thay trời hành đạo là cách hành xử của vị linh mục đối với lũ súc sinh đồi bại*" (Huyền Phổ Đại Huynh).

Tác giả ghi lại nhiều giấc mơ, của nhiều nhân vật hoặc của một nhân vật nào đó trong một hoặc nhiều truyện. Có những giấc mơ mà nhân vật Hồ Đắc Khuôn "nằm mơ thấy mình truồng như nhộng mò xuống biển Đông lội về nước": "... *Lúc lội ào ào trên sóng biển bạc đầu tôi mới thực sự ngạc nhiên, ở ngần này tuổi mà mình vẫn còn mạnh tảng thần, ôn nì." Cả*

Khuôn hào hứng nói như thơ: "Mạnh như con trâu đang tắm dưới ao, nhanh như con cá thu ngàn quẫy đuôi dưới nước (ông Khuôn thích ăn cá thu). Lội một mạch vượt qua bao loài cá đua chớp mắt tôi đã về tới quê nhà. Lúc trồi lên mặt nước, đất mẹ đầu tiên tôi chạm không phải là sông Hương núi Ngự mà là bến đò Thủ Thiêm và câu ca dao vẫn còn kẹt giữa mạn đò:

Bắp non mà nướng lửa lò
Đố ai ve được con đò Thủ Thiêm.

Trong mơ Cả Khuôn cũng thấy mình biết đói bụng, tiện tay ông vớt trái bắp nướng lửa lò lên ăn ngon lành. Vừa ăn sồm sộp soàm soạp ông vừa nghĩ tới "con đò Thủ Thiêm" năm xửa năm xưa với thân mình uyển chuyển, eo hông mượt mà, sức khỏe dẻo dai, tiếng hò lồng lộng, chèo đò ngang đưa khách qua lại trên sông Sài Gòn (...) Cứ thế, Hồ Đắc Khuôn mơ thấy mình lúc bay như chim, lúc trườn như con thòi lòi, lúc lội lúc bơi đủ kiểu đủ cách cho đến khi sơ ý vấp phải gốc cây mắm ở Đất Mũi ông mới giựt mình thức dậy" (Giấc Mơ Kỳ Cục).

Hay nhân vật Hồ Nhượng sau 1975 phải đạp xích lô kiếm sống, đã có những giấc mơ khi đẹp kiểu mộng mị "*một giấc mộng mà anh coi như là một chuyện hoang đường; khốn nỗi vừa trở mình Hồ Nhượng chợt nghe con sáo hót, trong tiếng hót lanh lảnh mọc ra một bàn tay kéo anh rơi ngược vào mộng mị. Vừa lồm cồm đứng dậy Hồ Nhượng nín thở hầu như không tin vào mắt mình khi nhìn thấy cô gái trẻ xinh xắn trong màu áo hoàng kim, tay che dù đỏ lại chập chờn hiện ra thành một linh hồn trong suốt đang chập choạng trôi về hướng mình. Định thần nhìn kỹ Hồ Nhượng lại thấy chiếc linh hồn nhỏ kia dần dần hiện hình thành người tình năm xưa đang thổi hạnh phúc trong lòng bàn tay lướt thướt như những giọt mưa. Hồ Nhượng cảm nhận được hương mê của hạnh phúc lúc thì nhấn anh chìm sâu xuống đáy sâu lúc lại nâng anh lên chơi vơi với một hồn ma trần truồng có thân hình đẹp đẽ, có đôi tay thật dài quấn siết lấy anh trên căn gác nhỏ âm u, lạnh lẽo, không đèn...*" (Xích Lô)

Khi khác "*ngủ vùi trong những giấc mơ kỳ lạ, ghê ghê có phần quái gở, suốt ba đêm liền. Đêm đầu tiên Hồ Nhượng thấy mình tung tăng bơi ngược về quá khứ. Càng bơi Hồ Nhượng càng biến dần thành anh trai làng Bản Thủy khỏe mạnh, dẻo dai. Lúc đứng sừng sững trên đầu nguồn sông Mã, anh cau mặt lóng tai nghe tiếng gầm ghì không bao giờ dứt dưới đáy sông mà hồi nhỏ anh vẫn thường nghe.*" (Dưới Khe Yêu Cức)

Bên cạnh là những giấc mơ trong chuyện dã sử hoặc các nhân vật, di tích lịch sử, được Phan Ni Tấn viết kể lại trong số có chuyện liên quan đến những người ông đã gặp hoặc biết đến. Hoặc có truyện thì "*Chuyện xẩy ra lâu rồi, nay tôi mạn phép viết ra đây để tưởng nhớ - dù muộn - những linh hồn đã khuất, đã trở về với cát bụi, với núi rừng hoang lạnh âm u*" (Tình Rừng).

Giấc Mơ Con Sáo cho thấy ở Phan Ni Tấn một tình yêu quê hương gốc rễ và tình người chân thành mà nhà văn vẫn ân cần đi tìm lý lịch và chân dung của chính mình và người thân, bạn bè còn mất như một cái cớ và đã đụng chạm với mọi đa đoan, góc cạnh của đời sống và kiếp người. 50 truyện ngắn khác nhau nhưng như góp phần làm nên một tổng thể ký ức của một người hoặc nhiều người, những mảnh ký ức riêng lẻ mà cũng có thể góp thành ký ức chung. Phan Ni Tấn như tung hoành trong một thế giới có thật hay đã từng như vậy nhưng đã được sáng tạo, hình dung ra theo một cách thế và làm văn riêng. Luân hồi, chuyện xưa, chuyện đường rừng hay đường phố, tất cả gộp chung thành những giấc mơ văn chương của một thời làm văn học nơi xứ người.

2019, 2024

HỒ QUỲNH NGHI

Cảm Tác Chút Huế Của Nhà Văn Kiêm Nhạc Sĩ Phan Ni Tấn

(viết theo cảm xúc không vần luật)

CÒN CHÚT HÃY VỀ

Bao nhiêu năm đi xa Huế
Bây chừ ngồi lại ngoảnh lui
Buồn vui qua năm thập kỷ
Ngậm ngùi kẻ ở người đi

Cớ chi mần cánh thiên di?
Bỏ quên con thuyền đã mục
Nặng lòng xa xứ ướt mi
Nhớ quên con tim tù ngục

Hạ vàng soi nước Tam Giang
Lang thang trời mây cảnh cũ
Rủ hồn đốt nhớ tâm can
Mùa đông Huế thương mưa phủ

Bến đò Thừa Phủ còn mô
Ở xa nhấp nhô ký ức
Chừ thì mới lạ Cố Đô
Người ta tham quan nô nức

Ray rức xin hãy quay về
Đông Ba rồi qua Gia Hội
Đại Nội thức tỉnh cơn mê
Về thôi ! trăng tà xế bóng

Huế thương thay đổi hung rồi
Cầu cao thay đò Ca Cút
Sửa sang Vọng Cảnh dốc đồi
Phú Xuân không còn ngập lút

Về đi mấy chút tuổi còn
Tứ Phương chim bay soãi cánh
Vẫy vùng trở lại quê hương
Để nghe yêu thương ấm áp

Ngự Bình hồi đáp Thông reo
Sông Hương" eo sèo" giòng nước
Nắng về giòng chảy trong veo
Huế thương muôn đời vẫn nhớ

QNH

Người chuyên cảm tác dạo

CHÚT HUẾ
nhớ Huỳnh Thanh Mỹ (1945 - 2021)

Buổi chiều mình ra thăm Huế
Nhớ xưa từng bỏ xứ đi
Huế xưa chừ nay vẫn vậy
Huế mình buồn thật lạ kỳ

Buổi chiều vô thăm Đại Nội
Cành sen ai bỏ trên thềm
Dựa lưng vào bờ hoang phế
Huế mình ngồi thở cạn đêm

Buổi chiều qua thăm Gia Hội
Con thuyền của biển đã hư
Nằm phơi lưng bờ cát mục
Lòng đau ván cũng nát nhừ

Buổi chiều nghe câu ví dặm
Ai treo lủng lẳng nhành cây
Nghe trong lời điêu đứng gió
Nắng mưa cũng bị trời đày

Buổi chiều xuống đò lên Huế
Bến đò Thừa Phủ nay đâu
Phú Xuân cầu thoi thóp nước
Thương người ly xứ dạ sầu

Buổi chiều xuôi về Đại Lược
Theo đò ngược bến Tây Lăng
Ngày xưa ai người qua phá
Sợ truông nhà Hồ sợ phá Tam Giang

Buổi chiều lỡ đò lỡ chợ
Mình nằm ngủ đất tứ phương
Hương Giang tỉ tê tâm sự
Nước còn khi chảy khi ươn

Buổi chiều dựa lưng núi Ngự
Nghe buồn trong gió thông reo
Tiếng than từ đồi Vọng Cảnh
Sông Hương nước chảy eo sèo

Buổi chiều nghe ai ngoắc vói
Ngoái trông chẳng thấy ai ơi
Bóng trăng non đoài đã xế
Căn duyên trăn trở bởi trời

Bây giờ mình ngồi xa Huế
Nhớ ai mà mắt Huế buồn
Phải em nay nằm trong đất
Không còn Huế để nhớ luôn.

Phan ni Tấn

LÊ CHIỀU GIANG
PHAN NI TẤN GIỮA CHỢ ĐỜI

"... Một góc đen thui một góc đời
Tôi nằm trong đó ngủ buồn chơi
Nửa đêm trời lạnh thân co quắp..."
Phan Ni Tấn

Nhóm chúng tôi có một nơi để Cafe không cần hò hẹn nhưng lúc nào ghé quán cũng đều gặp đúng nhiêu đó bạn bè, những khuôn mặt vừa thân mật, vừa méo mó, lại có đôi khi thất thần...Những gương mặt đã được nắng và gió vẽ ra để minh hoạ cho một đời sống trầm luân đầy nhọc nhằn, khốn khó sau biến cố năm 1975.

Tên quán Cafe đẹp và thơ mộng như Kim Oanh, cô chủ quán đã cùng gia đình bỏ hết trang trại cafe bát ngát ở Ban Mê Thuột, chạy về định cư tại khu Thị Nghè Sài Gòn. "Cafe Ban Mê"

Cafe Ban Mê. Nơi anh Nghiêu Đề và tôi gặp nhạc sĩ Phan Ni Tấn, người bạn thân của gia đình Kim Oanh từ những ngày anh còn ở cố quận. Phố Ban Mê.

Trông anh rất "ngầu" với cái chất gió bụi của đời sống lang bạt không cửa nhà "hộ khẩu", cộng thêm cả một chút bất cần trong ánh nhìn lặng lẽ.

"... Đêm bến xe Xa Cảng Miền Tây
Trời hiu hiu mát nằm ngủ say
Sáng ra quờ quạng tìm mục kỉnh
Mắt còn đây, mục kỉnh đã bay..."

"... Nửa đêm nằm mộng thấy trời xanh
Trên thân tôi tàu chạy vòng quanh
Giật mình tỉnh giấc tai còn thoáng
Một tiếng còi tàu rúc lạnh tanh..."
[Ga xe lửa chợ Bùng Binh / Thơ PNiTấn]

Chúng ta có cả trăm bè bạn lưu lạc tha phương khắp nơi, không "hộ khẩu". Nhưng chẳng phải ai cũng là Thi sĩ.

Thi sĩ Phan Ni Tấn có những đêm " Ngủ trên cành cây ", đã như một Thiền giả lang thang trong thiên hạ.

"... Làm sao ai biết có ngày này
Người ở thành phố ngủ trên cây
Nửa đêm xuân xiếc về ngang hỏi:
Hết chỗ rồi sao ông ngủ đây..."
[Thơ PNiTấn]

Chúng tôi một nhóm mỗi tuần gặp nhau vài lần như thế, gặp nhưng không hề than van kể lể, dù ai cũng đang sống dở chết dở... Hớt hải chạy theo những chuyến xe buýt chạy như điên khắp Sài Gòn để bán vé xe buýt như chị Thuỵ Vũ hay chất trên chiếc xe đạp cũ kỹ một thùng gỗ nặng xà bông gội đầu đi bỏ mối khắp chợ như anh Nghiêu Đề...

Sống trong đói rách nhưng chúng tôi đành mừng rỡ, chúng tôi đành cười vui mỗi khi gặp lại bạn bè. Thơ nhạc như đã làm mờ đi những lo âu, và sợ hãi. Nói như anh Nguyễn Đình Toàn "Sau 1975, nếu không có một nhóm để ca hát rong chơi như chúng tôi, chắc là tất cả đã không ai còn sống sót..."

Và chúng tôi đã không ai thèm "chết", dù đã có khi từng bị Phan Ni Tấn hăm dọa trong ca khúc "Gõ Quan Tài", bản nhạc anh phổ từ thơ Đoàn Bằng Hữu.

Thật lạ, chỉ khi nhìn anh Phan Ni Tấn ôm đàn, nhắm đôi mắt mờ câm say sưa hát, tôi mới nhận ra chính anh. Tôi nhìn ra người Nhạc sĩ mang sức sống mạnh mẽ và vô cùng quyết liệt với đời.

"... Hai tấm ngắn
Bốn tấm dài
Tôi hì hục đóng
Quan tài cho tôi..."

Chúng tôi đã không ai muốn chết. Tôi nhớ sau khi nghe bản nhạc "Gõ Quan Tài" của anh, tất cả bạn bè đều ngồi im lặng lẽ. Chúng tôi cùng suy ngẫm, tưởng tượng ra cái "đẹp" trong nỗi chết. "Đẹp" nhưng đầy oan khiên đã bàng bạc khắp trong những lời thơ. Cái tài tình của Phan Ni Tấn là anh đã đàn ra đúng tiếng đinh được gõ xuống áo quan. Tiếng đinh chát chúa đóng xuống nhịp nhàng qua những giây đàn, nghe vừa bi thảm vừa rùng rợn nên chẳng thể nào chúng tôi quên.

Và kể từ đó, sau khi được nghe những bài thơ mới anh đọc, "Gõ quan tài" luôn là bản nhạc được yêu cầu anh hát lại nhiều lần.

Anh ôm đàn qua Làng Báo Chí, anh hát hò bên Cư Xá Thanh Đa...Người nhạc sĩ "vô sản chuyên chính", không cửa không nhà nhưng đã cùng bạn bè gặp nhau khắp mọi nơi, mọi chốn.

Nhưng không phải chỉ toàn là rong chơi ca múa, anh còn phải kiếm sống bằng nhiều thứ nghề mà anh chưa làm bao giờ.

"... Vá ruột xe đạp tưởng dễ ăn
Bắt tay vào mới thấy khó khăn
Mười phút cậy mới ra lớp vỏ
Cô em hiền hậu cũng phải nhằn..."

"... Hộp thuốc lá bạn tôi đóng cho
Trong hộp đựng gói nhỏ, gói to
Một hôm hết thuốc tiền cũng tuốt
Vỗ bụng cười lấy nước làm no..."
[Thơ PNiTấn]

"Văn chương" hơn một chút anh ra bán sách cũ

"...Tôi bán sách cũ trong Chợ Sách
Một hôm "dị khách" ghé qua hàng
Lật trang thơ cũ oang oang đọc
"Nam quốc sơn hà..."
Khách cười vang.
[PNiTấn với Bùi Giáng]

Đám bạn bè chúng tôi vừa lam lũ chuyện áo cơm, vừa gượng cười khi gặp gỡ, lại vừa âm thầm tìm đường trốn thoát khỏi quê hương. Quê hương đã mất trắng của chúng tôi.

Bạn bè đã tản mát muôn phương, đã chẳng biết ai còn ai mất...

Năm 1992, anh Nghiêu Đề và tôi gặp lại anh Phan Ni Tấn ở Canada. Có thêm hiền thê, anh sống an nhiên và hạnh phúc.

Thơ và nhạc anh tiếp tục sáng tác rất nhiều, anh vẫn ôm đàn hát say sưa, vẫn chìm đắm đọc những bài thơ cũ, mới...

Trên đường bay về lại San Diego, tôi thấy như thiêu thiếu, như mất mát một điều gì. Phải chăng cái hình ảnh lang thang, mịt mù gió bụi của Phan Ni Tấn mới đúng là người mà chúng tôi phải bay rất xa để ghé thăm?

Tôi ước gặp lại anh ở quán Cafe Ban Mê của Kim Oanh cùng những người bạn cũ, ngồi nghe anh hăm dọa "Gõ quan tài". Tôi thèm nghe lại giọng đọc thơ khan khan, về đời sống rất thực mỗi ngày của anh khi còn lang bạt khắp Sài Gòn Chợ Lớn...

Khi nói điều này với anh Nghiêu Đề, tôi được nghe lời anh mắng mỏ: "Giữ hoài một quá khứ, không có nghĩa là muốn nhốt mãi ai vào chốn oan khiên."

Nhưng đâu phải chỉ mình tôi hướng về những ngày tháng cũ? Anh Phan Ni Tấn cũng đã viết ra, đã nhớ lại.

"... Chút nước dột lại thấm vào nỗi nhớ
Mái hiên người che thân tôi nằm trọ
Một tiếng chim cũng xót dạ vô cùng

"... Nhớ đôi bạn nhà ở lưng chừng đồi
Những bậc cấp dẫn luồn qua mưa nắng
Theo chiều xuống chân bước lên nằng nặng
Ghé thăm rồi mai biết giạt về đâu..."

"... Gió lại thổi mùa đông qua nỗi nhớ
Gặp đôi bạn quê người chưa hết ngợ
Lại như núi rừng như đất nước trôi xa"

[PNiTấn tặng Nghiêu Đề và Giang]

Lê Chiều Giang (*)

(*) Lê Chiều Giang là phu nhân của cố họa sĩ Nghiêu Đề.

NGUYỄN THỊ HƯƠNG
DUYÊN THƠ VÀ NHẠC CỦA TÔI

Ngài THÍCH CA MÂU NI đã từng nói "Bất kể có gặp được ai, họ cũng đều là người nên xuất hiện trong cuộc đời con. Tuyệt đối không phải là ngẫu nhiên. Mọi sự gặp gỡ trong cuộc sống là do một chữ DUYÊN tiền định, đều được vận mệnh an bài." Thật sự là vậy.

Trước đây, tôi chưa từng nghe, chưa từng biết, chưa từng gặp (qua inbox) nhạc sĩ Phan Ni Tấn bao giờ. Tình cờ khi trang Facebook của tôi giới thiệu bài thơ *MAI ANH VỀ THĂM HUẾ VỚI EM KHÔNG*, trong đó có hai câu thơ cuối.

Mai anh về thăm Huế với em không
Anh có còn yêu Huế của em không?

Thì thấy người có tên Phan Ni Tấn vào còm một chữ CÒN duy nhất ở phần bình luận. Tôi có trả lời "Nghe CÒN khô như ngói." Và anh ấy nói, để phổ bài thơ này cho tôi hết "chê" anh ấy khô như ngói. Thật sự lúc đó tôi cũng chưa biết người có tên Phan Ni Tấn ấy là một nhạc sĩ. Khi bản nhạc ra đời, đó là một bản nhạc có giai điệu Huế rất hay và được sự đón nhận, hưởng ứng nồng nhiệt từ bạn bè xa gần. Lúc đó, tôi mới tìm hiểu về nhạc sĩ.

Thì ra nhạc sĩ Phan Ni Tấn đã có một gia tài âm nhạc với nhiều bản nhạc nổi tiếng về nhiều thể loại mà tôi không hề biêt. Không những là nhạc sĩ mà anh ấy còn là một nhà văn, nhà thơ có tiếng tăm trong giới văn chương nước nhà và hải ngoại trước và sau 1975.

Thế là từ đó duyên thơ-nhạc giữa tôi và nhạc sĩ Phan Ni Tấn bắt đầu. Mối duyên văn nghệ lạ kỳ đó đã động viên tôi làm thơ (dù tôi là một giáo viên dạy toán chẳng phải nhà thơ). Thơ tôi viết không nhiều nhưng cứ lần lượt được nhạc sĩ phổ nhạc rất hay và tình cảm. Không những thế anh ấy còn làm youtube cho các ca khúc đó.

Cho đến một ngày biết tin anh không được khỏe vì vướng bệnh, tôi thật bàng hoàng và buồn vô hạn. Thế mà trong sự dày vò đau đớn của căn bệnh, anh vẫn không ngừng viết nhạc mỗi khi tôi có thơ. Không những đối với tôi mà với thơ của bạn bè, anh cũng vậy. Thậm chí có những bài thơ được anh viết nhạc ngay trên giường bệnh hoặc hối hả viết nhạc trước khi nhập viện.

Anh thường nói "Đời này ngắn ngủi và nhiều buồn, mình làm được gì cho tha nhân thì cứ làm em há". Điều đó đã làm tôi xúc động và xao xuyến vô cùng.

Càng tiếp xúc với anh, tôi càng thấy anh có nhiều đức tính đáng quý. Người bạn của anh cũng từng có nhận xét rất quý hóa về anh "Một người quá hiền, quá tài hoa, quá tình cảm và nhân hậu, thật quý hiếm, nghe thương ghê."

Anh còn là một người con có hiếu với mẹ và tổ tông. Những ngày này, anh viết thật nhiều về Huế - quê ngoại của anh. Những vần thơ, bài văn, những nốt nhạc đau đáu một nỗi nhớ Huế trong anh. Anh thương quê của mẹ và Huế vô cùng.

Xin cảm ơn đời. Cám ơn anh đã cho tôi mối duyên thơ nhạc này để cho tôi nhớ mãi không nguôi.

Khi viết những dòng này, tôi vẫn chưa một lần gặp mặt anh ngoài đời cũng như trên inbox nhưng tôi vẫn muốn gửi đến anh mấy câu từ trong sâu thẳm lòng tôi:

Thương nhau cho bạc mái đời
Đừng buông tay trước để người lại sau
Đừng bỏ em giữa bể dâu
Đừng để dòng lệ không màu trôi em...

Nguyễn Thị Hương
22.6.2024

NGUYỄN ĐÌNH TUYẾN
THƠ TRÀO PHÚNG CỦA PHAN NI TẤN

Thơ Phan ni Tấn là loại thơ có bản chất trào lộng, đùa cợt, châm biếm cái đáng cười (satiric poetry). Đây là loại thơ vui. Ý thơ Phan Ni Tấn chứa đựng cái tính cách hài hước, chế diễu cái khuyết điểm của người và của chính mình.

Chế diễu khuyết điêm của hai em y tá nhưng cũng là cái khuyết điểm đáng cười của chính mình có thể là chuyện có thật ở bệnh viện York-Finch, nơi mà nhà thơ đã nằm trị bịnh trong một tuân.

Vừa trích huyết cổ tay xong
Lại vạch háng hút máu hồng của ta

Đau gì tối mặt mũi ra

Tay vùng chân vẫy miệng la bể làng
Hai em y tá ôm quàng
Tức mình ta xổ một tràng tiếng nho.

Trong lịch sử thơ ca trào phúng, phải kể câu ca dao bình dân vừa hay vừa có ý nhị như:

Ba cô đội gạo lên chùa
Một cô yếm thắm bỏ bùa cho sư
Sư về sư ốm tương tư
Ốm lăn ốm lốc cho sư trọc đầu.

Thơ trào phúng của Phan Ni Tấn có các thi đoạn hay như chờ đợi ôn bạn vàng đến bệnh viện thăm; giọng thơ thành thực và bình dị:

Buồn tình thả mắt ngó ra
Ngó qua cửa sổ ngó xa trên đàng
Ngó trời ngó đất mênh mang
Ngó coi chiều xuống con bạn vàng vô chưa.

Trong bài *"Thuở Còn Ở Vậy"* (tức là chưa vợ con) thi sĩ viết:

Hình như hơi lâu anh hổng tắm gội
Nên đất trong trời đất bám no nê
Ước có cô nương thấy anh đâm tội
Lôi cổ về nhà tắm sạch khỏi chê

Phan Ni Tấn là một nhạc sĩ kiêm thi sĩ, nên thơ Phan Ni Tấn có nhiều nhạc tính (music poem), như trong *"Bài Ca Tôn Nữ"* làm theo thể lục bát được trình bày *"Nổi trôi"* như *"Trên sóng lệ"*. Bài thơ *"Com Chim Nó Hót"* của Phan Ni Tấn được nhạc sĩ Trần Quang Hải phổ nhạc.

Thơ Phan Ni Tấn là thơ vui nhưng đôi khi cũng nhuốm màu triết lý như trong bài *"Chim bay, Trăng nở, Sen tròn"*:

Lắng hết lòng vào trong thiền họa
Mặc chung quanh hỗm độn những vui buồn

Tôi thích lời thơ tự thú và tự thán sau đây của Phan Ni Tấn, môt tấm lòng trong sạch dù ở quê nhà hay hải ngoại:

Bây giờ qua đây lòng anh vẫn vậy
Vẫn cứ như gương một tấm sách boong
Hồn anh đơn sơ như là trang giấy
Sống hổng gì hơn ngoài một tấm lòng.

Có thể xem thơ Phan Ni Tấn là thơ lạc quan (optimist poemtry) bày tỏ inềm vui dù là ở đâu, dù trong trường hợp nào: suy tư hay sáng tạo.

Mỗi khi nào buồn bạn có thể đọc thơ Phan Ni Tấn sẽ nụ cười ngay như đọc thơ của Aldous Huxley hay George Owell.

Phan Ni Tấn là một thi tài lớn có những bài thơ vui trào lộng cần thiết cho đời sống đầy căng thẳng, đầy hỗn độn nhưng cũng đầy yêu thương vui vẻ của chúng ta hôm nay.

Nguyễn Đình Tuyến

JIMMY NHỰT HÀ

JIMMY NHỰT HÀ PHỎNG VẤN NHẠC SĨ PHAN NI TẤN

Jimmy xin kính chào tất cả thính giả của Đài Jimmy TV. Kính thưa quí vị, sau lưng của Jimmy là thành phố Toronto. Thành phố Toronto cũng là nơi của khoảng 100,000 người tỵ nạn của Canada. Và thưa quí vị, hôm nay Jimmy hân hạnh đón tiếp một nhạc sĩ cũng định cư tại thành phố Toronto là tác giả của những ca khúc dân ca miền Nam mà quí vị từng nghe như *Lý Con Sáo Bạc Liêu, Bên Dòng Sông Trẹm, Phải Lòng Con Gái Bến Tre, Bến Cũ Đò Xưa*... Thưa quí vị, đó là nhạc sĩ Phan Ni Tấn. Mời quí vị cùng chúng tôi chào đón nhạc sĩ Phan Ni Tấn.

■ Jimmy Nhựt Hà (Jimmy): Thưa chú Phan Ni Tấn, chú định cư tại Toronto bao lâu rồi?

■ Phan Ni Tấn (PNT): Chú định cư tại Toronto từ năm 1980 tới giờ.

■ Jimmy: Thưa chú, khán giả đã từng nghe những bài có âm hưởng miền Nam của chú. Khi Jimmy tìm hiểu thì được biết trước đây chú cũng là thành viên trong Phong Trào Du Ca Việt Nam của Nguyễn Đức Quang ở Sài Gòn. Vậy thì chú sinh trưởng ở miền Nam với những sáng tác nhạc có âm hưởng miền Nam hay chú sinh tại miền nào?

■ PNT: Chú không có sanh ở miền Nam mà sanh vùng cao nguyên Ban Mê Thuột. Nhưng chú chỉ sống trên đó một thời gian thì dời về Sài Gòn tiếp tục đi học bậc trung học, đại học rồi đăng lính ở Thủ Đức.

■ Jimmy: Tên Phan Ni Tấn là bút danh của chú hay là tên thật?

■ PNT: Tên thật.

■ Jimmy: Lâu nay cháu vẫn lầm lẫn ở chữ Ban Ma Thuột hay Buôn Mê Thuột. Không biết cái nào là đúng, thưa chú?

■ PNT: Ban Mê Thuột được thành lập từ năm 1930. Lúc đó chính quyền mới công nhận và đặt Tòa Hành Chánh ở đó. Khi người Pháp lên vùng sơn lam chướng khí này họ đổi tên Buôn Ma Thuột thành Ban Mé Thuot cho dễ đọc; còn cao nguyên Daklak họ sửa thành Darlac.

■ Jimmy: Thời Việt Nam Cộng Hòa gọi là gì a.?

■ PNT: Thời VNCH cũng vậy, vẫn gọi là Ban Mê Thuột. Sau 1975, Việt Cộng đổi tên thành Buôn Ma Thuột. Buôn là buôn làng. Ma là Cha. Thuột là cha thằng Thuột. Nghĩa là Buôn của Cha thằng Thuột.

■ Jimmy: Địa danh đó người Việt hay chọc là Buồn Muôn Thuở.

■ PNT: Hà hà. BMT có nhiều "hỗn danh" lắm. Nào là Buồn Muôn Thuở, Bụi Mù Trời, Bánh Mì Thịt, Bạn Mê Trai v.v...

■ Jimmy: Từ nhà chú tới Buôn người Thượng có xa hay không?

■ PNT: Tùy. Như buôn Alê A cách thành phố Ban Mê Thuột chỉ 1 cây số. Hoặc buôn Y Jut thì gần dinh Bảo Đại, đi bộ khoảng 15 phút thì tới. Ngoài ra có những Buôn rất xa, như buôn Ea Bruk, buôn Kô Tam, buôn Kô-Sia...

■ Jimmy: Hồi nảy chú nói Y Jut là tên của ai?

■ PNT: Y Jut là một nhà dân tộc học của người Thượng. Ông là người đặt ra từ ngữ cho người Thương nói.

■ Jimmy: Thưa chú. Sáng tác đầu tiên của chú là ở đ6u?

■ PNT: Ở Ban Mê Thuột. Thơ trước, khoảng năm 1960, năm 1964 mới bắt đầu làm nhạc.

■ Jimmy: Ai là người dạy nhạc cho chú?

■ PNT: Ông anh ruột. Dạy từ hồi nhỏ. Ổng cũng tự học. Sau này hai anh em đều đi lính. Lúc chú đóng quân ở Pleiku thì nghe tin ông tử trận tại quận Lệ Trung, giữa Konum và Pleiku.

■ Jimmy: Với biến cố lớn như vậy chú có ghi lạ trong thơ hay nhạc của chú hay không?

■ PNT: Có chớ. Hồi đó chú viết nhạc bài Kính Thưa Thầy, bút hiệu N.D. Khi ông anh tử trận, chú đổi bài Kính Thưa Thầy thành bản nhạc Bài Ca Học Trò. Bài này đã nhanh chóng truyền về tới Sài Gòn được Du ca hát, ca sĩ Elvis Phương nghe rồi cũng hát theo nhưng mà hầu hết đều "tam sao thất bổn", tức là Elvis Phương không hát đúng như ca khúc học trò chú sáng tác.

■ Jimmy: Sau này Thế Sơn của Trung tâm Thúy Nga cũng thâu lại không biết có đúng hay không?

■ PNT: Cũng không đúng. Chú muốn nguyên thủy *Bài Ca Học Trò* là hát liên tục như một lời phản kháng từ đầu chí cuối chớ không hát nhanh rồi chậm lại như kể lể, than van là không đúng.

■ Jimmy: Về phần lời của *Bài Ca Học Trò* lúc đầu Jimmy nghe thì không hiểu lắm. Bởi vì có những từ tiếng Anh như America, Communist, ngụ ý chú muốn nói lên cái gì?

■ PNT: Thời của chú là thời sống trong chiến tranh, nên những từ của Mỹ, của Dân chủ, của Cộng Hòa hoặc Cộng Sản chú gộp vô cho bản nhạc được sống động hẳn lên.

■ Jimmy: Có thể coi *Bài Ca Học Trò* là bài thứ ba có khuynh hướng phản chiến?

■ PNT: Ờ... cũng có khuynh hướng đó. Thật ra thời của chú là thời sống trong chiến tranh diễn ra những cảnh tàn bạo, chết chóc, thê lương, toàn là bom đạn giết người. Thành ra đầu óc của chú thời đó cũng như hầu hết ai cũng vậy, đều muốn hòa bình hơn là chiến tranh.

■ Jimmy: Cho nên vì vậy mà chú sáng tác ra *Bài Ca Học Trò*. Còn *Bài Ca Học Trò 1, Bài Ca Học Trò 2* là sao ạ?

■ PNT: *Bài Ca Học Trò 1* phổ từ thơ Cao Huy Khanh. *Bài Ca Học Trò 2* phổ từ thơ Lê Thanh Xuân và bài thứ 3 là *Bài Ca Học Trò* phổ từ thơ N.D là của chú.

■ Jimmy: Bài thứ 3 được chú Elvis Phương thâu lần đầu năm 1975 trong băng Phượng Nga đề tác giả là Vô Danh mà họ không biết là của chú.

■ PNT: Khi chú qua bên đảo Thái Lan cuối năm 1979 tình cờ chú nghe Elvis Phương hát *Bài Ca Học Trò* không đúng nguyên bản, vì nhạc truyền khẩu nào cũng "tam sao thất bổn".

■ Jimmy: Nhắc về Phong Trào Du Ca, vậy chú có phải là thành viên Phong Trào Du Ca hay không?

■ PNT: Phang Trao Du Ca Việt Nam được thành lập năm 1966 thì ngay lúc đó chú đã là thành viên Du Ca rồi. Thời mới thành lập rất đông nên chia ra từng nhóm để sinh hoạt và cho từng nhóm tự đặt tên cho nhóm mình. Về sau đi lính đến năm 1972 đổi về Ban Mê Thuột chú mới sinh hoạt với đoàn Du Ca Lòng Mẹ với Trưởng là nhạc sĩ Nguyễn Quyết Thắng.

■ Jimmy: Phong Trào Du Ca hoạt động mạnh mẽ vào năm nào?

■ PNT: Năm 72, nhất là năm 1974. Phong Trào Du Ca là một đoàn thể sinh hoạt văn hóa cũng như hoạt động văn nghệ nhằm khai phá và hướng dẫn tuổi trẻ, thanh niên, sinh vien học sinh. Vào thời kỳ nay, Trưởng Du Ca Nguyễn Đức Quang sáng tác rất nhiều cùng các nhạc sĩ Du Ca khác nhằm gợi lên lòng yêu nước, tác động tinh thần của tuổi trẻ trước một đất nước đang trong thời kỳ chiến tranh.

■ Jimmy: Vậy ý nghĩa của Phong Trào Du Ca nhằm un đúc tinh thần thanh niên thời đó là hăng say bảo vệ tổ quốc. Vì vậy chúng ta có bài *Việt Nam Quê Hương Ngạo Nghễ* của Nguyễn Đức Quang. Còn bài *Bản Du Ca Cuối Cùng Của Loài Người Không Còn Đất Sống* chú viết trước 1975, chú có thể kể thêm về cuộc sống của chú lúc đó ra sao?

■ PNT: Thuở đó sống ở Sài Gòn chú nhìn thấy những con người cùng khổ lang thang ngoài đường phố gợi cho chú viết ra *Bản Du Ca Cuối Cùng* mang âm hưởng cổ điển gợi lên niềm hy vọng ở phần cuối bài.

■ Jimmy: Hình ảnh của núi rừng Ban Mê Thuột có ảnh hưởng gì trong thơ và trong nhạc của chú không?

■ PNT: Chú sanh ở đó nên chất liệu của núi rừng và thành phố cũng nghư con người kể cả sinh vật và động vật đã ảnh hưởng tới tinh thần của chú. Như bài *Đứa Con Của mẹ Núi, Pleuku Em Ở Núi Rừng, Vùng Mưa Kontum, Bầu Ngực Núi Rừng v.v...*

■ Jimmy: Tuy nhiên, dòng nhạc của chú giới thưởng ngoạn thường nghe những bản nhạc có âm hưởng dân ca miền Nam nhưng bên cạnh đó có dòng nhạc đối lập và có hơi hướm cổ điển như bài Hamlet chú đã sáng tác.

■ PNT: À, Jimmy nói đúng. Hamlet là hoàng tử nước Áo. Dr. Jivago cảm nhận được thân phận cô đơn, não nùng của hoàng tử nước Áo mà viết ra bài thơ Hamlet. Chú dựa vào thân phận cô đơn của hoàng tử Ham let mà viết ra bản nhạc Hamlet mang âm hưởng cổ điền với nhạc điệu rất buồn

■ Jimmy: Nhắc đến thời gian sau 1975 thì đời sống của chú ra sao?

■ PNT: Ơ. Thê thảm vô cùng tận. Khi Ban Mê Thuột thất thủ chú bị bắt tống vô tù "cải tạo" là Trại Cải Huấn. Trại này do người Pháp thành lập năm 1930 để giam tù chính trị, được một Tiểu đoàn Sơn Cước bảo vệ trại tù đó. Sau 1975, Việt Cộng dùng để nhốt các thành phần chế độ cũ chúng gọi là "ngụy quân ngụy quyền" và tù hình sự.

■ Jimmy: Ở trại tù đó chú có bị thuyên chuyển đi đâu không?

■ PNT: Không. Chú tiếp tục ở lại.Thuyên chuyển thì chỉ có nhà văn Kinh Dương Vương, tức họa sĩ Rừng đi Méval (đồn điền café của người Pháp) và nhà văn Lê Hữu đi Củng Sơn, Phú Yên. Chú may mắn ở lại qua năm thứ hai thì... trốn tù.

■ Jimmy: Chú kể lại chuyến vượt ngục của chú gian nan ra sao?

■ PNT: Có thể nói là một sống một chết. Sau một thời gian bị nhốt trong tù như súc vật thì hơn một năm sau "trên" cho phép các tù nhân ra chợ đi mua "ủng hộ"các vật liệu cần thiết cho trại tù, như cái đinh, cái búa, xi-măng, cục gạch, tấm tôn, miếng ván... nên chú ra vô riết rồi cảnh vệ lờn mặt. Trại tù này có một khe hở, lợi dụng khe hở đó ban đêm chú trèo tường nhảy ra. Dĩ ngiên có sự kết hợp "đồng lõa" bên ngoài nên chú lên xe ba-lua (xe vận tải hạng nặng) đi thẳng về Sài Gòn. Khi xuống tới Sài Gòn chú "ẩn cư" trong nhà của cô em họ tốt bụng nhưng chỉ một thời gian rồi phải ra ngoài sống đời trôi sông lạc chợ. Nào là ngủ trên cây ở đường Lương Hữu Khánh, rúc trong một xó ở nhà ga xe lửa, ngủ dưới sạp rau cải trong chợ hái Bình, dưới gầm cầu chợ Cầu Bông... Buổi trưa đói bụng thì uống nước máy trừ cơm; còn buổi tối thì ghé vội nhà bạn bè nấu ăn vội thứ mì quốc doanh rồi đâm đàu đi tìm chỗ ngủ bụi.

■ Jimmy: Chú sống như vậy bao nhiêu lâu?

■ PNT: Hơn một năm. Cho tới một hôm chú quyết định ra đầu thú để có nhà tù để ở và có cơm tù để ăn hơn là sống cù bơ cù bấc gần như chết rồi. Nhưng mà nhờ trời ngó xuống cho chú đi vượt biên cùng người bà con xuất pháp ở biển Rạch Giá.

■ Jimmy: Chuyến ghe của chú đi có bình an không? Biển có êm không?

■ PNT: Rất bình an. Hai ngày ba đêm. Nhưng những ai đã từng vượt biên đều tởn tới già. Chiếc ghe nhỏ xíu chứ 42 thuyền nhân đều nhét xuống lòng tàu chật chội đến nỗi ai cũng nằm cong mình, đầu tựa vô mạn tàu bên này, chân thì chạm phải mạn tàu phía đối diện. Ghe vô tới trại tỵ nạn Laem Sing, Thái Lan ai nấy mừng gần chết. Sống bốn tháng ở đó thì được phái đoàn nhân đạo Canada bảo lãnh sang Toronto sống đến ngày nay.

■ Jimmy: Ở hải ngoài thì cháu rất yêu thích một bài của chú là bài *Chia Áo Người Yêu Xa*. Chú kể hoàn cảnh viết ra bài đó cho thính giả nghe chú... "chia áo" mà cháu nghĩ là chú viết cho người yêu của chú ở Việt Nam.

■ PNT: Chú làm gì có người yêu đâu mà chia. Qua tới Canada chú mới sáng tác bài này bằng óc tưởng tượng rằng mình. Khi hoàn tất bản nhạc chú gởi qua Mỹ cho ca sĩ Khánh Ly hát và Khánh Ly xuất bản trong cuộn băng Tắm Mát Ngọn Sông Đào.

■ Jimmy: Thời gian dầu cháu có thấy chú sinh hoạt với Việt Dzũng, Nguyệt Ánh đó là thời gian nào?

■ PNT: Đó là thới gian sinh hoạt trong đoàn Hưng Ca Việt Nam, được thành lập vào mùa hè năm 1985 với năm viên gạch đầu tiền, gồm năm nhạc sĩ Nguyệt Ánh, Việt Dzũng, Châu Đình Anh, Huỳnh Công Ánh và Phan Ni Tấn. Sau đó anh em mời thêm Hà Thúc Sinh, Nguyễn Hữu Nghĩa, Khúc Lan, Khúc Minh, Đào Trường Phúc, Huỳnh Lương Thiện, Tuấn Minh, Tuyết Mai, Nguyễn Ngọc Ngạn...

■ Jimmy: Phong Trào Hưng Ca có một thời gian rất là sôi nổi ở hải ngoại. Vậy Hưng Ca là gì, tôn chỉ Hưng Ca ra sao, thưa chú?

■ PNT: Hưng Ca có nghĩa là phục hưng những gì đất nước đã bị vùi lấp sau năm 1975, bằng cách dùng những bài ca yêu nước, những bản tình ca quê hương gợi lại niềm tin cho những người đã mất đi niềm tin cũng như lòng yêu nước mà dưng lại thì gọi là Hưng Ca.

■ Jimmy: Cuú là một trong những viên gạch cũ đầu tiên của Phong tráo Hưng Ca. Cháu cũng muốn tìm hiểu giữa Phong trào Du Ca và Phong trào Hưng Ca khác nhau ở điểm nào?

■ PNT: Như chú đã nói Du Ca là một đoàn thể văn hóa, văn học nghệ thuật, gợi lên lòng yêu nước, tác động tinh thần thanh niên, sinh viên, học sinh. Còn Hưng Ca là phục hưng những gì đát nước đã mất. Dùng những bài ca có niềm tin, niềm hy vọng như một thứ lửa thắp sáng gợi lòng yêu nước thì gọi là Hưng Ca.

■ Jimmy: Bằng cớ là bài *Em Vẫn Yêu Một Màu Cờ* của Nguyệt Ánh. Bài *Ôi Quê Nhà* của chú có nằm trong thể loại Hưng Ca hay không?

■ PNT: Không.

■ Jimmy: Nhắc tới thời gian của những năm đầu ở Torornto thì chú rất thân thiết với nhà văn Nguyễn Ngọc Ngạn thì tình cảm của hai chú ra sao?

■ PNT: Hai anh em từng gắn bó với nhau lá. Từ thuở hàn vi đến bây giờ cũng vậy thôi. Tuy là sau này không còn như những ngày xưa nhưng hai anh em gặp nhau vẫn là bình thường.

■ Jimmy: Bài hát *Phải Lòng Con Gái Bến Tre* của chú nhiều người rất nhớ thì của chú có phải là người Bến Tre hay không?

■ PNT: KHông. Chú không phải là người Bến Tre nhưng chú đã tới Bến Tre nhiều lần. Chú cũng không "phải lòng" cô gái Bến Tre nào. Đó là bài thơ dài hơi của nhà thơ Luân Hoán, chú chỉ lấy ý thơ và thêm thắt lời lẹ mà thành P*hải Lòng Con Gái Bến Tre*.

■ Jimmy: Nói chúy xíu về cô, là vợ của chú thì cô và chú gặp nhau trong trường hợp nào?

■ PNT: Trong thời gian làm báo, viết bài cho tờ Lửa Việt trong đó Châu Hiền Quang

Làm thư ký kiêm quảng cáo. Có nhiều lúc làm báo ở nhà Châu Hiền Quang thì gặp cô ở đó mà sau náy thành mối duyên của nhau.

■ Jimmy: Như chú nói cô không phải là người Bến Tre, vậy là nguờn "bến" nào?

■ PNT: À, cô là người Việt gốc Triều Châu, sống ở Rạch Giá.

■ Jimmy: Cháu thấy chú viết rất nhiều những bản nhạc từ tỉnh thành Bạc Liêu, Bến Tre. Vậy có bài nào chú viết cho quê hương của cô không?

■ PNT: Có chớ. Bài *Lý Con Sáo Rạch Giá, Bến Cũ Đò Xưa, Bên Dòng Sông Trẹm.*

■ Jimmy: Riêng *Bên Dòng Sông Trẹm* cô Hương Lan mới thâu bài đó cháu được nghe được thấy hình ảnh của dòng sông Trẹm, sông Cái Lớn, Cái Bé. Được biết chú chưa từng tới sông Trẹm nhưng sao chú lại có thể viết ra ca khúc *Bên Dòng Sông Trẹm* đó được?

■ PNT: Chú có tới Rạch Giá, vượt biên ở Rạch Giá. Dòng sông Trẹm khởi nguồn từ Cà Mau chảy qua địa phận Rạch Giá là quê hương của cô, hình ảnh đó đã gợi cho chú viết ra bài *Bên Dòng Sông Trẹm*, vậy thôi.

■ Jimmy: Cũng vậy. Khi cháu nghe bài *Lý Con Sáo Bạc Liêu* cháu không biết chú ở đâu lại nghĩ chú là người Bạc Liêu là quê của cháu. Thì cái chất xúc tác từ đâu mà chú viết ra ca khúc này?

■ PNT: Nam 1969, chú học ở Đại học Khoa Học. Trong một dịp hè đã cùng anh bạn đi xe Honda về miền Tây chơi. Khi đi ngang qua cánh đồng muối Bạc Liêu nghỉ chân dưới một cái chòi tranh tự niên chú nghĩ tới con sáo sang sông mà viết ra ca khúc này.

■ Jimmy: Nhạc của chú bây giờ được ca sĩ khắp nơi hát, nhất là *Phải Lòng Con Gái Bến Tre, Lý Con Sáo Bạc Liêu*. Riêng bài *Lý Con Sáo Bạc Liêu* từ đâu mà chị Phi Nhung thâu bài đó và rất thành công?

■ PNT: Khi Paris By Night thực hiện chủ đề Chúng Ta Đi Mang Theo Quê Hương thì cô Tô Ngọc Thủy (Marie Tô) có nhờ chú Ngạn nhắn chú gởi hai bài trong đó có bài *Lý Con Sáo Bạc Liêu* và *Ôi Quê Nhà* thì cô Thủy cho hát cả hai.

■ Jimmy: Chị Phi Nhung được xem là chuyên chở thành công nhạc của chú. Chắc chú biết quê của chị Phi Nhung ở Pleiku? Chú nghĩ gì về chị Phi Nhung?

■ PNT: Biết. Lúc chú đóng quân ở Pleiku thì Phi Nhung còn... ham chơi ở trên trời chưa chịu hạ sinh. Phi Nhung rất là dễ thương. Chú chưa thấy một ca sĩ nào có tấm lòng bác ái như Phi Nhung cả. Một người sống hết lòng vì mọi người, cho mọi người, cho đời nhưng lại là người bất hạnh, chết qua trẻ. Có điều Phi Nhung chết không phải tự nhiên chết mà hy sinh mạng của của mình để cho người khác sống, chú thấy không có người thứ hai. Có lẽ cảm thương mình mồ côi nên Phi Nhung đã hết lòng nuôi hàng chục đứa con mồ côi, chú nghĩ không có ai như Phi Nhung.

■ Jimmy: Trong thời gian chú ở Toronto cũng như đi hát khắp nơi chú có sáng tác nhiều không?

■ PNT: Nhiều lắm. Song song với viết nhạc chú còn viết văn, làm thơ gởi cho báo chí tại hải ngoại phổ biến.

■ Jimmy: Giữa một nhạc sĩ, thi sĩ, văn sĩ, chú thích công việc nào hơn? Hiện chú sáng tác nhiều hơn lúc trước không?

■ PNT: Chú quen đề huề trong công việc sáng tác. Thí dụ chú sáng tác nhạc bằng tay phải thì tay trái chú viết văn làm thơ. Hiện nay chú sáng tác hiều hơn lúc trước rất nhiều, nhất là văn, vì văn là bộ môn chú đến trễ sau này nên ra sức viết rất nhiều và đã in thành sách ba bốn tác phẩm cùng một năm. Hiện tại chú còn hai tập truyện, hai tập nhac, năm sáu tập thơ, một tâp bút kỳ ngàn trang còn để trong hộc tủ.

■ Jimmy: Trở lại những năm về trước, cháu thấy một số hình ảnh đám cưới của cô chú có nhiều văn nghệ sĩ tham dự trong đó có nhạc sĩ Châu Đình An.

■ PNT: À. Nhạc sĩ Châu Đình An lúc đó làm phụ rể cho cô chú bên cạnh Nguyễn Ngọc Ngạn làm MC, nhà thơ Bắc Phong lên hát cùng toán Du Ca Toronto và Montreal lên hát giúp vui

■ Jimmy: Về sáng tác một bản nhạc cổ điển như nhạc Blue/Jazz theo nốt nhạc để viết xuống, nhưng còn những bài có âm hưởng miền Nam thì ở đâu mà chú viết ra những âm hương mang đậm nét dân ca này, chẳng hạn như *Lý Con Sáo bạc Liêu*?

■ PNT: Quê nội chú là Cần Giuộc, chú đã ở đó, đi học ở đó một thời gian nên mức sống dân tình cũng ảnh hưởng đến chú nhiều; hơn nữa ông già của chú là nghệ sĩ cổ nhạc, mỗi lần đoàn Thanh Minh Thanh Nga lên Ban Mê Thuột hát cải lương, Thành Được và Út Bạch Lan có mời ông già chú kéo đờn phụ giúp.

■ Jimmy: Bài *Lý Con Sáo Bạc Liêu* và bài *Lý Con Sáo Rạch Giá* có giống nhau không? Con sáo là con gì mà đặt rất nhiều trong nhạc vậy chú?

■ PNT: Cũng từa tựa, giông giống vậy thôi. Con sáo là biểu tượng của một người nữ đi lấy chồng. Con sáo là hình ảnh hiền lành mà người miền Nam rất thương cảm.

■ Jimmy: Chú cháu mình ngồi ngay bên bờ hồ Toronto lạnh gió này cũng là một biểu tượng của mùa Đông. Jimmy rất cám ơn chú đã chia xẻ những sáng tác về văn, thơ và nhạc của chú. Cám ơn chú và chúc chú nhiều sức khỏe cũng như nhiều bài hát được nhiều người hát.

KIỀU NGỌC LÊ
NHẠC CỦA NHẠC SĨ PHAN NI TẤN

Trong cuốn *Bông Hồng Tạ Ơn*, viết về 190 Tác Giả và Nghệ Sĩ, xuất bản tại Nam California năm 2006, nhà văn Nguyễn Đình Toàn cho biết nhạc sĩ Phan Ni Tấn có một đặc điểm khá kỳ lạ: *"Bố Nam, mẹ Trung, sinh tại Ban Mê Thuột, cưới vợ Rạch Giá. Như vậy, nghĩa là Phan Ni Tấn "gom" hết cái hay cái đẹp của đất nước về phần mình".*

Thật vậy, nhạc của ông rất phong phú và đa dạng. Sáng tác khởi từ năm 1964, ngoài những ca khúc đấu tranh, nhạc du ca, tình ca quê hương, ông còn nghiêng về nhạc dân tộc miền Thượng du như *Đứa Con Của Mẹ Núi, Pleiku, Em Ở Núi Rừng, Vùng Mưa Kontum, Bầu Ngực Núi Rừng*... Từ đó, trải suốt chiều dài đất nước xuống miền đồng bằng sông Cửu Long, ông có những bài dân ca cải biên như *Lý Con Sáo Bạc Liêu, Phải Lòng Con Gái Bến Tre, Bến Cũ Đò Xưa, Bên Dòng Sông Trẹm*... rất được ưa chuộng và đã được trình diễn trên video, sân khấu của một số Trung Tâm Ca Nhạc hải ngoại. Ngoài nhạc dân ca, ông còn có tài phổ nhạc cho các bài thơ rất hay mà tôi đã được nghe qua như *Sài Gòn Ngồi Một Mình* (thơ La Toàn Vinh), *Những Giọt Mưa Trái Tim* (thơ Diễm Hương), *Mai Anh Về Thăm Huế Với Em Không* (thơ Nguyễn Thị Hương), *Giấu Trăng Vào Chiêm Bao* (thơ Liên Tâm), *Về Quê Xưa* (Huỳnh Tâm Hoài), *Âm Xưa* (Huỳnh Ngọc Thương)... Trong cả trăm bản nhạc tình ca, về mặt nội dung và ý thức sáng tạo, Phan Ni Tấn còn xông xáo vào lãnh vực nhạc Blues/Jazz, là thứ âm nhạc bất hủ của người da đen, một thể loại cao, kén chọn người thưởng ngoạn, như các sáng tác mới của ông *Môi Hôn, Ngọn Lan Bay, Hamlet, Nếu, Bạch Thi*...

Nhớ lại *Bài Ca Học Trò*, bài nhạc xuất hiện khoảng năm 1972 vào thời kỳ đen tối nhất của cuộc chiến tranh tương tàn:

Kính thưa thầy đây bài chính tả của con. Bài chính tả viết về nước Mỹ. Con viết hai lần sai chữ America. Con viết hai lần sai chữ Communite, Con viết hai lần sai chữ Liberty. Làm sao thuộc bài con học. Vì anh con đã chết...

Đây là một đoạn nhạc của *Bài Ca Học Trò* Phan Ni Tấn đã từng làm xao xuyến dư luận khi xuất hiện qua lối nhạc truyền khẩu. Nhiều người nghe, nhất là giới thanh niên, ngạc nhiên và sảng khoái trước những lời lẽ trần trụi, bất ngờ, u uất, đầy bi tráng. Lời ca bày tỏ tâm trạng của đứa học trò có người anh tử trận vào thời điểm khốc liệt nhất của cuộc chiến tranh. Có thể nói nguyên bản *Bài Ca Học Trò* là một hình ảnh văn học mà nhà văn Nguyễn Đình Toàn có lần tâm sự: "Nỗi buồn do cuộc chiến gây ra chưa xong, đời sống lại rơi vào một thời tối tăm, mù mịt dưới chế độ mới, nghe những người trẻ hát ca khúc này *(Bài Ca Học Trò)*, đôi lúc người ta thấy buồn hơn cả cái chết".

Theo một số website, tôi được biết nhạc sĩ Phan Ni Tấn sinh năm 1946 tại Ban Mê Thuột, theo học trường Tiểu học, Trung học Ban Mê Thuột và Đại học Khoa Học Sài Gòn. Là cựu Sĩ quan Quân lực Việt Nam Cộng Hòa, ông vượt biển cuối năm 1979 và hiện sống cùng gia đình tại Toronto. Khởi viết về thơ, văn và nhạc từ năm 1964, ông đã có khoảng 20 tác phẩm được xuất bản trong và ngoài nước..

Bắc California 2024

NGUYỄN HỮU THỜI

BÀI THƠ 4000 & TẾT Ở PHƯƠNG NGƯỜI

BÀI THƠ 4000

Tôi có nghe lịch sử kể về một con tàu
Con tàu ấy đã ra khơi chở theo 4000 tiếng khóc
Biển mở cửa xẻ thành một vết thương rỉ máu
dẫn 4000 băng qua biển động
Hành trang là nhân sinh với hai bàn tay trắng
mắt trắng hơi thở trắng
Mất trắng
Con tàu ấy đã ra khơi
Tiếng máy cũ vẫn còn sức kéo
Kéo 4000 lìa xa đất mẹ
Mẹ đứng trên bờ, bờ như mất cảng
Báo con sông cuối tháng này biển sẽ động mạnh
Mẹ nhìn đất, đất cày lên nỗi chết
Nói súng đạn không có lương tri
Mẹ nhìn trời, trời mưa nước mắt
Vỗ tay tán thán chiến cuộc đang trên đà hấp hối
Mẹ già như xôi nếp một nhìn con tàu đang thở khói ra khơi
Con tàu ấy đã ra khơi
Không chở nổi một quê hương lửa cháy
Chúng tôi những người lính còn lại và súng đạn còn lại
Vẫn còn chiến đấu
Không đợi tôi đánh giặc cho xong
Không đợi tôi chôn hồn vía những thằng lính chết

Không đợi tôi kịp nói lời yêu thương
Con tàu ấy đã ra khơi chở theo em với nỗi buồn lộng gió
Ngày và đêm ở Saigon chỉ còn tiếng phi cơ
tiếng xe nhà binh và tiếng nổ
Những hàng cây rũ xuống cùng bụi mù
Người gục xuống thành phân bón
Cuộc chiến theo thù hận lan đi
Chiến tranh theo lửa đạn lan xuống tận cùng đất nước
Đất mất dần
Nước mất dần
Nhà mất dần
Máu và nước mắt vẫn đang rơi
Tiếng khóc trên mặt đất vẫn chảy về phía biển
Biển mênh mông xanh như thảm lúa cò bay
Nhưng sâu như một vết thương dài
Đất nước với bàn tay cụt ngón không lật nổi một trang bìa buồn
Rồi năm tháng lạnh lùng trôi đi
Thời gian tuy đã cũ như lườn tàu đã rỉ
Nhưng tiếng con tàu đến nay vẫn còn rì rầm rẽ sóng
Biển vẫn còn giữ lại 4000 tiếng khóc tiếng nước mắt
chảy ngược vào lòng
Biển vẫn còn giữ lại một trang bìa buồn
Và giữ lại em
Để tặng tôi.

Phan Ni Tấn

THE POEM OF 4000

I have heard the story about a ship
The ship went out to sea carrying four thousand crying people
The sea was open cutting a bloody wound leading
the four thousand people to cross the rough sea
Their luggage was each incarnation with two
empty hands, empty eyes, empty breaths
A dead loss
The ship did go out to sea
The old engine still worked
Pulling four thousand people from leaving their homeland
Mom stood on the shore, the shore seemed to have
lost its wharf
A warning sign of an imminent heavy storm
by the end of the month
Mom looked at the ground, it'd been overturned by the dead
She said weapons had no sense
She looked at the sky, it was wet with tears
Clapping her hands praising the war that was coming to an end
The old mother was as good as steamed luscious rice
seeing the ship discharge smoke and go out to sea
The ship did go out to sea
Unable to carry the fiery country
We were the remaining soldiers with the remaining weapons
Still fighting
The ship didn't wait until I finished my fighting
She didn't wait until I buried the dead soldiers
She didn't wait until I said my words of love
She just went out to sea carrying you with
a grief rising like the wind

Day and night in Saigon there was only the noise of the planes,
the noise of the military vehicles the noise from the explosions
The rows of trees fell over in the dust
The people fell over to become fertilizer
The war spread with all the malice
The war brought its weapons and fire throughout the country
The land was lost bit by bit
The country was lost part by part
The houses were lost one by one
Blood and tears still dropped
The cries on the ground still resounded toward the sea
The sea was immense and blue like the vast rice fields
But it was as deep as a long big wound
The country with her hands of no fingers unable
to turn a gloomy front page
Then the years passed glacially
The time was too old like the rusty keel
Yet until now the noise from the ship still can be heard
as if she is cleaving the waves
The sea still keeps the cries of the four thousand people
with their tears back flowing into their hearts
The sea still keeps the gloomy front cover
And you
To give me.

Nguyễn Hữu Thời *dịch*

TẾT Ở PHƯƠNG NGƯỜI

Mùa Xuân tuyết trắng trời trắng đất
Người, xe gì thảy đều tất bật
Ngọn gió cuốn hồn anh bay mau
Mặt mũi se khô tái một màu

Trước mặt nhà cây phong trụi lá
Trần truồng khô như cây mai giả
Nhìn xuyên qua một bầu trời già
Thấy đời mình giạt về phương xa

Lái xe chạy một vòng thành phố
Phố người rộng như bể khổ
Ta thò tay ra ngoài dòng đời
Níu hồn về trăm miếng tả tơi

Không khí Tết không người để ngửi
Không thiêng liêng cho lòng lạnh sưởi
Ngó ngoái lại thương quá vợ con
Miệng tươi cười mà dạ héo hon

Bao giờ gặp lại ta trên sóng
Thuyền đi chẻ ngọn trùng dương động
Dắt díu nhau từng chặng thiết tha
Ta về với mùa Xuân quê nhà.

Phan Ni Tấn

TẾT IN A FOREIGN LAND

In the spring it snows high and low
The people and the vehicles are hurried
The whirlwind blows my soul off
I look pale and withered all over

In front of the house, the maple is bare
It's naked and dried like a fake apricot tree
Looking through an old, thick sky
I see myself drifting too far

Driving around the strange city
Their streets are large like an ocean of misery
I put my hand into the world
Grabbing the torn tatters of my soul

Nobody enjoys the atmosphere of Tết
Nothing sacred for the cold soul to shelter
Looking back, I am compassionate to my wife and children
I always smile but my heart is weighty

When can I find myself riding again?
On a boat that cleaves the waves in a rough sea
Going together on every passage of persistence
We come back to enjoy the Spring at home.

Nguyễn Hữu Thời *dịch*

NHƯ KHÔNG
CHÂN DUNG THƠ PHAN NI TẤN

Thơ anh, nhìn khái quát thấy có 2 khía cạnh:

Thứ nhất, thời mặc Kaki thì thơ đậm chất lính, cái "hồn" của lính không lẫn vào đâu được. Kể cả thời gian đi tù, trở về để bầm dập với cuộc đời và sau đó sống tha hương vẫn toát lên cái sĩ khí của một người lính và sự trăn trở cá nhân cùng với nỗi đau chung với đất nước và với thời cuộc, cái đau riêng của trạng thái lực bất tòng tâm.

Thứ hai, trong đời sống mới, đối diện với sự dị biệt về văn hóa và những cố gắng để thích nghi, anh có những bài thơ rất quay quắt, những suy tưởng bao quát nhiều lãnh vực. Thơ anh thực sự là tiếng lòng của riêng anh, "reflect" một nội tâm có nhiều vấn đề.

LÊ GIANG TRẦN
PHAN NI TẤN, THƠ MIỀN NAM

Khi đọc thơ miền Nam của Phan Ni Tấn tôi rất khoái và rất phục biệt tài ví von bằng ngôn ngữ miền nam mà tuyệt vời đến vậy, điều mà tôi chỉ biết diễn tả là "bà nhập". Mỗi tác giả có thứ chữ riêng và đó là "dấu ấn" của tâm hồn đó, mình có "ăn cắp" hay bắt chước hay yêu thích chữ nghĩa đó cỡ nào đi nữa, cũng không thể nào xài được. Tôi có thử gom chữ Bùi Giáng làm chơi vài bài để trắc nghiệm, đọc lên nghe cũng BG lắm, nhưng ổng mà đứng bên thì chắc tui bị ăn bạt tai là cái chắc!!!

Tuy nhiên do ái mộ nên Bùi Giáng và Phan Ni Tấn là hai thi sĩ đã ảnh hưởng tôi một cách lặng lẽ, không chỉ là chữ nghĩa mà sâu thẳm là tâm thức của hai vị mà tôi thần phục này. Kính anh.

HOÀNG LAN CHI

Với Phan Ni Tấn, Vận Nước Nổi Trôi Và Giòng Nhạc Đấu Tranh Hưng Ca, Một Thuở Mang Đàn Đi Mở Lối

ngoanlao (xưa và nay)

Phan Ni Tấn & nhà văn Doãn Quốc Sỹ
Quận Cam 2018

Từ trái: anh chị Nguyễn Đình Toàn, Nguyễn Xuân Thiệp, PNT & Ngự Cầm, Cali 2001

Tấn, Hoàng Chiêu Nhân, Song Thao, Trương Vũ, Võ Kỳ Điền, Hồ Đình Nghiêm & Luân Hoán

Welcome to NGƯỜI VIỆT
pnt & nhà báo Trần Đại Lộc

nhà thơ Ngu Yên
pn tấn

pnt

Phan Nhật Nam ra mắt sách tại Toronto tháng 8/2004
nhà văn
Phan Hạnh
Phan Nhật Nam

nhà văn
Nguyễn Đình Toản

nhà thơ
Thái Tú Hạp

Bạn Văn

nhà văn
Hoàng Khởi Phong

nhà thơ
Phạm Vũ

J. Bồng, nhạc sĩ Châu Đình An, nhạc sĩ Nguyệt Anh,
nhà văn Đào Trường Phúc & PNT

Lời Giới Thiệu: Phan Ni Tấn, một người đa tài với những bài thơ, nhạc phẩm nặng tình quê hương. Bài hát nổi tiếng là *"Phải Lòng Con Gái Bến Tre"* và bài *"Bài Ca Học Trò "*, một bài hát xưa từ trước 75 mà rất nhiều người không biết Tấn là tác giả. Đã rất nhiều người viết về Tấn. Mỗi bài nhận xét là một vẻ, một bông hoa về văn, thơ, nhạc của Tấn

Tôi quen Phan Ni Tấn dịp nào thì không nhớ. Chỉ biết có thời Tấn đưa tên tôi vào một web do Tấn lập, mục "các người viết phụ nữ" hay đại loại gì đó. Mở ngoặc, tôi không phải là "người viết" chuyên nghiệp. Tôi yêu khoa học kỹ thuật và tôi cũng từ đó tốt nghiệp. Văn chương với tôi là son phấn và tôi nhẩy lò cò vào vài lãnh vực cho vui: văn, thơ, phỏng vấn,viết nhận xét. Nổi trội nhất là ...thời sự cộng đồng và sau này thời sự Mỹ! Tuy vậy, nhiều độc giả ưa thích mục phỏng vấn vì theo họ, những câu tôi hỏi là hay. Họ cũng thích những bài nhận xét của tôi cho văn, thơ, nhạc vì họ cho rằng tôi nhận xét tinh tế và không quá "nịnh". Đóng ngoặc. Giải thích thế cho vụ Tấn xếp tôi vào mục "người phụ nữ viết".

Đọng trong trí nhớ tôi là bản nhạc *"Giọt Thánh Thót Mừng"* của Tấn. Tôi không hề yêu *"Phải lòng con gái Bến Tre"* (có lẽ vì tôi ghét vc nên cái gì dính líu đến VC, dù chỉ gián tiếp cũng làm tôi khó chịu) mà tôi thích *"Giọt thánh thót"* vì nó thánh thót thật. Tôi cũng chỉ xúc động khi đọc thơ có chút hơi hướng đấu tranh. Vì thế, một lần đọc được bài thơ ***Nhớ Huế***, tôi viết và quên không lưu. Khi Tấn giới thiệu lại ở Facebook, cảm xúc lại về nguyên vẹn và ..tôi lại tính viết comment. Ai dè xem hết mới biết Tấn giới thiệu lại bài thơ đó và cả bài nhận xét năm xưa của tôi!

Chính vì nhiều người đã viết, chính vì cá nhân Tấn và tôi đều thích "thơ nhạc đấu tranh" nên trong bài "trò chuyện" này, **tôi chỉ hỏi Tấn về những gì liên quan đến "đấu tranh"**. Cũng xin phép, **lần đầu tiên t**rong bài phỏng vấn này, tôi dùng "bạn hiền" mà không "Ông" như các bài phỏng vấn trước đây.

■ **Hoàng Lan Chi** : Xin chào bạn hiền. Bạn hiền và tôi đều ở tuổi lá úa. Đã nhiều người hỏi và viết về *văn, thơ, nhạc* của bạn hiền. Riêng tôi, xin được trò chuyện về những tài năng ấy của bạn hiền *nhưng trong lãnh vực "đấu tranh"* . Lý do: được biết tự sâu thẳm, bạn hiền đau đáu tình yêu nước nên thơ văn cũng đầy ắp đấu tranh. Cho hỏi: Bạn hiền có những suy nghĩ gì ở thuở trung học rồi đại học về **cuộc chiến Nam Bắc từ 1954-1975**? Với bạn hiền, đó là cuộc chiến vô nghĩa hay là gì? Có phải vì cảm thấy "bất lực" nên Bạn hiền bắt đầu thích rồi sáng tác du ca, coi như một hình thức nói lên "suy nghĩ của tuổi trẻ" trước chiến tranh? Bạn hiền tham gia du ca khi nào và đã gia nhập du ca ra sao khi còn là sinh viên?

■ **Phan Ni Tấn**: Cuộc chiến Nam Bắc từ 1954 tới cuối tháng Tư 1975 có thể nói là *một cuộc chiến tranh tương tàn*. Tôi nói "tương tàn" vì rõ ràng quân và dân giữa hai miền Nam Bắc đều có cùng một dòng máu Lạc Hồng. Tuy nhiên, miền Bắc do Hồ Chí Minh lãnh đạo bước đầu đã là một bước sai lầm đưa đất nước lâm vào cuộc chiến tranh kéo dài suốt 30 năm khiến cho dân quân cả hai miền Nam Bắc đều vong mạng. Cuối cùng, sau 50 năm cái gọi là "thống nhất đất nước" Hồ Chí Minh và Cộng sản Việt Nam đã đưa đất nước càng ngày càng lệ thuộc vào Tàu Cộng. **Một hành động "bán dân hại nước" như vậy thì quá rõ ràng là một cuộc chiến hoàn toàn vô nghĩa**.

Tôi nhận thức được thảm cảnh của cuộc chiến tranh Nam Bắc nên khi *Phong Trào Du Ca Việt Nam* do nhạc sĩ *Nguyễn Đức Quang* và *Ban Trầm Ca* thành lập năm 1966 tại Sài Gòn tôi đã có mặt. Mục đích và tôn chỉ của Phong trào Du ca Việt Nam là một đoàn thể *hoạt động văn hóa-văn nghệ phục vụ cộng đồng, với tôn chỉ dùng tiếng hát của cộng đồng để đưa con người (thanh niên, sinh viên, học sinh) xích lại gần nhau, hướng về tương lai tươi sáng của quê hương.*

■ **Hoàng Lan Chi:** Bạn hiền có kỷ niệm gì đáng nhớ nhất với *Vua Du Ca Nguyễn Đức Quang?* Khi mới viết nhạc đấu tranh, bạn hiền có bị ảnh hưởng bởi lời hoặc melody trong nhạc *Nguyễn Đức Quang*?

■ **Phan Ni Tấn:** Đã là thành viên Du Ca thì ít nhiều gì cũng có những kỷ niệm với con chim đầu đàn là nhạc sĩ Du Ca *Nguyễn Đức Quang*. Tuy nhiên với tôi, kỷ niệm với nhạc sĩ Nguyễn Đức Quang ở trong nước đã đành, nhưng kỷ niệm đáng nhớ nhất với *Vua Du Ca Nguyễn Đức Quang* là ở ngoài nước. Đó là buổi ra mắt sách và trình diễn nhạc của tôi vào mùa hè năm 2005 tại Quận Cam, với nhiều văn nghệ sĩ trước 75 tham gia, trong đó có ca sĩ *Hương Lan* và nhạc sĩ Du Ca *Nguyễn Đức Quang*. Trong buổi ra mắt đó, *Vua Du Ca Nguyễn Đức Quang* được mời lên phát biểu cảm tưởng, nhắc lại những lần cùng chúng tôi từ trên cao nguyên xuống Sài Gòn đi tác động phong trào, cuối cùng Vua Du Ca hát chung một ca khúc Du Ca của tôi.

Tôi sáng tác nhạc năm 1964 *trước hai năm* Phong Trào Du Ca thành lập nên nhạc tôi không ảnh hưởng bất cứ một nhạc sĩ nào kể cả lời hoặc melody của nhạc sĩ Du Ca Nguyễn Đức Quang. Nhạc đấu tranh của tôi có "những bước tới" mạnh mẽ hơn, cổ động lòng yêu nước trước những bạo lực, cường quyền.

■ **Hoàng Lan Chi:** qua điều bạn hiền tâm sự (*Tuy nhiên, miền Bắc do Hồ Chí Minh lãnh đạo bước đầu đã là một bước sai lầm đưa đất nước lâm vào cuộc chiến tranh kéo dài suốt 30 năm khiến cho dân quân cả hai miền Nam Bắc đều vong mạng.* Ngưng trích), tôi tò mò, bạn hiền đã về VN chưa kể từ ngày vượt biên?

■ **Phan Ni Tấn**: Tôi vượt biên từ cuối năm 1979 đến nay **đã 45 năm trời tôi chưa về, cũng không từng nghĩ mình sẽ về Việt Nam**. Lý do dễ hiểu là, trong lần phỏng vấn tôi, ông *Triều Hoa Đại* cho tôi biết:

"Thế ông đã đọc báo công an (CSVN) viết về ông chưa,họ nói ông "phỉ báng đất nước" và có "tư tưởng phản quốc" đấy ông ạ. Nói có sách, mách có chứng vậy, ông cho phép tôi trích lại bài báo ấy một tý nhé:

Trích báo Công An "Nguy hiểm hơn, nhiều bài hát còn tiêm nhiễm cả tư tưởngphản quốc cho thế hệ những em bé sinh ra ở hải ngoại, để chúng hiểu lệch lạc, sai lầm về quê hương. Bài Ca Học Trò của Phan Ni Tấn diễn tả chút suy tư của một thanh niên mới lớn lúc thời chiến tranh năm 1975 đầy u ám và phỉ báng đất nước" Có phải thật lòng ông muốn "phỉ báng đất nước" hay không? Ngưng trích

Mới đây, anh bạn văn Lê Hữu ở vùng Tây Bắc Hoa Kỳ có e-mail không bỏ dấu cho tôi (nguyên văn), anh hùng hồn tuyên bố: "Bo PDuy ve nuoc thi duoc, chu PNT thi ...het duong ve, vi ban nhac cuc ky... phan dong". Ngưng trích

■ **Hoàng Lan Chi:** Được biết bạn hiền đã sinh hoạt rất mạnh trong giai đoạn đầu của phong trào *Hưng Ca Việt Nam* tại hải ngoại. Bạn đã giữ vai *Phó Chủ tịch Nội vụ*, bên cạnh Chủ tịch phong trào là nhà văn *Hà Thúc Sinh*. Phan Ni Tấn đã cùng các bạn *Khúc Lan, Nguyệt Ánh, Hà Thúc Sinh, Nguyễn Hữu Nghĩa...* đi và hát rất nhiều nơi trên thế giới. Xin bạn hiền kể cho nghe giai đoạn này. Có những kỷ niệm nào đáng nhớ. Có những khuôn mặt du ca nào mà bạn hiền trân trọng đến tận bây giờ? Có những nhạc phẩm du ca nào của bạn hiền được ưa thích khi đó? Và vì sao Du Ca lại bị "chựng" lại rồi "chìm"?

■ **Phan Ni Tấn**: **Hưng Ca** là một tổ chức tập hợpnhững văn nghệ sĩ đấu tranh với chủ trương dùng nhạc đấu tranh đòi tự do, dân chủ, nhân quyền, phục hưng những gì đã mất cho quê hương Việt Nam. Phong Trào Hưng Ca Việt Nam được khởi xướng tại **Washington DC**, Hoa Kỳ và chính thức thành lập vào tháng Tư năm **1985** sau kỳ *Đại Hội Nhạc Đấu Tranh* tại San Jose, Bắc California. Thành phần nồng cốt lúc ban đầu gồm *Hà Thúc Sinh (Trưởng Phong trào), Nguyệt Ánh, Việt Dzũng, Châu Đình An, Huỳnh Công Ánh, Khúc Lan, Tuấn Minh-Tuyết Mai, Trần Lãng Minh, Phan Ni Tấn*. Từ đó, Anh em Hưng Ca ra sức sáng tác và phổ biến tiếng hát lời ca đến **những nơi có người Việt tỵ nạn, cổ động lòng yêu nước, giữ vững niềm tin trong tình yêu quê hươngđất nước Việt Nam.**

Về Phong Trào Du Ca Việt Nam thì tôi công nhận những năm gần đây Du Ca tuy *bị "chựng" nhưng không "chìm"*. Bằng cớ là ở Nam và Bắc Cali có *Đoàn Du Ca Nam California* và *Đoàn Du Ca Bắc California,* cả hai Đoàn Du Ca này hằng năm vẫn sinh hoạt đều đặn, vẫn cất cao tiếng hát Du Ca vào những ngày truyền thống Du Ca, thực hiện *chương trình tưởng niệm 30/4, tham gia các công tác xã hội, trại hè, gây quỹ giúp Thương phế binh, mừng Tết* v.v... Trong Phong Trào Du Ca Việt Nam có hai khuôn mặt mà tôi từng trân trọng là anh cả *Du Ca Hoàng Ngọc Tuệ* và con chim đầu đàn *Du Ca Nguyễn Đức Quang*. Những ngày tháng sinh hoạt Du Ca thật sôi nổi tại *Trụ sở* của Phong trào được đặt tại số *114 Sương Nguyệt Anh,* đó chính là tư gia của anh chị Hoàng Ngọc Tuệ. Mãi đến mùa xuân 2019 trong lúc sinh hoạt với Đoàn Du Ca Nam Cali tại Phòng sinh hoạt báo Người Việt tôi mới gặp lại anh Hoàng Ngọc Tuệ. Khi anh đến bắt tay tôi nói tôi là *Hoàng Ngọc Tuệ* làm tôi thật sự xúc động. Cách biệt suốt 53 năm anh Hoàng Ngọc Tuệ đã già đi rất nhiều. Mới đây nghe tin anh mất, anh em Du Ca ai mà không ngậm ngùi. *Nguyễn Đức Quang, Hoàng Ngọc Tuệ* và còn ai nữa ra đi nhưng vẫn để lại trong lòng anh em Du Ca một niềm kính trọng khôn nguôi.

■ **Hoàng Lan Chi:** tôi có thể tưởng tượng về những ngày ấy khi các bạn đứng với nhau dựng lên Hưng Ca với bầu nhiệt huyết vẫn còn sục sôi trong tâm khảm và hăng say đem giọng hát đi cổ vũ cho lòng yêu nước ở người tị nạn. Nhân bạn hiền nhắc đến những người của **Một thuở mang đàn đi mở lối** (1) (*Hà Thúc Sinh, Nguyệt Ánh, Việt Dzũng, Châu Đình An, Huỳnh Công Ánh, Khúc Lan, Tuấn Minh-Tuyết Mai, Trần Lãng Minh),* xin bạn hiền vui lòng cho ít nhận xét ngắn về mỗi người ấy và cái gì nổi bật nhất ở họ về tiếng hát đấu tranh mà bạn hiền còn nhớ mãi?

■ **Phan Ni Tấn**: Nhận xét về mỗi người thì, dù ngắn, vẫn dông dài lắm lắm. Tóm lại cái nổi bật nhất ở họ (những anh em Hưng Ca thuở phôi thai thôi; còn sau này tôi không còn là thành viên Hưng Ca nên tôi chẳng biết gì hết) là họ **vẫn nung nấu chung bầu nhiệt huyết** bằng cách mang tiếng hát đấu tranh của mình sáng tác đến với những đất nước có người Việt tỵ nạn để cùng nhau dựng lại niềm tin yêu.

■ **Hoàng Lan Chi:** đã có mở lối ở xứ người nhưng tôi lại muốn "dõi mắt trông về cố lý" vì muốn được nhìn cậu học trò Phan Ni Tấn của Buôn Mê Thuột trong "*Du Ca Lòng Mẹ*". Tôi cũng muốn trông vời về thuở *Du Ca Nha Trang* khi bạn hiền đã là người lính.

■ **Phan Ni Tấn**: Chao ơi! Sao lại biết (tôi đâu có nói với ai) một thời tôi sinh hoạt với Đoàn Du Ca Nha Trang khi tôi ở lính? Năm 1972 tôi đổi về Ban Mê Thuột sinh hoạt với Đoàn Du Ca Lòng Mẹ, đến năm 1973 tôi lại đổi về Cam Ranh Bay, cuối tuần tôi ra Nha Trang sinh hoạt với anh em Du Ca Nha Trang cho đến ngày mất nước tôi đi tù Cộng Sản coi như hết. Nhưng ngót 50 năm sau nghĩ lại tôi thấy mắc cười. Du Ca toàn áo nâu lại lọt vô chiếc áo nhà binh thì thật là trật quẻ. Có điều, anh em Du Ca đều biết anh lính kia từng là thành viên Du Ca nên ai cũng hoan hỉ đứng chung một sân khấu, hát chung một khúc hát du ca hùng hồn.

■ **Hoàng Lan Chi:** thế còn giai đoạn với *Du ca Về Nguồn* ở Toronto?

■ **Phan Ni Tấn:** Đó là năm 1980- 81 , tôi và vài anh em đứng ra thành lập Toán Du Ca *Về Nguồn* tại Toronto thường xuyên sinh hoạt vào mỗi cuối tuần. Đến năm 1981 *Du Ca Về Nguồn* "đem chuông đi đánh» Montreal, từ đó anh em văn nghệ Montreal mới lập ra *Toán Du Ca Đồng Vọng*.

■ **Hoàng Lan Chi:** bạn hiền có một bản nhạc đã khiến vài người bạn lính cùng ở tù CS sau 75 ưa thích và có thời trong nước cũng ưa. Nội dung ghét cả Mỹ và CS. Tôi không ngạc nhiên vì có vẻ như thời ấy, với tuổi sinh viên mười tám đôi mươi thì vài người đã bị mê hoặc bởi hình ảnh phản chiến của TCS với những bài hát đại loại "*trăm năm, ngàn năm, da vàng..*". Bị mê hoặc và trong vô thức đã sáng tác gần như "*theo trào lưu*". Tôi muốn nói tới "*Bài Ca Học Trò*". Một người bạn của tôi -người rất trung trinh với tổ quốc- người rất son sắt với quốc gia- đã không vui về bạn hiền vì những câu thơ **"không thuộc nổi bài sử địa, công dân"**. Hôm nay, tôi muốn được nghe bạn hiền giải thích?

Trích: Kính thưa thầy đây bài thuộc lòng của con. Tổ quốc Việt Nam bốn ngàn năm văn hiến. Một trăm năm Pháp thuộc. Hai mươi năm đọa đầy. Làm sao con thuộc được truyện kiều Nguyễn Du. Những bài thơ Mùa Thu Nguyễn Khuyến. Những bài Công Dân, Sử Địa. Nhưng bài học con ngại ngùng không dám đọc to trên hè phố hay những vùng ngoại ô xa". Ngưng trích

■ **Phan Ni Tấn:** Đây là bài thơ **Kính Thưa Thầy** của tôi ký bút hiệu **N.D** được đăng trong tờ Văn của nhà văn *Mai Thảo* trước khi nó chuyển thành nhạc phẩm *Bài Ca Học Trò*. Thuở ấy, thuở đứa học trò đi học có lúc băng mình qua vùng giao tranh học trò bổng cảm thấy sợ hãi mà phát tiết ra bài thơ. Sự sợ hãi đã làm cho đứa học trò nhận thức được *chiến tranh làm cho quê hương điêu tàn, làm cho dân tình ly tán, vong thân, làm cho những người lính vì nước hy sinh thì còn tâm trí đâu để đứa học trò chuyên tâm học hành, nói chi là học thuộc truyện Kiều Nguyễn Du, hoặc những bài thơ Nguyễn Khuyến và cả những bài học Công Dân, Sử địa*; *những bài học hữu ích đó, làm nên người đó có những lần chìm trong lửa đạn khiến cho đứa học trò, dù có cố gắng học nhưng lại không dám dọc to như thuở thanh bình.*

■ **Hoàng Lan Chi:** Cảm ơn bạn hiền đã giải thích. Còn một điều tôi cũng muốn làm sáng tỏ: vì sao bạn hiền có tác phẩm in trong nước?

■ **Phan Ni Tấn:** Tôi đâu có tác phẩm nào in trong nước sau ngày mất nước đâu nà?! Tôi nói những tác phẩm của tôi in trong (và ngoài nước) có nghĩa là in từ trước 1975 mà thôi.

■ **Hoàng Lan Chi:** Thôi chúng ta đổi đề tài. Tôi rất yêu những câu thơ, cũng có "mùi hương tranh đấu" trong bài thơ của bạn hiền:

Một đời anh chắc chẳng bao giờ tìm ra nỗi Huế
Bởi sinh ra chân anh đã có những con đường
Những con đường không kịp nở những đóa hướng dương
Chở súng đạn ra ngoài mặt trận

Sau chiến tranh những trận đánh đều trở nên luộm thuộm
Người ta cất các chiến cụ và những cuộn băng
trong các viện bảo tàng
Anh trở về ước mơ tàn tạ dưới chân
Ngó ra Huế chút Huế cũng đành hanh xa vắng...

Thú thật tôi yêu làm sao những câu thơ "*Một đời anh chắc chẳng bao giờ tìm ra nỗi Huế,Bởi sinh ra chân anh đã có những con đường, Những con đường không kịp nở những đóa hướng dương, Chở súng đạn ra ngoài mặt trận*" vì vừa bi vừa hùng trong đó. Nhưng tôi **yêu hơn câu trả lời sau đây** của bạn hiền cho *Hồ Đình Nghiêm "Mô Phật! Không có chiều nào mà tôi không ra đứng ngõ sau. Quá nhiều người thấy Việt Nam bây giờ "hoành tráng"; riêng tôi thì "nó: đất nước và con người" xác xơ như cái xơ mướp. Đó là phản cảm của tôi, một người xa quê hương ngót 41 năm ròng*". Vâng, câu trả lời này và cả cái "**không về VN đã 41 năm**" của bạn hiền chắc hẳn cũng làm dịu lòng người bạn trung trinh-sắt son với tổ quốc-của tôi.

■ **Phan Ni Tấn:** Tôi là lính chiến nên thơ tôi cũng mang tâm trạng lính chiến như tôi. Tôi thương quê ngoại Huế của tôi nên khi Huế chìm trong lửa đạn thì câu thơ của tôi cũng theo tôi *"chở súng đạn ra ngoài mặt trận"*. Lính chiến mà.

Còn điều này. Thật tình mà nói, dân tỵ nạn mình từng sống chết trên đường vượt rừng, vượt biển may mắn đến được bến bờ tự do thì một sớm một chiều không biết sao họ lại quên mất thân phận người mất nước, nhất là những người lính từng sống chết trong những trại tù "cải tạo" từ Nam ra Bắc khi qua đây rồi họ vẫn thản nhiên lên tàu bay về quê hương đã mất mà ai cũng mượn cớ về thăm gia đình, thăm quê hương, xứ sở... của mình.

■ **Hoàng Lan Chi:** "bậu" của bạn hiền, người phụ nữ có đôi mắt dịu dàng, có nụ cười thật tươi đã từng than thở bạn hiền bỏ nàng côi cút nhiều năm để rong ruổi khắp nẻo "Cờ Hoa" với anh em Hưng Ca. Cho hỏi lý do nào đã khiến bạn hiền dừng bước giang hồ để tung cánh chim tìm về tổ ấm với "bậu" ấy?

"Bậu" của PNT-PNT-Mẹ- gia đình con trai PNT

■ **Phan Ni Tấn:** Xách đờn đi hát riết rồi về ngoảnh lại tôi vẫn thấy "đất nước mình càng ngày càng sa lầy trong nỗi bất an" không kể anh em Hưng Ca (thuở ban đầu), kẻ mất người còn, vì đời sống, vì gia đình, họ lần lượt sinh hoạt ở mặt nào khác. Từ đó, năm tháng lặng lẽ trôi qua, riêng cá nhân tôi cảm nhận mình có phần mệt mỏi vì tuổi tác và cảm thấy ấm áp hơn khi ở nhà với "bậu", một em bậu hiền lành, cũng "trên đầu già đến rồi".

■ **Hoàng Lan Chi:** Cảm ơn bạn hiền, về những câu chuyện kể về du ca. Tôi biết cái sự nghiệp thi văn nhạc của bạn hiền mới có nhiều điều hấp dẫn nhưng như đã viết, rất nhiều người viết-rất hay-và đầy đủ rồi. Trước khi tạm biệt, xin hỏi một câu ngoài đề, riêng tư : bút hiệu ND là vì sao? và người mà bạn hiền yêu đầu tiên? Đương nhiên người phụ nữ đôn hậu có nụ cười tươi chính là "tình yêu trọn đời và tình cuối" của bạn hiền rồi. Cái lý do không thể đưa bản nhạc vì TT Thuý Nga không đáp ứng, là điều kiện gì? Ước vọng bây giờ là gì?

Chúc bạn hiền và "bậu" của bạn hiền, con trai duy nhất của bạn hiền sức khoẻ, may mắn và thành công trong mọi việc.

■ **Phan Ni Tấn:** Thuở học trò tôi viết ra bài thơ *Kính Thưa Thầy* không hiểu sao tôi cảm thấy lo ngại cho bản thân mình có thể gặp bất trắc nào đó nên tôi ký tên N.D, một địa danh vô danh trên cao nguyên miền Thượng; địa danh này sau chiến tranh đã thay danh đổi tánh mà tôi không còn có dịp trở lại lần nào. Cũng giống như đoàn quân tiến vào một ngôi làng nhỏ, không tên lùng địch, diệt địch xong rồi rút đi không bao giờ còn trở lại. Về sau vào lính có một thời tôi mới ký tên thật của mình kèm theo sau chữ N.D trong ngoặc đơn để... làm kỷ niệm. Nay thì chỉ ký tên thật cho mỗi tác phẩm của mình mà thôi.

Nói tới mối tình đầu của tôi đến nay nghĩ lại tôi vẫn cười hoài. Đó là mối tình con nít với một cô xì-chảy gốc Hải Nàm mà thấy hầu như mối tình đầu nào cũng dở dang, cũng đi đến nơi chia lìa, mạnh đường ai nấy đi, không còn ai gặp lại ai. Ấy vậy mà riêng tôi, sau hớn 75 năm chia biệt, cách đây chừng ba bốn năm, tôi gặp lại cô xì-chảy của tôi ở trên màn hình điện thoại của chú em tôi. Tội nghiệp, trông cô không khác chi xưa nhiều lắm nhưng thời gian nhuộm tóc cô bạc trắng thấy thương. Cô sớm góa chồng vẫn sống một mình ở Mỹ.

Chuyện TT Thúy Nga không đáp ứng điều tôi muốn đã qua lâu lắm rồi, tôi mạn phép không muốn nhắc tới nữa. Tôi đã quen sống giản dị, không thích bon chen nên không hề để bụng những gì vui hay buồn đến với mình. Hãy để cho nó qua đi, đừng bịn rịn nắm níu. Nghe.

Ước vọng bây giờ là gì hả? Nói thật nghe. Là tôi không có ước vọng chi to tát hết, chỉ mong cho gia đình mình được bình yên là tốt rồi. Tôi cũng cảm ơn lời chúc tốt đẹp của bạn hiền đến với gia đình tôi. Và, hôm nay, ngày sau, mãi mãi bạn hiền cũng vậy.

Thân chào.

Hoàng Lan Chi
thực hiện 7/2024

PHỤ LỤC

(1) Mượn câu thơ của *Quang Dũng*, Hoàng Lan Chi viết **"Một thuở mang đàn đi mở lối"** để ám chỉ phong trào *Hưng Ca* thuở ban đầu với giòng nhạc đấu tranh sục sôi máu người tị nạn. Người hải ngoại "thế hệ Một" ít quên được hình ảnh Việt Dzũng-Nguyệt Ánh ngày đó đã chinh phục trái tim hàng vạn người Việt xa xứ như thế nào

Tiểu Sử: Phan Ni Tấn sinh 1946 tại Ban Mê Thuột. Cha là người nghệ sĩ chuyên sử dụng violon, từng là khách mời trình tấu những bản cổ nhạc cho đoàn Út Bạch Lan, Thành Được. Năm 1960, học trung học Ban Mê Thuột một tháng bốn ngày rồi tiếp tục học ở Sài Gòn. Vào Đại học Khoa Học, Quốc gia Âm Nhạc và Kịch Nghệ rồi nhập ngũ trường Sĩ quan Trừ Bị Thủ Đức. Tù từ 75 tới cuối năm 1979 vượt biên đến trại tỵ nạn Laem Sing, Thái Lan và cư trú tại thành phố Toronto, tỉnh bang Ontario của Canada.

Vài nhạc phẩm:

Mai Anh Về Thăm Huế với Em Không:
https://youtu.be/YLp3dDDyR6Q?si=Ti6b9jL0evI-iDTc

Hương Lan- Bên Giòng Sông Trẹm:
https://youtu.be/eNtWuFPoeOo?si=L_Qm7bizxHODeUYS

Tác Phẩm đã xuất bản trong và ngoài nước:
Hát Cho Mẹ Và Quê Hương, tập nhạc, Tâm Thức 1969
Vác Tên Em Chạy Biệt Mù, thơ, Tâm Thức 1969
Hát Để Xông Đất Mới Cho Quê Hương, tập nhạc, nhiều tác giả, Con Người 1973
Lục Bát Phan Ni Tấn, thơ, in ronéo 1973
Dậy Lửa Trường Sơn, tập nhạc, Lửa Việt 1983
Em Hát, Em Vui (với NHN), nhạc thiếu nhi, Làng Văn 1987
Hồi Ký Thơ, thơ, Làng Văn 1988
Câu Thơ Về Người, thơ, Nhân Văn 1996
Tình Khúc Phan Ni Tấn, nhạc 2004
Sinh Nhật Của Cây Đàn, CD nhạc 2005
Đèn Kéo Quân, tập nhạc & CD 2006
Ao Trời, CD nhạc 2007
Sài Gòn (Blue) Xanh, CD nhạc 2015
Có Một Thời Ở Quê Hương Tôi, tập truyện, Văn Học Mới 2018
Ngòi Viết Lang Thang, tùy bút, Văn Học Mới 2019
Người Tôi Yêu, tập truyện, Văn Học Mới 2020
Nẻo Của Thơ Đi, thơ tuyển toàn tập, Minh Tiến 2021-2022

SẼ IN:
Chuyện Tình Xẻo Rô, tuyển truyện quê Nam
Giấc Mơ Con Sáo, tập truyện
Bờ Môi Em & Gió, tập nhạc
Con Đường Của Chữ, tùy bút
Con Đường Âm Nhạc, thơ phổ nhạc
6 tập thơ.

Happy
Valentines

www.ingramcontent.com/pod-product-compliance
Lightning Source LLC
LaVergne TN
LVHW032020041026
849517LV00008B/2685
9798330300716